ಮಕ್ಕಳ ಮಿನಿಬಸ್ಸು

ರಸ್ಕಿನ್ ಬಾಂಡ್ ಕಳೆದ ಅರವತ್ತಕ್ಕೂ ಹೆಚ್ಚು ವರ್ಷಗಳಿಂದ ಬರವಣಿಗೆಯಲ್ಲಿ ತೊಡಗಿಸಿಕೊಂಡಿದ್ದಾರೆ. ಅವರ 120 ಕ್ಕೂ ಹೆಚ್ಚು ಕೃತಿಗಳು ಪ್ರಕಟವಾಗಿವೆ. ಅವುಗಳಲ್ಲಿ ಕಾದಂಬರಿಗಳು, ಕಥಾ ಸಂಕಲನಗಳು, ಕಾವ್ಯ, ಪ್ರಬಂಧಗಳು, ಸಂಕಲನಗಳು ಮಕ್ಕಳಿಗೆಂದು ಬರೆದ ಪುಸ್ತಕಗಳು ಇವೆ. ಅವರ ಪ್ರಥಮ ಕಾದಂಬರಿ "ದಿ ರೂಮ್ ಆನ್ ದಿ ರೂಫ್"ಗೆ 1957 ರಲ್ಲಿ ಪ್ರತಿಷ್ಠಿತ ಜಾನ್ ಲೆವೆಲಿನ್ ರೀಸ್ ಬಹುಮಾನ ಬಂದಿದೆ. ಅವರು ಪದ್ಮಶ್ರೀ (1999) ಮತ್ತು ಪದ್ಮಭೂಷಣ (2014) ಪುರಸ್ಕೃತರು. ಅವರು ತಮ್ಮ ಕಥಾಸಂಕಲನ ಮತ್ತು ಮಕ್ಕಳ ಸಾಹಿತ್ಯ ಕೃತಿಗೆ ಸಾಹಿತ್ಯ ಅಕಾಡೆಮಿಯ ಪ್ರಶಸ್ತಿ ಪಡೆದಿದ್ದಾರೆ. 2012 ರಲ್ಲಿ ದೆಹಲಿ ಸರಕಾರ ಅವರಿಗೆ ಜೀವಮಾನ ಸಾಧನೆ ಪ್ರಶಸ್ತಿ ನೀಡಿ ಗೌರವಿಸಿದೆ.

1934 ರಲ್ಲಿ ಜನಿಸಿದ ರಸ್ಕಿನ್ ಬಾಂಡ್ ಜಾಮ್‌ನಗರ್, ಶಿಮ್ಲಾ, ನವದೆಹಲಿ ಮತ್ತು ಡೆಹ್ರಾಡೂನ್‌ನಲ್ಲಿ ಬೆಳೆದವರು. ಮೂರು ವರ್ಷ ಯು.ಕೆ ಯಲ್ಲಿ ಕಳೆದಿರುವುದನ್ನು ಹೊರತುಪಡಿಸಿದರೆ ಅವರು ತಮ್ಮ ಇಡೀ ಜೀವನವನ್ನು ಭಾರತದಲ್ಲಿ ಕಳೆದಿದ್ದಾರೆ. ಸದ್ಯ ಅವರು ತಮ್ಮ ದತ್ತು ಕುಟುಂಬದೊಂದಿಗೆ ಮಸ್ಸೂರಿಯಲ್ಲಿ ವಾಸವಾಗಿದ್ದಾರೆ.

D9900061

ರಸ್ಕಿನ್ ಬಾಂಡ್

ಮಕ್ಕಳ ಮಿನಿಬಸ್ಸು

ಕನ್ನಡಕ್ಕೆ
ಡಿ.ಜಿ. ಮಲ್ಲಿಕಾರ್ಜುನ

RUPA

Published by
Rupa Publications India Pvt. Ltd 2024
7/16, Ansari Road, Daryaganj
New Delhi 110002

Sales centres:
Bengaluru Chennai
Hyderabad Jaipur Kathmandu
Kolkata Mumbai Prayagraj

First published in English by Rupa Publications India 1995

P-ISBN: 978-93-5702-700-7
E-ISBN: 978-93-5702-766-3

First impression 2024

10 9 8 7 6 5 4 3 2 1

ಅರ್ಪಣೆ

ನೂರಾರು ಓದುಗರಿಗೆ, ಕಿರಿಯರು ಮತ್ತು ಹಿರಿಯರು,
ಹಲವಾರು ವರ್ಷಗಳಿಂದ
ನನಗೆ ಪ್ರೀತಿಯಿಂದ ಪತ್ರ ಬರೆದಿರುವವರು..

ನಿಮಗೆಲ್ಲಾ ಸುಖ, ಸಂತೋಷ, ನೆಮ್ಮದಿ
ಸಿಗಲೆಂಬ ಸದಾಶಯಗಳು

ಪರಿವಿಡಿ

ಮುನ್ನುಡಿ

ರಸ್ಕಿನ್ ಬಾಂಡ್ ತಮ್ಮ ಹದಿಹರೆಯದ ವಯಸ್ಸಿನಿಂದಲೇ ಬರೆಯಲು ಪ್ರಾರಂಭಿಸಿದರು. ಖ್ಯಾತ ನಾಮರಿಂದ ಪರಿಚಯಿಸಲ್ಪಡದೆಯೇ ಓದುಗರ ಮನಸ್ಸನ್ನು ಗೆದ್ದರು. ತಮ್ಮ ಬರವಣಿಗೆಯಿಂದ ಓದುಗರನ್ನು ನೇರವಾಗಿ ಮುಟ್ಟುವ ಇವರಿಗೆ ಪ್ರಕಾಶಕರನ್ನು ಬಿಟ್ಟರೆ ಬೇರೆ ಯಾವ ಮಧ್ಯಸ್ಥಿಕೆಯೂ ಬೇಕಿಲ್ಲ.

ಕಳೆದ ಇಪ್ಪತ್ತು ವರ್ಷಗಳಲ್ಲಿ ರಸ್ಕಿನ್ ಬಾಂಡ್ ಅವರು ಹಿರಿಯರಿಗಿಂತ ಕಿರಿಯರಿಗಾಗಿಯೇ ಹೆಚ್ಚು ಬರೆದಿದ್ದಾರೆ. ಎಳೆಯ ವಯಸ್ಸಿನಲ್ಲಿ ಅವರ ಕಥೆಗಳನ್ನು ಓದುತ್ತಾ ಬೆಳೆದವರು, ಹಿರಿಯರಾದ ಮೇಲೂ ಅವೇ ಕಥೆಗಳನ್ನು ಮತ್ತೆ ಮತ್ತೆ ಓದಿ ಆನಂದಿಸಿದ್ದಾರೆ. ಕಾಲ, ವಯಸ್ಸನ್ನು ಮೀರುವ ಅವರ ಕಥೆಗಳು ಸದಾ ಹೊಸದೆನಿಸುತ್ತವೆ ಮತ್ತು ಆನಂದ ನೀಡುತ್ತವೆ. ಹಾಗಾಗಿ ಆ ಹಿರಿಯರು ತಮ್ಮ ಮಕ್ಕಳಿಗೆ ಅವನ್ನು ಓದಲು ಕೊಡುತ್ತಾರೆ. ರಸ್ಕಿನ್ ಬಾಂಡ್ ವಯಸ್ಸಿನ ಹಂಗನ್ನು ಮೀರಿದವರು.

ರೂಪಾ ಸಂಸ್ಥೆ, ರಸ್ಕಿನ್ ಬಾಂಡ್ ಅವರ ಸದಾ ನೆನಪಿನಲ್ಲಿ ಉಳಿಯುವ ಕಥೆಗಳಾದ – ಕಾವ್ಯರೂಪಿ "ಕೆರಳಿದ ನದಿ", ಭಾವಗೀತಾತ್ಮಕವಾದ "ನೀಲಿ ಛತ್ರಿ", ಆಕರ್ಷಕ ಚಿತ್ರರೂಪದ "ಬೆಟ್ಟವನ್ನು ಕವಿದ ಧೂಳು" ಗಳನ್ನು ಈ ಮಕ್ಕಳ ಮಿನಿಬಸ್ಸು ಸಂಗ್ರಹದಲ್ಲಿ ಕ್ರೋಡೀಕರಿಸಿದೆ. ಪ್ರಕೃತಿಯ ಶಕ್ತಿಯೊಡನೆ ಸೀತಾ ನಡೆಸುವ ಹೋರಾಟ, ದುರಾಸೆ ಮತ್ತು ಮೂರ್ಖತನವನ್ನು ಗೆಲ್ಲುವ ಬಿನ್ಯಾ, ನೈಸರ್ಗಿಕ ಸಂಪತ್ತನ್ನು ತನ್ನ ಲೋಭಕ್ಕೆ ಬಳಸುವ ಮನುಷ್ಯನ ದುರ್ಗುಣವನ್ನು ಮೆಟ್ಟಿ ನಿಲ್ಲುವ ಬಿಷ್ಣು..

ಇವೆಲ್ಲಾ ಸತ್ವ ಹಾಗೂ ಶಕ್ತಿಯುತ – ಸಾರ್ವಕಾಲಿಕ ಗುಣಗಳುಳ್ಳ ಶ್ರೇಷ್ಠ ಕಥೆಗಳು.

ರಸ್ಕಿನ್ ಬಾಂಡ್ ಅವರ ಬರವಣಿಗೆಯ ಇನ್ನೊಂದು ಮಗ್ಗುಲೂ ಇಲ್ಲಿದೆ. ತುಂಟತನ, ಹಾಸ್ಯ, ಲವಲವಿಕೆಯ ಗುಣಗಳನ್ನು ತಾತನ ಕಥೆಗಳಲ್ಲಿ ಕಾಣಬಹುದು. ಅದರಲ್ಲೂ ಆತ ಮನೆಗೆ ತರುವ ಚಿತ್ರವಿಚಿತ್ರ ಸಾಕುಪ್ರಾಣಿಗಳು, ಮನೆಯವರನ್ನು ಕಾಡುವ, ಮನಗೆಲ್ಲುವ ರೀತಿಯಂತೂ ಅದ್ಭುತ. ಕ್ರಿಕೆಟ್ ಪಂದ್ಯದ ನಡುವೆ ಬರುವ ಮೊಸಳೆ, ಮನೆಯವರನ್ನು ತನ್ನವರನ್ನಾಗಿಸಿಕೊಂಡ ತುಂಟ ಭೂತ ಮತ್ತು ಉತ್ಸಾಹದ ಬುಗ್ಗೆಗಳಂತಹ ಮಕ್ಕಳ

ಕಥೆಗಳನ್ನು, "ಬಜಾರಿಗೆ ಹೋಗುವ ರಸ್ತೆ" ಗುಚ್ಛದಲ್ಲಿ ಕಾಣಬಹುದು. ಮ್ಯಾನ್ ವಿತ್ ದ ಗೋಲ್ಡನ್ ಪೆನ್ (ಚಿನ್ನದಂತಹ ಬರಹಗಳ ಸರದಾರ) ರಸ್ಕಿನ್ ಬಾಂಡ್ ಅವರ ಅತ್ಯುತ್ತಮ ಕಥೆಗಳನ್ನು ಯುವ ಓದುಗರಿಗೆ ಇಲ್ಲಿ ಸಾದರ ಪಡಿಸಿದ್ದೇವೆ.

–ಕೆ.ಕೆ

ಅನುವಾದಕರ ನುಡಿ

ರಸ್ಕಿನ್ ಬಾಂಡ್ ಅವರ ಕಥೆಗಳು ಬಹು ಬಣ್ಣಗಳು ತುಂಬಿದ ಪ್ರಕೃತಿ – ಪರಿಸರದ ಶಬ್ದ ಚಿತ್ರಗಳಾಗಿ ಕಣ್ಣಿಗೆ ಬಿಂಬವಾಗುತ್ತವೆ. ಮನಸ್ಸಿಗೆ ಚಲನಚಿತ್ರಗಳಾಗಿ ತೋರುತ್ತವೆ. ಇದಕ್ಕೆ ಅನುರೂಪವಾಗಿ ಅವರು ಭಾಷೆಯನ್ನು ನುಡಿಸುತ್ತಾರೆ. ಇದರಿಂದಾಗಿ ಕಥೆಗಳಿಗೆ ಸರಾಗ ಚಲನೆ ದೊರೆತು ನೇರವಾಗಿ ಮನಸ್ಸನ್ನು ಹೊಕ್ಕು ಅರ್ಥಗಳು ಬಿಚ್ಚಿಕೊಳ್ಳುತ್ತವೆ. ಇದಕ್ಕೆ ಇನ್ನೊಂದು ಕಾರಣ ಅವರ ನವಿರಾದ ನಿರೂಪಣೆ.

ರಸ್ಕಿನ್ ಬಾಂಡ್ ಅವರ ಕಥೆಗಳಲ್ಲಿ ಪರಿಸರ ಮತ್ತು ಅದರ ಒಡನಾಟದ ಯಾವೊಂದು ರೂಪ–ಪ್ರತಿಮೆ ಕೊಂಚವೂ ದೂರ ಸರಿಯುವುದಿಲ್ಲ. ಅಷ್ಟೊಂದು ಅನ್ಯೋನ್ಯತೆಯನ್ನು ಅವರು ಮೂಡಿಸುತ್ತಾರೆ.

ರಸ್ಕಿನ್ ಬಾಂಡ್ ಹೇಳುವ ಕಥೆಗಳು ಮಕ್ಕಳ ಮಟ್ಟದಲ್ಲಿಯೇ ನಿಲ್ಲುವುದಿಲ್ಲ. ಅವು ವಿಸ್ತರಿಸಿಕೊಳ್ಳುತ್ತವೆ. ಇನ್ನೊಂದು ಮಗ್ಗುಲಿನಿಂದ ಯೋಚಿಸಿದಾಗ ವಯೋಮಾನದ ಮಿತಿಗಳನ್ನು ಮೀರುತ್ತವೆ. ಹೇಗೆಂದರೆ ಕಥಾವಸ್ತುವಿನೊಳಗೆ ಅರಳುವ ನಿಸರ್ಗ ಕುರಿತ ವೈಜ್ಞಾನಿಕ – ವೈಚಾರಿಕ ಪ್ರಜ್ಞೆ ಮತ್ತು ಈ ಪ್ರಜ್ಞೆಯೊಳಗೆ ನಿಸರ್ಗವನ್ನು ನಡೆದಾಡಿಸಿ ಅಲ್ಲೆಲ್ಲಾ ಜೀವ ಬದುಕಿನ ಜಾಲವನ್ನು ಹೆಣೆದುಕೊಡುವುದು. ಕಥೆಗಳಲ್ಲಿನ ಸಂದರ್ಭ ಸನ್ನಿವೇಶಗಳು ಈ ಜಾಲದೊಳಗೆ ಎಲ್ಲ ನೋವು ನಲಿವುಗಳೊಂದಿಗೆ, ಕಷ್ಟ ಸುಖಗಳೊಂದಿಗೆ ಸಂಚರಿಸುತ್ತವೆ.

ರಸ್ಕಿನ್ ಬಾಂಡ್ ಅವರ ಕಥನ ಶೈಲಿ ವಿಶಿಷ್ಟವಾದುದು. ಸರಳತೆ ಮತ್ತು ಸ್ಪಷ್ಟತೆ ಇವರ ಕಥೆಗಳ ಗುಣ. ಹೆಣಿಗೆಯ ಕ್ರಮದಲ್ಲಿ ಕಥೆ ನೆನಪಿನಲ್ಲಿರುವಂತೆ ಮಾಡುತ್ತಾರೆ. ವಸ್ತು – ಜೀವಿ ಸಂಬಂಧಿಯಾದ ವಿವರಣೆಗಳನ್ನು ತರುವಾಗ ವೈಜ್ಞಾನಿಕ ವೈಚಾರಿಕತೆಯನ್ನು ನಿರೂಪಣೆಯಲ್ಲಿಯೇ ಮಿಳಿತಗೊಳಿಸಿ ಒಮ್ಮೊಮ್ಮೆ ವೈಚಾರಿಕತೆಯಿಂದ ಉಂಟಾಗುವ ಗಂಭೀರತೆ ಹಾಗೂ ವಿಚಾರಪರತೆಯುಳ್ಳ ಕಥೆಗಳಿಂದ ವಿಮುಖವಾಗದಂತೆ ಮಾಡುವ ಕೌಶಲವನ್ನು ತೋರುತ್ತಾರೆ. ಎಲ್ಲಿಯವರೆಗೆ ಜೀವಾಪಾಯಕ್ಕೆ ಅವಕಾಶವಿರುವುದಿಲ್ಲವೋ ಅಲ್ಲಿಯವರೆಗೆ ಮಾನವ – ಪ್ರಾಣಿ – ಪರಿಸರ ಸಂಬಂಧಗಳನ್ನು ಬೆಸುಗೆಯಲ್ಲಿಯೇ

ಕೊಂಡೊಯ್ಯುತ್ತಾರೆ. ಬಹುತೇಕ ಕಥೆಗಳಲ್ಲಿ ಮಾನವೀಯ ಮಿಡಿತಗಳ ಭಾವಗೀತೆ ಕೇಳಿಬರುತ್ತದೆ.

ರಸ್ಕಿನ್ ಬಾಂಡ್ ಅವರ ಕಣ್ಣು ಮತ್ತು ಮನಸ್ಸಿಗೆ ಹೆಚ್ಚು ಕಾಣುವುದು ಜೀವ ಮತ್ತು ಪರಿಸರದ ನಡುವಿನ ಒಳ್ಳೆಯತನ ಮತ್ತು ಪ್ರೀತಿ. ಪ್ರೀತಿಯಿಂದಲ್ಲದೆ ಕಥೆಗಾರ ಬೇರೇನನ್ನೂ ಕಾಣುವುದಿಲ್ಲ ಮತ್ತು ಯಾವುದನ್ನೂ ತೋರಿಸುವುದಿಲ್ಲ. ಎಲ್ಲವನ್ನೂ ಮುಗ್ಧವಾಗಿ ನೋಡುವ ಮನಸ್ಸು 89 ರ ಹರೆಯದಲ್ಲೂ ಉಳಿಸಿಕೊಂಡಿರುವುದು ಅವರ ಸಾಧನೆ ಮತ್ತು ಸರಳ ಮಗುವಿನ ನಿರ್ಮಲ ಮನಸ್ಸು. ಅವರ ವ್ಯಕ್ತಿತ್ವವೇ ಸರಳ. ಅವರ ಕಥೆಗಳಲ್ಲಿನ ಪಾತ್ರಗಳಲ್ಲಿ ರಸ್ಕಿನ್ ಬಾಂಡ್ ಅವರೇ ಕಂಡರೆ ಆಶ್ಚರ್ಯವಿಲ್ಲ.

ರಸ್ಕಿನ್ ಬಾಂಡ್ ತಮ್ಮ ಕಥೆಗಳ ಮೂಲಕ ಎಳೆಯ ವಯಸ್ಸಿನಲ್ಲಿಯೇ ಮಕ್ಕಳಲ್ಲಿ ಪ್ರೀತಿ, ಸ್ನೇಹ, ನಂಬಿಕೆ, ವಿಶ್ವಾಸ, ಪರಿಸರ ಪ್ರೀತಿ ಮುಂತಾದ ಮಾನವೀಯ ಮೌಲ್ಯಗಳನ್ನು ಪ್ರತ್ಯೇಕಗೊಳ್ಳದಂತೆ ಅಂತರ್ಗತವಾಗಿಸಿ ಚಿತ್ರಿಸಿದ್ದಾರೆ. ಮಕ್ಕಳಿಗೆ ಸಹಜವಾದ ಈರ್ಷ್ಯೆ, ಜಗಳ ಇತ್ಯಾದಿಗಳ ನಂತರ ಮಿತ್ರರನ್ನಾಗಿಸಿ, "ಮಿತ್ರಲಾಭ" ಮೌಲ್ಯವನ್ನು ಕಲಿಸುತ್ತಾರೆ.

ರಸ್ಕಿನ್ ಬಾಂಡ್ ಅವರಲ್ಲಿ ಓದುಗರನ್ನು ಸೆಳೆಯುವ "ವಾಸ್ತವಿಕ ಕಲ್ಪನೆ"ಯೂ ಇಲ್ಲದಿಲ್ಲ. ಇದನ್ನು "ಕೆರಳಿದ ನದಿ" ಕಥೆಯಲ್ಲಿ ಕಾಣಬಹುದು. ಇಲ್ಲಿ ಸಂಭವಿಸುವ ಘಟನಾವಳಿಗಳು ರಮ್ಯತೆ ಹಾಗೂ ಮೈನವಿರನ್ನು ತರುತ್ತವೆ.

ರಸ್ಕಿನ್ ಬಾಂಡ್ ಕಥೆ ಹೇಳುವ ಧ್ವನಿ ನಮ್ಮದೇ ಆದಂತೆ ಅನ್ನಿಸುತ್ತದೆ. ತಮ್ಮ ಹದಿನಾರನೇ ವಯಸ್ಸಿನಲ್ಲಿ ಬರೆಯಲು ಪ್ರಾರಂಭಿಸಿದ ಅವರು ಬದುಕಿಗಾಗಿ ಬರಹ, ಬರಹಕ್ಕಾಗಿ ಬದುಕು ಎಂಬುದಕ್ಕೆ ಅನ್ವರ್ಥರು.

ರಸ್ಕಿನ್ ಬಾಂಡ್ ಅವರ ಮಾತೃ ಮೂಲ ಇಂಗ್ಲೆಂಡ್. ಆದರೂ ಬದುಕಿನ ನೆಲ ಭಾರತವೇ ಆಗಿದೆ. ಈ ನಾಡನ್ನು ಬಿಟ್ಟು ಬದುಕಿರಲಾರೆ ಎಂಬಷ್ಟು ಸಾವಯವ ಅವಿನಾಭಾವ ಬಂಧವನ್ನು, ಸಂಬಂಧವನ್ನು ಹೊಂದಿದ್ದಾರೆ. ಜೀವನ ನಿರ್ವಹಣೆಗಾಗಿ ಬರವಣಿಗೆಯನ್ನೇ ಆಶ್ರಯಿಸಿದ ನಮ್ಮ ದೇಶದ ವಿರಳ ಲೇಖಕರಲ್ಲಿ ರಸ್ಕಿನ್ ಬಾಂಡ್‌ರೂ ಒಬ್ಬರು.

ರಸ್ಕಿನ್ ಬಾಂಡ್ ತಮ್ಮ ಕಥೆಗಳ ಮೂಲಕ ಮಕ್ಕಳಿಗೆ ಕೊಟ್ಟ ಮೌಲ್ಯಗಳು ಮತ್ತು ಭಾರತೀಯ ನೆಲ ಜೀವ ಸಂಸ್ಕೃತಿಗೆ ನೀಡಿದ ಆದರ ಅಭಿಮಾನಗಳು ಸಮ ತೂಕದವು. ಇದನ್ನು ರಸ್ಕಿನ್ ಬಾಂಡ್ ಅವರ ಸಾಹಿತ್ಯ ಓದಿದವರಿಗೆ ಪ್ರತ್ಯೇಕಿಸಿ ಹೇಳುವ ಅಗತ್ಯವಿರುವುದಿಲ್ಲ. ಹಾಗೆಯೇ ರಸ್ಕಿನ್ ಬಾಂಡ್ ಅವರ ಭಾರತೀಯತೆ ಕುರಿತ ಪ್ರೀತಿ ಅನೇಕರಿಗೆ ಮಾದರಿ ಮಾತ್ರವಲ್ಲ, ಅನುಕರಣೀಯ ಆದರ್ಶವೂ ಹೌದು.

ಕೃತಜ್ಞತೆಗಳು

ಈ ಪುಸ್ತಕದ ವಿನ್ಯಾಸ ಮಾಡಿದ ಗೆಳೆಯ ಎಸ್.ಕಲಾಧರ್, ಅನುವಾದವನ್ನು ಓದಿ ತಪ್ಪುಗಳನ್ನು ತಿದ್ದಿದ ಗುರುಗಳಾದ ಸ.ರಘುನಾಥರವರು, ಕರಡು ತಿದ್ದುವಲ್ಲಿ ನೆರವಾದ ಶಿಕ್ಷಕಿ ಸಿ.ಎನ್. ವೀಣಾ ಮತ್ತು ತಮ್ಮ ಜೆ.ಸಂದೀಪ್, ಅನುವಾದಿಸುವಂತೆ

ಒತ್ತಾಯಿಸಿದ ಮಗ ಓಂ, ಪ್ರೋತ್ಸಾಹಿಸಿದ ಮಡದಿ ಸೌಮ್ಯ ಮತ್ತು ತಂಗಿ ಜೆ.ಸೌಮ್ಯ, ಅನುವಾದಿಸಲು ಅನುಮತಿ ನೀಡಿ, ಪ್ರಕಟಿಸುತ್ತಿರುವ "ರೂಪಾ ಪಬ್ಲಿಕೇಷನ್ಸ್ ಇಂಡಿಯಾ" ಸಂಸ್ಥೆಯವರಿಗೆ ಆಭಾರಿಯಾಗಿದ್ದೇನೆ.

– ಡಿ.ಜಿ.ಮಲ್ಲಿಕಾರ್ಜುನ, ಶಿಡ್ಲಘಟ್ಟ

ಅನುವಾದಕರ ಪರಿಚಯ

ಡಿ.ಜಿ.ಮಲ್ಲಿಕಾರ್ಜುನ ಚಿಕ್ಕಬಳ್ಳಾಪುರ ಜಿಲ್ಲೆಯ ಶಿಡ್ಲಘಟ್ಟದವರು. ಮೆಕ್ಯಾನಿಕಲ್ ಎಂಜಿನಿಯರಿಂಗ್ ಪದವೀಧರರಾದ ಇವರ ಹವ್ಯಾಸಗಳು ಛಾಯಾಗ್ರಹಣ ಮತ್ತು ಬರಹ. ಬಾಂಬೆ ನ್ಯಾಚುರಲ್ ಹಿಸ್ಟರಿ ಸೊಸೈಟಿ(ಬಿ.ಎನ್.ಎಚ್.ಎಸ್)ಯಿಂದ ಪ್ರಮಾಣ ಪತ್ರ, ಲಂಡನ್ನಿನ ರಾಯಲ್ ಫೋಟೋಗ್ರಾಫಿಕ್ ಸೊಸೈಟಿಯಿಂದ ಮನ್ನಣೆ, ಪ್ಯಾರಿಸ್‌ನ ಇಂಟರ್ ನ್ಯಾಷನಲ್ ಡಿ.ಲ.ಆರ್ಟ್ ಫೋಟೋಗ್ರಾಫಿಕ್ ವಿಶೇಷ ಮನ್ನಣೆ ಪಡೆದ ಇವರ ಛಾಯಾಚಿತ್ರಗಳು ಹಲವು ಕಡೆ ಪ್ರದರ್ಶಿಸಲ್ಪಟ್ಟಿವೆ. ಪ್ರಸ್ತುತ ಪ್ರಜಾವಾಣಿ ಮತ್ತು ಡೆಕ್ಕನ್ ಹೆರಾಲ್ಡ್ ಪತ್ರಿಕೆಗಳ ತಾಲ್ಲೂಕು ವರದಿಗಾರರಾಗಿದ್ದಾರೆ.

ಅರೆಕ್ಷಣದ ಅದೃಷ್ಟ, ಕ್ಲಿಕ್, ಚಿಟ್ಟೆಗಳು, ಭೂತಾನ್ – ನಳನಳಿಸುವ ಪ್ರಶಾಂತತೆಯ ನಾಡಿನಲ್ಲಿ, ನಮ್ಮ ಶಿಡ್ಲಘಟ್ಟ – ಶಿಡ್ಲಘಟ್ಟ ತಾಲ್ಲೂಕಿನ ಸಮಗ್ರ ಪರಿಚಯ(ಚಿತ್ರ ಸಹಿತ), ರಸ್ಕಿನ್ ಬಾಂಡ್ ಕತೆಗಳು(ಅನುವಾದ) ಮತ್ತು ಯೋರ್ದಾನ್ ಪಿರೆಮಸ್ (ಜೋರ್ಡಾನ್ – ಈಜಿಪ್ಟ್ ಪ್ರವಾಸಕಥನ) – ಇವರು ಬರೆದಿರುವ ಪುಸ್ತಕಗಳು.

ಎವೆರಿಮ್ಯಾನ್ ಡಾಟ್ ಕಾಮ್ ಅಂತರಾಷ್ಟ್ರೀಯ ಪ್ರಶಸ್ತಿ, ಅಂತರಾಷ್ಟ್ರೀಯ ಹಾಗೂ ರಾಷ್ಟ್ರೀಯ ಛಾಯಾಗ್ರಹಣ ಸ್ಪರ್ಧೆಗಳಲ್ಲಿ ಪ್ರಶಸ್ತಿಗಳು, ಕೆ.ಪಿ.ಎ ರಾಜ್ಯ ಪ್ರಶಸ್ತಿ, ಡಾ.ಕೃಷ್ಣಾನಂದ ಕಾಮತ್ ಪ್ರತಿಷ್ಠಾನದ "ಉದಯೋನ್ಮುಖ ಪತ್ರಿಕಾ ಛಾಯಾಗ್ರಾಹಕ" ಪ್ರಶಸ್ತಿ, ಚಿಕ್ಕಬಳ್ಳಾಪುರ ಜಿಲ್ಲಾ ಕಾರ್ಯನಿರತ ಪತ್ರಕರ್ತರ ಸಂಘದಿಂದ ಉತ್ತಮ ವರದಿಗಾಗಿ ಪ್ರಶಸ್ತಿ, ಚಿಕ್ಕಬಳ್ಳಾಪುರ ಜಿಲ್ಲಾಡಳಿತದಿಂದ ಕನ್ನಡ ರಾಜ್ಯೋತ್ಸವ ಪ್ರಶಸ್ತಿ(2018), ಕರ್ನಾಟಕ ಕಾರ್ಯನಿರತ ಪತ್ರಕರ್ತರ ಸಂಘದಿಂದ ನಡೆದ 35 ನೇ ರಾಜ್ಯ ಸಮ್ಮೇಳನದಲ್ಲಿ ಅತ್ಯುತ್ತಮ ವರದಿಗೆ ಮಂಗಳ ಎಂ.ಸಿ.ವರ್ಗೀಸ್ ಪ್ರಶಸ್ತಿ (2020), ಶಿಡ್ಲಘಟ್ಟ ತಾಲ್ಲೂಕು ಆಡಳಿತದಿಂದ ತಾಲ್ಲೂಕು ಮಟ್ಟದ ಕನ್ನಡ ರಾಜ್ಯೋತ್ಸವ ಪ್ರಶಸ್ತಿ (2020), ಯೋರ್ದಾನ್ ಪಿರೆಮಸ್ (ಜೋರ್ಡಾನ್ – ಈಜಿಪ್ಟ್ ಪ್ರವಾಸಕಥನ) ಕೃತಿಗೆ ಕರ್ನಾಟಕ ಸಾಹಿತ್ಯ ಅಕಾಡೆಮಿಯ (ಪ್ರವಾಸ ಸಾಹಿತ್ಯ) 2019 ನೆಯ ಪುಸ್ತಕ ಬಹುಮಾನ ಲಭಿಸಿದೆ. ಇವರು ಶಿಡ್ಲಘಟ್ಟದಲ್ಲಿ ನಡೆದ ಆರನೇ ಕನ್ನಡ ಸಾಹಿತ್ಯ ಸಮ್ಮೇಳನದ ಅಧ್ಯಕ್ಷರಾಗಿದ್ದರು.

ನಾಕೂ ಎಂಬ ಮೊಸಳೆಯೂ, ಕ್ರಿಕೆಟ್ ಆಟವೂ

ಒಂದು

ರಾಂಜಿ ಮುಂಜಾನೆ ಬೆಳಕು ಹರಿಯುವ ಮುನ್ನವೇ ಎದ್ದ.

ಅವತ್ತು ಭಾನುವಾರ, ಶಾಲೆಗೆ ರಜೆ. ಇನ್ನು ಹದಿನೈದು ದಿನಗಳಲ್ಲಿ ಪ್ರಾರಂಭವಾಗಲಿರುವ ವಾರ್ಷಿಕ ಪರೀಕ್ಷೆಗಳಿಗೆ ಅವನು ಓದಬೇಕಿತ್ತು. ಆದರೆ, ಹಾಳು ಅನಗತ್ಯ ಎನಿಸುತ್ತಿದ್ದ ಇತಿಹಾಸ, ಬೀಜಗಣಿತ ಮೊದಲಾದವುಗಳನ್ನು ಓದುವ ಮುನ್ನ ಒಂದೆರಡು ಕ್ರಿಕೆಟ್ ಪಂದ್ಯ ಆಡದಿರುವುದಾದರೂ ಹೇಗೆ? ಮನಸ್ಸು ಆಟದತ್ತ ವಾಲಿತ್ತು.

"ನಾನು ದೊಡ್ಡವನಾದ ಮೇಲೆ ಹೇಗಿದ್ದರೂ ಟೆಸ್ಟ್ ಕ್ರಿಕೆಟರ್ ಆಗುತ್ತೇನೆ" ಎಂದು ತನ್ನ ಅಮ್ಮನಿಗೆ ಹೇಳುತ್ತಾ, "ಹಾಗಾಗಿ ಈ ಗಣಿತದಿಂದ ನನಗೇನು ಉಪಯೋಗ?" ಎಂದು ಪ್ರಶ್ನಿಸಿದ್ದ.

"ಹಾಗೆ ಹೇಳಲಾಗದು. ನಿನ್ನ ಬ್ಯಾಟಿಂಗ್‌ನ ಸರಾಸರಿ ಲೆಕ್ಕ ಹಾಕಬೇಕಾಗಬಹುದು. ಇನ್ನು ಇತಿಹಾಸದ ವಿಷಯಕ್ಕೆ ಬಂದರೆ, ನಿನಗೆ ಚರಿತ್ರೆಯ ಒಂದು ಭಾಗ ಆಗುವ ಇಚ್ಛೆಯಿಲ್ಲವೆ? ಪ್ರಸಿದ್ಧ ಕ್ರಿಕೆಟರರು ಚರಿತ್ರೆ ನಿರ್ಮಿಸಿದ್ದಾರೆ!" ಎಂದು ಕ್ರಿಕೆಟ್ ಪ್ರೇಮಿಯಾದ ಅಮ್ಮ ಹೇಳಿದರು.

"ಚರಿತ್ರೆ ನಿರ್ಮಿಸುವುದೇನೋ ಸರಿ. ನನ್ನ ಸಾಧನೆಯ ತಾರೀಖು, ಇಸವಿಗಳನ್ನು ನೆನಪಿಟ್ಟುಕೊಳ್ಳುವ ಜಂಜಾಟ ಇರಬಾರದಷ್ಟೆ!" ಎಂದ ರಾಂಜಿ.

*

ರಾಂಜಿ ತನ್ನ ಗೆಳೆಯರು ಮತ್ತು ತಂಡದ ಸದಸ್ಯರನ್ನು ಉದ್ಯಾನದಲ್ಲಿ ಸಂಧಿಸಿದ. ಸೂರ್ಯನಿನ್ನೂ ಅದೇ ತಾನೆ ದಿಗಂತದಲ್ಲಿ ದೂರದ ಬೆಟ್ಟಗಳ ಹಿಂದಿನಿಂದ ಉದಯಿಸುತ್ತಿದ್ದ. ಹುಲ್ಲಿನ ಮೇಲಿನ್ನೂ ಇಬ್ಬನಿಯ ತೇವವಿತ್ತು. ಉದ್ಯಾನವನದ ತುಂಬ ಅರಳಿದ ಹೂಗಳು ತುಂಬಿದ್ದವು. ಮಕ್ಕಳಿಗಾಗಿ ಜಾರೋಬಂಡೆ ಮತ್ತು ಉಯ್ಯಾಲೆಯೂ ಇದ್ದವು. ನದಿಯ ದಡದಲ್ಲಿ ತಮ್ಮ ಎದುರಾಳಿ ಹಳ್ಳಿಯ ಹುಡುಗರ ತಂಡದ ವಿರುದ್ಧ

ಇವರು ಆಡಬೇಕಿತ್ತು. ರಾಂಜಿಯ ತಂಡದ ಎಲ್ಲಾ ಸದಸ್ಯರೂ ಬಂದಿರಲಿಲ್ಲವಾದರೂ ಭಾನುವಾರ ನಡೆಯುವ ಮುಖ್ಯ ಪಂದ್ಯಕ್ಕೆ ತಯಾರಿಯ ರೂಪದಲ್ಲಿ ಅವರೊಂದಿಗೆ "ಸ್ನೇಹಮಯ" ಪಂದ್ಯವನ್ನು ಈ ದಿನ ಆಡುವುದಿತ್ತು.

ಆ ಹಳ್ಳಿಯ ತಂಡದವರು ಚೆನ್ನಾಗಿ ಆಡುತ್ತಿದ್ದರು. ಏಕೆಂದರೆ ಅವರೆಲ್ಲರೂ ಹತ್ತಿರವೇ ವಾಸಿಸುತ್ತಿದ್ದುದರಿಂದ ಎಲ್ಲರೂ ಒಗ್ಗೂಡಿ ಆಗಿಂದಾಗ್ಗೆ ಆಡುತ್ತಿದ್ದರು. ರಾಂಜಿಯ ತಂಡದ ಸದಸ್ಯರು ನಗರದ ವಿವಿಧ ದಿಕ್ಕುಗಳಲ್ಲಿ ವಾಸಿಸುತ್ತಿದ್ದರು. ಬೇಕರಿಯ ಹುಡುಗ ನಾಥೂ, ದರ್ಜಿಯ ಮಗ ಸುಂದರ್, ಪೋಸ್ಟ್‌ಮಾಸ್ಟರ್ ಮಗ ಪ್ರೇಮ್ ಮತ್ತು ಬ್ಯಾಂಕ್ ಮ್ಯಾನೇಜರ್ ಮಗ ಅನಿಲ್. ಇವರು ಚೆನ್ನಾಗಿ ಆಡುವ ಆಟಗಾರರು. ಕೆಲವು ಬಾರಿ ಇವರ ತಂದೆಯರೂ ಆಟ ನೋಡಲು ಬರುತ್ತಿದ್ದರು. ಈ ಅಪ್ಪಂದಿರು ಅಷ್ಟೇನೂ ಒಳ್ಳೆಯ ಆಟಗಾರರಲ್ಲ. ಹಾಗೆಂದು ಅವರಿಗೆ ಹೇಳಲೂ ಆಗದು. ಅಷ್ಟಕ್ಕೂ ಈ ಹುಡುಗರಿಗೆ ಬ್ಯಾಟು, ಬಾಲು ಮತ್ತು ಖರ್ಚಿಗೆ ಕಾಸು ಕೊಡುವವರೂ ಅವರೇ ಅಲ್ಲವೇ. ಇವರ ಎಲ್ಲಾ ಪಂದ್ಯಗಳಿಗೂ ಖಾಯಂ ಪ್ರೇಕ್ಷಕ ಅಂದರೆ ನಾಕೂ ಎಂಬ ಮೊಸಳೆ. ಅದು ಅಲ್ಲೇ

ನದಿಯಲ್ಲಿ ವಾಸಿಸುತ್ತಿತ್ತು. ನಾಕೂ ಅಂದರೆ ಮೂಗುತೂರಿಸುವವ ಎಂದರ್ಥ. ಆದರೆ ಹಳ್ಳಿಹುಡುಗರು ಅದನ್ನು ಗೌರವದಿಂದ ನಾಕೂಜೀ, ನಾಕೂ ಸರ್ ಎಂದು ಕರೆಯುತ್ತಿದ್ದರು. ಅದಕ್ಕೆ ಉದ್ದನೆ ಮುಸುಡಿ ಮತ್ತು ಕೆಟ್ಟದಾಗಿ ಚಾಚಿಕೊಂಡಿದ್ದ ಹಲ್ಲುಗಳು (ಕೆಲ ಹಲ್ಲುಗಳಿಗಂತೂ ದಂತ ವೈದ್ಯರಿಂದ ರಿಪೇರಿ ಆಗಬೇಕಿದೆ) ಮತ್ತು ಬಲವಾದ ಮೊನಚು ಚರ್ಮದ ಬಾಲವಿದೆ.

ಅದು ಸರಿಸುಮಾರು ಹದಿನೈದು ಅಡಿ ಉದ್ದವಿತ್ತು. ಆದರೆ ನಮಗದು ಗೊತ್ತಾಗುತ್ತಿರಲಿಲ್ಲ. ಏಕೆಂದರೆ ಅದು ನೀರಿನಲ್ಲಿ ಮುಳುಗಿರುತ್ತಿತ್ತು. ನದಿಯ ಬಳಿಯಿರುವ ಎತ್ತರದ ಹುಲ್ಲಿನ ನಡುವೆ ಸಲೀಸಾಗಿ ಜಾರುವ ರೀತಿಯಲ್ಲಿ ತೆವಳಿ ಹೋಗುತ್ತಿತ್ತು. ಕೆಲವು ಬಾರಿ ನದಿಯ ದಡಕ್ಕೆ ಬಂದು ಬಿಸಿಲು ಕಾಯಿಸಿಕೊಳ್ಳುತ್ತಿತ್ತು. ಜನರ ಬಗ್ಗೆ ಅದು ತಲೆಯೇ ಕೆಡಿಸಿಕೊಳ್ಳುತ್ತಿರಲಿಲ್ಲ. ಅದರಲ್ಲೂ ಕ್ರಿಕೆಟ್ ಆಟಗಾರರ ಬಗ್ಗೆಯಂತೂ ಅದು ಡೋಂಟ್ ಕೇರ್. ಅವರ ಕಿರುಚಾಟ, ಅರಚಾಟ ಅದಕ್ಕೆ ಇಷ್ಟ ಆಗುತ್ತಿರಲಿಲ್ಲ. ಅವರ ಗದ್ದಲದಿಂದ ಅದರ ನೆಚ್ಚಿನ ಆಹಾರವಾದ ನೀರು ಹಕ್ಕಿಗಳು ಮತ್ತಿತರ ಜೀವಿಗಳು ಹೆದರಿ ಓಡಿ ಹೋಗುತ್ತಿದ್ದವು ಹಾಗು ಅದು ವಿಶ್ರಾಂತಿ ತೆಗೆದುಕೊಳ್ಳುವ ಆಳವಿಲ್ಲದ ನೀರಿನ ಹೊಂಡಗಳ ಬಳಿ ಚೆಂಡು ಆಗಾಗ ಬಂಡು ಬೀಳುತ್ತಿದ್ದುದು ಅದಕ್ಕೆ ಸರಿಹೋಗುತ್ತಿರಲಿಲ್ಲ.

ಒಮ್ಮೆ ಬ್ಯಾಂಕ್ ಮ್ಯಾನೇಜರ್ ನದಿ ದಡದ ಮರಕ್ಕೆ ಒರಗಿ ಕುಳಿತಿದ್ದಾಗ ನಾಕೂ ನಿಧಾನವಾಗಿ ಅವರ ಬಳಿಗೆ ಸರಿಯಿತು. ಪಾಪ ಅವರು ಒಬ್ಬ ಸಂಭಾವಿತ ವ್ಯಕ್ತಿ. ಆದರೆ ನಾಕೂಗೆ ಅವರು ರುಚಿಕರ ಭೋಜನದಂತೆ ಕಂಡಿತ್ತು. ಅದೃಷ್ಟವೆಂಬಂತೆ ಅದೇ ಸಮಯಕ್ಕೆ ಬಾಜಾಬಜಂತ್ರಿಯೊಂದಿಗೆ ಹಳ್ಳಿಯ ಮದುವೆ ತಂಡವೊಂದು ಅದೇ ದಾರಿಯಲ್ಲಿ ಹಾದು ಬಂದಿತು. ನಾಕೂ ಹಿಂದಿರುಗಿ ನದಿಯ ಕೆಸರು ನೀರಿನೊಳಗೆ ಮರೆಯಾಯಿತು. ಕಪ್ಪೆಗಳು, ಕೊಳಬಕಗಳು ಮತ್ತು ಹಾವು, ಮೀನುಗಳನ್ನು ನುಂಗಿನುಂಗಿ ಅದಕ್ಕೂ ಬೇಸರವಾಗಿದ್ದೀತು. ಬಾಯಲ್ಲಿ ನೀರೂರಿಸುವಂತೆ ಕಂಡ ಬ್ಯಾಂಕ್ ಮ್ಯಾನೇಜರ್ ಕೊಂಚ ಬದಲಾವಣೆಯ ತಿನಿಸಾಗಿ ಅದಕ್ಕೆ ಕಂಡಿದ್ದೀತು? ಒಂದಲ್ಲ ಒಂದು ದಿನ ಅದು ಕಬಳಿಸದೇ ಬಿಡದು!

*

ಹಳ್ಳಿಹುಡುಗರು ರಾಂಜಿ ಮತ್ತು ಸ್ನೇಹಿತರಿಗಿಂತ ಕೊಂಚ ದೊಡ್ಡವರು. ಆದರೆ ಅವರು ಆಡಲು ಬರುವಾಗ ಅವರ ಅಪ್ಪಂದಿರನ್ನು ಕರೆತರುತ್ತಿರಲಿಲ್ಲ. ಅವರ ಕ್ರಿಕೆಟ್ ಆಟ ಹಳ್ಳಿಗರಿಗೆ ಅಸಂಬದ್ಧವಾಗಿ ಕಾಣಿಸುತ್ತಿತ್ತು. ಅವರು ಬೀಸಿ ಹೊಡೆದ ಚೆಂಡು ಹಾಲಿನ ಗಡಿಗೆಗಳಿಗೆ ಇಲ್ಲವೆ ಅಡುಗೆಯ ಮಡಕೆಗಳಿಗೆ ಬಡಿದಾಗ ಮೊಸಳೆಯಂತೆಯೇ ಸಿಟ್ಟಾಗುತ್ತಿದ್ದರು.

ಈ ದಿನ, ಹಳ್ಳಿಗರು ಹೊಲದ ಕೆಲಸಗಳಲ್ಲಿ ನಿರತರಾಗಿದ್ದರು. ಜೊಂಡು ಮತ್ತು ನೈದಿಲೆ ಹೂಗಳ ಹಿಂದೆ ಕೆಸರಿನಲ್ಲಿ ನಾಕೂ ತೇಲುತ್ತಿತ್ತು. ಆ ನೈದಿಲೆಗಳು ಸುಂದರ ಮತ್ತು

ಮುಗ್ಧವಾಗಿ ಕಾಣುತ್ತಿದ್ದವು! ಚುರುಕಾದ ಕಣ್ಣುಗಳಿರುವವರು ಗಮನಿಸಿದರೆ ಮಾತ್ರ ಅಗಲವಾದ ನೈದಿಲೆಯ ಎಲೆಗಳ ಮೇಲೆ ನಾಕೂವಿನ ಉದ್ದ ಮೂತಿ ಗೋಚರಿಸುತ್ತಿತ್ತು. ಆ ಕಣ್ಣುಗಳು ಮಾತ್ರ ಎಲ್ಲವನ್ನೂ ಗಮನಿಸುತ್ತಿರುತ್ತಿತ್ತು.

ರಾಂಜಿ ಚೆಂಡನ್ನು ಮೇಲೆ ಹೋಗುವಂತೆ ಜೋರಾಗಿ ಬೀಸಿ ಹೊಡೆದ. ಪಚಕ್! ಎನ್ನುತ್ತಾ ಅದು ನಾಕೂವಿನಿಂದ ಮುವ್ವತ್ತು ಅಡಿ ದೂರದಲ್ಲಿ ಬಿತ್ತು. ಹಳ್ಳಿ ಮತ್ತು ನಗರದ ಹುಡುಗರು ಆಳವಿರದ ನೀರಿನಲ್ಲಿ ಚೆಂಡನ್ನು ಹುಡುಕಲು ನುಗ್ಗಿದರು. ಒಂದು ಚೆಂಡಿಗೆ ಎಷ್ಟೊಂದು ಮಂದಿ! ಜನರ ಗುಂಪನ್ನು ಕಂಡರೆ ನಾಕೂಗೆ ಕಿರಿಕಿರಿ. ಮೆಲ್ಲಗೆ ನೀರಿನೊಳಗೆ ಜಾರಿಕೊಂಡ ಅದು ನದಿಯ ಆ ಬದಿಗೆ ಹೋಗಿ ನಿಧಾನವಾಗಿ ತಲೆ ಎತ್ತಿತು.

ವಾತಾವರಣದಲ್ಲಿ ಬಿಸಿಲು ಏರಿ ಸೆಕೆಯಾಗುತ್ತಿದ್ದರಿಂದ ಹುಡುಗರಿಗೆ ನೀರಿನಿಂದ ಹೊರ ಬರುವ ಮನಸ್ಸಾಗಲಿಲ್ಲ. ಕೆಲವರಂತೂ ಕ್ರಿಕೆಟ್ಟಿಗಿಂತ ಈಜೆ ಮೇಲು ಎನ್ನುತ್ತಾ ತಮ್ಮ ಬಟ್ಟೆಗಳನ್ನು ಕಳಚಿ ನೀರಿಗಿಳಿದುಬಿಟ್ಟರು. ನದಿಯಲ್ಲಿ ಈಜುತ್ತಿದ್ದವರ ಕೈಕಾಲು ಕಂಡೊಡನೆಯೇ ನಾಕೂಗೆ ಬಾಯಲ್ಲಿ ನೀರೂರಿತು.

"ನಾವು ಇವತ್ತು ಕ್ರಿಕೆಟ್ ಆಡಿ ಪಂದ್ಯಕ್ಕೆ ತಯಾರಿ ಮಾಡ್ಕೋಬೇಕಿತ್ತು. ಹೀಗಾದರೆ ಮುಂದಿನ ವಾರ ಗೆಲ್ಲೋದಿಲ್ಲ" ಎಂದು ಆಟವನ್ನು ಮನಸ್ಸಿಗೆ ತುಂಬಾ ಹಚ್ಚಿಕೊಂಡಿದ್ದ ರಾಂಜಿ ಹೇಳಿದ.

"ಓಹ್, ನಾವು ಸುಲಭವಾಗಿ ಗೆಲ್ಲುತ್ತೀವಿ. ನಮ್ಮಪ್ಪ ಕೂಡ ಆಡುತ್ತೀನಿ ಅಂದಿದ್ದಾರೆ" ಎಂದ ಅನಿಲ್.

"ಕಳೆದ ಬಾರಿ ನಿಮ್ಮಪ್ಪ ಆಡಿದಾಗ ನಾವು ಸೋತಿದ್ವಿ. ಅವರು ಕೇವಲ ಎರಡು ರನ್ ಹೊಡೆದು ಫೀಲ್ಡಿಂಗ್ ಮಾಡುವುದನ್ನೇ ಮರೆತುಬಿಟ್ಟಿದ್ದರು".

"ಅವರಿಗೆ ರೂಢಿ ತಪ್ಪಿಹೋಗಿತ್ತಷ್ಟೇ" ಎಂದು ತನ್ನ ತಂದೆ ಪರ ವಕಾಲತ್ತು ವಹಿಸಿ ಮಾತನಾಡಿದ ಅನಿಲ್.

ಅದೇ ಸಮಯಕ್ಕೆ ಹಳ್ಳಿಯ ತಂಡದ ನಾಯಕ ಶೇರೂ ಬಂದವನೇ, "ದೆಹಲಿಯಿಂದ ಬಂದ ನನ್ನ ಸಂಬಂಧಿ ನಮ್ಮ ತಂಡದಲ್ಲಿ ಆಡುವವನಿದ್ದಾನೆ. ಅಲ್ಲಿನ ಪಂದ್ಯದಲ್ಲಿ ಅವನು ಶತಕ ಬಾರಿಸಿದ್ದಾನೆ" ಎಂದ.

"ನಮ್ಮ ವಿಕೆಟ್‌ನಲ್ಲಿ ಅವನ ಕೈಲಿ ಅಷ್ಟು ರನ್ ಮಾಡಲಾಗದು. ನಮ್ಮ ಪಿಚ್ ಒಂದೊಂದು ದಿಕ್ಕಿನಲ್ಲಿ ಒಂದೊಂದು ರೀತಿಯಾಗಿದೆ" ಎಂದ ರಾಂಜಿ.

"ನಮ್ಮಪ್ಪನನ್ನು ಕರೆದುಕೊಂಡು ಬರಲಾ?" ಎಂದು ಬೇಕರಿಯ ಹುಡುಗ ನಾಥೂ ಕೇಳಿದ.

"ಅವರಿಗೆ ಆಡಲು ಬರುತ್ತಾ?"

"ಪರವಾಗಿಲ್ಲ. ಸುಮಾರಾಗಿ ಆಡುತ್ತಾರೆ. ಆದರೆ ಅವರು ಬರುವಾಗ ಬುಟ್ಟಿ ತುಂಬಾ ಬಿಸ್ಕತ್ತು, ಬನ್ನು, ಪಕೋಡಾಗಳನ್ನು ತರುತ್ತಾರೆ."

"ಹಾಗಾದರೆ ಅವರು ಆಡಬಹುದು" ಎಂದ ರಾಂಜಿ. ಈ ರೀತಿಯ ವಿಷಯಗಳಲ್ಲಿ ಅವನ ಬುದ್ಧಿ ತುಂಬಾ ಚುರುಕು. ಎಷ್ಟಾದರೂ ಅವನು ತಂಡದ

ನಾಯಕನಲ್ಲವೇ! "ನಮ್ಮಲ್ಲೇನಾದರೂ ಜನ ಜಾಸ್ತಿ ಆದರೆ ಅವರು ತಂಡದ ಹನ್ನೆರಡನೆಯ ಸದಸ್ಯರಾಗಬಹುದು" ಎಂದ.

ಚೆಂಡು ಸಿಗಲೇ ಇಲ್ಲ. ಇರುವ ಇನ್ನೊಂದು ಚೆಂಡನ್ನು ಕಳೆದುಕೊಂಡರೆ ಮುಖ್ಯ ಪಂದ್ಯಕ್ಕೆ ತೊಂದರೆಯಾದೀತೆಂದು ಆ ದಿನದ ಪಂದ್ಯವನ್ನು ಅಲ್ಲಿಗೇ ಮುಕ್ತಾಯ ಮಾಡಿದರು.

"ನನ್ನ ತಾತ ಹೊಸ ಚೆಂಡನ್ನು ಕೊಡಿಸುವುದಾಗಿ ಹೇಳಿದ್ದಾರೆ" ಎಂದ ಪುಟ್ಟ ಮಣಿ. ಅವನು ಹಳ್ಳಿಯ ತಂಡದ ಸದಸ್ಯ. ಚುರುಕಾದ ಲೆಗ್‌ಬ್ರೇಕ್‌ಗಳನ್ನು ಬೌಲ್ ಮಾಡಿ ಚೆಂಡನ್ನು ಸರಕ್ಕನೆ ತಿರುಗಿಸುವ ಚಾಕಚಕ್ಯತೆ ಅವನದ್ದು.

"ಅವರು ಕೂಡ ಆಡಬಯಸುತ್ತಾರಾ?" ಎಂದು ಕೇಳಿದ ರಾಂಜಿ.

"ಇಲ್ಲ, ಅವರ ಕೈಲಿ ಆಗಲ್ಲ. ಅವರಿಗೀಗ ಸುಮಾರು ಎಂಬತ್ತು ವರ್ಷ ವಯಸ್ಸು"

"ಹಾಗಾದ್ರೆ ಸರಿ. ನಾವೆಲ್ಲಾ ಮುಂದಿನ ಭಾನುವಾರ ಸರಿಯಾಗಿ ಒಂಬತ್ತು ಗಂಟೆಗೆ ಇಲ್ಲಿಯೇ ಸೇರೋಣ. ಐವತ್ತು ಓವರುಗಳ ಪಂದ್ಯ" ಎಂದು ರಾಂಜಿ ಘೋಷಿಸಿದ.

ಎಲ್ಲರೂ ಅಲ್ಲಿಂದ ಹೊರಟರು. ಶೇರೂ ಮತ್ತು ಅವನ ತಂಡದವರು ಹಳ್ಳಿಯ ದಿಕ್ಕಿನೆಡೆಗೆ ಸಾಗಿದರು. ರಾಂಜಿ ಮತ್ತು ಅವನ ಸ್ನೇಹಿತರು ಸೈಕಲ್ ಏರಿ (ಎಲ್ಲರ ಬಳಿಯೂ ಸೈಕಲ್ ಇರಲಿಲ್ಲವಾದ್ದರಿಂದ, ಒಂದೊಂದು ಸೈಕಲ್ ಮೇಲೂ ಇಬ್ಬರು ಅಥವಾ ಮೂವರು) ತುಳಿಯುತ್ತಾ ನಗರದ ಕಡೆಗೆ ಹೊರಟರು.

ಕಡೆಗೂ ಗದ್ದಲವೆಲ್ಲಾ ಕಳೆದು ಶಾಂತವಾದಂತೆ ನಾಕೂ ನೆಮ್ಮದಿಯಿಂದ ತನ್ನ ಹಿಂದಿನ ನೆಚ್ಚಿನ ನದೀದಡಕ್ಕೆ ಹಿಂದಿರುಗಿ ದಡದ ಮೇಲೆ ಕೊಂಚ ದೂರ ಬಂದು, ಕ್ರಿಕೆಟ್ ಪಿಚ್‌ಅನ್ನು ಪರೀಕ್ಷಕನಂತೆ ಗಮನಿಸತೊಡಗಿತು. ಆಟ ಆಡಿ ಆಡಿ ಪಿಚ್ ಸಮತಟ್ಟಾಗಿತ್ತು. ಹಾಗಾಗಿ ಅದರ ವಿಶ್ರಾಂತಿಗೆ ಸೂಕ್ತ ಸ್ಥಳವಾಗಿತ್ತು. ನಾಕೂ ಅದರ ಮೇಲೆ ನಿಧಾನವಾಗಿ ತೆವಳಿತು. ಬಿಸಿಲಿಗೆ ತೂಕಡಿಗೆ ಬಂತು. ಒಂದು ಚಿಕ್ಕನಿದ್ರೆ ಮಾಡಲೆಂದು ಅದು ಕಣ್ಣು ಮುಚ್ಚಿತು. ಆಗಾಗ್ಗೆ ನೀರಿನಿಂದ ಹೊರಬರುವುದೂ ಒಳ್ಳೆಯದೇ.

*

ಭಾನುವಾರ ಬೆಳಗ್ಗೆ ಗೇಟಿನ ಬಳಿ ಸೈಕಲ್ ಬೆಲ್ ರಿಂಗಣಿಸಿತು. ಸದ್ದಿನ ಮೂಲ ನಾಥೂ, ರಾಂಜಿಗಾಗಿ ಅವನು ಕಾಯುತ್ತಿದ್ದ. ರಾಂಜಿ ಮನೆಯಿಂದ ಅವಸರವಾಗಿ ಹೊರಟ. ಅವನ ಒಂದು ಕೈಲಿ ಬ್ಯಾಟು ಮತ್ತೊಂದು ಕೈಲಿ ಅಮ್ಮ ಮಾಡಿಕೊಟ್ಟಿದ್ದ ನಿಂಬೆ ಷರಬತ್ತಿನ ಬಾಟಲಿಯಿತ್ತು.

"ಸ್ಟಂಪ್‌ಗಳು ಇವೆಯಾ?" ಎಂದು ಕೇಳಿದ.

"ಸುಂದರ್ ತರುತ್ತಾನೆ"

"ಚೆಂಡು?"

"ಹೂಂ, ಇದೆ. ಅನಿಲನ ತಂದೆ ಕೂಡ ಒಂದು ತರುತ್ತಾರೆ. ಆದರೆ ಅವರಿಗೆ ಮೊದಲು ಬ್ಯಾಟಿಂಗ್ ಮಾಡಲು ಅವಕಾಶ ಕೊಡಬೇಕಂತೆ!"

ನಾಥೂ ಸೈಕಲ್ ತುಳಿದ. ರಾಂಜಿ ಕುಳಿತು ಬ್ಯಾಟು ಮತ್ತು ಷರಬತ್ತಿನ ಬಾಟಲಿ ಹಿಡಿದು ಮುಂದಿನ ಬಾರ್ ಮೇಲೆ ಕುಳಿತಿದ್ದ. ಇವರಿಗಾಗಿ ಅನಿಲ್ ಮನೆಯ ಮುಂದೆ ಕಾಯುತ್ತಾ ನಿಂತಿದ್ದ.

"ನನ್ನ ಅಪ್ಪ ಆಗಲೇ ತಮ್ಮ ಸ್ಕೂಟರಿನಲ್ಲಿ ಹೊರಟರು. ಅವರು ನಾಥೂನ ಅಪ್ಪನನ್ನು ಕರೆದುಕೊಂಡು ಬರುತ್ತಾರೆ. ಪ್ರೇಮ್ ಮತ್ತು ಸುಂದರ್ ಜೊತೆ ನಾನು ಬರುತ್ತೇನೆ" ಎಂದ ಅವನು.

ಬ್ಯಾಂಕ್ ಮ್ಯಾನೇಜರ್ ಮತ್ತು ಬೇಕರಿಯಾತ ಬರುವ ಮುಂಚೆಯೇ ಹೆಚ್ಚೂ ಕಡಿಮೆ ಎಲ್ಲಾ ಹುಡುಗರೂ ನದೀ ದಡವನ್ನು ತಲುಪಿದ್ದರು. ಆಲದ ಮರದ ನೆರಳಿನಲ್ಲಿ ತಮ್ಮ ಸೈಕಲ್‌ಗಳನ್ನು ನಿಲ್ಲಿಸಿ ಅವರು ನದೀ ದಡದತ್ತ ಓಡಿದರು. ತಮ್ಮ ಕಣ್ಣ ಮುಂದಿನ ದೃಶ್ಯವನ್ನು ಕಂಡೊಡನೆಯೇ ಎಲ್ಲರೂ ಅಚ್ಚರಿಗೊಳಗಾದರು.

ತಮ್ಮ ಕ್ರಿಕೆಟ್ ಪಿಚ್ಚನ್ನು ವಿಸ್ಮಯದಿಂದ ಬಾಯಿಬಿಟ್ಟುಕೊಂಡು ನೋಡತೊಡಗಿದರು.

ಅದರ ಮೇಲೆ ಎಳೆ ಬಿಸಿಲು ಕಾಯಿಸಿಕೊಳ್ಳುತ್ತಾ ನಾಕೂ ಮಲಗಿತ್ತು.

"ಇದೆಲ್ಲಿಂದ ಬಂತು?" ಎಂದು ಕೇಳಿದ ರಾಂಜಿ.

"ಸಾಮಾನ್ಯವಾಗಿ ನದಿಯಲ್ಲೇ ಇದು ಇರೋದು. ಆದರೆ ಕಳೆದ ಒಂದು ವಾರದಿಂದ ಇದು ನಮ್ಮ ಕ್ರಿಕೆಟ್ ಪಿಚ್ ಮೇಲೆಯೇ ಮಲಗುತ್ತಿದೆ. ಬಹುಶಃ ಅದಕ್ಕೆ ನಾವು ಆಡುವುದು ಇಷ್ಟವಿಲ್ಲ ಅನ್ನಿಸುತ್ತೆ" ಎಂದ ಶೇರೂ.

"ಇದನ್ನು ಹೊರಕ್ಕೆ ಕಳಿಸಬೇಕು" ಅಂದ ರಾಂಜಿ.

"ಇದರ ಬಾಲ ಮತ್ತು ಬಾಯಿಯಿಂದ ದೂರ ಇರು!"

"ಅದಾಗಿಯೇ ಹೋಗುವವರೆಗೂ ಕಾಯೋಣ" ಎಂದ ಪ್ರೇಮ್.

ಆದರೆ ನೋಡುತ್ತಿದ್ದರೆ, ನಾಕೂ ಅಲ್ಲಿಂದ ಕದಲುವ ಯಾವುದೇ ಲಕ್ಷಣವಿಲ್ಲ. ಅದಕ್ಕೆ ನಯಸ್ಸಾದ ಈ ಕ್ರಿಕೆಟ್ ಪಿಚ್ ಬಹಳ ಇಷ್ಟವಾಗಿ ಹೋಗಿತ್ತು. ಹುಡುಗರೋ ಅದನ್ನು ಎಚ್ಚರಗೊಳಿಸಿ ದೂರ ಕಳುಹಿಸಲು ತಮ್ಮೆಲ್ಲಾ ಪ್ರಯತ್ನಗಳನ್ನೂ ಪ್ರಾರಂಭಿಸಿದರು.

ಕೆಲವು ಹುಡುಗರು ನಾಕೂವಿನೆಡೆಗೆ ಕಲ್ಲುಗಳನ್ನು ಬೀಸಿದರು. ಕಲ್ಲುಗಳು ಅದರ ಗಟ್ಟಿ ಮೈಗೆ ಬಡಿದು ವಾಪಸ್ ಬಂದವೇ ಹೊರತು, ಅದಕ್ಕೇನೂ ಪರಿಣಾಮ ಬೀರಲಿಲ್ಲ. ಮಣ್ಣಿನ ಹೆಂಟೆಗಳು ಮತ್ತು ಕಿತ್ತಳೆ ಹಣ್ಣನ್ನೂ ಸಹ ಅದರೆಡೆಗೆ ಎಸೆದರು. ನಾಕೂ ಒಮ್ಮೆ ಬಾಲವನ್ನು ಅಲುಗಾಡಿಸಿ, ಒಂಟಿ ಕಣ್ಣು ತೆರೆದು ನೋಡಿತಷ್ಟೆ, ಊಹೂಂ, ಕದಲಲಿಲ್ಲ.

ಪ್ರೇಮ್ ಚೆಂಡನ್ನು ಕೈಯಲ್ಲಿ ಹಿಡಿದು, ಹಿಂದಕ್ಕೆ ಹೋಗಿ ವೇಗವಾಗಿ ಓಡಿ ಬಂದು ಬೌಲ್ ಮಾಡಿದ. ವೇಗವಾಗಿ ಬಂದ ಚೆಂಡು ಪುಟಬಿದ್ದು ಮೊಸಳೆಯ ಮೂತಿಗೆ ಬಡಿಯಿತು. ಗಾಬರಿಗೊಂಡ ಅದು ಪಿಚ್ ಬಿಟ್ಟು ತಕ್ಷಣವೇ ವೇಗವಾಗಿ ನದಿಯೆಡೆಗೆ

ಹೋಗಿ ನೀರನ್ನು ಸೇರಿಕೊಂಡಿತು. ಅದು ನೀರನ್ನು ಸೇರಿದ ವೇಗಕ್ಕೆ ಪಚಕ್ ಎಂದು ಜೋರು ಶಬ್ದವಾಯಿತು.

"ಚೆನ್ನಾಗಿ ಬೌಲ್ ಮಾಡಿದೆ ಪ್ರೇಮ್!" ಎಂದು ರಾಂಜಿ ಮೆಚ್ಚುಗೆ ವ್ಯಕ್ತಪಡಿಸಿದ.

"ನಾಕೂಜಿಗೆ ಕೋಪ ಬಂದಿರುತ್ತೆ. ನದಿಯ ಹತ್ತಿರ ಯಾರೂ ಹೋಗಬೇಡಿ" ಎಂದು ಶೇರೂ ಎಚ್ಚರಿಸಿದ.

ಬ್ಯಾಂಕ್ ಮ್ಯಾನೇಜರ್ ಮತ್ತು ಬೇಕರಿಯಾತ ಎಲ್ಲರಿಗಿಂತ ಕಡೆಯವರಾಗಿ ಆಗಮಿಸಿದರು. ಅವರ ಸ್ಕೂಟರ್ ಕೈಕೊಟ್ಟ ಕಾರಣ ಅವರು ತಡವಾಗಿ ಬಂದಿದ್ದರು. ಮೊಸಳೆಯ ವಿಚಾರ ತಿಳಿದರೆ ಈ ಹಿರಿಯರು ಪಂದ್ಯವನ್ನೇ ರದ್ದು ಮಾಡಿಬಿಟ್ಟರೆ ಎಂದುಕೊಂಡು ಯಾರೂ ನಡೆದ ಸಂಗತಿಯನ್ನು ಅವರಿಗೆ ತಿಳಿಸಲಿಲ್ಲ.

ನಾಕೂ ಮಲಗೆದ್ದು ಹೋದ ಮೇಲೆ ಪಿಚ್‌ಅನ್ನು ಪರಿಶೀಲಿಸಿದ ನಂತರ ಶೇರೂ ಮತ್ತು ರಾಂಜಿ ಬಂದು ನಾಣ್ಯವನ್ನು ಎಸೆದರು. ರಾಂಜಿ "ರಾಜ" ಎಂದ. ಆದರೆ ರಾಣಿ ಬಿತ್ತು. ಶೇರೂ ಮೊದಲು ಬ್ಯಾಟಿಂಗ್ ಆರಿಸಿಕೊಂಡ.

*

ಎತ್ತರವಿದ್ದ ದೆಹಲಿಯ ಆಟಗಾರ ಮತ್ತು ಪುಟ್ಟ ಮಣಿ ಮೊದಲು ಬ್ಯಾಟ್ ಮಾಡಲು ಬಂದರು.

ಮಣಿ ಚೆನ್ನಾಗಿ ಆಡುತ್ತಾನೆ. ಅವನಿಗೆ ಔಟಾಗದೇ ಸಾಕಷ್ಟು ಕಾಲ ವಿಕೆಟ್ ಕಚ್ಚಿಕೊಂಡು ನಿಲ್ಲುವ ಸಾಮರ್ಥ್ಯವಿದೆ. ಆದರೆ ಒಂದು ದಿನದ ಪಂದ್ಯದಲ್ಲಿ ಚಕಚಕನೆ ರನ್ ಗಳಿಸಬೇಕು. ಅದನ್ನು ದೆಹಲಿಯ ಆಟಗಾರ ಮಾಡುತ್ತಾನೆ. ಒಂದು ಬೌಂಡರಿ ಬಾರಿಸಿ ನಾಲ್ಕು ರನ್ ಪಡೆದು ಓವರಿನ ಕಡೆಯ ಚೆಂಡಿನಲ್ಲಿ ಒಂದು ರನ್ ಗಳಿಸಿದ.

ಮೂರನೇ ಓವರಿನಲ್ಲಿ ಮಣಿ ಜೋರಾಗಿ ಬೀಸುವ ಧಾವಂತದಲ್ಲಿ ಶೂನ್ಯ ಗಳಿಸಿ ಕ್ಲೀನ್ ಬೌಲ್ಡ್ ಆದ. ಆಗ ಹಳ್ಳಿ ತಂಡದ ಸ್ಕೋರ್ 13 ಕ್ಕೆ 1.

"ಚೆನ್ನಾಗಿ ಎಸೆದೆ. ಆದರೆ ಆ ಲಂಬುವನ್ನು ಬೇಗ ಔಟ್ ಮಾಡಬೇಕು. ಅವನು ಚೆನ್ನಾಗಿ ಆಡುತ್ತಿದ್ದಾನೆ" ಎಂದು ರಾಂಜಿ ವೇಗದ ಬೌಲರ್ ಪ್ರೇಮ್ ಗೆ ಹೇಳಿದ.

ಆ ಲಂಬು ಔಟಾಗುವ ಯಾವುದೇ ಲಕ್ಷಣ ಗೋಚರಿಸುತ್ತಿಲ್ಲ. ಎರಡು ಬೌಂಡರಿಗಳನ್ನು ಬಾರಿಸಿದ. ಇನ್ನೊಂದು ಎಸೆತದಲ್ಲಿ ಅವನು ಚೆಂಡು ನೇರವಾಗಿ ನದಿಗೆ ಬೀಳುವಂತೆ ಹೊಡೆದ.

ಹೆಚ್ಚೇನೂ ಆಳವಿಲ್ಲದ ನೀರಿನಲ್ಲಿ ಸುಮ್ಮನೆ ತೇಲಿಕೊಂಡಿದ್ದ ನಾಕೂಗೆ ಚೆಂಡು ತನ್ನ ಬಳಿಗೆ ಬರುತ್ತಿರುವುದು ಕಾಣಿಸಿತು. ತನ್ನ ಅಗಲವಾದ ಬಾಯಿ ತೆರೆದು "ಕ್ಲಂಕ್" ಎಂಬ ಶಬ್ದದೊಂದಿಗೆ ಅದನ್ನು ಗುಳುಂ ಮಾಡಿತು.

ಹುಡುಗರ ಮೇಲೆ ಸೇಡು ತೀರಿಸಿಕೊಳ್ಳುವ ರೀತಿಯಲ್ಲಿ ಅದು ತನ್ನ ಚೂಪಾದ ಹಲ್ಲಿನಿಂದ ಚೆಂಡನ್ನು ಜಗಿಯಿತು. ತನಗೆ ಸಿಹಿ ಅನ್ನಿಸಿದ್ದ ಸೇಡಿನಂತೆಯೇ ಚೆಂಡು ಕೂಡ

ರುಚಿಕರವೆನ್ನಿಸಿದ್ದೀತು. ಚರ್ಮ ಮತ್ತು ಕಾರ್ಕ್‌ನ ಹದವಾದ ಮಿಶ್ರಣವಿದ್ದ ಚೆಂಡು ಅದಕ್ಕೆ ಇಷ್ಟವಾಯಿತು. ತನ್ನೆಡೆಗೆ ಬರುವ ಯಾವ ಚೆಂಡನ್ನೂ ಬಿಡಬಾರದು ಎಂದು ಅದು ತೀರ್ಮಾನಿಸಿತು.

"ನಿರುಪದ್ರವಿ ಮುದಿ ಮೊಸಳೆ" ಎನ್ನುತ್ತಾ ಬ್ಯಾಂಕ್ ಮ್ಯಾನೇಜರ್ ಹೊಸ ಚೆಂಡನ್ನು ಕೊಡುತ್ತಾ, ಒತ್ತಾಯಪೂರ್ವಕವಾಗಿ ತಾನೇ ಬೌಲ್ ಮಾಡಲು ಮುಂದಾದರು.

ಅದು ತುಂಬಾ ದುಬಾರಿಯಾಯಿತು. ಬ್ಯಾಂಕ್ ಮ್ಯಾನೇಜರ್ ಸಾಧಾರಣ ಬೌಲಿಂಗಿಗೆ ದೆಹಲಿಯ ಆಟಗಾರ ಬೌಂಡರಿಗಳು ಮತ್ತು ಸಿಕ್ಸರುಗಳನ್ನು ಸಿಡಿಸಿದ. ಸ್ಕೋರ್ 40 ಕ್ಕೆ 1 ಕ್ಕೇರಿತು. ಬ್ಯಾಂಕ್ ಮ್ಯಾನೇಜರ್ ತಾವಾಗಿ ತಾವೇ ಪಕ್ಕಕ್ಕೆ ಸರಿದರು. ಹತ್ತನೇ ಓವರ್ ಬೌಲ್ ಮಾಡುವಷ್ಟರಲ್ಲಿ ಸ್ಕೋರ್ 70 ಆಯಿತು. ಆಗ ರಾಂಜಿ ಸ್ಪಿನ್ ಬೌಲಿಂಗ್ ಮಾಡಲು ಬಂದ. ಕೈ ಹಿಡಿತವಿನ್ನೂ ಕುದುರಿಕೊಂಡಿರಲಿಲ್ಲವಾಗಿ ಅವನು ಎಸೆದ ಚೆಂಡು ಫುಲ್ ಟಾಸ್ ಆಯಿತು. ಚೆನ್ನಾಗಿ ಬೌಲ್ ಮಾಡಿದ್ದನ್ನೇ ಬಾರಿಸುತ್ತಿದ್ದ ದೆಹಲಿಯ ಆಟಗಾರ ಈ ಕೆಟ್ಟ ಬಾಲನ್ನು ದಂಡಿಸದೇ ಬಿಟ್ಟಾನೆಯೇ? ಆದರೆ ಸ್ವೀಪ್ ಮಾಡುವಾಗ ಕೊಂಚ ಯಾಮಾರಿದ. ಚೆಂಡು ನೇರವಾಗಿ ಬೌಂಡರಿಯ ಗೆರೆಯ ಬಳಿಯಿದ್ದ ಫೀಲ್ಡರ್ ಕೈಗೆ ಹೋಗಿ ಬಿತ್ತು. 70 ಕ್ಕೆ 2 ಆಯಿತು. ಪಂದ್ಯದ ಸ್ಕೋರ್ ಈಗಾಗಲೇ ರಾಂಜಿಯ ತಂಡಕ್ಕೆ ಏರಲಾಗದ ಬೆಟ್ಟದಂತೆ ಪರಿಣಮಿಸಿತ್ತು.

ಕೆಲವು ವಿಕೆಟ್‌ಗಳು ಪುತಪುತನೆ ಉದುರಿದ ನಂತರ ಶೇರೂ ಬಂದ. ಅವನು ಸ್ವಲ್ಪ ಚೆನ್ನಾಗಿಯೇ ಆಡಿದ. ಅವನು ಸ್ಟ್ರೈಟ್‌ಡ್ರೈವ್‌ಗಳನ್ನು ಹೊಡೆಯುವುದರಲ್ಲಿ ನಿಸ್ಸೀಮ. ಅವನು ಹೊಡೆದ ಚೆಂಡು ಹಸಿರಿನ ನಡುವೆ ಬೆಳೆದಿದ್ದ ಹಳದಿ ಬಣ್ಣದ ಬಟರ್ ಕಪ್ ಹೂಗಳನ್ನು ತರಿದು ಹಾಕಿದ್ದಲ್ಲದೆ, ಹುಲ್ಲನ್ನೂ ನುಜ್ಜುಗುಜ್ಜು ಮಾಡಿತು. ಅವನ ಭಾರಿ ಹೊಡೆತ ಚೆಂಡನ್ನು ಕೋಳಿಗಳ ದೊಡ್ಡಿಯಲ್ಲಿ ಬೀಳುವಂತೆ ಮಾಡಿತು. ಕೋಳಿಗಳ ಪುಕ್ಕಗಳೆಲ್ಲ ಗಾಳಿಯಲ್ಲಿ ಹಾರಿದವು, ಹಾಗೆಯೇ ಬೈಗುಳಗಳೂ ತೂರಿಬಂದವು. ಏನಿದು ಗದ್ದಲ ಎಂದು ನಾಕೂ ತಲೆಯೆತ್ತಿ ನೋಡಿತು. ನಾಕೂ ಬಳಿ ಯಾವ ಚೆಂಡೂ ಬರಲಿಲ್ಲ. ಹಾಗಾಗಿ ಅದು ಸ್ವಲ್ಪ ದೂರದಲ್ಲಿರುವ ಕೊಳಬಕವನ್ನು ಆಸೆ ಕಂಗಳಿಂದ ನೋಡುತ್ತಿತ್ತು.

ಸ್ಕೋರ್ ಏರುಗತಿಯಲ್ಲಿ ಸಾಗುತ್ತಿತ್ತು. ಫೀಲ್ಡರುಗಳು ಕಕ್ಕಾಬಿಕ್ಕಿಯಾದಂತೆ ಕಂಡುಬಂದರು. ಬ್ಯಾಟಿಂಗ್ ಮಾಡುವವರು ಮೇಲುಗೈ ಸಾಧಿಸಿರುವಾಗ ಹೀಗಾಗುವುದು ಸಹಜವೇ. ಕ್ಯಾಚ್ ಬಿಟ್ಟರು. ನಾಥೂನ ಅಪ್ಪ ವಿಕೆಟ್ ಕೀಪಿಂಗ್ ಮಾಡುತ್ತಿದ್ದವರು ಸ್ಟಂಪ್ ಮಾಡುವ ಅವಕಾಶವನ್ನು ಕೈಚೆಲ್ಲಿದರು.

"ದೊಡ್ಡವರನ್ನು ನಾವು ತಂಡದೊಳಗೆ ಸೇರಿಸಿಕೊಳ್ಳಬಾರದು" ಎಂದು ನಾಥೂ ಗೊಣಗಿದ.

ಈ ಮಾತಿಗೆ ಅಪವಾದವೆನ್ನುವಂತೆ ಬೇಕರಿಯಾತ ವಿಕೆಟ್‌ನ ಹಿಂಬದಿಯಲ್ಲಿ ಒಂದು ಕ್ಯಾಚ್ ಹಿಡಿದುಬಿಟ್ಟರು. ಆಗ ಸ್ಕೋರ್ 115 ಕ್ಕೆ 5. ಇನ್ನೂ ಅರ್ಧದಷ್ಟು ಓವರುಗಳು ಉಳಿದಿದ್ದವು.

ಶೇರೂ ತನ್ನ ಆಟವನ್ನು ಚೆನ್ನಾಗಿ ಆಡುತ್ತಿದ್ದನಾದರೂ, ಅವನ ಜೋಡಿ ಆಡುವ

ಬ್ಯಾಟ್ಸ್‌ಮನ್‌ರು ತಡವರಿಸುತ್ತಿದ್ದರು. ಹಾಗಾಗಿ ಇನ್ನೂ ಐದು ಓವರುಗಳಿರುವಾಗಲೇ ಎಲ್ಲಾ ವಿಕೆಟ್‌ಗಳೂ ಉದುರಿದವು. ಅಷ್ಟರಲ್ಲಿ ಉತ್ತಮ ರನ್ ಕಲೆಹಾಕಿದ್ದರು. ಅವರ ಸ್ಕೋರ್ 145 ಆಗಿತ್ತು.

"ನಮಗೆ ಈ ಸ್ಕೋರ್ ಗಳಿಸೋದು ಸುಲಭಾನಾ?" ಎಂದು ರಾಂಜಿ ಕೇಳಿದ.

"ತೊಂದರೆಯಿಲ್ಲ" ಎಂದ ಪ್ರೇಮ್.

"ಮೊದಲು ಊಟ ಮಾಡೋಣ ಬನ್ನಿ" ಎಂದು ಬ್ಯಾಂಕ್ ಮ್ಯಾನೇಜರ್ ಎಲ್ಲರನ್ನೂ ಕರೆದರು. ಎಲ್ಲರಿಗೂ ಅರ್ಧಗಂಟೆ ಬಿಡುವು.

ಹಳ್ಳಿ ಹುಡುಗರು ಊಟಕ್ಕೆ ತಮ್ಮ ಮನೆಗಳಿಗೆ ಹೋದರೆ, ರಾಂಜಿಯ ತಂಡದವರು ಆಲದ ಮರದ ಕೆಳಗೆ ಸೇರಿದರು.

ನಾಥೂನ ಅಪ್ಪ ಗಟ್ಟಿ ವರ್ಕಿಗಳನ್ನು ಮತ್ತು ಪಕೋಡಗಳನ್ನು ತಂದಿದ್ದರೆ, ಬ್ಯಾಂಕ್ ಮ್ಯಾನೇಜರ್ ಬುಟ್ಟಿಯಲ್ಲಿ ಕಿತ್ತಳೆಹಣ್ಣು ಮತ್ತು ಬಾಳೆಹಣ್ಣುಗಳನ್ನು ತಂದಿದ್ದರು. ಪ್ರೇಮ್, ಹಲಸಿನ ಹಣ್ಣಿನ ರಸಾಯನ, ರಾಂಜಿ, ಕ್ಯಾರೆಟ್, ಹಾಲು ಮತ್ತು ಸಕ್ಕರೆ ಹಾಕಿ ತಯಾರಿಸಿದ್ದ ಹಲ್ವಾ, ಸುಂದರ್, ದೊಡ್ಡ ದಬರಿಗೆಯ ತುಂಬಾ ಬಟಾಣಿ, ಈರುಳ್ಳಿ ಹಾಕಿ ತಯಾರಿಸಿದ ಖಾರದನ್ನ ಹಾಗೂ ಉಳಿದವರು ಪಲ್ಯಗಳು, ಉಪ್ಪಿನಕಾಯಿ ಮತ್ತು ಸಾಸ್‌ಗಳನ್ನು ತಂದಿದ್ದರು. ಎಲ್ಲರೂ ಹಂಚಿಕೊಂಡು ವನಭೋಜನದ ರೀತಿ ತಿನ್ನುವುದರಲ್ಲಿ ಮಗ್ನರಾಗಿರುವಾಗ ನಾಕೂ ಮೊಸಳೆ ನದಿಯನ್ನು ಬಿಟ್ಟು ದಂಡೆಯ ಮೇಲೆ ಎತ್ತರವಾಗಿ ಬೆಳೆದಿದ್ದ ಹುಲ್ಲಿನ ಜೊಂಡಿನ ಮರೆಯಲ್ಲಿ ಬರುತ್ತಿದ್ದುದನ್ನು ಯಾರೂ ಗಮನಿಸಲಿಲ್ಲ. ಈ ವಿವಿಧ ಭಕ್ಷ್ಯಗಳ ಸುವಾಸನೆ ಅದನ್ನೂ ಆಕರ್ಷಿಸಿರಬೇಕು. ಭೋಜನದಲ್ಲಿ ಅದೂ ಭಾಗಿಯಾಗಲು ಬರುತ್ತಿರುವಂತಿತ್ತು. ಬಹುಶಃ ಹುಡುಗರು ಅದಕ್ಕಾಗಿ ಏನಾದರೂ ಆಹಾರ ಉಳಿಸಬಹುದು, ಇಲ್ಲವೇ ಅವರಲ್ಲೇ ಯಾರಾದರೊಬ್ಬರನ್ನು...

"ಸಮಯವಾಯ್ತು" ಎಂದು ಬ್ಯಾಂಕ್ ಮ್ಯಾನೇಜರ್ ಎದ್ದು ನಿಂತು ಘೋಷಿಸಿ, "ನಾನು ಮೊದಲು ಬ್ಯಾಟ್ ಮಾಡುವೆ. ನಾವು ಗೆಲ್ಲಬೇಕೆಂದರೆ ನಮಗೆ ಉತ್ತಮ ಪ್ರಾರಂಭ ಅತ್ಯಗತ್ಯ" ಎಂದು ಹೇಳಿದರು.

*

ಬಾಲಕ ನಾಥೂ ಜೊತೆಯಲ್ಲಿ ಆ ಬ್ಯಾಂಕ್ ಮ್ಯಾನೇಜರ್ ವಿಕೆಟ್‌ನತ್ತ ಸಾಗಿದರು. ಹಳ್ಳಿಯ ತಂಡದ ಪರವಾಗಿ ಶೇರೂ ಬೌಲಿಂಗ್ ಪ್ರಾರಂಭಿಸಿದ.

ಮೊದಲ ಬಾಲಿಗೆ ಬ್ಯಾಂಕ್ ಮ್ಯಾನೇಜರ್ ಒಂದು ರನ್ ಓಡಿದರು. ಭುಜವನ್ನು ಕುಣಿಸುತ್ತಾ ಪಂದ್ಯವನ್ನೇ ಗೆದ್ದಿರುವವರಂತೆ ಬ್ಯಾಟನ್ನು ಗಾಳಿಯಲ್ಲಿ ಬೀಸಿದರು. ಇನ್ನು ಇವರು ಬ್ಯಾಟಿಂಗ್ ಮಾಡಿದರೆ ಏನು ಕಾದಿದೆಯೋ ಎಂದುಕೊಂಡು ಓವರ್‌ನ ಉಳಿದ ಚೆಂಡುಗಳನ್ನೆಲ್ಲಾ ನಾಥೂ ತಾನೇ ಹುಷಾರಾಗಿ ಎದುರಿಸಿದ.

ದೆಹಲಿಯ ಲಂಬೂ ಈಗ ಬೌಲಿಂಗ್ ಮಾಡಲು ಬಂದ. ಬ್ಯಾಂಕ್ ಮ್ಯಾನೇಜರ್ ಅಸಹನೆಯಿಂದ ಬ್ಯಾಟನ್ನು ನೆಲಕ್ಕೆ ಕುಟ್ಟಿ, ಜೋರಾಗಿ ಬಾರಿಸುವ ರೀತಿಯಲ್ಲಿ ಬ್ಯಾಟನ್ನು ಮೇಲಕ್ಕೆ ಎತ್ತಿದರು. ದೂರದಿಂದ ಬೌಲರ್ ಜೋರಾಗಿ ಓಡುತ್ತಾ ಬಂದು ಎಡಗಾಲನ್ನು ಒಮ್ಮೆ ಗಾಳಿಯಲ್ಲಿ ತೇಲಿಸಿ, ಕೈಯನ್ನು ಜೋರಾಗಿ ತಿರುಗಿಸಿ ಚೆಂಡನ್ನು ಎಸೆದ. ಚೆಂಡು ವೇಗವಾಗಿ ಬ್ಯಾಂಕ್ ಮ್ಯಾನೇಜರ್ ಬಳಿ ಬಂತು.

ಚೆಂಡನ್ನು ಜೋರಾಗಿ ಹೊಡೆಯಲೆಂದು ಬ್ಯಾಂಕ್ ಮ್ಯಾನೇಜರ್ ಬ್ಯಾಟನ್ನು ಮೇಲೆ ಎತ್ತಿಯೇ ಹಿಡಿದಿದ್ದರು. ಅಷ್ಟರಲ್ಲಿ ಚೆಂಡು ಅವರನ್ನು ದಾಟಿ ಮಧ್ಯದ ಸ್ಟಂಪನ್ನು ಹಾರಿಸಿಕೊಂಡು ಹೋಯಿತು.

ಫೀಲ್ಡರುಗಳು ಖುಷಿಯಿಂದ ಕಿರುಚಾಡಿದರು. ಬ್ಯಾಂಕ್ ಮ್ಯಾನೇಜರ್ ಆಲದ ಮರದ ನೆರಳಿನ ಕಡೆಗೆ ಹಿಂದಿರುಗಿದರು.

"ಕಣ್ಣಿಗೆ ಯಾವುದೋ ಹುಳ ಬಿದ್ದುಬಿಟ್ಟಿತ್ತು. ನಾನಿನ್ನೂ ಸಿದ್ಧವಾಗಿರಲಿಲ್ಲ. ಹುಳುಗಳ ಕಾಟ ಜಾಸ್ತಿ!" ಎಂದು ಗೊಣಗಿದರು. ಯಾರಿಗೂ ಕಾಣದ ಹುಳುಗಳನ್ನು ಓಡಿಸುವವರಂತೆ ಗಾಳಿಯಲ್ಲಿ ಕೈಬೀಸಿದರು.

ತಮ್ಮ ನಡುವೆ ಬ್ಯಾಂಕ್ ಮ್ಯಾನೇಜರ್ ಅಂತಹ ಗಣ್ಯ ವ್ಯಕ್ತಿ ಇರುವಾಗ ಅವರು ಎಲ್ಲರಂತೆ ನೆಲದ ಮೇಲೆ ಕೂರುವುದು ಬೇಡ ಎಂದು ಅವರಿಗಾಗಿ ಹಳ್ಳಿಗರು ಮಂಚವೊಂದನ್ನು ತಂದಿರಿದ್ದರು. ನಾಲ್ಕು ಮರದ ಕಾಲುಗಳಿದ್ದು ಮೇಲೆ ಹಗ್ಗದಿಂದ ಹೆಣೆದಿದ್ದ ಹಗುರವಾದ ಮಂಚವದು. ಬ್ಯಾಂಕ್ ಮ್ಯಾನೇಜರ್ ಅದರ ಮೇಲೆ ಎಚ್ಚರಿಕೆಯಿಂದ ನಿಧಾನವಾಗಿ ಕುಳಿತರು. ಕಿರ್ ಕಿರ್ ಎಂಬ ಶಬ್ದ ಬಂದರೂ ಅವರ ಭಾರವನ್ನು ಅದು ಹೊರಬಲ್ಲುದಾಗಿತ್ತು.

ಈಗ ಸ್ಕೋರ್ 1 ಕ್ಕೆ 1.

ಅನಿಲ್ ತನ್ನ ಅಪ್ಪನ ಸ್ಥಾನದಲ್ಲಿ ಬಂದು ಎರಡು ಓವರುಗಳಲ್ಲಿ ಹತ್ತು ರನ್‌ಗಳನ್ನು ಕ್ರೂಢೀಕರಿಸಿದ. ಇದನ್ನು ಗಮನಿಸದವನಂತೆ ಬ್ಯಾಂಕ್ ಮ್ಯಾನೇಜರ್ ಬಿಂಕವಾಗಿ ಕುಳಿತಿದ್ದರೂ ಅವರ ಮನಸ್ಸಿನಲ್ಲಿ ಖುಷಿ ಇತ್ತು. "ನನ್ನ ನಂತರ ಪರವಾಗಿಲ್ಲ" ಎನ್ನುತ್ತಾ ಮಂಚದ ಮೇಲೆ ಇನ್ನಷ್ಟು ಆರಾಮವಾಗಿ ಮೈಚಾಚಿದರು.

ಒಂದೆಡೆ ನಾಥೂ ಔಟಾಗದೆ ವಿಕೆಟ್‌ಗೆ ಕಚ್ಚಿಕೊಂಡರೆ, ಮತ್ತೊಂದೆಡೆ ಅನಿಲ್ ರನ್ ಪೇರಿಸುತ್ತಿದ್ದ. ನಂತರ ಅನಿಲ್ ಮಿಡ್ ವಿಕೆಟ್‌ಗೆ ಕ್ಯಾಚ್ ನೀಡಿ ಔಟಾದ.

ಆರು ಓವರುಗಳಲ್ಲಿ 25 ಕ್ಕೆ 2 ಆಗಿತ್ತು. ಇದೇನೂ ಆಶಾದಾಯಕವಲ್ಲ.

"ಚೆನ್ನಾಗಿ ಆಡಿದೆ!" ಎಂದು ಬ್ಯಾಂಕ್ ಮ್ಯಾನೇಜರ್ ತನ್ನ ಮಗನಿಗೆ ಹೇಳಿದರು. ನಂತರದ ಪಂದ್ಯದ ಬಗ್ಗೆ ಅವರು ಆಸಕ್ತಿ ಕಳೆದುಕೊಂಡರು. ಮಂಚದ ಮೇಲೆ ಕಾಲು ಚಾಚಿದ್ದ ಅವರು ಹಾಗೇ ನಿದ್ರೆಗೆ ಜಾರಿದರು. ಹುಳುಗಳ ಕಾಟದ ಬಗ್ಗೆ ಅವರಿಗೀಗ ನೆನಪೇ ಇರಲಿಲ್ಲ.

ನಾಥೂ ಹಾಗೇ ಕಚ್ಚಿಕೊಂಡೇ ಇದ್ದ. ನಾಲ್ಕು ಮತ್ತು ಐದನೇ ವಿಕೆಟ್ ಜೊತೆಯಾಟದಲ್ಲಿ ಉತ್ತಮ ರನ್‌ಗಳನ್ನು ಗಳಿಸಿದರು. ದೆಹಲಿಯ ಲಂಬೂ ತನ್ನೆಲ್ಲಾ

ಓವರುಗಳನ್ನು ಬೌಲ್ ಮಾಡಿದ ಮೇಲೆ ನಿರಾಳರಾದ ಬ್ಯಾಟ್ಸ್‌ಮನ್‌ಗಳು ತಮ್ಮ ನೈಜ ಆಟವನ್ನು ಪ್ರದರ್ಶಿಸಲು ಪ್ರಾರಂಭಿಸಿದರು. ಪುಟ್ಟ ಮಣಿಯ ಚುರುಕಾದ ಸ್ಪಿನ್‌ಗೆ ನಾಥೂ ಬ್ಯಾಟ್ ತಗುಲಿಸಿದ. ಚೆಂಡನ್ನು ವಿಕೆಟ್ ಕೀಪರ್ ಕ್ಯಾಚ್ ಹಿಡಿದ.

ರಾಂಜಿ ಬ್ಯಾಟ್ ಮಾಡಲು ಬರುವಷ್ಟರಲ್ಲಿ ಸ್ಕೋರ್ 75 ಕ್ಕೆ 4 ಆಗಿತ್ತು.

ಅವನಿನ್ನೂ ಖಾತೆ ತೆರೆದಿರಲಿಲ್ಲ, ಅಷ್ಟರಲ್ಲಿ ಅವನ ಜೊತೆಗಾರ ಬೌಲ್ಡ್ ಆದ. ಆಗ ನಾಥೂನ ಅಪ್ಪ ತಾನು ಬ್ಯಾಂಕ್ ಮ್ಯಾನೇಜರ್‌ಗಿಂತ ಚೆನ್ನಾಗಿ ಆಡುವೆನೆಂಬಂತೆ ವಿಕೆಟ್ ಬಳಿ ಸಾಗಿದರು. ಅವರಿಗಿಂತ ಒಂದು ರನ್ ಹೆಚ್ಚು ಗಳಿಸುವ ಮೂಲಕ ಅದನ್ನು ಸಾಬೀತು ಮಾಡಿದರು.

ಬೇಕರಿಯಾತ ಎರಡು ರನ್ ಗಳಿಸಿದ ನಂತರ ಮತ್ತೊಂದು ಚೆಂಡಿಗೂ ಎರಡು ರನ್ ಗಳಿಸುವ ಧಾವಂತದಲ್ಲಿ ಓಡಿದರಾದರೂ ವಿಕೆಟ್ ಮಧ್ಯದಲ್ಲಿರುವಾಗಲೇ ಇತ್ತ ಕೀಪರ್ ಚೆಂಡನ್ನು ಹಿಡಿದು ಬೇಲ್ಸ್ ಎಗರಿಸಿಬಿಟ್ಟ.

ಸಭ್ಯರಾದ ಹುಡುಗರು ಈ ಹಿರಿಯರನ್ನು ದೂಷಿಸಲಿಲ್ಲ. ಬ್ಯಾಂಕ್ ಮ್ಯಾನೇಜರ್ ಆಲದ ಮರದ ನೆರಳಿನಲ್ಲಿ ಆಗಲೇ ಒಳ್ಳೆ ನಿದ್ರೆಯಲ್ಲಿದ್ದರು.

ಎಲ್ಲರ ಚಿತ್ತವೂ ಕ್ರಿಕೆಟನ್ನು ಆವರಿಸಿಕೊಂಡಿತ್ತು. ಈ ಸಮಯದಲ್ಲಿ ನಾಕೂ ನದಿ ದಂಡೆಗೆ ಬಂದು ಮೆಲ್ಲನೆ ಬ್ಯಾಂಕ್ ಮ್ಯಾನೇಜರ್ ಮಲಗಿದ್ದ ಮಂಚದ ಕೆಳಗೆ ಹೋಗಿದ್ದನ್ನು ಯಾರೂ ಗಮನಿಸಲಿಲ್ಲ.

ಮಂಚದ ಕಾಲುಗಳ ನಡುವೆ ನಾಕೂ ತೂರುವಷ್ಟು ಸ್ಥಳಾವಕಾಶವಿತ್ತು. ತಾನು ಬಚ್ಚಿಟ್ಟುಕೊಳ್ಳಲು ಅತ್ಯುತ್ತಮ ಸ್ಥಳ ಎಂದು ಅದು ಭಾವಿಸಿರಬೇಕು. ಅದರ ಮೇಲೆ ದೊಡ್ಡ ಗಾತ್ರದ ಮನುಷ್ಯನೊಬ್ಬ ಮಲಗಿರುವುದನ್ನು ಅದು ಗಮನಿಸಿರಲಿಲ್ಲ.

ಬ್ಯಾಂಕ್ ಮ್ಯಾನೇಜರ್ ಮೆಲ್ಲಗೆ ಗೊರಕೆ ಹೊಡೆಯುತ್ತಿದ್ದರು. ನಾಕೂ ಗೊರಕೆಯ ಲಯಬದ್ಧ ನಾದಕ್ಕೋ ಏನೋ ತಾನು ಕೂಡ ನಿದ್ರೆಗೆ ಜಾರಿತು. ಆದರೆ ಅದು ಗೊರಕೆಯ ಬದಲಿಗೆ ತನ್ನ ಚೂಪು ಹಲ್ಲುಗಳ ನಡುವಿನಿಂದ ಸಿಳ್ಳೆಯ ಹಾಗೆ ಸದ್ದನ್ನು ಹೊರಡಿಸುತ್ತಿತ್ತು.

*

75 ಕ್ಕೆ 5. ರಾಂಜಿಯ ತಂಡ ಸೋಲಿನ ಪ್ರಪಾತದ ಹಾದಿಯಲ್ಲಿ ಸಾಗಿತ್ತು.

ಸುಂದರ್ ರಾಂಜಿಯ ಜೊತೆಗೂಡಿದ. ಎಲ್ಲರೂ ಅಚ್ಚರಿಗೊಳ್ಳುವ ಹಾಗೆ ಎರಡು ಕವರ್ ಡ್ರೈವ್ ಬೌಂಡರಿಗಳನ್ನು ಬಾರಿಸಿಬಿಟ್ಟ. ನಂತರ ರಾಂಜಿ ಚೆಂಡನ್ನು ಎದುರಿಸಿ ಒಂದರ ಹಿಂದೆ ಒಂದು ಬೌಂಡರಿಗಳನ್ನು ಸಿಡಿಸಿದ. ಸ್ಕೋರ್ ಏರುಗತಿಯಲ್ಲಿ ಸಾಗಿತ್ತು. 112 ಕ್ಕೆ 5. ಗೆಲುವು ಮಿಣುಕು ದೀಪದಂತೆ ದೂರದಲ್ಲಿ ಗೋಚರಿಸುತ್ತಿತ್ತು. ಆಶಾವಾದ ಮನೆಮಾಡಿದ ಸ್ಥಿತಿ.

ಈ ಬಾರಿ ಪುಟಿದೆದ್ದ ಚೆಂಡನ್ನು ರಾಂಜಿ ತನ್ನದೇ ವಿಭಿನ್ನ ಶೈಲಿಯಲ್ಲಿ ಜೋರಾಗಿ

ಆಲದ ಮರದ ಮೇಲೆ ಹಾರುವಂತೆ ಹೊಡೆದ.

"ಧಪ್!" ಚೆಂಡು ನಾಕೂವಿನ ಮೇಲ್ದವಡೆಗೆ ಬಡಿದು ಒಂದು ಹಲ್ಲನ್ನು ಅಲುಗಾಡುವಂತೆ ಮಾಡಿತು.

ಈ ದಿನ ಎರಡನೇ ಬಾರಿ ನಿದ್ರೆಯಲ್ಲಿದ್ದ ಅದಕ್ಕೆ ಚೆಂಡು ಬಡಿಯುತ್ತಿರುವುದು. ಅದಕ್ಕೆ ಸಾಕಾಗಿ ಹೋಗಿತ್ತು.

ನಾಕೂ ತನ್ನ ಬಾಲವನ್ನು ಆಕ್ರೋಶದಿಂದ ಬೀಸುತ್ತ, ಹಲ್ಲುಗಳನ್ನು ಮಸೆಯುತ್ತ ದಡಬಡನೆ ಮುಂದೆ ಸಾಗಿತು. ಅದರೊಂದಿಗೆ ಮಂಚ, ಅದರ ಮೇಲೆ ಮಲಗಿದ್ದ ಮ್ಯಾನೇಜರ್ ಸಮೇತ ಸಾಗಿತು. ಮೊಸಳೆಯ ಚೂಪುಚೂಪಾದ ಚರ್ಮಕ್ಕೆ ಮಂಚ ಸಿಕ್ಕಿಹಾಕಿಕೊಂಡಿತ್ತು. ನಾಕೂ ಮುಂದೆ ಧಾವಿಸಿದಂತೆ ಮಂಚವನ್ನೂ ಅದು ಹೊತ್ತು ಸಾಗಿತ್ತು.

ಸಾಗರದ ನಡುವೆ ದೋಣಿಯಲ್ಲಿ ಕುಳಿತು ಹುಟ್ಟುಹಾಕುತ್ತಿರುವಂತೆ ಕನಸು ಕಾಣುತ್ತಿದ್ದ ಬ್ಯಾಂಕ್ ಮ್ಯಾನೇಜರ್, ಮಂಚ ಅಕ್ಕಪಕ್ಕ ಜೋರಾಗಿ ಅಲುಗಾಡುತ್ತಿದ್ದುದರಿಂದ ಎಚ್ಚರಗೊಂಡರು.

"ಕಾಪಾಡಿ! ಕಾಪಾಡಿ!" ಎಂದು ಕಿರುಚಿದರು.

ಮೊಸಳೆ ವಿಕೆಟ್ ನಡುವೆ ಅಬ್ಬರದಿಂದ ಧಾವಿಸಿತು. ಹುಡುಗರೆಲ್ಲ ದಿಕ್ಕಾಪಾಲಾಗಿ ಚದುರಿದರು. ಸ್ಟಂಪುಗಳನ್ನು ಬೀಳಿಸಿ, ಕ್ರಿಕೆಟ್ ಪಿಚ್ಚನ್ನು ಹಾಳುಮಾಡುತ್ತಾ ಹೋಗುವಾಗ, ದಾರಿಯಲ್ಲಿ ಕಂಡ ಯಾರದೋ ಟೊಪ್ಪಿಯನ್ನು ಕಚ್ಚಿ ಕಬಳಿಸಿತು. ವಿಕೆಟ್ ಕೀಪರನ ಗ್ಲೌಸ್‌ಗೂ ಅದೇ ಗತಿಯಾಯಿತು. ಬ್ಯಾಟ್ಸ್‌ಮನ್‌ನ ಪ್ಯಾಡ್ ಅದರ ಬಾಲಕ್ಕೆ ಸಿಕ್ಕಿಹಾಕಿಕೊಂಡಿತು.

ಸುರಕ್ಷತೆಗಾಗಿ ಬ್ಯಾಂಕ್ ಮ್ಯಾನೇಜರ್, ಮಂಚವನ್ನು ಗಟ್ಟಿಯಾಗಿ ಹಿಡಿದುಕೊಂಡಿದ್ದರು. ಆದರೆ ಅವರು ನಾಕೂವಿನ ಬಾಲ ಮತ್ತು ದವಡೆಗೆ ಸಿಲುಕದೇ ಇರಲು ಸಾಧ್ಯವೇ? ಅದು ಮಂಚವನ್ನು ಬಿಡುವವರೆಗೂ ಹಾಗೇ ಕಚ್ಚಿಕೊಂಡಿರಲು ಅವರು ನಿರ್ಧರಿಸಿದ್ದರು.

"ಹುಡುಗರಾ ಬನ್ನಿ, ಸಹಾಯ ಮಾಡಿ! ನನ್ನನ್ನು ಕೆಳಕ್ಕೆ ಇಳಿಸಿ" ಎಂದು ಜೋರಾಗಿ ಕೂಗತೊಡಗಿದರು.

ಆದರೆ ಬ್ಯಾಂಕ್ ಮ್ಯಾನೇಜರ್‌ನೊಂದಿಗೆ ಮಂಚ ಮೊಸಳೆಯ ಬೆನ್ನಿಗೆ ಗಟ್ಟಿಯಾಗಿ ಕಚ್ಚಿಕೊಂಡುಬಿಟ್ಟಿತ್ತು.

ಈ ಸಮಸ್ಯೆಗೆ ಪರಿಹಾರ ಸಿಕ್ಕಿದ್ದು, ನಾಕೂ ನದಿಗೆ ಇಳಿದಾಗಲೇ. ಅದು ನದಿಗೆ ಸರಿದೊಡನೆ ಬ್ಯಾಂಕ್ ಮ್ಯಾನೇಜರ್ ಮಂಚದಿಂದ ನೀರಿಗೆ ಉರುಳಿದರು. ತಕ್ಷಣವೇ ಎದ್ದು ದಂಡೆಯತ್ತ ದೌಡಾಯಿಸಿದರು. ಅತ್ತ ನಾಕೂ ನದಿಯ ಇನ್ನೊಂದು ದಡದತ್ತ ಸಾಗಿತು.

ಒಂದೆಡೆ ಸಾವಿನ ದವಡೆಯಿಂದ ಬ್ಯಾಂಕ್ ಮ್ಯಾನೇಜರ್ ಪಾರಾಗಿ ಹೊರಬಂದರೆ, ಮತ್ತೊಂದೆಡೆ ಕ್ರಿಕೆಟ್ ಮ್ಯಾಚ್ ಸಮಾಪ್ತಿಯಾಗಿತ್ತು.

"ನೋಡಿದ್ರಾ, ನಾನು ಮೊಸಳೆಯನ್ನು ಹೇಗೆ ನಿಭಾಯಿಸಿದೆ ಅಂತ?" ನೀರು ತೊಟ್ಟಿಕ್ಕಿಸಿಕೊಳ್ಳುತ್ತಾ ಬಂದ ಬ್ಯಾಂಕ್ ಮ್ಯಾನೇಜರ್ ಕೇಳಿದರು. ಬಚಾವಾಗಿ ಬಂದ ನಿರಾಳತೆಯಿಂದ ಅವರು, "ಅಂದ ಹಾಗೆ, ಯಾರು ಪಂದ್ಯವನ್ನು ಗೆದ್ದಿದ್ದು?" ಎಂದು ವಿಚಾರಿಸಿದರು.

"ನಮಗೆ ಗೊತ್ತಿಲ್ಲ" ಎನ್ನುತ್ತಾ ರಾಂಜಿ ತನ್ನ ಗೆಳೆಯರೊಂದಿಗೆ ಸೈಕಲ್ ಹತ್ತಿರಕ್ಕೆ ಹೋಗುತ್ತಾ, "ನೀವು ಅಡ್ಡ ಬರದಿದ್ದಿದ್ದರೆ ಅದು ಸಿಕ್ಸರ್ ಗೊತ್ತಾ" ಎಂದ.

ಮುಖ್ಯ ರಸ್ತೆಯವರೆಗೂ ಜೊತೆಗೆ ಬಂದ ಶೇರೂ ಮುಂದಿನ ವಾರ ಮತ್ತೊಂದು ಪಂದ್ಯವನ್ನು ಆಡೋಣವೇ ಎಂದು ಕೇಳಿದ.

"ಮುಂದಿನ ವಾರ ನನಗೆ ಬಹಳಷ್ಟು ಕೆಲಸವಿದೆ" ಎಂದು ಬೇಕರಿಯಾತ ಹೇಳಿದರು.

"ನನಗೆ ಬೇರೊಂದು ಪಂದ್ಯವಿದೆ" ಎಂದು ಬ್ಯಾಂಕ್ ಮ್ಯಾನೇಜರ್ ಹೇಳಿದರು.

"ಯಾವ ಪಂದ್ಯ ಸರ್?" ಎಂದು ರಾಂಜಿ ಕೇಳಿದ.

"ಚೆಸ್" ಎಂದರು ಬ್ಯಾಂಕ್ ಮ್ಯಾನೇಜರ್.

ರಾಂಜಿ ಮತ್ತು ಗೆಳೆಯರು ಮುಂದಿನ ಪಂದ್ಯದ ಬಗ್ಗೆ ಯೋಜನೆ ಸಿದ್ಧಪಡಿಸತೊಡಗಿದರು.

"ನಾವಿಲ್ಲದೆ ನೀವು ಗೆಲ್ಲೋದಿಲ್ಲ" ಎಂದರು ಬ್ಯಾಂಕ್ ಮ್ಯಾನೇಜರ್.

"ಹೌದೌದು, ಗೆಲ್ಲುವ ಅವಕಾಶವೇ ಇಲ್ಲ" ಎಂದರು ಬೇಕರಿಯಾತ.

ಆದರೆ ರಾಂಜಿ ತಂಡದವರು ಅವರಿಲ್ಲದೆಯೇ ಮುಂದಿನ ವಾರ ನಡೆದ ಪಂದ್ಯವನ್ನು ಆಡಿದ್ದಲ್ಲದೆ, ಗೆಲುವನ್ನೂ ಸಾಧಿಸಿದರು.

ಈ ಬಾರಿ ನಾಕೂ ಅವರ ಆಟಕ್ಕೆ ಅಡ್ಡಿಪಡಿಸಲಿಲ್ಲ. ಏಕೆಂದರೆ ಮಂಚ ಇನ್ನೂ ಅದರ ಬೆನ್ನಿಗೆ ಕಚ್ಚಿಕೊಂಡೇ ಇತ್ತಲ್ಲ. ಅದರಿಂದ ಅದು ಬಿಡುಗಡೆ ಹೊಂದಲು ಹಲವು ವಾರಗಳು ಬೇಕಾದವು.

ಇವರ ಪಂದ್ಯ ನಡೆದ ದಿನ, ನಾಕೂ ಮಂಚವನ್ನು ಹೊತ್ತು ತಿರುಗುವ ದೃಶ್ಯವನ್ನು ನೋಡಲೆಂದು ಸಾಕಷ್ಟು ಜನ ನದಿ ದಂಡೆಯಲ್ಲಿ ಜಮಾಯಿಸಿದ್ದರು.

ಅವರಲ್ಲಿ ಕೆಲವಾರು ಮಂದಿ ಕ್ರಿಕೆಟ್ ನೋಡಲೆಂದು ಅಲ್ಲಿಯೇ ಉಳಿದರು.

ನೀಲಿ ಛತ್ರಿ

ಒಂದು

"ನೀಲೂ ! ನೀಲೂ !" ಕೂಗಿದಳು ಬಿನ್ಯಾ.

ಕಲ್ಲುಗಳ ಮೇಲೆ ಬರಿಗಾಲನ್ನು ಎಚ್ಚರಿಕೆಯಿಂದ ಊರುತ್ತಾ, ಬೇಸಿಗೆಯ ಒಣ ಹುಲ್ಲಿನ ಮೇಲೆ ಓಡುತ್ತಾ, ಬೆಟ್ಟದ ಏರು ಹಾದಿಯಲ್ಲಿ ಸಾಗುತ್ತಾ, ಅವಳು ಒಂದೇ ಸಮನೆ "ನೀಲೂ ! ನೀಲೂ !" ಎಂದು ಕೂಗುತ್ತಿದ್ದಳು.

ನೀಲೂ ಅಂದರೆ ನೀಲಿ, ನೀಲಿ ಮಿಶ್ರಿತ ಬೂದುಬಣ್ಣದ ಹಸುವಿನ ಹೆಸರು. ಇನ್ನೊಂದು ಹಸು ಬಿಳಿ ಬಣ್ಣದ್ದು. ಹಾಗಾಗಿ ಅದರ ಹೆಸರು ಗೋರಿ. ತೊರೆಯ ಬಳಿಯೋ, ಪೈನ್ ಮರಗಳಿರುವ ಕಾಡಿನಲ್ಲೋ, ತಮ್ಮ ಪಾಡಿಗೆ ತಾವು ಸ್ವಚ್ಛಂದವಾಗಿ ತಿರುಗಾಡುವುದೆಂದರೆ ಅವಕ್ಕೆ ಇಷ್ಟ. ಕೆಲಬಾರಿ ಅವು ತಾವೇ ತಾವಾಗಿ ಹಿಂದಿರುಗಿದರೆ, ಇನ್ನೂ ಕೆಲವು ಸಲ ಅವು ಅಲ್ಲಿಯೇ ಉಳಿದುಬಿಡುತ್ತಿದ್ದವು. ಅವು ಬೇಕಂತಲೇ ಇದ್ದು ತನಗೆ ಕೆಲಸ ಹಚ್ಚುತ್ತವೆ ಎಂಬುದು ಬಿನ್ಯಾಳ ಆರೋಪ.

ಸಮಯಕ್ಕೆ ಸರಿಯಾಗಿ ಹಸುಗಳು ಮನೆಗೆ ಹಿಂದಿರುಗದಿದ್ದಾಗ, ಅವನ್ನು ಕರೆತರಲು ಬಿನ್ಯಾಳನ್ನು ಕಳುಹಿಸುತ್ತಿದ್ದರು. ಕೆಲ ಬಾರಿ ಅವಳ ಅಣ್ಣ ಬಿಜ್ಜು ಅವಳೊಂದಿಗೆ ಹೋಗುತ್ತಿದ್ದ. ಆದರೆ ಅವನೀಗ ಪರೀಕ್ಷೆಯ ಸಿದ್ಧತೆಯಲ್ಲಿ ಇದ್ದುದರಿಂದ ಹಸುಗಳನ್ನು ಹೊಡೆದುಕೊಂಡು ಬರಲು ಹೋಗಲಾಗುತ್ತಿಲ್ಲ.

ಒಬ್ಬೊಬ್ಬಳೇ ಹೋಗಲು ಬಿನ್ಯಾಳಿಗೂ ಇಷ್ಟವೇ. ಕೆಲವು ಸಲ ಹಸುಗಳೊಂದಿಗೆ ದೂರದ ಕಣಿವೆಗೆ ಹೋಗಿ, ತಡವಾಗಿ ಹಿಂದಿರುಗುತ್ತಿದ್ದಳು. ಹಸುಗಳಿಗೂ ಬಿನ್ಯಾಳ ಜೊತೆಗಿರುವುದು ಇಷ್ಟ, ಏಕೆಂದರೆ ಅವಳು ಅವುಗಳ ಸ್ವಚ್ಛಂದಕ್ಕೆ ಅಡ್ಡಿಪಡಿಸುತ್ತಿರಲಿಲ್ಲ. ಆದರೆ, ಬಿಜ್ಜು ಹಾಗಲ್ಲ, ಹಸುಗಳ ಬಾಲ ಹಿಡಿದೆಳೆದು ಹದ್ದುಬಸ್ತಿನಲ್ಲಿಡುತ್ತಿದ್ದ.

ಬಿನ್ಯಾ, ಹಿಮಾಲಯದ ಗರ್ವಾಲ್ ಪ್ರಾಂತ್ಯದ ಬೆಟ್ಟಗುಡ್ಡಗಳ ನಿವಾಸಿ. ದಟ್ಟವಾದ ಅರಣ್ಯ ಮತ್ತು ನಿರ್ಜನ ಬೆಟ್ಟಗಳ ತಪ್ಪಲು ಅವಳಿಗೆ ಎಂದೂ ಭಯ ಹುಟ್ಟಿಸಿದ್ದಿಲ್ಲ. ಪಟ್ಟಣದ ಮಾರುಕಟ್ಟೆಯ ಗಿಜಿಗುಡುವ ಜನಗಳ ನಡುವೆ ಇದ್ದಾಗ ಮಾತ್ರ

ಅವಳಿಗೆ ಅಸ್ಥಿರತೆ, ಭಯ, ಆತಂಕ, ಒಂಟಿತನ ಕಾಡುತ್ತಿತ್ತು. ಪಟ್ಟಣ ಅವಳ ಹಳ್ಳಿಯಿಂದ ಐದು ಮೈಲು ದೂರದಲ್ಲಿದೆ. ಭಾರತದ ವಿವಿಧ ಭಾಗಗಳಿಂದ ಬರುವ ಪ್ರವಾಸಿಗರ ನೆಚ್ಚಿನ ತಾಣವದು.

ಬಿನ್ಯಾಳ ವಯಸ್ಸು ಹತ್ತು ವರ್ಷವಿರಬಹುದು. ಅದು ಒಂಬತ್ತೂ ಇದ್ದೀತು, ಇಲ್ಲಾ ಹನ್ನೊಂದಾದರೂ ಆಗಿರಬಹುದು. ಅವಳಿಗೆ ನಿಖರವಾಗಿ ತಿಳಿದಿಲ್ಲ. ಏಕೆಂದರೆ ಅವರ ಹಳ್ಳಿಯಲ್ಲಿ ಯಾರೂ ಹುಟ್ಟಿದ ದಿನಾಂಕಗಳ ಗೊಡವೆಗೆ ಹೋದವರಲ್ಲ. ಆದರೆ, ಅವಳ ತಾಯಿಯ ಪ್ರಕಾರ, ಅವಳು ಹುಟ್ಟಿದ ಸಮಯದಲ್ಲಿ ಚಳಿಗಾಲವಿದ್ದು, ಮನೆಯ ಹೊರಗೆ ಕಿಟಕಿಯವರೆಗೂ ಹಿಮ ಕವಿದಿತ್ತಂತೆ. ಅಷ್ಟೊಂದು ಹಿಮ ಸುರಿದು ಸುಮಾರು ಹತ್ತು ವರ್ಷಗಳಾಗಿರಬಹುದು. ಅದಾದ ಎರಡು ವರ್ಷಗಳ ತರುವಾಯ ಅವಳ ತಂದೆ ನಿಧನರಾದರು. ಅವರ ಅಗಲಿಕೆಯಿಂದೇನೂ ಅವರ ಬದುಕಿನಲ್ಲಿ ಅಂಥಹ ವ್ಯತ್ಯಾಸ ಕಂಡುಬರಲಿಲ್ಲ. ಬೆಟ್ಟದ ಒಂದು ಬದಿಯಲ್ಲಿ ಮೂರು ಕಡೆ ಅವರ ತುಂಡು ಭೂಮಿಗಳಿದ್ದುವು. ಅಲ್ಲಿ ಅವರು ಆಲೂಗಡ್ಡೆ, ಈರುಳ್ಳಿ, ಶುಂಠಿ, ಹುರಳಿ, ಸಾಸಿವೆ, ಜೋಳ ಬೆಳೆಯುತ್ತಿದ್ದರು. ಪಟ್ಟಣದಲ್ಲಿ ಮಾರುವಷ್ಟು ಬೆಳೆಯಲಾಗದಿದ್ದರೂ ಅವರ ಬಳಕೆಗೆ ಸರಿಹೋಗುತ್ತಿತ್ತು.

ಗುಡ್ಡಗಾಡಿನ ಇತರ ಹೆಣ್ಣುಮಕ್ಕಳಂತೆ ಬಿನ್ಯಾ ಕೂಡ ಗಟ್ಟಿಮುಟ್ಟಾದ, ಗುಲಾಬಿ ಕೆನ್ನೆಯ, ಬೆಳ್ಳನೆಯ ಚಂದದ ಹುಡುಗಿ. ಕಪ್ಪು ಕಂಗಳ ಈ ಹುಡುಗಿ, ಕಡುಗಪ್ಪಿನ ಕೂದಲನ್ನು ಮುಡಿ ಕಟ್ಟಿರುತ್ತಿದ್ದಳು. ಮಣಿಕಟ್ಟನ್ನು ಗಾಜಿನ ಬಳೆಗಳು ಅಲಂಕರಿಸಿದ್ದರೆ, ಗಾಜಿನ ಮಣಿಗಳ ಸರವು ಕೊರಳ ಹಾರವಾಗಿತ್ತು. ಅದೃಷ್ಟದ ಹಿನ್ನೆಲೆಯ ಗುರುತಾಗಿ ಚಿರತೆಯ ಉಗುರು ಸರದ ಪದಕವಾಗಿತ್ತು. ಬಿನ್ಯಾ ಅದನ್ನು ಸದಾ ಧರಿಸಿರುತ್ತಿದ್ದಳು. ಬಿಜ್ಜು

ಬಳಿ ಕೂಡ ಅದೇ ರೀತಿಯ ಚಿರತೆ ಉಗುರು ಇತ್ತು. ಆದರೆ ಅದನ್ನು ದಾರಕ್ಕೆ ಸುತ್ತಿ ಕುತ್ತಿಗೆಗೆ ಹಾಕಿಕೊಂಡಿದ್ದ.

ಬಿನ್ನಾಳ ಪೂರ್ತಿ ಹೆಸರು ಬಿನ್ಯಾದೇವಿ ಮತ್ತು ಬಿಜ್ಜುವಿನ ನಿಜವಾದ ಹೆಸರು ವಿಜಯ್. ಆದರೆ ಎಲ್ಲರೂ ಅವರನ್ನು ಬಿನ್ನಾ ಮತ್ತು ಬಿಜ್ಜು ಎಂದೇ ಕರೆಯುತ್ತಿದ್ದರು. ಬಿನ್ನಾ ಅಣ್ಣ ಬಿಜ್ಜುವಿಗಿಂತ ಎರಡು ವರ್ಷ ಕಿರಿಯಳು.

ನೀಲೂ ಎಂದು ಹೆಸರು ಹಿಡಿದು ಕೂಗುತ್ತಾ ಬರುತ್ತಿದ್ದ ಬಿನ್ನಾ ಈಗ ಕೂಗುವುದನ್ನು ನಿಲ್ಲಿಸಿದಳು. ಹಸುಗಳ ಗಂಟೆ ಸದ್ದು ಅವಳಿಗೆ ಕೇಳಿಸಿತು. ಹಾಗಾಗಿ ದೂರವೆಲ್ಲೂ ಅವು ಹೋಗಿಲ್ಲ ಎಂಬುದು ಅವಳಿಗೆ ಖಾತ್ರಿಯಾಯಿತು. ತನ್ನ ಪಾಡಿಗೆ ತಾನು ಹಾಡುತ್ತಾ, ನೆಲದಲ್ಲಿ ಪೈನ್ ಮರದಿಂದ ಉದುರಿದ ಸೂಜಿಯಂತಹ ಎಲೆಗಳನ್ನು ತುಳಿಯುತ್ತಾ ಬೆಟ್ಟದ ಮೇಲಿನ ಕಾಡಿನ ಒಳಗಿನ ಖಾಲಿ ಬಯಲ ಸ್ಥಳದ ಬಳಿ ಬಂದಳು. ಯಾರೋ ಮಾತನಾಡುವ, ನಗುವ, ತಟ್ಟೆ ಲೋಟಗಳ ಸದ್ದು ಕೇಳಿಸಿತು. ಮರಗಳ ನಡುವಿನಿಂದ ಹೊರ ಬರುತ್ತಿದ್ದಂತೆಯೇ ವನಭೋಜನದಲ್ಲಿ ನಿರತರಾಗಿದ್ದ ಜನರನ್ನು ಎದುರುಗೊಂಡಳು.

ಅವರೆಲ್ಲ ಬಯಲು ಸೀಮೆಯಿಂದ ಬಂದಿದ್ದ ಪ್ರವಾಸಿಗರು. ಹೆಂಗಸರು ಗಾಢ ಬಣ್ಣದ ಸೀರೆಗಳನ್ನು ಉಟ್ಟಿದ್ದರೆ, ಗಂಡಸರು ಬೇಸಿಗೆಗೆ ತಕ್ಕ ತಿಳಿಬಣ್ಣದ ಶರ್ಟ್ ಧರಿಸಿದ್ದರು. ಮಕ್ಕಳದ್ದು ಹೊಚ್ಚಹೊಸ ಬಟ್ಟೆಗಳು. ಮರದ ನೆರಳಿನಲ್ಲಿ ನಿಂತಿದ್ದ ಬಿನ್ನಾ ಅವರ ಕಣ್ಣಿಗೆ ಬೀಳಲಿಲ್ಲ. ಕೊಂಚಹೊತ್ತು ವನಭೋಜನಕ್ಕೆ ಬಂದಿದ್ದ ಪ್ರವಾಸಿಗರನ್ನು ನೋಡುತ್ತಾ, ಅವರ ದಿರಿಸುಗಳನ್ನು ಮೆಚ್ಚುಗೆಯಿಂದ ಗಮನಿಸುತ್ತಾ, ಅವರ ವಿಚಿತ್ರ ಉಚ್ಚಾರಣೆಯ ಮಾತುಗಳನ್ನು ಕೇಳಿಸಿಕೊಳ್ಳುತ್ತಿದ್ದಳು. ಅವರ ತಿಂಡಿ ತಿನಿಸುಗಳನ್ನು ಕಂಡೊಡನೆ ಮರೆತಿದ್ದ ಹಸಿವು ಅವಳಲ್ಲಿ ಜಾಗೃತವಾಗತೊಡಗಿತು. ಅಷ್ಟರಲ್ಲಿ ಅವಳ ಕಣ್ಣಿಗೆ ಕಡು ನೀಲಿ ಬಣ್ಣದ ಕೊಡೆಯೊಂದು ಕಂಡಿತು. ಅಷ್ಟೇ, ಅವಳ ಕಣ್ನೋಟ ಅದರ ಮೇಲೆಯೇ ನಿಂತಿತು. ಹೆಂಗಸರು ಉಪಯೋಗಿಸುವ ನೆರಿಗೆಯಿರುವ ಕೊಡೆಯದು. ಅಗಲವಾಗಿ ಹರಡಿದ್ದ ಅದು ತನ್ನ ಮಾಲೀಕಳ ಪಕ್ಕ ಹುಲ್ಲಿನ ಮೇಲೆ ಕುಳಿತಿತ್ತು.

ಬಿನ್ನಾಳಿಗೆ ಕೊಡೆ ಏನೂ ಹೊಸತಲ್ಲ. ಅವಳ ಅಮ್ಮನ ಬಳಿ ದೊಡ್ಡದಾದ ಕಪ್ಪು ಕೊಡೆಯಿತ್ತು. ಇಲಿಗಳು ಕಚ್ಚಿ ಅದರ ಬಟ್ಟೆಯಲ್ಲಿ ರಂಧ್ರಗಳಾಗಿರುವುದರಿಂದ ಈಗ ಅದನ್ನು ಉಪಯೋಗಿಸುತ್ತಿರಲಿಲ್ಲ. ಆದರೆ ಇದೇ ಮೊದಲ ಬಾರಿ ಬಿನ್ನಾ ಈ ರೀತಿಯ ಚಿಕ್ಕ, ಸೊಗಸಾದ, ಉಜ್ವಲ ಬಣ್ಣದ ಕೊಡೆಯನ್ನು ನೋಡಿದ್ದು. ಮೊದಲ ನೋಟಕ್ಕೆ ಅದರ ಮೋಡಿಗೊಳಗಾದಳು. ಒಣ ಬೆಟ್ಟದ ಮೇಲೆ ಅರಳಿ ನಿಂತ ಸುಂದರ ನೀಲಿ ಹೂವಿನಂತೆ ಆ ಕೊಡೆ ಅವಳಿಗೆ ತೋರಿತು.

ಕೊಡೆಯನ್ನು ಇನ್ನೂ ಹತ್ತಿರದಿಂದ ನೋಡಿ ಕಣ್ತುಂಬಿಕೊಳ್ಳಲು ಕೆಲವು ಹೆಜ್ಜೆಗಳನ್ನು ಮುಂದಿರಿಸಿದಳು. ನೆರಳಿನಿಂದ ಬೆಸಿಲಿಗೆ ಅವಳು ಬರುತ್ತಿದ್ದಂತೆಯೇ ವನಭೋಜನಕ್ಕೆ ಬಂದವರ ಕಣ್ಣಿಗೆ ಬಿದ್ದಳು.

"ಅರೆ, ಎಲ್ಲ ನೋಡಿ ಈಕಡೆ, ಯಾರು ಅಂತ!" ಎಂದು ಇಬ್ಬರು

ಮಹಿಳೆಯರಲ್ಲಿ ಹಿರಿಯಳು ಉದ್ಗರಿಸಿ, "ಹಳ್ಳೀ ಹುಡುಗಿ!" ಎಂದಳು.

ಆಗ ಇನ್ನೊಬ್ಬ ಮಹಿಳೆ, "ಮುದ್ದಾಗಿದ್ದಾಳಲ್ವಾ?" ಎನ್ನುತ್ತಾ, "ಆದರೆ, ಇವಳ ಬಟ್ಟೆ ನೋಡಿ, ಹರಿದಿದೆ ಮತ್ತು ಕೊಳಕಾಗಿದೆ!" ಅಂದಳು. ಬಿನ್ಯಾ ಅವರು ಹೇಳಿದ್ದನ್ನು ಕೇಳಿಸಿಕೊಳ್ಳುತ್ತಾಳೆ ಮತ್ತು ಅರ್ಥಮಾಡಿಕೊಳ್ಳುತ್ತಾಳೆ ಎಂಬ ಆಲೋಚನೆಯೇ ಇರದಂತೆ ಅವರು ಅವಳ ಕುರಿತಾಗಿ ಮಾತನಾಡಿದರು.

"ಈ ಬೆಟ್ಟಗಳಲ್ಲಿ ವಾಸಿಸುವವರೆಲ್ಲ ಬಡವರು" ಎಂದೊಬ್ಬ ಹೇಳಿದ.

"ಹಾಗಾದ್ರೆ, ಅವಳಿಗೆ ತಿನ್ನಲು ಏನಾದ್ರೂ ಕೊಡೋಣ" ಎನ್ನುತ್ತಾ ಹಿರಿಯ ಮಹಿಳೆ ಬಿನ್ಯಾ ಹತ್ತಿರ ಬಂದಳು.

ಹಿಂಜರಿಕೆಯಿಂದ ಹಾಗೂ ಹೆದರಿಕೆಯಿಂದಲೇ ಬಿನ್ಯಾ ಆ ತಂಡದವರನ್ನು ಸಮೀಪಿಸಿದಳು. ಸಾಮಾನ್ಯವಾಗಿ ಇಂಥ ಪರಿಸ್ಥಿತಿಯಲ್ಲಿ ಅವಳು ಹಿಂದಿರುಗಿ ಬಿಡುತ್ತಿದ್ದಳು. ಆದರೆ, ಸುಂದರವಾದ ನೀಲಿ ಕೊಡೆಯ ಆಕರ್ಷಣೆ ಅವಳನ್ನು ಅವರ ಹತ್ತಿರ ಹೋಗುವಂತೆ ಮಾಡಿತ್ತು. ಅವಳ ಇಷ್ಟಕ್ಕೆ ವಿರುದ್ಧವಾಗಿ ಅದು ಮೋಡಿ ಮಾಡಿ ತನ್ನೆಡೆಗೆ ಸೆಳೆಯುತ್ತಿತ್ತು.

"ಏನದು ನಿನ್ನ ಕುತ್ತಿಗೆಯಲ್ಲಿ" ಎಂದು ಚಿಕ್ಕ ವಯಸ್ಸಿನ ಮಹಿಳೆ ಕೇಳಿದಳು.

"ಸರ ಇರಬಹುದು"

"ಈ ಪದಕ ನೋಡು, ಉಗುರು ಸರದಲ್ಲಿ ನೇತಾಡುತ್ತಿದೆ"

"ಇದು ಹುಲಿಯುಗುರು", ಎಂದು ಅವಳ ಪಕ್ಕದಲ್ಲಿ ನಿಂತಿದ್ದವ ಹೇಳಿದ (ಅವನೆಂದೂ ಹುಲಿಯುಗುರನ್ನು ನೋಡಿದವನಲ್ಲ), "ಇದು ಅದೃಷ್ಟದ ಚಿಹ್ನೆ. ಈ ಜನ ದೆವ್ವ ಭೂತಗಳನ್ನು ದೂರವಿರಿಸಲು ಇದನ್ನು ಧರಿಸುತ್ತಾರೆ" ಎನ್ನುತ್ತಾ

ಖಚಿತಪಡಿಸಿಕೊಳ್ಳಲು ಬಿನ್ಯಾಳ ಮುಖವನ್ನು ನೋಡಿದ. ಆದರೆ ಅವಳು ಏನೂ ಹೇಳಲಿಲ್ಲ.

"ನನಗೂ ಇಂತಹುದು ಬೇಕು!" ಎಂದು ಅವನನ್ನು (ಅವನ ಹೆಂಡತಿಯೇ ಇರಬೇಕು) ಆ ಮಹಿಳೆ ಗೋಗರೆಯುವ ದನಿಯಲ್ಲಿ ಕೇಳಿದಳು.

"ಅಂಗಡಿಗಳಲ್ಲಿ ಇದು ಸಿಗೋದಿಲ್ಲ"

"ಹಾಗಾದ್ರೆ, ಇವಳ ಬಳಿಯೇ ಕೊಂಡುಕೊಡು. ಎರಡೋ ಮೂರೋ ರೂಪಾಯಿ ಕೊಡು. ಹಣದ ಅಗತ್ಯ ಇವಳಿಗಿದ್ದೇ ಇರುತ್ತೆ"

ಆ ವ್ಯಕ್ತಿ ಕೊಂಚ ಮುಜುಗರಕ್ಕೊಳಗಾದಂತೆ ಕಂಡರೂ ಹೆಂಡತಿಯನ್ನು ಸಂಪ್ರೀತಗೊಳಿಸಬೇಕಾದ ಅನಿವಾರ್ಯತೆಯಿಂದ ಎರಡು ರೂಪಾಯಿ ನೋಟನ್ನು ಬಿನ್ಯಾಳ ಮುಂದೆ ಹಿಡಿದ. ಪದಕದ ಬದಲಿಗೆ ಈ ಹಣ ಎಂಬ ಅರ್ಥದಲ್ಲಿ ಹಣ ಕೊಡಲು ಹೋದ. ಅತ್ಯುತ್ಸಾಹದಿಂದ ಮಹಿಳೆಯು ತನ್ನ ಸರವನ್ನು ಕಸಿಯಬಹುದೆಂಬ ಹೆದರಿಕೆಯಿಂದ ಬಿನ್ಯಾ ಒಂದು ಕೈಯಿಂದ ಸರವನ್ನು ಬಿಗಿಯಾಗಿ ಹಿಡಿದು ತಲೆಯನ್ನು ಅಡ್ಡಡ್ಡ ಆಡಿಸಿದಳು. ಆ ವ್ಯಕ್ತಿ ಐದು ರೂಪಾಯಿಯ ನೋಟನ್ನು ಹೊರತೆಗೆದ, ಆದರೂ ಅವಳು ಒಪ್ಪದೇ ತಲೆಯನ್ನು ಅಡ್ಡಡ್ಡ ಆಡಿಸಿದಳು.

"ದಡ್ಡಿ ಇದ್ದಂತಿದ್ದಾಳೆ!" ಎಂದು ಮಹಿಳೆ ಉದ್ಗರಿಸಿದಳು.

"ಇದು ಇವಳದ್ದಲ್ಲವೇನೋ, ಹಾಗಾಗಿ ಮಾರಲು ಒಪ್ಪುತ್ತಿಲ್ಲ ಅನ್ಸುತ್ತೆ" ಎನ್ನುತ್ತಾ ಆ ವ್ಯಕ್ತಿ, "ಮತ್ತೊಮ್ಮೆ ಪ್ರಯತ್ನಿಸುವೆ. ನಿನಗೆಷ್ಟು ಬೇಕು? ಇದಕ್ಕೆ ಬದಲು ನಾವೇನು ಕೊಡಬೇಕು?" ಎಂದು ಸುತ್ತ ಹರಡಿದ್ದ ತಮ್ಮ ವಸ್ತುಗಳತ್ತ ಕೈ ತೋರಿಸುತ್ತ ಕೇಳಿದ.

ತಕ್ಷಣ ಹಿಂದುಮುಂದು ನೋಡದೆ ಬಿನ್ಯಾ ಕೊಡೆಯತ್ತ ಬೊಟ್ಟು ಮಾಡಿದಳು.

"ನನ್ನ ಕೊಡೆ ಅದು!" ಎಂದು ಆ ಮಹಿಳೆ ಉದ್ಗರಿಸುತ್ತಾ, "ಇವಳಿಗೆ ನನ್ನ ಕೊಡೆ ಬೇಕಂತೆ, ಎಂಥ ಮೋಸ!" ಅಂದಳು.

"ನಿನಗೆ ಅವಳ ಪದಕ ಬೇಕಲ್ವಾ, ಬೇಕು ತಾನೆ?"

"ಅದರ ವಿಷಯ ಬೇರೆ"

"ಅದು ಹೇಗೆ?"

ಇನ್ನೇನು ಈ ವಿಷಯವಾಗಿ ಈಗ ಗಂಡ ಹೆಂಡಿರ ನಡುವೆ ಜಗಳ ಪ್ರಾರಂಭವಾಗಬೇಕು, ಅಷ್ಟರಲ್ಲಿ ಜೊತೆಯಲ್ಲಿದ್ದ ಹಿರಿಯಾಕೆ, "ಸುಮ್ಮನೆ ಹುಚ್ಚಾಟ ಬೇಡ, ತಡೀರಿ, ಈ ಹುಡುಗಿಯನ್ನು ವಾಪಸ್ ಕಳಿಸುವೆ" ಎಂದಳು.

"ನನಗೆ ಆ ಪದಕ ಬೇಕೇಬೇಕು!" ಎಂದು ಅಳು ಧ್ವನಿಯಲ್ಲಿ ಹೇಳಿದಾಗ, ಇನ್ನೊಬ್ಬ ಮಹಿಳೆ ಸಿಡಿಮಿಡಿಗೊಂಡು, ಹಠಾತ್ತನೆ ಕೊಡೆಯನ್ನು ಕೈಗೆತ್ತಿಕೊಂಡು ಬಿನ್ಯಾಳಿಗೆ ಕೊಡುತ್ತಾ, "ಕೊಡೆ ತಗೋ!" ಎಂದಳು.

ಬಿನ್ಯಾ ತನ್ನ ಸರವನ್ನು ಬಿಚ್ಚಿ ಆ ಮಹಿಳೆಗೆ ಕೊಟ್ಟಳು. ಆಕೆ ಮರುಕ್ಷಣವೇ ಅದನ್ನು ತನ್ನ ಕುತ್ತಿಗೆಗೆ ಹಾಕಿಕೊಂಡಳು. ಕೊಡೆಯನ್ನು ಪಡೆದ ಬಿನ್ಯಾ ಅದನ್ನು ಎತ್ತಿ

ಹಿಡಿದಳು. ಅವಳ ಪುಟ್ಟ ಕೈಗಳಿಗೆ ಅದೇನೂ ಚಿಕ್ಕದೆನಿಸುತ್ತಿರಲಿಲ್ಲ. ನಿಜ ಹೇಳಬೇಕೆಂದರೆ ಅದು ಅವಳಿಗೆ ಹೇಳಿ ಮಾಡಿಸಿದಂತಿತ್ತು.

ವನಭೋಜನದ ತಂಡದವರು ಅವಳ ಮನದಿಂದ ಮರೆಯಾಗಿದ್ದರು. ಅವರಾದರೆ ಪದಕದ ಅಂದಚಂದವನ್ನು ಗಮನಿಸುವುದರಲ್ಲಿ ಮುಳುಗಿಹೋಗಿದ್ದರು. ಬಿನ್ಯಾ ನೀಲಿ ಬಣ್ಣದ ಕೊಡೆಯನ್ನು ಅತ್ತಿತ್ತ ತಿರುತಿರುಗಿಸಿ ನೋಡಿದಳು. ಹೊಳಪಿನ ರೇಷ್ಮೆಯ ನೀಲಿ ಬಟ್ಟೆಯ ಮೂಲಕ ಸೂರ್ಯನನ್ನು ನೋಡಿದಳು. ಹಾಗೆಯೇ ಕೊಡೆ ತೆರೆದಿರುವಂತೆಯೇ ಹಿಡಿದು ತಿರುಗಿ ಕಾಡಿನೊಳಗೆ ಮರೆಯಾದಳು.

ಎರಡು

ಬಿನ್ಯಾ ತನ್ನ ನೀಲಿ ಬಣ್ಣದ ಕೊಡೆಯನ್ನು ಮಡಚುತ್ತಲೇ ಇರಲಿಲ್ಲ. ಮನೆಯಲ್ಲಿ ಅಷ್ಟೆ, ಕೋಣೆಯ ಮೂಲೆಯಲ್ಲಿ ತೆರೆದೇ ಇಡುತ್ತಿದ್ದಳು. ಕೆಲ ಬಾರಿ ಬಿಜ್ಜು ಅದು ದಾರಿಗೆ ಅಡ್ಡವಿದೆಯೆಂದು ಮಡಚಿಟ್ಟರೂ ಅವಳು ಬಂದು ತೆರೆದಿಡುತ್ತಿದ್ದಳು. ಅವಳ ಪ್ರಕಾರ ಮುಚ್ಚಿಟ್ಟಾಗ ಅದು ಚೆಂದವಾಗಿ ಕಾಣುವುದಿಲ್ಲ.

ಬಿನ್ಯಾ ಹೊರಗೆ ಹೊರಟಾಗ, ಅದು ಹಸು ಮೇಯಿಸಲಾಗಲೀ, ಚಿಲುಮೆಯಿಂದ ನೀರು ತರುವುದಕ್ಕಾಗಲೀ ಅಥವಾ ತೆಹ್ರೀ ರಸ್ತೆಯಲ್ಲಿರುವ ಟೀ ಮಾರುವ ಅಂಗಡಿಗೆ ಹಾಲು ಕೊಡುವುದಕ್ಕಾಗಲೀ, ಅವಳು ಕೊಡೆಯನ್ನು ಕೊಂಡೊಯ್ಯುತ್ತಿದ್ದಳು. ಬೆಟ್ಟದ ಬದಿಯಲ್ಲಿ ನೀಲಿ ಬಣ್ಣದ ಆ ರೇಷ್ಮೆ ಬಟ್ಟೆಯ ಸಂಚಾರ ಸದಾ ಕಂಡುಬರುತ್ತಿತ್ತು.

ರಾವ್‌ಬರೋಸ ಎಂಬ ವೃದ್ಧ ತೆಹ್ರೀ ರಸ್ತೆಯುಲ್ಲಿ ಟೀ ಅಂಗಡಿಯನ್ನಿಟ್ಟುಕೊಂಡಿದ್ದ. ಜಲ್ಲಿ ಕೂಡ ಹಾಕಿರದ ಧೂಳುಮಯವಾದ ಮಣ್ಣಿನ ರಸ್ತೆಯದು. ದಿನಕ್ಕೊಮ್ಮೆ ತೆಹ್ರೀಗೆ ಹೋಗುವ ಬಸ್ಸು ಆ ಅಂಗಡಿಯ ಬಳಿ ನಿಲ್ಲುತ್ತಿತ್ತು. ಪ್ರಯಾಣಿಕರು ಇಳಿದು ಬಿಸಿಬಿಸಿ ಟೀ ಇಲ್ಲವೆ ಒಂದು ಲೋಟ ಮೊಸರು ಕುಡಿದು ಹೋಗುತ್ತಿದ್ದರು. ಕೆಲವು ಕೋಕಾಕೋಲಾ ಬಾಟಲ್‌ಗಳನ್ನು ಸಹ ಇಟ್ಟಿದ್ದನಾದರೂ ಐಸ್ ಇರಲಿಲ್ಲವಾದ್ದರಿಂದ ಅವು ಬಿಸಿಲಿಗೆ ಬಿಸಿಯಾಗುತ್ತಿದ್ದವು. ಹಾಗಾಗಿ ಅವನ್ನು ಯಾರೂ ತೆರೆದಿದ್ದೇ ಇಲ್ಲ. ಸಿಹಿ ತಿಂಡಿ ಮತ್ತು ಮಿಠಾಯಿಗಳನ್ನು ಕೂಡ ಇಟ್ಟಿದ್ದ. ಬಿನ್ಯಾ ಮತ್ತು ಬಿಜ್ಜು ಬಳಿ ಕಾಸು ಇದ್ದಾಗ ಈ ಅಂಗಡಿಗೆ ಬಂದು ಖರ್ಚು ಮಾಡುತ್ತಿದ್ದರು. ಹಳ್ಳಿಯಿಂದ ಈ ಅಂಗಡಿ ಸುಮಾರು ಒಂದು ಮೈಲು ದೂರವಿತ್ತಷ್ಟೆ.

ರಾಮ್‌ಬರೋಸ ಬಿನ್ಯಾಳ ಕೊಡೆಯನ್ನು ಕಂಡು ಅಚ್ಚರಿಗೊಂಡು, "ಬಿನ್ಯಾ, ಏನದು?" ಎಂದು ಕೇಳಿದ.

ಕೊಡೆಯನ್ನು ತಿರುಗಿಸುತ್ತಾ ಅವಳು ರಾಮ್‌ಬರೋಸನನ್ನು ನೋಡಿ ನಕ್ಕಳು. ಬಿನ್ಯಾ ಸದಾ ಹಸನ್ಮುಖಿ. ನಗುನಗುತ್ತಾ ಇರುವ ಇವಳು, ಯಾರಾದರೂ ದುಃಖ ಅಥವಾ ಬೇಸರದಿಂದಿದ್ದರೆ ತನ್ನ ನಗುವನ್ನು ಕಡವಾಗಿ ಕೊಡಲು ಸಿದ್ಧಳಿದ್ದಳು.

"ಇದು ಮಹಿಳೆಯರು ಉಪಯೋಗಿಸುವ ಕೊಡೆ, ಯಜಮಾನಮ್ಮನೋರ ಬಳಿ ಮಾತ್ರ ಇರೋದಿದು. ನಿನಗೆಲ್ಲಿ ಸಿಕ್ತು?" ಎಂದು ರಾಮ್‌ಬರೋಸ ಕೇಳಿದ.

"ನನ್ನ ಸರದ ಬದಲಿಗೆ ಇದನ್ನು ಯಾರೋ ಕೊಟ್ಟರು"

"ಅದೃಷ್ಟದ ಉಗುರನ್ನು ಇದರೊಂದಿಗೆ ಅದಲುಬದಲು ಮಾಡಿಕೊಂಡ್ಯಾ!" ಬಿನ್ಯಾ ಹೂಂಗುಟ್ಟಿದಳು.

"ಆದರೆ, ನಿನಗೆ ಇದರ ಅವಶ್ಯಕತೆ ಏನಿದೆ? ಅಷ್ಟೇನೂ ಬಿಸಿಲು ಇಲ್ವಲ್ಲಾ, ಅಷ್ಟಕ್ಕೂ ಇದನ್ನು ಮಳೆಗಾಲದಲ್ಲಿ ಉಪಯೋಗಿಸಲು ಮಾಡಿರುವುದಲ್ಲ. ಏನಿದ್ದರೂ ಶ್ರೀಮಂತ ಮಹಿಳೆಯರು ಆಡುವ ಸುಂದರ ವಸ್ತು ಅಷ್ಟೇ!"

ಬಿನ್ಯಾ ತಲೆಯಾಡಿಸಿ ನಕ್ಕಳು. ರಾಮ್‌ಬರೋಸ ಹೇಳಿದ್ದು ನಿಜ. ಇದೊಂದು ಸುಂದರವಾದ ಆಟಿಕೆ. ಅದಕ್ಕಾಗಿಯೇ ಅಲ್ವಾ ಇವಳು ಅದರ ಮೋಡಿಗೊಳಗಾಗಿದ್ದು.

"ನೋಡು, ನನ್ನಲ್ಲೊಂದು ಉಪಾಯವಿದೆ" ಎಂದ ಅಂಗಡಿಯವ.

"ಈ ಕೊಡೆಯಿಂದ ನಿನಗೆ ಏನೂ ಉಪಯೋಗವಿಲ್ಲ. ನನಗ್ಯಾಕೆ ನೀನು ಇದನ್ನು ಮಾರಬಾರದು? ನಾನು ಬೇಕಾದ್ರೆ ಇದಕ್ಕೆ ಐದು ರೂಪಾಯಿ ಕೊಡುತ್ತೇನೆ"

"ಇದು ಹದಿನೈದು ರೂಪಾಯಿ ಬಾಳುತ್ತೆ" ಅಂದಳು ಬಿನ್ಯಾ.

"ಸರಿ, ಹಾಗಾದ್ರೆ ಹತ್ತು ರೂಪಾಯಿ ಕೊಡ್ತೀನಿ."

ಬಿನ್ಯಾ ನಗುತ್ತಾ ಆಗದೆಂದು ತಲೆಯಾಡಿಸಿದಳು.

"ಹನ್ನೆರಡು ರೂಪಾಯಿ?" ಎಂದು ಅನುಮಾನದಿಂದಲೇ ರಾಮ್‌ಬರೋಸ ಕೇಳಿದ.

ಬಿನ್ಯಾ ಐದು ಪೈಸೆ ನಾಣ್ಯವನ್ನು ಮೇಜಿನ ಮೇಲಿಟ್ಟು, "ನಾನು ಬಂದಿದ್ದು ಮಿಠಾಯಿಗೋಸ್ಕರ" ಎಂದಳು.

ರಾಮ್‌ಬರೋಸ ತನ್ನ ಜೋತುಬಿದ್ದ ಮೀಸೆಯನ್ನು ಸರಿಪಡಿಸಿಕೊಳ್ಳುತ್ತಾ ಬಿನ್ಯಾಳತ್ತ ವಿಚಿತ್ರ ನೋಟ ಬೀರುತ್ತಾ ಮಿಠಾಯಿಯನ್ನು ಅವಳ ಕೈಲಿಟ್ಟ. ಧೂಳು ತುಂಬಿದ ರಸ್ತೆಯಲ್ಲಿ ಬಿನ್ಯಾ ನಡೆದು ಹೋಗುವುದನ್ನೇ ನೋಡುತ್ತ ನಿಂತ. ನೀಲಿ ಬಣ್ಣದ ಕೊಡೆ ಅವನನ್ನು ಬಹಳವಾಗಿ ಆಕರ್ಷಿಸಿಬಿಟ್ಟಿತ್ತು. ಕಣ್ಣಳತೆಯಿಂದ ದೂರ ಸಾಗುವವರೆಗೂ ಅದನ್ನೇ ದಿಟ್ಟಿಸಿ ನೋಡತೊಡಗಿದ.

ಹಳ್ಳಿಗರು ಈ ರಸ್ತೆಯ ಮೂಲಕವೇ ಪಟ್ಟಣದ ಮಾರುಕಟ್ಟೆಗೆ ಹೋಗುತ್ತಿದ್ದುದು. ಕೆಲವರು ಬಸ್ ಹಿಡಿದರೆ, ಕೆಲವರು ಹೇಸರಗತ್ತೆಯ ಮೇಲೆ ಕುಳಿತು ಹೋಗುತ್ತಿದ್ದರು, ಮತ್ತೆ ಕೆಲವರು ನಡೆದೇ ಹೋಗುತ್ತಿದ್ದರು. ಈ ದಿನ, ತನ್ನ ನೀಲಿ ಬಣ್ಣದ ಕೊಡೆಯೊಂದಿಗೆ ಹೊರಟಿದ್ದ ಹುಡುಗಿಯನ್ನು ಪ್ರತಿಯೊಬ್ಬರೂ ತಿರುತಿರುಗಿ ನೋಡುತ್ತಿದ್ದರು.

ಬಿನ್ಯಾ ಪೈನ್ ಮರದ ನೆರಳಿನಲ್ಲಿ ಕುಳಿತಳು. ತೆರೆದೇ ಇದ್ದ ಕೊಡೆ ಅವಳ ಪಕ್ಕದಲ್ಲಿತ್ತು. ಕೈಯನ್ನು ಮಡಚಿ ತಲೆದಿಂಬಾಗಿಸಿಕೊಂಡು ಹಾಗೇ ತೂಕಡಿಸಿದಳು. ಈ ದಿನ ವಾತಾವರಣದ ಬಿಸಿ ನೆರಳಿನಲ್ಲಿ ನಿದ್ರಿಸಲು ಆಹ್ವಾನಿಸಿತ್ತು.

ಅವಳು ಮಲಗಿರುವಾಗ ಗಾಳಿ ಎದ್ದಿತು.

ಸದ್ದಿಲ್ಲದೆ ಗಾಳಿ ಮರದ ನಡುವೆ ಸುಯ್ಯನೆ ಬೀಸಿ ಬಂತು. ಬೆಟ್ಟದ ಮೇಲಿನ ಸುಳಿಗಾಳಿಯು ಅದರ ಜೊತೆಗೂಡಿತು. ಮರಗಳು ಜೋರಾಗಿ ಅಲುಗಾಡುತ್ತಾ ತಲೆಯಾಡಿಸುತ್ತಿರುವಂತೆ ಜೀವ ಪಡೆದವು. ಗಾಳಿಯು ಬಿನ್ಯಾಳ ಕೆನ್ನೆಯನ್ನು ಸವರಿತು. ಹುಲ್ಲಿನ ಮೇಲಿದ್ದ ಕೊಡೆ ಅಲ್ಲಿಯೇ ತಿರುಗಿತು.

ಗಾಳಿ ಜೋರಾಗತೊಡಗಿತು, ನೆಲದ ಮೇಲೆ ಬಿದ್ದಿದ್ದ ಒಣ ಎಲೆಗಳು ತಿರುಗುತ್ತಾ ಮೇಲೆ ಹಾರಿದವು. ಕೊಡೆಯನ್ನು ಗಾಳಿ ಹುಲ್ಲಿನ ಮೇಲೆ ಸ್ವಲ್ಪ ದೂರ ಎಳೆದೊಯ್ದಿತು. ಇದ್ದಕ್ಕಿದ್ದಂತೆ ಅದನ್ನು ಮೇಲೆತ್ತಿತು. ಮಲಗಿದ್ದ ಆ ಹುಡುಗಿಯಿಂದ ಸುಮಾರು ಆರು ಅಡಿ ದೂರ ಒಯ್ದಿತು. ಈ ಶಬ್ದ ಬಿನ್ಯಾಳನ್ನು ಎಚ್ಚರಗೊಳಿಸಿತು.

ತಕ್ಷಣವೇ ಎದ್ದು ನಿಂತ ಅವಳು ಬೆಟ್ಟದ ಇಳಿಜಾರಿನಲ್ಲಿ ಕೊಡೆಯ ಹಿಂದೆ ಎಗರುತ್ತಾ ಓಡಿದಳು. ಇನ್ನೇನು ಕೊಡೆ ಅವಳ ಕೈಗೆ ಸಿಗಬೇಕು, ಅಷ್ಟರಲ್ಲಿ ಗಾಳಿ ಮತ್ತೆ ಜೋರಾಗಿ ಅದನ್ನು ಬೆಟ್ಟದ ಬುಡದ ಕಡೆಗೆ ತೆಗೆದುಕೊಂಡು ಹೋಯಿತು.

ಬಿನ್ಯಾ ಅದರ ಹಿಂದೆಯೇ ಹೋದಳು. ಪಾಪಿ ಗಾಳಿ ಆಟ ಆಡಿಸುತ್ತಿತ್ತು. ಕೊಡೆಯನ್ನು ನೆಲದ ಮೇಲಿಳಿಸುವುದು, ಬಿನ್ಯಾ ಹತ್ತಿರ ಹೋದೊಡನೆ ಮತ್ತೆ ಮೇಲಕ್ಕೇರಿಸಿ ಹಾರಿಸುತ್ತಾ, ತೇಲಿಸುತ್ತಾ, ಕುಣಿಸುತ್ತಾ ಅವಳಿಂದ ದೂರ

ಕೊಂಡೊಯ್ಯುತ್ತಿತ್ತು.

ಬೆಟ್ಟದ ಇಳಿಜಾರು ಕಡಿದಾಗಿತ್ತು. ಬಿನ್ಯಾಳಿಗೆ ಗೊತ್ತು ಇನ್ನೊಂದಿಪ್ಪತ್ತು ಗಜ ದೂರ ಸಾಗಿದೊಡನೆ ಬೆಟ್ಟ ಕಡಿದಾಗಿದ್ದು ಮುಂದೆ ಪ್ರಪಾತವಿದೆ ಎಂದು. ಅಲ್ಲಿಗೆ ಸರಿಯಾಗಿ ಕೊಡೆಯನ್ನು ಗಾಳಿಯು ತೇಲಿಸಿ ಕೆಲ ಕ್ಷಣಗಳು ಆಡಿಸಿ ನಂತರ ಬೀಳಿಸಿತು. ಕೊಡೆ ಈಗ ಕಾಣದಾಯಿತು.

ಬಿನ್ಯಾ ಪ್ರಪಾತದ ತುದಿಗೆ ಬಂದು ನಿಂತಳು. ಅಂಬೆಗಾಲಿನಲ್ಲಿ ಕುಳಿತು ಪ್ರಪಾತವನ್ನು ಬಗ್ಗಿ ನೋಡಿದಳು. ಸುಮಾರು ನೂರು ಅಡಿ ಆಳದಲ್ಲಿ ಬಂಡೆಗಲ್ಲುಗಳ ನಡುವಿನಿಂದ ಸಣ್ಣ ತೊರೆಯೊಂದು ಹರಿಯುತ್ತಿದೆ. ಪ್ರಪಾತದ ಅಂಚಿನಲ್ಲಿ ಏನೂ ಬೆಳೆಯುವುದಿಲ್ಲ. ಕೆಲವು ಪೊದೆಗಳು ಬೆಳೆದಿದ್ದವು ಮತ್ತು ಅರ್ಧ ಆಳದಲ್ಲಿ ಕಲ್ಲು ಬಂಡೆಗಳ ನಡುವಿನಿಂದ ವಕ್ರವಾಗಿ ಕಮರಿಯೆಡೆಗೆ ಚಾಚಿಕೊಂಡಿದ್ದ ಕಾಡುಚೆರ್ರಿ ಮರವಿತ್ತು. ಕೊಡೆಯು ಆ ಮರದಲ್ಲಿ ಸಿಕ್ಕಿಕೊಂಡಿತ್ತು.

ಬಿನ್ಯಾ ಹಿಂಜರಿಯಲಿಲ್ಲ. ಹೊಸಬರ ಮುಂದೆ ಅವಳಿಗೆ ಅಳುಕಿರಬಹುದು, ಆದರೆ, ಬೆಟ್ಟಗುಡ್ಡಗಳು ಅವಳ ಬದುಕಿನ ಭಾಗ. ತನ್ನ ಬರಿಗಾಲನ್ನು ಪ್ರಪಾತದ ಅಂಚಿನಲ್ಲಿದ್ದ ಕಲ್ಲುಗಳ ಮೇಲೆ ಊರುತ್ತಾ, ನಿಧಾನವಾಗಿ ಕಮರಿಗೆ ಇಳಿದಳು. ಬೆಟ್ಟದ ಕಡೆ ಮುಖ ಮಾಡಿ, ಹೆಜ್ಜೆಯನ್ನು ಅಂದಾಜಿನ ಮೇಲೆ ಇರಿಸಿ, ಕಾಲು ಭದ್ರವಿದೆ ಎಂದು ಖಾತರಿಯಾದೊಡನೆ ಕೈಗಳ ಹಿಡಿತವನ್ನು ಕಲ್ಲುಗಳ ಮೇಲೆ ಬದಲಿಸುತ್ತಾ ಇಳಿದಳು. ಇಳಿಯುವಾಗ ಸಿಕ್ಕ ಬಿಲ್‌ಬೆರ್ರಿ ಹಣ್ಣಿನ ಪೊದೆಯನ್ನು ಗಟ್ಟಿಯಾಗಿ ಹಿಡಿಯುತ್ತಿದ್ದಳು. ಮಿಕ್ಕ ಗಿಡ ಅಥವಾ ಪೊದೆಗಳನ್ನು ಅವಳು ನಂಬುತ್ತಿರಲಿಲ್ಲ. ಏಕೆಂದರೆ ಅವು ಸುಲಭವಾಗಿ ಬೇರು ಸಹಿತ ಕಿತ್ತು ಬಂದುಬಿಡುತ್ತಿದ್ದವು.

ಇಳಿಯುವಾಗ ಸಡಿಲವಾಗಿದ್ದ ಕೆಲವು ಕಲ್ಲುಗಳು ಕಾಲಿಗೆ ತಗುಲಿ ಪ್ರಪಾತದ ಕಡೆಗೆ ಜಾರಿದವು. ಜಾರಿದ ಕಲ್ಲುಗಳು ತಳ ಮುಟ್ಟುವವರೆಗೂ ಅವಳು ನಿಲ್ಲುತ್ತಿರಲಿಲ್ಲ. ಜೊತೆಗೆ ಇನ್ನಷ್ಟು ಕಲ್ಲುಗಳನ್ನೂ ಸಹ ಅವು ಸೆಳೆದುಕೊಂಡು ಹೋಗುತ್ತಿದ್ದವು. ಹೀಗೆ ಕಲ್ಲಿನ ಮಳೆಯೇ ಶುರುವಾಯಿತು. ಬಿನ್ಯಾ ಈಗ ಎಚ್ಚರಿಕೆಯಿಂದ ಇಳಿಯಬೇಕಿತ್ತು. ಇಲ್ಲದಿದ್ದರೆ ಭೂಕುಸಿತ ಆಗುವ ಸಾಧ್ಯತೆಯಿದೆ.

ಲಗುಬಗೆಯಿಂದ ನಡೆದಾಡುವ ಬೆಟ್ಟದ ಆಡಿನಂತೆ ಕೇವಲ ಐದೇ ನಿಮಿಷದೊಳಗೆ ಅವಳು ಚಾಚಿದ್ದ ಚೆರ್ರಿ ಮರದ ಬಳಿಗೆ ಬಂದುಬಿಟ್ಟಳು. ಇನ್ನಿದೆ ಕಷ್ಟಕರ ಕೆಲಸ. ಲಂಬಕೋನದಂತೆ ಕಮರಿಯೆಡೆಗೆ ಚಾಚಿದ್ದ ಮರದ ಬೊಡ್ಡೆಯ ಮೇಲೆ ಅವಳು ತೆವಳುತ್ತಾ ಸಾಗಬೇಕು. ಹಾಗೆ ಹೋದರೆ ಮಾತ್ರ ಸಿಲುಕಿರುವ ಕೊಡೆಯನ್ನು ಬಿಡಿಸಿಕೊಳ್ಳಬಹುದು.

ಮರ ಏರುವುದು ಬಿನ್ಯಾಳಿಗೆ ಸಲೀಸು. ಅದರ ಭಯವೇ ಅವಳಿಗಿಲ್ಲ. ತಾನು ಮತ್ತು ಬಿಜ್ಜು ಚೆನ್ನಾಗಿ ಮರ ಏರುವೆವೆಂದು ಅವಳಿಗೆ ಹೆಮ್ಮೆಯಿತ್ತು. ಕಾಲ್ಬೆರಳುಗಳಲ್ಲಿ ಮರದ ಬೊಡ್ಡೆಯನ್ನು ಬಿಗಿಯಾಗಿ ಹಿಡಿದು, ಮೊಣಕಾಲುಗಳನ್ನು ಮೀಟುಗೋಲಿನಂತೆ ಬಳಸುತ್ತಾ ಮುಂದಕ್ಕೆ ಚಾಚಿದ್ದ ಮರದ ಮೇಲೆ ತೆವಳುತ್ತಾ ಕೊಡೆಗೆ ಹತ್ತಿರವಾದಳು.

ಕೊಡೆಯ ನೀಲಿ ಬಟ್ಟೆಯು ಅಲ್ಲಲ್ಲಿ ಹರಿದದ್ದು ಅವಳ ಗಮನಕ್ಕೆ ಬಂತು. ಮನಸ್ಸಿನಲ್ಲಿ ಬೇಸರ, ನಿರಾಶೆ ಮೂಡಿತು.

ಅವಳು ಕೆಳಗೆ ನೋಡಿದಳು. ಆಗ ಅವಳಿಗೆ ಭಯವಾಯಿತು. ನೇರವಾಗಿ ಪ್ರಪಾತದ ಮೇಲಿದ್ದಾಳೆ. ಕಲ್ಲು ಬಂಡೆಗಳಿರುವ ತೊರೆಯ ಮೇಲೆ ಎಂಬತ್ತು ಅಡಿ ಎತ್ತರದಲ್ಲಿ ಮರದ ಕೊಂಬೆಯ ಮೇಲೆ ಅನಿಶ್ಚಿತವಾಗಿ ಹೇಗೋ ಸಮತೋಲನ ಕಾಪಾಡಿಕೊಂಡಿದ್ದಾಳೆ. ಕೆಳಗೆ ನೋಡಿದೊಡನೆ ತಲೆ ತಿರುಗಿದಂತಾಯಿತು. ಕೈಗಳು ನಡುಗಿದವು, ಮರ ಕೂಡ ಅಲುಗಾಡಿತು. ಅವಳೇನಾದರೂ ಈಗ ಜಾರಿದರೆ, ಇರುವುದೊಂದೇ ದಾರಿ ಎಂಬಂತೆ ನೇರವಾಗಿ ಕೆಳಗೆ ಪಾತಾಳದಲ್ಲಿ ಕತ್ತಲ ಕೊರಕಲಿನ ಪಾಲಾಗುವುದರಲ್ಲಿ ಸಂಶಯವಿಲ್ಲ.

ಈಗೇನಾದರೂ ಮಾಡುವುದಿದ್ದರೆ, ಅವಳು ಕೆಲವೇ ಅಡಿಗಳ ದೂರದಲ್ಲಿರುವ ನೀಲಿ ಬಣ್ಣದ ಕಡೆ ಗಮನವನ್ನು ಕೇಂದ್ರೀಕರಿಸಬೇಕು.

ಅವಳು ಮೇಲೆ ಅಥವಾ ಕೆಳಗೆ ನೋಡಲಿಲ್ಲ. ಮುಂದೆ ಮಾತ್ರ ನೋಡಿದಳು. ನಿಧಾನವಾಗಿ ಸರಿದು ಕೊಡೆಯನ್ನು ಸಮೀಪಿಸಿದಳು.

ಅದನ್ನು ಕೈಲಿ ಹಿಡಿದು ಹಿಂದಕ್ಕೆ ತೆವಳುವುದು ಅಸಾಧ್ಯ. ಹಾಗಾಗಿ ಕವಲು ಕೊಂಬೆಯಲ್ಲಿ ಕಚ್ಚಿಕೊಂಡಿದ್ದ ಕೊಡೆಯನ್ನು ಬಿಡಿಸಿ, ಅದನ್ನು ಕೆಳಕ್ಕೆ ತೊರೆಯ ಕಡೆಗೆ ತೇಲಿ ಹೋಗಲು ಬಿಟ್ಟಳು.

ಕೊಡೆಯು ತೆರೆದಿದ್ದರಿಂದ ಅದು ಗಾಳಿಯಲ್ಲಿ ತೇಲುತ್ತಾ ನಿಧಾನವಾಗಿ ಕೆಳಗಿಳಿದು ಚುರುಚುರಿಕೆ ಗಿಡದ ಮೇಲೆ ಹೋಗಿ ಬಿತ್ತು.

ಬಿನ್ಯಾ ಚೆರ್ರಿ ಮರದ ಬೊಡ್ಡೆಯ ಮೇಲೆ ತೆವಳುತ್ತಾ ಹಾಗೆಯೇ ಹಿಂದಕ್ಕೆ ಬಂದಳು.

ಸುಮಾರು ಇಪ್ಪತ್ತು ನಿಮಿಷಗಳ ತರುವಾಯ ಚುರುಚುರಿಕೆ ಗಿಡಗಳ ನಡುವಿನಿಂದ ತನ್ನ ಅಮೂಲ್ಯ ಕೊಡೆಯನ್ನು ಹಿಡಿದೆತ್ತಿಕೊಂಡು ಹೊರಬಂದಳು. ಅವಳ ಕಾಲಿಗೆಲ್ಲ ಗಿಡದ ಮುಳ್ಳು ಅಂಟಿದ್ದವು. ಅವಳಿಗೆ ಅದರ ತುರಿಕೆಯ ಪರಿವೇ ಇರಲಿಲ್ಲ. ಬಿಜ್ಜುವಿಗೆ ಜೇನು ಕಡಿತದಿಂದ ಹೇಗೆ ಪ್ರತಿರೋಧಕ ಶಕ್ತಿ ಇದೆಯೋ ಹಾಗೇ ಇವಳಿಗೂ ಚುರುಚುರಿಕೆ ಗಿಡದಿಂದ ತುರಿಕೆ ಆಗದಂತೆ ಪ್ರತಿರೋಧಕ ಶಕ್ತಿ ಇತ್ತು.

ತೊರೆಯ ಹಾದಿಗುಂಟ ಸಾಗಿದ ಬಿನ್ಯಾ ಆಡುಗಳು ನಡೆದಾಡುವ ಕಾಲುದಾರಿಗಳ ಮೂಲಕ ಹಾದು ಸುಲಭವಾಗಿ ಮನೆ ತಲುಪಿದಳು.

ಮೂರು

ಸುಮಾರು ನಾಲ್ಕು ವರ್ಷಗಳ ಹಿಂದೆ ಬಿಜ್ಜು, ಓಕ್ ಮರಕ್ಕೆ ಕಟ್ಟಿದ್ದ ಜೇನುಗೂಡನ್ನು ಕಿತ್ತಿದ್ದ. ಆಗ ಜೇನುನೊಣಗಳು ಅವನ ಮುಖ ಮತ್ತು ಕಾಲುಗಳಿಗೆಲ್ಲಾ ಚೆನ್ನಾಗಿ ಕಚ್ಚಿದ್ದವು. ವಿಪರೀತ ನೋವಿನ ಅನುಭವವದು. ಅದರಿಂದಾದ ಉಪಯೋಗವೇನೆಂದರೆ, ಈಗ ಜೇನು ಕಡಿದರೆ ಅವನಿಗೆ ನೋವೇ ಆಗುವುದಿಲ್ಲ. ಅವನ ಶರೀರ ಜೇನು ಕಡಿತಕ್ಕೆ ಪ್ರತಿರೋಧ ಶಕ್ತಿಯನ್ನು ಪಡೆದುಕೊಂಡಿತ್ತು.

ಅವನು ಶಾಲೆಯಿಂದ ಮನೆಯ ಕಡೆ ಹೊರಟಿದ್ದ. ಮಧ್ಯಾಹ್ನ ಎರಡು ಗಂಟೆ ಸಮಯ. ಬೆಳಗ್ಗೆ ಆರು ಗಂಟೆಗೆ ತಿಂದಿದ್ದು ಬಿಟ್ಟರೆ ಏನೂ ತಿಂದಿರಲಿಲ್ಲ. ಅದೃಷ್ಟವಶಾತ್ ಕಿಂಗೋರಾ ಪೊದೆಗಳು – ಬಿಲ್‌ಬೆರ್ರಿಗಳು – ರಸಭರಿತ ಹಣ್ಣುಗಳನ್ನು ಬಿಟ್ಟಿದ್ದವು. ಬಿಜ್ಜು ತುಟಿಗಳು ಒಗರಾದ ಕಾಡು ಹಣ್ಣಿನ ರಸದಿಂದ ನೇರಳೆ ಬಣ್ಣ ಪಡೆದಿದ್ದವು.

ಅವನ ಬಳಿ ರಾಮ್‌ಬರೋಸನ ಅಂಗಡಿಯಲ್ಲಿ ಖರ್ಚು ಮಾಡಲು ಹಣವಿರಲಿಲ್ಲ. ಆದರೂ ಅಂಗಡಿಯ ಮುಂದೆ ನಿಂತ. ಜಾಡಿಗಳಲ್ಲಿದ್ದ ಸಿಹಿ ತಿಂಡಿಗಳನ್ನು ನೋಡುತ್ತಾ ನಿಂತ.

"ಇವತ್ತು ನಿನಗೆ ಏನು ಬೇಕು?" ಎಂದು ರಾಮ್‌ಬರೋಸ ಕೇಳಿದ.

"ಕಾಸಿಲ್ಲ" ಎಂದ ಬಿಜ್ಜು.

"ಪರವಾಗಿಲ್ಲ, ಇನ್ನೊಮ್ಮೆ ಬಂದಾಗ ಕೊಡು."

ಬಿಜ್ಜು ಅಡ್ಡಡ್ಡ ತಲೆ ಆಡಿಸಿದ. ಅವನ ಕೆಲವು ಸ್ನೇಹಿತರು ಹೀಗೇ ಸಿಹಿತಿನಿಸುಗಳನ್ನು ಕಡ ತೆಗೆದುಕೊಂಡಿದ್ದರು. ತಿಂಗಳ ಕೊನೆಗೆ ಅವರು ತೀರಿಸಲು ಸಾಧ್ಯವಾಗದಷ್ಟು ಸಾಲ ಮಾಡಿ ಬಿಟ್ಟಿದ್ದರು! ಅದರ ಪರಿಣಾಮ ಅವರು ತಮ್ಮ ಬಳಿ ಇಟ್ಟುಕೊಂಡಿದ್ದ ಅಮೂಲ್ಯ ವಸ್ತುಗಳಾದ ಹುಲ್ಲು ಕತ್ತರಿಸುವ ಅರ್ಧ ಚಂದ್ರಾಕಾರದ ಕತ್ತಿ, ಕೈಕೊಡಲಿ, ಉಪ್ಪಿನಕಾಯಿಯ ಜಾಡಿ, ಕಿವಿಯ ಲೋಲಾಕು ಮುಂತಾದವುಗಳನ್ನು ರಾಮ್‌ಬರೋಸನಿಗೆ ಕೊಡಬೇಕಾಗಿ ಬಂದಿತ್ತು. ಅವುಗಳಲ್ಲಿ ಬೇಕಿದ್ದನ್ನು ತಾನಿಟ್ಟುಕೊಂಡು ಉಳಿದದ್ದನ್ನು ಆತ ತನ್ನ ಅಂಗಡಿಯಲ್ಲಿ ಮಾರಾಟಕ್ಕೆ ಇಡುತ್ತಿದ್ದ.

ರಾಮ್‌ಬರೋಸ, ಬಿನ್ಯಾಳ ನೀಲಿ ಕೊಡೆಯನ್ನು ಹೇಗಾದರೂ ಮಾಡಿ ಪಡೆಯಬೇಕೆಂದು ಮನಸ್ಸು ಮಾಡಿದ್ದ. ಹಾಗಾಗಿ ಈ ಮಕ್ಕಳಿಗೆ ಸಾಲ ಕೊಡಲು ಉತ್ಸುಕತೆ ತೋರಿದ. ಆದರೆ ಈ ಇಬ್ಬರೂ ಅವನ ಬಲೆಗೆ ಬೀಳಲಿಲ್ಲ.

ಕಿಂಗೋರಾ ಪೊದೆಯ ಹಣ್ಣುಗಳನ್ನು ಬಾಯಿ ತುಂಬಾ ತುಂಬಿಕೊಂಡ ಬಿಜ್ಜು ಮುಂದಕ್ಕೆ ನಡೆದ. ಮನೆಯ ದಾರಿಯಲ್ಲಿ ಹಸುಗಳೊಂದಿಗೆ ಇರುವ ಬಿನ್ಯಾಳನ್ನು ಕಂಡ. ಆಗಲೇ ಸಂಜೆಯಾಗಿತ್ತು. ಸೂರ್ಯ ತನ್ನ ಕೆಲಸ ಮುಗಿಸಿ ಮನೆಗೆ ಹೋಗಿದ್ದ. ಆದರೂ ಬಿನ್ಯಾ ತೆರೆದ ಕೊಡೆಯನ್ನು ಹಿಡಿದಿದ್ದಳು. ಅದರಲ್ಲಿನ ರಂಧ್ರಗಳನ್ನು ಅಮ್ಮ ಹೊಲೆದುಕೊಟ್ಟಿದ್ದಳು.

ಬಿಜ್ಜು, ತನ್ನ ತಂಗಿಗೆ ಕೈತುಂಬಾ ಕಾಡುಹಣ್ಣುಗಳನ್ನು ಕೊಟ್ಟ. ಹಣ್ಣುಗಳನ್ನು ತಿನ್ನುವಾಗ ಅವಳು ಕೊಡೆಯನ್ನು ಅಣ್ಣನ ಕೈಗೆ ವರ್ಗಾಯಿಸಿದಳು.

"ನಾವು ಮನೆಗೆ ಹೋಗುವವರೆಗೂ ಬೇಕಿದ್ದರೆ ಕೊಡೆಯನ್ನು ನೀನೇ ಹಿಡಿದುಕೊ" ಎಂದು ಹೇಳಿದಳು. ತನಗೆ ಹಣ್ಣನ್ನು ತಂದುಕೊಟ್ಟಿದ್ದಕ್ಕೆ ಇದು ತಾನು ಕೃತಜ್ಞಾಪೂರ್ವಕವಾಗಿ ನೀಡುವ ಬಹುಮಾನ ಎಂಬಂತಿತ್ತು ಅವಳ ಮಾತಿನ ಧಾಟಿ.

"ನೀಲೂ! ಗೋರಿ!" ಎಂದು ಕೂಗುತ್ತಾ ಬಿನ್ಯಾ ಮತ್ತು ಬಿಜ್ಜು ಹಸುಗಳನ್ನು ಹಿಂದಿಕ್ಕಿಕೊಂಡು ಮನೆ ದಿಕ್ಕಿಗೆ ಹೊರಟರು.

ಅವರು ಹಳ್ಳಿ ತಲುಪುವಷ್ಟರಲ್ಲಿ ಕತ್ತಲಾವರಿಸಿತ್ತು. ಆದರೂ ಬಿಜ್ಜು ಕೊಡೆಯನ್ನು ಮುಚ್ಚದೇ ತೆರೆದಿರುವಂತೆಯೇ ಹಿಡಿದಿದ್ದ.

*

ಹಳ್ಳಿಯಲ್ಲಿನ ಬಹುತೇಕರಿಗೆ ಬಿನ್ಯಾಳ ನೀಲಿ ಕೊಡೆಯ ಬಗ್ಗೆ ಸ್ವಲ್ಪ ಹೊಟ್ಟೆಕಿಚ್ಚು ಮೂಡಿತ್ತು. ಆ ರೀತಿಯದ್ದು ಯಾರ ಬಳಿಯೂ ಇಲ್ಲವಲ್ಲ. ಒಬ್ಬ ಬಡ ಬೇಸಾಯಗಾರನ ಮಗಳು ಇಷ್ಟು ಚೆನ್ನಾಗಿರುವ ಕೊಡೆಯನ್ನು ಇಟ್ಟುಕೊಳ್ಳುವುದು ಶಾಲಾ ಶಿಕ್ಷಕನ ಹೆಂಡತಿಯ ದೃಷ್ಟಿಯಲ್ಲಿ ಅಪರಾಧವೆನಿಸಿತ್ತು. ದ್ವಿತೀಯ ದರ್ಜೆಯಲ್ಲಿ ಬಿ.ಎ ಪಾಸಾಗಿದ್ದ ತಾನು ಸಾಧಾರಣವಾದ ಕಪ್ಪು ಕೊಡೆಯನ್ನು ಹಿಡಿದಿದ್ದರೆ, ಅವಳು ಸುಂದರವಾದ ಕೊಡೆ ಹಿಡಿಯುವುದು ಯಾವ ನ್ಯಾಯ? ಇವಳ ಒದ್ದಾಟ ನೋಡಲಾಗದೇ ಗಂಡ ಕರಿ ಕೊಡೆಗೆ ನೀಲಿ ಬಣ್ಣ ಹಾಕಿಸಿಕೊಡುವುದಾಗಿ ಹೇಳಿದ. ಗಂಡನನ್ನು ದುರುಗುಟ್ಟಿ ನೋಡಿದ ಆಕೆ, ಗಂಡನ ಮೇಲೆ ಮುನಿಸಿಕೊಂಡಳು. ದೇವಸ್ಥಾನದ ಪೂಜಾರಿಯು ತಾನು ಈ ಬಾರಿ ಪಟ್ಟಣಕ್ಕೆ ಹೋದಾಗ ಬಣ್ಣಬಣ್ಣದ ಕೊಡೆಯನ್ನು ಕೊಂಡು ತರುವುದಾಗಿ ಹೇಳತೊಡಗಿದ. ಕೆಲ ದಿನಗಳ ನಂತರ ಪಟ್ಟಣದಿಂದ ಹಿಂದಿರುಗಿದ ಅವನು ಪೆಚ್ಚುಮೋರೆ ಹಾಕಿಕೊಂಡು, ಅದು ದೆಹಲಿಯಲ್ಲಿ ಬಿಟ್ಟರೆ ಬೇರೆಲ್ಲೂ ಸಿಗದಂತೆ ಎಂದು ಗೊಣಗಿದ. ಬಹಳಷ್ಟು ಮಂದಿ "ನರಿಯ ಹುಳಿ ದ್ರಾಕ್ಷಿ ಕಥೆ"ಯಂತೆ ತಮ್ಮನ್ನು ತಾವು ಸಮಾಧಾನಗೊಳಿಸಿಕೊಳ್ಳುತ್ತಿದ್ದರು. ಬಿನ್ಯಾಳ ಸುಂದರ ಕೊಡೆ ಮಳೆಯನ್ನು ತಡೆಯುವುದಿಲ್ಲ, ಬಿಸಿಲಿಗೆ ಬಾಡುತ್ತದೆ. ಗಾಳಿಗೆ ಮುದುಡುತ್ತದೆ. ಸಿಡಿಲನ್ನು

ಆಕರ್ಷಿಸುತ್ತದೆ. ಸಿಡಿಲು ಹತ್ತಿರ ಬೀಳುವುದು ಅಪಶಕುನ. ಕೆಟ್ಟದ್ದರ ಸೂಚನೆಯದು, ಎಂದೆಲ್ಲಾ ಕೊಡೆಯ ಬಗ್ಗೆ ದೂಷಿಸಿದರೂ ಅವರೆಲ್ಲರ ಮನದಲ್ಲಿ ಈ ಕೊಡೆಯ ಬಗ್ಗೆ ಒಂದು ರೀತಿಯ ಮೆಚ್ಚುಗೆಯಂತೂ ಇತ್ತು.

ದೊಡ್ಡವರಂತೆ ಮಕ್ಕಳಲ್ಲಿ ಎರಡು ಮುಖ ಇರುವುದಿಲ್ಲವಲ್ಲ, ಹಾಗಾಗಿ ಅವರು ಒಳಗೊಂದು ಹೊರಗೊಂದು ಮಾತು ಆಡುವ ಅಗತ್ಯವಿರಲಿಲ್ಲ. ಮಕ್ಕಳು ಕೊಡೆಯನ್ನು ಬಾಯಿ ತುಂಬಾ ಹೊಗಳುತ್ತಿದ್ದರು. ಎಷ್ಟು ಹಗುರವಾಗಿದೆ, ಸುಂದರವಾಗಿದೆ, ಆಕರ್ಷಕವಾಗಿದೆ, ಪ್ರಕಾಶಮಾನವಾದ ನೀಲಿ ಬಣ್ಣ ಹೊಂದಿದೆ! ಬಿನ್ಯಾಳಿಗೆ ಹೇಳಿ ಮಾಡಿಸಿದಂತಿದೆ ಎಂದೆಲ್ಲಾ ಮೆಚ್ಚುಗೆ ವ್ಯಕ್ತಪಡಿಸುತ್ತಿದ್ದರು. ಈ ರೀತಿಯಾಗಿ ಕೊಡೆಯ ಬಗ್ಗೆ ಒಳ್ಳೆಯ ಮಾತುಗಳನ್ನು ಆಡಿದರೆ, ಬಿನ್ಯಾ ಮುಖ ಅರಳುತಿತ್ತು ಮತ್ತು ಅವರು ಕೊಡೆಯನ್ನು ಸ್ವಲ್ಪ ಹೊತ್ತು ಹಿಡಿಯುವ ಅವಕಾಶವೂ ಲಭಿಸುತ್ತಿತ್ತು ಎಂದು ಅವರಿಗೆ ಗೊತ್ತು. ಆದರೆ, ಸ್ವಲ್ಪ ಹೊತ್ತು ಮಾತ್ರ ಕೊಡೆ ಹಿಡಿಯಬಹುದಷ್ಟೆ!

ಮುಂಗಾರಿನ ಸಮಯ ಸಮೀಪಿಸಿತು. ಕರಿಮೋಡಗಳು ಆಗಸದಲ್ಲಿ ಒಗ್ಗೂಡುತ್ತಾ ಬೆಟ್ಟಗಳ ಮೇಲೆ ಗುಡುಗು ಅಬ್ಬರಿಸಿತು.

ಬಿನ್ಯಾ, ಬೆಟ್ಟದ ಬದಿಯಲ್ಲಿ ಕುಳಿತು ಇಡೀ ಮಧ್ಯಾಹ್ನ ಮಳೆಗಾಗಿ ಕಾಯುತ್ತಿದ್ದಳು. ಮೊದಲ ಮಳೆಹನಿ ಬೀಳುತ್ತಿದ್ದಂತೆಯೇ ತನ್ನ ತಲೆ ಮೇಲೆ ಕೊಡೆಯನ್ನು ಹಿಡಿದಳು. ಹನಿಗಳು ಹೆಚ್ಚಾದವು, ಹನಿಗಳ ಗಾತ್ರವೂ ದೊಡ್ಡದಾಯಿತು. ರೇಷ್ಮೆಯ ಕೊಡೆಯ ಮೂಲಕ ಅವಳು ಬೀಳುವ ಹನಿಗಳನ್ನು ನೋಡಿದಳು.

ಮಳೆ ಜೋರಾಯಿತು. ಕೊಡವನ್ನು ಮಗುಚಿ ಹಾಕಿದಂತೆ, ಜಲಪಾತದ ಕೆಳಗೆ ನಿಂತಂತೆ, ಧೋ ಎಂದು ಮಳೆ ಸುರಿಯಲಾರಂಭಿಸಿತು. ಈ ಕೊಡೆ ಮಳೆಗಾಗಿ

ಮಾಡಿದ್ದಲ್ಲ, ಆದರೂ ಧೈರ್ಯದಿಂದ ಮಳೆಯನ್ನು ಎದುರಿಸಿತ್ತು. ಬಿನ್ಯಾಳ ಕಾಲು ಮಾತ್ರ ಒದ್ದೆಯಾಗುತ್ತಿತ್ತು. ಅವಳ ಸುತ್ತ ಗಾಜಿನ ಪರದೆಯಂತೆ ಮಳೆ ನೀರು ಕೊಡೆ ಮೇಲೆ ಬಿದ್ದು ಸುರಿಯುತ್ತಿತ್ತು.

ಬೆಟ್ಟದ ತಪ್ಪಲಿನ ನಿವಾಸಿಗಳು ಆಶ್ರಯಕ್ಕಾಗಿ ಎಡತಾಕುತ್ತಿದ್ದರು. ಕೆಲವರು ಕುಲುಮೆಯವನ ಗುಡಿಸಲಲ್ಲಿ ಆಶ್ರಯ ಪಡೆದರೆ, ಕೆಲವರು ಬೆಚ್ಚನೆಯ ಹೇಸರಗತ್ತೆಯ ದೊಡ್ಡಿಯಲ್ಲಿ ಸೇರಿದ್ದರು. ರಾಮ್‌ಬರೋಸನ ಅಂಗಡಿಯಲ್ಲೂ ಕೆಲವರು ಆಶ್ರಿತರಾಗಿದ್ದರು. ಮಳೆಗೆ ಅಂಜಿ ಓಡದವಳೆಂದರೆ ಬಿನ್ಯಾ ಮಾತ್ರ. ಅವಳು ಇದಕ್ಕಾಗಿಯೇ ಕಾದಿದ್ದಳು. ಅದರಲ್ಲೂ ಕೊಡೆಯ ಮೇಲೆ ಬೀಳುವ ಮಳೆಗಾಗಿ. ಮನೆಯತ್ತ ಓಡಲು ಅವಳು ಅವಸರಿಸಲಿಲ್ಲ. ತನ್ನ ಕಾಲು ಒದ್ದೆಯಾದರೂ ತಲೆ ಕೆಡಿಸಿಕೊಳ್ಳಲಿಲ್ಲ. ಹಸುಗಳೂ ಸಹ ಅವಳಂತೆಯೇ ಮಳೆಗೆ ನೆನೆಯುವುದರ ಬಗ್ಗೆ ಚಿಂತಿಸುವುದಿಲ್ಲ.

ಬಿಜ್ಜು ಗವಿಯೊಂದರಲ್ಲಿ ಆಶ್ರಯಪಡೆದಿರುವುದು ಅವಳಿಗೆ ಕಂಡಿತು. ಮಳೆಯಲ್ಲಿ ನೆನೆಯುವುದು ಅವನಿಗೆ ಇಷ್ಟ. ಆದರೆ, ಅವನ ಬಳಿ ಈಗ ಶಾಲೆಯ ಪುಸ್ತಕಗಳಿದ್ದವು. ಅದು ನೆನೆದು ಹಾಳಾಗುವುದು ಅವನಿಗೆ ಇಷ್ಟವಿಲ್ಲ. ಬಿನ್ಯಾಳನ್ನು ನೋಡುತ್ತಿದ್ದಂತೆಯೇ ಅವನು ಓಡಿ ಬಂದು ಅವಳ ಜೊತೆಗೂಡಿದ. ಅವಳಿಗಿಂತ ಅವನು ಅರ್ಧ ಅಡಿ ಎತ್ತರವಿದ್ದುದರಿಂದ ಕೊಡೆಯನ್ನು ತಾನು ಹಿಡಿದು ಪುಸ್ತಕಗಳನ್ನು ತಂಗಿಯ ಕೈಗೆ ಕೊಟ್ಟ.

ಹಸುಗಳು ತುಂಬಾ ಹಿಂದಿದ್ದವು.

"ನೀಲೂ, ನೀಲೂ!" ಎಂದು ಬಿನ್ಯಾ ಕೂಗಿದಳು.

"ಗೋರಿ!" ಎಂದು ಬಿಜ್ಜು ಕೂಗಿದ.

ಸುರಿಯುವ ಮಳೆಯಲ್ಲಿ ನಡೆದು ಬರುತ್ತಿದ್ದ ಇವರಿಬ್ಬರನ್ನೂ ಕಂಡ ಅವರಮ್ಮ, "ಬಿನ್ಯಾ! ಬಿಜ್ಜು! ಬೇಗ ಬನ್ನಿ, ಹಸುಗಳನ್ನೂ ಕರೆತನ್ನಿ! ಮಳೆಯಲ್ಲಿ ಏನು ಮಾಡುತ್ತಿದ್ರೀ?" ಎಂದು ಜೋರಾಗಿ ಕೂಗಿದಳು.

"ಕೊಡೆಯನ್ನು ಪರೀಕ್ಷಿಸುತ್ತಾ ಇದ್ವಿ ಅಷ್ಟೆ" ಎಂದುತ್ತರಿಸಿದ ಬಿಜ್ಜು.

ನಾಲ್ಕು

ಮಳೆಗಾಲ ಬಂತು. ಸೂರ್ಯ ಅಪರೂಪಕ್ಕೊಮ್ಮೆ ಇಣುಕಿ ಮರೆಯಾಗುತ್ತಿದ್ದ. ಬೆಟ್ಟಗಳೆಲ್ಲ ಹಸುರು ಬಣ್ಣ ಹೊದ್ದಿದ್ದವು. ಮರದ ಬೊಡ್ಡೆಗಳು ಮತ್ತು ಗೋಡೆಗಳ ಮೇಲೆಲ್ಲಾ ಜರೀಗಿಡಗಳು ಬೆಳೆದಿವೆ. ಎತ್ತರದ ಹುಲ್ಲಿನ ನಡುವೆ ದೊಡ್ಡ ಗಾತ್ರದ ಲಿಲಿ ಹೂಗಳು ಪುಟಿದೆದ್ದಿವೆ. ಬಿಳಿಯ ಮಂಜು ಕಣಿವೆಯಿಂದ ಮೇಲೇಳುತ್ತಾ ದೃಶ್ಯಾವಳಿಯು ಕಣ್ಣಿಗೆ ಕಾಣದಂತೆ ಮಾಡಿದೆ. ಜಿಗಣೆ ಕಾಟ ಹೊರತುಪಡಿಸಿದರೆ ಇದು ನಿಜಕ್ಕೂ ಅದ್ಭುತ ವಾತಾವರಣ.

ಪ್ರತಿದಿನ ಬಿನ್ಯಾ ಮನೆಗೆ ಬರುವಾಗ ತನ್ನ ಕಾಲುಗಳಿಗೆ ಕೆಲವಾರು ಜಿಗಣೆಗಳನ್ನು ಅಂಟಿಸಿಕೊಂಡು ಬರುತ್ತಿದ್ದಳು. ಹೊಟ್ಟೆ ತುಂಬ ರಕ್ತ ತುಂಬಿಸಿಕೊಂಡ ನಂತರ ಅವು ತಮ್ಮಷ್ಟಕ್ಕೆ ತಾವೇ ಕೆಳಕ್ಕೆ ಬೀಳುತ್ತಿದ್ದವು. ಆದರೆ, ಅವು ಕೆಳಗೆ ಬೀಳುವವರೆಗೂ ಅವು ಕಚ್ಚಿಕೊಂಡಿರುವುದು ತಿಳಿಯುವುದೇ ಇಲ್ಲ. ಆನಂತರವೇ ನೋವು, ಕಡಿತ ಉಂಟಾಗುವುದು. ಈ ರೀತಿ ಜಿಗಣೆಗಳಿಂದ ರಕ್ತ ಹೀರಿಸಿಕೊಳ್ಳುವುದು ಹಲವು ಖಾಯಿಲೆಗಳಿಗೆ ಪರಿಹಾರೋಪಾಯ ಎಂದು ಈಗಲೂ ಕೆಲವು ಹಿರಿಯರು ನಂಬುತ್ತಾರೆ. ರಾಮ್‌ಬರೋಸ ತನಗೆ ತಲೆ ನೋವು ಬಂದಾಗ ತನ್ನ ಹಣೆ ಮತ್ತು ಕಿವಿ ನಡುವಿನ ಕಣತಲೆಗೆ ಜಿಗಣೆ ಬಿಟ್ಟುಕೊಳ್ಳುತ್ತಾನೆ.

ಮೂರು ದಿನಗಳ ಕಾಲ ನಿರಂತರವಾಗಿ ಸುರಿದ ಮಳೆಯು ನೆಲದ ದೊಂಗರಗಳಲ್ಲಿ ವಾಸಿಸುತ್ತಿದ್ದ ಚಿಕ್ಕಚಿಕ್ಕ ಪ್ರಾಣಿಗಳನ್ನೆಲ್ಲಾ ಕೊಚ್ಚಿ ಹೊರದಬ್ಬಿತು. ಇದ್ದಕ್ಕಿದ್ದಂತೆಯೇ ಮನೆಯ ಮಾಳಿಗೆಯಲ್ಲಿ ಇಲಿಗಳು ತುಂಬಿಹೋಗಿರುವುದನ್ನು ಬಿನ್ಯಾಳ ತಾಯಿ ಗಮನಿಸಿದಳು. ಅವನ್ನು ಹೊರಗೆ ಓಡಿಸದಿದ್ದರೆ, ಆಕೆ ಶೇಖರಿಸಿಟ್ಟಿರುವ ಗೋಧಿ ಹಿಟ್ಟು ಮತ್ತು ಅಕ್ಕಿಯನ್ನು ಕಬಳಿಸಿಬಿಡುತ್ತವೆ. ದೊಡ್ಡ ಕಲ್ಲುಗಳ ಕೆಳಗೆ ಅವಿತಿಟ್ಟುಕೊಂಡಿರುವ ಚೇಳುಗಳಿಗೆ ಆ ಕಲ್ಲನ್ನೆತ್ತಿ ಗಾಬರಿ ಹುಟ್ಟಿಸುವುದು ಬಿಜ್ಜುಗೆ ಬಹಳ ಇಷ್ಟ. ಬಿಸಿಲು ಕಾಯಲು ಹಾವುಗಳು ಹೊರಬರುತ್ತಿವೆ.

ಬೆಟ್ಟದ ಬುಡದಲ್ಲಿರುವ ಸಣ್ಣ ತೊರೆಯನ್ನು ದಾಟಿದ ಬಿನ್ಯಾ, ಪೊದೆಗಳ ನಡುವೆ

ಏನೋ ಸರಿದಾಡುತ್ತಾ, ಅವಳ ಬಳಿಯೇ ಬರುತ್ತಿರುವುದನ್ನು ಗಮನಿಸಿದಳು. ಅದೊಂದು ದೊಡ್ಡ ಕಪ್ಪು ಬಣ್ಣದ ಹಾವು. ಅದರ ಚಲನೆಯ ವೇಗಕ್ಕೆ ಬಿಡಿ ಬಿಡಿಯಾದ ಸಣ್ಣ ಕಲ್ಲುಗಳು ಮಾಡಿದ ಶಬ್ದ ಅದನ್ನು ಹೆದರಿಸಿತು. ತನ್ನ ದಾರಿಗೆ ಅಡ್ಡವಾಗಿ ಬಂದ ಹುಡುಗಿಯನ್ನು ನೋಡಿ ಬುಸುಗುಡುತ್ತಾ ಅಪ್ಪಳಿಸುವಂತೆ ಹೆಡೆಯೆತ್ತಿತ್ತು. ತನ್ನ ಕವಲು ನಾಲಗೆಯನ್ನು ಹೊರಚಾಚುತ್ತಾ ವಿಷಕಕ್ಕಲು ಬಿನ್ಯಾಳತ್ತ ತನ್ನ ತಲೆಯನ್ನು ಬೀಸಿತು.

ಎಂದಿನಂತೆ ಬಿನ್ಯಾಳ ಕೊಡೆ ತೆರೆದೇ ಇತ್ತು. ಹಾವು ಮತ್ತು ತನ್ನ ನಡುವೆ ಅದನ್ನು ಮುಂದಿರಿಸಿದಳು. ಕೊಡೆಯ ಗಟ್ಟಿ ರೇಷ್ಮೆ ಬಟ್ಟೆಗೆ ಎರಡು ಬಾರಿ ಹಾವಿನ ಮೂತಿ ಬಡಿಯಿತು. ಬಂದ ದಾರಿಗೆ ಸುಂಕವಿಲ್ಲವೆಂಬಂತೆ ಹಾವು ಪಕ್ಕಕ್ಕೆ ತಿರುಗಿ ಮತ್ತೊಂದು ದಾರಿ ಹಿಡಿದು ಒದ್ದೆ ಕಲ್ಲುಗಳ ಮೇಲೆ ತೆಪ್ಪಗೆ ಹರಿದು ಜರಿ ಗಿಡಗಳ ನಡುವೆ ಮರೆಯಾಯಿತು.

ಬಿನ್ಯಾ ಹಸುಗಳನ್ನು ಮರೆತು ಮನೆ ಕಡೆಗೆ ಓಡಿದಳು. ತನ್ನ ಪ್ರಾಣ ಉಳಿಸಿದ ಕೊಡೆಯ ಸಾಹಸಗಾಥೆಯನ್ನು ಅಮ್ಮನಿಗೆ ಹೇಳುವುದು ಅವಳಿಗೆ ಬಹುಮುಖ್ಯವಾಗಿತ್ತು. ಓದುತ್ತಾ ಕುಳಿತಿದ್ದ ಬಿಜ್ಜು ಪುಸ್ತಕಗಳನ್ನು ಪಕ್ಕಕ್ಕಿಟ್ಟು ಹಸುಗಳನ್ನು ಮನೆಗೆ ಕರೆತರಲು ಹೋಗಬೇಕಾಯಿತು. ಅಕಸ್ಮಾತ್ ಹಾವುಗಳೇನಾದರೂ ಅಡ್ಡ ಬಂದರೆ ಎಂದು ದಪ್ಪನಾದ

ಕೋಲೊಂದನ್ನು ಹಿಡಿದು ಹೊರಟ.

ಮೊದಲು ಸುಡುವ ಸೂರ್ಯ, ಈಗ ನಿಲ್ಲದ ಮಳೆಯನ್ನು ಕಂಡ ಕೊಡೆ ತನ್ನ ಬಣ್ಣವನ್ನು ಕಳೆದುಕೊಳ್ಳತೊಡಗಿತು. ಕಡು ನೀಲಿ ಬಣ್ಣದಿಂದ ತಿಳಿ ನೀಲಿ ಬಣ್ಣಕ್ಕೆ ತಿರುಗಿತ್ತು. ಆದರೂ ಅಂದಚಂದಕ್ಕೇನೂ ಕೊರತೆಯಿರಲಿಲ್ಲ, ಗಟ್ಟಿಮುಟ್ಟಾಗಿಯೂ ಇದೆ. ರಾಮ್‌ಬರೋಸ ಇನ್ನೂ ಇದನ್ನು ಹೊಂದುವ ಆಸೆ ಬಿಟ್ಟಿರಲಿಲ್ಲ. ಇದನ್ನು ಅವನು ಅಂಗಡಿಯಲ್ಲಿಟ್ಟು ಮಾರಲಿಕ್ಕೆ ಅಲ್ಲ, ತನ್ನ ಸ್ವಂತಕ್ಕಾಗಿ ಆಸೆ ಪಡುತ್ತಿದ್ದಾನೆ. ಬಹುಶಃ ಈ ಪ್ರಾಂತ್ಯದ ಶ್ರೀಮಂತ ವ್ಯಕ್ತಿಯೆಂದರೆ ರಾಮ್‌ಬರೋಸ, ಹಾಗಾಗಿ ಅವನು ಈ ನೀಲಿ ಕೊಡೆಯನ್ನು ಸ್ವಂತ ಮಾಡಿಕೊಳ್ಳಲು ಆಸೆಪಡುವುದರಲ್ಲಿ ಅತಿಶಯವಿಲ್ಲ, ಅಲ್ಲವೇ? ಪ್ರತಿ ದಿನವೂ ಅವನು ಬಿನ್ಯಾ ಮತ್ತು ಕೊಡೆಯನ್ನು ನೋಡುತ್ತಾನೆ. ನೋಡಿದಷ್ಟೂ ಅವನ ಮನೋಭಿಲಾಷೆ ಬಲಗೊಳ್ಳುತ್ತಿತ್ತು.

ಮಳೆಗಾಲದಲ್ಲಿ ಶಾಲೆಗಳನ್ನು ಮುಚ್ಚುತ್ತಾರೆ. ಹಾಗೆಂದು ಬಿಜ್ಜು ಏನೂ ಮಾಡದೆ ಮನೆಯಲ್ಲಿ ಕೂರುವ ಸ್ವಭಾವದವನಲ್ಲ. ನೀಲು ಮತ್ತು ಗೋರಿ ಮನೆಗೆ ಆಗಿ ಮಿಕ್ಕುವಷ್ಟು ಹಾಲನ್ನು ಕೊಡುತ್ತವೆ. ಹಾಗಾಗಿ ಬಿನ್ಯಾಳ ಅಮ್ಮ ಪ್ರತಿದಿನ ಒಂದು ಲೀಟರ್ ಹಾಲನ್ನು ಮಾರುತ್ತಾಳೆ. ಅರ್ಧ ಲೀಟರ್ ಶಾಲೆಯ ಮೇಸ್ತ್ರಿಗೆ ಮತ್ತು ಅರ್ಧ ಲೀಟರ್ (ಕಡಿಮೆ ಬೆಲೆಗೆ) ದೇವಸ್ಥಾನದ ಪೂಜಾರಿಗೆ. ಇವರಿಗೆ ಹಾಲನ್ನು ತಲುಪಿಸುವ ಕೆಲಸ ಬಿಜ್ಜುವಿನದು.

ರಜೆ ಇರುವುದರಿಂದ ತನ್ನ ಅಂಗಡಿಯಲ್ಲಿ ಕೆಲಸ ಮಾಡುವಂತೆ ಬಿಜ್ಜುನನ್ನು ರಾಮ್ ಬರೋಸ ಕರೆದಿದ್ದ. ಆದರೆ ಬಿಜ್ಜುಗೆ ಬಿಡುವಿಲ್ಲದಷ್ಟು ಕೆಲಸ. ಅವನು ಹೊಲ ಉಳಲು ಮತ್ತು ಭತ್ತ ನಾಟಿ ಮಾಡಲು ತನ್ನ ತಾಯಿಗೆ ನೆರವಾಗಬೇಕಿತ್ತು. ಹಾಗಾಗಿ ರಾಮ್‌ಬರೋಸ, ಪಕ್ಕದ ಹಳ್ಳಿಯ ಒಬ್ಬ ಹುಡುಗನನ್ನು ಕೆಲಸಕ್ಕಿಟ್ಟುಕೊಂಡ. ಅವನ ಹೆಸರು ರಾಜಾರಾಮ್. ತೊಳೆಯೋದು, ಬಳಿಯೋದು ಮುಂತಾದ ಸಣ್ಣಪುಟ್ಟ ಕೆಲಸಗಳನ್ನೆಲ್ಲಾ ಆ ಹುಡುಗ ಮಾಡುತ್ತಿದ್ದ. ಅವನು ಕೂಡ ಬಿಜ್ಜು ಓದುತ್ತಿದ್ದ ಶಾಲೆಗೇ ಹೋಗುತ್ತಿದ್ದ. ಆದರೆ ಇಬ್ಬರೂ ಸ್ನೇಹಿತರೇನಲ್ಲ.

ಒಂದು ದಿನ, ತನ್ನ ಕೊಡೆಯನ್ನು ತಿರುಗಿಸುತ್ತಾ ಬಿನ್ಯಾ ಅಂಗಡಿಯ ಮುಂದೆ ಹಾದು ಹೋದಳು. ಆಗ ತನ್ನ ಮಾಲೀಕ ಕೊಡೆಯನ್ನೇ ನೋಡುತ್ತಾ ನಿಟ್ಟುಸಿರು ಬಿಡುತ್ತಾ, ಮಣಮಣ ಎಂದು ತನ್ನಲ್ಲೇ ಗೊಣಗುವುದನ್ನು ರಾಜಾರಾಮ್ ಗಮನಿಸಿದ.

"ಏನ್ಸಮಾಚಾರ, ಅಣ್ಣಪ್ರೆ?" ಎಂದು ಆ ಹುಡುಗ ಕೇಳಿದ.

"ಓಹ್, ಏನೂ ಇಲ್ಲ" ಎಂದ ರಾಮ್‌ಬರೋಸ. "ಇದೊಂದು ನನಗೆ ಅಂಟಿರುವ ಸಣ್ಣ ಖಾಯಿಲೆ. ಈ ರೋಗಕ್ಕೆ ಕಾರಣ ಬಿನ್ಯಾ ಮತ್ತು ಅವಳ ದರಿದ್ರ ಕೊಡೆ."

"ಏಕೆ, ಅವಳೇನು ಮಾಡಿದ್ದಾಳೆ ನಿಮಗೆ?"

"ಅವಳ ಕೊಡೆಯನ್ನು ಮಾರುವುದಿಲ್ಲ ಅಂದ್ಲು! ನನ್ನ ಮನಸ್ಸಿಗೆ ಘಾಸಿ ಮಾಡಿದ್ಲು. ನಾನು ಹತ್ತು ರೂಪಾಯಿ ಕೊಡ್ತೀನಿ ಅಂದೆ ಗೊತ್ತಾ."

"ಬಹುಶಃ ನೀವು ಹನ್ನೆರಡೇ ಕೊಡ್ತೀನಿ ಅಂದಿದ್ರೆ..."

"ಆದರೆ ಈಗದು ಹಳತಾಗಿದೆಯಲ್ಲಾ, ಈಗದು ಎಂಟು ರೂಪಾಯಿ ಕೂಡ

ಬಾಳುವುದಿಲ್ಲ. ಅದನ್ನು ನಾನು ಪಡೆಯಲೇಬೇಕು."

"ಅದನ್ನು ಕೊಂಡು ಮಾರಿದರೆ ನಿಮಗೆ ಲಾಭ ಬರೋದಿಲ್ಲ" ಎಂದ ರಾಜಾರಾಮ್.

"ಲಾಭಕ್ಕಾಗಿ ಅಲ್ಲವೋ ದರಿದ್ರದವನೆ. ನಾನು ಅದನ್ನು ಬಯಸುತ್ತಿರುವುದು ಅದರ ಅಂದವನ್ನು ಇಷ್ಟಪಟ್ಟು!"

"ಅದನ್ನು ಏನು ಮಾಡ್ತೀರ ಅಣ್ಣಾವ್ರೆ? ನೀವು ಯಾರನ್ನೂ ಭೇಟಿ ಮಾಡಲ್ಲ, ಅಂಗಡಿ ಬಿಟ್ಟೇ ಹೊರಹೋಗೋದಿಲ್ಲ. ಅದರಿಂದ ನಿಮಗೆ ಏನು ತಾನೆ ಉಪಯೋಗವಿದೆ?"

"ಜೋಳದ ಹೊಲದಲ್ಲಿ ಗಸಗಸೆ ಹೂವಿಂದ ಏನು ಉಪಯೋಗ? ಕಾಮನಬಿಲ್ಲಿನಿಂದ ಏನು ತಾನೆ ಪ್ರಯೋಜನ? ನಿನ್ನಿಂದ ಏನು ಉಪಯೋಗ, ಬುದ್ದಿ ಇಲ್ಲೋನೆ? ದರಿದ್ರ! ನನಗೂ ಒಂದು ಮನಸ್ಸಿದೆಯಲ್ಲಾ. ನನಗೆ ಆ ಕೊಡೆ ಬೇಕೇಬೇಕು? ಏಕೆಂದರೆ ಆ ಸೌಂದರ್ಯ ನನ್ನದಾಗಬೇಕು!"

ಟೀ ಕೆಟಲನ್ನು ಒಲೆ ಮೇಲಿಟ್ಟ ರಾಜಾರಾಮ್, ಜಾಡಿಗಳ ಮೇಲಿದ್ದ ಧೂಳನ್ನು ಕೊಡವತೊಡಗಿದ. "ನಾನು ಕೂಡ ಕೊಡೆಯಷ್ಟೇ ಉಪಯುಕ್ತ" ಎಂದು ತನ್ನಲ್ಲೇ ಗೊಣಗುತ್ತಿದ್ದವನು, ಏನೋ ಹೊಳೆದಂತಾಗಿ, "ಅಣ್ಣಾವ್ರೆ, ನಿಮಗೆ ಆ ಕೊಡೆ ತಂದುಕೊಟ್ಟರೆ, ನನಗೆ ಏನು ಕೊಡ್ತೀರ?"

"ಏನು ಹಾಗಂದ್ರೆ?" ಕೇಳಿದ ಆ ಮುದುಕ.

"ನನ್ನ ಮಾತಿನ ಅರ್ಥ ನಿಮಗೆ ಗೊತ್ತು. ನನಗೆ ಏನು ಕೊಡ್ತೀರ ಅದನ್ನು ಹೇಳಿ?"

"ದರಿದ್ರದವನೆ, ಅದನ್ನು ಕದಿತೀಯ, ಏನು ಕಥೆ? ಎಷ್ಟು ಕಿಲಾಡಿ ಹುಡುಗನೋ ನೀನು! ಸಧ್ಯ ನೀನು ನನ್ನ ಮಗನೂ ಅಲ್ಲ, ಶತ್ರುವೂ ಅಲ್ಲ. ಅದೇ ಖುಷಿ. ಆದರೆ, ಅದು ಕಳ್ಳತನವಾಗಿದೆ ಎಂದು ಎಲ್ಲರಿಗೂ ಗೊತ್ತಾಗುತ್ತಲ್ವಾ, ಆಗ ಅದನ್ನು ನಾನು ಹೇಗೆ ತಾನೆ ಉಪಯೋಗಿಸಲು ಸಾಧ್ಯ?"

"ನೀವು ಅದನ್ನು ಬಚ್ಚಿಟ್ಟುಕೊಂಡು ನೋಡುತ್ತಾ ಆನಂದ ಪಡಬೇಕಷ್ಟೆ" ಎನ್ನುತ್ತಾ ರಾಜಾರಾಮ್ ಕಿಲಿಕಿಲಿ ನಕ್ಕ. "ಇಲ್ಲಾ, ತೆಹ್ರಿಗೆ ತಗೊಂಡು ಹೋಗಿ ಕೆಂಪು ಬಣ್ಣ ಬಳಿಸಿಕೊಂಡು ತನ್ನಿ! ಅದು ನಿಮ್ಮ ಸಮಸ್ಯೆ. ಸರಿಯಾಗಿ ಯೋಚಿಸಿ ಅಣ್ಣಾವ್ರೆ. ನಿಮಗದು ಬೇಕೇಬೇಕಾದ್ರೆ ಹೇಳಿ, ನನಗೆ ಮೂರು ರೂಪಾಯಿ ಕೊಡಿ ಸಾಕು. ಯಾರಿಗೂ ಕಾಣದಂತೆ ಅದನ್ನು ಕದ್ದು ತಂದು ನಿಮಗೊಪ್ಪಿಸುತ್ತೇನೆ."

ರಾಮ್‌ಬರೋಸ, ಸಪ್ಪಗೆ ಮುಖ ಮಾಡಿಕೊಂಡು ಆ ಹುಡುಗನನ್ನು ನೋಡುತ್ತಾ, "ನೀನು ಜಾಸ್ತಿ ಹುಷಾರಿ ಇದ್ದೀಯ. ಕೊನೆಗೆ ತೊಂದರೆಗೆ ಸಿಕ್ಕಿಸುವಂತಿದ್ದೀಯ. ನಾನು ನಿನಗೆ ಎರಡು ರೂಪಾಯಿ ಕೊಡ್ತೀನಿ" ಎಂದ.

"ಮೂರು" ಅಂದ ಹುಡುಗ.

"ಎರಡು" ಅಂದ ಮುದುಕ.

"ನಿಮಗೆ ಅದು ಬೇಕಾಗಿಲ್ಲ ಅನ್ಸುತ್ತೆ" ಅಂದ ಹುಡುಗ.

"ದರಿದ್ರದವನೆ!" ಎಂದ ಮುದುಕ, "ಪಿಶಾಚಿ! ನನ್ನ ಬಾಗಿಲಿಗೆ ಬಂದ ಕೊಳ್ಳಿದೆವ್ವ! ಹಾಳಾಗ್ಲಿ, ಕೊಡೆಯನ್ನು ತಗೊಂಡು ಬಾ, ನಿನಗೆ ಮೂರು ರೂಪಾಯಿ ಕೊಡ್ತೀನಿ."

ಐದು

ಕಾಡಿನೊಳಗಿನ ಬಯಲಿನ ಬಳಿ ಬಂದಳು ಬಿನ್ಯಾ. ಅಲ್ಲೇ ಅವಳು ಮೊದಲ ಬಾರಿ ಕೊಡೆಯನ್ನು ಕಂಡದ್ದು. ಮುಂಗಾರಿನ ದಿನಗಳಾದುದರಿಂದ ವನಭೋಜನಕ್ಕೆ ಯಾರೂ ಬಂದಿರಲಿಲ್ಲ. ಹುಲ್ಲೆಲ್ಲಾ ಒದ್ದೊದ್ದೆ. ಪೈನ್ ಮರದ ಸೂಜಿಯಂತಹ ಎಲೆಗಳು ಜಾರಿಕೆಯನ್ನುಂಟು ಮಾಡುತ್ತಿವೆ. ಎತ್ತರವಾಗಿ ಬೆಳೆದಿದ್ದ ಮರಗಳು ಬೆಳಕನ್ನು ತಡೆಯುವ ಪರದೆಯಂತಿವೆ. ಕೇಸರಿ, ನೇರಳೆ ಬಣ್ಣದ ವಿಷಪೂರಿತ ಅಣಬೆಗಳು ಅಲ್ಲಲ್ಲಿ ನೆಲದಿಂದ ಮೇಲೆದ್ದು ಇಣುಕಿ ನೋಡುತ್ತಿವೆ. ಮುಳ್ಳುಹಂದಿಗಳು ಅಣಬೆಗಳನ್ನು ಇಷ್ಟಪಡುವುದರಿಂದ ಇಲ್ಲಿ ಅವುಗಳು ಬಂದುಹೋಗುತ್ತವೆ ಎಂದು ಬಿನ್ಯಾ ಅವುಗಳ ಮುಳ್ಳುಗಳಿಗಾಗಿ ಹುಡುಕುತ್ತಿದ್ದಳು.

ಈ ಬೆಟ್ಟದ ಜನರಿಗೆ ಮುಳ್ಳುಹಂದಿಗಳ ಮುಳ್ಳುಗಳಿಂದ ಆಗಬೇಕಾದ್ದೇನೂ ಇಲ್ಲ. ಆದರೆ ದಕ್ಷಿಣ ಭಾರತದ ಜನ ಅವನ್ನು ಇಷ್ಟಪಟ್ಟು ಒಂದೊಂದಕ್ಕೆ ಒಂದು ರೂಪಾಯಿ ನೀಡಿ ಕೊಳ್ಳುತ್ತಾರೆ. ಹಾಗಾಗಿ ರಾಮ್‌ಬರೋಸ ಹತ್ತು ಪೈಸೆಗೆ ಒಂದರಂತೆ ಮುಳ್ಳುಗಳನ್ನು ಕೊಳ್ಳುತ್ತಾನೆ. ನಂತರ ಅವುಗಳನ್ನು ಲಾಭಕ್ಕೆ ಬಯಲುಸೀಮೆಯ ವ್ಯಾಪಾರಿಗೆ ಮಾರುತ್ತಾನೆ.

ಬಿನ್ಯಾ ಐದು ಮುಳ್ಳುಗಳನ್ನು ಹುಡುಕಿದ್ದಳು. ಉದ್ದನೆಯ ಹುಲ್ಲಿನ ನಡುವೆ ಇನ್ನಷ್ಟು ಸಿಗುವುದೆಂಬ ಭರವಸೆ ಅವಳದ್ದು. ಕೊಡೆಯನ್ನು ಪಕ್ಕಕ್ಕಿಟ್ಟಳು. ಹುಲ್ಲಿನ ನಡುವೆ ಕೂಲಂಕಶವಾಗಿ ಹುಡುಕಲು ಅವಳು ಅದನ್ನು ಪಕ್ಕಕ್ಕಿಡಲೇ ಬೇಕು.

ಈಗ ಸಿಕ್ಕಿತು ರಾಜಾರಾಮ್‌ಗೆ ಒಳ್ಳೆಯ ಅವಕಾಶ.

ಕೆಲ ಹೊತ್ತಿನಿಂದ ಅವನು ಬಿನ್ಯಾಳನ್ನು ಹಿಂಬಾಲಿಸುತ್ತಿದ್ದ. ಕಲ್ಲು ಮತ್ತು ಮರದ ಹಿಂದೆ ಅವಿತುಕೊಳ್ಳುತ್ತಾ ಅವಳು ಹುಡುಕಾಡುವ ವೇಳೆ ನಿಧಾನವಾಗಿ ಹತ್ತಿರವಾಗುತ್ತಾ ಅವಳಿಗೆ ತಿಳಿಯದಂತೆ ಹಿಂಬಾಲಿಸಿದ್ದ. ಅವಳು ತನ್ನನ್ನು ನೋಡಿ, ನಂತರ ತಾನಾರೆಂದು ಪತ್ತೆ ಮಾಡಿದರೆ ಎಂಬ ಆತಂಕದಿಂದಲೇ ಹತ್ತಿರ ಬಂದಿದ್ದ. ಬಿನ್ಯಾ ಕೊಡೆಯಿಂದ ಸ್ವಲ್ಪ ದೂರ ಹೋಗುವವರೆಗೂ ಕಾದ. ನಂತರ ತೆವಳುತ್ತಲೇ ವೇಗವಾಗಿ ಹತ್ತಿರ ಹೋಗಿ

ಕೊಡೆಯನ್ನು ತೆಗೆದುಕೊಂಡು ದೌಡಾಯಿಸಿದ.

ರಾಜಾರಾಮ್‌ನದು ದೊಡ್ಡ ಪಾದಗಳು. ಹಾಗಾಗಿ ಹೆಜ್ಜೆಯ ಸಪ್ಪಳ ಬಿನ್ಯಾಳಿಗೆ ಕೇಳಿಸಿತು. ಅವನು ಮರಗಳ ನಡುವೆ ಮರೆಯಾಗುವ ಮುನ್ನವೇ ಅವಳು ನೋಡಿಬಿಟ್ಟಳು. ಜೋರಾಗಿ ಕಿರುಚುತ್ತಾ, ಕೈಲಿ ಹಿಡಿದಿದ್ದ ಮುಳ್ಳುಗಳನ್ನು ಅಲ್ಲೇ ಎಸೆದು ಅವನನ್ನು ಅಟ್ಟಿಸಿಕೊಂಡು ಓಡಿದಳು.

ಬಿನ್ಯಾಳದ್ದು ಚುರುಕಾದ ಓಟವಾದರೆ, ರಾಜಾರಾಮ್‌ನದ್ದು ದಾಪುಗಾಲು. ಆದರೆ, ಅವನೊಂದು ತಪ್ಪುಮಾಡಿದ. ಓಡುತ್ತಾ ಬೆಟ್ಟದ ಇಳಿಜಾರಿನ ಹಾದಿ ಹಿಡಿದಿದ್ದ. ಉದ್ದನೆಯ ಕಾಲಿನವನು ಇಳಿಜಾರಿಗಿಂತ ಬೆಟ್ಟದ ಏರು ಹಾದಿಯನ್ನು ಶೀಘ್ರವಾಗಿ ಕ್ರಮಿಸಬಲ್ಲ. ಓಡುತ್ತಾ ಕಾಡಿನ ಬಯಲ ಅಂಚಿಗೆ ಬಂದ ಬಿನ್ಯಾಳಿಗೆ, ಕಳ್ಳ ಇಳಿಜಾರಿನಲ್ಲಿ ತೊರೆಯ ಬಳಿಗೆ ಹೋಗುತ್ತಿರುವುದು ಕಾಣಿಸಿತು. ಓಡುವಾಗ ತೊಂದರೆಯಾಗದಿರಲೆಂದು ಅವನು ಕೊಡೆಯನ್ನು ಮಡಿಚಿಬಿಟ್ಟಿದ್ದ.

ಬಿನ್ಯಾ ಆ ಹುಡುಗನಿಗೆ ಹತ್ತಿರವಾಗತೊಡಗಿದಳು. ಅವನು ಕಾಲು ದಾರಿಯಲ್ಲಿ ಓಡುತ್ತಿದ್ದರೆ, ಅವಳು ಕಡಿದಾದ ಹುಲ್ಲು ಬೆಳೆದಿರುವ ಬೆಟ್ಟವನ್ನು ಜಾರುವ ಬಂಡೆಯಂತೆ ಜಾರುತ್ತಾ ಇಳಿದಳು. ಬೆಟ್ಟದ ಬುಡದಲ್ಲಿ ಹಾದಿ ನೇರವಾಗಿದ್ದುದರಿಂದ ದೊಡ್ಡ ಕಾಲುಗಳ ಹುಡುಗ ತನ್ನ ವೇಗವನ್ನು ಹೆಚ್ಚಿಸಿ,, ಅವಳಿಗಿಂತ ಮುಂದಾದ.

ಇನ್ನೊಂದು ದಿಕ್ಕಿನಿಂದ ಬಿಜ್ಜು ಮನೆ ಕಡೆಗೆ ಬರುತ್ತಿದ್ದ. ಒಲೆ ಉರಿಸಲು ಬೇಕಾದ ಕಟ್ಟಿಗೆಯನ್ನು ಸಂಗ್ರಹಿಸಿ ಅವನು ತರುತ್ತಿದ್ದ. ಕಾಲು ದಾರಿಯನ್ನು ತಲುಪುತ್ತಿದ್ದಂತೆ ಅವನಿಗೆ ದೆವ್ವ ಅಟ್ಟಿಸಿಕೊಂಡು ಬಂದಂತೆ ಓಡಿಬರುತ್ತಿರುವ ಬಿನ್ಯಾ ಕಾಣಿಸಿದಳು.

"ಏನಾಯ್ತು?, ಯಾಕೆ ಹಂಗೆ ಓಡಿಬರುತ್ತಿದ್ದೀಯ?" ಎಂದು ಕೂಗಿದ.

ಬಿನ್ಯಾ ಓಡಿ ಬರುತ್ತಲೇ ದೌಡಾಯಿಸುತ್ತಿರುವ ರಾಜಾರಾಮ್‌ನತ್ತ ಬೊಟ್ಟು ಮಾಡಿ ತೋರಿಸಿದಳು.

"ನನ್ನ ಕೊಡೆ!, ಅವನು ಕದ್ದು ಓಡುತ್ತಿದ್ದಾನೆ!" ಎಂದು ಕಿರುಚಿದಳು.

ಸೌದೆ ಹೊರೆಯನ್ನು ಕೆಳಗೆ ಕುಕ್ಕಿದ ಬಿಜ್ಜು, ತಂಗಿಯೊಂದಿಗೆ ಓಡಿದ, "ಅವನನ್ನು ಹಿಡೀತೀನಿ ಇರು!" ಎಂದವನೇ ಹಸಿರು ಹುಲ್ಲಿನ ಮೇಲೆ ನೆಗೆಯುತ್ತ ಜೋರಾಗಿ ಓಡಿದ. ಅವನು ಚುರುಕಾಗಿದ್ದುದಲ್ಲದೆ, ಆಗ ತಾನೆ ಓಡಲು ಶುರುಮಾಡಿದ್ದರಿಂದ ಕಳ್ಳನಿಗೆ ಹತ್ತಿರವಾಗತೊಡಗಿದ.

ರಾಜಾರಾಮ್ ತೊರೆಯನ್ನು ದಾಟುವ ಸಮಯದಲ್ಲಿ ಬಿಜ್ಜು ಅವನನ್ನು ಹಿಂದಿನಿಂದ ಹಿಡಿದ. ರಾಜಾರಾಮ್ ಸ್ವಲ್ಪ ಎತ್ತರವಾಗಿದ್ದ. ಆದರೆ ಬಿಜ್ಜು ಅವನಿಗಿಂತ ಗಟ್ಟಿಗ. ಹಿಂದಿನಿಂದ ಹಾರಿದವನೇ ಕಳ್ಳನ ಕಾಲನ್ನು ಹಿಡಿದು ನೀರಿನಲ್ಲಿ ಬೀಳಿಸಿದ. ರಾಜಾರಾಮ್ ಎದ್ದು ನಿಂತು ತಪ್ಪಿಸಿಕೊಳ್ಳಲು ಪ್ರಯತ್ನಿಸಿದ. ಆದರೆ, ಬಿಜ್ಜು ಅವನ ಕಾಲನ್ನು ಗಟ್ಟಿಯಾಗಿ ಹಿಡಿದೇ ಇದ್ದ. ಮತ್ತೊಮ್ಮೆ ರಾಜಾರಾಮ್ ಸಮತೋಲನ ಕಳೆದುಕೊಂಡು ನೀರಿನಲ್ಲಿ ಧೊಪ್ ಎಂದು ಬಿದ್ದ. ಬೀಳುವಾಗ ಕೊಡೆಯನ್ನೂ ಸಹ

ಬೀಳಿಸಿದ. ಅದು ಹರಿಯುವ ನೀರಿನಲ್ಲಿ ತೇಲುತ್ತಾ ಸಾಗಿತು. ಅದೇ ಸಮಯಕ್ಕೆ ಏದುಸಿರು ಬಿಡುತ್ತಾ ಓಡೋಡಿ ಬಂದ ಬಿನ್ಯಾ, ಕೊಡೆಯನ್ನು ಹಿಡಿಯಲು ತೆಳ್ಳಗೆ ಹರಿಯುತ್ತಿದ್ದ ನೀರಿನಲ್ಲಿ ಅದರ ಹಿಂದೆ ಓಡಿದಳು.

ಅದೇ ವೇಳೆ ಇಲ್ಲಿ ಭರ್ಜರಿ ಯುದ್ಧ ನಡೆಯುತ್ತಿತ್ತು. ಒಬ್ಬರಿಗೊಬ್ಬರು ಪಟ್ಟುಗಳನ್ನು ಹಾಕಿ, ಕಲ್ಲುಗಳ ಮೇಲೆ ಜಾರುತ್ತಾ, ಮರಳಿನ ಮೇಲೆ ಬಿದ್ದರು. ತೊರೆಯ ಅಂಚಿನಲ್ಲಿರುವ ಸಣ್ಣಸಣ್ಣ ಕಲ್ಲುಗಳ ಮೇಲೆ ಉರುಳುತ್ತಾ, ತಳ್ಳಾಡುತ್ತಾ ಪುನಃ ನೀರಿನಲ್ಲಿ ಬಿದ್ದರು. ಮಡಿವಾಳ, ಪಿಕಳಾರ ಮೊದಲಾದ ಹಕ್ಕಿಗಳು ಗಾಬರಿಗೊಂಡು ಕಿರುಚುತ್ತಾ ದೂರಕ್ಕೆ ಹಾರಿದವು.

ಮಣ್ಣನ್ನು ಮೆತ್ತಿಕೊಂಡು, ಏದುಸಿರು ಬಿಡುತ್ತಾ, ನೀರು ಚಿಮ್ಮುವಂತೆ ಇಬ್ಬರೂ ತೊರೆಯಲ್ಲೇ ಹೊಡೆದಾಡಿದರು. ಐದು ನಿಮಿಷಗಳ ಎಡೆಬಿಡದ ಹೋರಾಟದ ತರುವಾಯ ಬಿಜ್ಜು ವಿಜೇತನಾದ. ರಾಜಾರಾಮ್ ಅಂಗಾತವಾಗಿ ಮರಳಿನ ಮೇಲೆ ಸುಸ್ತಾಗಿ ಬಿದ್ದಿದ್ದ. ಅವನ ಮೇಲೆ ಕುಳಿತಿದ್ದ ಬಿಜ್ಜು, ಕದಲದಂತೆ ಕೈ ಕಾಲುಗಳನ್ನು ಅದುಮಿ ಹಿಡಿದಿದ್ದ.

ಉಸಿರೆಳೆಯುತ್ತಾ ರಾಜಾರಾಮ್, "ನನ್ನನ್ನು ಮೇಲೇಳಲು ಬಿಡೋ! ನಾನು ಹೋಗ್ತೀನಿ, ಆ ಕೆಲಸಕ್ಕೆ ಬಾರದ ಕೊಡೆ ನನಗೇನೂ ಬೇಡ" ಎಂದ.

"ಹಾಗಿದ್ರೆ ಯಾಕೋ ತಗೊಂಡೆ? ಹೇಳ್ತೀಯೋ ಇಲ್ವೋ?" ಎಂದು ಜೋರು ಮಾಡಿದ ಬಿಜ್ಜು.

"ಅದು ಆ ಜಿಪುಣ ರಾಮ್‌ಬರೋಸ ಮಾಡಿಸಿದ್ದು. ಕೊಡೆ ನನಗೆ ಬೇಕು. ಅದನ್ನು ತಗೊಂಡು ಬರದಿದ್ರೆ ಕೆಲಸದಿಂದ ತೆಗೆಯುತ್ತೇನೆ ಅಂದಿದ್ದ" ಎಂದ ರಾಜಾರಾಮ್.

ಆರು

ಅಕ್ಟೋಬರ್ ತಿಂಗಳ ಪ್ರಾರಂಭದಲ್ಲೇ ಮಳೆಗಾಲ ಮುಗಿಯುತ್ತಾ ಬಂತು. ಜಿಗಣೆಗಳು ಮಾಯವಾದವು. ಹಸಿರಿದ್ದ ಜರಿಗಿಡಗಳು ಹಳದಿ ಬಣ್ಣಕ್ಕೆ ತಿರುಗಿದರೆ, ಹಸಿರುಬೆಟ್ಟಗಳ ಮೇಲೆ ಸೂರ್ಯನ ಕಿರಣಗಳು ಬಿನ್ಯಾಳ ಮನೆ ಮುಂದಿನ ಗಿಡದಲ್ಲಿ ಬಿಟ್ಟ ನಿಂಬೆಯಂತೆ ಹಳದಿ ಮಿಶ್ರಿತ ಕೇಸರಿ ಬಣ್ಣ ಪಡೆದಿವೆ. ಬಿಜ್ಜುವಿನ ದಿನಚರಿ ಆಹ್ಲಾದಕರವಾಗಿದೆ. ಹುರಿದ ಜೋಳವನ್ನು ತಿನ್ನುತ್ತಾ ಶಾಲೆಯಿಂದ ಖುಷಿಯಾಗಿ ಮನೆಗೆ ಬರುತ್ತಾನೆ. ಬಿನ್ಯಾಳ ಕೊಡೆ ಬಿಳಿಚಿಕೊಂಡ ನೀಲಿ ಬಣ್ಣದ್ದಾಗಿದೆ. ಹಲವೆಡೆ ಅದು ಹರಿದಿದ್ದರೂ, ಹಳ್ಳಿಯಲ್ಲಿನ ಅತ್ಯಂತ ಸುಂದರ ವಸ್ತುವಾಗಿಯೇ ಉಳಿದಿದೆ ಮತ್ತು ಈಗಲೂ ಅವಳು ತಾನು ಎಲ್ಲೇ ಹೋಗಲಿ ಅದನ್ನು ಹಿಡಿದುಕೊಂಡೇ ಹೋಗುವಳು.

ಅತ್ಯಂತ ಕ್ರೂರಿ ಚಳಿಗಾಲ ಇನ್ನೇನು ಹತ್ತಿರದಲ್ಲಿಯೇ ಇದೆ. ಆದರೂ ಅಕ್ಟೋಬರ್ ತಿಂಗಳು ಇತರೇ ತಿಂಗಳುಗಳಿಗಿಂತ ದೊಡ್ಡದೋ ಎಂಬಂತೆ ತೋರುತ್ತದೆ. ಏಕೆಂದರೆ ಈ ತಿಂಗಳು ಒಂದು ರೀತಿಯಲ್ಲಿ ಕರುಣಾಮಯಿಯಂತೆ. ಈ ಸಮಯದಲ್ಲಿ ಹುಲ್ಲಿನ ಮೇಲೆ ಮಲಗಲು ಚೆನ್ನ. ಬೀಸುವ ಗಾಳಿ ಬೆಚ್ಚಗೆ ಸವರುತ್ತಾ ಪೈನ್ ಸುಗಂಧವನ್ನು ಪಸರಿಸಿ ಹೋಗುತ್ತದೆ. ಅಕ್ಟೋಬರ್ ತಿಂಗಳು ಎಲ್ಲರ ಮನದಲ್ಲೂ ಸಂತೃಪ್ತಿಯನ್ನು ತಂದರೆ, ರಾಮ್‌ಬರೋಸ ಮಾತ್ರ ನೆಮ್ಮದಿ ಮತ್ತು ತೃಪ್ತಿಯನ್ನು ಕಾಣನು.

ಬಿನ್ಯಾಳ ಕೊಡೆಯನ್ನು ಪಡೆಯುವ ಎಲ್ಲಾ ಆಸೆಯನ್ನೂ, ಅದರ ಬಗ್ಗೆ ಕನಸು ಕಾಣುವುದನ್ನೂ ಮುದುಕ ಬಿಟ್ಟುಬಿಟ್ಟಿದ್ದನು. ಅದರ ಮೇಲೆ ತಾನು ಕಣ್ಣಿಡಬಾರದಿತ್ತು ಎಂದವನಿಗೆ ಅನಿಸತೊಡಗಿತು. ಕೊಡೆಯ ದೆಸೆಯಿಂದ, ಮಾನಸಿಕ ತೊಳಲಾಟ, ದುರಾಸೆಯ ಪರಮಾವಧಿ, ಕಾಡುವ ಒಂಟಿತನ ಅನುಭವಿಸುವಂತಾಯಿತು. ಈ ಕೊಡೆಯಿಂದಾಗಿಯೇ ಜನರು ಅವನ ಅಂಗಡಿಗೆ ಬರುವುದನ್ನು ಕೂಡ ನಿಲ್ಲಿಸಿದ್ದರು!

ಕೊಡೆಯನ್ನು ಕಳ್ಳತನ ಮಾಡಿಸಲು ರಾಮ್‌ಬರೋಸ ಪ್ರಯತ್ನಿಸಿದ ವಿಚಾರ ತಿಳಿದ ಹಳ್ಳಿಗರು ಅವನ ವಿರುದ್ಧ ತಿರುಗಿ ಬಿದ್ದರು. ಅವನು ನಂಬಿಕೆಗೆ ಅನರ್ಹ ಎಂದೇ

ತೀರ್ಮಾನಿಸಿಬಿಟ್ಟರು. ಸೋಪು, ಟೀ, ಬೆಂಕಿಪೊಟ್ಟಣ ಮುಂತಾದವುಗಳನ್ನು ಅವನ ಅಂಗಡಿಯಲ್ಲಿ ಕೊಳ್ಳುವುದರ ಬದಲಿಗೆ ಇನ್ನೊಂದು ಮೈಲಿ ನಡೆದು ತೆಹ್ರಿ ಬಸ್ ನಿಲ್ದಾಣದ ಬಳಿಯಿರುವ ಅಂಗಡಿಗಳಲ್ಲಿ ಕೊಳ್ಳಲು ಪ್ರಾರಂಭಿಸಿದರು. ಒಂದು ಕೊಡೆಗಾಗಿ ಹೀನ ಕೃತ್ಯ ಎಸಗಿದವನೊಂದಿಗೆ ಯಾರು ತಾನೆ ವ್ಯವಹರಿಸುತ್ತಾರೆ ಹೇಳಿ? ಮಕ್ಕಳು ಅವನನ್ನು ಹಂಗಿಸುತ್ತಿದ್ದರು. ಅವನ ಹೆಸರನ್ನು "ರಾಮ್‌ಬರೋಸ" (ಬರೋಸ ಅಂದರೆ ನಂಬಿಕಸ್ತ) ನಿಂದ "ಕೊಡೆ ಕಳ್ಳ ಬರೋಸ" ಎಂದು ಬದಲಾಯಿಸಿ ಕರೆಯತೊಡಗಿದರು.

ಆ ವೃದ್ಧ ಒಂಟಿಯಾಗಿ ಖಾಲಿ ಅಂಗಡಿಯಲ್ಲಿ ಕೂತು ಟೀ ಕೆಟಲಿನ ಹಿಸ್ ಎಂಬ ಶಬ್ದವನ್ನು ಆಲಿಸುತ್ತಾ, ಟೀ ಕುಡಿಯಲು ಒಬ್ಬರಾದರೂ ತನ್ನ ಅಂಗಡಿಗೆ ಬರುತ್ತಾರೋ ಇಲ್ಲವೋ ಎಂದು ಚಿಂತಿಸುತ್ತಿದ್ದ. ಈಗೀಗ ರಾಮ್‌ಬರೋಸನಿಗೆ ಹಸಿವೆಯೇ ಆಗುತ್ತಿಲ್ಲ. ಅತ್ಯಲ್ಪ ಆಹಾರವನ್ನು ಸೇವಿಸುತ್ತಿದ್ದ. ಆದಾಯ ಶೂನ್ಯವಾಗಿದೆ. ತೆಹ್ರಿಯಲ್ಲಿನ ಬ್ಯಾಂಕಿನಲ್ಲಿ ಅವನ ಹಣ ಇದೆ. ಆದರೆ, ಅದನ್ನು ಮುಟ್ಟುವುದು ಘೋರ ಅಪರಾಧ ಅಲ್ಲವೆ! ಹಣ ಉಳಿಸಲೆಂದು ಅಯೋಗ್ಯ ರಾಜಾರಾಮ್‌ನನ್ನು ಕೆಲಸದಿಂದ ತೆಗೆದಿದ್ದ. ಹಾಗಾಗಿ ಈಗ ಅವನು ಒಬ್ಬಂಟಿ. ಛಾವಣಿ ಸೋರುತ್ತಿದೆ. ಅಂಗಡಿಯ ಮೇಲೆ ಹೊದಿಸಿರುವ ಶೀಟಿನ ನಡುವೆ ಗಾಳಿ ತೂರಿ ಬರುತ್ತಿದೆ. ಆದರೆ ಅದರ ಬಗ್ಗೆ ರಾಮ್‌ಬರೋಸ ಗಮನ ಕೊಡುತ್ತಿಲ್ಲ.

ಬಿಜ್ಜು ಮತ್ತು ಬಿನ್ಯಾ ಹೆಚ್ಚೂ ಕಡಿಮೆ ಪ್ರತಿ ದಿನ ಅವನ ಅಂಗಡಿಯ ಮುಂದೆ ಹಾದು ಹೋಗುತ್ತಿದ್ದರು. ಆ ಸಮಯದಲ್ಲಿ ಬಿಜ್ಜು ಜೋರಾಗಿ ಶಿಳ್ಳೆ ಹೊಡೆಯುತ್ತಾ ಹೋಗುತ್ತಿದ್ದ. ಶಿಳ್ಳೆ ಹೊಡೆಯುವುದರಲ್ಲಿ ಅವನಿಗೆ ಅವನೇ ಸಾಟಿ. ಆದರೆ, ಅಚ್ಚರಿಯೆಂಬಂತೆ ಬಿನ್ಯಾ ಅಂಗಡಿಯ ಮುಂದೆ ಹೋಗುವಾಗ ಮೌನವಾಗಿ ಇನ್ನೊಂದು ದಿಕ್ಕಿನಲ್ಲಿ ನೋಡುತ್ತಾ ಹೋಗುತ್ತಿದ್ದಳು. ರಾಮ್‌ಬರೋಸನ ದುರಂತಕ್ಕೆ ಪರೋಕ್ಷವಾಗಿ ತಾನೇ ಕಾರಣಳು ಎಂಬ ಭಾವ ಅವಳ ಮನವನ್ನು ಕಾಡುತ್ತಿತ್ತು.

ಅವಳು ಈ ಘಟನೆಯ ಬಗ್ಗೆ ತನ್ನಲ್ಲೇ ವಿಚಾರ ಮಾಡಿಕೊಳ್ಳುತ್ತಿದ್ದಳು. ಕೊಡೆಯು ಅವಳ ಸ್ವಂತದ್ದು. ಅದನ್ನು ಕಂಡು ಇತರರು ಅಸೂಯೆ ಪಟ್ಟರೆ ಅವಳು ತಾನೆ ಏನು ಮಾಡಬಲ್ಲಳು? ಅದರಲ್ಲಿ ಅವಳ ತಪ್ಪೇನಿದೆ? ಆದರೆ, ಅವಳು ಅದನ್ನು ಅತಿಯಾಗಿ ಹಚ್ಚಿಕೊಂಡಿದ್ದಳಾ? ಅದರ ಬಗ್ಗೆ ಅತೀವ ಪ್ರೀತಿಯಾ? ಜನರು ಹಾಗೂ ಸಂಬಂಧಗಳಿಗಿಂತ ಅದೇ ಹೆಚ್ಚಾಯಿತಾ? ರಾಮ್‌ಬರೋಸಾನ ಸೋತು ಸುಣ್ಣವಾದ ಜೋಲು ಬಿದ್ದ ಮುಖ (ಬಿಜ್ಜುವಿನ ಪ್ರಕಾರ ಅವನ ಮುಖ ಜೋತು ಬಿದ್ದು ನೇತಾಡುತ್ತಿದೆಯಂತೆ) ಹಾಗೂ ಹಾಳಾದ ಅವನ ಅಂಗಡಿಗೆ ಸ್ವಲ್ಪಮಟ್ಟಿಗಾದರೂ ತಾನೇ ಕಾರಣಳು ಎಂಬ ಭಾವ ಅವಳಲ್ಲಿ ಮನೆಮಾಡಿತು. ಇದಕ್ಕೆಲ್ಲಾ ಕಾರಣ ಅವನ ದುರಾಸೆಯೇ, ಅನುಮಾನವಿಲ್ಲ. ಆದರೆ, ಅವನ ತಪ್ಪಿಗೆ ಇಷ್ಟೊಂದು ಶಿಕ್ಷೆಯ ಅಗತ್ಯವಿಲ್ಲ. ಅವನು ಕೊರಗುತ್ತಿರುವುದನ್ನು ಕಂಡು ಅವಳಿಗೆ ತನ್ನ ಬಗ್ಗೆಯೇ ಕೆಟ್ಟದೆನಿಸುತ್ತಿದೆ. ಅದಕ್ಕಾಗಿ ಅವಳು ಅವನ ಅಂಗಡಿ ಸಮೀಪಿಸಿದೊಡನೆಯೇ ಕೊಡೆಯನ್ನು ಮಡಿಚಿಬಿಡುತ್ತಿದ್ದಳು. ಸ್ವಲ್ಪ ದೂರ ಹೋದ ಮೇಲೆ ಪುನಃ ತೆರೆಯುತ್ತಿದ್ದಳು.

ಅಕ್ಟೋಬರ್ ತಿಂಗಳ ಕೊನೆಯಲ್ಲಿ ಒಂದು ದಿನ ಅವಳ ಜೇಬಲ್ಲಿ ಹತ್ತು ಪೈಸೆ ಇದ್ದಾಗ ಅವನ ಅಂಗಡಿಗೆ ಹೋಗಿ ಆ ಮುದುಕನನ್ನು ಸಿಹಿ ತಿಂಡಿ ಬೇಕೆಂದು ಕೇಳಿದಳು.

ರಾಮ್‌ಬರೋಸನ ಅಂಗಡಿಗೆ ಎರಡು ವಾರಗಳ ನಂತರ ಬಂದ ಮೊದಲ ಗಿರಾಕಿ ಅವಳು. ತನ್ನ ಮುಖದ ಮುಂದೆ ಕೊಡೆಯನ್ನು ಹಿಡಿದು ಅಣಕಿಸಲು ಬಂದಿರುವಳಾ? ಎಂದು ಅವನು ಅನುಮಾನದಿಂದ ಆ ಹುಡುಗಿಯನ್ನು ನೋಡಿದ. ಅವಳು ಅಂಗಡಿಯ ಗಲ್ಲದ ಮೇಲೆ ಕಾಸನ್ನು ಇಟ್ಟಳು. ಹಳೆಯದಾಗಿದ್ದ ಆ ಕಾಸನ್ನು ರಾಮ್‌ಬರೋಸ ಎತ್ತಿ ಬೆಳಕಲ್ಲಿ ನೋಡಿದ, ಕಚ್ಚಿದ, ನೆಲಕ್ಕೆ ಬಡಿದು ಪರೀಕ್ಷಿಸಿದ. ಅದು ಸರಿಯಾದ ನಾಣ್ಯವೆಂದು ಅನಿಸಿದ ಮೇಲೆ ಬಿನ್ಯಾಳಿಗೆ ಸಿಹಿ ತಿನಿಸನ್ನು ಕೊಟ್ಟ.

ಅಂಗಡಿಯ ಗಲ್ಲದ ಮೇಲಿದ್ದ ಮಡಚಿದ ಕೊಡೆಯನ್ನು ಅವನು ಗಮನಿಸುವಷ್ಟರಲ್ಲಿ ಬಿನ್ಯಾ ಹೊರಕ್ಕೆ ಹೋಗಿಯಾಗಿತ್ತು. ಕಡೆಗೂ ಸಿಕ್ತು. ಕೈಗೆಟಕುವಷ್ಟು ಹತ್ತಿರದಲ್ಲಿದೆ ಅವನು ಬಯಸುತ್ತಿದ್ದ ನೀಲಿ ಕೊಡೆ! ಈಗವನೇನಿದ್ದರೂ ಅದನ್ನು ಬಚ್ಚಿಡಬೇಕಷ್ಟೆ. ಯಾರಿಗೂ ಈ ವಿಷಯ ತಿಳಿಯುವುದಿಲ್ಲ. ಬಿನ್ಯಾ ಅದನ್ನು ಅಂಗಡಿಯಲ್ಲಿ ಬಿಟ್ಟು ಹೋಗಿದ್ದಳು ಎಂದು ಯಾರೂ ಸಾಬೀತು ಪಡಿಸಲು ಸಾಧ್ಯವಿಲ್ಲ.

ನಡುಗುತ್ತಿದ್ದ ತನ್ನ ಒಣಕಲು ಕೈಯನ್ನು ಚಾಚಿ ಕೊಡೆಯ ಹಿಡಿಯನ್ನು ಹಿಡಿದ. ಅದನ್ನು ಅರಳಿಸಿದ. ಬಿಸಿಲು, ಮಳೆ ಬೀಳದ ಮಬ್ಬುಗತ್ತಲಿನ ಅಂಗಡಿಯಲ್ಲಿ ತೆರೆದ ಕೊಡೆಯ ಕೆಳಗೆ ನಿಂತ.

"ಅಯ್ಯೋ, ನಾನು ಬಿಸಿಲಲ್ಲಾಗಲೀ ಮಳೆಯಲ್ಲಾಗಲೀ ಹೋದವನೇ ಅಲ್ಲ, ಈ ಕೊಡೆಯಿಂದ ನನಗೇನು ಉಪಯೋಗ?" ಎಂದು ತನ್ನಷ್ಟಕ್ಕೆ ತಾನೇ ಗಟ್ಟಿಯಾಗಿ ಹೇಳಿಕೊಂಡ.

ಅವಸರದಿಂದ ಅಂಗಡಿಯ ಹೊರಗೆ ಬಂದು ಬಿನ್ಯಾಳ ಹಿಂದೆ ಓಡಿದ.

"ಬಿನ್ಯಾ, ಬಿನ್ಯಾ! ನಿನ್ನ ಕೊಡೆಯನ್ನು ಮರೆತು ಹೋಗುತ್ತಿದ್ದೀಯ!" ಎಂದು ಕೂಗಿದ.

ಅವನಿಗೆ ಓಡುವ ಅಭ್ಯಾಸವಿರಲಿಲ್ಲ. ಆದರೂ ಬಿರಬಿರ ಹೆಜ್ಜೆ ಹಾಕುತ್ತಾ ಅವಳನ್ನು ಸಮೀಪಿಸಿದ. ಕೊಡೆಯನ್ನು ಕೊಡುತ್ತಾ, "ನೀನು ಮರೆತು ಬಿಟ್ಟಿಟ್ಟಿದ್ದೆ? ನಿನ್ನ ಕೊಡೆ!"

ಆ ಕ್ಷಣದಲ್ಲಿ ಅದು ಇಬ್ಬರಿಗೂ ಸೇರಿದ್ದಾಗಿತ್ತು.

ಆದರೆ ಬಿನ್ಯಾ ಕೊಡೆಯನ್ನು ತೆಗೆದುಕೊಳ್ಳಲಿಲ್ಲ. ತಲೆಯನ್ನು ಅಡ್ಡಡ್ಡ ಆಡಿಸುತ್ತಾ, "ನೀವೇ ಇಟ್ಕೊಳ್ಳಿ, ಅದರ ಅಗತ್ಯ ಇನ್ನು ನನಗಿಲ್ಲ" ಎಂದಳು.

"ಆದರೆ ಇದು ತುಂಬಾ ಸುಂದರವಾದ ಕೊಡೆ! ನಮ್ಮ ಹಳ್ಳಿಯಲ್ಲಿಯೇ ಅತ್ಯುತ್ತಮವಾದ ಕೊಡೆ" ಎಂದು ಹೇಳಿ ಕೊಡಲು ಹೋದ.

"ಹೌದು, ನನಗೆ ಗೊತ್ತು. ಆದರೆ ಕೊಡೆಯೇ ಸರ್ವಸ್ವ ಅಲ್ವಲ್ಲಾ" ಎಂದಳು ಬಿನ್ಯಾ.

ಕೊಡೆಯನ್ನು ಹಿಡಿದ ಆ ಮುದುಕನನ್ನು ಅಲ್ಲಿಯೇ ಬಿಟ್ಟು ಅವಳು

ಇಳಿಜಾರಾದ ರಸ್ತೆಯಲ್ಲಿ ನೆಗೆಯುತ್ತ ಜಿಂಕೆ ಮರಿಯಂತೆ ಓಡಿದಳು. ಈಗ ಅವಳ ಮತ್ತು ನೀಲಿ ಆಗಸದ ನಡುವೆ ಯಾವ ಅಡೆತಡೆಯೂ ಇಲ್ಲ.

ಏಳು

ಈಗ ನೀಲಿ ಕೊಡೆಯು ರಾಮ್‌ಬರೋಸನದ್ದಾಗಿದೆ. ಬಿನ್ಯಾ ಕೊಟ್ಟ ಉಡುಗೊರೆಯಿದು ಎಂದು ಅವನು ಎಲ್ಲರ ಬಳಿ ಹೇಳಿಕೊಳ್ಳುತ್ತಾನೆ. ಕೊಡೆಯ ದೆಸೆಯಿಂದಾಗಿ ಮಳೆ ಬಿದ್ದಾಗ ಮತ್ತು ಬಿಸಿಲಿಗೆ ಹೊರಹೋಗುತ್ತಾನೆ. ಅದರಿಂದಾಗಿ ಕೊಂಚ ಆರೋಗ್ಯವಂತನಾಗಿದ್ದಾನೆ. ಕೆಲ ಬಾರಿ ಹಂದಿಗಳು ಮತ್ತು ಆಡುಗಳನ್ನು ಅಟ್ಟಲೂ ಸಹ ಕೊಡೆಯನ್ನು ಅವನು ಬಳಸುತ್ತಾನೆ. ಅದನ್ನು ಸದಾ ಕಾಲ ಅಂಗಡಿಯ ಹೊರಗೇ ಇಟ್ಟಿರುತ್ತಾನೆ. ಯಾರು ಬೇಕಾದರೂ ಕೇಳಿ ಪಡೆದು ತೆಗೆದುಕೊಂಡು ಹೋಗಿ ವಾಪಸ್ ತಂದುಕೊಡಬಹುದು. ಹಾಗಾಗಿ ಒಂದು ಅರ್ಥದಲ್ಲಿ ಅದು ಎಲ್ಲರ ಕೊಡೆಯಾಗಿತ್ತು. ಕೊಡೆಯು ಬಣ್ಣ ಕಳೆದುಕೊಂಡು ಅಲ್ಲಲ್ಲಿ ಹರಿದಿದೆ, ಆದರೂ ಹಳ್ಳಿಯ ಅತ್ಯುತ್ತಮ ಕೊಡೆಯಾಗಿಯೇ ಉಳಿದಿದೆ.

ಜನ ಈಗ ಎಂದಿನಂತೆ ರಾಮ್‌ಬರೋಸನ ಅಂಗಡಿಗೆ ಬಂದು ಹೋಗುತ್ತಿದ್ದಾರೆ. ಬಿಜ್ಜು ಅಥವಾ ಬಿನ್ಯಾ ಟೀ ಕುಡಿಯಲೆಂದು ಬಂದರೆ, ಅವರಿಗೆ ಹಾಲು ಮತ್ತು ಸಕ್ಕರೆಯನ್ನು ಸ್ವಲ್ಪ ಜಾಸ್ತಿ ಹಾಕಿ ಕೊಡುತ್ತಾನೆ. ಹೆಚ್ಚಾಗಿ ಹಾಲು ಹಾಕಿರುವ ಸಿಹಿಯಾದ ಟೀ ಅಂದರೆ ಈ ಹುಡುಗರಿಗೆ ಅಚ್ಚುಮೆಚ್ಚು.

ಕೆಲ ದಿನಗಳ ಹಿಂದೆ ಒಂದು ರಾತ್ರಿ ರಾಮ್‌ಬರೋಸನ ಅಂಗಡಿಗೆ ಕರಡಿ ಬಂದಿತ್ತು. ಹಿಮಾಲಯ ಶ್ರೇಣಿಯ ಬೆಟ್ಟಗಳ ಮೇಲೆಲ್ಲಾ ಹಿಮಬಿದ್ದುದರಿಂದ ಆಹಾರವನ್ನು ಅರಸುತ್ತಾ ಕರಡಿ ತಪ್ಪಲಿನ ಪ್ರದೇಶಕ್ಕೆ ಬಂದಿತ್ತು. ಹಳ್ಳಿಯ ಬಳಿ ಏನಾದರೂ ಸಿಗುತ್ತದೆಂದು ಇತ್ತ ಸುಳಿದಿತ್ತು. ರಾಮ್‌ಬರೋಸನ ಅಂಗಡಿಯ ಮೇಲಿನ ತಗಡು ಶೀಟಿನ ಮೇಲೆ ಜರಬರನೆ ನಡೆದಾಡಿತ್ತು. ಹಣ್ಣಾಗಲಿ ಎಂದು ಶೀಟಿನ ಮೇಲೆ ಇಟ್ಟಿದ್ದ ದೊಡ್ಡ ಗಾತ್ರದ ಕುಂಬಳ ಕಾಯಿಯನ್ನು ಅದು ಹೊತ್ತೊಯ್ದಿತ್ತು. ಶೀಟನ್ನು ಹತ್ತಿಳಿಯುವಾಗ ಅದರ ಉಗುರೊಂದು ಮುರಿದಿತ್ತು.

ಮರುದಿನ ಬೆಳಗ್ಗೆ ರಾಮ್‌ಬರೋಸನಿಗೆ ಅವನ ಅಂಗಡಿಯ ಬಾಗಿಲ ಬಳಿ ಕರಡಿಯ ಉಗುರು ಸಿಕ್ಕಿತು. ಅದನ್ನು ತೆಗೆದುಕೊಂಡು ತನ್ನ ಜೇಬಿನಲ್ಲಿಟ್ಟುಕೊಂಡ.

ಕರಡಿಯ ಉಗುರು ಸಿಕ್ಕರೆ ಅದೃಷ್ಟವಂತೆ.

ಮರುದಿನ ಪಟ್ಟಣದ ಪೇಟೆ ಬೀದಿಗೆ ಕೆಲಸದ ಮೇಲೆ ಹೋಗುವಾಗ ಕರಡಿಯ ಉಗುರನ್ನೂ ಸಹ ತೆಗೆದುಕೊಂಡು ಹೋಗಿದ್ದ. ಅದನ್ನು ಅಕ್ಕಸಾಲಿಗನಿಗೆ ಕೊಟ್ಟು, ಕೆಲ ಸೂಚನೆಯನ್ನು ನೀಡಿ ಬಂದ.

ಅಕ್ಕಸಾಲಿಗ ಉಗುರನ್ನು ಹೊಂದಿಸಿ ಸುಂದರವಾದ ಬೆಳ್ಳಿಯ ಲಾಕೆಟ್ ಮಾಡಿದ. ಅದಕ್ಕೆ ತೆಳ್ಳನೆಯ ಬೆಳ್ಳಿ ಸರವನ್ನು ಸಹ ಜೊತೆಗೂಡಿಸಿದ. ರಾಮ್‌ಬರೋಸ ಮತ್ತೊಮ್ಮೆ ಬಂದಾಗ ಅಕ್ಕಸಾಲಿಗನ ಕೆಲಸ ಮೆಚ್ಚಿ ಹತ್ತು ರೂಪಾಯಿ ನೀಡಿ ಸರವನ್ನು ಪಡೆದ.

ಈಗೀಗ ಹಗಲು ಕಿರಿದಾಗತೊಡಗಿದೆ. ಹಾಗಾಗಿ ಬಿನ್ಯಾ ಮನೆಗೆ ಸಂಜೆ ಸ್ವಲ್ಪ ಬೇಗ ಬರುತ್ತಾಳೆ. ಸುತ್ತಮುತ್ತ ಹಸಿದ ಚಿರತೆ ಓಡಾಡುತ್ತಿರುವ ವರ್ತಮಾನವಿರುವುದರಿಂದ ಹಸುಗಳನ್ನು ಬೆಳಕಿರುವಾಗಲೇ ಮನೆಗೆ ಕರೆತರುವಳು.

ಹೀಗೆ ಅವಳು ಬೇಗಬೇಗ ನಡೆಯುತ್ತಾ ರಾಮ್‌ಬರೋಸನ ಅಂಗಡಿಯ ಮುಂದೆ ಹಾದು ಹೋಗುವಾಗ ಮುದುಕ ಕೂಗಿ ಕರೆದ.

"ಬಿನ್ಯಾ, ಒಂದು ನಿಮಿಷ ನಿಲ್ಲು! ನಿಂಗೇನನ್ನೋ ನಾನು ತೋರಿಸಬೇಕಿದೆ."

ಬಿನ್ಯಾ ಅಂಗಡಿಯ ಒಳಕ್ಕೆ ಬಂದಳು.

"ಇದು ಹೇಗಿದೆ ನೋಡಿ ಹೇಳು" ಎಂದು ಕರಡಿ ಉಗುರಿನ ಬೆಳ್ಳಿ ಲಾಕೆಟ್ ಮತ್ತು ಸರವನ್ನು ತೋರಿಸಿ ಕೇಳಿದ.

"ತುಂಬ ಸುಂದರವಾಗಿದೆ" ಎನ್ನುತ್ತಾ ಅದನ್ನು ಮುಟ್ಟಿಮುಟ್ಟಿ ನೋಡಿದಳು.

"ಇದು ಕರಡಿಯ ಉಗುರು. ಚಿರತೆಯ ಉಗುರಿಗಿಂತ ಇದು ಶ್ರೇಷ್ಠ, ಹೆಚ್ಚು ಅದೃಷ್ಟ ತರುತ್ತದೆ. ನಿಂಗೆ ಬೇಕಾ?" ಎಂದು ಕೇಳಿದ.

"ನನ್ನ ಬಳಿ ಹಣವಿಲ್ಲ" ಎಂದಳು.

"ಪರವಾಗಿಲ್ಲ. ನೀನು ನನಗೆ ಕೊಡೆಯನ್ನು ಕೊಡಲಿಲ್ವಾ, ನಾನು ನಿನಗೆ ಈ ಉಗುರನ್ನು ಕೊಡುತ್ತಿದ್ದೀನಿ ಅಷ್ಟೇ! ಬಾ, ನೀನು ಇದನ್ನು ಧರಿಸಿದಾಗ ಹೇಗೆ ಕಾಣುತ್ತಿ ಎಂದು ನೋಡೋಣ."

ಉಗುರಿನ ಲೋಲಾಕನ್ನು ಬಿನ್ಯಾಳ ಕುತ್ತಿಗೆ ಬಳಿ ಬರುವಂತೆ ಸರವನ್ನು ಹಿಡಿದ. ಅದು ಅವಳಿಗೆ ಹೇಳಿ ಮಾಡಿಸಿದಂತೆ ಸುಂದರವಾಗಿ ಕಾಣುತ್ತಿತ್ತು.

ಆ ಸಂದರ್ಭದಲ್ಲಿ ಅವಳ ಮೊಗದಲ್ಲಿ ಕಂಡ ಖುಷಿ ಮತ್ತು ಸಂತಸದ ನಗೆಯನ್ನು ತನ್ನ ಜೀವಮಾನದಲ್ಲಿ ಮರೆಯುವುದಿಲ್ಲ ಎನ್ನುತ್ತಾನೆ ರಾಮ್‌ಬರೋಸ.

ಖುಷಿಯಿಂದ ಓಡುತ್ತಾ ಮನೆ ಹತ್ತಿರವಾದಾಗ ಅವಳಿಗೆ ಹಸುಗಳನ್ನು ಬಿಟ್ಟು ಬಂದಿರುವುದು ನೆನಪಾಯಿತು.

"ನೀಲು, ನೀಲು! ಓ ಗೋರಿ!" ಎಂದು ಕೂಗಿದಳು.

ಹಸುಗಳ ಕುತ್ತಿಗೆಯ ಗಂಟೆ ಸದ್ದು ಕ್ಷೀಣವಾಗಿ ಕೇಳಿಸಿತು. ನಿಧಾನವಾಗಿ ಅವು

ಬೆಟ್ಟದ ಹಾದಿಯಲ್ಲಿ ಬರುತ್ತಿದ್ದವು.

ಈ ಬದಿಯಿಂದ ಬಿಜ್ಜು ಮತ್ತು ಅವಳ ಅಮ್ಮ ಕೂಗುತ್ತಿರುವ ಧ್ವನಿ ಕೇಳಿಸಿತು.

ಇವಳು ಹಾಡು ಹಾಡತೊಡಗಿದಳು. ಇವಳ ದನಿಯನ್ನು ಕೇಳಿಸಿಕೊಂಡ ಅವರಿಗೆ, ಹತ್ತಿರದಲ್ಲೇ ಸುರಕ್ಷಿತವಾಗಿದ್ದಾಳೆ ಎಂಬುದು ಖಾತ್ರಿಯಾಯಿತು.

ಇವಳು ಹಾಡುತ್ತಾ ಮನೆಗೆ ಬರುತ್ತಿದ್ದರೆ ಅದನ್ನು ಕೇಳಲೆಂಬಂತೆ ಆವರಿಸುತ್ತಿರುವ ಕತ್ತಲಿನ ಆಗಸದಲ್ಲಿ ನಕ್ಷತ್ರಗಳು ಇಣುಕುತ್ತಿದ್ದವು. ಮರಗಳು ಸದ್ದು ಮಾಡದೇ ಅವಳ ಇನಿದನಿಗೆ ಕಿವಿಯಾಗಿದ್ದವು. ಬೆಟ್ಟಗುಡ್ಡಗಳಿಗಂತೂ ಖುಷಿಯೋ ಖುಷಿ.

ಭೂತದ ಪ್ರೇಮ

ಒಂದು

ಕೊನೆಗೂ ನಾವು ಇನ್ನು ಮನೆ ಬದಲಿಸಲೇಬೇಕು ಎಂಬುದಾಗಿ ತಾತ ನಿರ್ಧರಿಸಿದರು.

ಇದಕ್ಕೆಲ್ಲ ಕಾರಣ ಭೂತ! ಈ ಅತ್ಯಂತ ತುಂಟ ಉತ್ತರ ಭಾರತೀಯ ಭೂತ ಎಲ್ಲರ ಬದುಕನ್ನೂ ತುಂಬಾ ತೊಂದರೆಗೀಡುಮಾಡಿತ್ತು.

ದೆವ್ವಗಳು ಸಾಮಾನ್ಯವಾಗಿ ಅರಳಿ ಮರಗಳಲ್ಲಿ ವಾಸಿಸುತ್ತವೆ. ನಮ್ಮ ಈ ಪುಟ್ಟ ಭೂತ ಕೂಡ ಮೊದಲು ಅರಳಿಮರವನ್ನೇ ತನ್ನ ಮನೆಯನ್ನಾಗಿ ಮಾಡಿಕೊಂಡಿತ್ತು. ಬಹಳ ಹಳೆಯದಾದ ಮತ್ತು ಬೃಹತ್ತಾದ ಅರಳಿ ಮರ ನಮ್ಮ ಮನೆಯ ಕಾಂಪೌಂಡ್ ಪಕ್ಕದಲ್ಲಿಯೇ ಬೆಳೆದಿದ್ದು, ನಮ್ಮ ಕೈತೋಟವನ್ನು ಅದರ ಕೊಂಬೆಗಳು ಆವರಿಸಿಕೊಂಡಿವೆ. ಮರದ ಒಂದು ಭಾಗ ನಮ್ಮ ಕೈತೋಟದ ಕಡೆಯಿದ್ದರೆ, ಮತ್ತೊಂದು ಪಾರ್ಶ್ವ ಮುಖ್ಯ ರಸ್ತೆಗೆ ನೆರಳನ್ನು ನೀಡುತ್ತಿತ್ತು. ಹೀಗಾಗಿ ಭೂತಕ್ಕೆ ಎಲ್ಲಾ ಪ್ರದೇಶವೂ ಚೆನ್ನಾಗಿ ಕಾಣಿಸುತ್ತದೆ.

ಅನೇಕ ವರ್ಷಗಳ ಕಾಲ ಭೂತ ಅಲ್ಲಿ ಸಂತೋಷದಿಂದ ವಾಸಿಸುತ್ತಿತ್ತು. ನಮ್ಮ ಮನೆಯವರಿಗಂತೂ ಒಂಚೂರೂ ಕಾಟ ಕೊಟ್ಟಿದ್ದಿಲ್ಲ. ನನಗೂ ತೊಂದರೆ ಕೊಡುತ್ತಿರಲಿಲ್ಲ. ನಾನಂತೂ ಬಹಳಷ್ಟು ಸಮಯ ಅರಳಿಮರದ ಮೇಲೆಯೇ ಕಾಲ ಕಳೆಯುತ್ತಿದ್ದೆ. ಕೆಲಬಾರಿ ದೊಡ್ಡವರಿಂದ ದೂರ ಇರಲೆಂದು, ಕೆಲವು ಸಲ ರಸ್ತೆ ಮತ್ತು ಓಡಾಡುವ ಜನರನ್ನು ನೋಡುವುದಕ್ಕಾಗಿ. ಬೇಸಿಗೆಯ ದಿನಗಳಲ್ಲಿ ಅರಳಿಮರದಲ್ಲಿ ತಂಪಿರುತ್ತಿತ್ತು. ಹೃದಯಾಕಾರದ ಅದರ ಎಲೆಗಳು ಗಾಳಿಗೆ ಬೀಸಣಿಗೆಯಂತೆ ಅಲುಗಾಡುತ್ತಿರುತ್ತಿದ್ದವು. ಎಲೆಗಳು ಅಲುಗಾಡುತ್ತಿದ್ದುದರಿಂದ ಭೂತ ಯಾರ ಕಣ್ಣಿಗೂ ಬೀಳದಂತೆ ಇರಲು ಅನುಕೂಲಕರವಾಗಿತ್ತು. ಹಾಗಾಗಿ ನನಗೂ ಅಷ್ಟೆ ಅದೆಲ್ಲಿದೆಯೆಂದು ತಿಳಿಯುತ್ತಿರಲಿಲ್ಲ. ಅದು ನನ್ನ ಬಗ್ಗೆ ಗಮನವೇ ಕೊಡುತ್ತಿರಲಿಲ್ಲ. ರಸ್ತೆಯ ಜನಸಂಚಾರ ಅದನ್ನು ಆವರಿಸಿಕೊಂಡಿರುತ್ತಿತ್ತು.

ಕೆಲವು ಸಲ ಟಾಂಗಾ ಹೋಗುವಾಗ ಚಂಗನೆ ಕುದುರೆಯ ಮುಂದೆ ನೆಗೆದು ಅದನ್ನು ಗಾಬರಿಗೊಳಿಸಿಬಿಡುತ್ತಿತ್ತು. ಅದರ ಪರಿಣಾಮ ಕುದುರೆ ಗಾಡಿಯನ್ನು

ಎಲ್ಲೆಲ್ಲಿಗೋ ಎಳೆದುಕೊಂಡು ಹೋಗಿಬಿಡುತ್ತಿತ್ತು. ಕೆಲಬಾರಿ, ಅದು ಕಾರು ಅಥವಾ ಬಸ್ಸಿನ ಎಂಜಿನ್ನಿನೊಳಗೆ ಸೇರಿಕೊಂಡುಬಿಡುತ್ತಿತ್ತು. ಅದರಿಂದಾಗಿ ಅವು ಕೆಟ್ಟು ನಿಲ್ಲುತ್ತಿದ್ದವು.

ಸಾಹೇಬರು ಅಥವಾ ಅಧಿಕಾರಿಗಳು ಬಿಸಿಲಿಗೆ ಧರಿಸಿದ ಟೋಪ್ಪಿಯನ್ನು ಬೀಳಿಸುವುದು ಅದಕ್ಕೆ ಬಲು ಇಷ್ಟ. ಇದ್ದಕ್ಕಿದ್ದಂತೆ ಹೇಗೆ ಗಾಳಿ ಇಷ್ಟು ಜೋರಾಯಿತು ಮತ್ತು ಹಾಗೆಯೇ ಹೇಗೆ ಅದರ ವೇಗ ತಗ್ಗಿತು ಎಂದು ಅವರು ಅಚ್ಚರಿಗೊಳ್ಳುತ್ತಿದ್ದರು.

ಇದೊಂದು ತರಹದ ವಿಶೇಷವಾದ ಭೂತ. ತನ್ನ ಇರುವಿಕೆಯನ್ನು ಕೆಲವು ಸಲ ಧ್ವನಿಯ ಮೂಲಕವೂ ಪ್ರಕಟಪಡಿಸುತ್ತಾ ಮನುಷ್ಯರ ಕಣ್ಣಿಗೆ ಮಾತ್ರ ಬೀಳದಂತೆ ಇತ್ತು.

ನಾನೇನೂ ಭೂತ ಅಲ್ಲವಲ್ಲಾ, ಎಲ್ಲರ ಕಣ್ಣಿಗೂ ಬೀಳುತ್ತಿದ್ದೆ. ಹಲವು ಬಾರಿ ಭೂತದ ಚೇಷ್ಟೆಗಳ ಹೊಣೆಯನ್ನು ನಾನು ಹೊರಬೇಕಾಗುತ್ತಿತ್ತು. ಸೈಕಲ್ ತುಳಿಯುತ್ತಾ ಹೋಗುವವರಿಗೆ ಮಾವಿನ ಓಟೆಯೋ ಅಥವಾ ಇನ್ನಾವುದಾದರೂ ಬೀಜವೋ ಬಡಿದರೆ, ಅವರು ತಲೆ ಎತ್ತಿ ನೋಡುತ್ತಿದ್ದರು. ಮರದ ಮೇಲೆ ಕುಳಿತ ಪುಟ್ಟ ಹುಡುಗನಾದ ನನ್ನನ್ನು ಕಂಡೊಡನೆ ಕೈತೋರಿಸಿ ಬೆದರಿಸುತ್ತಿದ್ದರು. ಮರದ ನೆರಳಿನಲ್ಲಿ ವಾಹನಗಳನ್ನು ನಿಲ್ಲಿಸಿ ಹೋದ ಚಾಲಕರು ವಾಪಸಾದಾಗ ಕೆಲವೊಮ್ಮೆ ಟೈರ್ ತುಸ್ ಆಗಿ ಮಲಗಿರುತ್ತಿತ್ತು. ನಾನು ಅಮಾಯಕನೆಂದು ಎಷ್ಟು ಹೇಳಿದರೂ ನಂಬುತ್ತಿರಲಿಲ್ಲ. ಆದರೆ ಮರದಲ್ಲಿ ಭೂತವಿದೆಯೆಂದು ಹೇಳಿದಾಗ ಕೊಂಚ ಅಧೀರರಾಗುತ್ತಿದ್ದರು. ನನಗೆ ಹುಚ್ಚು ಹಿಡಿದಿರಬೇಕು ಎಂದು ಅವರು ಭಾವಿಸಿರಬಹುದು, ಇಲ್ಲವೆ ನಿಜಕ್ಕೂ ಅವರಿಗೆ ಭೂತದ ಬಗ್ಗೆ ಭಯವಿರಬಹುದು. ತಮ್ಮ ಕೆಲಸ ನೋಡಿಕೊಳ್ಳಲು ಬೇಗ ಬೇಗ ಅಲ್ಲಿಂದ ಹೊರಟುಬಿಡುತ್ತಿದ್ದರು.

ರಾತ್ರಿ ವೇಳೆಯಂತೂ ಅರಳಿ ಮರದ ಕೆಳಗೆ ಯಾರೂ ಸಂಚರಿಸುತ್ತಿರಲಿಲ್ಲ.

ಮರದ ಕೆಳಗೆ ನಿಂತು ಆಕಳಿಸಬಾರದು. ಹಾಗೇನಾದರೂ ಬಾಯಿ ತೆರೆದರೆ ಭೂತ ಒಳನುಗ್ಗಿ ತುಂಬಾ ತೊಂದರೆ ಕೊಡುತ್ತದೆ ಎಂದು ಹಿರಿಯರು ಹೇಳುತ್ತಿದ್ದರು. ನಮ್ಮ ತೋಟದ ಮಾಲಿ ಚಂದು, ಆಗಾಗ್ಗೆ ಹುಷಾರಿಲ್ಲವೆಂದು ಕೆಲಸಕ್ಕೆ ಚಕ್ಕರ್ ಹಾಕಲು, ತನ್ನ ಹೊಟ್ಟೆ ನೋವಿಗೆ ಭೂತವೇ ಕಾರಣವೆಂದು ಹೇಳುತ್ತಿದ್ದ. ಅವನು, ಒಮ್ಮೆ ಆಕಳಿಸುವಾಗ ಬಾಯಿಗೆ ಅಡ್ಡವಾಗಿ ತನ್ನ ಕೈ ಹಿಡಿಯುವುದನ್ನು ಮರೆತುಬಿಟ್ಟಿದ್ದ. ಹಾಗಾಗಿ ಭೂತ ಸುಲಭವಾಗಿ ಅವನ ಬಾಯನ್ನು ಹೊಕ್ಕಿತ್ತು.

ಚಂದು ಹೆಚ್ಚಿನ ಸಮಯವನ್ನು ತನ್ನ ಪುಟ್ಟ ಮನೆಯ ಹಿಂದೆ ಹಾಕಿದ್ದ ಹಗ್ಗದ ಮಂಚದ ಮೇಲೆ ಮಲಗಿಯೇ ಕಳೆಯುತ್ತಿದ್ದ. ಅಜ್ಜಿ ಅವನನ್ನು ಹುಡುಕಿಕೊಂಡು ಹೋದಾಗ ತನ್ನ ಸೊಂಟದ ಬಳಿ ಕೈ ಒತ್ತಿಕೊಂಡು ನರಳುತ್ತಿದ್ದ. ಸಿಕ್ಕಾಪಟ್ಟೆ ನೋವನ್ನು ಅನುಭವಿಸುತ್ತಿದ್ದ. ಆದರೆ ಅಜ್ಜಿ ಅಲ್ಲಿಂದ ಹೊರಡುತ್ತಿದ್ದಂತೆಯೇ ಅವನಿಗೆ ನೋವೇ ಇರುತ್ತಿರಲಿಲ್ಲ. ನೋವು ಇದ್ದರೂ ತಿನ್ನಲು ಸಮಸ್ಯೆಯೇನೂ ಇಲ್ಲ ಎನ್ನುತ್ತಿದ್ದ. ಮಾಮೂಲಿಯಾಗೇ ಆಹಾರ ಸೇವನೆ ಮಾಡುತ್ತಿದ್ದ ಮತ್ತು ಹೆಚ್ಚಿಗೇ ತಿನ್ನುತ್ತಿದ್ದ ಎನ್ನಬಹುದು? ಆ ಹೆಚ್ಚಿನ ಆಹಾರ ಭೂತವನ್ನು ಸಂತೃಪ್ತಿಗೊಳಿಸಲು!

ಎರಡು

"ನಾವು ಈಗ ಏನೂ ಮಾಡಲು ಸಾಧ್ಯವಿಲ್ಲ" ಎಂದರು ತಾತ. ನಮ್ಮ ಮನೆಯ ನಿವೇಶನದ ವ್ಯಾಪ್ತಿಯೊಳಗೆ ಬರುತ್ತಿದ್ದ ಅರಳಿ ಮರವನ್ನು ಕಡಿಯಲು ಅವರು ಲೋಕೋಪಯೋಗಿ ಇಲಾಖೆಯವರಿಗೆ ಒಪ್ಪಿಗೆಯನ್ನು ಕೊಟ್ಟಿದ್ದರು. ಅವರು ರಸ್ತೆಯ ಅಗಲೀಕರಣ ನಡೆಸಿದ್ದರು. ಅವರು ಈಗ ಮಾಡುತ್ತಿದ್ದ ರಸ್ತೆಗಾಗಿ ಅರಳಿ ಮರ ಮತ್ತು ಸ್ವಲ್ಪ ಕಾಂಪೌಂಡ್ ಗೋಡೆ ಕೂಡ ಹೋಗುತ್ತಿತ್ತು.

ಜಿನ್‌ನ ರಾಜ ಸೇರಿದಂತೆ ಹಲವಾರು ಮಂದಿ ಪ್ರತಿಭಟಿಸಿದರು. ಜಿನ್ ನ ರಾಜ ನಮ್ಮ ಮನೆಯ ಮುಂದಿನ ರಸ್ತೆಯ ಆ ಬದಿ ವಾಸಿಸುತ್ತಿದ್ದರು. ಕೆಲ ಬಾರಿ ತಾತನನ್ನು ಟೆನ್ನಿಸ್ ಆಡಲು ಅವರು ಕರೆಯುತ್ತಿದ್ದರು.

"ಅರಳಿ ಮರ ನೂರಾರು ವರ್ಷಗಳಿಂದ ಅಲ್ಲಿದೆ. ಅದನ್ನು ಕಡಿಯಲು ನಮಗೆ ಹಕ್ಕೇನಿದೆ?" ಎಂದು ಅವರು ಪ್ರಶ್ನಿಸಿದ್ದರು.

"ನಾವು ಪಿಡಬ್ಲ್ಯುಡಿಯವರು" ಎಂದಿದ್ದ ಚೀಫ್ ಎಂಜಿನಿಯರ್.

ಲೋಕೋಪಯೋಗಿ ಇಲಾಖೆಯವರ ವಿರುದ್ಧ ಭೂತ ಕೂಡ ಕಮಕ್ ಕಿಮಕ್ ಅನ್ನಲಾಗಲಿಲ್ಲ.

ಅವರು ಮರವನ್ನು ಕಡಿಸಲು ಕೊಡಲಿ ಮತ್ತು ಗರಗಸಗಳನ್ನು ಹಿಡಿದಿದ್ದ ಜನರನ್ನು ಕರೆತಂದರು. ಮೊದಲು ಮರದ ಎಲ್ಲಾ ರೆಂಬೆಗಳನ್ನು ಕಡಿದರು. ಆಗ ಅದು ನೋಡಲು ಬೋಳು ಬೋಳಾಗಿ ಕಾಣಿಸುತ್ತಿತ್ತು. ಬಹುಶಃ ಈ ಸಂದರ್ಭದಲ್ಲಿಯೇ ಭೂತ ಮರವನ್ನು ಬಿಟ್ಟು ಹೊರಟುಹೋಗಿರಬೇಕು. ನಂತರ ಅವರು ಮರದ ದೊಡ್ಡ ಕಾಂಡವನ್ನು ಕಡಿದರು. ಅಂತೂ ಪುರಾತನ ಅರಳಿ ಮರವು ಧರೆಗುರುಳಿತು. ಉರುಳಿದ ರಭಸಕ್ಕೆ ಟೆಲಿಫೋನ್ ವೈರುಗಳು, ಒಂದು ವಿದ್ಯುತ್ ಕಂಬ ಮತ್ತು ರಾಜ ಅವರ ಕಾಂಪೌಂಡ್ ಗೋಡೆಯ ಸ್ವಲ್ಪ ಭಾಗವನ್ನು ಜಖಂ ಗೊಳಿಸಿತು.

ರಸ್ತೆಯಿಂದ ಮರವನ್ನು ತೆರವುಗೊಳಿಸಲು ಅವರಿಗೆ ಮೂರು ದಿನಗಳು ಹಿಡಿಯಿತು. ಆ ಸಮಯದಲ್ಲಿ ಚೀಫ್ ಎಂಜಿನಿಯರ್ ಸಾಕಷ್ಟು ಧೂಳು ಮತ್ತು ಮರದ

ಪುಡಿಯನ್ನು ಸೇವಿಸಿದ. ಅದರಿಂದ ಕೆಲವಾರು ತಿಂಗಳುಗಳು ಕೆಮ್ಮಿನಿಂದ ಒದ್ದಾಡಿದ. ಯಾವ ವೈದ್ಯರಿಗೂ ಅವನ ಗಂಟಲಿನಲ್ಲಿ ಏನೊಂದೂ ಕಾಣಿಸದಿದ್ದರೂ ರೋಗ ಗುಣವಾಗಲಿಲ್ಲ.

"ಇದಕ್ಕೆ ಕಾರಣ ಭೂತ. ಮರವನ್ನು ಅವರು ಕಡಿಯಬಾರದಿತ್ತು" ಎಂದು ರಾಜ, ತಮಗೆ ಈ ಸಂಗತಿ ತಿಳಿದಿದೆ ಎಂಬಂತೆ ಹೇಳಿದರು.

ತನ್ನ ನೆಲೆಯನ್ನು ಕಳೆದುಕೊಂಡ ಭೂತ ನಮ್ಮ ಮನೆಯಲ್ಲಿ ವಾಸಿಸಲು ನಿರ್ಧರಿಸಿತು.

ನಾನೊಮ್ಮೆ ವರಾಂಡದ ಮೆಟ್ಟಿಲ ಮೇಲೆ ಕುಳಿತು ಪುಸ್ತಕವನ್ನು ಹಿಡಿದು ಓದುವಾಗ ನನಗೆ ಅದರ ಅಸ್ತಿತ್ವದ ಅರಿವಾಯಿತು. ನನ್ನ ಹಿಂದೆ ಯಾರೋ ಮುಸಿನಕ್ಕಂತೆ ಭಾಸವಾಯಿತು. ಹಿಂದೆ ತಿರುಗಿ ನೋಡಿದೆ, ಯಾರೂ ಇರಲಿಲ್ಲ. ಮತ್ತೆ ಓದತೊಡಗುತ್ತಿದ್ದಂತೆ ಮುಸಿನಗುವು ಕೇಳಿಸಿತು. ನಾನದರತ್ತ ಗಮನವೇ ಕೊಡಲಿಲ್ಲ. ಆಗ ನಾನು ಕೈಲಿರಿಸಿಕೊಂಡಿದ್ದ ಪುಸ್ತಕದ ಹಾಳೆಯ ಮೇಲೆ ಮೆಲುವಾಗಿ ಗುಲಾಬಿ ಪಕಳೆಗಳು ಬಿದ್ದವು. ಭೂತಕ್ಕೆ ತಾನಿರುವುದು ನನಗೆ ತಿಳಿಸಬೇಕಿತ್ತು!

"ಆಯ್ತು, ಆಯ್ತು, ನೀನೀಗ ನಮ್ಮ ಜೊತೆ ಇರಲು ಬಂದಿದ್ದೀಯ, ಸರಿ, ನಾನೀಗ ಓದಲು ಬಿಡು" ಎಂದು ಹೇಳಿದೆ.

ಅದು ಹೊರಟು ಹೋಯಿತು. ಒಳ್ಳೆಯ ಭೂತಕ್ಕೆ ಕೆಲವು ಕೆಟ್ಟ ಗುಣಗಳೂ ಇರುತ್ತದೆಯಲ್ವಾ, ತಾನಿರುವುದು ಎಲ್ಲರಿಗೂ ಗೊತ್ತಾಗಲಿ ಎಂದು ಎಲ್ಲಾ ರೀತಿಯ ಕುಚೇಷ್ಟೆಯನ್ನು ಪ್ರಾರಂಭಿಸಿತು.

ಅಜ್ಜಿಯ ಕನ್ನಡಕವನ್ನು ಬಚ್ಚಿಡಲು ಪ್ರಾರಂಭಿಸಿತು.

"ನನಗೆ ಚೆನ್ನಾಗಿ ನೆನಪಿದೆ, ಅದನ್ನು ನಾನು ಊಟದ ಟೇಬಲ್ ಮೇಲೆಯೇ ಇಟ್ಟಿದ್ದೆ" ಎಂದು ಗೊಣಗಿದರು ಅಜ್ಜಿ.

ಸ್ವಲ್ಪ ಸಮಯದ ನಂತರ ಕನ್ನಡಕವು ಗೋಡೆ ಮೇಲಿನ ಕಾಡು ಹಂದಿಯ ಮೂತಿಯ ಮೇಲೆ ಇತ್ತು. ತಾತ ಯುವಕನಾಗಿದ್ದಾಗ ಬೇಟೆಯಾಡಿ ತಂದಿದ್ದ ಕಾಡು ಹಂದಿಯ ತಲೆಗೆ ಹತ್ತಿ ತುಂಬಿ ವರಾಂಡದ ಗೋಡೆಯ ಮೇಲೆ ನೇತುಹಾಕಲಾಗಿತ್ತು.

ಈ ಕಿಡಿಗೇಡಿತನದ ಮೂಲ ನಾನೇ ಎಂದು ಎಲ್ಲರೂ ಅನುಮಾನಪಟ್ಟರು. ಆದರೆ ಒಂದೆರಡು ದಿನದ ನಂತರ ಮತ್ತೆ ಕನ್ನಡಕ ಕಾಣೆಯಾಯಿತು. ಅದು ಗಿಣಿಯ ಪಂಜರದ ಕಂಬಿಗೆ ಸಿಕ್ಕಿಹಾಕಿಕೊಂಡಿತ್ತು. ನನ್ನ ಬೆರಳನ್ನೊಮ್ಮೆ ಗಿಣಿ ಕಚ್ಚಿ ಗಾಯ ಮಾಡಿದ್ದರಿಂದ ನಾನು ಅದರ ಪಂಜರದ ಹತ್ತಿರ ಹೋಗುವುದಿಲ್ಲವೆಂಬುದು ಎಲ್ಲರಿಗೂ ಗೊತ್ತಿತ್ತು. ಹಾಗಾಗಿ ಈ ಕಿಡೀಗೇಡಿತನಕ್ಕೆ ನಾನು ಕಾರಣನಲ್ಲವೆಂದು ಎಲ್ಲರಿಗೂ ತಿಳಿಯಿತು.

ಗಿಣಿ ತಳಕೆಳಗಾಗಿ ನಿಂತು ಕನ್ನಡಕದ ಒಂದು ಗಾಜಿನ ಮೂಲಕ ನೋಡಲು ಪ್ರಯತ್ನಿಸುತ್ತಿತ್ತು. ಅದರಿಂದ ಅದರ ದೃಷ್ಟಿ ಸುಧಾರಿಸಿತೋ ಇಲ್ಲವೋ ತಿಳಿಯದು, ಆದರೆ ಅದರ ಮೂಲಕ ಕಂಡಿದ್ದು ಅದಕ್ಕೆ ಸಿಕ್ಕಾಪಟ್ಟೆ ಕೋಪ ಬರಿಸಿತು. ತನ್ನ ಕಣ್ಣುಗಳನ್ನು ಕಿರಿದಾಗಿಸಿಕೊಂಡು ಕನ್ನಡಕದ ಫ್ರೇಮನ್ನು ಜೋರಾಗಿ ಕುಕ್ಕಿ ಅದರ ಆಕಾರ ಬದಲಿಸಿತು. ಕನ್ನಡಕ ಅಲ್ಲಿಂದ ಜಾರಿದಾಗ, ನಾನು ಹೋಗಿ ಕ್ಯಾಚ್ ಹಿಡಿದು ನೆಲಕ್ಕೆ ಬೀಳುವುದನ್ನು ತಪ್ಪಿಸಿದೆ.

ಕನ್ನಡಕದ ಸಹಾಯವಿಲ್ಲದೆಯೂ ಗಿಣಿಗೆ ಭೂತ ಕಾಣಿಸುತ್ತಿತ್ತು ಅನ್ನಿಸುತ್ತೆ. ಪಂಜರದ ಒಳಗೆ ಅತ್ತಿಂದಿತ್ತ ಸುತ್ತುತ್ತಾ ಕಾಣದ ಬೆರಳುಗಳು ಅದರ ತೋಕೆಯನ್ನು ಹಿಡಿಯುವುದರಿಂದ ತಪ್ಪಿಸಿಕೊಳ್ಳಲು ಪ್ರಯತ್ನಿಸುತ್ತಿತ್ತು. ಇದುವರೆವಿಗೂ ಮಾತು ಕಲಿಯಲು ನಿರಾಕರಿಸುತ್ತಿದ್ದ ಗಿಣಿ, ಈಗ ವಿಚಿತ್ರ ಭಾಷೆಯಲ್ಲಿ ಜೋರು ಜೋರಾಗಿ ಮಾತನಾಡುತ್ತಿತ್ತು. ಕೆಲ ಬಾರಿ ಕೋಪದಿಂದ ಅರಚುತ್ತಾ ತನ್ನ ಕಣ್ಣುಗಳನ್ನು ಚಿತ್ರವಿಚಿತ್ರವಾಗಿ ತಿರುಗಿಸುತ್ತಿತ್ತು.

"ನಾವು ಈ ಗಿಣಿಯನ್ನು ಇನ್ನು ಇಟ್ಟುಕೊಳ್ಳುವಂತಿಲ್ಲ. ಇದು ಕೆಟ್ಟ ಸ್ವಭಾವವನ್ನು ರೂಢಿಸಿಕೊಳ್ಳುತ್ತಿದೆ" ಎಂದರು ಅಜ್ಜಿ.

ಮುಂದೆ ತೊಂದರೆಗೊಳಗಾದವರು ತಾತ.

ತಾತ ಒಂದು ದಿನ ಬೆಳಗ್ಗೆ ಕೈತೋಟಕ್ಕೆ ಹೋದಾಗ ಅವರ ಅಮೂಲ್ಯವಾದ

ಬಟಾಣಿ ಗಿಡದ ಹೂಗಳೆಲ್ಲ ಮುರಿದು ಕೆಳಗೆ ಹುಲ್ಲಿನ ಮೇಲೆ ಬಿದ್ದಿದ್ದವು. ಬಹುಶಃ ಗುಬ್ಬಚ್ಚಿಗಳು ಹೂಗಳನ್ನು ತರಿದಿರಬೇಕು ಎಂದು ತೋಟದ ಮಾಲಿ ಚಂದು ಅಂದುಕೊಂಡ. ಆದರೆ ಸೂರ್ಯೋದಯಕ್ಕೆ ಮುನ್ನವೇ ಗುಬ್ಬಿಗಳು ಬಂದು ಪ್ರತಿಯೊಂದು ಗಿಡವನ್ನೂ ಮುರಿದು ಬೀಳಿಸಲು ಸಾಧ್ಯವಿಲ್ಲ.

"ಇದು ಭೂತದ್ದೇ ಕೆಲಸ" ಎಂದರು ತಾತ. ನಾನು ಹೂಂಗುಟ್ಟಿದೆ.

ಭೂತ ನನಗೇನೂ ತೊಂದರೆ ಕೊಡಲಿಲ್ಲ. ಏಕೆಂದರೆ ಅದು ನನ್ನನ್ನು ಅರಳಿ ಮರದಲ್ಲಿ ನೋಡಿತ್ತಲ್ಲ. ಅಲ್ಲದೇ ಅರಳಿ ಮರವನ್ನು ಕಡಿದಾಗ ಅದರಷ್ಟೇ ನೋವನ್ನು ನಾನೂ ಅನುಭವಿಸಿದ್ದೆ ಎಂಬುದು ಅದಕ್ಕೆ ತಿಳಿದಿದೆ. ಆದರೆ ಅದಕ್ಕೆ ನನ್ನ ಗಮನ ಸೆಳೆಯುವ ತವಕ ಜಾಸ್ತಿ. ನಾನು ಒಂಟಿಯಾಗಿದ್ದಾಗ ಅದು ಮುಸಿನಗುತ್ತಾ, ಕೆಮ್ಮುತ್ತಾ, ಇಲ್ಲವೇ ನಾನು ಯಾರೊಂದಿಗಾದರೂ ಇದ್ದಾಗ ಮೆಲ್ಲನೆ ಕಿವಿಯ ಹತ್ತಿರ ಪಿಸುಗುಡುತ್ತಿತ್ತು. ಕ್ರಮೇಣ ಅದರ ಭಾಷೆಯ ಕೆಲವು ಪದಗಳನ್ನು ನಾನು ಅರ್ಥೈಸಬಲ್ಲವನಾದೆ. ಹೇಗೆಂದರೆ, ಅದು ಇಂಗ್ಲಿಷ್ ಕಲಿಯಲು ಆರಂಭಿಸಿದೆ!

ಮೂರು

ಬೆಂಜಿ ಅಂಕಲ್ ಮನೆಗೆ ಬಂದರು. ಅವರಿಗೆ ಕೆಲಸವಿಲ್ಲದಿದ್ದಾಗ ಬಹುಕಾಲ ನಮ್ಮೊಂದಿಗೇ ಇರುತ್ತಿದ್ದರು (ಅವರಿಗೆ ಕೆಲಸವಿದ್ದರೆ ತಾನೆ). ಈಗ ತೊಂದರೆಗೊಳಗಾಗುವ ಸರದಿ ಅವರದ್ದು.

ಅಂಕಲ್ ಕುಂಭಕರ್ಣನ ವಂಶಸ್ಥರು. ಮಲಗಿದರೆ ಏಳುತ್ತಿರಲಿಲ್ಲ. ಅವರು ಮಲಗಿರುವಾಗ ಯಾರೂ ಅವರನ್ನು ಎಬ್ಬಿಸಬಾರದು. ಒಮ್ಮೆ ಎಲ್ಲರೂ ತಿಂಡಿಗೆ ಕುಳಿತಿರುವಾಗ ಕಣ್ಣುಜ್ಜಿಕೊಂಡು, ಮುಖವನ್ನು ಹುಳ್ಳಗೆ ಮಾಡಿಕೊಂಡು ಬಂದರು. ನಾವು ಏನಾಯಿತು, ಆರೋಗ್ಯ ಸರಿಯಿದೆ ತಾನೆ ಎಂದು ವಿಚಾರಿಸಿದೆವು.

"ರಾತ್ರಿಯಿಡೀ ಒಂದು ನಿಮಿಷ ಕೂಡ ಕಣ್ಣು ಮುಚ್ಚಲು ಆಗಿಲ್ಲ. ಇನ್ನೇನು ಮಲಗಬೇಕು ಅಷ್ಟರಲ್ಲಿ ಹೊದ್ದಿದ್ದ ಬೆಡ್‌ಶೀಟ್‌ಅನ್ನು ಯಾರೋ ಎಳೆದು ಎಸೆಯುತ್ತಿದ್ದರು. ಒಂದು ಡಜನ್ ಬಾರಿ ನೆಲದ ಮೇಲೆ ಬಿದ್ದಿರುತ್ತಿದ್ದ ಹೊದಿಕೆಯನ್ನು ತೆಗೆದುಕೊಳ್ಳಬೇಕಾಯಿತು. ಏಳೋದು, ಮಲಗೋದು ಇದೇ ಆಗೋಯ್ತು" ಎಂದು ತನ್ನ ಪಡಿಪಾಟಲನ್ನು ಬಣ್ಣಿಸಿದ ಅಂಕಲ್, ನನ್ನತ್ತ ಅನುಮಾನದಿಂದ ನೋಡಿ, "ನೀನು ರಾತ್ರಿ ಎಲ್ಲಿ ಮಲಗಿದ್ದೆಯಪ್ಪ?" ಎಂದು ಕೇಳಿದರು.

"ತಾತನ ಕೋಣೆಯಲ್ಲಿ. ನನ್ನ ಕೋಣೆಯನ್ನು ನಿಮಗೆ ಬಿಟ್ಟುಕೊಟ್ಟಿದ್ದೀನಲ್ಲ" ಎಂದೆ.

"ಅರಳಿಮರದ ಭೂತದ ಕೆಲಸವಿದು" ಎಂದು ನಿಟ್ಟುಸಿರು ಬಿಡುತ್ತಾ ಹೇಳಿದರು ಅಜ್ಜಿ.

"ಭೂತ! ಹಾಗಾದರೆ ನಿಮ್ಮದು ದೆವ್ವದ ಮನೆ ಅಂತ ನನಗೆ ಗೊತ್ತಿರಲಿಲ್ಲ" ಎಂದು ಗಾಬರಿಯಿಂದ ಬೆಂಜಿ ಅಂಕಲ್ ಹೇಳಿದರು.

"ಇತ್ತೀಚೆಗಷ್ಟೆ, ಮೊದಲು ನನ್ನ ಕನ್ನಡಕ, ನಂತರ ಬಟಾಣಿ ಗಿಡಗಳು ಇದೀಗ ಬೆಂಜಿಯ ಹೊದ್ದಿಕೆ! ಮುಂದೆ ಇನ್ನೇನೇನು ಕಾದಿದೆಯೋ?" ಎಂದರು ಅಜ್ಜಿ.

ಅದಕ್ಕೆ ನಾವೇನೂ ಹೆಚ್ಚು ಕಾಲ ಕಾಯಬೇಕಾಗಲಿಲ್ಲ.

ಭೂತದಿಂದ ಸಣ್ಣ ಪುಟ್ಟ ವಿಪತ್ತುಗಳು ಸರಣಿಯಲ್ಲಿ ಜರುಗಿದವು. ಟೇಬಲಿನ ಮೇಲಿದ್ದ ಹೂದಾನಿ ಬಿದ್ದು ಚೂರಾಯಿತು. ಗಿಣಿಯ ಪುಕ್ಕಗಳು ಟೀ ಕಪ್ಪಿನಲ್ಲಿ ಕಾಣಿಸಿಕೊಂಡವು. ಗಿಣಿಯೋ, ಅರ್ಧ ರಾತ್ರಿಯಲ್ಲಿ ಕೆಟ್ಟದಾಗಿ ವಿಚಿತ್ರ ಭಾಷೆಯಲ್ಲಿ ಕಿರುಚತೊಡಗುತ್ತಿತ್ತು. ತೆರೆದಿದ್ದ ಕಿಟಕಿಗಳು ಮುಚ್ಚಿಕೊಂಡರೆ, ಮುಚ್ಚಿದ್ದವು ತೆರೆದುಕೊಳ್ಳುತ್ತಿದ್ದವು.

ಕೊನೆಗೊಮ್ಮೆ, ಬೆಂಜಿ ಅಂಕಲ್ ಅವರ ಹಾಸಿಗೆಯಲ್ಲಿ ಕಾಗೆಯ ಗೂಡು ಬಂದು ಕುಳಿತಿತ್ತು. ಅದನ್ನು ಕಿಟಕಿಯಿಂದ ಹೊರಗೆ ಬಿಸಾಡಲು ಹೋದ ಅಂಕಲ್ ಮೇಲೆ ಎರಡು ಕಾಗೆಗಳು ದಾಳಿ ಮಾಡಿದವು.

ರೂಬಿ ಆಂಟಿ ನಮ್ಮೊಡನಿರಲು ಬಂದರು. ಆಗ ಇದ್ದಕ್ಕಿದ್ದಂತೆ ಈ ಘಟನಾವಳಿಗಳೆಲ್ಲ ನಿಂತು ಹೋಯಿತು.

ಆಂಟಿಯ ರೂಪ, ಲಾವಣ್ಯ, ವ್ಯಕ್ತಿತ್ವ ಭೂತವನ್ನು ಚೇಷ್ಟೆ ಮಾಡದಂತೆ ತಡೆದಿರಬೇಕು. ಇಲ್ಲಾ ಭೂತ ಆಕೆಯನ್ನು ಮೆಚ್ಚಿಸುವ ಪ್ರಯತ್ನದಲ್ಲಿರಬಹುದೇ?

“ನನ್ನ ಅಂದಾಜು ಭೂತಕ್ಕೆ ನಿಮ್ಮ ಆಂಟಿಯನ್ನು ಕಂಡರೆ ಇಷ್ಟ ಆಗಿಬಿಟ್ಟಿರಬೇಕು. ಹಾಗಾಗಿ ಬಹಳ ಸಭ್ಯನಂತೆ ವರ್ತಿಸುತ್ತಿದೆ” ಎಂದು ತಾತ ತಮಾಷೆ ಮಾಡಿದರು.

ಅದು ಇದ್ದರೂ ಇದ್ದೀತು. ಏಕೆಂದರೆ, ಭೂತದ ಕಾರಣದಿಂದ ಏನೇನೋ ಭಾಷೆಯ ಪದಗಳ ಜೊತೆ ಕೆಲವು ಆಂಗ್ಲ ಪದಗಳನ್ನೂ ಉಚ್ಚರಿಸುತ್ತಿದ್ದ ಗಿಣಿ, ಈಗೀಗ ರೂಬಿ ಆಂಟಿ ಕೋಣೆಯೊಳಗೆ ಬಂದಾಗ “ಕಿಸ್” ಎನ್ನುತ್ತಿತ್ತು.

ಆಗ, “ಭಲೇ ಮುದ್ದಾದ ಹಕ್ಕಿ” ಎಂದು ಆಂಟಿ ಮೆಚ್ಚುಗೆ ವ್ಯಕ್ತಪಡಿಸುತ್ತಿದ್ದರು.

“ನಿನಗೆ ಅಷ್ಟೊಂದು ಇಷ್ಟವಾದರೆ ಈ ಹಕ್ಕಿಯನ್ನು ತೆಗೆದುಕೊಂಡು ಹೋಗು” ಎಂದು ತಾತ ಉದಾರತೆಯಿಂದ ಹೇಳುತ್ತಿದ್ದರು.

ಒಂದು ದಿನ ರೂಬಿ ಆಂಟಿ, ತಲೆ ಮೇಲೆಲ್ಲಾ ಗುಲಾಬಿ ಪಕಳೆಗಳನ್ನು ಉದುರಿಸಿಕೊಂಡು ಮನೆಯೊಳಗೆ ಬಂದರು.

“ನನಗೆ ಗೊತ್ತಿಲ್ಲ ಇದೆಲ್ಲಿಂದ ಬಂದು ಬಿತ್ತು ಅಂತ. ಕೈತೋಟದಲ್ಲಿ ತಲೆಗೂದಲನ್ನು ಒಣಗಿಸಿಕೊಳ್ಳುತ್ತಾ ಕುಳಿತಿದ್ದೆ. ಆಗ ಇದ್ದಕ್ಕಿದ್ದಂತೆ ಒಂದಿಷ್ಟು ಗುಲಾಬಿ ಪಕಳೆಗಳನ್ನು ಯಾರೋ ತಲೆ ಮೇಲೆ ತಂದು ಸುರಿದಂತಾಯಿತು!” ಎಂದು ಅಚ್ಚರಿಯಿಂದ ಆಂಟಿ ಹೇಳಿದರು.

“ಅದು ನಿನ್ನ ಮೇಲೆ ಮೋಹಗೊಂಡಿರಬೇಕು” ಎಂದರು ತಾತ.

“ಯಾವುದು?”

“ಭೂತ”

“ಏನು, ಭೂತಾನಾ?”

“ಅದೇ ಭೂತ, ಅರಳಿ ಮರವನ್ನು ಕತ್ತರಿಸಿದಾಗ ಮರದಲ್ಲಿದ್ದ ಅದು ನಮ್ಮ ಮನೆಯಲ್ಲಿ ಸೇರಿಕೊಂಡಿದೆ.”

"ಇದೆಲ್ಲಾ ಅಸಂಬದ್ಧ!" ಎಂದರು ಆಂಟಿ.

"ಕಿಸ್, ಕಿಸ್!" ಎಂದು ಕೂಗಿತು ಗಿಣಿ.

"ದೆವ್ವ, ಪ್ರೇತ, ಪಿಶಾಚಿ ಎಂಬುದೆಲ್ಲಾ ಇಲ್ಲ" ಎಂದರು ಆಂಟಿ ದೃಢವಾಗಿ.

"ಕಿಸ್, ಕಿಸ್!" ಎಂದು ಮತ್ತೊಮ್ಮೆ ಕಿರುಚಿತು ಗಿಣಿ. ಅಥವಾ ಅದು ಗಿಣಿಯೇನಾ? ಏಕೆಂದರೆ ಈಗ ಬಂದ ಧ್ವನಿ ಮಾಳಿಗೆಯ ಕಡೆಯಿಂದ ಬಂದಿದ್ದು.

"ಈ ಗಿಣಿ ಬಾಯಿ ಮುಚ್ಚಿಕೊಂಡಿದ್ದರೆ ಸಾಕು ಅನ್ನಿಸಿದೆ."

"ಕೂಗಿದ್ದು ಗಿಣಿ ಅಲ್ಲ, ಭೂತ" ಎಂದೆ ನಾನು.

ನನ್ನ ತಲೆ ಮೇಲೆ ಒಂದು ಮೊಟಕಿದ ಆಂಟಿ, ಬಿರಬಿರನೆ ಕೋಣೆಯಿಂದ ಹೊರಹೋದರು.

ಆಕೆ ಭೂತವನ್ನು ನಿರಾಕರಿಸಿದ್ದರು. ಹಾಗಾಗಿ ಆಕೆಯ ಅಭಿಮಾನಿಯಾಗಿದ್ದ ಭೂತ ಆಕೆಯನ್ನು ದ್ವೇಷಿಸತೊಡಗಿತು. ಹೇಗೋ ಏನೋ ಆಕೆಯ ಟೂತ್ ಪೇಸ್ಟ್ ಮತ್ತು ತಾತನ ಶೇವಿಂಗ್ ಕ್ರೀಮ್ ಅದಲುಬದಲಾಗಿಬಿಟ್ಟಿತ್ತು. ನಾವೆಲ್ಲಾ ಊಟದ ಕೋಣೆಯಲ್ಲಿದ್ದಾಗ, ಬಾಯಿತುಂಬಾ ನೊರೆತುಂಬಿಕೊಂಡು ಆಂಟಿ ಒಳಬಂದರು. ನಾವೆಲ್ಲಾ ಗಾಬರಿಗೊಂಡು ದಿಕ್ಕಾಪಾಲಾದೆವು. ಬೆಂಜಿ ಅಂಕಲ್ ಆಕೆಗೆ ರೇಬಿಸ್ ಖಾಯಿಲೆ ಬಂದಿದೆ ಎಂದು ಕಿರುಚತೊಡಗಿದರು.

ನಾಲ್ಕು

ಎರಡು ದಿನಗಳ ನಂತರ ನನ್ನ ಮೂಗಿನ ಮೇಲೆ ಯಾರೋ ದ್ರಾಕ್ಷಿ ಹಣ್ಣಿನಿಂದ ಹೊಡೆದರು ಎಂದು ರೂಬಿ ಆಂಟಿ ದೂರುತ್ತಾ ಬಂದರು. ವಿಚಿತ್ರವೆಂದರೆ ಶೆಲ್ಫ್‌ನಲ್ಲಿ ಪಾತ್ರೆಯಲ್ಲಿದ್ದ ದ್ರಾಕ್ಷಿ ಹಣ್ಣು ಅದಕ್ಕದೇ ಬಂದು ಆಕೆಗೆ ಬಡಿಯಿತಂತೆ.

"ಇನ್ನೊಂದಷ್ಟು ದಿನ ರೂಬಿ ಮತ್ತು ಬೆಂಜಿ ಇಲ್ಲೇ ಇದ್ದರೆ, ಇಬ್ಬರಿಗೂ ಹುಚ್ಚು ಹಿಡಿಯುತ್ತದೆ" ಎಂದು ತಾತ ಆಲೋಚಿಸಿ ನುಡಿದರು.

"ಈಗಾಗಲೇ ಅವರಿಬ್ಬರಿಗೂ ಹುಚ್ಚು ಹಿಡಿದಿರಬೇಕು ಅಂತ ಅಂದುಕೊಂಡಿದ್ದೆ" ಎಂದೆ ನಾನು.

"ನಿಂದು ಅತಿಯಾಯಿತು" ಎಂದರು ಆಂಟಿ.

"ಇವನು ಆ ಭೂತದ ಜೊತೆ ಸೇರಿಕೊಂಡು ನಮ್ಮನ್ನು ಮನೆಯಿಂದ ಹೊರದಬ್ಬಬೇಕೆಂದುಕೊಂಡಿದ್ದಾನೆ" ಎಂದರು ಬೆಂಜಿ ಅಂಕಲ್.

"ಅವನ ಮಾತಿಗೆ ನೀನು ತಲೆ ಕೆಡಿಸಿಕೊಳ್ಳಬೇಡ. ನಿನಗೆ ಎಷ್ಟು ದಿನ ಬೇಕಾದರೂ ಇಲ್ಲಿರಬಹುದು" ಎಂದರು ಅಜ್ಜಿ. ತಂಗಿ ಮಕ್ಕಳು, ತಮ್ಮನ ಮಕ್ಕಳು ಅಥವಾ ಯಾರೇ ನೆಂಟರಿರಲಿ ಅಜ್ಜಿಗೆ ಅವರನ್ನು ವಾಪಸ್ ಕಳಿಸಲು ಮನಸ್ಸಾಗುತ್ತಿರಲಿಲ್ಲ.

ಭೂತಕ್ಕೆ ಅತಿಥಿಗಳೊಂದಿಗೆ ಹೊಂದಿಕೊಂಡು ಹೋಗುವ ಗುಣ ಇರಲಿಲ್ಲ. ಆಂಟಿಯನ್ನು ಓಡಿಸುವ ಕೆಲಸದಲ್ಲಿ ಅದು ನಿರತವಾಗಿತ್ತು.

"ನಾನಿವತ್ತು ಕನ್ನಡಿಯಲ್ಲಿ ಮುಖ ನೋಡಿಕೊಂಡಾಗ, ವಿಕಾರವಾದ ಕಣ್ಣು, ಮೂಗು, ಕಿವಿಗಳಿದ್ದ, ಹಲ್ಲಿಲ್ಲದ ರಾಕ್ಷಸನನ್ನು ಕಂಡೆ!" ಎಂದು ಕೆಟ್ಟದಾಗಿ ಮುಖ ಮಾಡಿಕೊಂಡು ಬಂದ ಆಂಟಿ ದೂರಿದರು.

"ನೀವೇನೂ ಅಷ್ಟು ಕೆಟ್ಟದಾಗಿ ಕಾಣಿಸಲ್ವಲ್ಲಾ ಆಂಟಿ" ಎಂದು ಆಕೆಗೆ ಬೇಸರವಾಗದಂತೆಯೇ ಹೇಳಿದೆ.

"ಅದು ನೀನೋ ಇಲ್ಲಾ ನಿನ್ನ ಆ ಭೂತವೋ ಇರಬೇಕು. ಅಕಸ್ಮಾತ್ ಅದೇನಾದರೂ ಭೂತದ್ದೇ ಕೆಲಸವಾಗಿದ್ದರೆ, ನಾವು ಈ ಮನೆಯನ್ನು ಬಿಟ್ಟು ಬೇರೆ ಮನೆಗೆ

ಹೋಗಬೇಕು" ಎಂದರು ಆಂಟಿ.

ಬೆಂಜಿ ಅಂಕಲ್ ಬೇರೆಯೇ ಉಪಾಯವನ್ನು ಮಾಡಿದ್ದರು.

"ನಾವು ಭೂತವನ್ನೇ ಆಚೆ ಓಡಿಸೋಣ. ನನಗೊಬ್ಬ ಸಾಧು ಗೊತ್ತು. ಆತ ದುಷ್ಟಶಕ್ತಿಗಳನ್ನು ಓಡಿಸುವುದರಲ್ಲಿ ನಿಸ್ಸೀಮ" ಎಂದರು ಅಂಕಲ್.

"ಆದರೆ ಭೂತ ದುಷ್ಟ ಅಲ್ವಲ್ಲ, ಸ್ವಲ್ಪ ತುಂಟ ಅಷ್ಟೆ" ಎಂದು ಹೇಳಿದೆ.

ಬೆಂಜಿ ಅಂಕಲ್ ಬಜಾರಿಗೆ ಹೋಗಿ ಕೆಲವು ಗಂಟೆಗಳ ನಂತರ ಹಿಂದಿರುಗಿದರು. ಅವರೊಂದಿಗೆ ಉದ್ದ ಜಟೆಯಿದ್ದ ಸಾಧು ಎಂದು ಕರೆಸಿಕೊಳ್ಳುತ್ತಿದ್ದ ವ್ಯಕ್ತಿ ಕೂಡ ಇದ್ದರು. ಆತ ಬಟ್ಟೆಗಳನ್ನೂ ಸೇರಿದಂತೆ ಪ್ರಾಪಂಚಿಕ ಭೋಗ ವಸ್ತುಗಳನ್ನೆಲ್ಲಾ ತ್ಯಜಿಸಿದ್ದರು.

ಆತ ಮನೆಯೆಲ್ಲಾ ಓಡಾಡಿದರು. ಗಿಣಿ ಅರಚುತ್ತಿದ್ದರೂ ತಲೆ ಕೆಡಿಸಿಕೊಳ್ಳದೆ ಊದುಬತ್ತಿಯನ್ನು ಹಚ್ಚಿ ಕೈಲಿ ಹಿಡಿದುಕೊಂಡು ಎಲ್ಲಾ ಕೋಣೆಗೂ ಹೋಗಿ ಬಂದರು. ಈ ರೀತಿ ಓಡಾಡುವಾಗ ಮಣಮಣ ಅಂತ ಮಂತ್ರವನ್ನು ಜಪಿಸುತ್ತಿದ್ದರು. ಆ ನಂತರ ಮುವ್ವತ್ತು ರೂಪಾಯಿಯನ್ನು ನಮ್ಮಿಂದ ಸೆಳೆದುಕೊಂಡು, ಇನ್ನು ನಿಮಗೆ ಭೂತದ ಕಾಟ

ಇರುವುದಿಲ್ಲ ಎಂದು ಭರವಸೆ ನೀಡಿ ಹೊರಟರು.

ಆತ ಮನೆ ಬಾಗಿಲು ದಾಟುತ್ತಿದ್ದಂತೆ ಇದ್ದಕ್ಕಿದ್ದಂತೆ ಆಶೀರ್ವಾದದಂತೆ ತಲೆ ಮೇಲೆ ಒಣ ಹೂ, ಕೊಳೆತ ಎಲೆ, ಕಿತ್ತಳೆ ಸಿಪ್ಪೆ, ಬಾಳೆ ಹಣ್ಣಿನ ಸಿಪ್ಪೆ ಮೊದಲಾದ ಕಸ ರಾಶಿಯಾಗಿ ಸುರಿಯಿತು. ಆತನಿಗೆ ಮಂತ್ರಗಳೆಲ್ಲ ಮರೆತು ಹೋಯಿತು. ತಲೆಕೆಟ್ಟವನಂತೆ ಭಯದಿಂದ ಮನೆಯ ಗೇಟಿನವರೆಗೂ ದಾಪುಗಾಲಿಡುತ್ತಾ ಓಡಿ, ಅಲ್ಲಿಂದ ಬಜಾರಿನ ದಿಕ್ಕಿನಲ್ಲಿ ದೌಡಾಯಿಸಿದರು.

ರಾತ್ರಿಯ ಹೊತ್ತು ನಿದ್ರಿಸುವುದೇ ಕಷ್ಟಕರವಾಗಿದೆ, ದಿಂಬಿನ ಕೆಳಗಿನಿಂದ ವಿಚಿತ್ರವಾದ ಮುಸಿನಗು ಕೇಳಿಬರುತ್ತದೆ ಎಂದು ರೂಬಿ ಆಂಟಿ ಹೇಳಿದವರೆ, ತಮ್ಮ ಟೆಂಟು ಠಿಕಾಣಿ ತೆಗೆದುಕೊಂಡು ಹೊರಟುಬಿಟ್ಟರು.

ಬೆಂಜಿ ಅಂಕಲ್ ಮಾತ್ರ ಉಳಿದರು. ಅವರಿಗೆ ಹೊದಿಕೆಯ ತೊಂದರೆ ಇನ್ನೂ ಇತ್ತು. ಈಗೀಗ ಅವರು ತಮ್ಮಷ್ಟಿಗೆ ತಾವೇ ಮಾತನಾಡಿಕೊಳ್ಳುತ್ತಿದ್ದರು. ಅದು ಯಾಕೋ ಸರಿ ಎನಿಸುತ್ತಿಲ್ಲ.

ಒಂದು ದಿನ ಅವರು ಆ ರೀತಿ ಒಬ್ಬರೇ ಮಾತನಾಡುತ್ತಿದ್ದುದನ್ನು ನೋಡಿ, "ಏನು ಭೂತದೊಂದಿಗೆ ಮಾತನಾಡುತ್ತಿರುವಿರಾ ಅಂಕಲ್?" ಎಂದು ಮುಗ್ಧತೆಯಿಂದ ಕೇಳಿದೆ.

ನನ್ನನ್ನು ಹೆದರಿಸುವವರಂತೆ ದುರುಗುಟ್ಟಿ ನೋಡಿದ ಅವರು, "ಏನಂದೆ? ಇನ್ನೊಂದು ಸಾರಿ ಹೇಳು ನೋಡೋಣ" ಎಂದರು.

ಅವರನ್ನು ಖುಷಿಪಡಿಸುವ ರೀತಿಯಲ್ಲಿ, "ಓ ಅಂಕಲ್, ನಿಮಗೆ ಕೇಳಿಸಲಿಲ್ವಾ, ಏನಿಲ್ಲಾ ಗಿಣಿಗೆ ಮಾತು ಕಲಿಸುತ್ತಿದ್ದೀರಾ? ಎಂದು ಕೇಳಿದೆನಷ್ಟೆ" ಎಂದೆ.

ನನ್ನನ್ನು ದುರುಗುಟ್ಟಿ ನೋಡಿದವರೆ, ಬರಬರನೆ ಅಲ್ಲಿಂದ ಹೊರಹೋದರು. ಅವರಿನ್ನೂ ಮನೆ ಬಿಟ್ಟು ಹೋಗದಿರುವುದಕ್ಕೆ ಕಾರಣವೇನೆಂದರೆ, ಅಜ್ಜಿಯಿಂದ ಬೈಕ್ ಕೊಳ್ಳಲೆಂದು ಹಣ ಕೇಳಿದ್ದರು. ಆದರೆ, ದುಡ್ಡು ದುಡಿಯುವ ಒಂದು ದಾರಿ ಕಂಡುಕೊಳ್ಳುವವರೆಗೂ ಹಣ ಕೊಡಲ್ಲ ಎಂದಿದ್ದರು ಅಜ್ಜಿ.

ಒಂದು ದಿನ ದಿವಾನಖಾನೆಯ ಸೋಫಾ ಮೇಲೆ ಕುಳಿತಿದ್ದ ಅಂಕಲ್, ಒಬ್ಬರೇ ಹುಚ್ಚರಂತೆ ನಗುತ್ತಿದ್ದರು. ಗಾಬರಿಗೊಂಡ ಗಿಣಿ ತಲೆ ತಗ್ಗಿಸಿ ಮೌನವಾಗಿ ಅವರನ್ನೇ ನೋಡುತ್ತಿತ್ತು. ಅಂಕಲ್ ಬೆಂಜಿ ಮುಖವೆಲ್ಲಾ ಕೆಂಪಾಗಿತ್ತು, ನಿಜಕ್ಕೂ ಕೆಂಪು ಬಣ್ಣ ಮೆತ್ತಿಕೊಂಡಿತ್ತು!

"ಏನಾಯಿತು ನಿಮ್ಮ ಮುಖಕ್ಕೆ ಅಂಕಲ್?" ಎಂದು ಕೇಳಿದೆ.

ನಗುವುದನ್ನು ನಿಲ್ಲಿಸಿ ನನ್ನನ್ನೇ ದುರುದುರು ನೋಡಿದರು. ಅವರ ಆ ನಗುವಿನಲ್ಲಿ ಸಂತಸವಿರಲಿಲ್ಲ ಎಂಬುದು ನನಗೆ ಅರ್ಥವಾಯಿತು.

"ನನಗೆ ಹೇಳದೇ ವಾಷ್ ಬೇಸನ್ನಿಗೆ ಯಾರು ಕೆಂಪು ಬಣ್ಣ ಬಳಿದದ್ದು?" ಎಂದು ಕಂಪಿಸುವ ಧ್ವನಿಯಲ್ಲಿ ಕೇಳಿದರು.

ಅಂಕಲ್ ಬೆಂಜಿ ನೋಡಲು ಭಯಾನಕವಾಗಿ ಕಾಣುತ್ತಿದ್ದುದರಿಂದ ನಾನು ಆ ಕೋಣೆಯಿಂದ ಹೊರಗೆ ಓಡಿದೆ.

"ಇನ್ನು ನಾವಿಲ್ಲಿ ಇರುವಂತಿಲ್ಲ, ಮನೆ ಬದಲಿಸಲೇಬೇಕು" ಎಂದು ನಂತರ ತಾತ ತಿಳಿಸಿದರು.

"ಕೆಲವು ತಿಂಗಳು ಮಟ್ಟಿಗಾದರೂ ಸರಿ, ನಾವು ಹೋಗಲೇಬೇಕು. ನನಗೆ ಬೆಂಜಿಯ ಚಿಂತೆಯಾಗಿದೆ. ನಾನೇ ವಾಷ್ ಬೇಸನ್ನಿಗೆ ಬಣ್ಣ ಬಳಿದದ್ದು, ಆದರೆ ತಿಳಿಸುವುದು ಮರೆತಿದ್ದೆ ಎಂದು ಹೇಳಿದರೂ ಅವನು ನಂಬುತ್ತಿಲ್ಲ. ಅವನು ಅದು ಭೂತದ್ದು, ಇಲ್ಲವೇ ಹುಡುಗನದ್ದು, ಇಲ್ಲಾ ಅವರಿಬ್ಬರದ್ದೂ ಅನ್ನುತ್ತಿದ್ದ. ಅವನಿಗೆ ನಿಜವಾಗಿಯೂ ಬದಲಾವಣೆಯ ಅವಶ್ಯಕತೆಯಿದೆ. ನಮಗೂ ಅಷ್ಟೆ. ಪಟ್ಟಣದ ಆ ಕೊನೆಯಲ್ಲಿ ನನ್ನ ತಮ್ಮನ ಮನೆಯಿದೆ. ಅವನು ಹೇಗಿದ್ದರೂ ಕೆಲವಾರು ತಿಂಗಳುಗಳ ಕಾಲ ಅದನ್ನು ಉಪಯೋಗಿಸುವುದಿಲ್ಲ. ಮುಂದಿನವಾರವೇ ಅಲ್ಲಿಗೆ ವಸತಿ ಬದಲಿಸೋಣ."

ಅದಾಗಿ, ಕೆಲ ದಿನಗಳು ಹಾಗೂ ಕೆಲವು ವಿಚಿತ್ರ ಘಟನೆಗಳ ನಂತರ ನಾವು ಮನೆ ಬದಲಿಸುವ ಕಾರ್ಯದಲ್ಲಿ ತೊಡಗಿಸಿಕೊಂಡೆವು.

ಐದು

ಎರಡು ಎತ್ತಿನ ಬಂಡಿ ತುಂಬಾ ಪೀಠೋಪಕರಣಗಳು ಮತ್ತು ದೊಡ್ಡ ದೊಡ್ಡ ಲಗೇಜನ್ನು ಮುಂದಾಗಿ ಕಳುಹಿಸಲಾಯಿತು. ಅಂಕಲ್ ಬೆಂಜಿ ಅವುಗಳ ಜೊತೆ ಹೋದರು. ನಮ್ಮ ಹಳೆಯ ಕಾರಿನ ಮೇಲೆ ಬ್ಯಾಗುಗಳು, ಅಡುಗೆ ಮನೆಯ ಸಾಮಾನುಗಳನ್ನು ಕಟ್ಟಿ ಬಿಗಿಯಲಾಗಿತ್ತು. ತಾತ ಸ್ಟೀರಿಂಗ್ ಹಿಡಿದರು. ನಾನು ಪಕ್ಕ ಕುಳಿತೆ. ಅಜ್ಜಿ ಯಜಮಾನತಿಯಂತೆ ಹಿಂದೆ ಕುಳಿತರು.

ನಾವು ಮನೆ ಬಿಟ್ಟು ಮುಖ್ಯ ರಸ್ತೆಯನ್ನು ಸೇರಿದ್ದೆವಷ್ಟೆ, ಅಷ್ಟರಲ್ಲಿ ತಾತನಿಗೆ ಸ್ಟೀರಿಂಗ್ ವೀಲ್ ತೊಂದರೆ ಕೊಡಲು ಪ್ರಾರಂಭಿಸಿತು. ತಾತನ ಹಿಡಿತಕ್ಕೆ ಸಿಗದೇ ಅದಕ್ಕದೇ ಹೇಗೆಂದರೆ ಹಾಗೆ ತಿರುಗತೊಡಗಿತು. ರಸ್ತೆಯಲ್ಲಿ ಸೈಕಲ್‌ನಲ್ಲಿ ಹೋಗುತ್ತಿದ್ದವರು, ಪಾದಚಾರಿಗಳು, ಬೀದಿ ನಾಯಿಗಳು, ಕೋಳಿಗಳು ಮತ್ತು ಹಂದಿಗಳು ದಿಕ್ಕಾಪಾಲಾಗಿ ಹೋದವು. ಒಂದು ಹಸು ಕದಲದೇ ನಿಂತಲ್ಲೇ ನಿಂತಿತ್ತು. ಹೇಗೋ ಅದನ್ನು ತಗುಲಿಸದಂತೆ ಸ್ವಲ್ಪದರಲ್ಲೇ ದಾಟಿಕೊಂಡೆವು. ಇದ್ದಕ್ಕಿದ್ದಂತೆ ನಮ್ಮ ಕಾರು ರಸ್ತೆಯನ್ನು ಬಿಟ್ಟು ಗೋಡೆಯತ್ತ ನುಗ್ಗಿತು. ತಾತ ಬ್ರೇಕನ್ನು ಒತ್ತಿಯೇ ಒತ್ತಿದರು. ಊಹೂಂ, ಒತ್ತಿದಷ್ಟೂ ಅದು ಇನ್ನೂ ಜೋರಾಗಿ ಚಲಿಸಿತು. "ಮುಂದೆ ನೋಡಿ, ಎಲ್ಲರೂ ಬಿಗಿಯಾಗಿ ಕುಳಿತುಕೊಳ್ಳಿ" ಎಂದು ತಾತ ಕಿರುಚಿದರು.

ಜಿನ್‌ನ ರಾಜ ಅವರ ಕಾಂಪೌಂಡ್ ಗೋಡೆಯದು. ತೆಳುವಾಗಿ ಒಂದು ವರಸೆ ಇಟ್ಟಿಗೆಯಲ್ಲಿ ಗೋಡೆಯನ್ನು ನಿರ್ಮಿಸಿದ್ದರು. ಕಾರು ಅದನ್ನು ಸುಲಭವಾಗಿ ಭೇದಿಸಿ ಮುನ್ನುಗ್ಗಿತು. ರಾಜ ಅವರ ಹುಲ್ಲುಹಾಸಿನ ಬಳಿ ಅದಕ್ಕದೇ ನಿಂತಿತು.

"ನೋಡಿ, ನೀವು ಎಂಥ ಕೆಲಸ ಮಾಡಿದ್ದೀರಿ ಅಂತ" ಎಂದು ಅಜ್ಜಿ ಹೇಳಿದರು.

"ಸದ್ಯ ನಾವು ಹೂಗಿಡಗಳ ಮೇಲೆ ಹಾದು ಬರಲಿಲ್ವಲ್ಲಾ" ಎಂದರು ತಾತ.

"ಯಾರೋ ಕಾರನ್ನು ತಮ್ಮ ಹತೋಟಿಗೆ ತೆಗೆದುಕೊಂಡಿದ್ದಂತೆ ಇತ್ತು. ಬಹುಶಃ ನಮ್ಮ ಭೂತವೇ ಇರಬೇಕು, ಅನುಮಾನವೇ ಇಲ್ಲ."

ರಾಜ ಮತ್ತು ಅವರ ಇಬ್ಬರು ಸೇವಕರು ನಮ್ಮೆಡೆಗೆ ಓಡೋಡಿ ಬಂದರು.

ರಾಜ ತುಂಬಾ ಸಂಭಾವಿತ ವ್ಯಕ್ತಿ. ವಾಹನದ ಚಾಲಕ ನನ್ನ ತಾತ ಎಂಬುದು ಗೊತ್ತಾದೊಡನೆ ಬಹಳ ಸಂತೋಷಪಟ್ಟರು.

"ಬಹಳ ಖುಷಿಯಾಯಿತು ನಿಮ್ಮನ್ನು ನೋಡಿ ಯಜಮಾನರೆ! ಒಳ್ಳೆದಾಯಿತು ನೀವಾಗಿ ನೀವೇ ಬಂದದ್ದು. ನನ್ನೊಂದಿಗೆ ಟೆನ್ನಿಸ್ ಆಡಬಹುದಲ್ವಾ?" ಎಂದು ಉದ್ಗರಿಸಿದರು.

"ಕ್ಷಮಿಸಿ ಗೋಡೆ ಮೂಲಕ ಬಂದುಬಿಟ್ಟೆವು" ಎಂದು ತಪ್ಪಿತಸ್ಥ ಭಾವನೆಯಿಂದ ತಾತ ಹೇಳಿದರು.

"ಹೇ, ಪರವಾಗಿಲ್ಲ ಯಜಮಾನರೆ, ಗೇಟು ಬೀಗ ಹಾಕಿದ್ರೆ ನೀವಾದರೂ ಏನು ತಾನೆ ಮಾಡುತ್ತೀರಿ?"

ತಾತ ಕೂಡ ರಾಜ ಅವರಷ್ಟೇ ಸಂಭಾವಿತ ವ್ಯಕ್ತಿ. ಹಾಗಾಗಿ ಅವರೊಂದಿಗೆ ಟೆನ್ನಿಸ್ ಆಡಲು ಹೋದರು. ಅಜ್ಜಿ ಮತ್ತು ನಾನು ಲಿಂಬೂ ಶರಬತ್ ಕುಡಿಯುತ್ತ ಅವರಿಬ್ಬರ ಆಟವನ್ನು ವೀಕ್ಷಿಸಿದೆವು. ಆಟದ ನಂತರ ರಾಜ ಕೈಬೀಸಿ ನಮಗೆ ಬೈಬೈ ಹೇಳಿದರು. ನಾವು ಬಂದ ದಾರಿಯಲ್ಲೇ ಗೋಡೆ ಸಂದಿಯಲ್ಲಿ ಹಾದು ರಸ್ತೆಗೆ ಬಂದೆವು. ಕಾರಿನಲ್ಲಿ ಏನೊಂದೂ ಸಮಸ್ಯೆ ಕಂಡುಬರಲಿಲ್ಲ.

ನಾವು ಸ್ವಲ್ಪ ದೂರ ಹೋಗಿದ್ದೆವು, ಆಗ ವಿಚಿತ್ರವಾದ ಶಬ್ದ ಕೇಳಿಸಿತು. ಯಾರೋ ಮುಸಿನಗುತ್ತಾ ತನ್ನೊಂದಿಗೆ ತಾನೇ ಮಾತನಾಡುತ್ತಿರುವಂತೆ ಭಾಸವಾಯಿತು. ಆ ಶಬ್ದ ಕಾರಿನ ಮೇಲಿನಿಂದ ಕೇಳಿಬಂತು.

"ಮೇಲಿನ ಲಗೇಜಿನಲ್ಲಿ ಗಿಣಿ ಇದೆಯಾ?" ಎಂದು ತಾತ ಕೇಳಿದರು.

"ಇಲ್ಲ, ಬೆಂಜಿ ಜೊತೆ ಅದೂ ಹೋಗಿದೆ" ಎಂದರು ಅಜ್ಜಿ.

ತಾತ ಕಾರನ್ನು ನಿಲ್ಲಿಸಿದರು. ಇಳಿದವರೇ ಒಮ್ಮೆ ಕಾರಿನ ಮೇಲಿನ ಲಗೇಜನ್ನು ಕೂಲಂಕಶವಾಗಿ ಗಮನಿಸಿದರು.

"ಮೇಲೆ ಏನೂ ಇಲ್ಲ" ಎಂದವರೇ ವಾಪಸ್ ಬಂದು ಕಾರನ್ನು ಚಾಲೂ ಮಾಡಿ, "ಗಿಣಿ ಇರಬೇಕು ಮಾತನಾಡಿದ್ದು ಅಂದುಕೊಂಡೆ" ಅಂದರು.

ನಾವು ಇನ್ನೂ ಸ್ವಲ್ಪ ಮುಂದೆ ಹೋದಾಗ ಮತ್ತೆ ಮುಸಿನಗು ಕೇಳಿಸಿತು. ಗಿಣಿ ಮಾತನಾಡುವಂತೆ ಕೀರಲು ದನಿಯಲ್ಲಿ ಅದೂ ಇಂಗ್ಲೀಷಿನಲ್ಲಿ ಏನೋ ಮಾತನಾಡಿದ್ದು ಕೇಳಿಸಿತು.

"ಅದು ಭೂತ, ಏನದು ಹೇಳುತ್ತಿರೋದು?" ಎಂದು ಅಜ್ಜಿ ಮೆಲ್ಲಗೆ ಪಿಸುಮಾತಿನಲ್ಲಿ ಕೇಳಿದರು.

ಭೂತದ ಕೀರಲು ದನಿ ಜೋರಾಯಿತು. "ನಡೀರಿ ನಡೀರಿ! ಹೊಸ ಮನೆ! ಹಳೆ ಸ್ನೇಹಿತರು! ಬಲೆ ತಮಾಷೆಯಾಗಿರುತ್ತೆ!" ಎಂದು ಹಿರಿಹಿರಿಹಿಗ್ಗುತ್ತಾ ಹೇಳಿತು.

ತಾತ ತಕ್ಷಣ ಕಾರನ್ನು ನಿಲ್ಲಿಸಿದರು. ರಿವರ್ಸ್ ಗೇರ್ ಹಾಕಿ ಹಿಂದಕ್ಕೆ ಬಂದು, ಬಂದ ದಾರಿಯತ್ತ ಕಾರನ್ನು ತಿರುಗಿಸಿ ನಮ್ಮ ಹಳೆ ಮನೆಯ ದಿಕ್ಕಿನಲ್ಲಿ ಸಾಗಿದರು.

"ಏನು ಮಾಡುತ್ತಿದ್ದೀರ ನೀವು?" ಎಂದು ಅಜ್ಜಿ ಕೇಳಿದರು.

"ಮನೆಗೆ ಹೋಗುತ್ತಿದ್ದೇನೆ" ಎಂದರು ತಾತ.

"ಭೂತವನ್ನು ಏನು ಮಾಡೋದು?"

"ಅದನ್ನು ಏನು ಮಾಡೋದು? ಅದು ಹೇಗಿದ್ದರೂ ನಮ್ಮೊಂದಿಗಿರಲು ನಿರ್ಧರಿಸಿದೆ. ನಾವು ಅದಕ್ಕೆ ಒಗ್ಗಿಕೊಳ್ಳಬೇಕಷ್ಟೆ. ಅದರಿಂದ ಓಡುವ ಮೂಲಕ ಸಮಸ್ಯೆಗೆ ಪರಿಹಾರ ಸಿಗದಲ್ವ"

"ಹಾಗಿದ್ದರೆ ಸರಿ, ಆದರೆ, ಬೆಂಜಿಯನ್ನೇನು ಮಾಡೋದು?" ಎಂದರು ಅಜ್ಜಿ.

"ಅದು ಅವನಿಗೆ ಬಿಟ್ಟ ವಿಚಾರ. ಅಲ್ವಾ? ಅವನಿಗೆ ಏನಾದರೂ ಕೆಲಸ ಸಿಕ್ಕರೆ ಸರಿಹೋಗ್ತಾನೆ."

ತಾತ ಕಾರನ್ನು ವೆರಾಂಡದ ಮೆಟ್ಟಿಲವರೆಗೂ ತಂದು ನಿಲ್ಲಿಸಿದರು.

"ನನಗೆ ಹಸಿವಾಗುತ್ತಿದೆ" ಎಂದು ಹೇಳಿದೆ.

"ಏನಾದರೂ ಕಟ್ಟಿಸಿಕೊಂಡು ತಂದು ವನಭೋಜನ ಮಾಡಬೇಕು. ಏಕೆಂದರೆ ಎಲ್ಲಾ ಸಾಮಾನುಗಳನ್ನೂ ಎತ್ತಿನ ಬಂಡಿಗಳಲ್ಲಿ ಕಳಿಸಿಬಿಟ್ಟಿದ್ದೀವಲ್ಲ" ಎಂದರು ಅಜ್ಜಿ.

ಕಾರಿನಿಂದ ಇಳಿದು ವರಾಂಡದ ಮೆಟ್ಟಿಲಿನ ಮೇಲೆ ಕುಳಿತ ನಮ್ಮ ಮೇಲೆ ಗುಲಾಬಿ ಪಕಳೆಗಳು ಹಾಗೂ ಮಲ್ಲಿಗೆ ಹೂಗಳು ಉದುರಿಸುವ ಮೂಲಕ ಸ್ವಾಗತ ಕೋರಲಾಯಿತು.

"ಎಷ್ಟು ಚೆನ್ನಾಗಿದೆಯಲ್ವಾ! ಅದಕ್ಕೆ ನಮ್ಮನ್ನು ಕಂಡರೆ ತುಂಬಾ ಇಷ್ಟ ಅನ್ನಿಸುತ್ತೆ" ಎಂದು ಖುಷಿಯಿಂದ ನಗುತ್ತಾ ಹೇಳಿದರು ಅಜ್ಜಿ.

ಕೆರಳಿದ ನದಿ

ಹಿಮಾಲಯದಲ್ಲಿ ಹುಟ್ಟಿ ಬಂಗಾಳ ಕೊಲ್ಲಿಯನ್ನು ಸೇರುವ ನದಿಯ ನಡುವೆ ಚಿಕ್ಕ ದ್ವೀಪವೊಂದಿತ್ತು. ನದಿಯು ದ್ವೀಪವನ್ನು ಸುತ್ತುವರಿದು ಹರಿಯುತ್ತಿತ್ತು. ಕೆಲವೊಮ್ಮೆ ದಂಡೆಯ ಮೇಲೆ ಹರಿದರೂ ಎಂದಿಗೂ ದ್ವೀಪದ ನಡುವೆ ಹರಿದಿರಲಿಲ್ಲ. ಇಪ್ಪತ್ತು ವರ್ಷಗಳ ಹಿಂದೆ ದ್ವೀಪವನ್ನು ನದಿ ಮುಳುಗಿಸಿತ್ತು. ಆಗ ಇಲ್ಲಿ ಯಾರೂ ವಾಸಿಸುತ್ತಿರಲಿಲ್ಲ. ಆದರೆ ಕೆಲ ವರ್ಷಗಳಿಂದ ಒಂದು ಚಿಕ್ಕ ಕುಟುಂಬ ದ್ವೀಪದಲ್ಲಿ ವಾಸಿಸುತ್ತಿದೆ. ಅಲ್ಲೊಂದು ಮಣ್ಣಿನ ಗೋಡೆಯ, ಹುಲ್ಲು ಹೊದಿಸಿರುವ ಸಣ್ಣ ಗುಡಿಸಲು ಇದೆ. ಅಲ್ಲಿದ್ದ ದೊಡ್ಡ ಕಲ್ಲಿಗೆ ಆನಿಕೊಂಡಂತೆ ಗುಡಿಸಲನ್ನು ನಿರ್ಮಿಸಲಾಗಿದೆ. ಗುಡಿಸಲ ಮೂರು ಗೋಡೆಗಳು ಮಣ್ಣಿನದ್ದಾದರೆ ನಾಲ್ಕನೆಯದು ಆ ಕಲ್ಲು.

ಕೆಲವು ಮೇಕೆಗಳು ಹುಲ್ಲು ಮತ್ತು ಮುಳ್ಳುಗಿಡದ ಎಲೆಗಳನ್ನು ತಿನ್ನುತ್ತಿದ್ದವು. ಕೆಲ ಕೋಳಿಗಳು ಅವನ್ನು ಹಿಂಬಾಲಿಸಿದ್ದವು. ಕಲ್ಲಂಗಡಿ, ತರಕಾರಿ ಮತ್ತು ಚೆಂಡು ಹೂವನ್ನು ಅಲ್ಲಲ್ಲಿ ಬೆಳೆಯಲಾಗಿತ್ತು.

ದ್ವೀಪದ ನಡುವೆ ಅರಳಿಮರವಿತ್ತು. ದ್ವೀಪದಲ್ಲಿದ್ದ ಒಂದೇ ಒಂದು ಮರ ಅದು.

ಇಪ್ಪತ್ತು ವರ್ಷಗಳ ಹಿಂದೆ ಬಂದಿದ್ದ ಪ್ರವಾಹದಲ್ಲೂ ಅರಳಿ ಮರ ಜಗ್ಗದೆ ಸ್ಥಿರವಾಗಿ ನಿಂತಿತ್ತು.

ಅದು ತುಂಬಾ ಹಳೆಯ ಮರ. ಸುಮಾರು ಐವತ್ತು ವರ್ಷಗಳ ಹಿಂದೆ ಬಲವಾಗಿ ಬೀಸಿ ಬಂದ ಬಿರುಗಾಳಿ ಇದರ ಬೀಜವನ್ನು ಹೊತ್ತು ತಂದಿತ್ತು. ದ್ವೀಪದಲ್ಲಿದ್ದ ಎರಡು ಬಂಡೆಗಳ ನಡುವೆ ಆ ಬೀಜ ಮೊಳೆತು ಬೇರು ಬಿಟ್ಟಿತ್ತು. ಈಗ ಒಂದು ಸಣ್ಣ ಕುಟುಂಬ ಮರದ ಇರುವಿಕೆಯಿಂದ ಉಪಕೃತರಾಗಿ ಅದರ ನೆರಳಲ್ಲಿ ಬದುಕಿದ್ದಾರೆ.

ಭಾರತೀಯರಿಗೆ ಅರಳಿ ಮರ ಅಂದರೆ ಬಲು ಪ್ರೀತಿ. ಅದರಲ್ಲೂ ಬೇಸಿಗೆಯ ಬಿಸಿಯಲ್ಲಿ ಇದರ ಹೃದಯಾಕಾರದ ಎಲೆಗಳು ಬೀಸಣಿಗೆಯಂತೆ ಬೀಸುತ್ತಾ ಮರದಡಿ ಕುಳಿತವರಿಗೆ ತಂಪು ಗಾಳಿ ನೀಡುತ್ತವೆ.

ಅತ್ಯಂತ ಪವಿತ್ರವಾದದ್ದು ಅರಳಿ ಮರ. ಒಳ್ಳೆಯ ಕೆಟ್ಟವರ ಭೇದವಿಲ್ಲದೆ ಎಲ್ಲರ ಆತ್ಮಗಳ ವಾಸಸ್ಥಾನವಿದು.

"ಮರದ ಕೆಳಗೆ ಕುಳಿತಾಗ ಆಕಳಿಸಬೇಡ" ಎಂದು ಅಜ್ಜಿ ಹತ್ತು ವರ್ಷದ ಸೀತಾಗೆ ಎಚ್ಚರಿಕೆ ಕೊಡುತ್ತಿದ್ದಳು. "ಅಕಸ್ಮಾತ್ ಆಕಳಿಕೆ ಬಂದರೆ ಕೈಯನ್ನು ಬಾಯಿಗೆ ಅಡ್ಡವಿರಿಸಿಕೊ. ಮರೆತೆಯೋ ಪ್ರೇತಾತ್ಮ ನಿನ್ನ ಬಾಯೊಳಗೆ ನುಸುಳಿಬಿಡುತ್ತದೆ ಅಷ್ಟೇ!"

"ಆಮೇಲೆ ಏನು ಆಗುತ್ತೆ?" ಸೀತಾ ಕೇಳಿದಳು.

"ನಿನಗೆ ಹಸಿವಾಗಲ್ಲ ಅಕ್ಷೇ" ಎಂದರು ಅಲ್ಲೇ ಇದ್ದ ತಾತ. ತಾತನಿಗೆ ಈ ಭೂತ, ಪ್ರೇತಗಳ ಬಗ್ಗೆ ನಂಬಿಕೆಯಿಲ್ಲ.

ಅರಳಿ ಮರದ ಎಲೆಗಳೆಂದರೆ ಅಜ್ಜಿಗೆ ಬಲು ಇಷ್ಟ. ಶ್ರೀಕೃಷ್ಣನ ದೇಹದಂತೆ ಅದು ಇದೆ ಎಂಬುದು ಆಕೆಯ ಭಾವನೆ.

ಹಳೆಯ ಮರದ ಕೆಳಗೆ ವಯಸ್ಸಾದ ತಾತ ಕುಳಿತಿದ್ದ.

ತಾತ ಮೀನಿನ ಬಲೆಯನ್ನು ಸರಿಪಡಿಸುತ್ತಿದ್ದ. ಆತ ಒಳ್ಳೆಯ ಮೀನುಗಾರ. ಸುಮಾರು ಹತ್ತು ವರ್ಷಗಳಿಂದ ನದಿಯಲ್ಲಿ ಮೀನು ಹಿಡಿಯುತ್ತಲೇ ಇದ್ದಾನೆ. ಅವನಿಗೆ ಬೆಳ್ಳಿಯಂತೆ ಹೊಳೆಯುವ ಚಿಲ್ವಾ ಮೀನು, ದೊಡ್ಡ ಗಾತ್ರದ ಸುಂದರ ಮಹಷೀರ್ ಮೀನು ಮತ್ತು ಉದ್ದ ಮೀಸೆಯ ಸಿಂಘಾರಾ ಮೀನು ನದಿಯಲ್ಲಿ ಎಲ್ಲಿ ಸಿಗುತ್ತದೆ ಎಂಬುದು ತಿಳಿದಿದೆ. ನದಿ ಎಲ್ಲಿ ಆಳ ಇರುತ್ತದೆ, ಎಲ್ಲಿ ಆಳ ಇರುವುದಿಲ್ಲ, ಗಾಳಕ್ಕೆ ಏನನ್ನು ಸಿಕ್ಕಿಸಬೇಕು, ಯಾವಾಗ ಹುಳು, ಯಾವಾಗ ಕಾಳನ್ನು ಸಿಕ್ಕಿಸಬೇಕು ಎಂಬುದೆಲ್ಲಾ ಅವನಿಗೆ ತಿಳಿದಿತ್ತು. ಅವನ ಮಗನಿಗೂ ಮೀನು ಹಿಡಿಯುವ ಕೌಶಲ್ಯವನ್ನು ಕಲಿಸಿದ್ದ. ಆದರೆ, ಅವನು ನೂರು ಮೈಲು ದೂರದ ಫ್ಯಾಕ್ಟರಿಯಲ್ಲಿ ಕೆಲಸ ಮಾಡಲು ಹೋದ. ಅವನಿಗೆ ಮೊಮ್ಮಗ ಇರಲಿಲ್ಲ, ಇದ್ದೊಬ್ಬ ಮೊಮ್ಮಗಳು ಸೀತಾ ಯಾವ ಹುಡುಗನಿಗೂ ಕಡಿಮೆಯಿಲ್ಲದಂತೆ ಎಲ್ಲಾ ಕೆಲಸಗಳನ್ನೂ ಮಾಡಬಲ್ಲವಳಾಗಿದ್ದಳು. ಅವಳು ಚಿಕ್ಕ ವಯಸ್ಸಿಗೆ ತನ್ನ ತಾಯಿಯನ್ನು ಕಳೆದುಕೊಂಡಿದ್ದಳು. ಅಜ್ಜಿ ಅವಳಿಗೆ ಹೆಣ್ಣು ಮಕ್ಕಳು

ಕಲಿಯಬೇಕಾದ ಎಲ್ಲ ವಿದ್ಯೆಯನ್ನೂ ಕಲಿಸಿದ್ದಳು. ಅಜ್ಜಿ ತಾತ ಇಬ್ಬರಿಗೂ ಓದು ಬರಹ ಬರುತ್ತಿರಲಿಲ್ಲ. ಹಾಗಾಗಿ ಸೀತಾ ಓದು ಬರಹ ಕಲಿತಿರಲಿಲ್ಲ.

ನದಿಯ ಆ ದಡದ ಒಂದು ಹಳ್ಳಿಯಲ್ಲಿ ಶಾಲೆಯಿತ್ತು. ಆದರೆ, ಸೀತಾ ಅದನ್ನು ನೋಡಿಯೇ ಇಲ್ಲ. ದ್ವೀಪದಲ್ಲೇ ಅವಳಿಗೆ ಸಾಕಷ್ಟು ಕೆಲಸಗಳಿದ್ದವು. ಬಿಡುವಿಲ್ಲದ ಚಟುವಟಿಕೆಗಳಲ್ಲಿ ಸದಾ ಮುಳುಗಿರುತ್ತಿದ್ದಳು.

ತಾತ ಮೀನಿನ ಬಲೆಯನ್ನು ಸರಿಪಡಿಸುತ್ತಿದ್ದರೆ, ಗುಡಿಸಲ ಒಳಗೆ ಸೀತಾ ಕೆಂಡದಂತೆ ಬಿಸಿಯಾಗಿದ್ದ ಅಜ್ಜಿಯ ಹಣೆಯನ್ನು ಒತ್ತುತ್ತಿದ್ದಳು. ಕಳೆದ ಮೂರು ದಿನಗಳಿಂದ ಅಜ್ಜಿಗೆ ಹುಷಾರಿರಲಿಲ್ಲ. ಹಾಗಾಗಿ ಆಹಾರ ಕೂಡ ಸೇರಿರಲಿಲ್ಲ. ಈ ಹಿಂದೆ ಆಕೆ ಹುಷಾರು ತಪ್ಪಿದ್ದರೂ ಇಷ್ಟೊಂದು ಜ್ವರ ಆಕೆಯನ್ನು ಕಾಡಿರಲಿಲ್ಲ. ಅವಳು ಕಿತ್ತಳೆ ರಸವನ್ನಾದರೂ ಸೇವಿಸಲೆಂದು ತಾತ ಆಕೆಗಾಗಿ ಹತ್ತಿರದ ಊರಿನ ಮಾರುಕಟ್ಟೆಯಿಂದ ಸಿಹಿ ಕಿತ್ತಳೆಯನ್ನು ತಂದಿದ್ದ.

ತಾತನಿಗಿಂತ ಅಜ್ಜಿ ವಯಸ್ಸಿನಲ್ಲಿ ಚಿಕ್ಕವಳಾದರೂ ಅನಾರೋಗ್ಯದಿಂದಾಗಿ ವಯಸ್ಸಾದವಳಂತೆ ಕಾಣುತ್ತಿದ್ದಳು. ಸತತ ಅನಾರೋಗ್ಯ, ಕೆಮ್ಮು, ಉಸಿರಾಟದ ತೊಂದರೆ ಆಕೆಯ ದೇಹವನ್ನು ದುರ್ಬಲಗೊಳಿಸಿತ್ತು.

ಅಜ್ಜಿ ನಿದ್ರಿಸಿರುವುದನ್ನು ಕಂಡು ಸೀತಾ ಮೆಲ್ಲನೆ ಹಾಸಿಗೆಯಿಂದ ಎದ್ದು ಬರಿಗಾಲಲ್ಲೇ ಹೊರಗೆ ಬಂದಳು.

ಹೊರಗೆ ಮುಂಗಾರಿನ ಮುನ್ಸೂಚನೆ ನೀಡುವಂತೆ ಆಗಸ ಕಪ್ಪು ಮೋಡಗಳಿಂದ ಆವೃತವಾಗಿತ್ತು. ರಾತ್ರಿಯೆಲ್ಲಾ ಮಳೆ ಬಿದ್ದಿದ್ದು ಈಗ ನಿಂತಿತ್ತು. ಇನ್ನು ಕೆಲ ಗಂಟೆಗಳಲ್ಲಿ ಮತ್ತೆ ಮಳೆ ಬೀಳುವ ಮುನ್ಸೂಚನೆಯಿದೆ. ಮುಂಗಾರು ಮಳೆ ಜೂನ್ ತಿಂಗಳ ಕೊನೆಯಲ್ಲಿ ಪ್ರಾರಂಭವಾಗಿತ್ತು. ಈಗ ಜುಲೈ ತಿಂಗಳ ಕೊನೆ ಹೊತ್ತಿಗೆ ನದಿಯು ನೀರು ತುಂಬಿ ಹರಿಯುತ್ತಿದೆ. ಅದರ ರಭಸ ಜೋರಾಗಿದ್ದು, ಈ ಬಾರಿ ಅದರ ಆರ್ಭಟ ಹೆಚ್ಚಿದೆ.

ಸೀತಾ ಅರಳಿ ಮರದ ಕೆಳಗೆ, ತಾತನ ಪಕ್ಕ ಹೋಗಿ ಕುಳಿತಳು.

"ನಿನಗೆ ಹಸಿವಾದಾಗ ಹೇಳು ತಾತ, ರೊಟ್ಟಿ ಮಾಡಿ ಕೊಡುತ್ತೇನೆ" ಎಂದು ಹೇಳಿದಳು.

"ಅಜ್ಜಿ ಮಲಗಿದ್ದಾಳಾ?"

"ಹೌದು, ಆದರೆ ನೋವು ಮತ್ತು ಸುಸ್ತಿನಿಂದ ಹೆಚ್ಚು ನಿದ್ರೆ ಬರಲಾರದು"

ಆ ವೃದ್ಧ ನದಿಯನ್ನೇ ದಿಟ್ಟಿಸಿ ನೋಡುತ್ತಿದ್ದ. ನದಿಯ ಆಚೆಗಿನ ಕಾಡು, ಆಗಸ ಮತ್ತು ದೂರ ದಿಗಂತದತ್ತ ನೋಡುತ್ತಾ, "ಬೆಳಿಗ್ಗೆ ಹೊತ್ತಿಗೆ ಅವಳು ಹುಷಾರಾಗದಿದ್ದರೆ, ಶಾಹ್‌ಗಂಜ್‌ನ ಆಸ್ಪತ್ರೆಗೆ ಕರೆದೊಯ್ಯುತ್ತೇನೆ. ಅಲ್ಲಿನ ವೈದ್ಯರು ಸೂಕ್ತ ಚಿಕಿತ್ಸೆ ಕೊಡುತ್ತಾರೆ. ನೀನು ಎರಡು ಮೂರು ದಿನ ಒಬ್ಬಳೇ ಇರಬೇಕಾಗುತ್ತದೆ. ಮೊದಲೂ ನೀನೊಬ್ಬಳೇ ಇದ್ದ ರೂಢಿ ಇದೆಯಲ್ವಾ"

ಸೀತಾ ಒಪ್ಪಿಗೆಯಿಂದ ತಲೆ ಆಡಿಸಿದಳು. ಮುಂಚೆ ಅವಳೊಬ್ಬಳೇ ಇದ್ದದ್ದೂ

ಇದೆ. ಅಜ್ಜಿ ಬೇಗ ಗುಣಮುಖಳಾಗಲಿ ಎಂದು ಆಶಿಸಿದಳು. ತನ್ನ ತಾತ ಮಾತ್ರ ರಭಸವಾಗಿ ಹರಿಯುವ ನದಿಯಲ್ಲಿ ಪುಟ್ಟ ದೋಣಿಯನ್ನು ನಡೆಸಬಲ್ಲನು ಎಂಬುದು ಅವಳಿಗೆ ಗೊತ್ತು.

ಒಬ್ಬಳೇ ಇರಲು ಸೀತಾಗೆ ಭಯವೇನೂ ಇಲ್ಲ. ಆದರೆ ನದಿಯು ಎಂದಿನಂತಿಲ್ಲದಿರುವುದು ಅವಳಿಗೆ ಸರಿಹೋಗುತ್ತಿಲ್ಲ. ಆ ದಿನ ಬೆಳಿಗ್ಗೆ ನೀರು ತರಲು ಹೋದಾಗ ನೀರಿನ ಮಟ್ಟ ಏರಿರುವುದು ಅವಳ ಗಮನಕ್ಕೆ ಬಂತು. ನೀರು ಹಕ್ಕಿಗಳಾದ ಸ್ನೈಪ್ ಮತ್ತು ಕರ್ಲಿವ್‌ಗಳ ಪಿಚಿಕೆಗಳಿಂದ ಕಂಗೊಳಿಸುತ್ತಿದ್ದ ಸಣ್ಣ ಪುಟ್ಟ ಬಂಡೆಕಲ್ಲುಗಳು ಮುಳುಗಿ ಹೋಗಿದ್ದವು.

ಈ ರೀತಿ ಪ್ರತಿವರ್ಷ ಆ ಬಂಡೆ ಕಲ್ಲುಗಳು ಮುಳುಗುತ್ತಿದ್ದುದು ಸಹಜವಾದರೂ, ಈ ಬಾರಿ ತುಂಬಾ ಬೇಗ ಆದಂತಿದೆ.

"ತಾತ, ನದಿಯ ನೀರು ಮೇಲಿನವರೆಗೂ ಏರಿದರೆ ನಾನು ಏನು ಮಾಡುವುದು?"

"ನೀನು ಎತ್ತರದ ಪ್ರದೇಶದಲ್ಲಿ ಇರಬೇಕು"

"ಅಲ್ಲಿಗೂ ನೀರು ಏರಿದರೆ?"

"ಆಗ ನೀನು ಕೋಳಿಗಳನ್ನೂ ಸಹ ಕರೆದುಕೊಂಡು ಗುಡಿಸಲು ಸೇರಿಕೊಳ್ಳಬೇಕು"

"ಗುಡಿಸಲಿಗೂ ನೀರು ನುಗ್ಗಿದರೆ?"

"ಆಗ ಅರಳಿ ಮರವನ್ನು ಏರು. ಅದು ಗಟ್ಟಿಮುಟ್ಟಾದ ಮರ. ಅದು ಬೀಳುವುದಿಲ್ಲ. ಮರಕ್ಕಿಂತ ನೀರು ಎತ್ತರಕ್ಕೆ ಏರಲು ಸಾಧ್ಯವೇ ಇಲ್ಲ"

"ಮೇಕೆಗಳನ್ನೇನು ಮಾಡುವುದು ತಾತ?"

"ಅವನ್ನು ನಾನು ಕರೆದೊಯ್ಯುತ್ತೇನೆ. ನಿನ್ನ ಅಜ್ಜಿಗೆ ಔಷಧಿ, ಚಿಕಿತ್ಸೆ, ಒಳ್ಳೆಯ ಊಟ ಕೊಡಿಸಲು ಅವನ್ನು ಮಾರಬೇಕಿದೆ. ಅಷ್ಟೊಂದು ನೀರು ಬಂದರೆ ಕೋಳಿಗಳನ್ನು ಗುಡಿಸಲ ಮೇಲೆ ನೀನು ಬಿಡಬಹುದು. ಆದರೆ, ಅನಗತ್ಯವಾಗಿ ಚಿಂತೆ ಮಾಡಬೇಡ" ಎಂದು ತಾತ ಸೀತಾಳ ತಲೆಯನ್ನು ನೇವರಿಸಿ, "ನೀರು ಅಷ್ಟೊಂದು ಎತ್ತರಕ್ಕೆ ಏರುವುದಿಲ್ಲ. ಎಂದಾದರೂ ಆ ರೀತಿ ಆಗಿದೆಯಾ? ನಾನು ಬೇಗ ಬಂದು ಬಿಡುತ್ತೇನೆ, ಆಯ್ತಾ?"

"ನಿನ್ನೊಂದಿಗೆ ಅಜ್ಜಿ ವಾಪಸ್ ಬರಲ್ವಾ?"

"ಬರ್ತಾಳೆ, ಆದರೆ, ಅಜ್ಜಿಯನ್ನು ಆಸ್ಪತ್ರೆಯಲ್ಲೇ ಕೆಲ ದಿನ ಇರಿಸಿಕೊಳ್ಳಬಹುದು"

*

ಆ ಸಂಜೆ ಮತ್ತೆ ಮಳೆ ಪ್ರಾರಂಭವಾಯಿತು. ದಪ್ಪ ದಪ್ಪ ಹನಿಗಳು ನದಿಯಲ್ಲಿ ಬೀಳುತ್ತಾ ನೀರನ್ನು ಚಿಮ್ಮಿಸುತ್ತಿದ್ದವು. ಬೆಚ್ಚಗಿನ ವಾತಾರಣವಿದ್ದುದರಿಂದ ಸೀತಾ ಮಳೆಯಲ್ಲಿ ನೆನೆಯುತ್ತನೇ ಓಡಾಡುತ್ತಿದ್ದಳು. ಅವಳಿಗೆ ಮಳೆನೀರಲ್ಲಿ ನೆನೆಯುವುದು ಇಷ್ಟ. ಕಳೆದ

ತಿಂಗಳು ಮೊದಲ ಮಳೆ ಬಿದ್ದು, ಮರದ ಹಣ್ಣೆಲೆಗಳನ್ನೆಲ್ಲಾ ಉದುರಿಸಿ, ಮಣ್ಣಿನಿಂದ ಮಳೆ ಸುವಾಸನೆಯನ್ನು ಹೊಮ್ಮಿಸಿದಾಗ, ಅವಳು ಸಂಭ್ರಮಗೊಂಡು ಓಡುತ್ತಾ ಖುಷಿಯಿಂದ ಜೋರಾಗಿ ಕೂಗಿದ್ದಳು. ಈಗ ಅವಳಿಗೆ ಮಳೆ ರೂಢಿಯಾಗಿದೆ, ಬೇಡಪ್ಪಾ ಸಾಕು ಮಾಡು ಎನ್ನುವಂತಾಗಿದೆ. ಆದರೆ ಮಳೆಯಲ್ಲಿ ನೆನೆದರೂ ಅವಳಿಗೆ ತೊಂದರೆಯಿಲ್ಲ. ಗುಡಿಸಲ ಒಳಗೆ ಒಲೆಯ ಮುಂದೆ ಕುಳಿತರೆ ಅವಳ ತೆಳುವಾದ ಬಟ್ಟೆ ಬೇಗ ಒಣಗುತ್ತದೆ.

ಬರಿಗಾಲಿನಲ್ಲಿ ಓಡಾಡುವುದು ಅವಳಿಗೆ ರೂಢಿ. ಅವಳ ಪಾದ ಮತ್ತು ಬೆರಳುಗಳು ಜಾರಿಕೆಯದ್ದಾಗಲಿ ಚೂಪಾದದ್ದಾಗಲಿ, ಎಲ್ಲಾ ರೀತಿಯ ಕಲ್ಲುಗಳ ಮೇಲೂ ನಡೆಯಲು ಹೊಂದಿಕೊಂಡಿವೆ. ಅವಳು ಗಟ್ಟಿಗಿತ್ತಿ.

ಮುಖದ ಮೇಲೆಲ್ಲಾ ಓಲಾಡುವ ಕರಿಗೂದಲು, ಕಪ್ಪು ಕಂಗಳು, ಕಂದು ಬಣ್ಣದ ತೆಳುವಾದ ಕೈಗಳು, ತೊಡೆಯ ಮೇಲಿನ ಕಲೆ : ಅವಳು ಚಿಕ್ಕವಳಿದ್ದಾಗ ಅಮ್ಮನ ಹಳ್ಳಿಗೆ ಹೋಗಿದ್ದಾಗ ಮಲಗಿದ್ದ ಇವಳ ಕಾಲನ್ನು ಕತ್ತೆ ಕಿರುಬ ಕಚ್ಚಿ ಹಿಡಿದೆಳೆಯಲು ಪ್ರಯತ್ನಿಸಿತ್ತು. ಅವಳ ಅರಚಾಟಕ್ಕೆ ಹಳ್ಳಿಯವರೆಲ್ಲ ಎದ್ದು ಬಂದಾಗ ಅದು ದೌಡಾಯಿಸಿತ್ತು. ಸುರಿಯುತ್ತಿದ್ದ ಮಳೆಯಲ್ಲೇ ಓಡುತ್ತಾ ಕೋಳಿಗಳನ್ನು ಗುಡಿಸಲ

ಹಿಂದಿನ ಗೂಡಿನತ್ತ ಓಡಿಸಿದಳು. ತನ್ನ ಬಿಲದೊಳಕ್ಕೆ ನೀರು ನುಗ್ಗಿದ್ದರಿಂದ ಹೊರ ಬಂದ ಕಂದು ಬಣ್ಣದ ಹಾವು ಹರಿದು ಬರುತ್ತಿತ್ತು. ಕೋಲಿನಿಂದ ಹಾವನ್ನು ಎತ್ತಿದ ಸೀತಾ, ಅದನ್ನು ಕಲ್ಲುಗಳ ಹಿಂದೆ ಬಿಟ್ಟಳು. ಹಾವಿನ ಬಗ್ಗೆ ಅವಳಿಗೆ ತಕರಾರಿರಲಿಲ್ಲ. ಇಲಿಗಳು ಮತ್ತು ಕಪ್ಪೆಗಳನ್ನು ಅವು ಹತೋಟಿಯಲ್ಲಿಡುತ್ತದೆ. ಈ ದ್ವೀಪಕ್ಕೆ ಇಲಿ ಹೇಗೆ ಬಂತೆಂಬುದೇ ಅವಳಿಗೆ ಅಚ್ಚರಿ. ದೋಣಿಯಲ್ಲಿ ಅಥವಾ ದವಸ ಧಾನ್ಯದ ಮೂಟೆಗಳೊಂದಿಗೆ ಅವು ಬಂದಿರಬೇಕು. ಅವುಗಳ ಸಂಖ್ಯೆಯನ್ನು ಹತೋಟಿಯಲ್ಲಿರಿಸುವುದೇ ಈಗ ದೊಡ್ಡ ಕೆಲಸ.

ಕೊನೆಗೂ ಗುಡಿಸಲ ಒಳಗೆ ಹೋಗುವಷ್ಟರಲ್ಲಿ ಹೊಟ್ಟೆ ಚುರುಗುಟ್ಟುತ್ತಿತ್ತು. ಹುರಿದ ಕಾಳು ತಿಂದು ಬಿಸಿ ಮಾಡಿಟ್ಟ ಮೇಕೆ ಹಾಲು ಕುಡಿದಳು.

ಅಜ್ಜಿ ಒಮ್ಮೆ ಮಾತ್ರ ಎದ್ದು ನೀರು ಕೇಳಿದಾಗ ತಾತ ಹಿತ್ತಾಳೆ ಲೋಟದಲ್ಲಿ ಕುಡಿಸಿದರು.

*

ರಾತ್ರಿಯೆಲ್ಲಾ ಮಳೆ ಸುರಿಯಿತು.

ಗುಡಿಸಲ ಛಾವಣಿ ಸೋರುತ್ತಿದ್ದು, ನೆಲದಲ್ಲಿ ನೀರು ನಿಂತಿತ್ತು. ಚಿಮಣಿ ದೀಪಗಳನ್ನು ತಾತ ಆರಿಸಿರಲಿಲ್ಲ. ಅವರಿಗೆ ಬೆಳಕಿನ ಅಗತ್ಯವಿಲ್ಲ, ಆದರೂ, ಅದು ಸುರಕ್ಷಿತ ಭಾವವನ್ನು ನೀಡಿತ್ತು.

ನದಿಯ ಶಬ್ದ ಅವರಿಗೆ ಹೊಸತೇನಲ್ಲ. ಅವರ ಜೀವನ ಭಾಗವಾದ ಅದರ ಧ್ವನಿ ಇಂದು ಬದಲಾಗಿದ್ದುದು ಅವರ ಗಮನಕ್ಕೆ ಬಂತು. ಎತ್ತರದ ಮರಗಳ ನಡುವೆ ಹಾದು ಬರುವ ಗಾಳಿ ಊಳಿಡುವಂತೆ, ಬಂಡೆಗಲ್ಲುಗಳ ನಡುವೆ ಹಾದು ಕಲ್ಲುಗಳನ್ನೆಲ್ಲಾ ಸೆಳೆದೊಯ್ಯುವ ರೀತಿಯಲ್ಲಿ, ಕೆಲವೊಮ್ಮೆ ಭೂಮಿಯ ಒಂದು ಭಾಗವನ್ನು ಕೊಚ್ಚಿಕೊಂಡು ಹೋಗುವಂತೆ ಇತ್ತು. ಸೀತಾಗೆ ನಿದ್ದೆ ಬರಲಿಲ್ಲ.

ಹಳೆಯ ಕೌದಿಯ ತುಂಡನ್ನು ಬಳಸಿ ಅಜ್ಜಿಯ ಸಹಾಯದಿಂದ ಮಾಡಿದ್ದ ಪುಟ್ಟ ಗೊಂಬೆಯೊಂದು ಅವಳ ಬಳಿ ಇತ್ತು. ರಾತ್ರಿ ಅದನ್ನು ತನ್ನ ಪಕ್ಕ ಮಲಗಿಸಿಕೊಳ್ಳುತ್ತಿದ್ದಳು. ನಿದ್ದೆ ಬರದಾಗ ಅದರೊಂದಿಗೆ ಅವಳು ಮಾತನಾಡುತ್ತಿದ್ದಳು. ಅಜ್ಜಿ ತಾತನ ಜೊತೆ ಮಾತನಾಡಬಹುದಾದರೂ ಕೆಲವೊಂದು ರಹಸ್ಯ, ಅವೇನೂ ವಿಶೇಷವಲ್ಲದಿದ್ದರೂ, ತನ್ನ ಭಾವನೆಗಳನ್ನು ಅದರೊಂದಿಗೆ ಹಂಚಿಕೊಳ್ಳುತ್ತಿದ್ದಳು. ರಹಸ್ಯವಾದ ವಿಷಯಗಳಿದ್ದಾಗ ಅವನ್ನು ಹಂಚಿಕೊಳ್ಳಲು ಗೆಳೆಯರಿರಬೇಕು. ಆ ದ್ವೀಪದಲ್ಲಿ ಬೇರೆ ಮಕ್ಕಳು ಇರದ ಕಾರಣ ಸೀತಾ ತನ್ನ ಗೊಂಬೆಗೆ ಮಮತಾ ಎಂದು ಹೆಸರಿಟ್ಟು ಗೆಳತಿಯನ್ನಾಗಿಸಿಕೊಂಡಿದ್ದಳು.

ತಾತ ಮತ್ತು ಅಜ್ಜಿ ಇಬ್ಬರೂ ನಿದ್ರಿಸುತ್ತಿದ್ದರು. ಅಜ್ಜಿಯ ಉಸಿರಾಟದ ಶಬ್ದ ನದಿಯ ನಾದಕ್ಕೆ ಹೊಂದಿಕೆಯಾಗಿತ್ತು.

"ಮಮತಾ" ಎಂದು ಮೆಲ್ಲನೆ ಉಸುರಿದ ಸೀತಾ ತನ್ನ ಗೆಳತಿಯೊಡನೆ ಮಾತುಕತೆ ಪ್ರಾರಂಭಿಸಿದಳು. "ಅಜ್ಜಿ ಬೇಗ ಗುಣವಾಗುತ್ತಾಳಾ?"

ಮಮತಾ ಸೀತಾಳ ಪ್ರಶ್ನೆಗಳಿಗೆ ಉತ್ತರಿಸುತ್ತಿದ್ದಳು. ಅವು ಸೀತಾಳ ಉತ್ತರವೇ ಆಗಿರುತ್ತಿದ್ದವು.

"ಅವಳಿಗೆ ವಯಸ್ಸಾಗಿದೆ" ಎಂದಳು ಮಮತಾ.

"ನದಿ ನೀರು ಗುಡಿಸಲವರೆಗೂ ಬರುತ್ತಾ?" ಎಂದು ಕೇಳಿದಳು ಸೀತಾ.

"ಮಳೆ ಹೀಗೇ ಬರುತ್ತಿದ್ದರೆ, ನದಿ ನೀರು ಏರುತ್ತಾ ಗುಡಿಸಲವರೆಗೂ ಬರಬಹುದು"

"ನನಗೆ ನದಿಯು ಭಯ ಹುಟ್ಟಿಸುತ್ತಿದೆ. ನಿನಗೆ ಭಯ ಆಗ್ತಿಲ್ವಾ ಮಮತಾ?"

"ಭಯ ಪಡಬೇಡ. ನದಿ ನಮಗೆ ಯಾವತ್ತೂ ಕೆಟ್ಟದ್ದು ಮಾಡಿಲ್ಲ"

"ಗುಡಿಸಲೊಳಗೆ ನೀರು ನುಗ್ಗಿದರೆ ಏನು ಮಾಡುವುದು?"

"ಗುಡಿಸಲ ಛಾವಣಿ ಮೇಲೆ ಕೂರೋಣ"

"ಅಲ್ಲಿಗೂ ನೀರು ಬಂದರೆ?"

"ಅರಳಿ ಮರವನ್ನು ಏರೋಣ. ನದಿಯ ನೀರು ಮರಕ್ಕಿಂತ ಎತ್ತರ ಏರಲು ಸಾಧ್ಯವಿಲ್ಲ."

ಆಗಸದಲ್ಲಿ ಬೆಳಕು ಮೂಡುತ್ತಿದ್ದಂತೆಯೇ ಸೀತಾ ಎದ್ದು ಹೊರಗಡೆ ಬಂದಳು. ತುಂತುರು ಮಳೆ ಬೀಳುತ್ತಿತ್ತು. ಸೋನೆ ಮಳೆ ಇನ್ನೂ ಹಲವು ದಿನಗಳು ನಿಲ್ಲದೆ ಮುಂದುವರೆಯುವಂತಿದೆ. ನದಿ ಹುಟ್ಟುವ ಬೆಟ್ಟಗಳ ಬಳಿ ಬೀಳುತ್ತಿರುವ ಜೋರು ಮಳೆಯ ಪರಿಣಾಮ ಇದಾಗಿರಬಹುದು.

ಸೀತಾ ನೀರಿನ ಬಳಿ ಹೋದಳು. ತಾನು ಇಷ್ಟಪಟ್ಟು ಕೂರುತ್ತಿದ್ದ ಕಲ್ಲು ಕಾಣಿಸಲಿಲ್ಲ. ಆ ಕಲ್ಲಿನ ಮೇಲೆ ಕುಳಿತು ನೀರಿನಲ್ಲಿ ಕಾಲು ಇಳಿಬಿಟ್ಟುಕೊಂಡು ಚಿಲ್ವಾ ಮೀನನ್ನು ನೋಡುತ್ತಿದ್ದಳು. ನೀರು ಉಕ್ಕಿ ಆ ಕಲ್ಲನ್ನು ಮುಳುಗಿಸಿತ್ತು.

ಮರಳಿನ ಮೇಲೆ ನಿಂತಿದ್ದ ತನ್ನ ಕಾಲ ಕೆಳಗೆ ನೀರು ಒಸರುತ್ತಾ ನೀರ್ಗುಳ್ಳೆಗಳು ಮೂಡುತ್ತಿವೆ.

ನದಿ ಮೊದಲಿನಂತೆ ಹಸಿರು, ನೀಲಿ ಅಥವಾ ಬಿಳಿಬಣ್ಣವನ್ನು ಹೊಂದಿಲ್ಲ. ಮಣ್ಣಿನ ಬಣ್ಣಕ್ಕೆ ತಿರುಗಿದೆ.

ಅವಳು ಗುಡಿಸಲಿಗೆ ಹಿಂದಿರುಗುವಷ್ಟರಲ್ಲಿ ತಾತ ಎದ್ದು ದೋಣಿಯನ್ನು ಸಿದ್ಧಪಡಿಸುತ್ತಿದ್ದರು.

ಸೀತಾ ಮೇಕೆಯ ಹಾಲನ್ನು ಕರೆಯುವಾಗ. ಇದೇ ಕಡೆಯ ಬಾರಿ ಇದರ ಹಾಲು ಕರೆಯುವುದು ಎಂದು ಮನಸ್ಸಿನಲ್ಲಿ ಅಂದುಕೊಂಡಳು.

*

ತಾತ ದೋಣಿಯನ್ನು ಹೊರ ತೆಗೆಯುವಷ್ಟರಲ್ಲಿ ಸೂರ್ಯ ಆಗಸದಲ್ಲಿ ಮೂಡಿದ್ದ. ಅಜ್ಜಿ ದೋಣಿಯ ಮುಂಭಾಗದಲ್ಲಿ ಮಲಗಿದ್ದಳು. ಅವಳು ಸೀತಾಳನ್ನು ನೋಡುತ್ತಿದ್ದಳು. ಏನೋ ಹೇಳಲು ಬಯಸಿದ್ದರೂ ಮಾತುಗಳು ಹೊರಬರದಾಗಿತ್ತು. ಕೈಯನ್ನು ಆಶೀರ್ವದಿಸುವಂತೆ ಮೇಲೆತ್ತಿದಳು.

ಸೀತಾ ಅಜ್ಜಿಯ ಕಾಲು ಮುಟ್ಟಿ ನಮಸ್ಕರಿಸಿದಳು. ತಾತ ದೋಣಿಯ ಹುಟ್ಟು ಹಾಕಿದ. ಪುಟ್ಟ ದೋಣಿ ಇಬ್ಬರು ವೃದ್ಧರು ಹಾಗೂ ಮೂರು ಮೇಕೆಗಳನ್ನು ಹೊತ್ತು

ರಭಸದಿಂದ ಹರಿಯುತ್ತಿರುವ ನದಿಯನ್ನು ಸೀಳಿಕೊಂಡು ಆಚಿನ ದಂಡೆಯತ್ತ ಪ್ರಯಾಣ ಬೆಳೆಸಿತು. ನದಿಯ ಸೆಳೆತ ಎಷ್ಟಿತ್ತೆಂದರೆ ಆಚಿನ ದಡ ಸೇರುವಷ್ಟರಲ್ಲಿ ದೋಣಿ, ಅರ್ಧ ಮೈಲು ದೂರದಷ್ಟು ಮುಂದಕ್ಕೆ ಹೋಗಿಬಿಟ್ಟಿತ್ತು.

ನೀರಿನ ಮೇಲೆ ಸಾಗುತ್ತಿದ್ದ ದೋಣಿ ಚಿಕ್ಕಚಿಕ್ಕದಾಗುತ್ತಾ ದೂರದ ಚುಕ್ಕೆಯಂತಾಯಿತು.

ಇದ್ದಕ್ಕಿದ್ದಂತೆ ಸೀತಾ ಒಬ್ಬಂಟಿ ಆಗಿಬಿಟ್ಟಳು.

ಬೀಸುತ್ತಿದ್ದ ಗಾಳಿ ಮಳೆಹನಿಯ ತುಂತುರನ್ನು ಅವಳ ಮುಖಕ್ಕೆ ಸಿಡಿಸುತ್ತಿತ್ತು. ಮುಂದೆ ನದಿಯ ನೀರು ಜೋರಾಗಿ ದ್ವೀಪದತ್ತ ಹರಿಯುತ್ತಿರುವುದು ಕಾಣುತ್ತಿತ್ತು. ಮಳೆಯಿಂದಾಗಿ ದೂರದ ತೀರ ಮುಸುಕಾಗಿದೆ. ಇಲ್ಲಿ ಪುಟ್ಟ ಗುಡಿಸಲು ಮತ್ತು ಮರ ಅವಳ ಹಿಂದೆ ಇವೆ.

ಕೋಳಿಗಳಿಗೆ ಮೇವು ಹಾಕಬೇಕು. ತಿನ್ನುವುದು ಬಿಟ್ಟರೆ ಅವಕ್ಕೆ ಬೇರೇನೂ ಚಿಂತೆಯಿಲ್ಲ. ಅವಕ್ಕೆ ತಿನ್ನಲು ಕೈತುಂಬಾ ಧಾನ್ಯ, ಆಲೂಗಡ್ಡೆಯ ಸಿಪ್ಪೆ ಮತ್ತು ಕಡಲೆಕಾಯಿ ಹೊಟ್ಟನ್ನು ಚೆಲ್ಲಿದಳು.

ಪೊರಕೆ ಹಿಡಿದು ಗುಡಿಸಲನ್ನು ಶುಭ್ರಗೊಳಿಸಿದಳು. ಇದ್ದಲ ಒಲೆಯನ್ನು ಉರಿಸಿ ಹಾಲನ್ನು ಬಿಸಿ ಮಾಡುತ್ತಾ, "ನಾಳೆಗೆ ಹಾಲಿರುವುದಿಲ್ಲ..." ಎಂದು ಯೋಚಿಸಿದಳು.

ಈರುಳ್ಳಿಯನ್ನು ಸುಲಿಯುತ್ತಿರುವಾಗ ಕಣ್ಣುಗಳು ಉರಿಯಾಯಿತು. ಕಣ್ಣನ್ನು ಉಜ್ಜಿಕೊಳ್ಳುತ್ತಾ ಸುತ್ತಲಿನ ಸ್ತಬ್ಧ ವಾತಾವರಣವನ್ನು ನೋಡಿ ತಾನೊಬ್ಬಳೇ ಇಲ್ಲಿ ಇರುವುದು ಎಂಬುದು ಅರಿವಿಗೆ ಬಂತು. ತಾತನ ಹುಕ್ಕಾ ಕೊಳವೆ ಮೂಲೆಯಲ್ಲಿತ್ತು. ಅದು ಅತ್ಯಂತ ಸುಂದರವಾದ ಹುಕ್ಕಾ. ಸೀತಾಳ ಮುತ್ತಾತನಿಗೆ ಸೇರಿದ್ದ ಅದನ್ನು ತೆಂಗಿನ ಚಿಪ್ಪಿಗೆ ಬೆಳ್ಳಿಯ ಹೊದಿಕೆಯಿಂದ ರೂಪಿಸಲಾಗಿತ್ತು. ಅದರ ಉದ್ದನೆಯ ಕಾಂಡ ಸುಮಾರು ನಾಲ್ಕು ಅಡಿ ಉದ್ದವಿತ್ತು. ಅವರ ಕುಟುಂಬದ ಅತ್ಯಮೂಲ್ಯ ಆಸ್ತಿಯಿದು. ಶೀಶಾಮ್ ಮರದಿಂದ ತಯಾರಾದ ಗಟ್ಟಿಮುಟ್ಟಾದ ಅಜ್ಜಿಯ ಊರುಗೋಲು ಇನ್ನೊಂದು ಮೂಲೆಯಲ್ಲಿತ್ತು.

ಸೀತಾ ಮಮತಾಳಿಗಾಗಿ ಸುತ್ತಾ ಕಣ್ಣಾಡಿಸಿದಳು. ಮರದ ದಿವಾನಾ ಕೆಳಗೆ ಅವಳು ಇದ್ದಳು. ದೂರದ ಬೆಟ್ಟಗಳ ಬಳಿ ಗುಡುಗಿನ ಶಬ್ದ ಕೇಳಿಸಿತು.

"ಬೆಟ್ಟದ ದೇವರುಗಳಿಗೆ ಕೋಪ ಬಂದಿರಬೇಕು. ನನ್ನ ಮೇಲೂ ಅವರಿಗೆ ಕೋಪ ಬಂದಿರಬಹುದಾ?" ಎಂದು ಸೀತಾ ಕೇಳಿದಳು

"ನಿನ್ನ ಮೇಲೆ ಏಕೆ ಕೋಪಿಸಿಕೊಳ್ಳುತ್ತಾರೆ?" ಎಂದಳು ಮಮತಾ

"ಕೋಪ ಮಾಡಿಕೊಳ್ಳಲು ಅವರಿಗೆ ಕಾರಣವೇ ಬೇಕಿಲ್ಲ. ಎಲ್ಲದರ ಬಗ್ಗೆಯೂ ಅವರಿಗೆ ಕೋಪ. ಆ ಎಲ್ಲದರ ನಡುವೆ ನಾವೂ ಇದ್ದೀವಲ್ಲ. ನಾವು ಎಷ್ಟೊಂದು ಚಿಕ್ಕವರಿದ್ದೀವಿ. ಅವರಿಗೆ ನಾವಿಲ್ಲಿರೋದು ಗೊತ್ತಾಗುತ್ತಾ?"

"ದೇವರ ಮನಸ್ಸಿನಲ್ಲಿರೋದು ಯಾರಿಗೆ ತಾನೆ ಗೊತ್ತಾಗುತ್ತೆ"

"ಆದರೆ, ನಾನು ನಿನ್ನನ್ನು ಸೃಷ್ಟಿಸಿದ್ದು, ಹಾಗಾಗಿ ನನಗೆ ನೀನಿಲ್ಲಿರೋದು ಗೊತ್ತಲ್ವಾ" ಎಂದಳು ಸೀತಾ.

"ನದಿ ನೀರು ಏರುತ್ತಾ ಬಂದರೆ ನನ್ನನ್ನು ಕಾಪಾಡುತ್ತೀಯ ತಾನೆ?"

"ಹೌದು, ಖಂಡಿತ. ನಿನ್ನನ್ನು ಬಿಟ್ಟು ನಾನೆಲ್ಲೂ ಹೋಗಲ್ಲ ಮಮತಾ"

ಸೀತಾ ಹೆಚ್ಚು ಕಾಲ ಒಳಗೆ ಇರಲು ಆಗದೆ ಮಮತಾಳನ್ನು ಎತ್ತುಕೊಂಡು ಹೊರಬಂದು ಒಮ್ಮೆ ನದಿಯತ್ತ, ಮತ್ತೊಮ್ಮೆ ತನ್ನ ಹಿಂದಿನ ಸುರಕ್ಷಿತ ಸ್ಥಳದತ್ತ ನೋಡಿದಳು. ಆದರೆ, ಅದೀಗ ಸುರಕ್ಷಿತ ಸ್ಥಳವಾಗಿ ಉಳಿದಿದೆಯೇ? ನದಿಯ ವಿಸ್ತಾರ ಈಗ ಹೆಚ್ಚಿದೆ. ತನ್ನ ದಂಡೆಗಳನ್ನೆಲ್ಲಾ ಕಬಳಿಸಿ ಸಮತಟ್ಟು ಪ್ರದೇಶಗಳನ್ನೆಲ್ಲಾ ಆಪೋಷನ ತೆಗೆದುಕೊಂಡಿದೆ. ದೂರದಲ್ಲಿ, ಜನರು ತಮ್ಮ ಮನೆಗಳನ್ನು ತ್ಯಜಿಸಿ ಸಾಮಾನು ಸರಂಜಾಮುಗಳನ್ನು ಹೊತ್ತು, ದನಕರುಗಳೊಂದಿಗೆ ನೀರು ತುಂಬಿದ, ಕೆಸರುಮಯವಾದ ಜಮೀನುಗಳಿಂದ ಎತ್ತರದ ಪ್ರದೇಶಕ್ಕೆ ವಲಸೆ ಹೋಗುತ್ತಿರುವರು. ಯಾವ ಪ್ರದೇಶವೂ ಈಗ ಸುರಕ್ಷಿತವಾಗುಳಿದಿಲ್ಲ.

ಸೀತಾಳಿಗೆ ತನ್ನ ತಾತ ಮತ್ತು ಅಜ್ಜಿಯ ಚಿಂತೆ ಕಾಡಿತು. ಅವರು ದಡವನ್ನು ಸುರಕ್ಷಿತವಾಗಿ ಮುಟ್ಟಿದ್ದರೆ, ತಾತ ಎತ್ತಿನ ಗಾಡಿ ಅಥವಾ ಕುದುರೆ ಗಾಡಿಯನ್ನು ಗೊತ್ತು ಮಾಡಿ ಅಜ್ಜಿಯನ್ನು ಆರು ಮೈಲು ದೂರದ ಆಸ್ಪತ್ರೆಗೆ ಕರೆದುಕೊಂಡು ಹೋಗಬೇಕು. ಶಾಹ್‌ಗಂಜ್‌ನಲ್ಲಿ ಮಾರುಕಟ್ಟೆ, ನ್ಯಾಯಾಲಯ, ಜೈಲು, ಸಿನೆಮಾ ಮಂದಿರ ಮತ್ತು ಆಸ್ಪತ್ರೆಯಿದೆ.

ತನ್ನ ಅಜ್ಜಿಯನ್ನು ಮತ್ತೆ ನೋಡುತ್ತೀನೋ ಇಲ್ಲವೋ ಎಂಬ ಆತಂಕ ಅವಳದ್ದು. ಅವಳನ್ನು ಎಷ್ಟು ಸಾಧ್ಯವೋ ಅಷ್ಟು ಚೆನ್ನಾಗಿ ನೋಡಿಕೊಂಡಿದ್ದಳು. ಅಜ್ಜಿ ತನ್ನನ್ನು ಸಾಕಿ ಬೆಳೆಸಿದ್ದನ್ನು ನೆನಪಿಸಿಕೊಂಡಳು. ಜ್ವರದಿಂದ ಬಿಸಿಯಾಗಿದ್ದ ತನ್ನ ಹಣೆ, ಹುಬ್ಬನ್ನು ನೇವರಿಸಿ ಅವಳು ಹೇಳುತ್ತಿದ್ದ ಕಥೆಗಳು – ದೇವರ ಕುರಿತದ್ದು – ಪ್ರಾಣಿ ಪಕ್ಷಿಗಳ ಗೆಳೆಯ ಬಾಲಕೃಷ್ಣ, ಬಲು ತುಂಟ, ಇತರ ದೇವತೆಗಳಿಗೂ ಅವನು ಗೊಂದಲ ಮೂಡಿಸುತ್ತಿದ್ದ. ಇಂದ್ರ ಮೋಡಗಳ ದೇವತೆ. ಗುಡುಗು ಮಿಂಚನ್ನು ಸೃಷ್ಟಿಸಬಲ್ಲವ. ವಿಷ್ಣು, ಒಳ್ಳೆಯದನ್ನು ಸಂರಕ್ಷಿಸುವವ, ಅವನ ವಾಹನ ದೊಡ್ಡ ಬಿಳಿಹಕ್ಕಿ, ಆನೆಯ ತಲೆಯಿರುವ ಗಣೇಶ, ರಾಮ ಶ್ರೀಲಂಕೆಯಲ್ಲಿ ಯುದ್ಧ ಮಾಡಿದಾಗ ನೆರವಾದ ವಾನರ ವೀರ ಹನುಮಂತ. ಈ ರೀತಿಯ ಕಥೆಗಳನ್ನು ಮತ್ತೆ ಹೇಳಲು ಅಜ್ಜಿ ವಾಪಸ್ ಬರುವಳೆ, ಇಲ್ಲಾ ತಾನೇ ಕಥೆಗಳನ್ನು ಕಲಿತುಕೊಳ್ಳಬೇಕೆ?

ದ್ವೀಪ ಈಗ ಚಿಕ್ಕದಾಗಿದೆ. ಅಂಚಿನ ಮಣ್ಣಿನ ದಂಡೆಯೆಲ್ಲಾ ನದಿಗೆ ಸೇರಿಕೊಂಡಿದೆ. ಆದರೆ ದ್ವೀಪದ ನಡುವೆ ಬಂಡೆಗಲ್ಲುಗಳಿದ್ದು, ಅವು ಸುಲಭವಾಗಿ ನೀರಿಗೆ

ತುತ್ತಾಗುವುದಿಲ್ಲ. ಅವೇನಿದ್ದರೂ ಮುಳುಗಬೇಕಷ್ಟೇ.

ಸೀತಾ ಪ್ರವಾಹದ ನೋಟವನ್ನು ಸರಿಯಾಗಿ ಕಾಣಲು ಮರವನ್ನೇರಿದಳು. ಅವಳಿಗೆ ಮರವನ್ನು ಹತ್ತುವುದು ರೂಢಿಯಾಗಿದೆ. ಕೆಲವು ಸೆಕೆಂಡುಗಳಲ್ಲಿ ಮರದ ಮೇಲಿನ ಕೊಂಬೆಗಳನ್ನು ಅವಳು ತಲುಪಬಲ್ಲಳು. ಮಳೆನೀರು ಬೀಳದಂತೆ ಕಣ್ಣಿನ ಮೇಲೆ ಕೈಯನ್ನು ಅಡ್ಡವಿರಿಸಿಕೊಂಡು ಪ್ರವಾಹವನ್ನು ನೋಡಿದಳು.

ಎಲ್ಲೆಲ್ಲೂ ನೀರೇ ನೀರು. ಇಡೀ ಪ್ರಪಂಚವೇ ದೊಡ್ಡ ನದಿಯಾಗಿ ಪರಿವರ್ತನೆಯಾಗಿದೆ. ದೂರದ ಕಾಡುಗಳಲ್ಲಿನ ದೊಡ್ಡ ಮರಗಳು ಕೂಡ ನೀರಿನ ಮೇಲೆ ಬೆಳೆದ ಮ್ಯಾಂಗ್ರೂವ್ ಕಾಡಿನಂತೆ ಕಾಣುತ್ತಿವೆ. ಆಗಸವೆಲ್ಲಾ ನೀರನ್ನು ಹಿಡಿದಿಟ್ಟುಕೊಂಡ ಮೋಡಗಳಿಂದ ಆವೃತವಾಗಿದೆ. ಬೆಟ್ಟಗಳ ಬಳಿ ಗುಡುಗಿದ ಶಬ್ದವನ್ನು ನದಿಯು ಪ್ರತಿಧ್ವನಿಸುತ್ತಿದೆ.

ನೀರಿನ ಮೇಲೆ ಏನೋ ತೇಲುತ್ತಿರುವಂತಿದೆ. ಏನೋ ದೊಡ್ಡದಾಗಿ ಕಪ್ಪು ಮಚ್ಚೆಯಂತಿದೆ. ಈಗೀಗ ಹತ್ತಿರವಾದಂತೆ ಸೀತಾ ಅದನ್ನು ನೀರಿನಲ್ಲಿ ಕೊಚ್ಚಿಕೊಂಡು ಬರುತ್ತಿರುವ ಕೋಣ ಎಂದು ಗುರುತು ಹಿಡಿದಳು.

ಅಂದರೆ, ನದಿಯ ಆ ಭಾಗದ ಹಳ್ಳಿಗಳು ಪ್ರವಾಹಕ್ಕೆ ತುತ್ತಾಗಿವೆ. ಅಥವಾ ಕೋಣವು ಏರುತ್ತಿರುವ ನದಿಯ ಹತ್ತಿರದಲ್ಲಿ ಇದ್ದಿರಬಹುದು.

ಸೀತಾಳ ಊಹೆ ನಿಜವಾಯಿತು. ಸ್ವಲ್ಪ ಹೊತ್ತಾದ ಮೇಲೆ ಮರದ ಹಲಗೆಗಳು, ಸಣ್ಣ ಮರಗಳು, ಪೊದೆಗಳು, ಹಗ್ಗದ ಮಂಚ ಮುಂತಾದವು ನೀರಿನಲ್ಲಿ ತೇಲಿ ಹೋದವು.

ಅವಳ ಗುಡಿಸಲವರೆಗೂ ನದಿ ನೀರು ಏರಲು ಎಷ್ಟು ಸಮಯ ಹಿಡಿಯಬಹುದು?

ಅವಳು ಮರದಿಂದ ಇಳಿದ ಮೇಲೆ ಮಳೆ ಜೋರಾಯಿತು. ಕೋಳಿಗಳನ್ನು ಓಡಿಸಿಕೊಂಡು ಅವಳು ಗುಡಿಸಲೊಳಕ್ಕೆ ಹೋದಳು. ಕೋಳಿಗಳು ಅಜ್ಜಿ ಮಲಗುತ್ತಿದ್ದ ಮಂಚದ ಕೆಳಗೆ ಸೇರಿಕೊಂಡವು. ಅವನ್ನು ಒಟ್ಟಿಗೇ ಇರಿಸಿಕೊಳ್ಳುವುದು ಉತ್ತಮ ಎಂದು ಅಂದುಕೊಂಡಳು. ತನ್ನ ಒಂಟಿತನವೂ ಇದರಿಂದ ಕೊಂಚ ದೂರವಾಗುತ್ತದೆ.

ಮೂರು ಕೋಳಿ ಒಂದು ಹುಂಜ ಇದ್ದವು. ಅವುಗಳಿಗೆ ನೀರಿನ ಅಬ್ಬರದ ಚಿಂತೆಯೇ ಇಲ್ಲ. ಅವುಗಳ ಆಸಕ್ತಿ ಏನಿದ್ದರೂ ಆಹಾರವಷ್ಟೆ. ಸೀತಾ ಆಗಾಗ ಈರುಳ್ಳಿ ಎಸಳುಗಳನ್ನು ಅವಕ್ಕೆ ಹಾಕುತ್ತಿದ್ದಳು.

ಗುಡಿಸಲ ಬಾಗಿಲನ್ನು ಮುಚ್ಚಿದ್ದರೆ ಮಳೆಯ ಆರ್ಭಟ, ನದಿಯ ಅಬ್ಬರ ಕೇಳಿಸದೆ ಇರಬಹುದು ಎಂದು ಅನ್ನಿಸಿದರೂ, ಎಷ್ಟು ವೇಗವಾಗಿ ನೀರಿನ ಮಟ್ಟ ಏರುತ್ತಿದೆ ಎಂಬುದು ಒಳಗಿದ್ದರೆ ಗೊತ್ತಾಗುವುದಿಲ್ಲ.

ಮಮತಾಳನ್ನು ಎತ್ತಿಕೊಂಡು ಅವಳು ಮಳೆ ನಿಲ್ಲಲಿ, ನೀರಿನ ಮಟ್ಟ ಕೆಳಗಿಳಿಯಲಿ ಎಂದು ಪ್ರಾರ್ಥಿಸಿದಳು. ಇಂದ್ರ ದೇವನನ್ನು ಪ್ರಾರ್ಥಿಸಿದ ಅವಳು, ಅಕಸ್ಮಾತ್ ಅವನೇನಾದರೂ ಮುಖ್ಯವಾದ ಕೆಲಸದಲ್ಲಿ ನಿರತನಾಗಿದ್ದರೆ ಎಂದುಕೊಂಡು ಇತರ ದೇವತೆಗಳನ್ನೂ ಪ್ರಾರ್ಥಿಸಿದಳು. ತನ್ನ ತಾತ ಅಜ್ಜಿ ಹಾಗೂ ಅವಳ ಸುರಕ್ಷತೆಗಾಗಿ ಪ್ರಾರ್ಥನೆ ಮಾಡಿದಳು. ತನ್ನ ಬಗ್ಗೆ ಮಾತ್ರ ಕೊನೆಯದಾಗಿ ಕೇಳಿಕೊಂಡಳು!

ಸೀತಾ ಅಡುಗೆ ಮಾಡಿಕೊಳ್ಳಲು ತೀರ್ಮಾನಿಸಿದಳು. ಈರುಳ್ಳಿಯನ್ನು ಹೆಚ್ಚಿ, ಹುರಿದು, ಅರಿಶಿನ ಮತ್ತು ಕೆಂಪು ಮೆಣಸಿನಕಾಯಿ ಉದುರಿಸಿ, ಉಪ್ಪು ಮತ್ತು ನೀರನ್ನು ಹಾಕಿ ಕೊತಕೊತ ಶಬ್ದ ಬರುವವರೆಗೂ ಸೌಟಲ್ಲಿ ತಿರುಗಿಸಿದಳು. ಅದರೊಳಗೆ ಹುರುಳಿ ಕಾಳುಗಳನ್ನು ಹಾಕಿ ಮಡಿಕೆ ಮುಚ್ಚಿದಳು.

ಈ ಕೆಲಸಕ್ಕೆ ಸುಮಾರು ಹತ್ತು ನಿಮಿಷ ಹಿಡಿಯಿತು. ಇನ್ನರ್ಧ ಗಂಟೆಯಲ್ಲಿ ಅಡುಗೆ ಸಿದ್ಧವಾಗುತ್ತದೆ.

ಹೊರಗೆ ಬಂದು ನೋಡಿದಾಗ ಕಲ್ಲುಗಳ ಮಧ್ಯೆ ಪುಟ್ಟ ಕೊಳಗಳಂತೆ ನೀರು ನಿಂತಿದೆ. ಅದು ಮಳೆಯ ನೀರೋ ಅಥವಾ ನದಿಯ ನೀರೋ ಎಂಬುದು ಅವಳಿಗೆ ಗೊತ್ತಾಗಲಿಲ್ಲ.

ಅವಳಲ್ಲಿ ಹೊಸ ಆಲೋಚನೆ ಮೂಡಿತು.

ಮೂಲೆಯಲ್ಲಿ ಒಂದು ತಗಡಿನ ದೊಡ್ಡ ಟ್ರಂಕ್ ಇತ್ತು. ಅದು ಸೀತಾಳ ಅಮ್ಮನದ್ದು. ಅದರಲ್ಲಿ ಚಳಿಗಾಲದಲ್ಲಿ ಉಪಯೋಗಿಸುತ್ತಿದ್ದ ಹೊದ್ದಿಕೆಯನ್ನಿಟ್ಟಿದ್ದರು. ಮುಖ್ಯವಾದ ವಸ್ತುಗಳನ್ನೆಲ್ಲಾ ಆ ಟ್ರಂಕ್ ಒಳಗೆ ತುಂಬಲು ಅವಳು ನಿರ್ಧರಿಸಿದಳು. ಏಕೆಂದರೆ, ಅದು ನೀರಿನಲ್ಲಿ ಕೊಚ್ಚಿ ಹೋಗುವ ಅವಕಾಶ ಕಡಿಮೆ.

ತಾತನ ಹುಕ್ಕಾ, ಅಜ್ಜಿಯ ಊರುಗೋಲು, ಚಕ್ಕೆ, ಲವಂಗ, ಮೊಗ್ಗು, ಸಾಸಿವೆ, ಮೆಣಸು ಮುಂತಾದ ಮಸಾಲೆ ಪದಾರ್ಥಗಳಿರುವ ಪುಟ್ಟ ಡಬ್ಬಿಗಳು, ಹಿಟ್ಟು ಮತ್ತು

ಸಕ್ಕರೆಯ ದೊಡ್ಡ ಡಬ್ಬಿಗಳನ್ನು ಟ್ರಂಕ್ ಒಳಗೆ ಇಟ್ಟಳು. ಮರದ ಮೇಲೆಯೇ ಕೆಲವಾರು ಗಂಟೆಗಳು ಇದ್ದರೂ ಕೆಳಗಿಳಿದಾಗ ತಿನ್ನಲು ಏನಾದರೂ ಇರಬೇಕಲ್ಲ.

ತಾತನ ಶುಭ್ರವಾದ ಹತ್ತಿಯ ಬಿಳಿ ಧೋತಿ ಮತ್ತು ಅಜ್ಜಿಯ ಬಳಿ ಇದ್ದ ಒಂದೇ ಒಂದು ಹೆಚ್ಚುವರಿ ಸೀರೆಯೂ ಟ್ರಂಕ್ ಸೇರಿತು. ಸಾಂಬಾರು ಪುಡಿಯಿಂದ ಅವು ಕಲೆಯಾದರೂ ಚಿಂತೆಯಿಲ್ಲ! ಉಪ್ಪು ಹಾಕಿ ಒಣಗಿಸಿದ ಮೀನಿನ ವಾಸನೆ ಅವಕ್ಕೆ ಮೆತ್ತಿಕೊಂಡರೂ ಯೋಚನೆಯಿಲ್ಲ. ಏಕೆಂದರೆ ಈಗಾಗಲೇ ಅವೆಲ್ಲವೂ ಟ್ರಂಕ್ ಒಳಗಿದ್ದವು.

ಸೀತಾ ಟ್ರಂಕ್ ತುಂಬಿಸುವುದರಲ್ಲಿ ಎಷ್ಟೊಂದು ಮಗ್ನಳಾಗಿದ್ದಳೆಂದರೆ ಅವಳ ಹಿಮ್ಮಡಿಯನ್ನು ತಣ್ಣನೆಯ ನೀರು ನೆನೆಸಿದ್ದು ಗಮನಕ್ಕೇ ಬರಲಿಲ್ಲ. ಟ್ರಂಕ್‌ಗೆ ಬೀಗ ಹಾಕಿ, ಬೀಗದ ಕೈಯನ್ನು ಕಲ್ಲಿನ ಮಧ್ಯೆಯಿದ್ದ ಒಂದು ಬಿರುಕಿನಲ್ಲಿ ಸಿಕ್ಕಿಸಿ, ಅಡುಗೆಮನೆಯತ್ತ ನೋಡಿದಾಗ, ಅವಳಿಗೆ ತಾನು ನೀರು ನಿಂತ ನೆಲದ ಮೇಲೆ ಓಡಾಡುತ್ತಿರುವುದು ಅರಿವಿಗೆ ಬಂತು.

ಸ್ತಬ್ಧವಾಗಿ ನಿಂತ ಅವಳ ಕಣ್ಣಿಗೆ ಬಿದ್ದ ದೃಶ್ಯ ಗಾಬರಿ ಹುಟ್ಟಿಸಿತ್ತು. ಕೋಣೆಯೊಳಕ್ಕೆ ನೀರು ಹರಿದುಬರುತ್ತಿತ್ತು.

ಭಯದಿಂದ ಊಟವನ್ನೂ ಮರೆತಳು, ಎಲ್ಲವನ್ನೂ ಮರೆತಳು. ಗುಡಿಸಲಿನಿಂದ ಹೊರಗೆ ಧಾವಿಸಿದಳು. ಕಾಲು ಮುಳುಗುವಂತಿದ್ದ ನೀರಿನ್ನು ಚಿಮ್ಮಿಸುತ್ತಾ ರಕ್ಷಣೆಗಾಗಿ ಅರಳಿ ಮರದತ್ತ ಓಡಿದಳು. ಆ ಮರ ಇಲ್ಲದಿದ್ದರೆ ಅವಳು ನದಿಗೆ ಹಾರಬೇಕಿತ್ತಷ್ಟೇ.

ಸರಸರನೆ ಮರವನ್ನು ಹತ್ತಿ ಅದರ ಬಲಿಷ್ಠ ಕೊಂಬೆಯನ್ನು ಸೇರಿಕೊಂಡಳು. ಕೊಂಬೆಯ ಮೇಲೆ ಆರಾಮವಾಗಿ ಕುಳಿತು ಮುಖದ ಮೇಲೆ ಹರಡಿದ್ದ ಒದ್ದೆ ಕೂದಲನ್ನು ಸರಿಸಿದಳು.

*

ಅವಸರದಿಂದ ಮರ ಹತ್ತಿದ್ದಕ್ಕೆ ಸಮಾಧಾನಗೊಂಡಳು. ಗುಡಿಸಲೀಗ ನೀರಿನಿಂದ ಸುತ್ತುವರೆದಿದೆ. ದ್ವೀಪದ ಎತ್ತರದ ಪ್ರದೇಶಗಳಷ್ಟೇ ಈಗ ಕಾಣುತ್ತಿರುವುದು. ಕೆಲವು ಬಂಡೆಗಳು, ಗುಡಿಸಲ ಭಾಗವಾಗಿದ್ದ ದೊಡ್ಡ ಬಂಡೆ, ಮುಳ್ಳುಗಿಡ, ಕೆಲ ಹಣ್ಣುಗಳು ಬೆಳೆದಿದ್ದ ಗುಡ್ಡ ಮಾತ್ರ ಕಾಣುತ್ತಿವೆ.

ಕೋಳಿಗಳು ಗುಡಿಸಲು ಬಿಟ್ಟು ಹೊರಬಂದಿಲ್ಲ. ಹಗ್ಗದ ಮಂಚವನ್ನು ಅವು ಏರಿವೆ.

“ನದಿ ಇನ್ನೂ ಮೇಲೆ ಏರುವುದೇ?” ಎಂದು ತನ್ನಲ್ಲೇ ಅವಳು ಪ್ರಶ್ನಿಸಿಕೊಂಡಳು. ಈ ರೀತಿಯ ದೃಶ್ಯವನ್ನು ಅವಳೆಂದೂ ಕಂಡವಳಲ್ಲ. ಸುದೀರ್ಘ ಶಬ್ದದೊಂದಿಗೆ ಆರ್ಭಟಿಸುತ್ತಾ ಅವಳ ಸುತ್ತ ಅದು ಸುತ್ತುತ್ತಿದೆ.

ಅಪರೂಪದ ವಸ್ತುಗಳೆಲ್ಲ ನೀರಲ್ಲಿ ತೇಲುತ್ತಿವೆ – ಅಲ್ಯೂಮಿನಿಯಮ್ ಕೆಟಲ್, ಬಿದಿರಿನ ಖುರ್ಚಿ, ಟೂತ್‌ಪೌಡರ್ ಡಬ್ಬ, ಖಾಲಿ ಸಿಗರೇಟ್ ಪೊಟ್ಟಣ, ಮರದ ಹಲಗೆ, ಪ್ಲಾಸ್ಟಿಕ್ ಗೊಂಬೆ...

ಅರೆ, ಗೊಂಬೆ!

ಸೀತಾ ತಕ್ಷಣ ಮಮತಾಳನ್ನು ನೆನಪಿಸಿಕೊಂಡಳು.

ಪಾಪ ಮಮತಾ, ಅವಳನ್ನು ಗುಡಿಸಲಲ್ಲೇ ಬಿಟ್ಟು ಬಂದಿದ್ದಾಳೆ. ಅವಸರದಲ್ಲಿ ಇದ್ದ ಒಬ್ಬಳೇ ಒಬ್ಬ ಗೆಳತಿಯನ್ನು ಮರೆತು ಬಂದಿದ್ದಾಳೆ.

ತನ್ನ ಗೊಂಬೆಯನ್ನು ನೆನೆಯುತ್ತಾ, "ನಾನು ಮಾಡಿದ್ದ ಗೊಂಬೆಯನ್ನೇ ನಾನು ಮರೆತಿರುವಾಗ, ಆ ದೇವರು ನನ್ನನ್ನು ಗಮನಿಸಲಿ ಎಂದು ನಾನು ಹೇಗೆ ತಾನೆ ಬಯಸಲಿ?" ಎಂದುಕೊಂಡಳು.

ನೀರು ಮೇಲೆ ಬಂದಿದೆ, ದ್ವೀಪ ಕ್ರಮೇಣ ಮುಳುಗುತ್ತಿದೆ.

ಗುಡಿಸಲಿನಿಂದ ಏನೋ ತೇಲುತ್ತಾ ಹೊರಬಂದಿದ್ದು ಕಾಣಿಸಿತು.

ಅದು ಖಾಲಿ ಸೀಮೆಎಣ್ಣೆ ಟಿನ್. ಅದರ ಮೇಲೆ ಕೋಳಿಯಿತ್ತು. ಟಿನ್ ನೀರಿನಲ್ಲಿ ಅಲ್ಲಾಡುತ್ತಾ ನಿಧಾನವಾಗಿ ಮರದ ಪಕ್ಕದಲ್ಲಿ ಸಾಗಿತು. ಕೋಳಿ ಕೊಂಚ ಗಾಬರಿಗೊಂಡಂತೆ ಕಂಡರೂ ಭದ್ರವಾಗಿ ನಿಂತಿತ್ತು.

ನೀರು ಮಂಚವನ್ನು ಮುಳುಗಿಸಿರಬೇಕು. ಏಕೆಂದರೆ, ಸ್ವಲ್ಪ ಹೊತ್ತಾದ ಮೇಲೆ ಉಳಿದ ಕೋಳಿಗಳು ಗುಡಿಸಲ ಹಿಂದಿನ ಬಂಡೆಯ ತುದಿಯಲ್ಲಿ ಸೇರಿದ್ದನ್ನು ಸೀತಾ ಕಂಡಳು.

ನೀರು ಇನ್ನೂ ಮೇಲೇರುತ್ತಿದೆ. ದ್ವೀಪದಲ್ಲಿ ಈಗ ಉಳಿದಿರುವುದು ಗುಡಿಸಲ ಹಿಂದಿನ ದೊಡ್ಡ ಬಂಡೆ, ಗುಡಿಸಲ ಛಾವಣಿ ಮತ್ತು ಅರಳಿ ಮರ ಮಾತ್ರ.

ಅದು ಸಾಕಷ್ಟು ಕೊಂಬೆಗಳಿದ್ದ ದೊಡ್ಡ ಮರ. ಆ ಮರದಷ್ಟು ಎತ್ತರಕ್ಕೆ ನೀರು ಏರುವುದು ಅಸಾಧ್ಯ. ಆದರೆ, ಸೀತಾ ಎಷ್ಟು ಹೊತ್ತು ಅಲ್ಲಿ ಕುಳಿತಿರಬೇಕು? ಅವಳು ಮರವನ್ನು ಇನ್ನಷ್ಟು ಮೇಲೇರಿ ಕೊಂಬೆಯೊಂದರ ಕವಲಿನ ನಡುವೆ ಕುಳಿತಳು. ಕಾಡು ಕಾಗೆ ಅವಳ ಮೇಲಿನ ಕೊಂಬೆಯಲ್ಲಿತ್ತು. ಸೀತಾ ಅದರ ಗೂಡನ್ನು ಕಂಡಳು. ಕೊಂಬೆಯ ಕವಲಿನಲ್ಲಿ ಒರಟೊರಟಾಗಿ ಕಡ್ಡಿಗಳನ್ನು ಸೇರಿಸಿ ಗೂಡನ್ನು ನಿರ್ಮಿಸಿತ್ತು.

ಗೂಡಿನಲ್ಲಿ ನಾಲ್ಕು ಮೊಟ್ಟೆಗಳಿದ್ದವು. ಕಾಗೆ ಅದರ ಮೇಲೆ ಕುಳಿತು ಬೆದರಿಕೆಯಿಂದ ಕಾವ್ ಕಾವ್ ಎನ್ನುತ್ತಿತ್ತು. ಕಾಗೆಯ ಕೂಗು ಸಂಕಟದಿಂದ ಕೂಡಿದ್ದರೂ ಅದರ ಇರುವಿಕೆಯು ಸೀತಾಳಲ್ಲಿ ಸ್ವಲ್ಪ ನೆಮ್ಮದಿ ತಂದಿತು. ಅವಳು ಒಬ್ಬಂಟಿಯಲ್ಲ. ಅವಳ ಒಂಟಿತನ ಹೋಗಲಾಡಿಸಲು ಕಾಗೆಯಿದೆ. ಯಾರೂ ಇಲ್ಲದಿರುವುದಕ್ಕಿಂತ ಕಾಗೆಯಿರುವುದು ಒಳಿತಲ್ಲವೇ?

ಗುಡಿಸಲಿನಿಂದ ಕೆಲವಾರು ವಸ್ತುಗಳು ತೇಲುತ್ತಾ ಹೊರಬಂದವು – ದೊಡ್ಡ ಕುಂಬಳಕಾಯಿ, ತಾತನ ಕೆಂಪು ರುಮಾಲು ಹಾವಿನಂತೆ ನೀರಿನಲ್ಲಿ ಬಿಚ್ಚಿಕೊಳ್ಳುತ್ತಿತ್ತು ಮತ್ತು ಅಗೋ – ಮಮತಾ!

ಒಣ ಹುಲ್ಲು ಮತ್ತು ಮರದ ಹೊಟ್ಟನ್ನು ತುಂಬಿ ಮಾಡಿರುವ ಗೊಂಬೆಯು ವೇಗವಾಗಿ ಸಾಗಿತು. ಸೀತಾ ಅದನ್ನು ರಕ್ಷಿಸಲು ಯೋಚನೆಯನ್ನೂ ಮಾಡಲಾಗದಷ್ಟು ವೇಗವಾಗಿ ಅದು ಕೊಚ್ಚಿಹೋಗುತ್ತಿತ್ತು. ಅವಳನ್ನು ಕೂಗಿ ಕರೆಯಬೇಕು, ಮರವನ್ನು

ಸೇರಿಕೊಳ್ಳಲು ಪ್ರೇರೇಪಿಸಬೇಕೆಂದು ಸೀತಾ ಅಂದುಕೊಂಡಳು. ಅವಳಿಗೆ ಗೊತ್ತು ಮಮತಾ ಈಜಲಾರಳು – ಗೊಂಬೆಯು ಕೇವಲ ತೇಲುತ್ತದೆ, ನದಿಯು ಕರೆದುಕೊಂಡು ಹೋದೆಡೆ ಅದು ಹೋಗುತ್ತದೆ. ಬಹುಶಃ ಹಲವು ಮೈಲು ದೂರದಲ್ಲಿ ಯಾವುದೋ ದಂಡೆಗೆ ಅವಳನ್ನು ಮುಟ್ಟಿಸಬಹುದು.

ಗಾಳಿ ಮತ್ತು ಮಳೆಗೆ ಮರ ಅಲುಗಾಡಿತು. ಕಾಗೆ ಕಾವ್ ಕಾವ್ ಎನ್ನುತ್ತಾ ಗೂಡಿನಿಂದ ಹಾರಿ ಮರವನ್ನು ಒಂದು ಸುತ್ತು ಹಾಕಿ ನಂತರ ವಾಪಸಾಯಿತು. ಸೀತಾ ಕೊಂಬೆಯನ್ನು ಅಪ್ಪಿ ಕುಳಿತಳು.

ಇಡೀ ಮರ ಅದುರಿತು. ಸೀತಾಗೆ ಭೂಕಂಪವಾದಂತೆ ಭಾಸವಾಯಿತು. ಮರ ಅದುರಿದ್ದು ಅವಳ ಮೂಳೆಗಳಲ್ಲಿ ಚಳುಕು ಹುಟ್ಟಿಸಿತು.

ನದಿ ಈಗ ಅವಳ ಸುತ್ತ ಸುತ್ತುತ್ತಿದೆ. ಗುಡಿಸಲ ಛಾವಣಿಯನ್ನೂ ಅದು ಆವರಿಸಿದೆ. ಇನ್ನೇನು ಅದರ ಮಣ್ಣಿನ ಗೋಡೆಗಳು ಕುಸಿದು ಮಾಯವಾಗುತ್ತದೆ. ದೊಡ್ಡ ಬಂಡೆ ಮತ್ತು ದೂರದಲ್ಲಿ ಕೆಲ ಮರಗಳನ್ನು ಬಿಟ್ಟರೆ ಎಲ್ಲೆಲ್ಲೂ ನೀರೇ ನೀರು. ನೀರು ಮತ್ತು ಕರಿ ಮುಗಿಲು. ಆಗಸ ಕಣ್ಣೀರಿಡುತ್ತಿರುವಂತಿದೆ.

ದೂರದಲ್ಲಿ ದೋಣಿಯಲ್ಲಿ ಹಲವು ಮಂದಿ ಕುಳಿತು ಮುಳುಗಿರುವ ಹಳ್ಳಿಯಿಂದ ದೂರ ಹೊರಟಿದ್ದರು. ಅದರಲ್ಲಿ ಇರುವವರೊಬ್ಬರು, ತನ್ನ ಕಡೆಬೆರಳು ತೋರಿಸುತ್ತಿರುವಂತೆ ಅವಳಿಗೆ ಅನ್ನಿಸಿತಾದರೂ, ನದಿ ಅವರನ್ನು ಸೆಳೆದೊಯ್ಯುತ್ತಾ ದೂರ ದಿಗಂತದಲ್ಲಿ ಮಾಯವಾದರು.

ನದಿ ಈಗ ತನ್ನ ಕೋಪಾವೇಶ ಪ್ರದರ್ಶಿಸುತ್ತಿದೆ. ಬೆಟ್ಟ ಗುಡ್ಡಗಳನ್ನು ಆವರಿಸುತ್ತಾ, ಬಯಲು ಪ್ರದೇಶವನ್ನು ಆಪೋಶನ ತೆಗೆದುಕೊಳ್ಳುತ್ತಾ, ತನ್ನೊಂದಿಗೆ ಸತ್ತ ಪ್ರಾಣಿಗಳು, ಬೇರು ಸಮೇತ ಕಿತ್ತು ಬಂದ ಮರಗಳು, ಮನೆಯ ಸಾಮಾನುಗಳು ಮತ್ತು ಕೊಚ್ಚಿ ಕುಸಿದ ಮಣ್ಣಿಗೆ ಸಿಕ್ಕು ಸತ್ತ ದೊಡ್ಡ ಮೀನುಗಳನ್ನು ಸೆಳೆದೊಯ್ಯುತ್ತಿದೆ.

ಅರಳಿ ಮರ ನರಳಿದಂತೆ ಜೋರಾಗಿ ಶಬ್ದ ಹೊರಡಿಸಿತು. ಹಲವಾರು ವರ್ಷಗಳಿಂದ ನೆಲದಾಳಕ್ಕಿಳಿದಿರುವ ಅದರ ಉದ್ದದ ಸುರುಳಿಯಾಕಾರದ ಬೇರುಗಳು ಇನ್ನೂ ಧೈರ್ಯದಿಂದ ಭೂಮಿಯನ್ನು ಹಿಡಿದಿವೆ. ಆದರೆ ಭೂಮಿ ಮಿದುವಾಗುತ್ತಿದೆ, ಕಲ್ಲುಗಳೆಲ್ಲ ಕೊಚ್ಚಿ ಹೋಗಿವೆ. ಬೇರುಗಳ ಹಿಡಿತ ಸಡಿಲಗೊಳ್ಳುತ್ತಿದೆ.

ಕಾಗೆಗೆ ಅಪಾಯದ ಮುನ್ಸೂಚನೆ ಸಿಕ್ಕಿರಬೇಕು. ಅದಕ್ಕೇ ಮರದಲ್ಲಿ ಕೂರುತ್ತಿಲ್ಲ. ಅದು ಮೇಲೆ ಹಾರುತ್ತಾ ಮರವನ್ನು ಸುತ್ತುಹಾಕುತ್ತಿದೆ. ಅಲ್ಲಿಂದ ಹಾರಿ ಹೋಗಲು ಅದರ ಗೂಡು ಅಲ್ಲಿದೆ. ಗೂಡು ಅಲ್ಲಿರುವವರೆಗೂ ಅದು ಅಲ್ಲೇ ಇರುತ್ತದೆ.

ಸೀತಾಳ ಒದ್ದೆಯಾದ ಹತ್ತಿಯ ಉಡುಪು ಮೈಗೆ ಅಂಟಿಕೊಂಡಿತ್ತು. ಅವಳು ತನ್ನ ಉದ್ದನೆಯ ಕರಿಗೂದಲ ಸಮೇತ ತೊಯ್ದು ತೊಪ್ಪೆಯಾಗಿದ್ದಳು. ಮರದ ಪ್ರತಿ ಎಲೆಯೂ ಮಳೆಗೆ ತುತ್ತಾಗಿತ್ತು. ಕಾಗೆ ಕೂಡ ನೆನೆದು ಒದ್ದೆಯಾಗಿತ್ತು.

ಮರ ಮತ್ತೆ ಶಬ್ದ ಮಾಡುತ್ತಾ ಅಲುಗಿತು. ಅದು ಸಾಕಷ್ಟು ಮಳೆಗಾಲವನ್ನು ಕಂಡಿತ್ತು. ಹಿಂದೊಮ್ಮೆ ಪ್ರವಾಹ ಬಂದು ತನ್ನ ಕಾಂಡದ ಸುತ್ತ ನದಿ ತಿರುಗಣೆಯಾದಾಗ

ಕೂಡ ಸಶಕ್ತವಾಗಿ ನಿಂತಿತ್ತು. ಆದರೆ, ಆಗ ಮರ ಯೌವನದಲ್ಲಿತ್ತು.

ಈಗ, ವಯಸ್ಸಾಗಿದೆ. ನಿಂತು ನಿಂತು ಸುಸ್ತಾಗಿದೆ. ಮರಕ್ಕೆ ನದಿಯನ್ನು ಸೇರುವ ಸಮಯ ಬಂದಿದೆ.

ಎಲೆಗಳೆಲ್ಲಾ ಅದುರಿದವು. ಇದ್ದಕ್ಕಿದ್ದಂತೆ ಕೆಳಗಿನ ಮಣ್ಣು ಸಡಿಲವಾಯಿತು. ಮರ ಭೂಮಿಯಿಂದ ಬೇರ್ಪಟ್ಟಿತು. ವಾಲಿತು, ನಿಧಾನವಾಗಿ ಮುಂದಕ್ಕೆ ಬಾಗಿತು, ನಂತರ ಸ್ವಲ್ಪ ಪಕ್ಕಕ್ಕೆ ವಾಲುತ್ತಾ ಬೇರುಗಳನ್ನೆಲ್ಲಾ ನೆಲದಿಂದ ಕಿತ್ತುಕೊಳ್ಳುತ್ತಿದ್ದಂತೆ, ನದಿ ಆಗಸವನ್ನು ಮುಟ್ಟುತ್ತಿರುವಂತೆ ಸೀತಾಗೆ ಭಾಸವಾಯಿತು. ಈಗ ಮರ ಚಲಿಸುತ್ತಿದೆ, ನದಿಯ ಹರಿವಿನೊಂದಿಗೆ ಅದೂ ಚಲಿಸುತ್ತಿದೆ. ಸೀತಾಗೆ ಉಯ್ಯಾಲೆಯಲ್ಲಿ ತೂಗಿದಂತೆ ಆಯಿತು. ಅವಳ ಕಾಲು ಈಗ ನೀರಿನಲ್ಲಿದೆ. ಆದರೂ ಅವಳು ಕೊಂಬೆಯ ಹಿಡಿತವನ್ನು ಸಡಿಲಗೊಳಿಸಲಿಲ್ಲ.

*

ಕೊಂಬೆಗಳು ಓಲಾಡಿದವು. ಸೀತಾ ಬಿಗಿಯಾಗಿ ಹಿಡಿದುಕೊಂಡಿದ್ದಳು. ನೀರು ಹತ್ತಿರವಾಯಿತು. ಸೀತಾ ಭಯಭೀತಳಾದಳು. ಅವಳಿಗೀಗ ಪ್ರವಾಹದ ರಭಸವಾಗಲೀ, ನೀರಿನ ವ್ಯಾಪ್ತಿಯಾಗಲೀ ಕಾಣುತ್ತಿಲ್ಲ. ಅವಳಿಗೆ ಆ ತಕ್ಷಣದ ಗಂಡಾಂತರವಾದ ಮರವನ್ನು ಆವರಿಸಿರುವ ನೀರಷ್ಟೇ ಕಾಣುತ್ತಿತ್ತು.

ಕಾಗೆ ಚಲಿಸುತ್ತಿರುವ ಮರದ ಮೇಲೆಯೇ ಹಾರುತ್ತಿದೆ. ಅದು ಕ್ರೋಧಗೊಂಡಿದೆ. ಅದರ ಗೂಡಿನ್ನೂ ಮರದಲ್ಲಿಯೇ ಇದೆ. ಆದರೆ ಬಹಳ ಹೊತ್ತೇನೂ ಅದು ಇರದು! ಮರ ಒಮ್ಮೆ ಹೊರಳಿ ತಿರುಚಿದೊಡನೆ ಗೂಡು ನೀರಿಗೆ ಬಿತ್ತು. ಮೊಟ್ಟೆಗಳು ಮುಳುಗಿದ್ದನ್ನು ಸೀತಾ ನೋಡಿದಳು.

ಕಾಗೆ ನೀರಿನ ಬಳಿ ಹಾರಿಕೊಂಡು ಬಂದರೂ ಅದು ಏನೂ ಮಾಡುವಂತಿರಲಿಲ್ಲ. ಕೆಲವೇ ಕ್ಷಣಗಳಲ್ಲಿ ಗೂಡು ಕಣ್ಮರೆಯಾಯಿತು.

ಹಕ್ಕಿ ಮರದ ಜೊತೆ ಸ್ವಲ್ಪ ಹೊತ್ತು ಹಾರಿತು. ನಂತರ, ರೆಕ್ಕೆಗಳನ್ನು ಬಡಿಯುತ್ತಾ ಎತ್ತರಕ್ಕೆ ಏರಿ ನದಿಯಿಂದ ದೂರ ಹಾರುತ್ತಾ ಕಣ್ಣಿಗೆ ಕಾಣಿಸದಂತಾಯಿತು.

ಸೀತಾ ಈಗ ಪುನಃ ಒಬ್ಬಂಟಿ. ಆದರೆ ಒಬ್ಬಂಟಿ ಎಂದು ಚಿಂತಿಸಲು ಈಗ ಸಮಯವಿಲ್ಲ. ಎಲ್ಲವೂ ಚಲನೆಯಿಂದ ಕೂಡಿದೆ – ಮೇಲೆ ಮತ್ತು ಕೆಳಗೆ ಮತ್ತು ಅಕ್ಕ ಪಕ್ಕ ಮತ್ತು ಮುಂದೆ. ಯಾವುದೇ ಕ್ಷಣದಲ್ಲಿ ಬೇಕಾದರೂ ಮರ ತಿರುಗಿ ತನ್ನನ್ನು ನೀರಿಗೆ ಬೀಳಿಸಬಹುದು ಎಂದು ಸೀತಾ ಚಿಂತಿತಳಾದಳು.

ಆಮೆಯೊಂದು ಈಜುತ್ತಾ ಹೋಗಿದ್ದನ್ನು ಅವಳು ನೋಡಿದಳು. ನದಿಯಲ್ಲಿ ವಾಸಿಸುವ ದೊಡ್ಡ ಗಾತ್ರದ ಆಮೆಯದು. ಕೊಳೆತ ಮಾಂಸವನ್ನು ಅದು ತಿನ್ನುತ್ತದೆ. ಸೀತಾ ಪಕ್ಕಕ್ಕೆ ತಿರುಗಿದಳು. ದೂರದಲ್ಲಿ ಪ್ರವಾಹಕ್ಕೆ ತುತ್ತಾಗಿದ್ದ ಹಳ್ಳಿ ಕಾಣಿಸಿತು. ಅಲ್ಲಿನ ಜನರು ದೋಣಿಗಳಲ್ಲಿ ಇದ್ದರು. ಆದರೆ ಅವರೆಲ್ಲ ತುಂಬಾ ದೂರವಿದ್ದರು.

ಅದರ ಗಾತ್ರದಿಂದಾಗಿ ಮರ ಅಷ್ಟೇನೂ ವೇಗವಾಗಿ ನದಿಯಲ್ಲಿ ಚಲಿಸುತ್ತಿಲ್ಲ. ನೀರಿನ ಆಳ ಕಡಿಮೆಯಿರುವ ಕಡೆ ಅದರ ಬೇರು ಕಲ್ಲುಗಳಿಗೆ ಸಿಲುಕಿ ನಿಂತುಬಿಡುತ್ತಿತ್ತು.

ಆದರೆ, ಬಹಳ ಹೊತ್ತೇನೂ ಅಲ್ಲ, ನದಿಯ ಸೆಳೆತ ಅದನ್ನು ಎಳೆದೊಯ್ಯುತ್ತಿತ್ತು.

ನದಿ ತಿರುವು ಪಡೆಯುವ ಜಾಗದಲ್ಲಿ ಮರ ಮರಳಿನ ದಂಡೆಗೆ ಸಿಕ್ಕು ಅಲ್ಲೇ ನಿಂತುಬಿಟ್ಟಿತು.

ಸೀತಾಗೆ ಸುಸ್ತಾಯಿತು. ಅವಳ ಕೈಗಳಲ್ಲಿ ನೋವು ಪ್ರಾರಂಭವಾಯಿತು. ನೀರಿನಲ್ಲಿ ಬೀಳಬಾರದೆಂದರೆ ಅವಳು ಕೊಂಬೆಯನ್ನು ಬಿಗಿಯಾಗಿ ಹಿಡಿದಿರಲೇಬೇಕು. ಕರಿಮೋಡ ಮುಸುಕಿದ ಆಗಸ ನೀರಿನ ಬಿಂದಿಗೆಯನ್ನು ಮಗುಚಿ ಹಾಕಿದಂತೆ ಒಂದೇ ಸಮನೆ ರೋದಿಸುತ್ತಿತ್ತು.

ಹೀಗೆ ತುಂಬಾ ಹೊತ್ತು ಮರವನ್ನು ಹಿಡಿದಿರಲು ಆಗದೆಂದು ಅವಳಿಗೆ ಅನಿಸತೊಡಗಿತು. ಪ್ರವಾಹವನ್ನು ಎದುರಿಸಿ ನೀರಿನಲ್ಲಿ ಈಜುತ್ತಾ ಹೋಗಿ ಯಾವುದಾದರೂ ಮುಳುಗಿದ ಮನೆಯ ಮಾಳಿಗೆ ಅಥವಾ ಮರದ ತುದಿ ತಲುಪಲು ಧೈರ್ಯ ಮಾಡಲೇ ಎಂದು ಅಂದುಕೊಂಡಳು. ಆಗ, ನದಿಯ ಭೋರ್ಗರೆತದ ನಡುವೆ ತನ್ನನ್ನು ಯಾರೋ ಕೂಗುತ್ತಿರುವುದು ಅವಳಿಗೆ ಕೇಳಿಸಿತು. ಆ ಧ್ವನಿ ಎಲ್ಲೋ ದೂರದಿಂದ ಬಂದಂತೆ ಮೆಲ್ಲನೆ ಕೇಳಿಬರುತ್ತಿತ್ತು. ಮಳೆಯ ಪರದೆಯಲ್ಲಿ ಚಿಕ್ಕ ದೋಣಿಯೊಂದು ಅವಳ ಕಡೆಗೆ ಬರುತ್ತಿರುವುದು ಮಸಕುಮಸಕಾಗಿ ಕಾಣಿಸಿತು.

ದೋಣಿಯಲ್ಲಿ ಹುಡುಗನೊಬ್ಬ ಇದ್ದ. ಈ ಕ್ರುದ್ಧ ನದಿಯಲ್ಲೂ ನಸುನಗುತ್ತಾ ಸರಾಗವಾಗಿ ದೋಣಿ ನಡೆಸುತ್ತಾ ಅವಳಿರುವ ಮರದ ಬಳಿ ಬಂದ. ಮರದ ಕೊಂಬೆಯೊಂದನ್ನು ಒಂದು ಕೈಲಿ ಹಿಡಿದು ದೋಣಿಯನ್ನು ನಿಲ್ಲಿಸಿ, ಅವಳೆಡೆಗೆ

ಇನ್ನೊಂದು ಕೈಯನ್ನು ಚಾಚಿದ.

ಚಾಚಿದ ಅವನ ಕೈಯನ್ನು ಹಿಡಿದು, ಅವಳು ದೋಣಿಯೊಳಕ್ಕೆ ಧುಮುಕಿದಳು.

ತನ್ನ ಕಾಲನ್ನು ಅವನು ಮರದ ಕಾಂಡದ ಮೇಲಿಟ್ಟು ಜೋರಾಗಿ ನೂಕಿದ. ಚಿಕ್ಕ ದೋಣಿ ನದಿಯ ಹರಿವಿನೊಂದಿಗೆ ವೇಗವಾಗಿ ಚಲಿಸಿತು. ಸೀತಾ ತಿರುಗಿ ನೋಡಿದಳು. ದೂರ ಸಾಗಿದಂತೆ ಮರ ಕಿರಿದಾಗುತ್ತಾ ಹಿಂದೆ ಸರಿಯಿತು. ಸೀತಾ ಅದನ್ನು ಮುಂದೆಂದೂ ನೋಡಲಾರಳು.

*

ಅವಳು ದೋಣಿಯಲ್ಲಿ ಕಾಲು ಚಾಚಿ ಒರಗಿದಳು. ಮಾತನಾಡಲೂ, ಕದಲಲೂ ಆಗದಷ್ಟು ಭೀತಿ ಆವರಿಸಿತ್ತು. ಅವಳನ್ನು ನೋಡಿದ ಹುಡುಗ ಏನೂ ಹೇಳಲಿಲ್ಲ. ನಗಲೂ ಇಲ್ಲ. ಎರಡು ಸಣ್ಣ ಹುಟ್ಟುಗಳನ್ನು ಹಿಡಿದು ನಾಜೂಕಾಗಿ ಲಯಬದ್ಧವಾಗಿ ಹುಟ್ಟುಹಾಕುತ್ತಾ ನದಿಯ ಸೆಳೆತಕ್ಕೆ ದೋಣಿ ಸಿಗದಂತೆ ಪ್ರಯತ್ನಿಸುತ್ತಿದ್ದ. ನದಿಯ ಸೆಳೆತವನ್ನು ತಪ್ಪಿಸುವಷ್ಟು ಅವನು ಬಲಶಾಲಿಯಾಗಿರದಿದ್ದರೂ ಪ್ರಯತ್ನಿಸುತ್ತಿದ್ದ.

ದೊಡ್ಡ ನದಿಯಲ್ಲಿ ಚಿಕ್ಕ ದೋಣಿ – ಅಡೆ ತಡೆಗಳನ್ನೆಲ್ಲಾ ತುಂಡರಿಸಿ ಎಲ್ಲಾ ದಿಕ್ಕನ್ನೂ ಆವರಿಸಿದ್ದ ನದಿ – ಉನ್ಮತ್ತ ಉಗ್ರ ಕಂದು ಬಣ್ಣದ ನದಿಯಲ್ಲಿ ದೋಣಿ ವೇಗವಾಗಿ ಸಾಗಿದೆ. ಸೀತಾಳ ಮನೆಯನ್ನು ಹಿಂದಿಕ್ಕಿ ಸಾಕಷ್ಟು ಮುಂದೆ ಬಂದುಬಿಟ್ಟಿದೆ.

ಹುಡುಗ ಲಂಗೋಟಿ ಮಾತ್ರ ಧರಿಸಿದ್ದ. ಸಣ್ಣಕ್ಕಿದ್ದರೂ ಗಟ್ಟಿಮುಟ್ಟಾಗಿದ್ದ. ಮುಖದ ಮೂಳೆಗಳು ಗಡುಸಾಗಿದ್ದು, ಬಿಳಿ ದಂತಪಂಕ್ತಿಗಳು ಎದ್ದು ಕಾಣುತ್ತಿದ್ದವು. ಸೀತಾಳಿಗಿಂತ ಅವನು ಕಪ್ಪಗಿದ್ದ.

ನದಿ ವಿಶಾಲವಾದ, ರಭಸವಿಲ್ಲದೆ ಹರಿಯುತ್ತಿರುವೆಡೆಗೆ ದೋಣಿ ಬರುವವರೆಗೂ ಆ ಹುಡುಗ ಮಾತನಾಡಲಿಲ್ಲ. ನಂತರ, ಹುಟ್ಟುಗೋಲುಗಳಿಗೆ ವಿಶ್ರಾಂತಿ ನೀಡಿ, ದೋಣಿಯನ್ನು ಅದರ ಪಾಡಿಗೆ ಹೋಗಲು ಬಿಟ್ಟು, "ನೀವು ಆ ದ್ವೀಪದಲ್ಲಿ ವಾಸಿಸುತ್ತಿದ್ದಿರಲ್ವಾ? ನಾನು ದೋಣಿಯಲ್ಲಿ ಹೋಗುವಾಗ ಹಲವು ಬಾರಿ ನೋಡಿದ್ದೆ. ಉಳಿದವರು ಎಲ್ಲಿ?" ಎಂದು ಕೇಳಿದ.

"ನನ್ನ ಅಜ್ಜಿಯ ಆರೋಗ್ಯ ಸರಿಯಿರಲಿಲ್ಲ, ತಾತ ಅವಳನ್ನು ಶಾಹ್‌ಗಂಜ್‌ನ ಆಸ್ಪತ್ರೆಗೆ ಕರೆದುಕೊಂಡು ಹೋಗಿದ್ದಾರೆ" ಎಂದಳು ಸೀತಾ.

"ಯಾವಾಗ ಅವರು ಹೋದದ್ದು?"

"ಇಂದು ಬೆಳಿಗ್ಗೆ"

ಇಂದು ಬೆಳಿಗ್ಗೆ – ಸೀತಾಳಿಗೆ ಅಷ್ಟುಹೊತ್ತಿಗೇ ಹಲವು ಬೆಳಗಿನ ಜಾವಗಳು ಕಳೆದಂತೆ ಸುದೀರ್ಘ ದಿನದ ಅನುಭವವಾಗಿತ್ತು!

"ನಿಮ್ಮ ಊರು ಯಾವುದು?" ಎಂದು ಕೇಳಿದಳು.

"ನಮ್ಮದು ಬೆಟ್ಟದ ತಪ್ಪಲಿನ ಹಳ್ಳಿ. ನಮ್ಮ ಹಳ್ಳಿಗೆ ಪ್ರವಾಹ ನುಗ್ಗಿರುವ ವಿಚಾರವನ್ನು ತಿಳಿಸಲೆಂದು ದೋಣಿಯಲ್ಲಿ ನದಿಯ ಆಚಿನ ಬದಿಗೆ ಹೊರಟಿದ್ದೆ. ನೀರಿನ ಸೆಳೆತ ಜೋರಾಗಿತ್ತು. ನಾನು ಕೊಚ್ಚಿಕೊಂಡು ನಿಮ್ಮ ದ್ವೀಪದ ಸಮೀಪ ಬಂದೆ. ನದಿ ಈ

ಸ್ವರೂಪದಲ್ಲಿರುವಾಗ ನಾವು ಎದುರಿಸುವುದು ಅಸಾಧ್ಯ. ಅದು ಕರೆದುಕೊಂಡು ಹೋಗುವಲ್ಲಿಗೆ ನಾವು ಹೋಗಬೇಕಷ್ಟೇ"

"ನಿನಗೆ ಸುಸ್ತಾಗಿರಬೇಕು, ನಾನು ಹುಟ್ಟು ಹಾಕುತ್ತೇನೆ ಕೊಡು" ಎಂದಳು ಸೀತಾ.

"ಬೇಡ, ಈಗ ನಾವು ಮಾಡುವಂತಹದ್ದು ಏನೂ ಇಲ್ಲ. ನದಿಯು ತನಗೆಲ್ಲೆಲ್ಲಿ ಬೇಕೋ ಅಲ್ಲಿಗೆಲ್ಲಾ ಹೋಗಿಯಾಗಿದೆ. ಇಲ್ಲಿಗಿಂತ ಮುಂದಕ್ಕೆ ಅದು ನಮ್ಮನ್ನು ದೂಡುವುದಿಲ್ಲ"

ಒಂದು ಹುಟ್ಟುಗೋಲನ್ನು ಒಳಗೆಳೆದುಕೊಂಡು, ಬಿಡುವಾದ ಆ ಕೈಯಿಂದ ತಾನು ಕುಳಿತಿದ್ದ ಜಾಗದ ಕೆಳಗೆ ಇದ್ದ ಚಿಕ್ಕ ಬಕೆಟನ್ನು ಎಳೆದು ಅದರಲ್ಲಿ ಎರಡು ಮಾವಿನ ಹಣ್ಣುಗಳನ್ನು ತೆಗೆದುಕೊಂಡು ಒಂದನ್ನು ಸೀತಾಳಿಗೆ ಕೊಟ್ಟ.

ಹಣ್ಣಾದ ಮಾವನ್ನು ಅವರಿಬ್ಬರೂ ಕಚ್ಚಿದರು. ಹಲ್ಲು ಮಾವಿನ ಸಿಪ್ಪೆಯನ್ನು ಸೀಳಿದೊಡನೆ ಸಿಹಿಯಾದ ರಸ ಸೋರಿತು. ಹಣ್ಣಿನ ರುಚಿ ಸ್ವರ್ಗಸದೃಶ – ನಿಜಕ್ಕೂ ಅದು ದೇವತೆಗಳ ಅಮೃತ! ಸುಮಾರು ಒಂದು ವರ್ಷದಿಂದ ಸೀತಾ ಮಾವಿನಹಣ್ಣಿನ ರುಚಿ ನೋಡಿರಲಿಲ್ಲ. ಕೆಲ ಕ್ಷಣ ಅವಳು ಎಲ್ಲವನ್ನೂ ಮರೆತಳು. ಮಾವಿನ ಸವಿ, ಸುವಾಸನೆ ಮತ್ತು ರುಚಿ ಬಿಟ್ಟರೆ ಉಳಿದೆಲ್ಲವೂ ನಗಣ್ಯವಾಗಿತ್ತು.

ದೋಣಿ ಈಗ ನಿಧಾನವಾಗಿ ಚಲಿಸಿತು. ಇನ್ನೊಂದಷ್ಟು ದೂರ ಮುಂದೆ ಸಾಗಿದರು. ನದಿ ತನ್ನ ವೇಗ, ಆರ್ಭಟವನ್ನು ಕಡಿಮೆ ಮಾಡಿತ್ತು.

"ನನ್ನ ಹೆಸರು ಕೃಷ್ಣ. ನನ್ನ ಅಪ್ಪನ ಬಳಿ ಹಲವು ಹಸು ಎಮ್ಮೆಗಳಿವೆ. ಈ ಪ್ರವಾಹದಲ್ಲಿ ಕೆಲವನ್ನು ಕಳೆದುಕೊಂಡೆವು" ಎಂದ ಹುಡುಗ.

"ನೀನು ಶಾಲೆಗೆ ಹೋಗುತ್ತೀಯಾ?" ಸೀತಾ ಕೇಳಿದಳು.

"ಹೌದು ನಾನು ಶಾಲೆಗೆ ಹೋಗಬೇಕು. ನಮ್ಮ ಹಳ್ಳಿಯ ಹತ್ತಿರವೇ ಶಾಲೆ ಇದೆ. ನೀನು ಶಾಲೆಗೆ ಹೋಗುವುದಿಲ್ಲ ಅಲ್ವಾ?"

"ಇಲ್ಲ, ಮನೆಯಲ್ಲೇ ಬೇಕಾದಷ್ಟು ಕೆಲಸಗಳಿರುತ್ತವೆ"

ಮನೆ ನೆನೆದೊಡನೆ, ಮನೆಗೆ ಹೋಗಬೇಕು ಅನ್ನಿಸಿತು. ಆದರೆ, ಈಗ ಅವರ ಮನೆ ಈಗ ಅಲ್ಲಿ ಇಲ್ಲವಲ್ಲ. ತಕ್ಷಣ ಮನಸ್ಸು ಇನ್ನೊಂದು ಮಾವಿನಹಣ್ಣನ್ನು ತಿನ್ನ ಬಯಸಿತು.

ಸಂಜೆಯಾದಂತೆ ನದಿ ತನ್ನ ಬಣ್ಣ ಬದಲಿಸಿತು. ದಿಗಂತದಲ್ಲಿ ಕೆಳಗಿಳಿದಿದ್ದ ಸೂರ್ಯ ಮೋಡಗಳ ನಡುವೆ ಜಾಗ ಮಾಡಿಕೊಂಡು ಹೊರಬಂದ. ನದಿ ನಿಧಾನವಾಗಿ ಬೂದಿ ಬಣ್ಣದಿಂದ ಹೊಂಬಣ್ಣಕ್ಕೆ ತಿರುಗಿ ನಂತರ ಕೇಸರಿ ಬಣ್ಣವನ್ನು ಹೊಂದಿತು. ಸೂರ್ಯ ಮುಳುಗಿದಂತೆ ಎಲ್ಲಾ ಬಣ್ಣವನ್ನೂ ತನ್ನೊಳಗೆ ಅರಗಿಸಿಕೊಂಡಂತೆ ನದಿ ರಾತ್ರಿಯ ಬಣ್ಣವನ್ನು ತಳೆಯಿತು.

ಪೂರ್ಣ ಚಂದ್ರನ ಬೆಳಕಿನಲ್ಲಿ ಸೀತಾಗೆ ನದಿಯ ಅಂಚಿನ ಕಾಡು ಗೋಚರಿಸಿತು.

"ನಾನು ಆ ಮರಗಳನ್ನು ತಲುಪಲು ಪ್ರಯತ್ನಿಸುವೆ. ರಾತ್ರಿಯಿಡೀ

ದೋಣಿಯಲ್ಲೇ ಇರಲು ಆಗದು” ಎಂದ ಕೃಷ್ಣ.

ಮರಗಳ ಕಡೆಗೆ ಮುಂದುವರೆದ. ಸುಮಾರು ಹತ್ತು ನಿಮಿಷಗಳ ಕಾಲ ಶ್ರಮಪಟ್ಟು ಹುಟ್ಟು ಹಾಕಿ ನದಿಯ ತಿರುವನ್ನು ತಲುಪಿದ ಮೇಲೆ ನೀರಿನ ಸೆಳೆತದಿಂದ ಪಾರಾದರು.

ಸ್ವಲ್ಪ ಹೊತ್ತಿಗೆ ಎತ್ತರದ ಮರಗಳ ನಡುವೆ ನೀರಲ್ಲಿ ಹುಟ್ಟುಹಾಕುತ್ತಾ ಅವರು ಕಾಡಿನೊಳಗೆ ಪ್ರವೇಶಿಸಿದರು.

*

ಮರಗಳ ಮಧ್ಯೆ ದೋಣಿಯನ್ನು ನಿಧಾನವಾಗಿ ಮುನ್ನಡೆಸುತ್ತಿರುವಾಗ ಚಂದ್ರನ ಬೆಳಕು ಬೆಳ್ಳಿ ಬಣ್ಣದ ನೀರಿನ ಪಥವನ್ನು ರೂಪಿಸಿತ್ತು.

“ನಾವು ಮರಕ್ಕೆ ದೋಣಿಯನ್ನು ಬಿಗಿದು ನಂತರ ವಿಶ್ರಾಂತಿ ಪಡೆಯೋಣ. ನಾಳೆ, ನಾವು ಕಾಡಿನಿಂದ ಹೊರ ಹೋಗುವ ದಾರಿಯನ್ನು ಹುಡುಕಬೇಕು” ಎಂದು ಅವನು ಹೇಳಿದ.

ದೋಣಿಯ ತಳದಿಂದ ಹಗ್ಗವನ್ನು ಹೊರತೆಗೆದು ಒಂದು ತುದಿಯನ್ನು ದೋಣಿಯ ದಿಂಡಿಗೆ ಕಟ್ಟಿ, ಮತ್ತೊಂದು ತುದಿಯನ್ನು ನೀರಿನಿಂದ ಸ್ವಲ್ಪ ಮೇಲೆ ಇದ್ದ ದಪ್ಪ ಕೊಂಬೆಯೊಂದಕ್ಕೆ ಎಸೆದ. ಮರದ ಕಾಂಡಕ್ಕೆ ಆನಿಕೊಂಡು ದೋಣಿ ನಿಂತಿತು.

ಅದು ಎತ್ತರವಾದ ಗಟ್ಟಿಮುಟ್ಟಾದ ಮಹಾಗನಿ ಮರ. ಅದು ಸುರಕ್ಷಿತವಾದ ಸ್ಥಳ. ಕಾಡಿನೊಳಕ್ಕೆ ನೀರು ನುಗ್ಗುವುದಿಲ್ಲ. ಮರಗಳು ಹತ್ತಿರ ಹತ್ತಿರ ಇವೆ. ಹಾಗಾಗಿ ನೆಲ ಸಡಿಲಗೊಳ್ಳದಂತೆ ಭೂಮಿಯನ್ನು ಭದ್ರವಾಗಿ ಹಿಡಿದಿವೆ.

ಆದರೆ ಕಾಡಿನಲ್ಲಿ ವಾಸಿಸುತ್ತಿದ್ದ ಜೀವಿಗಳು ಹೊರಗೆ ಹೋಗುತ್ತಿವೆ. ಪ್ರವಾಹದಿಂದ ತಾವು ವಾಸಿಸುತ್ತಿದ್ದ ಗುಹೆಗಳು, ಅಡಗುತಾಣಗಳಿಂದ ಹೊರಬಂದ ಪ್ರಾಣಿಗಳು ಆಶ್ರಯಕ್ಕಾಗಿ ಎತ್ತರದ ಪ್ರದೇಶಕ್ಕೆ ಹೊರಟಿವೆ.

ಸೀತಾ ಮತ್ತು ಕೃಷ್ಣ ಆಗತಾನೆ ದೋಣಿಯನ್ನು ಮರಕ್ಕೆ ಬಿಗಿದಿದ್ದರು. ಅಷ್ಟರಲ್ಲಿ ದೊಡ್ಡ ಗಾತ್ರದ ಹೆಬ್ಬಾವು ನೀರಿನಲ್ಲಿ ಅವರೆಡೆಗೆ ಬರುವುದು ಕಾಣಿಸಿತು. ಅದು ದೋಣಿಯೊಳಗೆ ಬರಬಹುದಾ ಎಂದು ಸೀತಾ ಹೆದರಿದಳು. ಆದರೆ ಹೆಬ್ಬಾವು ಅವರನ್ನು ದಾಟಿ ಹೋಯಿತು. ತಲೆಯನ್ನು ನೀರಿನ ಮೇಲೆ ಇಟ್ಟುಕೊಂಡು ನೀಳವಾದ ಶರೀರದೊಂದಿಗೆ ಅದು ನೆರಳಿನಲ್ಲಿ ಮರೆಯಾಯಿತು.

ಕೃಷ್ಣನ ಬುಟ್ಟಿಯಲ್ಲಿ ಸಾಕಷ್ಟು ಮಾವಿನಹಣ್ಣುಗಳಿದ್ದುವು. ಹಸಿವಿನಿಂದಿದ್ದ ಅವನು ಮತ್ತು ಸೀತಾ ದೋಣಿಯಲ್ಲಿ ಕುಳಿತು ಅವನ್ನು ಕಚ್ಚಿಕಚ್ಚಿ ಹೀರಿದರು.

ದೊಡ್ಡ ಕಡವೆ ನೀರಿನಲ್ಲಿ ಬಂತು. ಅದಕ್ಕೆ ಈಜಬೇಕಾದ ಅವಶ್ಯಕತೆಯಿಲ್ಲ. ಅದು ತುಂಬಾ ಎತ್ತರವಿರುವುದರಿಂದ ಅದರ ತಲೆ, ಭುಜವೆಲ್ಲ ನೀರಿಗಿಂತ ಮೇಲೆಯೇ ಇದೆ. ಅದರ ಕವಲ್ಗೊಂಬು ದೊಡ್ಡದಾಗಿ ಸುಂದರವಾಗಿದೆ.

“ಇನ್ನೂ ಬೇರೆ ಪ್ರಾಣಿಗಳಿರಬಹುದು, ನಾವು ಮರವನ್ನು ಏರೋಣವೇ?” ಎಂದು ಸೀತಾ ಕೇಳಿದಳು.

"ನಾವು ದೋಣಿಯಲ್ಲೇ ಸುರಕ್ಷಿತವಾಗಿದ್ದೀವಿ" ಎಂದ ಕೃಷ್ಣ, "ಈ ರಾತ್ರಿ ಪ್ರಾಣಿಗಳು ಅಪಾಯಕಾರಿಗಳಾಗಿರುವುದಿಲ್ಲ. ಅವು ಒಂದನ್ನೊಂದು ಬೇಟೆ ಕೂಡ ಆಡವು. ಕೇವಲ ಒಣ ಭೂಮಿಯನ್ನು ತಲುಪುವುದರ ಬಗ್ಗೆ ಅವು ಆಸಕ್ತಿ ಹೊಂದಿವೆ. ಜಿಂಕೆಗಳು ಹುಲಿ ಮತ್ತು ಚಿರತೆಯಿಂದ ಸುರಕ್ಷಿತವಾಗಿವೆ. ನೀನು ಮಲಗಿ ನಿದ್ರಿಸು. ನಾನು ಎದ್ದಿದ್ದು ಕಾವಲು ಕಾಯುವೆ"

ಸೀತಾ ದೋಣಿಯಲ್ಲಿ ಮಲಗಿದಳು. ಅವಳು ಎಷ್ಟು ಸುಸ್ತಾಗಿದ್ದಳೆಂದರೆ, ದೋಣಿಗೆ ಬಡಿಯುತ್ತಿದ್ದ ನೀರಿನ ಅಲೆಯ ಶಬ್ದ ಅವಳಿಗೆ ಲಾಲಿ ಹಾಡಿನಂತೆ ಭಾಸವಾಗಿ ನಿದ್ರೆ ಆವರಿಸಿತು.

ಯಾವುದೋ ವಿಚಿತ್ರ ಹಕ್ಕಿಯ ಕೂಗಿನಿಂದ ಅವಳು ಎಚ್ಚರಗೊಂಡಳು. ತನ್ನ ಮೊಣಕೈ ಮೇಲೆ ಭಾರ ಬಿಟ್ಟು ಎದ್ದಳು. ಆದರೆ, ಕೃಷ್ಣ ಎಚ್ಚರವಾಗಿದ್ದು ಅವಳ ಪಕ್ಕದಲ್ಲಿಯೇ ಕುಳಿತಿದ್ದ. ಅವಳನ್ನು ನೋಡಿ ಧೈರ್ಯ ತುಂಬುವಂತೆ ನಕ್ಕ. ಚಂದ್ರನ ಬೆಳಕಿನಲ್ಲಿ ಅವನು ನೀಲಿ ಬಣ್ಣದಲ್ಲಿ ಕಂಡ. ಆ ಬಣ್ಣ ಬಾಲಕೃಷ್ಣನದ್ದು. ಕೆಲ ಕ್ಷಣ ಅವಳಲ್ಲಿ ಆ ಹುಡುಗ ನಿಜವಾಗಿಯೂ ಕೃಷ್ಣನೇ ಇರಬಹುದೇ ಎಂಬ ಗೊಂದಲ ಮತ್ತು ಅಚ್ಚರಿ ಒಟ್ಟೊಟ್ಟಿಗೇ ಮೂಡಿತು. ಅದರ ಕುರಿತು ಆಲೋಚಿಸಿದಾಗ ಸಾಧ್ಯವಿಲ್ಲ ಎಂದು ನಿರ್ಧರಿಸಿದಳು. ಅವನೊಬ್ಬ ಸಾಮಾನ್ಯ ಹಳ್ಳಿ ಹುಡುಗ. ಅವನಂತೆ ಇರುವ ನೂರಾರು ಹುಡುಗರನ್ನು ಅವಳು ನೋಡಿದ್ದಾಳೆ – ಇವನಂತೆಯೇ ಇರುವವರು ಅಲ್ಲ, ಇವನು ಸ್ವಲ್ಪ ಬೇರೆಯೇ...

ಅವಳು ಮತ್ತೆ ಮಲಗಿದಾಗ ಕನಸನ್ನು ಕಂಡಳು. ಕನಸಿನಲ್ಲಿ ಆ ಹುಡುಗನೇ ಕೃಷ್ಣನಾಗಿದ್ದ. ದೊಡ್ಡದಾದ ಬಿಳಿ ಬಣ್ಣದ ಹಕ್ಕಿಯ ಮೇಲೆ ಅವರಿಬ್ಬರೂ ಕುಳಿತಿದ್ದರು. ದೇವತೆಗಳು ವಾಸಿಸುವ ಮೋಡಗಳ ನಡುವೆ, ಹಿಮಾಚ್ಛಾದಿತ ಪರ್ವತಗಳ ಮೇಲೆ ಹಕ್ಕಿ ಹಾರುತ್ತಿದೆ. ಆಗ ಇದ್ದಕ್ಕಿದ್ದಂತೆ ಗುಡುಗಿನ ಶಬ್ದವಾಯಿತು. ದೇವತೆಗಳೆಲ್ಲ ಕೋಪಗೊಂಡಂತೆ ಅವಳಿಗೆ ತೋರಿತು. ಆ ಶಬ್ದಕ್ಕೆ ನಿದ್ರೆಯಿಂದ ಎಚ್ಚೆತ್ತ ಅವಳು ಕಣ್ಣುಬಿಟ್ಟು ನೋಡಿದಳು. ಚಂದ್ರನ ಬೆಳಕಿನಲ್ಲಿ ತನ್ನ ಹೊಟ್ಟೆಯವರೆಗೂ ನೀರಿನಲ್ಲಿ ಮುಳುಗಿದ್ದ ಮರಿ ಆನೆ ನಿಂತಿತ್ತು. ತನ್ನ ಸೊಂಡಿಲನ್ನು ಮೇಲಕ್ಕೆ ಎತ್ತಿ ಇಡೀ ಕಾಡಿಗೆ ಕಹಳೆಯನ್ನು ಊದಿ ಸಂದೇಶವನ್ನು ಕೊಡುವ ರೀತಿಯಲ್ಲಿ ಘೀಳಿಡುತ್ತಿತ್ತು. ಗುಂಪಿನಿಂದ ಬೇರೆಯಾಗಿದ್ದ ಮರಿ ಆನೆ ತನ್ನ ಅಮ್ಮನನ್ನು ಹುಡುಕುತ್ತಿತ್ತು.

ಆನೆ ಮತ್ತೊಮ್ಮೆ ಘೀಳಿಟ್ಟಿತು. ನಂತರ ತಲೆ ತಗ್ಗಿಸಿ ಕೇಳಿಸಿಕೊಂಡಿತು. ದೂರದಿಂದ ಆನೆಯೊಂದರ ಘೀಳಿಡುವ ಶಬ್ದ ಕೇಳಿಸಿತು. ಅದು ಇದರ ಅಮ್ಮನದ್ದಿರಬೇಕು. ಏಕೆಂದರೆ ಇದು ನಂತರ ಹಲವು ಬಾರಿ ಘೀಳಿಡುತ್ತಾ, ನೀರಿನಲ್ಲಿ ಜೋರಾಗಿ ಕಾಲನ್ನು ಬಡಿಯುತ್ತಾ, ಧ್ವನಿ ಬಂದ ಕಡೆಗೆ ಮರಗಳ ನಡುವೆ ಹೋಯಿತು. ಅದು ಹೋದ ರಭಸಕ್ಕೆ ಅಲೆಗಳು ಎದ್ದು ದೋಣಿ ಅಲುಗಾಡಿತು.

"ಏನೂ ತೊಂದರೆಯಿಲ್ಲ, ನೀನು ಮಲಗು" ಎಂದ ಕೃಷ್ಣ.

"ನನಗೀಗ ನಿದ್ದೆ ಬರದು" ಅಂದಳು ಸೀತಾ.

"ಹಾಗಾದ್ರೆ ನಾನು ನಿನಗಾಗಿ ಕೊಳಲನ್ನು ನುಡಿಸುತ್ತೇನೆ. ಆಗ ಸಮಯ ಹೋಗುವುದೇ ಗೊತ್ತಾಗದು"

ತಾನು ಕುಳಿತಿದ್ದ ಸ್ಥಳದ ಕೆಳಗಿನಿಂದ ಕೊಳಲನ್ನು ತೆಗೆದು ತುಟಿಯ ಮುಂದಿಟ್ಟು ನುಡಿಸಲು ಪ್ರಾರಂಭಿಸಿದ. ಸೀತಾ ಅದುವರೆಗೂ ಕೇಳಿರದಿದ್ದ ಸುಮಧುರ ಸ್ವರ ಕೊಳಲಿನಿಂದ ಹೊರಹೊಮ್ಮಿತು. ಸುಂದರ ಸ್ವರ ಕಾಡನ್ನೆಲ್ಲಾ ಆವರಿಸಿತು. ಆ ಸ್ವರ ಅವಳನ್ನು ಪುನಃ ಕನಸಿನ ಲೋಕಕ್ಕೆ ಕರೆದೊಯ್ದಿತು. ಸೀತಾ ನೀಲಿಬಣ್ಣದ ದೇವರೊಂದಿಗೆ ಬಿಳಿ ಹಕ್ಕಿಯ ಮೇಲೆ ಕುಳಿತು ಹಾರುತ್ತಿದ್ದಾಳೆ. ಮೋಡ ಮತ್ತು ಮಂಜಿನೊಳಗೆ ಹಾದು ಹೋಗುವಾಗ ಇದ್ದಕ್ಕಿದ್ದಂತೆ ಮೋಡದ ಮಧ್ಯೆ ಸೂರ್ಯ ಹೊರಹೊಮ್ಮಿದ. ಆ ಕ್ಷಣ ಕಣ್ಣನ್ನು ತೆರೆದ ಸೀತಾ ಮಹಾಗನಿ ಮರದ ಕೊಂಬೆಗಳ ನಡುವಿನಿಂದ ಆಗಸವನ್ನು ನೋಡಿದಳು. ಹೊಳೆಯುತ್ತಿದ್ದ ಹಸುರೆಲೆಗಳು ನೀಲಿ ಆಗಸದ ಹಿನ್ನೆಲೆಯಲ್ಲಿ ಹೊಸ ವಿನ್ಯಾಸದಲ್ಲಿ ಕಂಡವು.

ಸೀತಾ ಎದ್ದು ಕುಳಿತಳು. ದೋಣಿ ಅಲುಗಾಡಿತು. ಸೂರ್ಯ ತನ್ನ ಬೆಳಕಿನಿಂದ ಕಾಡನ್ನು ಅದ್ದಿ ತೆಗೆದಿದ್ದ. ಆಗಸದಲ್ಲಿ ಮೋಡಗಳು ಕಣ್ಮರೆಯಾಗಿದ್ದವು.

ಕೃಷ್ಣ ದೋಣಿಯಲ್ಲಿ ನಿದ್ರೆ ಮಾಡಿದ್ದ. ಅರ್ಧ ತೆರೆದಿದ್ದ ಅವನ ಅಂಗೈಯಲ್ಲಿ ಕೊಳಲು ಇತ್ತು. ಸೂರ್ಯನ ಕಿರಣಗಳು ಅವನ ಕಂದು ಕಾಲುಗಳನ್ನು ಬೆಳಗಿತ್ತು. ಅವನ ಮುಖದ ಮೇಲೆ ಎಲೆಯೊಂದು ಬಿದ್ದಿದ್ದರೂ ಅವನು ಎಚ್ಚರಗೊಂಡಿರಲಿಲ್ಲ. ಅವನ ಕೆನ್ನೆಯ ಮೇಲೆಯೇ ಎಲೆ ಬೆಳೆದಂತೆ ಕಾಣುತ್ತಿತ್ತು.

ಅವನನ್ನು ಎಚ್ಚರಗೊಳಿಸಬಾರದು ಎಂದು ಸೀತಾ ಕುಳಿತಲ್ಲಿಂದ ಕದಲಲಿಲ್ಲ. ಸುತ್ತ ನೀರನ್ನು ಗಮನಿಸಿದ ಅವಳಿಗೆ ರಾತ್ರಿ ಕಳೆಯುವಷ್ಟರಲ್ಲಿ ನೀರಿನ ಮಟ್ಟ ಇಳಿದಿಲ್ಲ ಎಂಬುದು ಕಂಡುಬಂತು. ಹಾಗೆಂದು ಏರಿಯೂ ಇಲ್ಲ. ಹಾಗಾದರೆ ಪ್ರವಾಹದ ತೀವ್ರತೆ ಕಮ್ಮಿಯಾಗಿರಬೇಕು.

ಕಡೆಗೂ ಕೃಷ್ಣ ಎಚ್ಚರಗೊಂಡ. ಆಕಳಿಸಿ, ಮೈಮುರಿಯುತ್ತಾ ಸೀತಾ ಪಕ್ಕ ಬಂದು ಕುಳಿತ.

"ನನಗೆ ಹಸಿವಾಗುತ್ತಿದೆ" ಎಂದ ಅವನು.

"ನನಗೂ ಅಷ್ಟೇ" ಅಂದಳು ಸೀತಾ.

ಬುಟ್ಟಿಯನ್ನು ಖಾಲಿ ಮಾಡುತ್ತಾ ಉಳಿದಿದ್ದ ಎರಡು ಮಾವಿನ ಹಣ್ಣುಗಳನ್ನು ತೆಗೆದುಕೊಂಡು, "ಕಡೆಯ ಹಣ್ಣುಗಳಿವು" ಎಂದ.

ಹಣ್ಣನ್ನು ಇಬ್ಬರೂ ತಿಂದು ಓಟೆಯನ್ನು ಬಹಳ ಹೊತ್ತು ಚೀಪಿದರು. ಅವರು ಬಿಸಾಡಿದ ಮಾವಿನ ಓಟೆಗಳು ನೀರಲ್ಲಿ ತೇಲಿದವು. ಸೀತಾಗೆ ಪೇಪರಿನ ದೋಣಿಗಿಂತ ಇವೇ ಉತ್ತಮ ಎನಿಸಿತು.

"ನಾವೀಗ ಹೊರಡೋಣ" ಎಂದ ಕೃಷ್ಣ.

ಮರಗಳ ನಡುವೆ ಹುಟ್ಟು ಹಾಕುತ್ತಾ ಸುಮಾರು ಒಂದು ಗಂಟೆಯ ಕಾಲ ಅವರು ಪ್ರವಾಹ ಬಂದಿದ್ದ ಕಾಡಿನಲ್ಲಿ ಪ್ರಯಾಣಿಸಿದರು. ನೀರಿನಲ್ಲಿ ಮುಳುಗಿದ್ದ ಮರಗಳ

ಕೊಂಬೆಗಳ ಕೆಳಗೆ ಹಾದು ಬಂದರು. ಕೆಲವೊಮ್ಮೆ ಹುಟ್ಟುಗೋಲಿನಿಂದ ಬಳ್ಳಿಗಳನ್ನು ದೂರ ತಳ್ಳಬೇಕಾಯಿತು. ಕೆಲ ಬಾರಿ ಮುಳುಗಿದ್ದ ಪೊದೆಗಳು ದೋಣಿಗೆ ಅಡಚಣೆ ಮಾಡಿದವು. ಸುಮಾರು ಮಧ್ಯಾಹ್ನದ ಹೊತ್ತಿಗೆ ಕಾಡಿನಿಂದ ಹೊರಬಂದರು.

ನೀರೇನೂ ಆಳವಾಗಿರಲಿಲ್ಲ. ಮುಳುಗಡೆಯಾಗಿದ್ದ ಜಮೀನುಗಳ ಮೇಲೆ ಹಾದು ಬಂದರು. ದೂರದಲ್ಲಿ ಎತ್ತರದ ಪ್ರದೇಶದಲ್ಲಿದ್ದ ಹಳ್ಳಿಯೊಂದು ಅವರ ಕಣ್ಣಿಗೆ ಕಾಣಿಸಿತು. ದರೋಡೆಕೋರರಿಂದ ಮತ್ತು ಧಾಳಿ ಮಾಡುವ ಸೈನಿಕರಿಂದ ರಕ್ಷಣೆ ಸಿಗುವುದೆಂದು ಹಿಂದೆ ಜನರು ಹಳ್ಳಿಗಳನ್ನು ಬೆಟ್ಟಗಳ ಮೇಲೆ ನಿರ್ಮಿಸಿಕೊಳ್ಳುತ್ತಿದ್ದರು. ಇದು ಪುರಾತನವಾದ ಹಳ್ಳಿ. ಇಲ್ಲಿನ ಜನರು ಬಹಳ ಹಿಂದೆಯೇ ತಮ್ಮ ಕತ್ತಿಗಳನ್ನು ಕೃಷಿ ಉಪಕರಣಗಳನ್ನಾಗಿ ಬದಲಿಸಿಕೊಂಡಿರಬಹುದು. ಬೆಟ್ಟದ ಮೇಲೆ ಇರುವುದರಿಂದ ಪ್ರವಾಹದಿಂದ ಇದು ರಕ್ಷಿಸಲ್ಪಟ್ಟಿದೆ.

ಆ ಹಳ್ಳಿ ಜನರೆಲ್ಲ ಎತ್ತರ, ಗಾತ್ರದಲ್ಲಿ ಜೋರಾಗಿದ್ದ ಜಾಟ್ ಜನಾಂಗದವರು. ಹೃದಯವಂತರು. ತೊಂದರೆಗೆ ಸಿಲುಕಿದ್ದ ಈ ಮಕ್ಕಳಿಗೆ ಊಟ ಕೊಟ್ಟು ಆಶ್ರಯ ನೀಡಿದರು. ತನ್ನ ತಾತ ಅಜ್ಜಿಯರನ್ನು ಸೇರುವ ತವಕ ಸೀತಾಳದ್ದು. ಶಾಹ್‌ಗಂಜ್‌ನಲ್ಲಿ ಕೆಲಸವಿದ್ದ ವಯಸ್ಸಾದ ರೈತ, ಅವಳನ್ನು ಕರೆದೊಯ್ಯುವುದಾಗಿ ಹೇಳಿದರು. ಕೃಷ್ಣನೂ ತನ್ನೊಂದಿಗೆ ಬರಲಿ ಎಂದು ಅವಳು ಆಸೆಪಟ್ಟಳು. ತನ್ನ ಹಳ್ಳಿಯ ಜನ ಬರುತ್ತಾರೆ,

ಅದಕ್ಕಾಗಿ ಇಲ್ಲೇ ಇದ್ದು ಕಾಯುವುದಾಗಿ ಅವನು ಹೇಳಿದ.

"ನಿನಗೀಗ ತೊಂದರೆಯಿಲ್ಲ. ನಿನ್ನ ತಾತ ಆತಂಕದಿಂದಿರುತ್ತಾರೆ. ಆದಷ್ಟು ಬೇಗ ಅವರನ್ನು ಸೇರಿಕೊ. ಎರಡು ಮೂರು ದಿನಗಳಲ್ಲಿ ನೀರಿನ ಮಟ್ಟ ಇಳಿಯುತ್ತದೆ. ಆಗ ನಿಮ್ಮ ದ್ವೀಪಕ್ಕೆ ಹಿಂದಿರುಗಬಹುದು" ಎಂದ ಕೃಷ್ಣ.

"ನಮ್ಮ ದ್ವೀಪ ಕಣ್ಮರೆಯಾಗಿ ಹೋಗಿರುತ್ತೇನೋ" ಎಂದಳು ಸೀತಾ.

ಎತ್ತಿನಬಂಡಿಯನ್ನು ಅವಳು ಏರಿ ಕುಳಿತ ಮೇಲೆ ಕೃಷ್ಣ ತನ್ನ ಕೊಳಲನ್ನು ಕೊಟ್ಟ.

"ಇದನ್ನು ನನ್ನ ನೆನಪಾಗಿ ಇಟ್ಟುಕೊ. ಇದಕ್ಕಾಗಿ ಒಂದು ದಿನ ಬಂದೇ ಬರುವೆ" ಎಂದು ಹೇಳಿದ. ಅವಳು ಹಿಂಜರಿಯುವುದನ್ನು ಕಂಡು, ತುಂಟತನದಿಂದ ಕಣ್ಣನ್ನು ಮಿಟುಕಿಸಿ, "ಇದು ಅತ್ಯುತ್ತಮವಾದ ಕೊಳಲು!" ಎಂದ.

*

ನೀರು ನಿಂತಿರುವ ರಸ್ತೆಯಲ್ಲಿ ಎತ್ತಿನ ಬಂಡಿ ನಿಧಾನವಾಗಿ ಚಲಿಸುವಾಗ ಕೆಲವೊಮ್ಮೆ ಚಕ್ರ ಕೆಸರಿನಲ್ಲಿ ಸಿಲುಕುತ್ತಿತ್ತು. ರೈತ, ಆತನ ಮಗ ಮತ್ತು ಸೀತಾ ಮೂವರೂ ಇಳಿದು, ದೊಡ್ಡ ಮರದ ಚಕ್ರವನ್ನು ತಳ್ಳಿ ಅದನ್ನು ಕೆಸರಿನಿಂದ ಬಿಡಿಸಬೇಕಿತ್ತು. ಸುಮಾರು ಒಂದರಿಂದ ಎರಡು ಅಡಿ ನೀರಿನಲ್ಲಿಯೇ ಸಾಗಿತ್ತು ಅವರ ಪ್ರಯಾಣ. ಎತ್ತುಗಳ ಮೇಲೆಲ್ಲಾ ಕೆಸರು ಬಿದ್ದು ರಾಡಿಯಾಗಿದ್ದರೆ, ಸೀತಾಳ ಕಾಲುಗಳ ಮೇಲೆ ಕೆಸರು ರಟ್ಟಿನಂತೆ ಕೂತಿತ್ತು.

ಎತ್ತಿನ ಬಂಡಿಯಲ್ಲಿ ಶಾಹ್‌ಗಂಜ್ ತಲುಪಲು ಅವರಿಗೆ ಒಂದು ಹಗಲು ಮತ್ತು ಒಂದು ರಾತ್ರಿ ಬೇಕಾಯಿತು. ಅಲ್ಲಿನ ಬಜಾರಿನ ಕಿರಿದಾದ ರಸ್ತೆಯಲ್ಲಿ ನಡೆದು ಹೋಗುವಷ್ಟರಲ್ಲಿ ಸೀತಾ ಗುರುತು ಸಿಗದಂತಾಗಿದ್ದಳು.

ಸೀತಾ ತನ್ನ ತಾತನನ್ನು ರಸ್ತೆಯಲ್ಲಿ ಕಂಡಳು. ಮೊದಲು ತಾತ ಅವಳನ್ನು ಗುರುತು ಹಿಡಿಯಲಿಲ್ಲ. ಏನನ್ನೋ ಚಿಂತಿಸುತ್ತಾ, ಮುಂದೆ ನೋಡುತ್ತಾ ರಸ್ತೆಯಲ್ಲಿ ನಡೆಯುತ್ತಿದ್ದ ಅವನು, ಧೂಳು ಮೆತ್ತಿಕೊಂಡು, ಕೆದರಿದ ತಲೆಯ ಈ ಹುಡುಗಿಯನ್ನು ಗಮನಿಸಿರಲಿಲ್ಲ. ಆದರೆ ಇವಳೇ ಓಡಿ ಸಣಕಲಾದ ನಡುಗುವ ಕಾಲ್ಗಳ ತಾತನ ಎದುರು ಹೋಗಿ ತಬ್ಬಿ ಹಿಡಿದಳು.

"ಸೀತಾ!" ಎಂದು ಅವನು ಕೂಗಿದ. ತಲೆಸುತ್ತು ಬಂದಂತಾದರೂ ಸಂಭಾಳಿಸಿಕೊಂಡ.

"ಇಲ್ಲಿಗೆ ಹೇಗೆ ಬಂದೆ? ದ್ವೀಪದಿಂದ ಹೇಗೆ ಹೊರಬಂದೆ? ನಾನು ನಿನ್ನ ಬಗ್ಗೆ ಚಿಂತಿತನಾಗಿದ್ದೆ. ತುಂಬಾ ಅನಾಹುತಗಳಾದವು, ಈ ಎರಡು ದಿನಗಳೂ...'

"ಅಜ್ಜಿ ಆರಾಮವಾಗಿದ್ದಾರಾ?" ಕೇಳಿದಳು ಸೀತಾ.

ಹಾಗೆ ಕೇಳುವಾಗಲೇ ಅಜ್ಜಿ ತಮ್ಮೊಡನಿಲ್ಲ ಎಂದು ಅವಳಿಗೆ ಅನಿಸುತ್ತಿತ್ತು. ದುಃಖದಿಂದ ಕೂಡಿದ ತಾತನ ಕಣ್ಣುಗಳು ಎಲ್ಲವನ್ನೂ ಹೇಳುತ್ತಿದ್ದವು. ಅವಳಿಗೆ ಅಳು ಬಂತು – ಅಜ್ಜಿಗಾಗಿ ಅಲ್ಲ, ಆಕೆ ನರಳದಿದ್ದುದು ಒಳ್ಳೆಯದಾಯಿತು. ಆದರೆ ಹತಾಶನಂತೆ,

ಅಸಹಾಯಕನಂತೆ ಕಾಣುತ್ತಿದ್ದ ತಾತನನ್ನು ಕಂಡು ಅವಳಿಗೆ ದುಃಖವಾಯಿತು. ತಾತ ಕೂಡ ದುಃಖಿಸುವುದು ಅವಳಿಗೆ ಇಷ್ಟವಿಲ್ಲ. ಹಾಗಾಗಿ ತನ್ನ ಅಳುವನ್ನು ನುಂಗಿಕೊಂಡಳು. ತಾತನನ್ನು ಕೈ ಹಿಡಿದು, ಪೇಟೆಗೆ ಕರೆದೊಯ್ದಳು. ಅವಳಿಗೆ ಗೊತ್ತು ಇನ್ನು ಮುಂದೆ ತಾತ ತನ್ನನ್ನೇ ಅವಲಂಬಿಸುತ್ತಾನೆ ಎಂದು.

ನದಿಯ ಪ್ರವಾಹ ಇಳಿದ ಮೇಲೆ, ಕೆಲ ದಿನಗಳ ನಂತರ ಅವರು ತಮ್ಮ ದ್ವೀಪಕ್ಕೆ ಹಿಂದಿರುಗಿದರು. ಮತ್ತೆ ಮಳೆ ಬಂದರೂ, ಆಗಬೇಕಾದ ಅನಾಹುತಗಳೆಲ್ಲ ಆಗಿಹೋಗಿತ್ತು. ನದಿ ಶಾಂತಗೊಂಡಿತ್ತು. ತಾತನ ಬಳಿ ಇನ್ನೂ ಎರಡು ಮೇಕೆಗಳಿದ್ದವು. ಒಂದನ್ನು ಮಾತ್ರ ಅವರು ಮಾರಿದ್ದರು.

ಮರ ಕಣ್ಮರೆಯಾಗಿರುವುದನ್ನು ಕಂಡು, ತಾತ ತನ್ನ ಕಣ್ಣುಗಳನ್ನೇ ತಾನು ನಂಬದಂತಾದ. ದ್ವೀಪದಂತೆಯೇ ಮರವೂ ಶಾಶ್ವತ ಎಂದು ಅವನು ತಿಳಿದಿದ್ದ. ನದಿಯಂತೆಯೇ ತನ್ನ ಜೀವನದ ಭಾಗವಾಗಿತ್ತು ಆ ಮರ. ಸೀತಾ ತಪ್ಪಿಸಿಕೊಂಡಿದ್ದು ಮಾತ್ರ ಪವಾಡವೆನಿಸಿತ್ತು.

"ಮರವೇ ನಿನ್ನನ್ನು ಉಳಿಸಿದ್ದು" ಎಂದು ಹೇಳಿದ.

"ಜೊತೆಗೆ ಆ ಹುಡುಗ ಕೂಡ" ಎಂದಳು ಸೀತಾ.

ಹೌದು, ಆ ಹುಡುಗ ಕೂಡ.

ಕೃಷ್ಣ ಅವಳಿಗೆ ನೆನಪಾದ. ಮತ್ತೊಮ್ಮೆ ಅವನನ್ನು ನೋಡುವೆನೇ ಎಂದು ಚಿಂತಿಸಿದಳು. ಆದರೆ, ಮಾಡುವ ಕೆಲಸ ಸಾಕಷ್ಟಿತ್ತು. ಸೀತಾಳಿಗೆ ಅವನ ಬಗ್ಗೆ ಚಿಂತಿಸುತ್ತಾ ಕೂರುವಷ್ಟು ಸಮಯವಿರಲಿಲ್ಲ.

ಮೂರು ದಿನಗಳ ಕಾಲ ಗೋಣಿ ಚೀಲದಲ್ಲಿ ತಯಾರಿಸಿದ ಆಸರೆಯಡಿ ಮಲಗಿದರು. ಹಗಲಿನಲ್ಲಿ ಮಣ್ಣಿನ ಗುಡಿಸಲನ್ನು ನಿರ್ಮಿಸಲು ಸೀತಾ ತಾತನಿಗೆ ಸಹಾಯ ಮಾಡಿದಳು. ಈಗಲೂ ಹಿಂದಿನಂತೆಯೇ ದೊಡ್ಡ ಬಂಡೆಯನ್ನೇ ಒಂದು ಗೋಡೆಯನ್ನಾಗಿಸಿದ್ದರು.

ಹಲವಾರು ವಸ್ತುಗಳನ್ನು ಹಾಕಿ ಬೀಗ ಜಡಿದಿದ್ದ ಟ್ರಂಕ್ ಕೊಚ್ಚಿಹೋಗದೇ ದ್ವೀಪದಲ್ಲಿಯೇ ಇತ್ತು. ಆದರೆ ಅದರೊಳಗೆ ನೀರು ಹೋಗಿತ್ತು. ಆಹಾರ ಮತ್ತು ಬಟ್ಟೆ ಹಾಳಾಗಿತ್ತು. ಆದರೆ ತಾತನ ಹುಕ್ಕಾ ಉಳಿದುಕೊಂಡಿತ್ತು. ಸಂಜೆಯಾದ ಮೇಲೆ ಕೆಲಸವೆಲ್ಲಾ ಮುಗಿಸಿ ಸೀತಾ ತಯಾರಿಸಿದ್ದ ಅಡುಗೆಯನ್ನು ಉಂಡ ಮೇಲೆ ಹುಕ್ಕಾ ಸೇದುತ್ತಾ ಸೀತಾಳಿಗೆ ತಾನು ಚಿಕ್ಕ ಹುಡುಗನಾಗಿದ್ದಾಗ ಬಂದಿದ್ದ ಪ್ರವಾಹದ ಬಗ್ಗೆ ಹೇಳುತ್ತಿದ್ದ.

ಅರಳಿ ಮರವಿದ್ದ ಸ್ಥಳದಲ್ಲಿ ಸೀತಾ ಮಾವಿನ ಓಟೆಯನ್ನು ನೆಟ್ಟಿದ್ದಳು. ಅದು ದೊಡ್ಡ ಮರವಾಗಲು ಇನ್ನೂ ಹಲವಾರು ವರ್ಷಗಳು ಬೇಕು. ಆದರೂ ಸೀತಾ ಅದರ ಕೊಂಬೆಗಳ ಮೇಲೆ ಕುಳಿತಂತೆ, ಹಣ್ಣುಗಳನ್ನು ಕಿತ್ತು ತಿಂದಂತೆ ಊಹಿಸಿಕೊಳ್ಳುತ್ತಿದ್ದಳು.

ತಾತ ತರಕಾರಿಗಳನ್ನು ಬೆಳೆಯುವುದರಲ್ಲಿ ಮಗ್ನನಾಗಿದ್ದ. ಬಟಾಣಿ, ಕ್ಯಾರೆಟ್, ಕಡಲೆ, ಸಾಸಿವೆ ಮುಂತಾದವುಗಳನ್ನು ಬೆಳೆಯಲು ನೆಲವನ್ನು ಹದಗೊಳಿಸುತ್ತಿದ್ದ.

ಒಂದು ದಿನ, ದುಡಿಮೆಯ ಕೆಲಸವೆಲ್ಲಾ ಮುಗಿದಿತ್ತು, ಗುಡಿಸಲೂ ನಿರ್ಮಾಣಗೊಂಡಿತ್ತು, ಕೃಷ್ಣ ಕೊಟ್ಟಿದ್ದ ಕೊಳಲನ್ನು ಹಿಡಿದು ಸೀತಾ ನದಿಯ ತೀರಕ್ಕೆ ಹೋಗಿ ಊದಲು ಪ್ರಯತ್ನಿಸಿದಳು. ಬಿಡಿಬಿಡಿಯಾದ ವಿಚಿತ್ರ ಶಬ್ದ ಹೊರಹೊಮ್ಮಿತು. ಅವಳ ಸ್ವರಕ್ಕೆ ಮೇಕೆಗಳು ಕೂಡ ತಿರುಗಿ ನೋಡಲಿಲ್ಲ.

ಕೆಲ ಬಾರಿ ಸೀತಾಳಿಗೆ ದೂರದಲ್ಲಿ ಯಾವುದೋ ದೋಣಿ ಬರುತ್ತಿರುವಂತೆ ಭಾಸವಾಗುತ್ತಿತ್ತು. ಅದನ್ನು ಕಾಣಲೆಂದು ನದಿ ತೀರಕ್ಕೆ ಓಡುತ್ತಿದ್ದಳು. ಸಾಮಾನ್ಯವಾಗಿ ಅದು ಅವಳ ಕಲ್ಪನೆಯಾಗಿರುತ್ತಿತ್ತು. ಅಕಸ್ಮಾತ್ ಕಂಡರೂ ಅದು ಅಪರಿಚಿತರಿಗೆ ಸೇರಿದ್ದೋ ಅಥವಾ ಮೀನುಗಾರರಿಗೆ ಸೇರಿದ್ದೋ ಆಗಿರುತ್ತಿತ್ತು. ಹಾಗಾಗಿ ಅವಳು ದೋಣಿಗೆ ಕಾಯುವುದನ್ನು ಬಿಟ್ಟಳು. ಕೆಲವೊಮ್ಮೆ ದೂರದಿಂದ ಕೊಳಲಿನ ನಾದ ಕೇಳಿ ಬಂದಂತೆ ಅನಿಸುತ್ತಿತ್ತು. ಆದರೆ ಅದು ಎಲ್ಲಿಂದ ಎಂಬುದು ಅವಳಿಗೆ ತಿಳಿಯುತ್ತಿದ್ದಿಲ್ಲ.

ನಿಧಾನವಾಗಿ ಮಳೆ ಕಡಿಮೆಯಾಗುತ್ತಾ ಕೊನೆಗೆ ನಿಂತು ಹೋಯಿತು. ಪ್ರವಾಹದ ನೀರು ಹಿಂದೆ ಸರಿಯಿತು. ಹಳ್ಳಿ ಜನರು ತಮ್ಮ ಜಮೀನುಗಳನ್ನು ಈಗ ಉಳುಮೆ ಮಾಡಲು ಪ್ರಾರಂಭಿಸಿದ್ದರು. ಚಳಿಗಾಲಕ್ಕೆ ಬೆಳೆ ಬೆಳೆಯಲು ಬಿತ್ತನೆ ಕಾರ್ಯ ನಡೆಸಿದ್ದರು. ಈಗ ದನಗಳ ಜಾತ್ರೆಗಳು, ಕುಸ್ತಿ ಪಂದ್ಯಾವಳಿಗಳೂ ನಡೆಯುತ್ತಿವೆ. ಈಗ ಹಗಲಿನಲ್ಲಿ ಸೆಖೆಯಾಗುತ್ತಿದೆ. ನದಿಯ ನೀರು ಈಗ ಕಂದು ಬಣ್ಣವಿಲ್ಲ, ತಿಳಿಯಾಗಿದೆ. ಒಂದು ಸಂಜೆ, ತಾತ ದೊಡ್ಡ ಮಹಶೀರ್ ಮೀನನ್ನು ಹಿಡಿದು ತಂದರು, ಸೀತಾ ರುಚಿಕಟ್ಟಾಗಿ ಅಡುಗೆ ಮಾಡಿದಳು.

*

ತಾತ ಗುಡಿಸಲ ಮುಂದೆ ಕುಳಿತು ಹುಕ್ಕಾ ಸೇದುತ್ತಿದ್ದ. ಸೀತಾ ದ್ವೀಪದ ಆ ಬದಿಯಲ್ಲಿ ಒಗೆದ ಬಟ್ಟೆಗಳನ್ನು ಬಂಡೆಗಳ ಮೇಲೆ ಒಣಗಲು ಹಾಕುತ್ತಿದ್ದಳು. ಒಂದು ಮೇಕೆ ಅವಳನ್ನು ಹಿಂಬಾಲಿಸಿತ್ತು. ಎರಡು ಮೇಕೆಗಳಲ್ಲಿ ಇದಕ್ಕೆ ಅವಳನ್ನು ಕಂಡರೆ ಹೆಚ್ಚು ಇಷ್ಟ. ಹಾಗಾಗಿ ಅವಳು ಹೋದೆಡೆಯಲ್ಲೆಲ್ಲಾ ಹಿಂಬಾಲಿಸುತ್ತಿತ್ತು. ಅವಳು ಮಣಿಗಳ ಹಾರವನ್ನು ಮಾಡಿ ಅದಕ್ಕೆ ಹಾಕಿದ್ದಳು.

ನುಣುಪಾದ ಕಲ್ಲಿನ ಮೇಲೆ ಅವಳು ಕುಳಿತಳು. ಕಾಲಿನ ಬಳಿ ಬಣ್ಣದ ವಸ್ತುವೊಂದು ಕಾಣಿಸಿತು. ಅದನ್ನು ಎತ್ತಿಕೊಂಡಳು. ಅದು ಮರದ ಆಟಿಕೆ – ಬಣ್ಣದ ನವಿಲು, ಶ್ರೀಕೃಷ್ಣನ ನೆಚ್ಚಿನ ಹಕ್ಕಿ. ನದಿಯಲ್ಲಿ ಅದು ಕೊಚ್ಚಿಕೊಂಡು ಬಂದಿರಬೇಕು. ಬಣ್ಣ ಕೊಂಚ ಮಾಸಿತ್ತು, ಆದರೆ, ಆಟಿಕೆಗಳೇ ಇರದಿದ್ದ ಸೀತಾಳಿಗೆ ಅಪೂರ್ವ ವಸ್ತು ಸಿಕ್ಕಂತಾಗಿತ್ತು. ಮಮತಾಳ ಜೊತೆ ಮಾತಾಡುತ್ತಿದ್ದಂತೆ ಇದರೊಂದಿಗೂ ಅವಳು ಮಾತನಾಡಬಹುದು.

ಅಂಗೈಯಲ್ಲಿ ಆಟಿಕೆ ನವಿಲನ್ನು ಹಿಡಿದಿರುವಾಗ, ಕೊಳಲಿನ ನಾದ ಕೇಳಿಸಿತು. ಇದು ಕೇವಲ ತನ್ನ ಮನಸ್ಸಿನ ಭಾವನೆ ಎಂದುಕೊಂಡಳು. ಆದರೆ, ಕೊಳಲಿನ ನಾದ ಹತ್ತಿರದಿಂದ ಬಂದಂತೆ ಅನಿಸಿತು. ಕಾಲ ಬಳಿ ಮರಳಿನ ಮೇಲೆ ಮೆತ್ತಗಾದ ಫುಟ್ ಬಾಲ್ ಇತ್ತು. ತಲೆ ಎತ್ತಿ ನೋಡಿದರೆ, ಕೃಷ್ಣ ನಿಂತಿದ್ದಾನೆ.

"ನೀನು ಬರುವುದಿಲ್ಲ ಅಂದುಕೊಂಡಿದ್ದೆ" ಅಂದಳು ಸೀತಾ.

"ಮಳೆಗಾಲ ಮುಗಿಯುವವರೆಗೂ ನಾನು ಕಾಯಲೇಬೇಕಿತ್ತು. ಇನ್ನು ಬಿಡುವಾಗಿರುವೆ. ಹಾಗಾಗಿ ಆಗಿಂದಾಗ್ಗೆ ಬರುವೆ. ನನ್ನ ಕೊಳಲನ್ನು ಇನ್ನೂ ಇಟ್ಟುಕೊಂಡಿದ್ದೀಯಾ?"

"ಹಾದು, ಆದರೆ ಅದನ್ನು ನುಡಿಸಲು ಸರಿಯಾಗಿ ಬರುತ್ತಿಲ್ಲ"

"ನಾನು ನಿನಗೆ ಕಲಿಸುವೆ" ಎಂದ ಕೃಷ್ಣ.

ಅವಳ ಪಕ್ಕ ಕುಳಿತ. ಇಬ್ಬರೂ ಕಾಲುಗಳನ್ನು ನೀರಿನಲ್ಲಿ ಇಳಿಬಿಟ್ಟು ತಂಪಿನ ಅನುಭವ ಹೊಂದಿದರು. ನೀರು ಈಗ ಆಗಸದ ನೀಲಿ ಬಣ್ಣವನ್ನು ಹೊದ್ದಿದೆ. ನೀರಿನೊಳಗಿನ ಮರಳು ಮತ್ತು ಸವೆದ ಕಲ್ಲುಗಳು ಕಾಣುವಷ್ಟು ತಿಳಿಯಾಗಿದೆ.

"ನದಿ ಕೆಲ ಬಾರಿ ಕೋಪಗೊಳ್ಳುತ್ತದೆ, ಕೆಲ ಬಾರಿ ದಯಾಳುವಾಗಿರುತ್ತದೆ" ಎಂದಳು ಸೀತಾ.

"ನಾವು ನದಿಯ ಒಂದು ಭಾಗ" ಅಂದ ಕೃಷ್ಣ.

ಅದು ತುಂಬಾ ಆಳ ಮತ್ತು ಬಲಶಾಲಿಯಾದ ಒಳ್ಳೆಯ ನದಿ. ಪರ್ವತಗಳಲ್ಲಿ ಹುಟ್ಟಿ ಸಮುದ್ರದಲ್ಲಿ ಕೊನೆಗೊಳ್ಳುತ್ತದೆ.

ನೂರಾರು ಮೈಲು ಹರಿದಿರುವ ನದಿಯ ದಂಡೆಯಲ್ಲಿ ಲಕ್ಷಾಂತರ ಜನ ಬದುಕುತ್ತಿದ್ದಾರೆ. ಅವರ ನಡುವೆ ಸೀತಾ ಕೂಡ ಒಬ್ಬಳಷ್ಟೆ. ನೀಲಿ ಹಾಗೂ ಬಿಳಿಯ ಬಣ್ಣದ ಅದ್ಭುತ ನೀರು, ಮುದುಕ ಮತ್ತು ಹುಡುಗನನ್ನು ಬಿಟ್ಟರೆ, ಯಾರೂ ಅವಳ ಬಗ್ಗೆ ಕೇಳಿಲ್ಲ, ಯಾರಿಗೂ ಅವಳು ಗೊತ್ತಿಲ್ಲ.

ಬೆಟ್ಟವನ್ನು ಕವಿದ ಧೂಳು

ಚಳಿಗಾಲ ಬಂದು ಹೋಗಿದ್ದೇ ಗೊತ್ತಾಗಲಿಲ್ಲ. ನಾಲ್ಕಾರು ಹನಿ ಉದುರಿದ್ದು ಬಿಟ್ಟರೆ, ನೆಲ ಒದ್ದೆಯಾಗಲಿಲ್ಲ. ಬೆಟ್ಟದ ಪಕ್ಕದ ನೆಲವೆಲ್ಲ ಬೇಸಿಗೆಯ ಕಾಲದಲ್ಲಿ ಕಂದುಬಣ್ಣ ತಿರುಗಿದ್ದು ಬೀಡುಬಿದ್ದು ಭಣಗುಡುತ್ತಿತ್ತು. ಬಿಷ್ಣುವಿನ ಬಡಕಲು ಎತ್ತುಗಳಿಗೆ ಹಳೆಯ ನೇಗಿಲನ್ನು ಕಟ್ಟಿದ್ದು, ಅವು ಆ ಗಟ್ಟಿ ನೆಲವನ್ನು ಉಳಲು ಕಷ್ಟಪಟ್ಟು ಎಳೆಯುತ್ತಿದ್ದವು. ಬಿಷ್ಣು ಆಶಾಭಾವದಿಂದ ಬಿತ್ತನೆ ಬೀಜಗಳನ್ನು ಸಿದ್ಧವಾಗಿಟ್ಟುಕೊಂಡಿದ್ದ. ಒಳ್ಳೆಯ ಮುಂಗಾರು ಮಳೆ ಬಿದ್ದರೆ ಸಾಕು, ಕುಟುಂಬಕ್ಕೆ ಬೇಕಾದ ಜೋಳ, ಭತ್ತ ಬೆಳೆದುಕೊಂಡು ಮುಂದಿನ ಚಳಿಗಾಲವನ್ನು ಕಳೆದುಬಿಡಬಹುದು.

ಬೇಸಿಗೆ ನೆಲವನ್ನು ಸುಡುತ್ತಾ ಮುಗಿದು ಹೋಯಿತು. ನೈಋತ್ಯ ದಿಕ್ಕಿನ ಆಕಾಶದಲ್ಲಿ ಕೆಲವೇ ಮೋಡಗಳು ಗುಂಪುಗೂಡಿದವು.

"ಮುಂಗಾರು ಮಳೆ ಬರುತ್ತಿದೆ" ಎಂದು ಬಿಷ್ಣು ಖುಷಿಯಿಂದ ಹೇಳಿದ.

ತೊರೆಯ ದಡದಲ್ಲಿ ಬಟ್ಟೆ ಒಗೆಯುತ್ತಿದ್ದ ಅವನ ತಂಗಿ ಪೂಜ, "ಮಳೆ ಬೇಗ ಬರದಿದ್ದರೆ ಈ ತೊರೆ ಕೂಡ ಒಣಗಿ ಹೋಗುತ್ತೆ. ಈ ವರ್ಷ ಬರೀ ಹನಿಗಳಷ್ಟೇ ಉದುರಿದ್ದು. ಈ ತೊರೆಯ ಅಕ್ಕಪಕ್ಕ ಎಷ್ಟೊಂದು ಬಣ್ಣಬಣ್ಣದ ಹೂಗಳು ಅರಳುತ್ತಿದ್ದವು, ನೆನಪಿದೆಯಾ? ಈ ಬಾರಿ ಒಂದು ಕೂಡ ಹೂ ಅರಳಲಿಲ್ಲ" ಎಂದಳು.

"ಈ ಬಾರಿ ಚಳಿಗಾಲ ಕೂಡ ಏನೂ ಸರಿಹೋಗಲಿಲ್ಲ. ಹಿಮ ಕೂಡ ಬೀಳಲಿಲ್ಲ" ಎಂದ ಬಿಷ್ಣು.

"ಹಿಮ ಬೀಳದ ಚಳಿಗಾಲವನ್ನೇ ನಾನು ನೋಡಿದ್ದಿಲ್ಲ. ನಿಮ್ಮಪ್ಪ ಸತ್ತಾಗ ಎಷ್ಟು ಹಿಮ ಬಿದ್ದಿತ್ತೆಂದರೆ, ಚಿತೆಗೆ ಬೆಂಕಿ ಹಚ್ಚಲು ಹಳ್ಳಿಗರು ಸುಮಾರು ಸಮಯ ಒದ್ದಾಡಿದರು... ಈಗ ನೋಡು ಎಲ್ಲೆಲ್ಲಿ ನೋಡಿದರೂ ಬೆಂಕಿಯೇ ಬೆಂಕಿ" ಎನ್ನುತ್ತಾ ಅಮ್ಮ, ಪಕ್ಕದ ಬೆಟ್ಟದತ್ತ ಬೊಟ್ಟು ಮಾಡಿ ತೋರಿಸಿದರು. ಆ ಬೆಟ್ಟದಲ್ಲಿ ಕಾಳ್ಗಿಚ್ಚಿನ ಹೊಗೆ ಎದ್ದಿತ್ತು.

ರಾತ್ರಿ ಅವರು ತಮ್ಮ ಪುಟ್ಟ ಮನೆಯ ಹೊರಗೆ ಕುಳಿತು ಕಾಳ್ಗಿಚ್ಚು ಹಬ್ಬುವುದನ್ನು ನೋಡುತ್ತಿದ್ದರು. ಬೆಟ್ಟದ ಮೇಲೆ ಕೆಂಬಣ್ಣದ ಗೆರೆ ಕೊರೆದಂತೆ ತೋರುತ್ತಿತ್ತು. ಸಾವಿರಾರು ಹಿಮಾಲಯದ ಮರಗಿಡಗಳು ಬೆಂಕಿಗೆ ಆಹುತಿಯಾಗುತ್ತಿವೆ. ಓಕ್, ದೇವದಾರು, ಮ್ಯಾಪಲ್, ಪೈನ್ ಮೊದಲಾದ ಮರಗಳು ಬೆಳೆದು ನಿಲ್ಲಲು ನೂರಾರು ವರ್ಷಗಳು ಬೇಕಾಗುತ್ತದೆ. ಆದರೆ ಬೆಂಕಿ ಅವುಗಳನ್ನು ನೋಡನೋಡುತ್ತಿದ್ದಂತೆಯೇ ನುಂಗಿ ಹಾಕುತ್ತಿದೆ. ಯಾರೋ ಕೆಲವು ಮರಕಡಿಯುವವರ ನಿರ್ಲಕ್ಷ್ಯದಿಂದ ಪ್ರಾರಂಭವಾಗುವ

ಬೆಂಕಿ, ನಂತರ ಒಣಹುಲ್ಲು ಮತ್ತು ಬೀಸುವ ಗಾಳಿಯ ನೆರವಿನಿಂದ ಹಬ್ಬುತ್ತಾ ಹೋಗುತ್ತದೆ. ಬೆಂಕಿಯನ್ನು ಆರಿಸುವವರೇ ಇಲ್ಲ. ಅದಕ್ಕದೇ ಆರಿಹೋಗಲು ಹಲವಾರು ದಿನಗಳು ಬೇಕಾಗುತ್ತವೆ.

"ಮುಂಗಾರು ಮಳೆ ನಾಳೆಯೇ ಪ್ರಾರಂಭವಾದರೆ ಬೆಂಕಿಯೆಲ್ಲಾ ಆರಿಹೋಗುತ್ತದೆ" ಎಂದ ಆಶಾವಾದಿ ಬಿಷ್ಣು. ಅವನ ವಯಸ್ಸು ಹನ್ನೆರಡಾದರೂ ಮನೆಯ ಗಂಡಸು ಅವನೆ. ಹಾಗಾಗಿ ಕುಟುಂಬಕ್ಕೆ, ಎತ್ತುಗಳಿಗೆ, ದೊಡ್ಡ ಕರಿನಾಯಿ ಮತ್ತು ಕೋಳಿಗಳಿಗೆ ಬೇಕಾದ ಆಹಾರದ ಬಗ್ಗೆ ಅವನು ಕಾಳಜಿ ವಹಿಸಲೇಬೇಕು.

ಮರುದಿನ ಮೋಡ ಮುಸುಕಿದರೂ ಅವುಗಳಿಂದ ಉದುರಿದ್ದು ಕೆಲವೇ ಹನಿಗಳು ಮಾತ್ರ.

ಕೆಸರು ನೀರಿದ್ದ ಬಕೇಟನ್ನು ಮನೆಯ ಮೆಟ್ಟಿಲಿನ ಮೇಲಿಡುತ್ತಾ "ಇದಿನ್ನೂ ಶುರುವಷ್ಟೆ" ಎಂದ ಬಿಷ್ಣು.

"ಮಳೆ ಯಾವಾಗಲೂ ಜೋರಾಗಿಯೇ ಪ್ರಾರಂಭವಾಗೋದು" ಎಂದರು ಅಮ್ಮ.

ಆದರೆ, ಈ ವರ್ಷ ಜೋರು ಮಳೆ ಬೀಳುವ ಯಾವುದೇ ಲಕ್ಷಣಗಳಿಲ್ಲ. ಬಾನಂಚಿನಲ್ಲಿ ಹತ್ತಿಯಂತಹ ಬಿಳಿ ಮೋಡಗಳು ಕರಿಮೋಡಗಳಾಗಿ ನೀರನ್ನು ತುಂಬಿಕೊಂಡು ಒಗ್ಗೂಡಿದರೂ ಹಾಗೆಯೇ ಮಾಯವಾಗುತ್ತಿದ್ದವು. ನಿಜವಾದ ಮುಂಗಾರಿನ ಮೋಡಗಳು ಗಾಢಕಪ್ಪನ್ನು ಹೊಂದಿದ್ದು ಭಾರವಾಗಿರುತ್ತವೆ. ಇನ್ನೂ ಹಲವು ನಿಸರ್ಗದ ಸೂಕ್ಷ್ಮಗಳನ್ನು ಅರಿತ ಹಿರಿಯರು ಈ ಬಾರಿ ಮಳೆ ಬೀಳುವುದು ಅನುಮಾನ ಎನ್ನುತ್ತಿದ್ದರು. ಹಕ್ಕಿಗಳ ಸದ್ದೇ ಇಲ್ಲ. ಅವು ದೂರ ಹೋಗಿಬಿಟ್ಟಿವೆಯಾ? ತಿಳಿಯದು. ಸಾಮನ್ಯವಾಗಿ ಎತ್ತರದ ಸ್ಪ್ರೂಸ್ ಮರದ ಮೇಲೆ ಕುಳಿತು ಹಿಮಾಲಯದ ಕುಟುರಹಕ್ಕಿ ತನ್ನ ಗಾಯನದಿಂದ ಮುಂಗಾರಿನ ಸ್ವಾಗತ ಕೋರುತ್ತದೆ. ಈ ಬಾರಿ ಅದರ ಗಾಯನವೂ ಕೇಳಿಬರಲಿಲ್ಲ, ಹಕ್ಕಿಯೂ ಕಾಣಲಿಲ್ಲ. ಮೊದಲ ಮಳೆಗೆ ಕಿವಿ ಕಿತ್ತುಬರುವಂತೆ ತಮ್ಮ ವಿಶಿಷ್ಟ ಶಬ್ದವನ್ನು ಹೊರಡಿಸುವ ಓಕ್ ಮರದ ಮೇಲೆ ಕುಳಿತ ಸಿಕಾಡಾಗಳು ಕೂಡ ಕಣ್ಮರೆಯಾಗಿವೆ.

ಪೂಜಾಳ ಏಪ್ರಿಕಾಟ್ ಮರ ಪ್ರತಿ ಬೇಸಿಗೆಯಲ್ಲೂ ಒಂದು ಬುಟ್ಟಿಯಷ್ಟು ಹಣ್ಣುಗಳನ್ನು ಕೊಡುತ್ತಿತ್ತು. ಈ ವರ್ಷ ಕೇವಲ ಎರಡು ಮುಷ್ಟಿಯಷ್ಟು ಹಣ್ಣು ಬಿಟ್ಟಿತ್ತು. ಅದರಲ್ಲೂ ರುಚಿ ಮತ್ತು ರಸವೇ ಇರಲಿಲ್ಲ. ಮರಕ್ಕೆ ಮರಣ ಹತ್ತಿರವಾದಂತೆ ಕಾಣುತ್ತಿತ್ತು. ಎಲೆಗಳು ದುಃಖದಿಂದ ಮುದುಡಿವೆ. ಪುಣ್ಯಕ್ಕೆ ಹಳೆಯ ವರ್ಷದ ಅಕ್ರೋಟುಗಳು, ಗೋಧಿ ಮತ್ತು ಅಕ್ಕಿಯ ದಾಸ್ತಾನು ಸ್ವಲ್ಪ ಇದೆ. ಹಾಗಾಗಿ ಉಪವಾಸ ತಪ್ಪಿದೆ. ಆದರೆ ಹಸಿರು ತರಕಾರಿ ಮತ್ತು ತಾಜಾ ಹಣ್ಣುಗಳಿಲ್ಲವಲ್ಲ. ಅಲ್ಲದೆ, ಮುಂದಿನ ಚಳಿಗಾಲಕ್ಕೆ ಶೇಖರಿಸಿಡಲು ಏನೂ ಇಲ್ಲ. ಮುವ್ವತ್ತು ಮೈಲಿ ದೂರದ ತೆಹ್ರಿಗೆ ಹೋಗಿ ಏನಾದರೂ ತರಬೇಕೆಂದರೆ ಹಣ ಬೇಕು. ಆದರೆ, ಹಳ್ಳಿಯಲ್ಲಿ ಹಣ ಸಂಪಾದಿಸುವ ಮಾರ್ಗೋಪಾಯವೇ ಇಲ್ಲ.

"ನಾನು ಮುಸ್ಸೋರಿಗೆ ಹೋಗಿ ಏನಾದರೂ ಕೆಲಸ ಹುಡುಕುವೆ" ಎಂದು ಹೇಳಿದ ಬಿಷ್ಣು.

"ಆದರೆ ಮುಸ್ಸೋರಿ ಬಸ್‌ನಲ್ಲಿ ಹೋದರೂ ಎರಡು ದಿನಗಳ ಪ್ರಯಾಣವಾಗುತ್ತದೆ. ಅಲ್ಲಿ ನಿನಗೆ ಸಹಾಯ ಮಾಡುವವರು ಯಾರೂ ಇಲ್ಲ. ಅಲ್ಲಿ ನಿನಗೆ ಕೆಲಸ ಸಿಗದೇ ಹೋಗಬಹುದು" ಎಂದರು ಅಮ್ಮ.

"ಬೇಸಿಗೆಯಲ್ಲಿ ಮುಸ್ಸೋರಿಯಲ್ಲಿ ಬೇಕಾದಷ್ಟು ಕೆಲಸ ಇರುತ್ತೆ. ದುಡ್ಡಿರುವವರೆಲ್ಲ ಬಯಲು ಸೀಮೆಯಿಂದ ರಜಾ ಕಳೆಯಲೆಂದು ಬರುತ್ತಾರೆ. ಅವರಿಗೆ ಹಣ ಖರ್ಚು ಮಾಡಲು ಮುಸ್ಸೋರಿ ತುಂಬ ಹೋಟೆಲುಗಳು, ಅಂಗಡಿಗಳು ಮುಂತಾದ ಜಾಗಗಳಿವೆ."

"ಆದರೆ ಅವರು ನಿನಗೆ ಹಣ ಕೊಡೋದಿಲ್ವಲ್ಲ."

"ಅಲ್ಲಿ ಹಣ ಸಂಪಾದಿಸಬೇಕು. ಅಕಸ್ಮಾತ್ ಆಗದಿದ್ದರೆ ಮನೆಗೆ ವಾಪಸ್ ಬರುವೆ. ನಾಗಟಿಬ್ಬಾ ಬೆಟ್ಟದ ಹಿಂದಿನಿಂದ ನಡೆದು ಹೋಗುತ್ತೇನೆ. ಹಾಗೆ ಹೋದರೆ ಕೇವಲ ಎರಡೂವರೆ ದಿನಗಳಲ್ಲಿ ಮುಸ್ಸೋರಿ ತಲುಪುತ್ತೇನೆ. ಬಸ್ಸಿನ ಹಣ ಉಳಿಯುತ್ತದೆ!"

"ಅಣ್ಣ ಹೋಗಬೇಡ. ಅಲ್ಲಿ ನಿನಗೆ ಅಡುಗೆ ಮಾಡಿಡುವವರು ಯಾರೂ ಇರಲ್ಲ. ಸರಿಯಾಗಿ ತಿನ್ನದೆ ನಿನ್ನ ಆರೋಗ್ಯ ಕೆಡುತ್ತೆ" ಎಂದು ಕಳಕಳಿಯಿಂದ ಪೂಜಾ ಹೇಳಿದಳು.

ಆದರೆ ಬಿಷ್ಣು ಈಗಾಗಲೇ ತೀರ್ಮಾನ ತೆಗೆದುಕೊಂಡಾಗಿತ್ತು. ಬಟ್ಟೆ ಚೀಲದಲ್ಲಿ ಕೆಲವು ಅವಶ್ಯಕ ವಸ್ತುಗಳನ್ನು ಇರಿಸಿಕೊಂಡ. ಗೋಡೆಯ ಬೀರುವಿನ ಡಬ್ಬಿಯಲ್ಲಿ ಅಮ್ಮ ಕೂಡಿಟ್ಟಿದ್ದ ಕೆಲವು ನಾಣ್ಯಗಳನ್ನು ತೆಗೆದುಕೊಟ್ಟರು. ಪೂಜಾ ಅವನಿಗಾಗಿ ಪರೋಟಾ ಮತ್ತು ಮೊಟ್ಟೆ ಈರುಳ್ಳಿಯ ಪಲ್ಯವನ್ನು ಸಿದ್ಧಪಡಿಸಿದಳು. ಬಿಷ್ಣು ಕೆಲವು ಪರೋಟಾಗಳನ್ನು ಚೀಲದಲ್ಲಿಟ್ಟುಕೊಂಡು, ಇಬ್ಬರಿಗೂ ಹೋಗಿಬರುತ್ತೇನೆಂದು ಹೇಳಿ ಕೈಬೀಸುತ್ತಾ ಹಳ್ಳಿಯಿಂದ ಇಳಿಜಾರು ರಸ್ತೆಯಲ್ಲಿ ಹೊರಟ.

ಒಂದು ಮೈಲಿ ದೂರ ನಡೆದ ಮೇಲೆ ಹೈವೇ ತಲುಪಿದ. ಅಲ್ಲೊಂದು ಬಸ್ ನಿಲ್ದಾಣವಿತ್ತು. ಹಲವಾರು ಮಂದಿ ಹಳ್ಳಿಗರು ತಾಳ್ಮೆಯಿಂದ ಬಸ್ಸಿಗಾಗಿ ಕಾಯುತ್ತಾ ನಿಂತಿದ್ದರು. ಬಸ್ಸು ಒಂದು ಗಂಟೆ ತಡವಾಗಿ ಬಂದರೂ ಜನ ಬೇಸರಿಸಿಕೊಳ್ಳುತ್ತಿರಲಿಲ್ಲ. ಅವರಿಗದು ರೂಢಿಯಾಗಿತ್ತು. ಎಷ್ಟು ತಡವಾಗಿ ಬಂದರೂ ಅವರನ್ನು ಸುರಕ್ಷಿತವಾಗಿ ಗುರಿ ತಲುಪಿಸುತ್ತದೆ, ಹಾಗಾಗಿ ಅವರು ನಿರ್ಲಿಪ್ತರಾಗಿರುತ್ತಿದ್ದರು. ಅಲ್ಲದೇ ಈ ಜನರಿಗೆ ತಾಳ್ಮೆ ಜಾಸ್ತಿ. ಬಿಷ್ಣುಗೆ ಅಷ್ಟೊಂದು ತಾಳ್ಮೆ ಇಲ್ಲವಾದರೂ ಅವನು ಕಾಯುವುದನ್ನು ರೂಢಿಸಿಕೊಳ್ಳಲೇಬೇಕಿದೆ. ಅದು ಬಸ್ಸಾದರೂ ಸರಿ ಮುಂಗಾರು ಮಳೆಯಾದರೂ ಸರಿ.

ತನ್ನ ಹೊಟ್ಟೆಯಲ್ಲಿ ಅಲ್ಲಿದ್ದ ಜನರನ್ನೆಲ್ಲಾ ತುಂಬಿಸಿಕೊಂಡು ಬಸ್ಸು ಒಂದೆಡೆ ಕಣಿವೆ, ಮತ್ತೊಂದೆಡೆ ಬೆಟ್ಟ ಇದ್ದ ರಸ್ತೆಯಲ್ಲಿ ಸಾಗಿತು.

ಎತ್ತರದ ಪರ್ವತ ಶ್ರೇಣಿಗಳನ್ನು, ಆಗಸವನ್ನೂ ನೋಡುತ್ತಾ ಬಿಷ್ಣು, "ನಾವೆಲ್ಲಾ ಎಷ್ಟು ಸಣ್ಣವರಲ್ಲವಾ. ಒಬ್ಬೊಬ್ಬರೂ ಮಳೆಯ ಹನಿಗಿಂತಲೂ ಚಿಕ್ಕವರು... ಮಳೆ ಹನಿಗಳು

ಬಿದ್ದರೆ ಎಷ್ಟು ಚೆನ್ನಾಗಿರುತ್ತದೆ" ಎಂದು ಮನಸ್ಸಿನಲ್ಲಿಯೇ ಅಂದುಕೊಂಡ.

ಉತ್ತರ ದಿಕ್ಕಿನ ಬೆಟ್ಟದಲ್ಲಿನ್ನೂ ಬೆಂಕಿ ಉರಿಯುತ್ತಿತ್ತು.. ಆದರೆ ದಕ್ಷಿಣದ ದಿಕ್ಕಿನಲ್ಲಿ ಇವರ ಪ್ರಯಾಣ ಸಾಗಿತ್ತು. ಈ ದಿಕ್ಕಿನಲ್ಲಿ ಕಾಡುಗಳಿಲ್ಲ. ಬೋಳು ಕಂದು ಬಣ್ಣದ ಬೆಟ್ಟಗಳಿವೆ. ಕೆಳಗೆ ಕಣಿವೆಯಲ್ಲಿ ಹರಿಯುವ ನದಿಯ ಪಕ್ಕ ಸ್ವಲ್ಪ ಬತ್ತದ ಗದ್ದೆಗಳಿವೆ. ದುರದೃಷ್ಟವೆಂದರೆ ಇವರಿರುವುದು ಎತ್ತರ ಪ್ರದೇಶದಲ್ಲಿ, ನದಿ ಹರಿಯುವುದು ಬೆಟ್ಟದ ಕೆಳದಿಕ್ಕಿನಲ್ಲಿ. ಇವರ ಜಮೀನುಗಳಿಗೆ ಕೆಳಗಿನಿಂದ ನೀರು ಹರಿಸಲು ಸಾಧ್ಯವೇ ಇಲ್ಲ. ಏನಿದ್ದರೂ ಮಳೆ ನೀರನ್ನೇ ಅವಲಂಬಿಸಬೇಕು.

ಬಿಷ್ಣು, ಕೆಳಗೆ ಹರಿಯುತ್ತಿದ್ದ ನದಿಯನ್ನು ಬಸ್ಸಿನ ಕಿಟಕಿಯಿಂದ ಬಗ್ಗಿ ನೋಡಿದ. ನದಿಯ ಅಕ್ಕಪಕ್ಕ ದೊಡ್ಡ ದೊಡ್ಡ ಬಂಡೆಕಲ್ಲುಗಳಿದ್ದು, ನದಿ ತನ್ನ ವಿಸ್ತಾರವನ್ನು ಕಳೆದುಕೊಂಡಿರುವುದು ಕಾಣುತ್ತಿತ್ತು.

"ಅರೆ, ಇಲ್ಲಿ ಮರಗಳೇ ಬೆಳೆದಿಲ್ಲವಲ್ಲ" ಎಂದು ಅಚ್ಚರಿಯಿಂದ ಜೋರಾಗಿ ಹೇಳಿದ ಬಿಷ್ಣು. ಇವನ ಮಾತು ಪಕ್ಕದಲ್ಲಿ ಕುಳಿತು ಬಿಟ್ಟುಬಿಡದೆ ಕೆಮ್ಮುತ್ತಿದ್ದ ವೃದ್ಧರಿಗೆ ಕೇಳಿಸಿತು. ವಾತಾವರಣದಲ್ಲಿ ಸಾಕಷ್ಟು ಬಿಸಿಯಿದ್ದರೂ ಆ ವಯಸ್ಸಾದ ವ್ಯಕ್ತಿ ಉಣ್ಣೆಯ ಟೊಪ್ಪಿ ಮತ್ತು ಕುತ್ತಿಗೆಗೆ ಮಫ್ಲರ್ ಧರಿಸಿದ್ದರು.

"ಮೊದಲು ಇಲ್ಲೆಲ್ಲಾ ಮರಗಳಿದ್ದವು. ಆದರೆ ಕಂಟ್ರಾಕ್ಟರುಗಳು ಮನೆಗಳು ಹಾಗೂ ಪೀಠೋಪಕರಣಗಳಿಗಾಗಿ ದೇವದಾರು ಮರಗಳನ್ನೆಲ್ಲಾ ಕಡಿದರು. ರೆಸಿನ್ ತಯಾರಿಕೆಗೆ ಪೈನ್ ಮರಗಳು ಬಲಿಯಾದವು. ಓಕ್ ಮರಗಳ ಎಲೆಗಳು ದನಕರುಗಳ ಆಹಾರಕ್ಕಾಗಿ ಉರುಳಿದವು. ಈಗಲೂ ಅಲ್ಲಲ್ಲಿ ಕೆಲವೇ ಕೆಲವು ಮರಗಳು ಅಸ್ತಿಪಂಜರದಂತಿವೆ. ಇನ್ನೂ ಕೆಲವು ಪೊದೆಗಳು ಉಳಿದಿದ್ದು ಕುರಿಮೇಕೆಗಳು ಅವನ್ನು ಖಾಲಿ ಮಾಡಿ ಮುಗಿಸುತ್ತವೆ!" ಎಂದು ಆ ವಯಸ್ಸಾದ ವ್ಯಕ್ತಿ ಹೇಳಿದರು.

"ಯಾವಾಗ ಈ ರೀತಿ ಆದದ್ದು?" ಎಂದು ಕೇಳಿದ ಬಿಷ್ಣು.

"ಹಲವು ವರ್ಷಗಳ ಹಿಂದೆ. ಮರಗಳನ್ನು ಕಡಿಯಬಾರದು ಎಂದು ಕಾನೂನಿದ್ದರೂ, ಇದು ಈಗ ಬೇರೆ ಕಡೆ ನಡೆಯುತ್ತಿದೆ. ಹೋಗಲು ದಾರಿ ಇಲ್ಲದ ಕಾರಣ ಈಗ ಕಾಡುಗಳು ಅಲ್ಲಲ್ಲಿ ಉಳಿದಿವೆಯಷ್ಟೆ."

ಇಷ್ಟು ಮಾತನಾಡುವಷ್ಟರಲ್ಲಿ ಅವರಿಗೆ ಕೆಮ್ಮು ಒತ್ತರಿಸಿಕೊಂಡು ಬಂತು. ಆದರೂ ತನ್ನ ಮಾತುಗಳನ್ನು ಕೇಳಲು ಒಬ್ಬ ಸಿಕ್ಕಿದನೆಂದು ತಮ್ಮ ಮಾತನ್ನು ಮುಂದುವರೆಸಿದರು. "ರಸ್ತೆಗಳು ನನಗೆ ಮತ್ತು ನಿನಗೆ ಬೇರೆ ಊರನ್ನು ತಲುಪಲು ಸಹಾಯ ಮಾಡಿದರೆ, ತರಲೆಗಳಿಗೆ ಅವ್ಯವಹಾರದ ದಾರಿಯಾಗಿದೆ. ಚೆನ್ನಾಗಿ ದುಡ್ಡಿರುವವರು ಬಂದು ಏನು ಬೇಕೊ ಅದನ್ನೆಲ್ಲಾ ಕೊಳ್ಳುತ್ತಾರೆ – ಜಾಗ, ಮರಗಳು, ಜನ!"

"ಮುಸ್ಸೋರಿಗೆ ಯಾಕೆ ಹೊರಟಿದ್ದು ಅಜ್ಜ?" ಎಂದು ವಿನಯದಿಂದ ಕೇಳಿದ ಬಿಷ್ಣು. ಅವನು ಹಿರಿಯರನ್ನು ಅಣ್ಣಾ, ಅಜ್ಜ, ಅಕ್ಕ ಹೀಗೇ ಕರೆಯುತ್ತಿದ್ದುದು.

"ನನಗೆ ಕೆಮ್ಮು ಮಗು. ಅದು ವಾಸಿಯೇ ಆಗುತ್ತಿಲ್ಲ. ಮುಸ್ಸೋರಿಯ

ಆಸ್ಪತ್ರೆಯಲ್ಲಿ ಅದಕ್ಕೆ ಔಷಧಿ ಸಿಗಬಹುದು. ಹಳ್ಳಿಗಳಿಗೆ ವೈದ್ಯರು ಬರೋದಿಲ್ವಲ್ಲಪ್ಪ. ಹಳ್ಳಿಗಳಿಗೆ ಬಂದರೆ ಅವರಿಗೆ ಹಣ ಸಂಪಾದನೆ ಆಗಲ್ವಲ್ಲಾ. ಅದಕ್ಕೆ ನಾವೇ ಪಟ್ಟಣಕ್ಕೆ ವೈದ್ಯರನ್ನು ನೋಡಲು ಹೋಗಬೇಕು. ನನ್ನ ಅಣ್ಣ ಇದ್ದಾನೆ, ಅವನಿಗೆ ಮುಸ್ಸೋರಿಯಲ್ಲಿ ಕೂಡ ಖಾಯಿಲೆ ವಾಸಿ ಆಗಲಿಲ್ಲ. ಅವನನ್ನು ದೆಹಲಿಗೆ ಹೋಗುವಂತೆ ಹೇಳಿದರು. ಅವನು ತನ್ನ ಎಮ್ಮೆಗಳನ್ನು ಮಾರಿ ದೆಹಲಿಗೆ ಹೋದ. ಆದರೆ ಅಲ್ಲಿ ವೈದ್ಯರು ನೀನು ತುಂಬಾ ತಡವಾಗಿ ಬಂದೆ ಅಂದರು. ವಾಪಸ್ ಬರುವಾಗ ಅವನು ಸತ್ತುಹೋದ. ನಾನು ದೆಹಲಿಗೆ ಹೋಗೋದಿಲ್ಲ. ಯಾರೋ ಅಪರಿಚಿತರ ನಡುವೆ ಸಾಯೋದಕ್ಕೆ ನನಗೆ ಇಷ್ಟವಿಲ್ಲ."

"ಅಜ್ಜ, ನಿಮಗೆ ವಾಸಿ ಆಗುತ್ತೆ, ಚಿಂತೆ ಮಾಡಬೇಡಿ" ಎಂದ ಬಿಷ್ಣು.

"ಒಳ್ಳೆ ಮಾತನಾಡುವ ನಿನಗೆ ದೇವರು ಒಳ್ಳೆಯದು ಮಾಡಲಿ. ಅಂದಹಾಗೆ, ನೀನು ಯಾಕೆ ಪಟ್ಟಣಕ್ಕೆ ಹೊರಟಿದ್ದೀ?"

"ಕೆಲಸ ಹುಡುಕಿಕೊಂಡು ಹೊರಟಿದ್ದೇನೆ, ಮನೆಯಲ್ಲಿ ಹಣದ ಅಗತ್ಯವಿದೆ."

"ಎಲ್ಲಾ ಕಡೆ ಇದೇ ರೀತಿ ಆಗುತ್ತಿದೆ. ನಿನ್ನಂತೆ ಬಹಳಷ್ಟು ಮಂದಿ ಕೆಲಸ ಹುಡುಕಿ ಹೊರಹೋಗಬೇಕಾದ ಅಗತ್ಯವಿದೆ. ಅಪ್ಪಿತಪ್ಪಿಯೂ ಅಡ್ಡದಾರಿ ತುಳಿಯಬೇಡ. ನಿನ್ನ ಗೆಳೆಯರು ಬಾಂಬೆಗೆ ಹೋಗಿ ಚಿತ್ರನಟ ಆಗಬಹುದು ಎಂದು ದಾರಿತಪ್ಪಿಸಬಹುದು! ನಿಮ್ಮ ಹಳ್ಳಿಯಲ್ಲಿ ಉಪವಾಸ ಬಿದ್ದರೂ ಪರವಾಗಿಲ್ಲ, ಬಾಂಬೆಯ ರಸ್ತೆಯಲ್ಲಿ ಉಪವಾಸ ಬೀಳಬಾರದು. ನನ್ನ ಅಳಿಯನೊಬ್ಬ ಹೀಗೇ ಬಾಂಬೆಗೆ ಹೋದ. ಅವನನ್ನು ಕಳ್ಳಸಾಗಣೆದಾರರು ಅಫೀಮ್ ಮಾರಲು ಬಳಸಿಕೊಂಡರು. ಈಗವನು ಜೈಲಿನಲ್ಲಿದ್ದಾನೆ. ದೊಡ್ಡ ನಗರಗಳಿಂದ ದೂರ ಇರಬೇಕು ಮಗು. ಹಣ ಸಂಪಾದಿಸಿ ವಾಪಸ್ ಹಳ್ಳಿಗೆ ಹೊರಟುಬಿಡು."

"ಹಾಗೇ ಮಾಡ್ತೀನಿ ಅಜ್ಜ. ಬೇಸಿಗೆಯೆಲ್ಲಾ ಮುಗಿಯುತ್ತಿದ್ದಂತೆ ಅಮ್ಮ ಮತ್ತು ತಂಗಿ ನನ್ನ ದಾರಿ ಎದುರು ನೋಡುತ್ತಿರುತ್ತಾರೆ."

ತಲೆ ಆಡಿಸುತ್ತಲೇ ಆ ವೃದ್ಧರು ಕೆಮ್ಮುತ್ತಿದ್ದರು. ಹಾಗೆಯೇ ನಿದ್ರೆಗೆ ಜಾರಿದರು. ಬಸ್ಸಿನ ಒಳಗೆ ತಂಬಾಕು ಮತ್ತು ಪೆಟ್ರೋಲ್ ಹೊಗೆ ಮಿಶ್ರಿತ ವಾಸನೆ ಸುತ್ತುತ್ತಿತ್ತು. ಅದರಿಂದ ಬಿಷ್ಣುಗೆ ತಲೆ ನೋಯತೊಡಗಿತು. ಕಿಟಕಿಯ ಹೊರಗೆ ಮುಖವಿರಿಸಿಕೊಂಡು ಸಾಧ್ಯವಾದಷ್ಟೂ ತಾಜಾ ಗಾಳಿಯನ್ನು ಸೇವಿಸಲು ಪ್ರಯತ್ನಿಸಿದ. ಆದರೆ, ಧೂಳು ಬಾಯಿ, ಕಣ್ಣಿಗೆ ಬಿದ್ದು ಕಿರಿಕಿರಿಯಾಯಿತು.

ಧೂಳು ತುಂಬಿದ ರಸ್ತೆಯಲ್ಲಿ ಕೆಲಗಂಟೆಗಳು ಹಾದು ಕೊನೆಗೂ ಬಸ್ಸು ಮುಸ್ಸೋರಿ ತಲುಪಿತು. ಪೋಂ ಪೋಂ ಎಂದು ಒಂದೇ ಸಮನೆ ಅಡ್ಡಬಂದವರಿಗೆಲ್ಲಾ ಹಾರ್ನ್ ಬಾರಿಸಿತು. ನಿದ್ದೆಯಿಂದೆದ್ದ ಪ್ರಯಾಣಿಕರೆಲ್ಲ ಬಸ್ಸಿನಿಂದ ಇಳಿದು ಬೇರೆಬೇರೆ ದಿಕ್ಕಿನಲ್ಲಿ ಸಾಗಿದರು. ವೃದ್ಧರು ಆಸ್ಪತ್ರೆಯ ಕಡೆಗೆ ಹೊರಟರು.

ಬಿಷ್ಣು ನೇರವಾಗಿ ಕೆಲಸ ಹುಡುಕಲು ಹೊರಟ. ರಾತ್ರಿ ಉಳಿಯಲು ಯಾವುದಾದರೂ ಜಾಗ ನೋಡಿಕೊಳ್ಳಬೇಕಿತ್ತು. ಅತ್ಯಂತ ಕಡಿಮೆ ಬೆಲೆಯ ಹೋಟೆಲಿನಲ್ಲಿ

ಉಳಿಯುವಷ್ಟು ಹಣ ಕೂಡ ಅವನ ಬಳಿ ಇರಲಿಲ್ಲ. ಅದಕ್ಕಾಗಿ ಒಂದೊಂದೇ ಅಂಗಡಿ, ಸಣ್ಣ ಪುಟ್ಟ ಹೋಟೆಲುಗಳು, ತಿನಿಸು ತಯಾರಕರನ್ನು ವಿಚಾರಿಸುತ್ತಾ ಹೋದ. ಹಾಸಿಗೆ, ಊಟ ಮತ್ತು ಸ್ವಲ್ಪ ಸಂಬಳ ಕೊಟ್ಟರೆ ಸಾಕಿತ್ತು. ನಗರದ ಮೂರು ಸಿನಿಮಾ ಮಂದಿರಗಳಲ್ಲಿ ಒಂದಾದ ಪಿಕ್ಚರ್ ಪ್ಯಾಲೇಸಿನಲ್ಲಿ ಕೆಲಸ ಖಾಲಿಯಿದೆ ಎಂದು ಸಿಹಿತಿನಿಸಿನ ಅಂಗಡಿಯಲ್ಲಿದ್ದ ಹುಡುಗ ಹೇಳಿದ. ಈ ಗಿರಿಧಾಮದ ಮುಖ್ಯ ರಸ್ತೆ ಜನರಿಂದ ಗಿಜಿಗುಡುತ್ತಿತ್ತು. ಈಗಷ್ಟೇ ಪ್ರವಾಸಿಗರು ಬರುವ ಕಾಲ ಪ್ರಾರಂಭವಾಗಿದೆ. ಬಜಾರಿನ ಬಹಳಷ್ಟು ಜನ ಪ್ರವಾಸಿಗರೇ, ದೆಹಲಿ ಮುಂತಾದ ನಗರಗಳಿಂದ ಬಂದಿರುವವರು.

ಬಿಷ್ಣು ಪಿಕ್ಚರ್ ಪ್ಯಾಲೇಸ್ ಹತ್ತಿರ ಬರುವಷ್ಟರಲ್ಲಿ ಬೀದಿ ದೀಪಗಳು ಹೊತ್ತಿಕೊಂಡಿದ್ದವು. ಅಂಗಡಿಗಳವರೂ ಕೂಡ ದೀಪಗಳನ್ನು ಹಾಕಿದ್ದರು.

ಸಿನಿಮಾದ ಟೀ ಅಂಗಡಿ ನಡೆಸುವ ವ್ಯಕ್ತಿ ತನ್ನ ಸಹಾಯಕನನ್ನು ನಯನಾಜೂಕಿಲ್ಲದವನೆಂದು ಕೆಲಸದಿಂದ ತೆಗೆದುಹಾಕಿದ್ದರು. ಪ್ರತಿ ಬಾರಿ ಹೊಸ ಹುಡುಗನನ್ನು ಕೆಲಸಕ್ಕೆ ತೆಗೆದುಕೊಂಡಾಗಲೆಲ್ಲ ಎಚ್ಚರಿಕೆ ಕೊಡುವುದು ಆತನಿಗೆ ರೂಢಿಯಾಗಿತ್ತು. "ನೀನು ಒಡೆದು ಹಾಕುವ ಎಲ್ಲಾ ಕಪ್ಪು, ಪ್ಲೇಟುಗಳ ಲೆಕ್ಕ ಇಟ್ಟುಕೊಳ್ಳುತ್ತೇನೆ. ತಿಂಗಳ ಕೊನೆಗೆ ನಿನ್ನ ಸಂಬಳದಲ್ಲಿ ಅದರ ಮೊತ್ತವನ್ನು ಕಳೆದು ನಂತರ ಸಂಬಳ ಕೊಡುತ್ತೇನೆ" ಎನ್ನುತ್ತಿದ್ದರು.

ಬಿಷ್ಣುಗೆ ತಿಂಗಳಿಗೆ ಐವತ್ತು ರೂಪಾಯಿ ಸಂಬಳ ಕೊಡುವುದಾಗಿ ಮಾತಾಯಿತು. ಸಂಬಳ ಪೂರಾ ಕೈಗೆ ಬರಬೇಕಾದರೆ ಅವನು ಎಚ್ಚರಿಕೆಯಿಂದ ಕೆಲಸ ಮಾಡಬೇಕು.

ಬಿಷ್ಣು ಸೇರಿದಂತೆ ಟೀ ಅಂಗಡಿ ಸಹಾಯಕರಾಗಿ ಈಗ ಮೂವರು ಹುಡುಗರು ಇದ್ದರು. ಅವರಲ್ಲೊಬ್ಬನಾದ ಚಿತ್ರು, "ನಾನಿಲ್ಲಿ ಸೇರಿದ ಮೊದಲ ತಿಂಗಳು ಆರು ಕಪ್ಪು, ಐದು ಸಾಸರುಗಳನ್ನು ಬೀಳಿಸಿಬಿಟ್ಟೆ. ಆ ತಿಂಗಳು ನನ್ನ ಸಂಬಳ ಎಷ್ಟು ಗೊತ್ತಾ, ಕೇವಲ ಮೂರು ರೂಪಾಯಿ! ಹುಷಾರಾಗಿ ಕೆಲಸ ಮಾಡು!" ಎಂದು ಎಚ್ಚರಿಸಿದ.

ಬಿಷ್ಣುವಿನ ಕೆಲಸ, ಟೀ ಮತ್ತು ಸಮೋಸಾ ತಯಾರಿಕೆಯಲ್ಲಿ ನೆರವಾಗುವುದು. ಸಿನಿಮಾದ ಮಧ್ಯಂತರದಲ್ಲಿ ಅವನ್ನು ಪ್ರೇಕ್ಷಕರ ಬಳಿ ತೆಗೆದುಕೊಂಡು ಹೋಗಿ ಮಾರುವುದು, ನಂತರ ಕಪ್ಪು, ತಟ್ಟೆಗಳನ್ನು ತೆಗೆದುಕೊಂಡು ಹೋಗಿ ತೊಳೆದಿಡುವುದು. ಅವನ ಸಂಬಳದ ಜೊತೆಗೆ ಎಷ್ಟು ಬೇಕಾದರೂ ಅಥವಾ ಅವನ ಹೊಟ್ಟೆಯಲ್ಲಿ ಹಿಡಿಸುವಷ್ಟು ಟೀ ಕುಡಿಯಲು ಅವನಿಗೆ ಅನುಮತಿಯಿತ್ತು.

ಬಿಷ್ಣು ಕೆಲಸವನ್ನು ತಕ್ಷಣವೇ ಪ್ರಾರಂಭಿಸಿದ. ತನ್ನ ಕೆಲಸವನ್ನೆಲ್ಲಾ ಬೇಗ ಅರ್ಥಮಾಡಿಕೊಂಡು, ಇನ್ನಿಬ್ಬರು ಹುಡುಗರಾದ ಚಿತ್ರು ಮತ್ತು ಬಾಲಿಯೊಂದಿಗೂ ಹೊಂದಿಕೊಂಡ. ಚಿತ್ರು ಸ್ವಲ್ಪ ಸೋಂಬೇರಿ, ಯಾವುದನ್ನೂ ಹೆಚ್ಚಿಗೆ ಮನಸ್ಸಿಗೆ ಹಚ್ಚಿಕೊಳ್ಳುತ್ತಿರಲಿಲ್ಲ. ತನ್ನ ತಪ್ಪುಗಳನ್ನು ಬೇರೆಯವರ ಮೇಲೆ ಹೊರಿಸಿಬಿಡುತ್ತಿದ್ದ. ಆದರೆ ಅವನು ಉದಾರಿ. ಮೊದಲ ವಾರ ಬಿಷ್ಣುಗೆ ಐದು ರೂಪಾಯಿ ಸಾಲ ಕೊಟ್ಟಿದ್ದ. ಬಾಲಿ ಟೀ ಅಂಗಡಿಯ ಸಹಾಯಕನಾಗಿ ಕೆಲಸ ಮಾಡುವುದರ ಜೊತೆಗೆ ಪೋಸ್ಟರ್ ಹಚ್ಚುವ

ಕೆಲಸವನ್ನೂ ಮಾಡುತ್ತಿದ್ದ. ಬೆಳಗ್ಗೆ ಸಿನಿಮಾ ಪ್ರಾರಂಭವಾಗುವ ಮುನ್ನ ಮುಸ್ಸೋರಿಯಲ್ಲಿ ದೊಡ್ಡ ಸಿನಿಮಾ ಪೋಸ್ಟರ್ ಇದ್ದ ಫಲಕವನ್ನು ಸಾಗಿಸುತ್ತಲೋ, ಇಲ್ಲಾ ಖಾಲಿ ಗೋಡೆಗಳ ಮೇಲೆ ಸಿನಿಮಾ ಪೋಸ್ಟರುಗಳನ್ನು ಮೆತ್ತುವುದನ್ನೋ ಅವನು ಮಾಡುತ್ತಿದ್ದ.

"ಈ ಪೋಸ್ಟರುಗಳು ಬಹಳ ಉಪಯುಕ್ತ ಗೊತ್ತಾ, ಹಳೆಯ ಗೋಡೆಗಳು ಬೀಳದಂತೆ ಇವು ಹಿಡಿದಿಟ್ಟುಕೊಳ್ಳುತ್ತವೆ" ಎಂದು ಬಾಲಿ ಪೋಸ್ಟರುಗಳ ಹೆಚ್ಚುಗಾರಿಕೆಯನ್ನು ಇವರ ಮುಂದೆ ಕೊಚ್ಚಿಕೊಳ್ಳುತ್ತಿದ್ದ.

ಮುಸ್ಸೋರಿಯಲ್ಲಿ ಚಿತ್ರುವಿನ ಸಂಬಂಧಿಗಳಿದ್ದರು. ಹಾಗಾಗಿ ಅವನು ಅವರ ಮನೆಯಲ್ಲಿ ಮಲಗುತ್ತಿದ್ದ. ಆದರೆ ಬಿಷ್ಣು ಮತ್ತು ಬಾಲಿ ಒಬ್ಬಂಟಿಗರಾದ್ದುದರಿಂದ ಸಿನಿಮಾ ಮಂದಿರದಲ್ಲೇ ಮಲಗಬೇಕಿತ್ತು. ಕಡೆಯ ಆಟ ಮುಗಿದೊಡನೆ ಸಿನಿಮಾ ಮಂದಿರಕ್ಕೆ ಬೀಗ ಹಾಕಿಬಿಡುತ್ತಿದ್ದರು. ಹಾಗಾಗಿ ಇವರು ಅಲ್ಲಿನ ಸುಖಾಸನಗಳ ಮೇಲೆ ಕೂರಲಾಗಲೀ, ಮಲಗಲಾಗಲೀ ಆಗುತ್ತಿರಲಿಲ್ಲ. ಟಿಕೆಟ್ ವಿತರಿಸುವ ಕ್ಯಾಬಿನ್ ಪಕ್ಕದ ಜಾಗದಲ್ಲಿ ಮಲಗಬೇಕಿತ್ತು. ಹಿಮಾಲಯದ ಶೀತಗಾಳಿ ಆಗಾಗ ಅಲ್ಲಿ ಬೀಸುತ್ತಿತ್ತು.

ಬಾಲಿ, ದೊಡ್ಡ ಸಿನಿಮಾ ಪೋಸ್ಟರ್ ಇದ್ದ ಫಲಕವನ್ನು ಗಾಳಿ ಬೀಸದಂತೆ ಅಡ್ಡವಿರಿಸಿಕೊಂಡಿದ್ದ. ಅದರಿಂದ ಅವರಿಬ್ಬರು ಶೀತಗಾಳಿಯ ಹೊಡೆತವನ್ನು ತಪ್ಪಿಸಿಕೊಳ್ಳುವಂತಾಗಿತ್ತು. ಇಬ್ಬರ ಬಳಿಯೂ ಒಂದೊಂದೇ ಕಂಬಳಿಯಿದ್ದುದರಿಂದ

ಎರಡನ್ನೂ ಸೇರಿಸಿಕೊಂಡು ಅದರೊಳಗೆ ಚೆಂಡಿನಂತೆ ಮುದುಡಿಕೊಳ್ಳುತ್ತಿದ್ದರು.

ಚಿತ್ರಮಂದಿರದೊಳಗೆ ಬಿಷ್ಣು ಟೀ ತೆಗೆದುಕೊಂಡು ಹೋದಾಗ, ಕನಿಷ್ಠ ಒಬ್ಬರಾದರೂ ಗದರುವ ಒರಟರು ಅವನಿಗೆದುರಾಗುತ್ತಿದ್ದರು. ಒಮ್ಮೆ ಒಬ್ಬ ಕಾಲೇಜು ಹುಡುಗನ ಶೂ ಮೇಲೆ ಸ್ವಲ್ಪ ಟೀ ಚೆಲ್ಲಿದನೆಂದು ಅವನು ಬಿಷ್ಣುವಿನ ಮೊಣಕಾಲಿನ ಸ್ವಲ್ಪ ಕೆಳಗೆ ಜಾಡಿಸಿ ಒದ್ದಿದ್ದ. ಅವನು ಹೋಗಿ ಟೀ ಅಂಗಡಿ ಮಾಲೀಕನಿಗೆ ದೂರು ಹೇಳಿದ್ದ. ಆದರೆ ಮಾಲೀಕ, "ಗಿರಾಕಿ ಏನು ಮಾಡಿದರೂ ಸರಿ. ನೀನೇ ಸರಿದುಕೊಂಡು ಹೋಗಬೇಕು!" ಎಂದಿದ್ದ.

ಈ ಜೀವನಕ್ಕೆ ಹೊಂದಿಕೊಳ್ಳುತ್ತಾ ಹೋದಂತೆ ಬಿಷ್ಣು, ನಿಯಮಿತವಾಗಿ ಬರುವ ಗ್ರಾಹಕರನ್ನು ಗಮನಿಸತೊಡಗಿದ.

ಉದಾಹರಣೆಗೆ ಒಬ್ಬ ದಪ್ಪನೆಯ ಟೊಣಪ ಬರುತ್ತಿದ್ದ. ಅವನ ದೊಡ್ಡ ಮೀಸೆಗೆ ತಿಂಡಿ ತೀರ್ಥವೆಲ್ಲ ಮೆತ್ತುಕೊಂಡು ಬಣ್ಣ ಬಳಿದಂತಿತ್ತು. ಆತ ಟೀ ಅನ್ನು ಸಾಸರಿನಲ್ಲಿಯೇ ಕುಡಿಯುತ್ತಿದ್ದ. ಅವನು ಟೀ ಕುಡಿಯುವಾಗ ಅವನ ಮೂತಿ ಹೀರುಗೊಳವೆಯಂತೆ ಕೆಲಸ ಮಾಡುತ್ತಿತ್ತು. ಸಾಸರಿನಲ್ಲಿದ್ದ ಟೀ ಸ್ವಲ್ಪ ಅಲುಗಾಡಿ ಇದ್ದಕ್ಕಿದ್ದಂತೆ ಕ್ಷಣದಲ್ಲಿ ಮಾಯವಾಗುತ್ತಿತ್ತು. ಆತನ ಪೊದೆ ಮೀಸೆಯೆಂಬ ಕಗ್ಗಾಡಿನಲ್ಲಿ ಏನಾದರೂ ಇದ್ದೀತೆ?, ಇದ್ದಕ್ಕಿದ್ದಂತೆ ಅದು ಹಾರಿ ಬಂದು ಬಿದ್ದರೆ ಹೇಗೆ ಎಂದು ಊಹಿಸಿಕೊಳ್ಳುತ್ತಿದ್ದ. ಹುಡುಗರು ಈ ರೀತಿಯ ವಿಚಿತ್ರ ನಡವಳಿಕೆಗಳ ಗ್ರಾಹಕರ ಬಗ್ಗೆ ತಮಾಷೆಯ ಮಾತನಾಡಿಕೊಂಡು ನಗುತ್ತಿದ್ದರು.

ಅಷ್ಟೊಂದು ಬಣ್ಣ ಮೆತ್ತಿಕೊಂಡಿರುವ ಹೆಂಗಸರನ್ನು ಬಿಷ್ಣು ಈ ಮೊದಲು ಕಂಡಿರಲಿಲ್ಲ. ಅವನ ಹಳ್ಳಿಯಲ್ಲಿದ್ದ ಹೆಣ್ಣುಮಕ್ಕಳು, ಅವನ ತಂಗಿ ಪೂಜಳೂ ಸೇರಿದಂತೆ, ನೋಡಲು ಸುಂದರವಾಗಿ ಗಟ್ಟಿಮುಟ್ಟಾಗಿರುತ್ತಿದ್ದರು. ಅವರೆಂದೂ ಈ ಪಟ್ಟಣದ ಧನಿಕ ಮಹಿಳೆಯರಂತೆ ಅತ್ತರನ್ನಾಗಲಿ, ಮೇಕಪ್ ಆಗಲೀ ಹಾಕಿಕೊಳ್ಳುವುದಿಲ್ಲ. ಬೆಲೆಬಾಳುವ ಬಟ್ಟೆ, ಒಡವೆಗಳನ್ನು ಹಾಕಿಕೊಂಡು ಬರುವ ಶ್ರೀಮಂತ ಮಹಿಳೆಯರು, ಬಿಷ್ಣುವಿನತ್ತ ಗಮನವೇ ಕೊಡುತ್ತಿರಲಿಲ್ಲ. ಆದರೆ ಇತರೇ ಮಹಿಳೆಯರು ಇವನನ್ನು ಗಮನಿಸಿ, ಅನುಕಂಪದಿಂದ ಒಳ್ಳೆಯ ಮಾತುಗಳನ್ನಾಡಿ, ಅವನು ಅವರಿಂದ ಖಾಲಿಯಾದ ಟೀ ಕಪ್ಪುಗಳನ್ನು ಪಡೆದು ಹೋಗುವಾಗ ಬಿಡಿಗಾಸನ್ನು ಇನಾಮಿನಂತೆ ಕೊಡುತ್ತಿದ್ದರು. ಈ ಇನಾಮುಗಳಿಂದಲೇ ಕೆಲವು ರೂಪಾಯಿಗಳನ್ನು ಸಂಪಾದಿಸಬಹುದೆಂಬುದನ್ನು ಅವನು ಕಂಡುಕೊಂಡ. ಹೀಗಾಗಿ ಅವನು ತನ್ನ ಮೊದಲನೆಯ ತಿಂಗಳ ಸಂಬಳ ಪಡೆದಾಗ, ಹೆಚ್ಚೂಕಡಿಮೆ ಪೂರಾ ಹಣವನ್ನು ಮನೆಗೆ ಕಳಿಸಿಕೊಟ್ಟ.

ಚಿತ್ರು ಅವನನ್ನು ಅಂಚೆಕಚೇರಿಗೆ ಕರೆದೊಯ್ದು ಮನಿ ಆರ್ಡರ್ ಫಾರಂ ತುಂಬಿಸುವುದಕ್ಕೆ ನೆರವಾದ. ಬಿಷ್ಣು, ಹಳ್ಳಿಯ ಶಾಲೆಯಲ್ಲಿ ಕಲಿತಿದ್ದನಾದರೂ, ಈ ರೀತಿಯ ಕಚೇರಿಯ ವ್ಯವಹಾರಗಳನ್ನು ಬಗ್ಗೆ ತಿಳಿದಿರಲಿಲ್ಲ. ಚಿತ್ರುವಿಗೆ ಓದು ಬರಹ ಅಲ್ಪ ಸ್ವಲ್ಪ ತಿಳಿದಿದ್ದರೂ ಪಟ್ಟಣದಲ್ಲಿಯೇ ಬೆಳೆದಿದ್ದರಿಂದ ಇವೆಲ್ಲಾ ತಿಳಿದಿತ್ತು.

ವಾಪಸ್ ಸಿನಿಮಾ ಮಂದಿರಕ್ಕೆ ಹೋಗುವಾಗ ಚಿತ್ರು, "ಸುಣ್ಣಕಲ್ಲಿನ ಕ್ವಾರಿಯಲ್ಲಿ

ಕೆಲಸ ಮಾಡಿದರೆ ಇನ್ನೂ ಹೆಚ್ಚು ಹಣ ಸಂಪಾದಿಸಬಹುದು" ಎಂದ.

"ಹಾಗಾದರೆ ಪ್ರಯತ್ನಿಸೋಣ" ಎಂದ ಬಿಷ್ಣು.

"ಈಗಲ್ಲ, ಕಾಲ ಬದಲಾಗಲಿ, ಮುಂಗಾರು ಮುಗಿದ ಮೇಲೆ" ಎಂದ ಚಿತ್ರು. ಈಗ ಪ್ರವಾಸಿಗರು ಗಿರಿಧಾಮಕ್ಕೆ ಹೆಚ್ಚು ಬರುವ ಕಾಲವಾದ್ದರಿಂದ ಕೈತುಂಬ ಕೆಲಸವಿರುತ್ತದೆ. ನಂತರ ಕಡಿಮೆಯಾದಾಗ ಕೆಲಸ ಬದಲಿಸಬಹುದು ಎಂಬುದು ಅವನ ಲೆಕ್ಕಾಚಾರ.

ಆದರೆ ಮುಂಗಾರಿನ ಯಾವ ಲಕ್ಷಣಗಳೂ ಹೇಳಿಕೊಳ್ಳುವಂತಿರಲಿಲ್ಲ. ಆಗೊಮ್ಮೆ ಈಗೊಮ್ಮೆ ಎಂಬಂತೆ ಹನಿಗಳು ಉದುರಿ ಹೋಗುತ್ತಿವೆ ಅಷ್ಟೆ. ಕೆಳಗೆ ಬಯಲು ಸೀಮೆಯಿಂದ ಬರುವ ಧೂಳನ್ನು ತೊಳೆಯಲೂ ಅದು ಸಾಲುತ್ತಿಲ್ಲ. ತನ್ನ ತಾಯಿ ಮತ್ತು ತಂಗಿ ಮನೆಯಲ್ಲಿ ಏನು ಮಾಡುತ್ತಿರಬಹುದು ಎಂದು ಬಿಷ್ಣು ಚಿಂತಿಸುತ್ತಿದ್ದ. ಮನೆಗಾಗಿ ಹಂಬಲಿಸುವಂತಾಗುತ್ತಿತ್ತು. ಈ ಗಿರಿಧಾಮ ಎಂಬುದು ಹೊಳೆಯುವ ಸುಂದರ ಉಡುಗೊರೆ ಡಬ್ಬಿಯಂಥದ್ದು. ಆದರೆ ಅದರ ಒಳಗೆ ಏನೂ ಇರುವುದಿಲ್ಲ.

ಒಂದು ದಿನ ಸಿನಿಮಾ ಮಂದಿರದಲ್ಲಿ ತನ್ನ ಜೊತೆ ಬಸ್ಸಿನಲ್ಲಿ ಪ್ರಯಾಣ ಮಾಡಿದ್ದ ವೃದ್ಧರನ್ನು ಬಿಷ್ಣು ಕಂಡ. ಯಾರೋ ಹಳೆಯ ಸ್ನೇಹಿತರು ಸಿಕ್ಕಂತೆ ಅವನು ಖುಷಿಯಿಂದ ಅವರಿಗೆ ವಂದಿಸಿ ಮಾತನಾಡಿದ. ಮೊದಲು ಆ ವೃದ್ಧರಿಗೆ ಇವನ ಗುರುತು ಸಿಗಲಿಲ್ಲ. ಬಿಷ್ಣು ಯಾವಾಗ ಅವರ ಆರೋಗ್ಯದ ಬಗ್ಗೆ, ಕೆಮ್ಮಿನ ಬಗ್ಗೆ ವಿಚಾರಿಸಿದನೋ ಅವರಿಗೆ ನೆನಪಾಯಿತು. "ಓ, ನೀನಿನ್ನೂ ಮುಸ್ಸೋರಿಯಲ್ಲೇ ಇದ್ದೀಯಾ ಮಗು. ಬಹಳ ಒಳ್ಳೆಯದು. ನೀನು ಹೆಚ್ಚು ಹಣ ಸಂಪಾದಿಸಲು ದೆಹಲಿಗೆ ಹೋಗಿರಬೇಕು ಅಂದುಕೊಂಡಿದ್ದೆ" ಎಂದರು. ಆಸ್ಪತ್ರೆಯಲ್ಲಿ ಚಿಕಿತ್ಸೆ ಪಡೆಯುತ್ತಿರುವುದಾಗಿಯೂ, ಈಗ ಆರೋಗ್ಯ ಸುಧಾರಣೆಯಾಗಿದೆ ಎಂದೂ ಹೇಳಿದರು. ಬಿಷ್ಣು ಅವರಿಗೆ ಒಂದು ಕಪ್ ಟೀ ತಂದುಕೊಟ್ಟ, ಆದರೆ ಅವರು ಹಣ ಕೊಡಲು ಬಂದಾಗ ನಿರಾಕರಿಸಿದ. ತನ್ನ ಉಚಿತ ಟೀ ಲೆಕ್ಕದಲ್ಲಿ ಅವರಿಗೆ ಟೀ ಕುಡಿಸಿದ್ದ. ಸಿನಿಮಾ ಮುಗಿದ ಮೇಲೆ ಆ ವೃದ್ಧರು ಅವರ ದಾರಿ ಹಿಡಿದರು. ಬಿಷ್ಣು ಅವರನ್ನು ಮತ್ತೆ ನೋಡಲಿಲ್ಲ.

ಸೆಪ್ಟೆಂಬರ್ ತಿಂಗಳ ಹೊತ್ತಿಗೆ ಪಟ್ಟಣ ಭಣಗುಟ್ಟತೊಡಗಿತ್ತು. ನಲ್ಲಿಯಲ್ಲಿ ನೀರೇ ಬರುತ್ತಿರಲಿಲ್ಲ, ಬಂದರೂ ಮಣ್ಣುನೀರು ಬರುತ್ತಿತ್ತು. ಬೆಟ್ಟಗಳಿಗೆ ಮಂಜಿನ ಹೊದಿಕೆ ದಿನಗಟ್ಟಲೆ ಹೊದ್ದಿಸಿದಂತೆ ಇರುತ್ತಿತ್ತು. ಆದರೆ ಮಳೆಯಿಲ್ಲ. ಮುಸುಕಿದ ಮಂಜು ತೆರವಾದಾಗ ಶರತ್ಕಾಲದ ತಂಡಿ ಗಾಳಿ ದೇವದಾರು ಮರಗಳೊಂದಿಗೆ ಪಿಸುಮಾತನ್ನಾಡಿಕೊಂಡು ನುಗ್ಗಿ ಬರುತ್ತಿತ್ತು.

ತಿಂಗಳ ಕೊನೆಯಲ್ಲಿ ಪಿಕ್ಚರ್ ಪ್ಯಾಲೇಸ್ ಸಿನಿಮಾ ಮಂದಿರದ ವ್ಯವಸ್ಥಾಪಕ ಎಲ್ಲರಿಗೂ ಒಂದು ವಾರದ ಗಡುವು ನೀಡಿ, ಸಂಬಳವನ್ನೂ ನೀಡಿ, ಈ ವಾರ ಕಳೆದ ಮೇಲೆ ಸಿನಿಮಾ ಮಂದಿರವನ್ನು ಚಳಿಗಾಲ ಮುಗಿಯುವವರೆಗೂ ಮುಚ್ಚುತ್ತಿರುವುದಾಗಿ ಘೋಷಿಸಿದರು.

"ನಾನು ಕೆಲಸ ಹುಡುಕಿ ದೆಹಲಿಗೆ ಹೋಗುತ್ತೇನೆ. ಮುಂದಿನ ಬೇಸಿಗೆಗೆ

ವಾಪಸಾಗುತ್ತೇನೆ. ನೀನೇನು ಮಾಡುತ್ತೀಯ ಬಿಷ್ಣು? ನೀನೂ ನನ್ನ ಜೊತೆ ಬಾ. ದೆಹಲಿಯಲ್ಲಿ ಕೆಲಸ ಹುಡುಕೋದು ಸುಲಭ" ಎಂದ ಬಾಲಿ.

"ನಾನು ಚಿತ್ರು ಜೊತೆ ಇಲ್ಲೇ ಇರುತ್ತೇನೆ. ನಾವು ಕ್ವಾರಿಯಲ್ಲಿ ಕೆಲಸ ಮಾಡುತ್ತೇವೆ" ಎಂದ ಬಿಷ್ಣು.

"ನನಗೆ ದೊಡ್ಡ ನಗರವೆಂದರೆ ಇಷ್ಟ. ದೊಡ್ಡ ಅಂಗಡಿಗಳು, ತುಂಬಾ ಜನ, ಗದ್ದಲ, ಮಾತುಗಳೆಲ್ಲ ಇಷ್ಟ. ನಾನು ವಾಪಸ್ ಹಳ್ಳಿಗೆ ಹೋಗೋದಿಲ್ಲ. ಅಲ್ಲಿ ಹಣ ಸಂಪಾದಿಸಲು ಆಗದು. ನಗರದ ಖುಷಿ ಹಳ್ಳಿಯಲ್ಲಿ ಸಿಗದು" ಎಂದ ಬಾಲಿ.

ಬಾಲಿ ತನ್ನ ಗಂಟುಮೂಟೆ ಕಟ್ಟಿಕೊಂಡು ಬಸ್ ನಿಲ್ದಾಣಕ್ಕೆ ಹೊರಟ. ಬಿಷ್ಣು ತನ್ನ ಶೂ ಕಿತ್ತು ಹೋಗಿದೆಯೆಂದು ಕಡಿಮೆ ಬೆಲೆಯ ಶೂ ಕೊಂಡುಕೊಂಡ. ಉಳಿದಿದ್ದ ಹಣವನ್ನು ತನ್ನ ಮನೆಗೆ ಮನಿ ಆರ್ಡರ್ ಮೂಲಕ ಕಳಿಸಿದ. ಅವನು ಮತ್ತು ಚಿತ್ರು ಮುಸ್ಸೋರಿಯಿಂದ ಎಂಟು ಮೈಲು ದೂರದ ಸುಣ್ಣಕಲ್ಲಿನ ಕ್ವಾರಿಯ ಕಡೆಗೆ ನಡೆದುಕೊಂಡು ಹೋದರು.

ಗಾಳಿಯಲ್ಲಿ ಸುಣ್ಣಕಲ್ಲಿನ ಧೂಳು ಆವರಿಸಿರುವುದನ್ನು ಕಂಡ ಅವರು ಕ್ವಾರಿಯ ಹತ್ತಿರ ಬಂದಿದ್ದೇವೆ ಅಂದುಕೊಂಡರು. ಧೂಳು ಎಷ್ಟು ಎದ್ದಿತ್ತೆಂದರೆ ಹಿಂದಿನ ಬೆಟ್ಟವೇ ಕಾಣಿಸುತ್ತಿರಲಿಲ್ಲ. ಗಾಳಿ ಬೀಸಿ, ಧೂಳು ಕಡಿಮೆಯಾದಾಗ ಬೆಟ್ಟವನ್ನು ಕಂಡು ಅಚ್ಚರಿಗೊಂಡರು. ಬೆಟ್ಟದ ತಲೆಯೇ ಮಾಯವಾಗಿತ್ತು. ಡೈನಮೈಟ್ ಸಿಡಿಸಿ, ಮೇಲ್ಮೈ ಸರಿಸಿ ಒಳಗಿರುವ ಸುಣ್ಣದ ಕಲ್ಲುಗಳನ್ನು ಬಗೆದು ಹೊರತೆಗೆಯುತ್ತಿದ್ದರು.

ಇಳಿಜಾರಿನಲ್ಲಿ ಕೆಲವೇ ಕೆಲವು ಮರಗಳು ಅಸ್ಥಿಪಂಜರಗಳಂತೆ ನಿಂತಿದ್ದವು. ಹುಲ್ಲು, ಹೂ, ಪೊದೆ, ಹಕ್ಕಿಗಳು, ಚಿಟ್ಟೆಗಳು, ಮಿಡತೆಗಳು, ಜೀರುಂಡೆಗಳು... ಹೆಚ್ಚೂ ಕಡಿಮೆ ಎಲ್ಲವೂ ಮಾಯವಾಗಿದ್ದವು. ಕಲ್ಲುಗಳ ಬಳಿ ವಾಸಿಸುವ ಹಲ್ಲಿಯೊಂದು ತನ್ನ ತಲೆಯನ್ನು ಹೊರಕ್ಕೆ ಚಾಚಿ ಯಾರಪ್ಪ ಈ ಆಗಂತುಕರು ಎಂಬಂತೆ ನೋಡಿತು. ಯಾವುದೋ ಇತಿಹಾಸಪೂರ್ವದಿಂದ ಉಳಿದಿರುವ ಜೀವಿಯಂತೆ ಅದು, ಒಮ್ಮೆ ಇವರನ್ನು ನೋಡಿ ವಾಪಸ್ ತನ್ನ ಭೂಗತ ಆಶ್ರಯತಾಣವನ್ನು ಹೊಕ್ಕಿತು.

"ನಾನು ಸಣ್ಣವನಿದ್ದಾಗ ಇಲ್ಲಿಗೆ ಬರುತ್ತಿದ್ದೆ" ಎಂದು ಉಲ್ಲಾಸದಿಂದ ಹಿಂದಿನದನ್ನು ನೆನಪು ಮಾಡಿಕೊಂಡು ಹೇಳಿದ ಚಿತ್ರು.

"ಆವಾಗಲೂ ಕ್ವಾರಿಗಳಿದ್ದವಾ?"

"ಹೇ, ಇಲ್ಲಪ್ಪಾ, ನಾನು ನನ್ನ ಗೆಳೆಯರೊಂದಿಗೆ ಸ್ಟ್ರಾಬೆರ್ರಿ ಹಣ್ಣುಗಳಿಗಾಗಿ ಇಲ್ಲಿಗೆ ಬರುತ್ತಿದ್ದೆ. ಈ ಬೆಟ್ಟದ ಮೇಲೆಲ್ಲಾ ಅವು ಬೆಳೆದಿರುತ್ತಿದ್ದವು. ಕಾಡು ಜಾತಿಯ ಸ್ಟ್ರಾಬೆರ್ರಿ ಹಣ್ಣುಗಳು. ಬಲೇ ರುಚಿಯಾಗಿರುತ್ತಿದ್ದವು."

"ಈಗೆಲ್ಲಿ ಅವು?" ಎಂದು ಕೇಳುತ್ತಾ ಹಾಳುಬಿದ್ದ ಬೆಟ್ಟಗಳತ್ತ ಒಮ್ಮೆ ಕಣ್ಣಾಡಿಸಿದ.

"ಎಲ್ಲ ಹೋಯಿತು. ಬಹುಶಃ ಮುಂದಿನ ಬೆಟ್ಟಗಳ ಮೇಲೆ ಇರಬಹುದೋ ಏನೋ" ಎಂದ ಚಿತ್ರು.

ಅವರು ಕ್ವಾರಿಯ ಹತ್ತಿರವಾದಂತೆ ಅಲ್ಲಿ ಸ್ಫೋಟವೊಂದಾಯಿತು. ಅದರ ತೀವ್ರತೆಗೆ ಬೆಟ್ಟವನ್ನೇ ಅಲ್ಲಾಡಿಸಿದಂತಾಯಿತು. ಬೆಟ್ಟದಿಂದ ಹಾರಿ ಬಂದ ಕಲ್ಲಿನ ಚೂರುಗಳಿಂದ ತಪ್ಪಿಸಿಕೊಳ್ಳಲು, ಚಿತ್ರು ಬಿಷ್ಣುವವಿನ ಕೈ ಹಿಡಿದು ದೊಡ್ಡ ಬಂಡೆಯ ಮರೆಗೆ ಕರೆದೊಯ್ದ. ರಸ್ತೆಯ ಮೇಲೆಲ್ಲಾ ಕಲ್ಲು ಚೂರುಗಳು ಬಂದು ಬಿದ್ದವು. ಅವರನ್ನು ಆವರಿಸಿದ ಧೂಳಿಗೆ ಬಿಷ್ಣು ಒಂದೇ ಸಮನೆ ಕೆಮ್ಮತೊಡಗಿದ. ಗಾಳಿ ತಿಳಿಯಾದಮೇಲೆ ಸುಣ್ಣದ ಕಲ್ಲಿನ ದೊಡ್ಡ ರಾಶಿ ಕಾಣಿಸಿತು.

ಚಿತ್ರು ಬಿಷ್ಣುವಿಗಿಂತ ಸ್ವಲ್ಪ ಹಿರಿಯ ಮತ್ತು ಎತ್ತರವಾಗಿದ್ದರಿಂದ ತಕ್ಷಣವೇ ಕೆಲಸಗಾರನಾಗಿ ನೇಮಕಗೊಂಡ. ಕ್ವಾರಿಯ ಕೆಲಸಗಾರರ ಮೇಲ್ವಿಚಾರಕ ಬಿಷ್ಣುವನ್ನು ನೋಡಿ, "ನೀನಿನ್ನೂ ಸಣ್ಣವನು. ಸುಣ್ಣದ ಕಲ್ಲುಗಳನ್ನು ಒಡೆಯಲು ಮತ್ತು ದೊಡ್ಡ ಕಲ್ಲುಗಳನ್ನು ಎತ್ತಿ ಲಾರಿಗೆ ತುಂಬಲು ನಿನ್ನಿಂದಾಗದು. ನೀನು ಬೇರೆ ಕೆಲಸ ಹುಡುಕ್ಕೋ ಮರಿ" ಎಂದುಬಿಟ್ಟ.

ಅವನಿಗೆ ಕೆಲಸಗಾರರ ಕ್ಯಾಂಟೀನ್‌ನಲ್ಲಿ ಕೆಲಸ ಕೊಡಲು ಮುಂದೆ ಬಂದರು. ಆದರೆ ಅದುವರೆಗೂ ಅವನು ಸಾಕಷ್ಟು ಟೀ ಬೆರೆಸಿ, ಕಪ್ಪುಗಳನ್ನು ತೊಳೆದಿದ್ದ. ವಾಪಸ್ ಮುಸ್ಸೋರಿಗೆ ಹೋಗಲು ಹಿಂದೆ ತಿರುಗಿದ, ಅಷ್ಟರಲ್ಲಿ ಅವನ ಭುಜವನ್ನು ಭಾರವಾದ ಕೈಯೊಂದು ಹಿಡಿದು ನಿಲ್ಲಿಸಿತು. ತಲೆ ಮೇಲೆತ್ತಿ ನೋಡಿದ. ಸ್ವಲ್ಪ ಬಿಳಿ ಕೂದಲ ಗಡ್ಡ ಮತ್ತು ಪಗಡಿಧಾರಿ ಸಿಖ್ ಇವನನ್ನೇ ನೋಡುತ್ತ ಮುಗುಳ್ನಕ್ಕ.

"ನನ್ನ ಟ್ರಕ್‌ಗೆ ಕ್ಲೀನರ್ ಒಬ್ಬ ಬೇಕಲ್ಲ. ಕೆಲಸವೇನೊ ಸುಲಭದ್ದು, ಆದರೆ ಸಮಯ ಜಾಸ್ತಿ ಅಷ್ಟೆ" ಎಂದು ಹೇಳಿದ.

ಆ ವ್ಯಕ್ತಿಯ ಉಲ್ಲಸಿತ ನಗುಮೊಗವನ್ನು ಕಂಡು ತಕ್ಷಣ, "ಸಂಬಳ ಎಷ್ಟು ಕೊಡುತ್ತೀರ?" ಎಂದು ಕೇಳಿದ.

"ಒಂದು ದಿನಕ್ಕೆ ಹದಿನೈದು ರೂಪಾಯಿ. ಅದರ ಜೊತೆಗೆ ನಿನಗೆ ಊಟ ಮತ್ತು ಹಾಸಿಗೆ ಡಿಪೋದಲ್ಲಿ ಸಿಗುತ್ತೆ."

"ನಾನು ಅಡುಗೆ ಮಾಡಿಕೊಳ್ಳದೆ ಇದ್ದರೆ ಸಾಕು" ಎಂದ ಬಿಷ್ಣು.

ಟ್ರಕ್ ಚಾಲಕ ನಗುತ್ತಾ, "ಡಿಪೋ ಅಡುಗೆ ತಿಂದ ಮೇಲೆ ನೀನೇ ಅಡುಗೆ ಮಾಡಿಕೊಳ್ಳುತ್ತೀಯ ಬಿಡು. ಈಗ ನನ್ನ ಟ್ರಕ್‌ನಲ್ಲಿ ಬರುತ್ತೀಯ ತಾನೆ? ಯೋಚನೆ ಮಾಡಿ ಹೇಳು" ಎಂದ.

"ನಾನು ನಿಮ್ಮ ಸೇವಕ" ಎಂದ ಬಿಷ್ಣು, ಚಿತ್ರುಗೆ ಕೈಬೀಸಿ, ಟ್ರಕ್ ಕಡೆ ಹೊರಟಿದ್ದ ಸಿಖ್‌ನನ್ನು ಹಿಂಬಾಲಿಸಿದ.

ಹಾರ್ನ್ ಶಬ್ದಕ್ಕೆ ಬೆಟ್ಟಗಳ ನಡುವಿನ ಮೌನ ಎಲ್ಲ ಕದಡಿಹೋಯಿತು. ರಸ್ತೆಯ ತಿರುವಿನಲ್ಲಿ ಟ್ರಕ್ ಹಾದು ಬಂತು. ಮೇಕೆಗಳು ಎಡ ಬಲಕ್ಕೆ ಚದುರಿದವು.

ತಮ್ಮನ್ನು ಕವಿದ ಧೂಳನ್ನು ಮೇಕೆಗಳ ಗುಂಪು ಶಪಿಸಿದ್ದಾವು. ಅವನ್ನು ದಾಟಿ ಕಲ್ಲು ಮಣ್ಣಿನ ಬೆಟ್ಟದ ರಸ್ತೆಯಲ್ಲಿ ಲಟಪಟ ಶಬ್ದ ಮಾಡುತ್ತಾ ಟ್ರಕ್ ಮುಂದೆ ಹೋಯಿತು.

ತನ್ನ ಕಪ್ಪುಬಿಳಿ ಮಿಶ್ರಿತ ಮೀಸೆಯನ್ನು ತಿರುವುತ್ತಾ ಪ್ರೀತಮ್ ಸಿಂಗ್ ಸ್ಟೇರಿಂಗ್

ಹಿಡಿದಿದ್ದ. ಅದು ಅವನ ಸ್ವಂತ ಟ್ರಕ್. ಇತರರು ಅದನ್ನು ಚಾಲನೆ ಮಾಡಲು ಅವನು ಬಿಡುತ್ತಿರಲಿಲ್ಲ. ಪ್ರತಿದಿನ ಸುಣ್ಣದ ಕಲ್ಲಿನ ಕ್ವಾರಿಗೆ ಎರಡು ಟ್ರಿಪ್ ಹೊಡೆಯುತ್ತಿದ್ದ. ಟ್ರಕ್‌ನ ತುಂಬಾ ಸುಣ್ಣದ ಕಲ್ಲು ತುಂಬಿಸಿಕೊಂಡು ಬೆಟ್ಟದ ತಪ್ಪಲಿನಲ್ಲಿರುವ ಡಿಪೋಗೆ ಸಾಗಿಸುತ್ತಿದ್ದ. ಒಂದು ಟ್ರಿಪ್‌ಗೆ ಇಂತಿಷ್ಟು ಹಣ ಎಂದಿದ್ದುದರಿಂದ ಹೇಗಾದರೂ ಮಾಡಿ ದಿನಕ್ಕೆರಡು ಟ್ರಿಪ್ ಹೊಡೆಯುವ ಅವಸರ ಅವನದ್ದು.

ಅವನ ಪಕ್ಕ ಹೊಸ ಕ್ಲೀನರ್ ಬಿಷ್ಣು ಕುಳಿತಿದ್ದ. ಕೇವಲ ಒಂದು ತಿಂಗಳ ಅವಧಿಯಲ್ಲಿ ಬಿಷ್ಣು ಅನುಭವಿ ಕ್ಲೀನರಾಗಿದ್ದ. ಟ್ರಕ್ಕನ್ನು ನೋಡಿಕೊಳ್ಳುವುದು, ಅದರಲ್ಲಿ ಪ್ರಯಾಣಿಸುವುದು ಮತ್ತು ಅದರಲ್ಲಿಯೇ ಮಲಗುವುದರಲ್ಲೂ ಪಳಗಿದ್ದ. ಕಂದು ಬಣ್ಣದ ಐವತ್ತು ವರ್ಷದ ಪಂಜಾಬಿ ಪ್ರೀತಮ್ ಸಿಂಗ್ ಜೊತೆ ಚೆನ್ನಾಗಿ ಹೊಂದಿಕೊಂಡಿದ್ದ. ಪ್ರೀತಮ್ ಸಿಂಗ್ ತನ್ನಿಬ್ಬರು ಮಕ್ಕಳ ಗುಣಗಾನ ಮಾಡುತ್ತಿದ್ದ. ಒಬ್ಬ ಪಂಜಾಬ್‌ನಲ್ಲಿ ಪ್ರಗತಿಪರ ರೈತನಾಗಿದ್ದರೆ, ಮತ್ತೊಬ್ಬ ಲಂಡನ್ನಿನಲ್ಲಿ ವೈನ್ ವ್ಯಾಪಾರಿ. ಇಬ್ಬರಲ್ಲಿ ಯಾರೊಂದಿಗಾದರೂ ಹೋಗಿ ನೆಲೆಸಬಹುದಾಗಿತ್ತಾದರೂ, ಸ್ವತಂತ್ರವಾಗಿರುವುದು ಮತ್ತು ಸಂಪಾದಿಸುವ ಹಂಬಲ ಅವನನ್ನು ರಸ್ತೆ ಮೇಲೆ ಹಳೆಯ ಟ್ರಕ್‌ನೊಂದಿಗೆ ಹೆಣಗುವಂತೆ ಮಾಡಿತ್ತು.

ಪ್ರೀತಮ್ ಸಿಂಗ್ ಹಾರ್ನ್ ಜೋರಾಗಿ ಒತ್ತಿದ. ರಸ್ತೆಯ ಮೇಲೆ ಪ್ರಾಣಿಗಳಾಗಲೀ, ಮನುಷ್ಯರಾಗಲೀ ಇರಲಿಲ್ಲ. ಆದರೂ ಒತ್ತಿದ. ಅವನಿಗೆ ತನ್ನ ಟಕ್ಕಿನ ಹಾರ್ನ್ ಎಂದರೆ ಬಲು ಪ್ರೀತಿ, ಅದನ್ನು ಒತ್ತುವುದು ಅವನ ಇಷ್ಟದ ಕೆಲಸ. ಇಡೀ ಉತ್ತರ ಭಾರತದಲ್ಲಿ ಇಷ್ಟು ಜೋರಾಗಿ ಸದ್ದು ಮಾಡುವ ಹಾರ್ನ್ ಯಾರ ಬಳಿಯೂ ಇಲ್ಲ ಎಂದು ಅವನು ಕೊಚ್ಚಿಕೊಳ್ಳುತ್ತಿದ್ದ. ಅದನ್ನು ಕೇಳಿದವರ ಗುಂಡಿಗೆ ಭಯದಿಂದ ಜೋರಾಗಿ ಬಡಿದುಕೊಳ್ಳುತ್ತಿತ್ತು. ಸಲಗದ ಘೀಂಕಾರಕ್ಕಿಂತ ಜೋರಾದ ಅದರ ಸದ್ದು, ಅವನ ಕಿವಿಗೆ ಸಂಗೀತದಂತೆ ಕೇಳಿಸುತ್ತಿತ್ತು.

ಜೊತೆಯಾಗಿ ಹಲವಾರು ಟ್ರಿಪ್ ಮಾಡಿರುವುದರಿಂದ ಸಲಿಗೆ ಬೆಳೆದು ಪ್ರೀತಮ್, ಬಿಷ್ಣುವನ್ನು ಗೆಳೆಯನಂತೆ ಮಾತನಾಡಿಸುತ್ತಿದ್ದ.

"ಇನ್ನೊಂದು ವರ್ಷ ಅಷ್ಟೆ ಈ ರಸ್ತೆ ಸವೆಸೋದು. ಆಮೇಲೆ ಟ್ರಕ್ ಮಾರಿಬಿಟ್ಟು ನಿವೃತ್ತನಾಗುತ್ತೇನೆ" ಎಂದ ಪ್ರೀತಮ್.

"ಈ ಲೊಡಗುಟ್ಟುವ ಹಳೆಯ ಟ್ರಕ್‌ನ ಯಾರು ಕೊಳ್ಳುತ್ತಾರೆ? ನಿಮಗಿಂತ ಇದೇ ಮೊದಲು ನಿವೃತ್ತಿ ತಗೊಳ್ಳುತ್ತೆ" ಅಂದ ಬಿಷ್ಣು.

"ಹಾಗೆಲ್ಲ ಅಣಕಿಸಬೇಡವೋ ಪಿಳ್ಳೆ, ಇವಳಿಗಿನ್ನೂ ಇಪ್ಪತ್ತು ವರ್ಷ ವಯಸ್ಸಷ್ಟೇ. ಇನ್ನು ಕೆಲವು ವರ್ಷಗಳು ಇವಳ ಆಯಸ್ಸಿದೆ!". ಅದು ನಿಜ ಎಂದು ಹೇಳಲು ಮತ್ತೆ ಜೋರಾಗಿ ಹಾರ್ನ್ ಬಾರಿಸಿದ. ಅದರ ಕರ್ಕಶ ಧ್ವನಿ ಸುತ್ತಲಿನ ಬೆಟ್ಟ ಗುಡ್ಡಗಳಲ್ಲಿ ಪ್ರತಿಧ್ವನಿಸಿತು. ಪೊದೆಯಲ್ಲಿದ್ದ ಕಾಡುಕೋಳಿಗಳ ಜೋಡಿ ಆ ಶಬ್ದಕ್ಕೆ ಹೆದರಿ ಹೊರಬಂದು ಟ್ರಕ್‌ನ ಮುಂದೆ ಹಾರಿ ಹೋದವು.

ಊಟದ ಬಗ್ಗೆ ಪ್ರೀತಮ್ ಆಲೋಚಿಸತೊಡಗಿದ.

"ಒಳ್ಳೇ ಊಟ ಮಾಡಿ ಬಹಳ ದಿನಗಳಾದವು" ಎಂದು ಅವನು ಗೊಣಗಿದ.

"ವಾರಗಳೇ ಆದವು ಒಳ್ಳೆ ಊಟ ಮಾಡಿ" ಎಂದ ಬಿಷ್ಣು. ಆದರೆ ಅವನೇನೂ ಸೊರಗಿದಂತೆ ಕಾಣುತ್ತಿರಲಿಲ್ಲ. ಸಿನಿಮಾ ಮಂದಿರದಲ್ಲಿದ್ದುದಕ್ಕಿಂತ ಈಗ ಇನ್ನೂ ಚೆನ್ನಾಗಿದ್ದಾನೆ.

"ರಾತ್ರಿ ನಿನಗೆ ಹೋಟೆಲಿನಲ್ಲಿ ಒಳ್ಳೆ ಊಟ ಕೊಡಿಸುತ್ತೇನೆ. ಪಲಾವ್ ಮತ್ತು ತಂದೂರಿ ಚಿಕನ್" ಎಂದ ಪ್ರೀತಮ್. ತನ್ನ ಭರವಸೆಯ ಮಾತುಗಳಿಗೆ ಮುದ್ರೆ ಒತ್ತುವ ರೀತಿಯಲ್ಲಿ ಜೋರಾಗಿ ಹಾರ್ನ್ ಬಾರಿಸಿದ. ನಂತರ ವೇಗವನ್ನು ತಗ್ಗಿಸಿದ. ಮುಂದೆ ರಸ್ತೆ ಕಿರಿದಾಗಿತ್ತು ಮತ್ತು ಒಂದು ಬದಿಯಲ್ಲಿ ಪ್ರಪಾತವಿತ್ತು. ಹೇಸರಗತ್ತೆಗಳು ಬೇರೆ ಸಾಲಾಗಿ ಸಾಗಿದ್ದವು.

ಹಾರ್ನ್ ಬಾರಿಸುತ್ತಿದ್ದಂತೆಯೇ ಒಂದು ಹೇಸರಗತ್ತೆ ಮುಂದಕ್ಕೆ ಓಡಿದರೆ, ಮತ್ತೊಂದು ಹಿಂದಕ್ಕೆ ಓಡಿತು, ಒಂದು ಬೆಟ್ಟ ಏರಿದರೆ, ಮತ್ತೊಂದು ಇಳಿಜಾರಿನತ್ತ ಓಡಿತು. ಸ್ವಲ್ಪ ಹೊತ್ತಾದ ಮೇಲೆ ಎಲ್ಲ ಒಂದೆಡೆ ಕೂಡಿಕೊಂಡವು. ಪ್ರೀತಮ್ ಹೇಸರಗತ್ತೆಗಳಿಗೆ ಶಾಪ ಹಾಕಿದರೆ, ಅವುಗಳ ಮಾಲೀಕ ಪ್ರೀತಮ್‌ಗೆ ಶಾಪ ಹಾಕಿದ. ಆದರೆ, ಅವರನ್ನು ಹಿಂದಿಕ್ಕಿ ಇವರು ಮುಂದುವರೆದಾಗಿತ್ತು.

ಬೆಟ್ಟಗಳೆಲ್ಲ ಒಣಗಿ ಬರಡು ಬರಡಾಗಿದ್ದವು. ಕಾಡೆಲ್ಲಾ ಬಹುತೇಕ ಬರಿದಾಗಿತ್ತು.

"ನಿಮ್ಮಲ್ಲೂ ಬೆಟ್ಟಗಳು ಹೀಗೇ ಬೋಳು ಬೋಳಾಗಿವೆಯಾ?" ಕೇಳಿದ ಪ್ರೀತಮ್.

"ಇಲ್ಲ, ನಮ್ಮಲ್ಲಿನ್ನೂ ಮರಗಳಿವೆ. ಅಲ್ಲಿನ್ನೂ ಯಾರೂ ಸ್ಫೋಟಿಸಲು ಶುರುಮಾಡಿಲ್ಲ" ಎಂದ ಬಿಷ್ಣು.

"ನಮ್ಮ ಮನೆಯ ಮುಂದೆಯೇ ಆಕ್ರೋಟಿನ ಮರವಿದೆ. ಪ್ರತಿ ವರ್ಷ ನಮಗದು ಎರಡು ಬುಟ್ಟಿಗಳಷ್ಟು ಆಕ್ರೋಟು ಕೊಡುತ್ತದೆ. ಏಪ್ರಿಕಾಟ್ ಮರ ಕೂಡ ಇದೆ. ಆದರೆ ಈ ವರ್ಷ ಮಳೆಯಿಲ್ಲದೆ ಹಣ್ಣುಗಳೇ ಇಲ್ಲ. ಬೆಟ್ಟದ ಬುಡದಲ್ಲಿ ತೊರೆಯಿದೆ. ಆದರೆ ಬಲು ದೂರ."

"ಸದ್ಯದಲ್ಲೇ ಮಳೆ ಬರುತ್ತದೆ. ನನಗೆ ಅದರ ವಾಸನೆ ಗೊತ್ತಾಗುತ್ತದೆ. ಉತ್ತರದ ಕಡೆಯಿಂದ ಬರುತ್ತಿದೆ. ಚಳಿಗಾಲ ಕೂಡ ಬೇಗ ಬರುತ್ತೆ" ಎಂದ ಪ್ರೀತಮ್.

"ಧೂಳನ್ನು ಮಳೆ ಹಿಡಿದಿಡುತ್ತದೆ"

ಧೂಳು ಎಲ್ಲಾ ಕಡೆ ಇದೆ. ಟ್ರಕ್ ಪೂರಾ ಆವರಿಸಿದೆ. ಕುರುಚಲು ಗಿಡಗಳ ಎಲೆಗಳು ಮತ್ತು ಇರುವ ಕೆಲವೇ ಮರಗಳು ಸಂಪೂರ್ಣವಾಗಿ ಧೂಳುಮಯವಾಗಿವೆ. ತನ್ನ ಕಣ್ಣ ರೆಪ್ಪೆ ಹಾಗೂ ತುಟಿಗಳ ಮೇಲಿರುವ ಧೂಳನ್ನು ಬಿಷ್ಣು ಅನುಭವಿಸಿ ಬಲ್ಲ.

ಅವರು ಕ್ವಾರಿ ಹತ್ತರ ಹೋದಂತೆಲ್ಲ ಧೂಳು ಹೆಚ್ಚಾಯಿತು. ಆದರೆ ಈಗ ಧೂಳಿನ ಸ್ವರೂಪ ಬೇರೆಯಾಗಿದೆ. ಗಾಳಿಯಲ್ಲಿ ಎದ್ದಿರುವ ಸುಣ್ಣದ ಕಲ್ಲಿನ ಬಿಳಿಯ ಧೂಳು ಕಣ್ಣಿಗೆ ಚುಚ್ಚುತ್ತಾ, ಮೂಗಿನೊಳಗೆ ಸೇರಿ ಕಿರಿಕಿರಿ ಉಂಟುಮಾಡುತ್ತಿದೆ.

ಬೆಳಗ್ಗೆಯಿಂದ ಸಿಡಿತಗಳು ನಡೆದಿವೆ.

"ಸ್ವಲ್ಪ ಹೊತ್ತು ಕಾಯೋಣ" ಎಂದು ಪ್ರೀತಮ್ ಸಿಂಗ್ ಟ್ರಕ್ ನಿಲ್ಲಿಸಿದ.

ಇಬ್ಬರೂ ಮೌನವಾಗಿ ಕುಳಿತರು. ಟ್ರಕ್‌ನ ಗಾಜಿನ ಮೂಲಕ ರಸ್ತೆಯಿಂದ ನೂರು ಗಜ ದೂರದಲ್ಲಿನ ಪ್ರಪಾತವನ್ನು ನೋಡುತ್ತಿದ್ದರು. ಇದ್ದಕ್ಕಿದ್ದಂತೆ ಬೆಟ್ಟವು ಬಾಯ್ತೆರೆದಂತೆ ಸ್ಫೋಟ ನಡೆಯಿತು. ಕಲ್ಲು, ಮಣ್ಣು ಚಿಮ್ಮಿ ಬಂದು ಅಪ್ಪಳಿದವು.

ಪೊದೆಗಳು ಮತ್ತು ಸಣ್ಣ ಮರಗಳು ಗಾಳಿಗೆ ಹಾರುವುದನ್ನು ಬಿಷ್ಣು ಭಯದಿಂದ ನೋಡಿದ. ಕಲ್ಲುಗಳು ಸಿಡಿಯುವುದಕ್ಕಿಂತ ಮರಗಳು ಹಾರಿಬಿದ್ದು ನಾಶವಾಗುವ ದೃಶ್ಯ ಅವನಲ್ಲಿ ಭೀತಿ ಹುಟ್ಟಿಸುತ್ತಿತ್ತು. ತನ್ನ ಮನೆಯ ಹತ್ತಿರವಿರುವ ಆಕ್ರೂಟ್, ದೇವದಾರು, ಪೈನ್ ಮರಗಳು ನೆನಪಾದವು. ಮುಂದೊಂದು ದಿನ ಅವುಗಳ ಹಣೆಬರಹವೂ ಇದೇ ರೀತಿಯದ್ದೇ ಆದರೆ ನಮ್ಮ ಹಳ್ಳಿಯ ಸುತ್ತಲಿನ ಬೆಟ್ಟಗುಡ್ಡಗಳೂ ಇಲ್ಲಿನ ಶ್ರೇಣಿಯಂತೆ ಮರುಭೂಮಿಯಾಗುತ್ತವೆ. ಮರಗಳಿರುವುದಿಲ್ಲ, ಹುಲ್ಲಿರುವುದಿಲ್ಲ ಹಾಗು ನೀರೂ ಇರುವುದಿಲ್ಲ – ಬರೀ ಸುಣ್ಣದ ಕಲ್ಲಿನ ಉಸಿರುಗಟ್ಟಿಸುವ ಧೂಳು ಮಾತ್ರ ಇರುತ್ತದೆ.

ಪ್ರೀತಮ್ ಸಿಂಗ್ ಕ್ವಾರಿ ಬಳಿ ಕೆಲಸ ಮಾಡುವ ಜನರಿಗೆ ತಾನು ಬಂದಿದ್ದು ತಿಳಿಯಲೆಂದು ಮತ್ತೆ ಜೋರಾಗಿ ಹಾರ್ನ್ ಬಾರಿಸಿದ. ಸಣ್ಣ ಶೆಡ್ ಮುಂದೆ ಟ್ರಕ್ ನಿಲ್ಲಿಸಿದ. ಅಲ್ಲಿ ಗುತ್ತಿಗೆದಾರ ಮತ್ತು ಮೇಲ್ವಿಚಾರಕ ಟೀ ಕುಡಿಯುತ್ತಿದ್ದರು. ಸ್ವಲ್ಪ ದೂರದಲ್ಲಿ ಕೆಲವು ಮಂದಿ ಕೆಲಸಗಾರರು ಸುತ್ತಿಗೆಯಿಂದ ಹೊಡೆಯುತ್ತಾ ಬಂಡೆಗಳನ್ನು ತುಂಡುಗಳನ್ನಾಗಿ ಮಾಡುತ್ತಿದ್ದರು. ಚಿತ್ರು ಕೂಡ ಅವರೊಂದಿಗೆ ಇದ್ದ. ಟ್ರಕ್‌ಗೆ ತುಂಬಲು

ಆಗಲೇ ಒಂದು ರಾಶಿ ಕಲ್ಲುಗಳು ಸಿದ್ಧವಾಗಿತ್ತು. ಈಗ ತಾನೇ ಆದ ಸ್ಫೋಟದಿಂದ ಸಿಡಿದ ಕಲ್ಲುಬಂಡೆಗಳು ಬೆಟ್ಟದ ಬದಿಯಲ್ಲಿ ಚದುರಿ ಬಿದ್ದಿದ್ದವು.

"ಒಂದು ಕಪ್ ಟೀ ಕುಡಿಯುವಂತೆ ಬಾ" ಎಂದು ಗುತ್ತಿಗೆದಾರ ಕೂಗಿ ಕರೆದ.

"ಬೇಗಬೇಗ ಟ್ರಕ್‌ಗೆ ತುಂಬಿ. ಮಧ್ಯಾಹ್ನವೆಲ್ಲಾ ನಾನು ಕಾಯುತ್ತಾ ಕೂರಲು ಸಾಧ್ಯವಿಲ್ಲ. ಇನ್ನೂ ಒಂದು ಟ್ರಿಪ್ ಮಾಡಬೇಕು. ಈ ದಿನಗಳಲ್ಲಿ ಬೇಗ ಕತ್ತಲಾಗುತ್ತದೆ" ಎಂದ ಪ್ರೀತಮ್.

ಬೆಂಚಿನ ಮೇಲೆ ಕುಳಿತು ಎರಡು ಕಪ್ ಟೀ ಕೊಡಲು ಅಂಗಡಿಯವನಿಗೆ ಹೇಳಿದ. ಮೇಲ್ವಿಚಾರಕ ಎದ್ದು ಹೋಗಿ ಕೆಲಸಗಾರರಿಗೆ ಕಲ್ಲುಗಳನ್ನು ತುಂಬಲು ಸೂಚನೆ ನೀಡಿದ. ಟ್ರಕ್‌ಗೆ ತುಂಬಲು ಅನುಕೂಲವಾಗುವಂತೆ ಬಿಷ್ಣು ಅದರ ಹಿಂದಿನ ಬಾಗಿಲನ್ನು ತೆಗೆದ. ತನ್ನ ಮೈ ಬೆಚ್ಚಗಿರಿಸಿಕೊಳ್ಳಲು ಬಿಷ್ಣು, ಕಲ್ಲುಗಳನ್ನು ಎತ್ತಿಹಾಕಲು ಚಿತ್ರು ಮತ್ತು ಇತರ ಕೆಲಸಗಾರರಿಗೆ ನೆರವಾದ.

"ನಿನ್ನ ಈ ಕೆಲಸಕ್ಕೆ ಹಣವನ್ನೇನೂ ಕೊಡುವುದಿಲ್ಲ" ಎಂದು ಬಿಷ್ಣುಗೆ ಗುತ್ತಿಗೆದಾರ ಹೇಳಿದ. ಅವನು ತನ್ನ ಲಾಭದಲ್ಲಿ ಒಂದು ಪೈಸೆಯನ್ನೂ ಕೊಡಲು ಸಿದ್ಧನಿಲ್ಲ.

"ಚಿಂತೆ ಮಾಡಬೇಡಿ. ನಾನು ಗುತ್ತಿಗೆದಾರರ ಬಳಿ ಕೆಲಸ ಮಾಡುವುದಿಲ್ಲ. ನಾನೇನಿದ್ದರೂ ಗೆಳೆಯರಿಗಾಗಿ ಕೆಲಸ ಮಾಡುವುದು" ಎಂದ ಬಿಷ್ಣು.

"ಸರಿಯಾಗಿ ಹೇಳಿದ" ಎಂದು ಕುಳಿತಲ್ಲಿಂದಲೇ ಹೇಳಿದ ಪ್ರೀತಮ್, "ಬಿಷ್ಣುನ ಮಾತನಾಡಿಸುವಾಗ ಹುಷಾರಾಗಿರು, ಅವನು ಯಾರ ಕೆಲಸಗಾರನೂ ಅಲ್ಲ!"

ಇನ್ನೊಂದು ಕಲ್ಲು ಕೂಡ ಅದರಲ್ಲಿ ಹಿಡಿಯದು ಅನ್ನುವಷ್ಟು ಕಲ್ಲುಗಳನ್ನು ತುಂಬಿಸುವವರೆಗೂ ಗುತ್ತಿಗೆದಾರನಿಗೆ ಸಮಾಧಾನವಾಗಲಿಲ್ಲ. ನಂತರ ಬಿಷ್ಣು ತನ್ನ ಪಾಲಿನ ಟೀ ಕುಡಿದ. ಮೂರು ಮಂದಿ ಕೆಲಸಗಾರರು ಲಾರಿಯಲ್ಲಿ ಪೇರಿಸಿದ್ದ ಕಲ್ಲುಗಳ ಮೇಲೇರಿ ಕುಳಿತರು.

"ನಡೀರಿ ಹೋಗೋಣ!" ಎಂದು ಹೇಳಿ ಪ್ರೀತಮ್ ಟ್ರಕ್ ಹತ್ತಿ ಸ್ಟೀರಿಂಗ್ ಹಿಡಿದ. "ಇವತ್ತು ಬೇಗ ಕೆಲಸ ಮುಗಿಸಬೇಕು. ಬಿಷ್ಣು ಮತ್ತು ನಾನು ರಾತ್ರಿ ಭರ್ಜರಿ ಊಟ ಮಾಡಬೇಕು!"

ಬಿಷ್ಣು ಎಗರಿ ಪ್ರೀತಮ್ ಪಕ್ಕ ಕುಳಿತು ಬಾಗಿಲನ್ನು ಜೋರಾಗಿ ಹಾಕಿದ. ಜೋರಾಗಿ ಹಾಕದಿದ್ದರೆ ಅದು ಮುಚ್ಚಿಕೊಳ್ಳುವುದೇ ಇಲ್ಲ. ತೆಗೆಯುವಾಗ ಮಾತ್ರ ಬಲು ಸಲೀಸು, ಸುಮ್ಮನೆ ಮುಟ್ಟಿದರೆ ತೆರೆದುಕೊಳ್ಳುತ್ತದೆ. ಹಾಗಾಗಿ ಪ್ರೀತಮ್, "ತನ್ನ ಟ್ರಕ್ ತೆಳುವಾದ ಟೇಪಿನಿಂದ ಅಂಟಿಸಿದಂತಿದೆ" ಎಂದು ಯಾವಾಗಲೂ ತಮಾಷೆ ಮಾಡುತ್ತಿರುತ್ತಾನೆ.

ಅವನು ಉತ್ಸಾಹದಲ್ಲಿದ್ದ. ಎಂಜಿನ್ ಚಾಲೂ ಮಾಡಿ, ಗುತ್ತಿಗೆದಾರ ಮತ್ತು ಮೇಲ್ವಿಚಾರಕ ಇಬ್ಬರನ್ನೂ ಹಾದು ಬರುವಾಗ ಹಾರ್ನ್ ಬಾರಿಸಿದ.

"ಸ್ಫೋಟದಿಂದ ಅವರ ಒಂದು ಕಿವಿ ಕಿವುಡಾಗಿದೆ. ಹಾರ್ನ್ ಹೊಡೆದು ಇನ್ನೊಂದು ಕಿವಿಯೂ ಕೇಳಿಸದಂತೆ ಮಾಡುತ್ತೇನೆ!" ಎಂದ ಪ್ರೀತಮ್.

ಟ್ರಕ್ ಬೆಟ್ಟಗಳ ತಿರುವುಗಳಲ್ಲಿ ಜೋರಾಗಿ ತಿರುತಿರುಗಿ ಧಾವಿಸುತ್ತಿದ್ದರೆ, ಮೇಲೆ ಕುಳಿತಿದ್ದ ಕೆಲಸಗಾರರು ಹಾಡು ಹಾಡುತ್ತಿದ್ದರು. ಬಿಷ್ಣುವಿನ ಪಕ್ಕದ ಬಾಗಿಲು ಕಟಕಟಿಸುತ್ತಿತ್ತು. ಅವನಿಗೆ ತಲೆ ಸುತ್ತಿದಂತಾಯಿತು.

"ಇಷ್ಟೊಂದು ವೇಗ ಬೇಡ" ಎಂದು ಹೇಳಿದ.

"ಓಹ್, ನಿನಗೇನಿದು ಹೊಸದಾ, ಯಾವಾಗಿನಿಂದ ನಿನಗೆ ನನ್ನ ಚಾಲನೆ ಭಯ ಹುಟ್ಟಿಸಲು ಶುರುಮಾಡಿತು?"

"ಇವತ್ತಷ್ಟೆ, ಗೊತ್ತಿಲ್ಲ, ಯಾಕೋ ಒಂದು ಥರಾ ಆಗುತ್ತಿದೆ" ಎಂದ ಬಿಷ್ಣು.

"ನಿನಗೆ ವಯಸ್ಸಾಗುತ್ತಿದೆ, ಅದೇ ನಿನ್ನ ತೊಂದರೆ" ಎಂದ ಪ್ರೀತಮ್.

"ಇರಬಹುದು" ಎಂದ ಬಿಷ್ಣು.

ಪ್ರೀತಮ್ ಯುವಕನಂತಾಗಿದ್ದ, ಇನ್ನಷ್ಟು ವೇಗ ಹೆಚ್ಚಿಸಿದ.

ತಿರುವಿನಲ್ಲಿ ಜೋರಾಗಿ ಟ್ರಕ್ ತಿರುಗಿದಾಗ ಬಿಷ್ಣು ಕಿಟಕಿಯಿಂದ ಹೊರಗೆ ನೋಡಿದ. ಅವನಿಗೆ ಕೇವಲ ಆಕಾಶ ಮತ್ತು ಆಳವಾದ ಕಣಿವೆ ಮಾತ್ರ ಕಾಣಿಸಿತು. ಅವರು ಹೆಚ್ಚೂಕಡಿಮೆ ರಸ್ತೆಯ ಅಂಚಿನಲ್ಲಿದ್ದರು. ಈ ಕಿರು ರಸ್ತೆಯಲ್ಲಿ ಯಾವಾಗಲೂ ಹೀಗೆಯೇ.

ಇನ್ನೂ ಕೆಲವು ತಿರುವುಗಳನ್ನು ದಾಟುತ್ತಿದ್ದಂತೆಯೇ ಕಣಿವೆಯತ್ತ ಸಾಗಿದ ರಸ್ತೆ ಇಳಿಜಾರಾಗಿತ್ತು. ಇದ್ದಕ್ಕಿದ್ದಂತೆ ಹೇಸರಗತ್ತೆಯೊಂದು ರಸ್ತೆಯ ಮಧ್ಯೆ ಬಂದುಬಿಟ್ಟಿತು. ಅದನ್ನು ತಪ್ಪಿಸಲೆಂದು ಪ್ರೀತಮ್ ಕೂಡಲೆ ಸ್ಟೀರಿಂಗನ್ನು ಬಲಕ್ಕೆ ತಿರುಗಿಸಿದ. ಆದರೆ ರಸ್ತೆ ಎಡಕ್ಕೆ ತಿರುಗಿತ್ತು. ಟ್ರಕ್ ಸೀದ ರಸ್ತೆಯ ಅಂಚಿಗೆ ಧಾವಿಸಿತು.

ರಸ್ತೆಯನ್ನು ದಾಟಿ ಮುಂದಕ್ಕೆ ಪ್ರಪಾತದೆಡೆಗೆ ವಾಲಿದ ಟ್ರಕ್ ಕೆಲ ಕ್ಷಣ ರಸ್ತೆ ತುದಿಯಲ್ಲಿ ನೇತಾಡಿತು. ಮೇಲೆ ಕುಳಿತಿದ್ದ ಕೆಲಸಗಾರರು ಕೆಳಗೆ ಧುಮುಕಿದರು.

ಕೆಳಕ್ಕೆ ಉರುಳತೊಡಗಿದ ಟ್ರಕ್ ಕಲ್ಲೊಂದಕ್ಕೆ ಬಡಿದು ಕುಪ್ಪಳಿಸಿದಾಗ ಬಿಷ್ಣು ಪಕ್ಕ ಇದ್ದ ಬಾಗಿಲು ತೆರೆದುಕೊಂಡು ಅವನು ಹೊರಕ್ಕೆ ಬಿದ್ದ.

ಪ್ರಪಾತದೆಡೆಗೆ ವೇಗವಾಗಿ ಸಾಗಿದ ಟ್ರಕ್ ಅಡ್ಡ ಬಂದ ಕಲ್ಲುಗಳ ಮೇಲೆ ಹೋಗಿ ಎಗರಿ ಪಕ್ಕಕ್ಕೆ ಬಿದ್ದು ಎರಡು ಬಾರಿ ಪಲ್ಟಿ ಹೊಡೆದು ಹಳೆಯ ಓಕ್ ಮರದ ಕಾಂಡಕ್ಕೆ ಗುದ್ದಿ ನಿಂತಿತು. ಆ ಮರ ಅಲ್ಲಿರದಿದ್ದಲ್ಲಿ ಟ್ರಕ್ ನೂರಾರು ಅಡಿ ಆಳದ ಕಮರಿಗೆ ಹೋಗಿ ಬೀಳುತ್ತಿತ್ತು.

ಕೆಲಸಗಾರರು ಗಾಬರಿಗೊಂಡು ಭಯದಿಂದ ಬೆಟ್ಟದ ಪಕ್ಕ ಕುಳಿತಿದ್ದರು. ಅವರಲ್ಲೊಬ್ಬ ಸಹಾಯಕ್ಕಾಗಿ ಜನರನ್ನು ಕರೆತರಲು ಕ್ವಾರಿಯ ಕಡೆಗೆ ಓಡಿದ.

ಬಿಷ್ಣು ಚುರುಚುರಿಕೆ ಗಿಡದ ಮೇಲೆ ಬಿದ್ದಿದ್ದ. ಅವನಿಗೆ ಗಾಯಗಳೇನೂ ಆಗಿರಲಿಲ್ಲ. ಕೇವಲ ಗಿಡದ ತರಚಿದ ನೋವಿತ್ತು ಅಷ್ಟೆ.

ಎದ್ದವನೇ ಮೊದಲು ಕೆಲಸಗಾರರ ಕಡೆ ಓಡಿದ. ಪ್ರೀತಮ್ ಇನ್ನೂ ಟ್ರಕ್‌ನಲ್ಲೇ ಇದ್ದಾನೆ ಎಂಬುದು ನೆನಪಾಯಿತು.

ಬಿಷ್ಣು, ಕಡಿದಾದ ಇಳಿಜಾರಿನಲ್ಲಿ ಜಾರುತ್ತಾ, ಜೋರಾಗಿ "ಪ್ರೀತಮ್ ಅಣ್ಣ, ಪ್ರೀತಮ್ ಅಣ್ಣ ಹೇಗಿದ್ದೀರಾ?" ಎಂದು ಕೂಗುತ್ತಾ ಬಂದ.

ಅವನಿಂದ ಉತ್ತರವೇ ಇಲ್ಲ.

ಪ್ರೀತಮ್‌ನ ಕೈ ಮತ್ತು ಅರ್ಧ ದೇಹ ಟ್ರಕ್‌ನ ಬಾಗಿಲಿನಿಂದ ಹೊರ ಬಂದಿರುವುದನ್ನು ಕಂಡ. ವಿಚಿತ್ರವಾದ ಭಂಗಿಯಲ್ಲಿ ಅರ್ಧ ದೇಹ ಒಳಗೆ, ಅರ್ಧ ದೇಹ ಹೊರಗೆ ಇತ್ತು. ಬಿಷ್ಣುವಿಗೆ ಭಯವಾಯಿತು. ಅವನು ಸತ್ತಿರಬಹುದು ಅಂದುಕೊಂಡು, ಇನ್ನೇನು ಹಿಂದಿರಗಬೇಕು ಅನ್ನುವಾಗ ಪ್ರೀತಮ್ ಅದಾಗಲೇ ಊದಿಕೊಂಡಿದ್ದ ತನ್ನ ಕಣ್ಣುಗಳನ್ನು ತೆರೆದು ಬಿಷ್ಣುವನ್ನೇ ನೋಡಿದ.

ಭಯದಿಂದಲೇ ಬಿಷ್ಣು, "ನೀವಿನ್ನೂ ಬದುಕಿದ್ದೀರಾ?" ಎಂದು ಪಿಸುಗುಟ್ಟಿದ.

"ಏನನ್ನಿಸುತ್ತಿದೆ?" ಎಂದು ಮೆಲುದನಿಯಲ್ಲಿ ಹೇಳಿದ ಪ್ರೀತಮ್.

ಅವನು ಮತ್ತೆ ಕಣ್ಣುಗಳನ್ನು ಮುಚ್ಚಿದ.

ಗುತ್ತಿಗೆದಾರ ಮತ್ತು ಅವನ ಕೆಲಸಗಾರರು ಬಂದ ಮೇಲೆ ಅಪ್ಪಚ್ಚಿಯಾಗಿದ್ದ ಟ್ರಕ್‌ನಿಂದ ಪ್ರೀತಮ್‌ನನ್ನು ಹೊರಗೆಳೆಯಲು ಸುಮಾರು ಒಂದು ಗಂಟೆ ತಗುಲಿತು. ಅಲ್ಲಿಂದ ನಗರದ ಆಸ್ಪತ್ರೆಗೆ ಸಾಗಿಸಲು ಮತ್ತೊಂದು ಗಂಟೆ ಹಿಡಿಯಿತು. ಕತ್ತಿನ ಬಳಿಯ ಮೂಳೆ ಮುರಿದಿತ್ತು, ಭುಜದ ಕೀಲು ಹೊರಳಿತ್ತು. ಪಕ್ಕೆಲುಬುಗಳಲ್ಲಿ ಕೆಲವು ಮುರಿದಿದ್ದವು. ಪರೀಕ್ಷಿಸಿದ ವೈದ್ಯರು ಎಲ್ಲವನ್ನೂ ಸರಿಪಡಿಸಬಹುದು ಎಂದರು. ಆದರೆ ಅವನ ಟ್ರಕ್ ಬಗ್ಗೆ ಹಾಗೆ ಹೇಳುವ ಹಾಗಿರಲಿಲ್ಲ.

ಕೆಲ ದಿನಗಳ ನಂತರ ಅವನನ್ನು ನೋಡಲು ಬಂದ ಬಿಷ್ಣುಗೆ "ಟ್ರಕ್‌ನ ಆಯಸ್ಸು ಮುಗಿಯಿತು" ಎಂದು ಹೇಳಿದ ಪ್ರೀತಮ್. "ನಾನಿನ್ನು ಮನೆಗೆ ಹಿಂದಿರುಗುವೆ. ನನ್ನ ಮಗನ ಜೊತೆ ಇರುತ್ತೇನೆ. ನೀನು ಏನು ಮಾಡುತ್ತಿಯ? ನನ್ನ ಗೆಳೆಯನ ಟ್ರಕ್‌ನಲ್ಲಿ ನಿನಗೆ ಕೆಲಸ ಕೊಡಿಸುತ್ತೇನೆ" ಅಂದ.

"ಇಲ್ಲ, ನಾನೂ ಸಹ ಮನೆಗೆ ಹಿಂದಿರುಗುವೆ" ಎಂದ ಬಿಷ್ಣು.

"ಅಲ್ಲೇನು ಮಾಡುವೆ?"

"ನಮ್ಮ ಹೊಲದಲ್ಲಿ ದುಡಿಮೆ ಮಾಡ್ತೀನಿ. ನೆಲವನ್ನು ಸ್ಫೋಟಗೊಳಿಸುವುದಕ್ಕಿಂತ ನೆಲದಿಂದ ಬೆಳೆ ಬೆಳೆಯುವುದು ಉತ್ತಮ ಅಲ್ವಾ."

ಇಬ್ಬರೂ ಕೆಲ ಕಾಲ ಮೌನವಾಗುಳಿದರು.

ಕೊನೆಗೆ ಪ್ರೀತಮ್‌ನೇ ಬಾಯ್ತೆರೆದ. "ಬೆಳೆಯುವುದೇ ಅತ್ಯುತ್ತಮ ಕೆಲಸ. ನಿಂಗೊಂದು ವಿಷಯ ಗೊತ್ತಾ? ಆ ಮರ ಇಲ್ಲದಿದ್ರೆ ಟ್ರಕ್ ಪಾತಾಳ ಸೇರಿರುತ್ತಿತ್ತು. ಬ್ಯಾಂಡೇಜ್ ಸುತ್ತಿಸಿಕೊಂಡು ನಾನಿಲ್ಲಿ ನಿನ್ನನ್ನು ಮಾತನಾಡಿಸುತ್ತಿರಲಿಲ್ಲ. ಆ ಮರವೇ ನನ್ನನ್ನು ರಕ್ಷಿಸಿದ್ದು. ಜ್ಞಾಪಕ ಇರಲಿ ಮರಿ" ಎಂದ.

"ನಾನು ಅದನ್ನು ಮರೆಯುವುದಿಲ್ಲ. ಹಾಗೆಯೇ ನೀವು ಊಟ ಕೊಡಿಸುತ್ತೀನಿ ಅಂದದ್ದೂ ಮರೆಯುವುದಿಲ್ಲ" ಎಂದ ಬಿಷ್ಣು.

ಬಿಷ್ಣು ಕಡೆಯ ರಾತ್ರಿಯನ್ನು ಕ್ವಾರಿಯಲ್ಲಿ ಚಿತ್ರುವಿನೊಂದಿಗೆ ಕಳೆದ. ರಾತ್ರಿ ಇಡೀ ಹಿಮ ಬೀಳುತ್ತಿತ್ತು. ಕೆಲಸಗಾರರಿಗಾಗಿಯೇ ಇದ್ದ ದೊಡ್ಡ ಶೆಡ್‌ನಲ್ಲಿ ಚಿತ್ರುವಿನ ಪಕ್ಕ ಮಲಗಿದ್ದ. ಗಾಳಿಯು ಹಿಮವನ್ನು ಹೊತ್ತು ತಂದು ಬಾಗಿಲಿಗೆ ಸುರಿಯುತ್ತಿತ್ತು. ನಿರ್ಜನ

ಬೆಟ್ಟಗುಡ್ಡಗಳ ಕಣಿವೆಯಿಂದ ಹಾದು ಬರುತ್ತಿದ್ದ ಗಾಳಿ ಸಿಳ್ಳು ಹೊಡೆದಂತೆ ಸದ್ದು ಮಾಡುತ್ತಿತ್ತು. ಬೆಳಗ್ಗೆ ಕಣ್ಣುಬಿಟ್ಟು ನೋಡಿದ ಬಿಷ್ಣುವಿಗೆ ಲೋಕವೆಲ್ಲ ಬೆಳ್ಳಗಾದಂತೆ ಭಾಸವಾಯಿತು. ಶೆಡ್‌ನ ಬಾಗಿಲಿಗೆ ಗೋಡೆಯಂತೆ ಪೇರಿಸಿಕೊಂಡಿದ್ದ ಹಿಮದಿಂದಾಗಿ ಅವರು ಬಾಗಿಲು ತೆರೆದು ಹೊರಬರಲು ಸ್ವಲ್ಪ ಕಷ್ಟವಾಯಿತು.

ಬಿಷ್ಣು, ಟೀ ಸ್ಟಾಲ್‌ನಲ್ಲಿ ಚಿತ್ರುವಿನ ಜೊತೆಗೂಡಿದ. ಒಂದು ಲೋಟ ಬಿಸಿಬಿಸಿ ಸಿಹಿಯಾದ ಟೀ ಕುಡಿದು, ಎರಡು ಬನ್‌ಗಳನ್ನು ತಿಂದ. ನಂತರ ಚಿತ್ರುಗೆ ವಿದಾಯ ಹೇಳಿ ತನ್ನ ಮನೆಯ ದಿಕ್ಕಿನಲ್ಲಿ ಸುಧೀರ್ಘ ಪ್ರಯಾಣ ಆರಂಭಿಸಿದ. ಹಿಮಪಾತದಿಂದಾಗಿ ರಸ್ತೆಯಲ್ಲಿ ವಾಹನ ಸಂಚಾರ ಇರುವುದಿಲ್ಲ. ಹಾಗಾಗಿ ಅವನು ತನ್ನ ಹಳ್ಳಿಯವರೆಗೆ ನಡೆದೇ ಹೋಗಬೇಕಿತ್ತು.

ಬಿಷ್ಣು ಬೆಟ್ಟಗಳ ಮೇಲೆ ಒಂದೇ ಸಮನೆ ಎಲ್ಲೂ ನಿಲ್ಲದೇ ಪ್ರಯಾಸದಿಂದ ನಡೆದ. ದಾರಿಯಲ್ಲಿ ಸಣ್ಣ ಹಳ್ಳಿ ಸಿಕ್ಕರೆ ಮಾತ್ರ ಸ್ವಲ್ಪ ಹೊತ್ತು ನಿಂತು, ಏನಾದರೂ ಸಿಕ್ಕರೆ ತಿನ್ನುತ್ತಿದ್ದ. ರಾತ್ರಿಯಾಗುವಷ್ಟರಲ್ಲಿ ಅವನಿನ್ನೂ ತನ್ನ ಹಳ್ಳಿಯಿಂದ ಹತ್ತು ಮೈಲು ದೂರವಿದ್ದ. ಇವನಿಗೆ ಜೊತೆಯಾಗಿ ಇನ್ನೂ ಕೆಲವರು ಪ್ರಯಾಣಿಕರಿದ್ದುದರಿಂದ ಎಲ್ಲರೂ ಜೊತೆಯಾಗಿ ಒಂದು ಹಳ್ಳಿಯ ಬಳಿ ಉಳಿದರು. ಬೆಂಕಿಯನ್ನು ಹಾಕಿಕೊಂಡು ಎಲ್ಲರೂ ಅದನ್ನು ಸುತ್ತುವರಿದು ಕುಳಿತರು. ಪ್ರತಿಯೊಬ್ಬರೂ ತಮ್ಮ ಮನೆ, ಹೊಲ ಮೊದಲಾದ ವಿಚಾರಗಳ ಬಗ್ಗೆ ಮಾತನಾಡಿದರು. ಎಲ್ಲರ ಒಟ್ಟು ಅಭಿಪ್ರಾಯವೇನೆಂದರೆ, ಈಗ ಬೀಳುತ್ತಿರುವ ಹಿಮ ಮತ್ತು ಮಳೆ ಚಳಿಗಾಲದ ಬೆಳೆಗೆ ಅತ್ಯಂತ ಸೂಕ್ತವಾಗಿದೆ ಎಂಬುದಾಗಿತ್ತು. ಒಬ್ಬರು ಹಾಡು ಹಾಡಿದರೆ, ಮತ್ತೊಬ್ಬರು ದೆವ್ವದ ಕತೆ ಹೇಳಿದರು. ಇವರ ಮಾತುಗಳಿಂದ ಬಿಷ್ಣುವಿಗೆ ಮನೆಯನ್ನು ತಲುಪಿದ ಭಾವನೆ ಮೂಡಿತು. ಅವರ ಕತೆಗಳನ್ನು ಆಲಿಸುತ್ತ ಹಾಗೇ ನಿದ್ರೆಗೆ ಜಾರಿದ. ಬೆಳಗ್ಗೆ ಎಲ್ಲರೂ ಎದ್ದು ಅವರವರ ದಿಕ್ಕಿಗೆ ಹೊರಟರು.

ಬಿಷ್ಣು ತನ್ನ ಹಳ್ಳಿ ತಲುಪುವಷ್ಟರಲ್ಲಿ ಮಧ್ಯಾಹ್ನ ಆಗಿತ್ತು.

ಜಮೀನುಗಳೆಲ್ಲ ಹಿಮದಿಂದ ಆವೃತವಾಗಿದ್ದರೆ, ಬೆಟ್ಟದ ನೀರಿನ ಚಿಲುಮೆ ಉಕ್ಕಿ ಹರಿಯುತ್ತಿತ್ತು. ಮೆಟ್ಟಿಲುಮೆಟ್ಟಿಲಾಗಿ ಮಾಡಿದ್ದ ಜಮೀನಿನ ಎತ್ತರದ ಭಾಗವನ್ನು ಏರಿದೊಡನೆ ಅವನಿಗೆ ನಾಯಿ ಬೊಗಳುತ್ತಿರುವುದು ಕೇಳಿಸಿತು. ಅವನ ಅಮ್ಮ ಸಾಕಿದ್ದ ದೊಡ್ಡ ಕರಿ ಬಣ್ಣದ ಮ್ಯಾಸ್ಟಿಫ್ ನಾಯಿ ಹಿಮದಲ್ಲಿ ಜಿಗಿಯುತ್ತ ಓಡೋಡಿ ಇವನೆಡೆಗೆ ಧಾವಿಸಿ ಬಂತು. ಇವನ ಮೇಲೆ ಹಾರಿದ ನಾಯಿ ಕೈಯನ್ನೆಲ್ಲಾ ನೆಕ್ಕಿ ಮುದ್ದಾಡಿ, ಮತ್ತೆ ಮನೆಯವರಿಗೆ ವಿಷಯ ತಿಳಿಸಲು ಮನೆ ಕಡೆಗೆ ದೌಡಾಯಿಸಿತು.

ಮನೆಯ ಆವರಣಕ್ಕೆ ಬಂದ ಪೂಜಾ ಇವನನ್ನು ನೋಡಿದವಳೇ, "ಬಿಷ್ಣು ಬಂದ, ನಮ್ಮಣ್ಣ ಬಂದ!" ಎಂದು ಮನೆಯೊಳಕ್ಕೆ ಜೋರಾಗಿ ಕೂಗುತ್ತಾ ಓಡಿದಳು,

ಅಮ್ಮ ಮನೆಯಿಂದ ಹೊರಗೆ ಓಡಿ ಬಂದವರೇ, "ಬಿಷ್ಣು, ಬಿಷ್ಣು!" ಎಂದು ಕೂಗಿದರು.

ಜಮೀನಿನ ಮೂಲಕ ಬಿಷ್ಣು ನಡೆದು ಬಂದ. ಅವನು ಆತುರಪಟ್ಟು ಓಡಲಿಲ್ಲ.

ತನ್ನ ಹಿಂದಿರುಗುವಿಕೆಯ ಪ್ರತಿ ಕ್ಷಣವನ್ನೂ ಅವನು ಆಸ್ವಾದಿಸಬೇಕಿತ್ತು. ಅಮ್ಮ ಮತ್ತು ತಂಗಿ ಖುಷಿಯಿಂದ ನಗುತ್ತಾ ಮನೆ ಮುಂದೆ ನಿಂತು ಕೈಬೀಸುತ್ತಿದ್ದರು. ಈಗ ಆತುರತೆಯ ಅಗತ್ಯವಿಲ್ಲ. ಇನ್ನು ಮುಂದೆ ಅವನು ಅವರೊಂದಿಗೇ ಇರುತ್ತಾನಲ್ಲ. ಪಿಕ್ಚರ್ ಪ್ಯಾಲೇಸ್ ಟೀ ಅಂಗಡಿಯವರು ಬರುವ ಬೇಸಿಗೆಗೆ ಬೇರೆ ಯಾರನ್ನಾದರೂ ಕೆಲಸಕ್ಕೆ ಸೇರಿಸಿಕೊಳ್ಳುತ್ತಾರೆ... ಇದು ಅವನ ಮನೆ, ಇಲ್ಲಿರೋದು ಅವನ ಜಮೀನು! ಹರಡಿರುವ ಹಿಮ ಕೂಡ ಅವನದ್ದೇ. ಹಿಮ ಕರಗಿದ ಮೇಲೆ ಜಮೀನನ್ನು ಬಣ್ಣ ಮಾಡುತ್ತಾನೆ, ಬೆಳೆ ಬೆಳೆಯುತ್ತಾನೆ.

ತನ್ನ ಪ್ರೀತಿಯ ಜಮೀನಿನಲ್ಲಿ ನಡೆದು ಹೋಗುವಾಗ ತಾನು ದೊಡ್ಡವನಾದಂತೆ, ಶಕ್ತಿವಂತನಾದಂತೆ ಅವನಿಗೆ ಅನ್ನಿಸುತ್ತಿತ್ತು.

ತಾತನ ಪ್ರಾಣಿ ಸಂಗ್ರಹಾಲಯ

ಟೋಟೋನ ಸಾಹಸಗಳು

ನನ್ನ ತಾತ, ಟಾಂಗಾದವನಿಗೆ ಐದು ರೂಪಾಯಿಗಳನ್ನು ಕೊಟ್ಟು ಟೋಟೋನನ್ನು ಕೊಂಡು ತಂದರು. ಈ ಪುಟ್ಟ ಕೆಂಪು ಕೋತಿಯನ್ನು ಆ ಟಾಂಗಾವಾಲ ಕುದುರೆಯ ಮೇವಿನ ಚೀಲಕ್ಕೆ ಬಿಗಿದಿರುತ್ತಿದ್ದ. ಅದು ಅಸಹಜ ಸ್ಥಿತಿಯಲ್ಲಿ ಇರುವುದನ್ನು ಕಂಡ ತಾತ ತನ್ನ ಮನೆಯ ಮೃಗಾಲಯಕ್ಕೆ ಅದನ್ನು ಸೇರಿಸಿಕೊಳ್ಳಲು ತೀರ್ಮಾನಿಸಿದರು.

ಟೋಟೋ ಸುಂದರವಾದ ಕೋತಿ. ತೀಡಿದ ಹುಬ್ಬಿನ ಕೆಳಗೆ ತುಂಟತನದಿಂದ ಕೂಡಿದ ಹೊಳಪು ಕಂಗಳು ಅದರದ್ದು. ಹಲ್ಲುಗಳು ಅಚ್ಚ ಬಿಳುಪಾಗಿದ್ದು, ನಗುವಿನೊಂದಿಗೆ ಪ್ರದರ್ಶಿಸುತ್ತ ಆಂಗ್ಲೋ ಇಂಡಿಯನ್ ಮಹಿಳೆಯರ ಹೃದಯ ಬಾಯಿಗೆ ಬರುವಂತೆ ಮಾಡುತ್ತಿತ್ತು. ಹಲವಾರು ವರ್ಷಗಳು ಬಿಸಿಲಿನಲ್ಲಿ ಒಣಗಿಸಿದಂತೆ ಅದರ ಅಂಗೈಗಳು ಒಣಗಿದ ಹಪ್ಪಳದಂತಿದ್ದರೆ, ಅದರ ಬೆರಳುಗಳು ಸುಕ್ಕುಸುಕ್ಕಾಗಿದ್ದರೂ ಚುರುಕಾಗಿದ್ದವು. ಬಾಲ ಅದರ ಸೌಂದರ್ಯವನ್ನು ಇಮ್ಮಡಿಗೊಳಿಸಿತ್ತು (ಬಾಲ ಯಾವುದೇ ಪ್ರಾಣಿಗಿರಲಿ, ಅದರಿಂದ ಅದರ ಸೌಂದರ್ಯ ಹೆಚ್ಚುತ್ತದೆ ಎಂಬುದು ತಾತನ ನಂಬಿಕೆ). ಅಷ್ಟೆ ಅಲ್ಲ, ಬಾಲ ಅದರ ಮೂರನೆಯ ಕೈಯಂತೆ ಬಳಕೆಯಾಗುತ್ತಿತ್ತು. ರೆಂಬೆ ಕೊಂಬೆಗಳಲ್ಲಿ ನೇತಾಡಲು ಅದು ತನ್ನ ಬಾಲವನ್ನು ಬಳಸಿಕೊಂಡು, ಕೈಗೆಟಕದ ವಸ್ತುಗಳನ್ನು ಎಟುಕಿಸಿಕೊಳ್ಳುತ್ತಿತ್ತು.

ತಾತ ಮನೆಗೆ ಈ ರೀತಿ ಹಕ್ಕಿಯನ್ನೋ ಅಥವಾ ಪ್ರಾಣಿಯನ್ನೋ ತಂದಾಗ ಅಜ್ಜಿಯ ಗೊಣಗಾಟ ಶುರುವಾಗುತ್ತಿತ್ತು. ಹಾಗಾಗಿ ಆಕೆಯ ಮನಸ್ಥಿತಿ ತಿಳಿಯಾಗಿರುವವರೆಗೂ ಟೋಟೋ ಸಂಗತಿ ಆಕೆಗೆ ತಿಳಿಯುವುದು ಬೇಡ ಎಂದು ನಿರ್ಧರಿಸಲಾಗಿತ್ತು. ನನ್ನ ಮಲಗುವ ಕೋಣೆಯಲ್ಲಿನ ಗೋಡೆ ಬೀರುವಿನ ಮೇಲೆ ಅದನ್ನು ಇರಿಸಲಾಗಿತ್ತು. ಅದನ್ನು ಗೋಡೆಗೆ ಹೊಡೆದಿದ್ದ ಮೊಳೆಗೆ ಭದ್ರವಾಗಿ ಕಟ್ಟಿದ್ದೆವು – ಅಥವಾ ನಾವು ಹಾಗೆಂದು ಭಾವಿಸಿದ್ದೆವು.

ಕೆಲವು ಗಂಟೆಗಳ ನಂತರ ಟೋಟೋನನ್ನು ಹೊರಗೆ ಬಿಡೋಣ ಎಂದು ನಾನು ಮತ್ತು ತಾತ ಬಂದು ನೋಡಿದರೆ, ಏನಿದೆ ಅಲ್ಲಿ? ಗೋಡೆಯ ಅಂದಕ್ಕಾಗಿ ತಾತ

ಅಂಟಿಸಿದ್ದ ಚಿತ್ತಾರದ ಪೇಪರು ಕಿತ್ತುಹೋಗಿ ಇಟ್ಟಿಗೆ ಸಿಮೆಂಟಿನ ಗೋಡೆ ನಗ್ನವಾಗಿ ಕಾಣುತ್ತಿತ್ತು. ಗೋಡೆಗೆ ಹೊಡೆದಿದ್ದ ಮೊಳೆ ಮಾಯವಾಗಿತ್ತು. ಅಲ್ಲೇ ನೇತುಹಾಕಿದ್ದ ನನ್ನ ಶಾಲೆಯ ಸಮವಸ್ತ್ರದ ಕೋಟು ಚಿಂದಿಚಿಂದಿಯಾಗಿತ್ತು. ಇನ್ನು ಅಜ್ಜಿ ಏನೆನ್ನಬಹುದೆಂದು ಗಾಬರಿಯಾಯಿತು. ಆದರೆ, ತಾತನಿಗೆ ಇದ್ಯಾವುದರ ಚಿಂತೆಯೇ ಇರಲಿಲ್ಲ. ಟೋಟೋ ಕಾರ್ಯಕ್ಷಮತೆಯ ಬಗ್ಗೆ ಆತ ಬಹಳ ಸಂತುಷ್ಟನಿರುವಂತೆ ಕಂಡುಬಂದಿತು.

"ಭಲೇ ಬುದ್ಧಿವಂತ ಕೋತಿ ಕಣೋ, ಸ್ವಲ್ಪ ಸಮಯ ಕೊಟ್ಟಿದ್ದರೆ, ಹರಿದಿರುವ ನಿನ್ನ ಕೋಟಿನ ಚಿಂದಿಗಳಿಂದ ಹಗ್ಗವನ್ನು ಹೆಣೆದು ಕಿಟಕಿಯಿಂದ ಹೊರಹೋಗಿಬಿಡುತ್ತಿತ್ತೇನೋ ಅಲ್ವಾ!" ಎಂದು ತಾತ ಖುಷಿ ಬೆರೆತ ದನಿಯಲ್ಲಿ ಕೇಳಿದರು.

ಅದು ಮನೆಯಲ್ಲಿರುವ ಸಂಗತಿ ಇನ್ನೂ ಗೌಪ್ಯವಾಗಿಯೇ ಇತ್ತು. ಕಾಂಪೌಂಡಿನಲ್ಲಿ ಕೆಲಸಗಾರರು ಇರುವ ಮನೆಯ ಬಳಿ ದೊಡ್ಡ ಪಂಜರದಲ್ಲಿ ಟೋಟೋನನ್ನು ಇರಿಸಿದೆವು. ಅಲ್ಲಿ ತಾತನ ಇತರೆ ಸಾಕು ಪ್ರಾಣಿಗಳು ಹೊಂದಾಣಿಕೆಯಿಂದಿದ್ದವು. ಆಮೆ, ಜೋಡಿ ಮೊಲಗಳು, ಅಳಿಲು ಮತ್ತು ನನ್ನ ನೆಚ್ಚಿನ ಆಡು ಎಲ್ಲವೂ ಇದ್ದವು. ಆದರೆ, ಈ ಕೋತಿ ಅವಾವುದನ್ನು ರಾತ್ರಿ ನೆಮ್ಮದಿಯಿಂದ ನಿದ್ರೆ ಮಾಡಲು ಬಿಡಲಿಲ್ಲ. ಹಾಗಾಗಿ ಮರುದಿನ ತನ್ನ ಪಿಂಚಣಿ ಹಣಕ್ಕಾಗಿ ಡೆಹ್ರಾಡೂನ್‌ನಿಂದ ಸಹರನ್‌ಪುರಕ್ಕೆ ಹೊರಟಿದ್ದ ತಾತ ಇದನ್ನೂ ತನ್ನೊಂದಿಗೆ ಕೊಂಡೊಯ್ಯಲು ತೀರ್ಮಾನಿಸಿದರು.

ದುರದೃಷ್ಟವಶಾತ್ ನಾನು ತಾತನ ಜೊತೆ ಹೋಗಲು ಆಗಲಿಲ್ಲ. ಆದರೆ, ಅಲ್ಲಿ ನಡೆದ ಘಟನೆಗಳನ್ನು ತಾತ ನಂತರ ವಿವರಿಸಿದರು. ದೊಡ್ಡ ಕರಿಯ ಕ್ಯಾನ್ವಾಸಿನ ಬ್ಯಾಗನ್ನು ಟೋಟೋನನ್ನು ಕರೆದೊಯ್ಯಲು ತೆಗೆದುಕೊಳ್ಳಲಾಯಿತು. ಅಡಿಯಲ್ಲಿ ಒಣಹುಲ್ಲನ್ನು ಹಾಸಿ ಅದಕ್ಕೆ ಹೊಸ ವಾಸಸ್ಥಾನ ಮಾಡಿದೆವು. ಬ್ಯಾಗಿನ ಮೇಲೆ ತಂತಿಗಳಿಂದ ಬಿಗಿಸಿದ್ದರಿಂದ ಅದು ತಪ್ಪಿಸಿಕೊಳ್ಳುವಂತಿರಲಿಲ್ಲ. ಟೋಟೋ ತನ್ನ ಕೈಯನ್ನು ಸಹ ತೂರಿಸಲು ಆಗದಂತೆ ತಂತಿ ಬಿಗಿಯಲಾಗಿತ್ತು. ಅದು ಕಚ್ಚಿ ತೂತು ಮಾಡಲಾಗದಷ್ಟು ಕ್ಯಾನ್ವಾಸ್ ದಪ್ಪನಾಗಿತ್ತು. ತಪ್ಪಿಸಿಕೊಳ್ಳಲು ಅದು ತೀವ್ರವಾಗಿ ಪ್ರಯತ್ನಿಸಿದರೆ, ಚೀಲ ಉರುಳುವುದೂ, ಗಾಳಿಯಲ್ಲಿ ಮೇಲೆ ಹಾರಿ ಬೀಳುವುದೂ ಆಗುತ್ತಿತ್ತಷ್ಟೆ. ಹೀಗಾದಾಗ, ಡೆಹ್ರಾಡೂನ್ ರೈಲ್ವೆ ನಿಲ್ದಾಣದಲ್ಲಿ ಪ್ಲಾಟ್‌ಫಾರಂ ಮೇಲೆ ನಿಂತಿದ್ದ ಸಹಪ್ರಯಾಣಿಕರು ಕುತೂಹಲದ ಕಣ್ಣುಗಳಿಂದ ನೋಡಿದರಂತೆ.

ಸಹರನ್‌ಪುರಕ್ಕೆ ಹೋಗುವವರೆಗೂ ಟೋಟೋ ಚೀಲದಲ್ಲಿಯೇ ಸುಮ್ಮನಿತ್ತು. ಆದರೆ, ಅಲ್ಲಿ ತಾತ ಪ್ಲಾಟ್‌ಫಾರಂನಲ್ಲಿಳಿದು ತನ್ನ ಟಿಕೇಟನ್ನು ತೋರಿಸುತ್ತಿದ್ದಾಗ ಟೋಟೋ ಇದ್ದಕ್ಕಿದ್ದಂತೆ ಚೀಲದಿಂದ ತನ್ನ ತಲೆಯನ್ನು ಹೊರಹಾಕಿ ಟಿಕೇಟ್ ಕಲೆಕ್ಟರನಿಗೆ ತನ್ನ ಬಿಳಿ ಹಲ್ಲುಗಳನ್ನು ತೋರಿಸಿತ್ತು.

ಆ ಬಡಪಾಯಿ ಗಾಬರಿಗೊಂಡ. ಆದರೆ, ತೋರಿಸಿಕೊಳ್ಳದೆ, ಸಮಯಸ್ಫೂರ್ತಿಯಿಂದ ತಾತನಿಗೆ ಕಿರಿಕಿರಿ ಆಗುವಂತೆ, "ಸರ್, ನಿಮ್ಮ ಬಳಿ ನಾಯಿ ಇದೆ.

ಅದಕ್ಕೂ ನೀವು ಹಣ ತೆರಬೇಕು" ಎಂದ.

ವಿಧಿಯಿಲ್ಲದೆ ತಾತ ಟೋಟೋನನ್ನು ಬ್ಯಾಗಿನಿಂದ ಹೊರತೆಗೆದು, ಅದು ನಾಯಿಯಲ್ಲ, ಕೋತಿ ಎಂದು ತೋರಿಸಿ, ಇದು ಚತುಷ್ಪಾದಿ ಪ್ರಾಣಿಯಲ್ಲ ಎಂದು ವಿವರಿಸಿದರು. ಟಿಕೇಟ್ ಕಲೆಕ್ಟರ್ ಅದನ್ನು ಈಗಾಗಲೇ ನಾಯಿಯೆಂದು ತೀರ್ಮಾನಿಸಿಯಾಗಿತ್ತು. ತಾತ ಅದರ ಪ್ರಯಾಣದ ದರ ಮೂರು ರೂಪಾಯಿಗಳನ್ನು ತೆರಬೇಕಾಯ್ತು.

ಬೇಸರಗೊಂಡ ತಾತ ತನ್ನ ಜೇಬಿನಲ್ಲಿದ್ದ ಪುಟ್ಟ ಸಾಕು ಆಮೆಯನ್ನು ಹೊರತೆಗೆದು, "ಇದಕ್ಕೆ ಎಷ್ಟು ತೆರಬೇಕು ಹೇಳಿ, ಏಕೆಂದರೆ, ನೀವು ಪ್ರಾಣಿಗಳಿಗೆಲ್ಲಾ ಶುಲ್ಕ ವಿಧಿಸುತ್ತೀರಲ್ಲಾ?" ಎಂದು ಕೇಳಿದರು.

ಟಿಕೇಟ್ ಕಲೆಕ್ಟರ್ ಆ ಆಮೆಯನ್ನು ಹತ್ತಿರದಿಂದ ಪರೀಕ್ಷಿಸಿ, ತನ್ನ ತೋರು ಬೆರಳಿನಿಂದ ಅದನ್ನು ಸವರಿ, ತಾತನ ಕಡೆಗೆ ವಿಜಯದ ನಗೆಬೀರಿ, "ಶುಲ್ಕವಿಲ್ಲ, ಇದು ನಾಯಿಯಲ್ಲ" ಎಂದು ಹೇಳಿದ.

ಕಡೆಗೂ ಅಜ್ಜಿ ಟೋಟೋನನ್ನು ಮನೆಯ ಸದಸ್ಯನನ್ನಾಗಿ ಅಂಗೀಕರಿಸಿದರು. ಗ್ವಾದಲಿಯಲ್ಲಿ ಅದಕ್ಕೆ ಇರಲು ವ್ಯವಸ್ಥೆ ಮಾಡಿದರು. ಮನೆಯವರು ಸಾಕಿದ್ದ ಕತ್ತೆ ನಾನಾ

ಅದಕ್ಕೆ ಜೊತೆಗಾರಳಾಯಿತು. ಗ್ವಾದಲಿಯಲ್ಲಿನ ಮೊದಲ ರಾತ್ರಿ ಟೋಟೋ ಆರಾಮವಾಗಿದೆಯಾ ಎಂದು ನೋಡಲು ತಾತ ಅಲ್ಲಿಗೆ ಭೇಟಿ ಕೊಟ್ಟರು. ಅಚ್ಚರಿಯಾಗುವಂತೆ ಟೋಟೋ ಮಲಗಿದ್ದ ಸ್ಥಳದಿಂದ ನಾನಾ, ದೂರದೂರ ಸರಿಯುತ್ತಿತ್ತು. ತನ್ನನ್ನು ಕಟ್ಟಿದ್ದ ಹಗ್ಗವನ್ನು ಜಗ್ಗುತ್ತಿತ್ತು.

ನಾನಾ ಬೆನ್ನಿನ ಮೇಲೆ ತಾತ ಒಂದು ಸಣ್ಣ ಪೆಟ್ಟುಕೊಟ್ಟರು. ಅದು ಇನ್ನಷ್ಟು ಜಗ್ಗಿತು. ಅದರ ಜೊತೆ ಟೋಟೋ ಕೂಡ ಹೋಗುತ್ತಿತ್ತು, ಏಕೆಂದರೆ ಅದರ ಕಿವಿಯನ್ನು ಟೋಟೋ ತನ್ನ ಹಲ್ಲುಗಳಿಂದ ಕಚ್ಚಿ ಹಿಡಿದಿತ್ತು.

ಟೋಟೋ ಮತ್ತು ನಾನಾ ಎಂದಿಗೂ ಗೆಳೆಯರಾಗಲೇ ಇಲ್ಲ.

ಚಳಿಗಾಲದ ಸಂಜೆಗಳಲ್ಲಿ ಅಜ್ಜಿ ಬಿಸಿ ನೀರಿನ ದೊಡ್ಡ ಪಾತ್ರೆಯನ್ನು ಟೋಟೋ ಸ್ನಾನ ಮಾಡಲೆಂದು ಇಡುತ್ತಿದ್ದರು. ಅದು ಟೋಟೋಗೆ ಅತ್ಯಂತ ಸುಖದ ಸಮಯ. ಮಹಾ ಕಂತ್ರಿಯಂತೆ ಅದು ಮೊದಲು ತನ್ನ ಬೆರಳನ್ನು ನೀರಲ್ಲಿ ಅದ್ದಿ, ಬೆಚ್ಚಗಿರುವುದನ್ನು ಖಾತ್ರಿ ಮಾಡಿಕೊಂಡು ನಂತರ ನೀರಿನಲ್ಲಿ ಇಳಿಯುತ್ತಿತ್ತು. ಮೊದಲು ಒಂದು ಕಾಲನ್ನು ಇಡುತ್ತಿತ್ತು, ನಂತರ ಇನ್ನೊಂದನ್ನು (ನಾನು ಸ್ನಾನ ಮಾಡುವುದನ್ನು ಅದು ಗಮನಿಸಿತ್ತು ಅನ್ನಿಸುತ್ತದೆ), ತನ್ನ ಕುತ್ತಿಗೆ ನೀರಲ್ಲಿ ಮುಳುಗುವಷ್ಟು ಪಾತ್ರೆಯಲ್ಲಿ ಅದು ಕುಳಿತುಕೊಳ್ಳುತ್ತಿತ್ತು. ಆರಾಮ ಅನಿಸಿದ ಮೇಲೆ ಸೋಪನ್ನು ತೆಗೆದುಕೊಂಡು ಮೈಗೆಲ್ಲಾ ಉಜ್ಜಿಕೊಳ್ಳುತ್ತಿತ್ತು. ನೀರು ತಣ್ಣಗಾಗುತ್ತಿದ್ದಂತೆ, ಪಾತ್ರೆಯಿಂದ ಹೊರಗೆ ಬಂದು ಮೈಯನ್ನು ಒಣಗಿಸಿಕೊಳ್ಳಲು ಬೇಗಬೇಗ ಅಡುಗೆ ಮನೆ ಕಡೆ ಓಡುತ್ತಿತ್ತು. ಈ ಸಂದರ್ಭದಲ್ಲಿ ಯಾರಾದರೂ ಅದನ್ನು ನೋಡಿ ನಕ್ಕಿದ್ದೇ ಆದರೆ, ಸ್ನಾನ ಮಾಡಲು ಹಿಂದೇಟು ಹಾಕುತ್ತಿತ್ತು.

ಒಂದು ದಿನ ಟೋಟೋ ತನ್ನನ್ನು ತಾನೇ ಕುದಿ ನೀರಿನಲ್ಲಿ ಸುಟ್ಟುಕೊಳ್ಳುವ ಪರಿಸ್ಥಿತಿಯನ್ನು ಸೃಷ್ಟಿಸಿಕೊಂಡಿತ್ತು.

ಅಡುಗೆ ಮನೆಯಲ್ಲಿ ದೊಡ್ಡ ಟೀ ಕೆಟಲಿನಲ್ಲಿ ನೀರನ್ನು ಇಟ್ಟು ಒಲೆ ಹಚ್ಚಿದ್ದರು. ಬೇರೇನೂ ಕೆಲಸವಿಲ್ಲದ ಟೋಟೋ, ಆ ಕೆಟಲಿನ ಮುಚ್ಚಳವನ್ನು ತೆರೆಯಿತು. ನೀರಿನಲ್ಲಿ ಬೆರಳಿಟ್ಟು ನೋಡಿದ ಅದು, ಸ್ನಾನ ಮಾಡುವಷ್ಟು ನೀರು ಬೆಚ್ಚಗಿರುವುದನ್ನು ಕಂಡು ಅದರೊಳಗೆ ಇಳಿಯಿತು. ತಲೆಯನ್ನು ಹೊರಗೆ ಇರಿಸಿಕೊಂಡು ಕುಳಿತಿತು. ಸ್ವಲ್ಪ ಹೊತ್ತು ಚೆನ್ನಾಗಿತ್ತು, ನಂತರ ನೀರು ಕುದಿಯಲು ಪ್ರಾರಂಭವಾಯಿತು. ಟೋಟೋ ಸ್ವಲ್ಪ ಮೇಲೆ ಎದ್ದಿತು. ಹೊರಗೆ ಚಳಿ ಅನಿಸಿದರಿಂದ ಮತ್ತೆ ಕುಳಿತುಕೊಂಡಿತು. ಹೀಗೇ ಮೇಲೇಳುವುದು, ಕುಳಿತುಕೊಳ್ಳುವುದನ್ನು ಪುನರಾವರ್ತಿಸಿತು. ಸಮಯಕ್ಕೆ ಸರಿಯಾಗಿ ಅಜ್ಜಿ ಅಡುಗೆಮನೆಗೆ ಬಂದು ಅರ್ಧ ಬೆಂದಿದ್ದ ಅದನ್ನು ರಕ್ಷಿಸಿದರು.

ತುಂಟತನಕ್ಕೇ ಮೀಸಲಾದ ಭಾಗವೊಂದು ಮಿದುಳಿನಲ್ಲಿ ಏನಾದರೂ ಇದ್ದರೆ, ಅದು ಟೋಟೋವಿನಲ್ಲಿ ಹೆಚ್ಚಾಗಿ ಬೆಳೆದಿದೆ. ವಸ್ತುಗಳನ್ನು ತುಂಡು ತುಂಡು ಮಾಡುವುದರಲ್ಲಿ ಅದಕ್ಕೆ ವಿಶೇಷ ಆಸಕ್ತಿ. ನನ್ನ ಚಿಕ್ಕಮ್ಮ, ದೊಡ್ಡಮ್ಮ ಯಾರಾದರೂ ಅದರ ಹತ್ತಿರ ಸುಳಿದಾಗಲೆಲ್ಲಾ ಅವರ ಉಡುಪನ್ನು ಹರಿಯುವುದೋ ಅಥವಾ ಅದರಲ್ಲಿ ರಂಧ್ರ

ಮಾಡುವುದೋ ಮಾಡುತ್ತಿತ್ತು.

ಒಂದು ದಿನ, ಊಟದ ಸಮಯದಲ್ಲಿ ಊಟದ ಟೇಬಲಿನ ಮೇಲೆ ಪಿಂಗಾಣಿ ಪಾತ್ರೆಯಲ್ಲಿ ಪಲಾವನ್ನು ಹಾಕಿ ಇರಿಸಿದ್ದರು. ನಾವು ಆ ಕೋಣೆಯನ್ನು ಪ್ರವೇಶಿಸಿದಾಗ ಟೋಟೋ ಅನ್ನವನ್ನು ತನ್ನ ಬಾಯಲ್ಲಿ ತುರುಕಿಕೊಳ್ಳುತ್ತಿತ್ತು. ನನ್ನ ಅಜ್ಜಿ ಕೋಪದಿಂದ ಕಿರುಚಿದರು. ಟೋಟೋ ಅಜ್ಜಿಯೆಡೆಗೆ ಪ್ಲೇಟೊಂದನ್ನು ಬಿಸುಟಿತು. ಮುಂದೆ ನುಗ್ಗಿದ ನನ್ನ ಚಿಕ್ಕಮ್ಮನ ಮುಖದ ಮೇಲೆ ನೀರಿನ ಲೋಟ ಬಂದು ಬಿತ್ತು. ತಾತ ರಣರಂಗದೊಳಕ್ಕೆ ಪ್ರವೇಶಿಸುತ್ತಿದ್ದಂತೆಯೇ ಪಲಾವ್ ಪಾತ್ರೆಯನ್ನು ಹಿಡಿದು ಟೋಟೋ ಕಿಟಕಿಯ ಮೂಲಕ ಹೊರಕ್ಕೆ ಹೋಯಿತು. ಅದನ್ನು ನಾವು ಹಲಸಿನ ಮರದ ಕೊಂಬೆಯ ಮೇಲೆ ಕಂಡೆವು. ಪಾತ್ರೆ ಇನ್ನೂ ಅದರ ಕೈಯಲ್ಲೇ ಇತ್ತು. ಸಂಜೆಯವರೆಗೂ ಅದು ಅಲ್ಲೇ ನಿಧಾನವಾಗಿ ತಿನ್ನುತ್ತಾ ಕುಳಿತಿತ್ತು. ಒಂದು ಅಗುಳನ್ನೂ ಅದು ಉಳಿಸುವಂತೆ ಕಾಣಲಿಲ್ಲ. ತನ್ನ ಮೇಲೆ ಕೂಗಾಡಿದ್ದ ಅಜ್ಜಿಯ ಮೇಲೆ ಸೇಡು ತೀರಿಸಿಕೊಳ್ಳುವ ರೀತಿಯಲ್ಲಿ ಖಾಲಿ ಪಾತ್ರೆಯನ್ನು ಮರದ ಮೇಲಿಂದ ಬಿಸಾಡಿತು. ಅದು ಚೂರುಚೂರುಗಳಾಗುವುದನ್ನು ಕಂಡು ಆನಂದಿಸಿತು.

ಟೋಟೋ, ನಾವು ಮನೆಯಲ್ಲಿ ಸಾಕಿಕೊಳ್ಳುವ ಸಾಕುಪ್ರಾಣಿಯಲ್ಲ ಎಂಬುದು ನಮಗೆ ಸ್ಪಷ್ಟವಾಯಿತು. ತಾತ ಕೂಡ ಇದನ್ನು ಅರ್ಥಮಾಡಿಕೊಂಡರು. ನಾವೇನೂ ಶ್ರೀಮಂತರಲ್ಲವಲ್ಲ. ಹಾಳಾಗುತ್ತಿದ್ದ ಪಾತ್ರೆಗಳು, ಬಟ್ಟೆಗಳು, ಕರ್ಟನ್ ಮತ್ತು ಗೋಡೆಗೆ ಹಚ್ಚಿದ ಪೇಪರುಗಳ ಬದಲಿಗೆ ಸದಾ ಹೊಸದಾಗಿ ತಂದಿರಿಸಲು ಆಗಬೇಕಲ್ಲ? ಹಾಗಾಗಿ ತಾತ ಆ ಟಾಂಗಾವಾಲಾನನ್ನು ಹುಡುಕಿ, ಟೋಟೋವನ್ನು ಕೇವಲ ಮೂರು ರೂಪಾಯಿಗೆ ಮಾರಿಬಿಟ್ಟರು.

ಜಂಬದ ಹೆಬ್ಬಾವು

ತಾತ ತನ್ನ ಬಳಿ ಹೆಚ್ಚುಕಾಲ ಇರಿಸಿಕೊಳ್ಳಲಾಗದೇ ಹೋದ ಒಂದು ಸಾಕು ಪ್ರಾಣಿಯಿತ್ತು. ಅಜ್ಜಿಯು ಹಕ್ಕಿ ಮತ್ತು ಪ್ರಾಣಿಗಳನ್ನೆಲ್ಲಾ ಸಹಿಸುತ್ತಿದ್ದಳು, ಆದರೆ ಸರೀಸೃಪಗಳನ್ನು ಮಾತ್ರ ಆಕೆ ಸಹಿಸುತ್ತಿರಲಿಲ್ಲ. ಶಾಂತ ರೀತಿಯಿಂದ ಇರುತ್ತಿದ್ದ ಹೆನ್ರಿ ಎಂಬ ಊಸರವಳ್ಳಿ (ಇವನ ವಿಷಯಕ್ಕೆ ಆಮೇಲೆ ಬರೋಣ) ಕಂಡರೇನೇ ಅಜ್ಜಿ ಬಿಳಿಚಿಕೊಳ್ಳುತ್ತಿದ್ದರು. ಅಂಥದ್ದರಲ್ಲಿ ಹೆಬ್ಬಾವನ್ನು ಮನೆಯಲ್ಲಿರಿಸಿಕೊಳ್ಳುವ ಅವಕಾಶ ಇರಲಾರದೆಂದು ತಾತನಿಗೆ ತಿಳಿದಿರಬೇಕಿತ್ತು.

ಚಿತ್ರವಿಚಿತ್ರ ಪ್ರಾಣಿಗಳನ್ನು ಕೊಂಡು ತರಬಾರದೆಂದುಕೊಂಡರೂ ತಾತನ ಮನಸ್ಸು ಆ ವಿಷಯದಲ್ಲಿ ಅಂಕೆ ಮೀರಿ ವರ್ತಿಸುತ್ತಿತ್ತು. ನಮ್ಮ ಮನೆಯಲ್ಲಿ ಅದಾಗಲೇ ಟೋಟೋ ಇತ್ತು, ಆದರೂ ಪೇಟೆಯಲ್ಲಿ ಹಾವಾಡಿಗನಿಗೆ ನಾಲ್ಕು ರೂಪಾಯಿಗಳನ್ನು ಕೊಟ್ಟು, ನಾಲ್ಕು ಅಡಿ ಉದ್ದದ ಮರಿ ಹೆಬ್ಬಾವನ್ನು ಕೊಂಡರು. ಕೌತುಕದ ಕಣ್ಣುಗಳಿಂದ ನೋಡುತ್ತಿದ್ದ ಮಕ್ಕಳು ಮತ್ತು ಜನಸಂದಣಿ ಮೆಚ್ಚುಗೆಯಿಂದ ನೋಡುವಂತೆ ತನ್ನ ಭುಜದ ಮೇಲೆ ಹೆಬ್ಬಾವನ್ನು ಬಿಟ್ಟುಕೊಂಡು ತಾತ ಮನೆಗೆ ಬಂದರು.

ಅವರು ಬರುವುದನ್ನು ಮೊದಲು ನೋಡಿದ್ದು ಟೋಟೋ. ಹಲಸಿನ ಮರದ ರೆಂಬೆಯಲ್ಲಿ ನೇತಾಡುತ್ತಿದ್ದ ಟೋಟೋ ತನ್ನ ಕುಲದ್ವೇಷಿಯನ್ನು ಕಂಡೊಡನೆಯೇ ಮನೆಯೊಳಕ್ಕೆ ಓಡಿತು. ಯುದ್ಧೋನ್ಮಾದದಲ್ಲಿ ಕಿರುಚತೊಡಗಿತು. ಇದರ ಅರಚಾಟವನ್ನು ಕೇಳಿ ಅಜ್ಜಿ ವರಾಂಡಕ್ಕೆ ಬಂದರು. ತಾತನ ಕುತ್ತಿಗೆಗೆ ಸುತ್ತಿಕೊಂಡಿದ್ದ ಹೆಬ್ಬಾವನ್ನು ನೋಡುತ್ತಿದ್ದಂತೆಯೇ ಅಜ್ಜಿಗೆ ಮೂರ್ಛೆ ಬಂದಂತಾಯಿತು.

"ಅದು ನಿಮ್ಮನ್ನು ಉಸಿರು ಗಟ್ಟಿಸಿ ಸಾಯಿಸುತ್ತೆ, ಮೊದಲು ಅದನ್ನು ಬಿಸಾಡಿ!" ಎಂದು ಅಜ್ಜಿ ಕಿರಿಚಿದರು.

"ಎಂಥದ್ದೂ ಇಲ್ಲ! ಇದು ಇನ್ನೂ ಎಳೇದು, ಕ್ರಮೇಣ ಹೊಂದಿಕೊಳ್ಳುತ್ತೆ ಬಿಡು" ಎಂದರು ತಾತ.

"ಅದು ಹೊಂದಿಕೊಳ್ಳಬಹುದು, ನನಗೇನೂ ಹೊಂದಿಕೊಳ್ಳುವ ಕರ್ಮ ಇಲ್ಲ.

ನಿಮ್ಮ ಸಂಬಂಧಿ ಮಾಬೆಲ್ ನಮ್ಮೊಂದಿಗೆ ಕೆಲವು ದಿನ ಇರಲೆಂದು ನಾಳೆ ಬರುತ್ತಿರುವುದು ನಿಮಗೆ ಗೊತ್ತು. ಮನೆಯಲ್ಲಿ ಹಾವು ಇದೆ ಎಂದು ಗೊತ್ತಾದರೆ ಅವಳು ಒಂದು ನಿಮಿಷ ಕೂಡ ಇರುವುದಿಲ್ಲ ಅಷ್ಟೆ" ಎಂದರು ಅಜ್ಜಿ.

"ಹೌದಾ, ಹಾಗಾದ್ರೆ ಅವಳು ಮನೆಗೆ ಬರುತ್ತಿದ್ದಂತೆಯೇ ಇದನ್ನು ತೋರಿಸಬೇಕು" ಎಂದರು ತಾತ. ಮನೆಗೆ ನೆಂಟರು ಬರುವುದು ಅವರಿಗೂ, ನನಗೂ ಇಬ್ಬರಿಗೂ ಇಷ್ಟವಾಗುತ್ತಿರಲಿಲ್ಲ.

"ಭಾರಿ ಕಿರಿಕಿರಿ ಮನುಷ್ಯ ಕಣ್ರೀ ನೀವು!" ಎಂದು ಗೊಣಗುತ್ತಾ ಅಜ್ಜಿ, "ಮೊದಲು ಈ ಪೀಡೆಯನ್ನು ಬಚ್ಚಲು ಮನೆಯಲ್ಲಿ ಕೂಡಿ ಹಾಕಿ. ನಂತರ ಹೋಗಿ ಯಾರಿಂದ ಕೊಂಡು ತಂದಿರೋ ಅವನನ್ನು ಕರೆದುಕೊಂಡು ಬಂದು ವಾಪಸ್ ಕೊಟ್ಟು ಕಳಿಸಿ" ಎಂದು ಹೇಳಿದರು.

ಗಾಬರಿಗೊಂಡ ನನ್ನ ಮುಖವನ್ನು ನೋಡುತ್ತಾ ತಾತ ಹೆಬ್ಬಾವನ್ನು ಬಚ್ಚಲಿಗೆ ತೆಗೆದುಕೊಂಡು ಹೋಗಿ ಅಲ್ಲಿ ಟಬ್ ನಲ್ಲಿ ಬಿಟ್ಟರು. ಬಚ್ಚಲ ಬಾಗಿಲು ಮುಚ್ಚಿ ನನ್ನೆಡೆಗೆ ಬೇಸರದಿಂದ ನೋಡಿದರು.

"ಬಹುಶಃ ಅಜ್ಜಿ ಹೇಳುತ್ತಿರುವುದು ಸರಿ ಅನ್ಸುತ್ತೆ. ಹಸಿವಾದಾಗ ಅದು ಟೋಟೋವನ್ನು ಹಿಡಿದು ನುಂಗಿ ಬಿಟ್ಟರೆ ಕಷ್ಟ ಅಲ್ವಾ" ಎಂದರು.

ಪೇಟೆಯ ಕಡೆಗೆ ಹಾವಾಡಿಗನನ್ನು ಹುಡುಕಿಕೊಂಡು ಅವಸರದಿಂದ ಹೊರಟರು. ಸುಮಾರು ಎರಡು ಗಂಟೆಗಳ ಕಾಲ ತಾತ ಬರಲೇ ಇಲ್ಲ. ಅದುವರೆಗೂ ಅಜ್ಜಿ ವೆರಾಂಡದಲ್ಲಿ ಅತ್ತಿಂದಿತ್ತ ಶತಪಥ ಹಾಕುತ್ತಿದ್ದರು. ತಾತ ಜೋಲು ಮೋರೆ ಹಾಕಿಕೊಂಡು ಹಿಂದಿರುಗಿದರು. ಅವರನ್ನು ನೋಡಿದೊಡನೆಯೇ ಹಾವಾಡಿಗ ಸಿಕ್ಕಿಲ್ಲ ಎಂಬುದು ತಿಳಿಯುತ್ತಿತ್ತು.

"ದಯವಿಟ್ಟು, ಅದನ್ನು ನೀವೇ ತಗೊಂಡು ಹೋಗಿ, ಕಾಡಿನ ಹತ್ತಿರ ನದಿಯಂಚಿನಲ್ಲಿ ಬಿಟ್ಟು ಬನ್ನಿ" ಎಂದರು ಅಜ್ಜಿ.

"ಸರಿ ಸರಿ, ಮೊದಲು ಅದಕ್ಕೆ ಊಟ ಹಾಕಬೇಕು" ಎನ್ನುತ್ತಾ ತಾತ, ತಾನು ತಂದಿದ್ದ ಪುಕ್ಕಗಳನ್ನು ಕಿತ್ತ ಕೋಳಿಯನ್ನು (ಆ ಕಾಲದಲ್ಲಿ ಒಂದು ರೂಪಾಯಿಗಿಂತ ಕಡಿಮೆಗೇ ಈ ರೀತಿಯ ಕೋಳಿ ದೊರಕುತ್ತಿತ್ತು) ತಗೊಂಡು ಬಚ್ಚಲಿನ ಕಡೆ ಹೋದರು. ಹಿಂದೆಯೇ ನಾನು, ಅಜ್ಜಿ, ಅಡುಗೆಯವ ಮತ್ತು ತೋಟದ ಮಾಲಿ ಸಾಲಾಗಿ ಹಿಂಬಾಲಿಸಿದೆವು.

ತಾತ ಬಾಗಿಲನ್ನು ತೆರೆದು ಒಳಗೆ ಪ್ರವೇಶಿಸಿದರು. ತಾತನ ಕಾಲುಗಳ ಪಕ್ಕದಲ್ಲಿ ನಾನು ನುಸುಳಿ ಇಣುಕಿದೆ. ಉಳಿದವರೆಲ್ಲ ಹಿಂದೆಯೇ ಇದ್ದರು. ಹೆಬ್ಬಾವು ಕಾಣಲಿಲ್ಲ.

"ಅದು ಹೊರಟುಹೋಗಿದೆ" ಎಂದು ತಾತ ಘೋಷಿಸಿದರು.

"ದೂರ ಹೋಗಿರಲು ಸಾಧ್ಯವಿಲ್ಲ, ಟಬ್ ಕೆಳಗೆ, ಸುತ್ತ ಮುತ್ತ ಸರಿಯಾಗಿ ನೋಡಿ" ಎಂದರು ಅಜ್ಜಿ.

ಟಬ್ ಕೆಳಗೆ ಹುಡುಕಿದೆವು. ಸುತ್ತಮುತ್ತೆಲ್ಲ ನೋಡಿದೆವು. ತಾತ ಕಿಟಕಿಯ ಬಳಿ

ಹೋಗಿ ನೋಡಿದರು. "ನಾವು ಕಿಟಕಿ ತೆರೆದು ತಪ್ಪು ಮಾಡಿದೆವು. ಅದು ಕಿಟಕಿಯಿಂದ ಹೊರಹೋಗಿದೆ" ಎಂದರು.

ಎಲ್ಲರೂ ಸೇರಿ ಸೂಕ್ಷ್ಮವಾಗಿ ಹುಡುಕಾಡಿದೆವು. ಮನೆಯ ವಿವಿಧ ಕೋಣೆಗಳು, ಅಡುಗೆ ಮನೆ, ಅಂಗಳದ ಉದ್ಯಾನ, ಗ್ವಾದಲಿ, ಕೋಳಿ ಗೂಡು ಎಲ್ಲೆಡೆ ಹುಡುಕಿದರೂ ಹೆಬ್ಬಾವು ಕಾಣಿಸಲಿಲ್ಲ.

"ಉದ್ಯಾನದ ಗೋಡೆ ದಾಟಿ ಹೊರ ಹೋಗಿರಬೇಕು. ಇಷ್ಟೊತ್ತಿಗೆ ತುಂಬಾ ದೂರ ಹೋಗಿರುತ್ತೆ ಬಿಡಿ" ಎಂದರು ತಾತ.

"ನಾನೂ ಹಾಗೇ ಅಂದ್ಕೋತೀನಿ" ಎಂದು ನಿಟ್ಟುಸಿರಾದರು ಅಜ್ಜಿ.

ಮಾಬೆಲ್ ಆಂಟಿ ಮೂರು ವಾರ ನಮ್ಮೊಂದಿಗೆ ಇರಲೆಂದು ಮರುದಿನವೇ ಆಗಮಿಸಿದರು. ಅಕಸ್ಮಾತ್ ಹೆಬ್ಬಾವು ಕಾಣಿಸಿಕೊಂಡರೆ ಏನು ಕಥೆ ಎಂದು ತಾತ ಮತ್ತು ನಾನು ಚಿಂತಿತರಾಗಿದ್ದೆವು. ಮೂರು ದಿನಗಳಾದರೂ ಅದರ ಸುಳಿವಿರದುದರಿಂದ ಅದು ಹೋಗಿದ್ದು ಒಳ್ಳೇದಾಯ್ತು ಎಂದು ನಾವು ಸಮಾಧಾನಪಟ್ಟುಕೊಂಡೆವು.

ಸಂಜೆ, ಉದ್ಯಾನದಿಂದ ಜೋರು ಕೂಗು ಕೇಳಿಬಂದಿದ್ದರಿಂದ ಎಲ್ಲರೂ ಗಾಬರಿಗೊಂಡೆವು. ಮಾಬೆಲ್ ಆಂಟಿ ಪಿಶಾಚಿಯನ್ನು ಕಂಡವಳಂತೆ ಕಿರುಚಿಕೊಂಡು ಓಡೋಡಿ ವೆರಂಡದವರೆಗೂ ಬಂದರು.

ಏದುಸಿರು ಬಿಡುತ್ತಾ, "ಸೀಬೆ ಮರ!" ಎಂದು ಉಸಿರೆಳೆದುಕೊಳ್ಳುತ್ತಾ ಆಂಟಿ, "ಹಣ್ಣು ಕೀಳಲು ಹೋದೆ, ಅದು ನನ್ನನ್ನೇ ನೋಡುತ್ತಿತ್ತು. ಅದರ ಕಣ್ಣುಗಳು! ನನ್ನನ್ನು ಸಜೀವವಾಗಿ ತಿನ್ನುವಂತೆ ನೋಡುತ್ತಿತ್ತು..." ಎಂದರು.

"ಸಮಾಧಾನ ಮಾಡ್ಕೋ" ಎನ್ನುತ್ತಾ ಅಜ್ಜಿ ಸುಗಂಧ ಬೆರೆಸಿದ ನೀರನ್ನು ಆಂಟಿಯ ಮೇಲೆ ಚಿಮುಕಿಸಿ, "ಏನಾಯ್ತು, ಏನು ನೋಡಿದೆ?" ಎಂದು ವಿಚಾರಿಸಿದರು.

"ಹಾವು!" ಎನ್ನುತ್ತಾ ಮಾಬೆಲ್ ಆಂಟಿ ಬಿಕ್ಕಿದರು. "ದೊಡ್ಡ ಗಾತ್ರದ ಹಾವು. ಇಪ್ಪತ್ತು ಅಡಿ ಉದ್ದವಿತ್ತು! ಸೀಬೆ ಮರದಲ್ಲಿತ್ತು. ಅದರ ಕಣ್ಣುಗಳು ಭಯಂಕರ. ನನ್ನನ್ನು ಅದು ಹೇಗೆ ನೋಡಿತು ಗೊತ್ತಾ..."

ತಾತ ಮತ್ತು ಅಜ್ಜಿ ಪರಸ್ಪರ ದೃಷ್ಟಿ ಹಾಯಿಸಿಕೊಂಡರು. ಕೂಡಲೆ, "ನಾನು ಅದನ್ನು ಕೊಂದು ಬರುತ್ತೀನಿ ತಡಿ" ಎನ್ನುತ್ತಾ ತಾತ ಕೊಡೆಯನ್ನು ಹಿಡಿದು ಅತ್ತ ಕಡೆ ಹೊರಟರು. ಆದರೆ ಸೀಬೆ ಮರದ ಬಳಿ ತಾತ ಹೋಗುವಷ್ಟರಲ್ಲಿ ಹೆಬ್ಬಾವು ಹೊರಟುಹೋಗಿತ್ತು.

"ಬಹುಶಃ ಮಾಬೆಲ್ ಆಂಟಿ ಅದನ್ನು ಬೆದರಿಸಿಬಿಟ್ಟಿರಬೇಕು" ಎಂದೆ ನಾನು.

"ಶ್! ಆಂಟಿಯ ಬಗ್ಗೆ ಹಾಗೆಲ್ಲಾ ಮಾತಾಡಬಾರದು" ಎಂದರು ತಾತ. ಆದರೆ, ತಾತನ ಕಣ್ಣುಗಳಲ್ಲಿ ತುಂಟ ನಗು ಹೊರಹೊಮ್ಮಿದ್ದನ್ನು ನಾನು ಗಮನಿಸಿದೆ.

ಈ ಘಟನೆಯ ನಂತರ ಹೆಬ್ಬಾವು ಹಲವು ಬಾರಿ ಅನಿರೀಕ್ಷಿತ ಸ್ಥಳಗಳಲ್ಲಿ ದರ್ಶನ ಕೊಟ್ಟಿತು. ಸೋಫಾ ಮೆತ್ತೆಯ ಕೆಳಗಿನಿಂದ ಅದೊಮ್ಮೆ ಹೊರಬಂದಾಗ ಮಾಬೆಲ್ ಆಂಟಿ ಬೆಚ್ಚಿ ಬಿದ್ದು, ತಮ್ಮ ಬ್ಯಾಗ್ ತಗೊಂಡು ಮನೆಯಿಂದ ಹೊರಟುಬಿಟ್ಟರು.

ಅದರ ಹುಡುಕಾಟ ಮುಂದುವರೆಯಿತು.

ಒಂದು ಬೆಳಗ್ಗೆ ಸುರುಳಿಸುತ್ತಿಕೊಂಡಿದ್ದ ಹೆಬ್ಬಾವನ್ನು ಡ್ರೆಸ್ಸಿಂಗ್ ಟೇಬಲಿನ ಮೇಲೆ ಕಂಡೆ. ಅದು ತನ್ನ ಪ್ರತಿಬಿಂಬವನ್ನೇ ತದೇಕಚಿತ್ತದಿಂದ ನೋಡುತ್ತಿತ್ತು. ನಾನು ತಾತನ ಬಳಿ ಹೋಗಿ ತಿಳಿಸಿ, ಅವರು ಬರುವಷ್ಟರಲ್ಲಿ ಅದು ಹೊರಟುಹೋಗಿತ್ತು. ಉದ್ಯಾನದಲ್ಲೊಮ್ಮೆ ಅದು ಕಾಣಿಸಿತು. ಅಡುಗೆಯವನಿಗೆ ಮಹಡಿಯ ಏಣಿಯ ಮೇಲೆ ತೆವಳುತ್ತಿದ್ದ ಅದು ಕಂಡುಬಂತು. ಎರಡನೇ ಬಾರಿ ಅದನ್ನು ಡ್ರೆಸ್ಸಿಂಗ್ ಟೇಬಲಿನ ಮೇಲೆ ನೋಡಿದೆವು. ತನ್ನನ್ನೇ ತಾನು ಮೆಚ್ಚುಗೆಯಿಂದ ನೋಡಿಕೊಳ್ಳುತ್ತಿತ್ತು. ತನ್ನ ಪ್ರತಿಬಿಂಬಕ್ಕೆ ಅದು ಆಕರ್ಷಿತಗೊಂಡಂತಿತ್ತು.

"ನಾವೆಲ್ಲರೂ ಹೆಚ್ಚೆಚ್ಚು ಗಮನ ಕೊಡುತ್ತಿರುವುದರಿಂದ ಅದಕ್ಕೆ ಜಂಬ ಬಂದಿದೆ: ಎಂದರು ತಾತ.

"ಮಾಬೆಲ್ ಆಂಟಿಯನ್ನು ಮೆಚ್ಚಿಸಲು ಚೆನ್ನಾಗಿ ಕಾಣಲೆಂದು ಕನ್ನಡಿ ನೋಡಿಕೊಳ್ಳುತ್ತಿರಬಹುದು" ಎಂದು ನಾನು ಹೇಳಿದೆ. (ಹೀಗನ್ನಬಾರದಿತ್ತು ಅಂತ ಆಮೇಲೆ ಅನ್ನಿಸಿತು. ಏಕೆಂದರೆ, ನನ್ನ ಈ ಮಾತನ್ನು ಕೇಳಿಸಿಕೊಂಡ ಅಜ್ಜಿ ಮುಂದಿನ ವಾರ ಪೂರಾ ಖರ್ಚಿಗೆ ಕಾಸು ಕೊಡಲಿಲ್ಲ)

"ಏನಾದರಾಗಲಿ ನಮಗೆ ಈಗ ಅದರ ದೌರ್ಬಲ್ಯ ತಿಳಿಯಿತು" ಎಂದರು ತಾತ.

"ನೀವೂ ತಮಾಷೆ ಮಾಡಲು ಶುರು ಮಾಡಿದ್ರಾ?" ಎಂದರು ಕೋಪದಿಂದ ಅಜ್ಜಿ.

"ಏ, ನಾನು ಮಾಬೆಲ್ ಬಗ್ಗೆ ಮಾತಾಡಲಿಲ್ಲ, ಹೆಬ್ಬಾವನ್ನು ಹಿಡಿಯಲು ಅದರ ಕನ್ನಡಿ ವೀಕ್ಷಣೆಯ ಹವ್ಯಾಸ ಸಹಾಯವಾಗಬಹುದು ಎಂಬರ್ಥದಲ್ಲಿ ಹೇಳಿದೆ" ಎಂದು ತಾತ ವಿವರಣೆಕೊಟ್ಟರು.

ತಾತ ಹೆಬ್ಬಾವನ್ನು ಹಿಡಿಯಲು ಒಂದು ದೊಡ್ಡ ಪಂಜರನ್ನು ತಯಾರಿಸಿದರು. ಅದರ ಒಂದು ಕೊನೆಯಲ್ಲಿ ಕನ್ನಡಿಯನ್ನು ಅಳವಡಿಸಿದರು. ಒಳಗೆ ಕೋಳಿಯ ಮಾಂಸ ಮತ್ತಿತರ ರುಚಿರುಚಿ ತಿನಿಸುಗಳನ್ನಿಟ್ಟರು. ಅದರ ಪ್ರವೇಶದ್ವಾರವನ್ನು ಸುಲಭವಾಗಿ ಮುಚ್ಚಲು ವ್ಯವಸ್ಥೆ ಮಾಡಿದರು.

ನಾವು ಈ ಪಂಜರವನ್ನು ಮಾಡುವ ಹೊತ್ತಿಗಾಗಲೇ ಮಾಬೆಲ್ ಆಂಟಿ ಮನೆ ಬಿಟ್ಟು ಹೋಗಿಯಾಗಿತ್ತು. ಆದರೂ, ನಾವು ಈ ಹಾವು ಹಿಡಿಯುವ ಯೋಜನೆ ಮಾಡಲೇಬೇಕಿತ್ತು. ಏಕೆಂದರೆ, ಮನೆಯಲ್ಲಿ ಎಲ್ಲೆಂದರಲ್ಲಿ ಅಚಾನಕ್ಕಾಗಿ ಬಂದುಬಿಡುತ್ತಿದ್ದ ಈ ಹೆಬ್ಬಾವನ್ನು ಇರಿಸಿಕೊಳ್ಳುವಂತಿರಲಿಲ್ಲ. ಹೆಬ್ಬಾವು ವಿಷಜಂತುವೇನಲ್ಲ, ಆದರೆ ಅದು ಕೋತಿಯನ್ನು ಸರಾಗವಾಗಿ ನುಂಗಿಬಿಡಬಹುದು ಮತ್ತು ಚಿಕ್ಕ ಬಾಲಕನಾದ ನಾನು ಮನೆಯಲ್ಲಿದ್ದಾಗ ಹಿರಿಯರು ಅದನ್ನು ಇರಿಸಿಕೊಳ್ಳುವುದು ಅಪಾಯ ಎಂದು ಭಾವಿಸಿದ್ದರು.

ಸ್ವಲ್ಪ ದಿನ ಏನೂ ವಿಶೇಷ ಸಂಭವಿಸಲಿಲ್ಲ. ಒಂದು ಬೆಳಗ್ಗೆ ನಾನು ಶಾಲೆಗೆ ಹೊರಟಿದ್ದೆ, ಆಗ ಹೆಬ್ಬಾವನ್ನು ಪಂಜರದಲ್ಲಿ ಕಂಡೆ. ಅದಕ್ಕಾಗಿ ಇರಿಸಿದ್ದ ತಿನಿಸುಗಳನ್ನೆಲ್ಲಾ ಮುಗಿಸಿತ್ತು. ಸುರುಳಿಸುತ್ತಿಕೊಂಡು ಕನ್ನಡಿಯನ್ನು ನೋಡಿಕೊಂಡು ಮಲಗಿತ್ತು. ಅದು ಹಸನ್ಮುಖಿಯಾಗಿತ್ತು – ನೀವು ಬೇಕಿದ್ದರೆ ಹೆಬ್ಬಾವಿನ ಮುಗುಳ್ನಗೆಯನ್ನು

ಊಹಿಸಿಕೊಳ್ಳಬಹುದು.

ಮೆಲ್ಲಗೆ ಪಂಜರದ ಬಾಗಿಲನ್ನು ಮುಚ್ಚಿದೆ. ಆದರೆ, ಹೆಬ್ಬಾವು ನನ್ನನ್ನು ಗಮನಿಸಲಿಲ್ಲ. ತಾತ ಮತ್ತು ತೋಟದ ಮಾಲಿ ಪಂಜರವನ್ನು ಟಾಂಗಾದಲ್ಲಿ ಇರಿಸಿಕೊಂಡು ನದಿಯ ಅಂಚಿಗೆ ಒಯ್ದರು. ಪಂಜರದ ಬಾಗಿಲನ್ನು ತೆರೆದಿಟ್ಟು ವಾಪಸ್ ಬಂದರು. ಅವರು ಬಾಗಿಲನ್ನು ತೆರೆದು ಸ್ವಲ್ಪ ದೂರ ಬಂದರೂ ಹೆಬ್ಬಾವು ಹೊರಕ್ಕೇ ಬರಲಿಲ್ಲವಂತೆ.

ಅಲ್ಲಿಂದ ಬಂದ ನಂತರ ತಾತ, "ಆ ಕನ್ನಡಿಯನ್ನು ವಾಪಸ್ ತೆಗೆದುಕೊಂಡು ಬರಲು ಮನಸ್ಸಾಗಲಿಲ್ಲ. ಇದೇ ಮೊದಲ ಬಾರಿ ಪ್ರೀತಿಯಲ್ಲಿ ಮುಳುಗಿರುವ ಹಾವನ್ನು ನಾನು ಕಂಡದ್ದು" ಎಂದರು.

ಮಂಗಟ್ಟೆ ಹಕ್ಕಿ ಹೆರಾಲ್ಡ್

ಹೆರಾಲ್ಡ್‌ನ ಅಮ್ಮ ಇತರೆ ಮಂಗಟ್ಟೆಗಳ ಅಮ್ಮಂದಿರಂತೆಯೇ ಮಾತೃಹೃದಯಿ, ಮಮತೆಯ ಗಣಿ. ಅವನ ಅಪ್ಪ ಗಂಡಸರ ತದ್ರೂಪು, ಚಿಂತೆಯಿಲ್ಲದ ಸಂತನಂತೆ ಇದ್ದ. ಜನವರಿ ತಿಂಗಳಿನಲ್ಲಿ ಕಾಡಿನ ಜ್ವಾಲೆ ಮುತ್ತುಗದ ಮರ ಕಡುಗೆಂಪಿನ ಹೂವನ್ನು ಅರಳಿಸಿರುವಾಗ ಹೆರಾಲ್ಡ್‌ನ ಅಪ್ಪ ಈ ಮರದಲ್ಲಿರುವ ಪೊಟರೆಯೊಳಗೆ ತನ್ನ ಹೆಂಡತಿಯನ್ನು ಕರೆದೊಯ್ದ. ಅವನ ಅಪ್ಪ, ತಾತ, ಮುತ್ತಾತ ಎಲ್ಲರೂ ತಮ್ಮ ಮಡದಿಯರನ್ನು ಪ್ರತಿವರ್ಷ ಅದೇ ಸಮಯದಲ್ಲಿ ಅದೇ ಪೊಟರೆಯೊಳಕ್ಕೆ ಕರೆದೊಯ್ದಿದ್ದರು. ಈ ಮಂಗಟ್ಟೆ ಕುಟುಂಬದ ಹಲವು ಪೀಳಿಗೆಗಳು ಅಲ್ಲಿಯೇ ಹುಟ್ಟಿ ಬೆಳೆದದ್ದು. ತಮ್ಮ ಪೂರ್ವಿಕರಂತೆಯೇ ಹೆರಾಲ್ಡ್‌ನ ಅಮ್ಮ ಪೊಟರೆಯೊಳಗೆ ಸೇರಿಕೊಂಡು ಅದರ ಬಾಗಿಲನ್ನು ಮಣ್ಣು, ಕಡ್ಡಿ, ಸಗಣಿ ಮೊದಲಾದವುಗಳಿಂದ ಗಟ್ಟಿಯಾಗಿ ಮುಚ್ಚಿದ್ದಳು.

ಗೂಡಿನ ಬಾಗಿಲಿನ ನಡುವೆ ಸಣ್ಣ ಕಿಂಡಿಯಿದ್ದು, ಅದರ ಮೂಲಕ ಹೆರಾಲ್ಡ್‌ನ ಅಪ್ಪ ಬೇಕೆನಿಸಿದಾಗ ಬಂದು ತನ್ನ ಹೆಂಡತಿಯ ಜೊತೆ ಮಾತನಾಡುತ್ತಿದ್ದ. ಅನನುಕೂಲಕರವಾದ ಗೂಡಿನೊಳಗೆ ಸೇರಿಕೊಂಡು, ಸ್ವಯಂ ಜೈಲುವಾಸವನ್ನು ಹೆರಾಲ್ಡ್‌ನ ಅಮ್ಮ ಎರಡು ತಿಂಗಳ ಕಾಲ ಅನುಭವಿಸಿದಳು. ಈ ಸಮಯದಲ್ಲಿ ಮೊಟ್ಟೆಯನ್ನು ಇಟ್ಟಳು, ಹೆರಾಲ್ಡ್ ಜನಿಸಿದ.

ಎಳೆಯವನಿದ್ದ ಹೆರಾಲ್ಡ್ ಬೆತ್ತಲಾಗಿದ್ದುದರಿಂದ ಚೆನ್ನಾಗಿಯೇನೂ ಇರಲಿಲ್ಲ. ಅವನ ಉಜ್ವಲ ಕೆಂಬಣ್ಣದ ಕೊಕ್ಕು ಎದ್ದುಕಾಣುವಂತಿತ್ತು. ಬೇಸಿಗೆಯಲ್ಲಿ ಗಿಡಕ್ಕೆ ಬೆಂಕಿ ಹತ್ತಿದೆಯೇನೋ ಎಂಬಂತೆ ಕೆಂಪು ಹೂಗಳನ್ನು ಹೊದ್ದಿರುವ ಮುತ್ತುಗದ ಮರದ ಈ ಬಣ್ಣವನ್ನು ಅದು ಹೋಲುತ್ತದೆ. ಹೆರಾಲ್ಡ್‌ನ ಹೊಟ್ಟೆ ಕನ್ನಂಬಾಡಿ ಕಟ್ಟೆಯಂಥದ್ದು. ತುಂಬುತ್ತಲೇ ಇರಲಿಲ್ಲ. ಅವನ ಅಪ್ಪ ಶ್ರಮವಹಿಸಿ ಅವನಿಗಾಗಿ ಹಲಸು, ಆಲದ ಹಣ್ಣುಗಳನ್ನೆಲ್ಲಾ ತಂದು ತಿನ್ನಿಸುತ್ತಿದ್ದರೂ ಸಾಲದಾಗಿತ್ತು.

ಹೆರಾಲ್ಡ್ ಬೆಳೆದಂತೆ ಅವರ ಗೂಡು ಇಕ್ಕಟ್ಟಾಯಿತು. ಹಾಗಾಗಿ ಒಂದು ದಿನ ಅವನ

ಅಮ್ಮ ಬಾಗಿಲನ್ನು ಮುರಿದು, ಅದುವರಗೂ ಮುದುಡಿ ಇಟ್ಟುಕೊಂಡಿದ್ದ ತನ್ನ ವಿಶಾಲವಾದ ರೆಕ್ಕೆಗಳನ್ನು ತೆರೆದು ಹಾರಿ ತೇಲುತ್ತಾ ಮರದ ಮೇಲೆ ಹೋಗಿ ಕುಳಿತಳು. ಖುಷಿಯಾದ ಅವಳ ಗಂಡ ಅವಳೊಂದಿಗೆ ಕೊಕ್ಕಿನಿಂದ ಆಡುತ್ತಾ ತನ್ನ ಗಂಟಲಿನಿಂದ ವಿವಿಧ ಶಬ್ದಗಳನ್ನು ಹೊರಡಿಸುತ್ತಾ ಮುದ್ದುಗರೆದು ತನ್ನ ಸಂಭ್ರಮವನ್ನು ವ್ಯಕ್ತಪಡಿಸಿದ. ನಂತರ ಇಬ್ಬರೂ ಸೇರಿ ಹೆರಾಲ್ಡ್ ಬೀಳದಂತೆ ಗೂಡಿನ ಬಾಗಿಲನ್ನು ಭದ್ರಪಡಿಸಿದರು.

ಹೆರಾಲ್ಡ್, ಸ್ವಚ್ಛಂದವಾಗಿ ಹಾರಿ ಹೋಗಬೇಕೆನ್ನುವ ಬಯಕೆಯಿಲ್ಲದೆ ತನ್ನ ಕೋಣೆಯಲ್ಲಿ ಸಂತಸದಿಂದಿದ್ದ. ಅವನ ದೇಹ ದೊಡ್ಡದಾಗಿತ್ತು, ರೆಕ್ಕೆಗಳೂ ಮೂಡುತ್ತಿದ್ದವು, ಜೊತೆಯಲ್ಲಿ ತನ್ನದೇ ಆದ ತತ್ತ್ವಚಿಂತನೆಯಿಂದ ಜ್ಞಾನವೃದ್ಧಿಸಿಕೊಳ್ಳುತ್ತಿದ್ದ. ಈ ಸಂದರ್ಭದಲ್ಲಿ ಇದ್ದಕ್ಕಿದ್ದಂತೆ ನಡೆದ ಒಂದು ಘಟನೆ ಅವನ ಜೀವನದ ಗತಿಯನ್ನೇ ಬದಲಿಸಿತು.

ಒಂದು ಮಧ್ಯಾಹ್ನ ಲಘುನಿದ್ರೆಯಲ್ಲಿದ್ದ ಹೆರಾಲ್ಡ್ ದಿಢೀರನೇ ಎಚ್ಚರಗೊಂಡ. ಯಾರೋ ಬಾಗಿಲನ್ನು ಜೋರಾಗಿ ಬಡಿಯುತ್ತಿದ್ದಾರೆ. ಇದು ಖಂಡಿತ ತನ್ನ ಪೋಷಕರ ಸದ್ದಲ್ಲ. ಕೆಲವೇ ಕ್ಷಣಗಳಲ್ಲಿ ಬಾಗಿಲು ಮುರಿಯಿತು. ಯಾವುದೋ ದೊಡ್ಡ ಗಾತ್ರದ ಕೆಂಬಣ್ಣದ ಮುಖ ಅವನನ್ನು ದಿಟ್ಟಿಸಿ ನೋಡುತ್ತಿದೆ – ಅದು ಅವನ ಪೋಷಕರ ಕೊಕ್ಕಲ್ಲ, ಬಿಸಿಲಿಗೆ ಬೆಂದು ಕೆಂಪಾಗಿದ್ದ ನನ್ನ ತಾತನ ಮುಖವದು, ಜೊತೆಗೆ ಕೆಂಪು ಗಡ್ಡ ಕೂಡ ಇದೆ.

ಕ್ಷಣಾರ್ಧದಲ್ಲಿ ಹೆರಾಲ್ಡ್ ಬಂಧನಕ್ಕೊಳಗಾದ. ಕೊಕ್ಕು ಕಾಲುಗಳನ್ನು ಬಳಸಿ ಕಿರುಚಲು, ತಪ್ಪಿಸಿಕೊಳ್ಳಲು ಪ್ರಯತ್ನಪಟ್ಟ. ಆದರೆ ಏನೂ ಪ್ರಯೋಜನವಾಗಲಿಲ್ಲ. ತಾತ ಅವನನ್ನು ಚೀಲದಲ್ಲಿ ಹಾಕಿಕೊಂಡು ಹೊರಟ. ಈ ಮರಿ ಮಂಗಟ್ಟೆ ಹಕ್ಕಿ ನಮ್ಮ ಮನೆಯ ಜಗುಲಿಯ ಮುಂದಿರುವ ಮೃಗಾಲಯಕ್ಕೆ ಸೇರ್ಪಡೆಯಾಯಿತು.

ಹೆರಾಲ್ಡ್ ತುಂಬಾ ಸರಳ ಜೀವಿ. ಆರಂಭದ ಗಾಬರಿ, ದಿಗ್ಭ್ರಮೆ ಎಲ್ಲ ಕಳೆದು ಹೊಸ ಮುಖಗಳೊಂದಿಗೆ ಹೊಂದಿಕೊಳ್ಳತೊಡಗಿತು. ತಾತ ಅಥವಾ ನಾನು ಬಂದೆವೆಂದರೆ ತನಗೆ ಊಟ ಬಂತೆಂದು ಅರ್ಥ ಮಾಡಿಕೊಂಡಿದ್ದ. ನಮ್ಮನ್ನು ಕಂಡೊಡನೆ, "ಕಾ–ಕಾ–ಕೇ!" ಎಂಬ ವಿಚಿತ್ರ ಸ್ವರವನ್ನು ಹೊರಡಿಸುತ್ತಿದ್ದ. ಜಗುಲಿಯಲ್ಲಿ ಬೆಳಕು ಚೆನ್ನಾಗಿ ಬೀಳುವ ಕಡೆ ಅವನಿಗಾಗಿ ವಿಶಾಲವಾದ ಪಂಜರವನ್ನು ತಾತ ಮಾಡಿಸಿಟ್ಟಿದ್ದ. ಅವನು ಬೆಳೆದ ಇಕ್ಕಟ್ಟಾದ ಗೂಡಿಗೆ ಹೋಲಿಸಿದರೆ ಇದು ನಿಜಕ್ಕೂ ಅರಮನೆಯೇ. ಪ್ರತಿ ದಿನ ಅವನ ಸ್ನಾನಕ್ಕೆಂದು ಒಂದು ಬೇಸನ್ನಿನಲ್ಲಿ ನೀರನ್ನು ಇಡಲಾಗುತ್ತಿತ್ತು.

ಭಾರತೀಯ ಸೌಂದರ್ಯ ಪ್ರಜ್ಞೆಯ ಅಳತೆಗೋಲಿನಲ್ಲಿ ನೋಡಿದಾಗ ಹೆರಾಲ್ಡ್ ಸುಂದರನೇನೂ ಅಲ್ಲ. ಅವನ ದೇಹ ಸಣ್ಣದು, ತಲೆ ದೊಡ್ಡದು. ಆದರೆ ಸ್ನೇಹಪರ ವ್ಯಕ್ತಿತ್ವ ಅವನದು. ನಮ್ಮ ಮನೆಯ ಸದಸ್ಯನಾಗಿ ಹನ್ನೆರಡು ವರ್ಷಗಳ ಕಾಲ ಇದ್ದ ಮತ್ತು ನನ್ನ ತಾತ ಅಜ್ಜಿಯರೊಂದಿಗೆ ಚೆನ್ನಾಗಿ ಹೊಂದಿಕೊಂಡಿದ್ದ. ಮನೆಯ ಇತರ ಸಾಕು ಪ್ರಾಣಿಗಳು ನನ್ನ ಆಂಟಿಯರನ್ನು ಇಷ್ಟಪಡದೆ ತಮ್ಮ ಅಸಮ್ಮತಿಯನ್ನು ನೇರವಾಗಿ ವ್ಯಕ್ತಪಡಿಸುತ್ತಿದ್ದವು. ಆದರೆ ಹೆರಾಲ್ಡ್ ಅಂತಹ ಆಂಟಿಯರನ್ನೂ ಸಹಿಸಿಕೊಳ್ಳುತ್ತಿದ್ದ.

ಹೆರಾಲ್ಡ್‌ಗೆ ಯಾರು ಆಹಾರ ಕೊಡುತ್ತಾರೆಯೋ ಅವರೇ ಅವನಿಗೆ ಹೆಚ್ಚು ಆಪ್ತರು. ಅವರೊಂದಿಗೆ ಅವನು ತನ್ನ ಆಹಾರವನ್ನೂ ಸಹ ಹಂಚಿಕೊಳ್ಳುತ್ತಿದ್ದ. ನನಗೂ ಕೆಲವೊಮ್ಮೆ ತನ್ನ ಉದ್ದನೆಯ ಕೊಕ್ಕಿನಿಂದ ತಿನ್ನಿಸಲು ಪ್ರಯತ್ನಿಸುತ್ತಿದ್ದ. ತಿನ್ನುವುದೇ ಅವನ ಬಹುದೊಡ್ಡ ಕಾಯಕವಾಗಿತ್ತು. ಅಕಸ್ಮಾತ್ ಆಹಾರ ಕೊಡುವುದೇನಾದರೂ ತಡವಾಯಿತೆಂದರೆ ಪಂಜರಕ್ಕೆ ಕೊಕ್ಕಿನಿಂದ ಜೋರಾಗಿ ಬಡಿಯುತ್ತ, ಕರ್ಕಶವಾಗಿ ಕೂಗುತ್ತ ನಮ್ಮನ್ನು ಎಚ್ಚರಿಸುತ್ತಿದ್ದ.

ಬಾಳೆಹಣ್ಣು, ಖರ್ಜೂರ ಮತ್ತು ಅನ್ನದ ಉಂಡೆಗಳೆಂದರೆ ಅವನಿಗೆ ಬಹಳ ಇಷ್ಟ. ಅನ್ನದ ಚಿಕ್ಕ ಚಿಕ್ಕ ಉಂಡೆಗಳನ್ನು ನಾನು ಅವನೆಡೆಗೆ ಎಸೆದರೆ ತನ್ನ ಕೊಕ್ಕಿನಿಂದ ಹಿಡಿಯುತ್ತಿದ್ದ. ಅದನ್ನು ಗಾಳಿಯಲ್ಲಿ ಎಸೆದು ಕೊಕ್ಕನ್ನಗಲಿಸಿ, ಗಂಟಲಿಗೆ ಬೀಳಿಸಿಕೊಂಡು ನುಂಗುತ್ತಿದ್ದ. ಅವನಿಗೆ ಕೊಕ್ಕಿನಿಂದ ಈ ರೀತಿ ಹಿಡಿಯುವುದೆಂದರೆ ಇಷ್ಟ. ಅದಕ್ಕಾಗಿ ತಾತ ಅವನಿಗೆ ತರಬೇತಿ ನೀಡಿದ್ದರು. ಸುಮಾರು ಹದಿನಾಲ್ಕು ಮೀಟರ್ ದೂರದಿಂದ ಟೆನ್ನಿಸ್ ಬಾಲನ್ನು ಕೊಂಚ ವೇಗವಾಗಿಯೇ ಅವರು ಎಸೆದರೂ ಅವನು ಸಲೀಸಾಗಿ ಕೊಕ್ಕಿನಲ್ಲಿ ಹಿಡಿಯುತ್ತಿದ್ದ. ಆಗ ನಾನು, ಕ್ರಿಕೆಟ್‌ನಲ್ಲಿ ಇವನು ಉತ್ತಮ ಸ್ಲಿಪ್ ಫೀಲ್ಡರ್ ಆಗಲು ಲಾಯಕ್ಕಾಗಿದ್ದಾನೆ ಎಂದುಕೊಳ್ಳುತ್ತಿದ್ದೆ.

ಇತ್ತ ಕುಟುಂಬದ ಜವಾಬ್ದಾರಿಯಿಲ್ಲ, ಅತ್ತ ಮಾಡುವ ಉದ್ಯೋಗವೂ ಇಲ್ಲ. ನಮ್ಮಂತೆ ಜಾತಿ ಧರ್ಮಗಳ ಜಂಜಡವಿಲ್ಲದ ಹೆರಾಲ್ಡ್, ಸಮಯವನ್ನೆಲ್ಲಾ ತನ್ನ ಅಂದ ಚಂದಕ್ಕೇ ಮೀಸಲಿಟ್ಟಿದ್ದ. ಅವನ ಬಾಲದ ಬಳಿ ಒಂದು ಗ್ರಂಥಿಯಿದ್ದು, ಅದರಿಂದ ಒಸರುವ ಹಳದಿ ಬಣ್ಣದ ದ್ರವವನ್ನು ಅತ್ಯಂತ ಕುಶಲತೆಯಿಂದ ತನ್ನ ರೆಕ್ಕೆ ಪುಕ್ಕಗಳಿಗೆ ಸವರುತ್ತಿದ್ದ. ನಾವೇನಾದರೂ ಹೆರಾಲ್ಡ್‌ನನ್ನು ಮುಟ್ಟಿದರೆ ಈ ದ್ರವ ನಮ್ಮ ಬೆರಳಿಗೂ ತಾಕುತ್ತಿತ್ತು. ಇದು ಬಹುಶಃ ಜಲನಿರೋಧಕವಾಗಿ ಕೆಲಸ ಮಾಡುತ್ತಿದ್ದಿರಬಹುದು. ಏಕೆಂದರೆ ಮಳೆಗಾಲದಲ್ಲಿಯೇ ಈ ದ್ರವವನ್ನು ಅವನು ಹೆಚ್ಚಾಗಿ ಬಳಿದುಕೊಳ್ಳುತ್ತಿದ್ದ.

ತಾತನ ಜೊತೆ ಇದ್ದಷ್ಟು ವರ್ಷವೂ ಹೆರಾಲ್ಡ್, ನೀರು ಸೇರಿದಂತೆ ಯಾವ ದ್ರವವನ್ನೂ ಕುಡಿಯುತ್ತಿರಲಿಲ್ಲ. ಈ ಮಂಗಟ್ಟೆ ಹಕ್ಕಿಗಳು ತಮ್ಮ ದೇಹಕ್ಕೆ ಬೇಕಾದ ದ್ರವವನ್ನು ತಾವು ತಿನ್ನುವ ಘನ ಆಹಾರ ಪದಾರ್ಥಗಳಿಂದಲೇ ಪಡೆಯುತ್ತವೆ ಅನ್ನಿಸುತ್ತೆ.

ಒಂದೇ ಒಂದು ಬಾರಿ ಮಾತ್ರ ಇವನು ತಪ್ಪಾಗಿ ವರ್ತಿಸಿಬಿಟ್ಟ. ನಮ್ಮ ಮನೆಗೆ ಭೇಟಿ ನೀಡಿದ್ದ ಅಮೇರಿಕನ್ ಸ್ನೇಹಿತರೊಬ್ಬರ ಕೈಲಿದ್ದ ಸಿಗಾರನ್ನು ಪಟಾರನೆ ಕಿತ್ತು ನುಂಗಿಬಿಟ್ಟಿದ್ದ. ಹೆರಾಲ್ಡನಿಗೆ ಇದೊಂದು ವಿಚಿತ್ರ ಅನುಭವವಾದರೆ, ನಮ್ಮ ಅತಿಥಿಗೆ ಅಹಿತಕರ ಘಟನೆಯೆನಿಸಿತು. ನಂತರ ಇಬ್ಬರಿಗೂ ಬ್ರಾಂದಿ ಕುಡಿಸಿ ಸಮಾಧಾನಿಸಬೇಕಾಯಿತು.

ಹೆರಾಲ್ಡ್, ನೀರನ್ನು ಕುಡಿಯದಿದ್ದರೂ ಮಳೆಯೆಂದರೆ ಬಲು ಅಕ್ಕರೆ. ನಮಗೆ ಮಳೆ ಯಾವಾಗ ಬರುವುದೆಂದು ಮೊದಲೇ ತಿಳಿದುಬಿಡುತ್ತಿತ್ತು. ಹೇಗೆಂದರೆ, ಮಳೆ ಹನಿ ಬೀಳುವ ಒಂದು ಗಂಟೆ ಮೊದಲೇ ಹೆರಾಲ್ಡ್ ನಗುವಿನಂತೆ ವಿಚಿತ್ರ ಶಬ್ದವನ್ನು ಹೊರಡಿಸುತ್ತಿದ್ದ. ಇದರ ಶಬ್ದ ನನ್ನ ಆಂಟಿಯರಿಗೆ ಕಿರಿಕಿರಿ ಉಂಟೂ ಮಾಡುತ್ತಿತ್ತು. ಅವರು ಯಾವಾಗಲೂ ಮಳೆಗೆ ಸಿಕ್ಕಿ ನೆನೆದೇ ಹಿಂದಿರುಗುತ್ತಿದ್ದರು. ಅವರು ಮನೆ ಬಿಟ್ಟು

ಹೊರ ಹೋಗುವಾಗ ಹೆರಾಲ್ಡ್, ವಿಚಿತ್ರ ಶಬ್ದ ಹೊರಡಿಸಿರುತ್ತಿದ್ದ. ಅವರು ಮಳೆಯಲ್ಲಿ ನೆನೆದು ತೊಯ್ದು ತೊಪ್ಪೆಯಾಗಿ ವಾಪಸಾದಾಗ ಮತ್ತೊಮ್ಮೆ ಹೆರಾಲ್ಡ್ ಮಾಡುತ್ತಿದ್ದ ಶಬ್ದ ಗಹಗಹಿಸಿ ನಕ್ಕಂತಿರುತ್ತಿತ್ತು.

ಮಳೆಮೋಡಗಳು ಆಗಸದಲ್ಲಿ ಆವರಿಸಿ, ಬೀಸು ಗಾಳಿಯು ಬಾಳೆಗಿಡವನ್ನು ಅಲುಗಾಡಿಸುವುದನ್ನು ಕಂಡು ಹೆರಾಲ್ಡ್ ಉದ್ರೇಕಗೊಳ್ಳುತ್ತಿದ್ದ. ಅವನ ದನಿ ಆಗ ಶಿಳ್ಳೆ ಹೊಡೆದಂತೆ ಬದಲಾಗುತ್ತಿತ್ತು. "ವ್ಹೀ...ವ್ಹೀ..." ಎಂದು ಜೋರಾಗಿ ಕೂಗುತ್ತಿದ್ದ. ಮೊದಲ ಹನಿ ಜಗಲಿಯ ಮುಂದಿನ ಮೆಟ್ಟಿಲುಗಳು ಮತ್ತು ನೆಲದ ಮೇಲೆ ಬಿದ್ದು, ಮಳೆ ನೀರು ಬೆರೆತ ಮಣ್ಣಿನ ವಾಸನೆ ಮನೆಯನ್ನೆಲ್ಲಾ ಆವರಿಸುತ್ತಿದ್ದಂತೆ, ಅವನ ಕೂಗು ಶುರುವಾಗುತ್ತಿತ್ತು. ಆಗ ಅವನ ಕೂಗು ಥೇಟ್ ಕುಡುಕನ ದನಿಯಂತಿರುತ್ತು. ಬೀಸು ಗಾಳಿ ಮಳೆಹನಿಯನ್ನು ಅವನ ಪಂಜರಕ್ಕೂ ತಂದಾಗ ಹೆರಾಲ್ಡ್ ತನ್ನ ವಿಶಾಲ ರೆಕ್ಕೆಗಳನ್ನು ಅಗಲಿಸಿಕೊಂಡು ಸರ್ಕಸ್ಸಿನ ವಿದೂಷಕನಂತೆ ನೃತ್ಯ ಮಾಡುತ್ತಿದ್ದ.

ಮುಂಗಾರು ಪ್ರಾರಂಭವಾದ ಮೇಲೆ ಮಳೆಗೆ ಅವನು ಹೊಂದಿಕೊಳ್ಳುತ್ತಿದ್ದ. ನಮ್ಮಂತೆಯೇ ಅವನ ಉತ್ಸಾಹವೂ ಕಡಿಮೆಯಾಗುತ್ತಿತ್ತು. ಆದರೆ ಮೊದಲ ಕೆಲವು ಮಳೆಗಳು ಮಾತ್ರ ಅವನಲ್ಲಿ ಬೆರಗು, ಸೋಜಿಗ, ಚೈತನ್ಯವನ್ನು ಹೊಮ್ಮಿಸುತ್ತಿದ್ದವು. ಆಗ ನಾವೆಲ್ಲರೂ ಜಗಲಿಗೆ ಬಂದು ಅವನ ಹಿಗ್ಗು, ಸಂಭ್ರಮವನ್ನು ನೋಡುತ್ತಾ ನಿಲ್ಲುತ್ತಿದ್ದೆವು.

ಅವನ ಗಡಸು ಧ್ವನಿ ಈಗಲೂ ನೆನಪಾಗಿ ಕಾಡುತ್ತದೆ. ಪಂಜರಕ್ಕೆ ಕೊಕ್ಕಿನಿಂದ ಬಡಿಯುತ್ತಿದ್ದುದು ಕಣ್ಮುಂದೆ ಹಾದುಹೋಗುತ್ತದೆ. ಮಂಗಟ್ಟೆಗಳಿಗಾಗಿಯೇ ಸ್ವರ್ಗವೆಂಬುದಿದ್ದರೆ, ಅಲ್ಲಿ ಅವನ ಮನತಣಿಸುವ ಮಳೆ ಸುರಿಯುತ್ತಿದ್ದಿರಬೇಕು ಮತ್ತು ತನ್ನ ಕೊಕ್ಕಿನಲ್ಲಿ ಹಿಡಿಯಲೆಂದು ಅಲ್ಲಿ ಸಾಕಷ್ಟು ಟೆನ್ನಿಸ್ ಬಾಲ್‌ಗಳು ಅವನಿಗಾಗಿ ಇದ್ದಿರಲೇಬೇಕು.

ಕೆಸರುಹೊಂಡವೆಂಬ ಪುಟ್ಟ ವಿಶ್ವ

ನಮ್ಮ ಮನೆಯ ಹಿಂದುಗಡೆ ಮಳೆ ನೀರಿನಿಂದ ರೂಪುಗೊಂಡ ಕೆಸರಿನ ಹೊಂಡವಿದೆ. ಕೆಸರು ಮತ್ತು ಆಗೀಗ ಮಲಗಿರುತ್ತಿದ್ದ ಎಮ್ಮೆಗಳನ್ನು ಮಾತ್ರ ಅಲ್ಲಿ ಕಂಡಿದ್ದ ನನಗೆ ಅಲ್ಲಿ ಹಲವು ವಿಶೇಷಗಳಿವೆಯೆಂಬುದೇ ತಿಳಿದಿರಲಿಲ್ಲ. ನನಗೆ ಆ ಹೊಂಡದಲ್ಲಿನ ಜೀವವೈವಿಧ್ಯತೆಯನ್ನು ಪರಿಚಯ ಮಾಡಿಸಿದ್ದು ನನ್ನ ತಾತ. ಇಲ್ಲಿ ಒಂದಕ್ಕೊಂದು ಕೊಡು–ಕೊಳ್ಳುವ ಸಹಬಾಳ್ವೆಯ ಸುಂದರ ಸಂಬಂಧವಿದೆ ಮತ್ತು ಎಲ್ಲರ ಏಳಿಗೆಯಲ್ಲಿ ತಮ್ಮ ಪ್ರಗತಿಯಿದೆ ಎಂಬ ಮನೋಭಾವವಿದೆ. "ಈ ಹೊಂಡದ ನಿವಾಸಿಗಳಿಗೆ ಇದುವೇ ಪ್ರಪಂಚವಾದರೆ, ಇತರೇ ವಿಶ್ವವಾಸಿಗಳಿಗೆ ಇಡೀ ಪ್ರಪಂಚವೇ ಒಂದು ಕೆಸರಿನ ಹೊಂಡ" ಎನ್ನುತ್ತಿದ್ದರು ತಾತ.

ನನ್ನ ತಾತ ಹಳೆಯ ಅರಳಿಮರದ ನೆರಳಿನಲ್ಲಿ ಕೂರಿಸಿಕೊಂಡು ನನಗೆ ಕೆಸರು ಹೊಂಡವೆಂಬ ಪುಟ್ಟ ವಿಶ್ವವನ್ನು ಮೊದಲು ತೋರಿಸಿದ್ದರು. ಅವತ್ತು ನಾವು ಕದಲದೆ, ಶಬ್ದ ಮಾಡದೆ ಸುಮಾರು ಒಂದು ಗಂಟೆಯ ಕಾಲ ನೀರ ಮೇಲಿನ ಹಸಿರು ಪಾಚಿಯನ್ನೇ ನೋಡುತ್ತಾ ಕುಳಿತೆವು. ಮಧ್ಯಾಹ್ನದ ಬಿಸಿಲಿಗೆ ಅಲ್ಲಿ ಬಂದು ಮೈಚಾಚಲು ಎಮ್ಮೆಗಳಿನ್ನೂ ಆಗಮಿಸಿರಲಿಲ್ಲ. ಹಾಗಾಗಿ ಹೊಂಡದ ಮೇಲ್ಮೈ ಕದಡಿರಲಿಲ್ಲ.

ಮೊದಲ ಹತ್ತು ನಿಮಿಷ ನಮಗೆ ಏನೂ ಕಾಣಲಿಲ್ಲ. ನಂತರ ಕಪ್ಪು ಬಣ್ಣದ ದುಂಡಗಿನ ಚಿಕ್ಕ ಆಕೃತಿಯೊಂದು ಹೊಂಡದ ನಡುವೆ ಗೋಚರಿಸಿತು. ಅದು ನಿಧಾನವಾಗಿ ಮೇಲೆ ಬಂದಂತೆ ಅದು ಕಪ್ಪೆಯ ತಲೆಯೆಂದು ಗುರುತುಹಿಡಿದೆವು. ಅದರ ಅಗಲ ಕಣ್ಣುಗಳು ನಮ್ಮನ್ನೇ ದುರುಗುಟ್ಟಿ ನೋಡಿದವು. ಅದಕ್ಕೆ ನಾವು ಮಿತ್ರರೋ, ಶತ್ರುಗಳೋ ತಿಳಿಯದು. ಹಾಗಾಗಿ ನಮ್ಮಿಂದ ಸಾಕಷ್ಟು ದೂರದಲ್ಲಿಯೇ ಇತ್ತು. ಅದರ ಆಜನ್ಮಶತ್ರು ಕೊಳಬಕ ಹಕ್ಕಿ ಬಹುಶಃ ಅದನ್ನು ಹುಡುಕುತ್ತಾ ಅಲ್ಲೆಲ್ಲೋ ಅಲೆದಾಡುತ್ತಿರಬಹುದು. ನಾವು ಕೊಳಬಕಗಳಲ್ಲ ಎಂಬುದನ್ನು ಖಾತ್ರಿ ಮಾಡಿಕೊಂಡ ಅದು, ತನ್ನೆಲ್ಲಾ ಬಂಧುಮಿತ್ರರಿಗೆ ಸಂದೇಶ ಕಳುಹಿಸಿತು. ನೋಡನೋಡುತ್ತಿರುವಂತೆಯೇ ಹಲವಾರು ದೊಡ್ಡ ತಲೆಗಳು ಮತ್ತು ಕಣ್ಣುಗಳು ನೀರಿನ ಮೇಲ್ಗಡೆ ಕಾಣಿಸಿಕೊಂಡವು.

ಗಂಟಲಿನಲ್ಲಿ ಗಾಳಿಯನ್ನು ತುಂಬಿಕೊಂಡು ಒಕ್ಕೊರಲಿನಲ್ಲಿ "ವಟರ್, ವಟರ್, ವಟರ್..." ಎಂದು ಗಾನಮೇಳ ಪ್ರಾರಂಭಿಸಿದವು.

ಅರಳಿ ಮರದ ಹತ್ತಿರ ಆಳವಿಲ್ಲದ ನೀರಿನಲ್ಲಿ ಕಪ್ಪಾದ ನೆರಳಿನಂತಹ ಚಲನೆ ಕಂಡುಬಂದಿತು. ಒಂದು ಕಡ್ಡಿಯಿಂದ ಅದನ್ನು ಮುಟ್ಟಿದಾಗ ಆ ಕಪ್ಪು ವಸ್ತುವಿಗೆ ಜೀವಬಂತು. ಸಾವಿರಾರು ಕಪ್ಪು ಬಣ್ಣದ ಗೊದಮೊಟ್ಟೆ ಮರಿಗಳು ಒಂದಕ್ಕೊಂದು ತಳ್ಳಾಡುತ್ತ, ಗುದ್ದಾಡುತ್ತ ನುಲಿದಾಡುತ್ತಿದ್ದವು.

"ಈ ಗೊದಮೊಟ್ಟೆ ಮರಿಗಳು ಏನನ್ನು ತಿನ್ನುತ್ತವೆ?" ಎಂದು ತಾತನನ್ನು ಕೇಳಿದೆ.

"ಅವು ಒಂದನ್ನೊಂದು ತಿಂದುಕೊಳ್ಳುತ್ತವೆ" ಎಂದು ತಾತ ಉತ್ತರಿಸಿದರು. "ಅದು ಅಸಹ್ಯಕರ ಅಂತ ಅನ್ನಿಸಬಹುದು. ಆದರೆ ಅವುಗಳ ಅಗಾಧ ಸಂಖ್ಯೆಯನ್ನು ಗಮನಿಸಿದಾಗ ಇದು ಬಹಳ ಉಪಯುಕ್ತ ಅಂತ ಅನ್ನಿಸುತ್ತದೆ. ಈ ಗೊದಮೊಟ್ಟೆಗಳೆಲ್ಲಾ ಬೆಳೆದು ಕಪ್ಪೆಗಳಾದವು ಅಂತ ಊಹಿಸಿಕೊ. ಆಗ ನಮ್ಮ ಮನೆಯಿಂದ ಹಿಡಿದು ಹೊಂಡದವರೆಗೂ ನೆಲವೇ ಕಾಣದಷ್ಟು ಕಪ್ಪೆಗಳಿರುತ್ತವೆ!" ಎಂದರು ತಾತ.

"ಇವುಗಳ ಅರಚಾಟ ಕೇಳಿ ಅಜ್ಜಿಗೆ ಹುಚ್ಚು ಹಿಡಿಯುತ್ತದೆ ಅಷ್ಟೇ" ಎಂದು ನಾನು ಹೇಳಿದಾಗ ತಾತ ಹೌದೆಂದು ತಲೆದೂಗಿದರು. ತಾತ ತನ್ನ ಅಕ್ವೇರಿಯಂನಲ್ಲಿ ಕೆಲವು ಗೊದಮೊಟ್ಟೆ ಮರಿಗಳನ್ನು ತಂದು ಬಿಟ್ಟಿದ್ದರು.

ತಾತ ಯುವಕನಾಗಿದ್ದಾಗ ಮನೆಗೆ ಒಂದಷ್ಟು ಹಸಿರುಬಣ್ಣದ ಮರಗಪ್ಪೆಗಳನ್ನು ತಂದಿದ್ದರಂತೆ. ಅವುಗಳನ್ನು ಗಾಜಿನ ಬುರುಡೆಯಲ್ಲಿ ಹಾಕಿ ಕಿಟಕಿಯ ಮುಂದೆ ಮನೆಯಲ್ಲಿ ಯಾರಿಗೂ ಹೇಳದೇ ಇರಿಸಿದ್ದರಂತೆ.

ಬೆಳಗಿನ ಜಾವ ನಾಲ್ಕು ಗಂಟೆಗೆ ಸರಿಯಾಗಿ ಮನೆಯಲ್ಲಿರುವವರೆಲ್ಲಾ ಗಾಬರಿಯಿಂದ ಎದ್ದು ಕೂರುವಂತೆ ಭಯಾನಕ ಗದ್ದಲದ ಧ್ವನಿ ಸ್ಫೋಟಗೊಂಡಿತ್ತು. ಅಜ್ಜಿ ಸೇರಿದಂತೆ ಇತರ ಬಂಧುಗಳು ಭಯದಿಂದ ಹೆದರಿ ಸುರಕ್ಷತೆಗಾಗಿ ಅಂಗಳಕ್ಕೆ ದೌಡಾಯಿಸಿದ್ದರು. ಸದ್ದಿನ ಮೂಲ ತಿಳಿದೊಡನೆ ಅವರ ಭಯ ಕೋಪವಾಗಿ ಪರಿವರ್ತನೆಗೊಂಡಿತ್ತು. ಮುಂಜಾನೆಯ ಬೆಳಕಿನ ಮೊದಲ ಸೂಚನೆ ಸಿಗುತ್ತಿದ್ದಂತೆಯೇ ಕಪ್ಪೆಗಳು ಏಕಧ್ವನಿಯಲ್ಲಿ ಹಾಡಲು ಪ್ರಾರಂಭಿಸುತ್ತವೆ. ಅಜ್ಜಿ ಅಸಾಧ್ಯ ಸಿಟ್ಟಿನಿಂದ ಕಪ್ಪೆಗಳ ಸಮೇತ ಆ ಗಾಜಿನ ಬುರುಡೆಯನ್ನು ಕಿಟಕಿಯಿಂದ ಹೊರಕ್ಕೆ ಎಸೆಯಲಿದ್ದಳು. ಅಷ್ಟರಲ್ಲಿ ತಾತ ಬಂದು ಗಾಜಿನ ಬುರುಡೆಯನ್ನು ಅಲುಗಾಡಿಸುತ್ತಿದ್ದಂತೆಯೇ ಕಪ್ಪೆಗಳು ಮೌನವಾದವು. ಎಲ್ಲರೂ ಮನೆಯೊಳಗೆ ಹೋಗಿ ಮಲಗಿದರು. ಆದರೆ ತಾತ ಮಾತ್ರ ಮಲಗುವಂತಿರಲಿಲ್ಲ. ಏಕೆಂದರೆ ಕಪ್ಪೆಗಳು ಹಾಡಲು ಇನ್ನೇನು ಬಾಯ್ತೆರೆಯುತ್ತವೆ ಅನ್ನುವಾಗ ತಾತ ಗಾಜಿನ ಬುರುಡೆಯನ್ನು ಅಲುಗಾಡಿಸಬೇಕಿತ್ತು.

ಅದೃಷ್ಟವಶಾತ್, ಮರುದಿನ ಮಾಬೆಲ್ ಆಂಟಿ ಕುತೂಹಲದಿಂದ ಈ ಗಾಜಿನ ಬುರುಡೆಯ ಮುಚ್ಚಳವನ್ನು ತೆರೆದು ಒಳಗಿದ್ದ ಜೀವಿಗಳ ಪರಿಶೀಲನೆ ನಡೆಸಿದಳು. ನಿದ್ರಿಸುತ್ತಿದ್ದ ಹಸಿರು ಕಪ್ಪೆಗಳನ್ನು ಕಂಡು ಬೆದರಿದ ಆಕೆ, ಮುಚ್ಚಳವನ್ನು ಮುಚ್ಚದೇ ಗಾಜಿನ

ಬುರುಡೆಯನ್ನು ಹಾಗೇ ಇಟ್ಟು ಓಡಿದ್ದಳು. ಕಪ್ಪೆಗಳು ಹೊರಕ್ಕೆ ಜಿಗಿದು ಉದ್ಯಾನದಲ್ಲಿ ತಪ್ಪಿಸಿಕೊಂಡಿದ್ದವು. ಮತ್ತೆ ಅವು ಸಿಗಲೇ ಇಲ್ಲ.

ಕಪ್ಪೆಗಳನ್ನು ಬಳಸಿ ವಾಯುಭಾರ ಮಾಪಕ (ಬಾರೋಮೀಟರ್) ಮಾಡುವ ಉದ್ದೇಶವನ್ನು ತಾತ ಹೊಂದಿದ್ದ. ಅವು ತಪ್ಪಿಸಿಕೊಂಡಿದ್ದರಿಂದ ಅವನ ಯೋಜನೆ ಮಣ್ಣುಗೂಡಿತ್ತು. ತಾತನ ಆಲೋಚನೆಯೇನೆಂದರೆ, ಉದ್ದನೆ ಬಾಟಲಿಯಲ್ಲಿ ಮರದ ಪುಟ್ಟ ಏಣಿಯನ್ನು ಕೂರಿಸುವುದು. ಅದರಲ್ಲಿ ಕಪ್ಪೆಗಳನ್ನು ಬಿಡುವುದು. ಏಣಿಯ ಮೆಟ್ಟಿಲುಗಳು ಮಾಪನದ ಗುರುತುಗಳಾಗುತ್ತವೆ. ಹವಾಮಾನ ಉತ್ತಮವಾಗಿದ್ದಾಗ ಕಪ್ಪೆಗಳು ಏಣಿಯ ಮೇಲೇರಿ ಹೋಗುತ್ತವೆ. ಅದೇ ಕೆಟ್ಟ ಹವಾಮಾನದಲ್ಲಿ ಅವು ಕೆಳಗಡೆ ಇರುತ್ತವೆ. ತಾನು ಪಿಕ್‌ನಿಕ್‌ಗೆ ಹೋಗುವ ಮುನ್ನ ಕಪ್ಪೆಗಳ ಸಲಹೆಯನ್ನು ಕೇಳುವ ಯೋಜನೆಯನ್ನು ತಾತ ಹಾಕಿಕೊಂಡಿದ್ದ.

ಈಗ ನನ್ನ ಹೊಂಡದ ಕಥೆಗೆ ಬರೋಣ...

ನಾನೊಬ್ಬನೇ ಆಗಾಗ್ಗೆ ಹೊಂಡದ ಬಳಿ ಬಂದು ಕೂರುವ ಅಭ್ಯಾಸ ರೂಢಿಯಾಯಿತು. ಅದರ ದಂಡೆಯ ಬಳಿ ಮತ್ತು ಆಳವಿಲ್ಲದ ನೀರಿನಲ್ಲಿ ಅನ್ವೇಷಣೆಗೆ ತೊಡಗುತ್ತಿದ್ದೆ. ಶೂಗಳನ್ನು ಬಿಚ್ಚಿಟ್ಟು ಮೊಣಕಾಲಿನವರೆಗೆ ಕೆಸರು ನೀರು ತಾಕುವವರೆಗೂ ಹೊಂಡದಲ್ಲಿ ಓಡಾಡುತ್ತಿದ್ದೆ. ಅದರಲ್ಲಿ ಬೆಳೆದ ನೈದಿಲೆ ಹೂಗಳನ್ನು ಕಿತ್ತು ತರುತ್ತಿದ್ದೆ.

ಒಂದು ದಿನ ನಾನು ಹೊಂಡದ ಬಳಿ ಹೋದಾಗ ಅದನ್ನು ಅಷ್ಟರಲ್ಲಾಗಲೇ ಎಮ್ಮೆಗಳು ಆಕ್ರಮಿಸಿಬಿಟ್ಟಿದ್ದವು. ಅವುಗಳ ಮಾಲೀಕ ನನಗಿಂತ ಸ್ವಲ್ಪ ದೊಡ್ಡ ಹುಡುಗ, ಹೊಂಡದ ನಟ್ಟನಡುವೆ ಈಜುತ್ತಿದ್ದ. ದಡಕ್ಕೆ ಈಜಿ ಬರುವುದರ ಬದಲಿಗೆ ಅಲ್ಲೇ ನೀರಿನಲ್ಲಿದ್ದ ಎಮ್ಮೆಯೊಂದರ ಬೆನ್ನೇರಿ, ತನ್ನ ಕಂದುಬಣ್ಣದ ದೇಹವನ್ನು ಬಂಡೆಯ ಮೇಲೆ ಹರಡಿದಂತೆ ಹರಡಿ, ಆಗಸದತ್ತ ನೋಡುತ್ತಾ ಮಲಗಿ, ತನ್ನ ಪಾಡಿಗೆ ತಾನು ಹಾಡತೊಡಗಿದ್ದ.

ದಡದ ಮೇಲೆ ನಿಂತು ಅವನನ್ನೇ ನೋಡುತ್ತಿದ್ದ ನನ್ನನ್ನು ಗಮನಿಸಿದ ಆ ಹುಡುಗ, ಸೂರ್ಯನ ಶಾಖಕ್ಕೆ ಕಪ್ಪಾಗಿದ್ದ ಮುಖದಲ್ಲಿ ಬಿಳಿಯ ಹಲ್ಲುಗಳನ್ನು ಪ್ರದರ್ಶಿಸುತ್ತಾ ನನ್ನನ್ನು ನೋಡಿ ನಕ್ಕ. ನನ್ನನ್ನು ಈಜಲು ಕರೆದ. ನನಗೆ ಈಜಲು ಬರುವುದಿಲ್ಲವೆಂದು ಹೇಳಿದೆ. ಅದಕ್ಕವನು ತಾನು ಕಲಿಸುವುದಾಗಿ ಹೇಳಿದ. ಎಮ್ಮೆಯ ಮೇಲಿಂದ ನೀರಿಗೆ ಧುಮುಕಿ ಈಜುತ್ತಾ ನಾನಿರುವಲ್ಲಿಗೆ ಬಂದ. ನಾನು ಚಡ್ಡಿ ಮತ್ತು ಅಂಗಿಯನ್ನು ಬಿಚ್ಚಿ ಅವನು ಹೇಳಿಕೊಟ್ಟಂತೆ ಈಜಲು ಪ್ರಯತ್ನಿಸಿದೆ. ನೈದಿಲೆ ಹೂಗಳ ನಡುವೆ ಒದ್ದಾಡತೊಡಗಿದೆ.

ಆ ಹುಡುಗನ ಹೆಸರು ರಾಮು. ಪ್ರತಿದಿನ ಮಧ್ಯಾಹ್ನ ನನಗೆ ಈಜು ಕಲಿಸುವುದಾಗಿ ಅವನು ಭರವಸೆಕೊಟ್ಟ. ಹಾಗಾಗಿ ಪ್ರತಿದಿನ ಮಧ್ಯಾಹ್ನ, ಅದರಲ್ಲೂ ಬೇಸಿಗೆಯ ಮಧ್ಯಾಹ್ನ, ಎಲ್ಲರೂ ಮಲಗಿರುವ ಸಮಯದಲ್ಲಿ ನಾವು ಭೇಟಿಯಾಗುತ್ತಿದ್ದೆವು.

ಬೇಗನೇ ನಾನು ಈಜುವುದನ್ನು ಕಲಿತೆ. ನಾನು ಕೂಡ ಅವನಂತೆಯೇ

ಹೊಂಡದಲ್ಲಿ ಈಜುತ್ತಾ ಹೋಗಿ ಅವನ ಎಮ್ಮೆಯ ಪಕ್ಕದ ಎಮ್ಮೆಯ ಬೆನ್ನೇರುತ್ತಿದ್ದೆ. ಕೆಸರಿನ ಸಮುದ್ರದ ನಡುವೆ ಪುಟ್ಟ ದ್ವೀಪಗಳಂತೆ ಎಮ್ಮೆಗಳ ಬೆನ್ನುಗಳಿರುತ್ತಿದ್ದವು. ರಾಮು ರೈತ ಕುಟುಂಬದ ಹಿನ್ನೆಲೆಯುಳ್ಳವನು. ಅವನು ಶಾಲೆಗೆ ಹೋಗಿರಲಿಲ್ಲ. ಆದರೆ ಜನಪದ ಗೀತೆಗಳನ್ನು ಸೊಗಸಾಗಿ ಹಾಡುತ್ತಿದ್ದ. ಪಕ್ಷಿ ಮತ್ತು ಪ್ರಾಣಿಗಳ ಬಗ್ಗೆ ಅಪಾರ ಜ್ಞಾನ ಹೊಂದಿದ್ದ.

ನನಗೆ ರಾಮುವಿನ ಜೊತೆಗೆ ಎಮ್ಮೆಗಳೂ ಇಷ್ಟವಾಗತೊಡಗಿದವು. ಕೆಲವು ಬಾರಿ ಇಬ್ಬರೂ ಒಂದೊಂದು ಎಮ್ಮೆಯ ಮೇಲೆ ಕುಳಿತು ಯಾರು ಬೇಗ ಹೋಗುವರೆಂದು ಸ್ಪರ್ಧೆಗಿಳಿಯುತ್ತಿದ್ದೆವು. ಈ ಎಮ್ಮೆಗಳೋ ಸೋಂಬೇರಿಗಳು, ಎಲ್ಲಿ ಆರಾಮೆನಿಸುತ್ತದೆಯೋ ಅಲ್ಲಿಯೇ ಇದ್ದುಬಿಡುತ್ತಿದ್ದವು. ಅಲ್ಲಿಂದ ಕದಲಿದರೆ ಇನ್ನೊಂದು ಅಂಥದೇ ಸ್ಥಳ ಹುಡುಕಿ ನಿಲ್ಲುತ್ತಿದ್ದವು. ಆಟದ ಮನಸ್ಸಿಲ್ಲದಿದ್ದರೆ ಅಲ್ಲೇ ಬೆನ್ನು ಚಾಚಿ ಮಲಗಿಬಿಡುತ್ತಿದ್ದವು. ಅವು ನೀರಿನಲ್ಲಿ ಹೊರಳುವಾಗ ನಮ್ಮನ್ನೂ ಕೆಸರು ಮತ್ತು ಹಸಿರು ಪಾಚಿಯಲ್ಲಿ ಮುಳುಗೇಳಿಸುತ್ತಿದ್ದವು. ನಾನು ಹೊಂಡದಿಂದ ಹೊರಬರುವಾಗ

ಸಾಮಾನ್ಯವಾಗಿ ಹಸಿರು ಮತ್ತು ಖಾಕಿ ಬಣ್ಣವನ್ನು ಹೊಂದಿರುತ್ತಿದ್ದೆ. ಮೆಲ್ಲಗೆ ಯಾರಿಗೂ ಗೊತ್ತಾಗದ ಹಾಗೆ ಮನೆಗೆ ಹೋಗಿ ಬಚ್ಚಲಮನೆ ಸೇರಿಕೊಂಡು, ನಲ್ಲಿ ಕೆಳಗೆ ಕುಳಿತು ಮೈತೊಳೆದುಕೊಂಡು ನಂತರ ಬಟ್ಟೆ ಧರಿಸುತ್ತಿದ್ದೆ.

ರಾಮು ಮತ್ತು ನಾನು, ನಮ್ಮಿಬ್ಬರ ನೆಚ್ಚಿನ ಎಮ್ಮೆಗಳ ಮೇಲೆ ಕುಳಿತು ಸಾರಸ್ ಹಕ್ಕಿ ಜೋಡಿಯು ಒಂದಕ್ಕೊಂದು ಕೊಕ್ಕು ಮಸೆಯುತ್ತಾ, ನಲಿದಾಡುವುದನ್ನು ನೋಡುತ್ತಿದ್ದೆವು. ಎತ್ತರದ ಕೊಕ್ಕರೆಗಳಂತಹ ಈ ಹಕ್ಕಿಗಳು ಕೆಂಪು ತಲೆ ಮತ್ತು ಉದ್ದನೆಯ ಕೆಂಬಣ್ಣದ ಕಾಲುಗಳನ್ನು ಹೊಂದಿವೆ. ಅವುಗಳದು ಅನುರೂಪ ದಾಂಪತ್ಯ. ಒಂದನ್ನೊಂದು ಬಿಟ್ಟಿರಲಾರವು. ಅಕಸ್ಮಾತ್ ಈ ಜೋಡಿಯಲ್ಲಿ ಒಂದು ಹಕ್ಕಿ ಸತ್ತುಹೋದರೆ ಮತ್ತೊಂದು ಹಲವಾರು ವಾರಗಳು ಅಲ್ಲೇ ಸುತ್ತುತ್ತಾ ಶೋಕರಾಗದಲ್ಲಿ ಕೂಗುತ್ತಾ ಕೆಲವೊಮ್ಮೆ ಅಗಲಿಕೆಯ ದುಃಖದಲ್ಲಿ ಸಾಯುತ್ತದಂತೆ. ಹಳ್ಳಿಗರಿಗೆ ಈ ಹಕ್ಕಿಗಳೆಂದರೆ ಆಪ್ಯಾಯಮಾನ. ಚಿಕ್ಕವಾಗಿದ್ದಾಗ ಇವನ್ನು ಹಿಡಿದು ಪಳಗಿಸಿದರೆ ಉತ್ತಮ ಸಾಕುಹಕ್ಕಿಯಾಗುತ್ತವಂತೆ. ತಾತ ಸಾರಸ್ ಹಕ್ಕಿಗಳನ್ನು ಸಾಕಿರಲಿಲ್ಲವಾದರೂ, ಅವು ಸಾಕು ನಾಯಿಗಳಿದ್ದಂತೆ, ಏನಾದರೂ ತೊಂದರೆ ಕಾಣಿಸಿದರೆ ದೊಡ್ಡದಾಗಿ ತುತ್ತೂರಿಯ ದನಿಯಲ್ಲಿ ಕೂಗಿ ಎಚ್ಚರಿಸುತ್ತವೆ ಎನ್ನುತ್ತಿದ್ದ.

ಅರಳಿ ಮರದಿಂದ ಹಾರುತ್ತಾ ಕೆಳಗಿಳಿದು ಮಿಡತೆಯನ್ನು ಬಾಯಲ್ಲಿ ಕಚ್ಚಿಕೊಂಡು ಹಾರಿದ ನೀಲಕಂಠ ಹಕ್ಕಿಯನ್ನು ಕಂಡು, "ಇಂಥ ಅನೇಕ ಹಕ್ಕಿಗಳು ಪೂಜನೀಯ" ಎಂದ ರಾಮು. ಶಿವನ ಇನ್ನೊಂದು ಹೆಸರಾದ ನೀಲಕಂಠ ಎಂಬ ಹೆಸರಿನಿಂದಲೇ ಈ ಹಕ್ಕಿಯನ್ನು ಕರೆಯುತ್ತಾರೆ. ಶಿವನ ಕುತ್ತಿಗೆಯ ಬಣ್ಣ ನೀಲಿ, ಈ ಹಕ್ಕಿಯಂತೆ. ನರಮನುಷ್ಯರನ್ನು ಉಳಿಸಲು ಶಿವ, ಇಡೀ ವಿಶ್ವವನ್ನೇ ನಾಶಮಾಡಬಲ್ಲಂಥಹ ಕಾರ್ಕೋಟಕ ವಿಷವನ್ನು ತಾನು ಕುಡಿದ. ಅದನ್ನು ತನ್ನ ದೇಹದೊಳಗೆ ಹೋಗಲು ಬಿಡದೇ ಗಂಟಲಿನಲ್ಲಿಯೇ ಇರಿಸಿಕೊಂಡ.

"ಅಳಿಲುಗಳೂ ಪೂಜನೀಯವಾ?" ಎಂದು ಕೇಳಿದೆ.

"ಶ್ರೀಕೃಷ್ಣ ಪರಮಾತ್ಮನಿಗೆ ಅಳಿಲುಗಳೆಂದರೆ ತುಂಬಾ ಪ್ರೀತಿ. ಅವನ್ನು ತನ್ನ ಅಂಗೈ ಮೇಲಿರಿಸಿಕೊಂಡು ತನ್ನ ಉದ್ದನೆಯ ಬೆರಳುಗಳಿಂದ ಅವನ್ನು ನೇವರಿಸುತ್ತಿದ್ದನಂತೆ. ಅದಕ್ಕೇ ಅವುಗಳ ತಲೆಯಿಂದ ಬಾಲದವರೆಗೂ ನಾಲ್ಕು ಗಾಢಬಣ್ಣದ ಗೆರೆಗಳಿರುವುದು. ಕೃಷ್ಣ ಕಪ್ಪಲ್ಲವಾ ಅದಕ್ಕೇ ಅವನ ಬೆರಳ ಗುರುತುಗಳು ಹಾಗೆ ಮೂಡಿವೆ" ಎಂದು ರಾಮು ವಿವರಿಸಿದ.

ರಾಮು ಮತ್ತು ತಾತ ಇಬ್ಬರದ್ದೂ ಒಂದೇ ಅಭಿಪ್ರಾಯ. ಅದೇನೆಂದರೆ, ನಾವು ಹಕ್ಕಿ ಮತ್ತು ಪ್ರಾಣಿಗಳ ಬಗ್ಗೆ ಮೃದು ಧೋರಣೆಯನ್ನು ಹೊಂದಿರಬೇಕು ಮತ್ತು ಅವನ್ನು ಕೊಲ್ಲಬಾರದು.

"ಅವನ್ನು ಗೌರವದಿಂದ ಕಾಣುವುದು ಬಹಳ ಮುಖ್ಯ" ಎನ್ನುತ್ತಿದ್ದ ತಾತ, "ಈ ಭೂಮಿಯ ಮೇಲೆ ನಮ್ಮಷ್ಟೇ ಅವುಗಳಿಗೂ ಬದುಕುವ ಹಕ್ಕಿದೆ. ಎಲ್ಲೆಡೆ ಪ್ರಾಣಿ ಪಕ್ಷಿಗಳು ಬದುಕಲು ಸಂಘರ್ಷ ನಡೆಸಿವೆ. ಏಕೆಂದರೆ ನಾವು, ಅವು ನೆಲೆಸಿರುವ ಕಾಡನ್ನು

ನಾಶಮಾಡುತ್ತಿದ್ದೇವೆ. ಮರಗಳು ಒಂದೊಂದೇ ಮಾಯವಾದಂತೆ ಅವು ಬೇರೆಡೆಗೆ ಸಾಗಿ ಹೋಗಬೇಕಾಗಿ ಬಂದಿದೆ" ಎಂದು ಹೇಳುತ್ತಿದ್ದ.

ರಾಮು ಮತ್ತು ನಾನು ಹಲವಾರು ಬೇಸಿಗೆ ಮಧ್ಯಾಹ್ನಗಳನ್ನು ಹೊಂಡದಲ್ಲಿ ಕಳೆದಿದ್ದೇವೆ. ಕೇವಲ ಎಮ್ಮೆಗಳಿಗೆ, ಕಪ್ಪೆಗಳಿಗೆ ಮತ್ತು ಸಾರಸ್ ಹಕ್ಕಿಗಳಿಗೆ ಮಾತ್ರ ನಮ್ಮ ಗೆಳೆತನ ಗೊತ್ತಿತ್ತು. ಅವು ತಮ್ಮ ಕೆಸರು ನೀರಿನ ಪ್ರಶಾಂತವಾದ ಲೋಕದಲ್ಲಿ ನಮ್ಮಿಬ್ಬರನ್ನೂ ಸದಸ್ಯರನ್ನಾಗಿ ಸ್ವೀಕರಿಸಿದ್ದವು. ಕೊನೆಗೊಮ್ಮೆ ಅಲ್ಲಿಂದ ನಾನು ಹೊರಟುಬಂದ ಮೇಲೆ ಅವು ಮತ್ತು ರಾಮು, ಮುಂದೊಮ್ಮೆ ನಾನು ಹಕ್ಕಿಯಾಗಿ ಹಾರುತ್ತಾ ವಾಪಸಾಗುತ್ತೇನೆ ಎಂದು ಊಹಿಸಿರಬಹುದು.

ಆಲದ ಮರ

ನಾನಿದ್ದ ಮನೆ ಹಾಗೂ ಸುತ್ತಲಿನ ಸ್ಥಳವೆಲ್ಲಾ ನನ್ನ ಅಜ್ಜ ಅಜ್ಜಿಗೆ ಸೇರಿತ್ತಾದರೂ ಅಲ್ಲಿದ್ದ ಭವ್ಯವಾದ ಪುರಾತನ ಆಲದ ಮರ ಮಾತ್ರ ನನ್ನದೇ – ಏಕೆಂದರೆ, ಅರವತ್ತೈದು ವರ್ಷದ ನನ್ನ ತಾತ ಅದನ್ನು ಹತ್ತಲಿಕ್ಕೆ ಆಗದಲ್ಲವೆ!

ಅದರ ಅರಳಿನಿಂತ ಕೊಂಬೆಗಳು ಚಾಚಿಕೊಂಡು ಬಿಳಿಲುಗಳನ್ನು ಇಳಿಸಿ ನೆಲವನ್ನು ಮತ್ತೆ ಸೇರಿ, ಸಾಕಷ್ಟು ತಿರುಚಿಮುರುಚಿಕೊಂಡ ಹಾದಿಗಳನ್ನು ಸೃಷ್ಟಿಸಿದ್ದವು. ಈ ಚಿತ್ರವಿಚಿತ್ರ ಹಾದಿಯೆಂದರೆ ನನಗೆ ಅತೀವ ಆನಂದ. ಅಲ್ಲೆಲ್ಲಾ ಅಳಿಲುಗಳು, ಬಸವನಹುಳುಗಳು ಹಾಗು ಚಿಟ್ಟೆಗಳಿದ್ದವು. ಈ ಮರ ನಮ್ಮ ಮನೆಗಿಂತ ಹಳೆಯದು, ನನ್ನ ತಾತನಿಗಿಂತ ಹಳೆಯದು, ಅಷ್ಟೇಕೆ ಈ ಡೆಹರಾಡೂನ್‌ನಷ್ಟೇ ಹಳೆಯದು. ಅದರ ರೆಂಬೆಕೊಂಬೆಗಳಲ್ಲಿ ನಾನು ಅವಿತಿಟ್ಟುಕೊಳ್ಳಬಹುದಾಗಿತ್ತು. ಒತ್ತಾಗಿದ್ದ ಹಚ್ಚಹಸಿರು ಎಲೆಗಳ ಹಿಂದೆ ಯಾರಿಗೂ ಕಾಣಿಸದಂತೆ ಕುಳಿತು ಕೆಳಗಡೆಯ ಜಗತ್ತಿನ ಗೂಢಚಾರಿಕೆ ಮಾಡಬಹುದಾಗಿತ್ತು.

ಅಲ್ಲಿ ನನಗೆ ಮೊದಲು ಗೆಳೆತನವಾದದ್ದು ಕಂದು ಅಳಿಲಿನ ಜೊತೆಗೆ. ಬೆನ್ನನ್ನು ಬಾಗಿಸಿಕೊಂಡು, ಗಾಳಿಯಲ್ಲಿ ಮುಸಿಮುಸಿ ಮೂಸುತ್ತಾ ಇದ್ದ ಅಳಿಲು ಮೊದಲು ನನ್ನನ್ನು ಅದರ ಖಾಸಗಿತನಕ್ಕೆ ಭಂಗತರುವನೆಂದು ಭಾವಿಸಿತ್ತು. ಆದರೆ ನಾನು ಕ್ಯಾಟರ್‌ಬಿಲ್ ಆಗಲೀ, ಆಟಿಕೆ ಗನ್ ಆಗಲೀ ಹಿಡಿಯುವವನಲ್ಲವೆಂದು ಅರಿವಾದೊಡನೆ ಗೆಳೆಯನಾಯಿತು. ನಾನು ಆಗಾಗ ಅದಕ್ಕಾಗಿ ಬಿಸ್ಕತ್ ಮತ್ತು ಕೇಕ್ ತುಂಡುಗಳನ್ನು ತರುತ್ತಿದ್ದೆ. ಅದಕ್ಕೆ ಧೈರ್ಯ ಹೆಚ್ಚುತ್ತಿದ್ದಂತೆ ನನ್ನ ಕೈಲಿಂದಲೇ ತಿಂಡಿ ತಿನಿಸನ್ನು ತೆಗೆದುಕೊಳ್ಳತೊಡಗಿತು.

ಕೆಲವೇ ದಿನಗಳಲ್ಲಿ ಅದು ನನ್ನ ಜೇಬಿನ ಒಳಹೊಕ್ಕು ಅನ್ವೇಷಿಸಿ, ತಿಂಡಿ ತೆಗೆದುಕೊಳ್ಳತೊಡಗಿತು. ಅದಿನ್ನೂ ಚಿಕ್ಕದು ಹಾಗಾಗಿ ಹುಡುಗಾಟಿಕೆ. "ಮನುಷ್ಯನನ್ನು ನಂಬುವ ಮೂರ್ಖ" ಇದು ಎಂದು ಬಹುಶಃ ಅದರ ಸಂಬಂಧಿಗಳು ಮತ್ತು ಗೆಳೆಯರು ಅಂದುಕೊಂಡಿರಬಹುದು.

ವಸಂತಕಾಲದಲ್ಲಿ ಆಲದ ಮರದ ತುಂಬೆಲ್ಲಾ ಕೆಂಬಣ್ಣದ ಹಣ್ಣುಗಳು ತುಂಬಿರುವಾಗ ಎಲ್ಲಾ ರೀತಿಯ ಹಕ್ಕಿಗಳು ಬಂದು ರೆಂಬೆಗಳಲ್ಲಿ ಮುಸುರಿಕೊಳ್ಳುತ್ತವೆ. ಕೆಂಪು ಮಚ್ಚೆಯ ಪಿಕಳಾರ, ಸದಾ ಚಟುವಟಿಕೆಯಿಂದಿರುವ ಗದ್ದಲವೆಬ್ಬಿಸುವ ರೋಸಿ ಪ್ಯಾಸ್ಟರ್ ಹಕ್ಕಿಗಳು, ಗಿಣಿಗಳು, ಮೈನಾಗಳು ಮತ್ತು ಕಾಗೆಗಳು ಎಲ್ಲವೂ ಸೇರಿಕೊಂಡು ಜಗಳ, ಗಲಾಟೆಗೆ ಶುರುವಿಟ್ಟುಕೊಳ್ಳುತ್ತಿದ್ದವು. ಅಂಜೂರದ ರೀತಿಯ ಕೆಂಬಣ್ಣದ ಹಣ್ಣಿನ ಋತುವಿನಲ್ಲಿ ಆಲದ ಮರವು ಈ ಹೂದೋಟದ ಅತ್ಯಂತ ಹೆಚ್ಚು ಗದ್ದಲದ ಸ್ಥಳವಾಗಿರುತ್ತದೆ.

ಮರದ ಸುಮಾರು ಅರ್ಧದಷ್ಟು ಎತ್ತರದಲ್ಲಿ ಸ್ವಲ್ಪ ಒರಟಾದ ವೇದಿಕೆಯಂತೆ ಒಂದು ತಂಗುದಾಣವನ್ನು ನಾನು ನಿರ್ಮಿಸಿಕೊಂಡಿದ್ದೆ. ಅಷ್ಟೇನೂ ಬಿಸಿ ಇರದಿದ್ದಾಗ ಮಧ್ಯಾಹ್ನದ ಹೊತ್ತು ಅಲ್ಲಿ ಕಾಲ ಕಳೆಯುತ್ತಿದ್ದೆ. ಮನೆಯಿಂದ ತಂದ ಮೆತ್ತನೆಯ ದಿಂಬಿಗೆ ಒರಗಿಕೊಂಡು ಓದುತ್ತಿದ್ದೆ. "ಟ್ರೆಶರ್ ಐಲ್ಯಾಂಡ್, ಹಕ್ಕಲ್ ಬೆರ್ರಿ ಫಿನ್ ಮತ್ತು ದ ಸ್ಟೋರಿ ಆಫ್ ಡಾ.ಡೂಲಿಟಲ್" ಮುಂತಾದ ಪುಸ್ತಕಗಳನ್ನು ಈ ಆಲದ ಮರದ ಗ್ರಂಥಾಲಯದಲ್ಲಿಯೇ ನಾನು ಓದಿದ್ದು.

ಯಾವಾಗಲಾದರೂ ಓದಲು ಮನಸ್ಸಾಗದಿದ್ದಾಗ, ಮೇಲೆ ಎಲೆಗಳ ಮರೆಯಿಂದ ಕೆಳಗಿನ ಭೂಲೋಕವನ್ನು ವೀಕ್ಷಣೆ ಮಾಡುತ್ತಿದ್ದೆ. ಇಂಥಹ ಒಂದು ದಿನ ಭಾರತೀಯ ವನ್ಯ ಪ್ರಭೇಧಗಳಲ್ಲಿಯೇ ಖ್ಯಾತ ವೈರಿಗಳಾದ ಮುಂಗುಸಿ ಮತ್ತು ನಾಗರಹಾವಿನ ಹೋರಾಟ ನನ್ನ ವೀಕ್ಷಣೆಗಾಗಿಯೇ ಎಂಬಂತೆ ಪ್ರದರ್ಶಿತವಾಯಿತು!

ಬೇಸಿಗೆಯ ಬಿಸಿಗಾಳಿಯು ತೋಟದ ಮಾಲಿಯನ್ನೂ ಸೇರಿದಂತೆ ಎಲ್ಲರನ್ನೂ ಮನೆಯೊಳಗೆ ಸೇರಿಕೊಳ್ಳುವಂತೆ ಮಾಡಿತ್ತು. ನನಗೆ ತೂಕಡಿಕೆ ಹತ್ತಿತ್ತು. ನೀರಿನ ಹೊಂಡದ ಬಳಿ ಹೋಗಿ ರಾಮು ಮತ್ತು ಅವನ ಎಮ್ಮೆಗಳೊಂದಿಗೆ ನೀರಿನಲ್ಲಿ ಈಜಿದರೆ ಹೇಗೆ ಎಂದು ಆಲೋಚಿಸುತ್ತಿದ್ದೆ. ಆಗ ಕ್ಯಾಕ್ಟಸ್ ಗಿಡಗಳ ನಡುವಿನಿಂದ ಉದ್ದನೆಯ ಕಪ್ಪು ನಾಗರಹಾವು ಹೊರಬರುವುದು ಕಾಣಿಸಿತು. ಅದೇ ಸಮಯಕ್ಕೆ ಪೊದೆಗಳ ನಡುವಿನಿಂದ ಮುಂಗಿಸಿ ಹೊರಬಂದು ಹಾವಿಗೆ ಮುಖಾಮುಖಿಯಾಯಿತು.

ಆಲದ ಮರದ ಕೆಳಗಿನ ಪ್ರಕಾಶಮಾನವಾಗಿ ಸೂರ್ಯನ ಬೆಳಕು ಬಿದ್ದ ಬಯಲ ನೆಲ ಇವುಗಳ ಹಣಾಹಣಿಗೆ ವೇದಿಕೆಯಾಯಿತು.

ನಾಗರಹಾವಿಗೆ ಮೂರಡಿ ಉದ್ದದ ಮುಂಗುಸಿಯು ಬುದ್ಧಿವಂತ, ಆಕ್ರಮಣಕಾರಿ ಮತ್ತು ಅತ್ಯುತ್ತಮ ಹೋರಾಟಗಾರ ಎಂಬುದು ಸ್ಪಷ್ಟವಾಗಿ ತಿಳಿದಿತ್ತು. ಹಾಗೆಂದು ಅದೇನೂ ಕಡಿಮೆಯಲ್ಲ. ಸಾಕಷ್ಟು ಕುಶಲಿ ಮತ್ತು ಅನುಭವಿ ಹೋರಾಟಗಾರನೇ. ಚುರುಕಿನಿಂದ ಚಲಿಸುತ್ತಾ ಮಿಂಚಿನ ವೇಗದಲ್ಲಿ ಆಕ್ರಮಣ ಮಾಡಬಲ್ಲದು. ಅದರ ಚೂಪಾದ ಕೋರೆ ಹಲ್ಲುಗಳ ಹಿಂಬದಿಯಲ್ಲಿ ಕಾರ್ಕೋಟಕ ವಿಷ ತುಂಬಿಕೊಂಡಿದೆ.

ಇಬ್ಬರು ಚಾಂಪಿಯನ್ನರ ನಡುವಿನ ಹೋರಾಟವಿದು.

ಹಿಸ್ ಹಿಸ್... ಎಂದು ಬುಸುಗುಡುತ್ತಾ, ತನ್ನ ಸೀಳು ನಾಲಗೆಯನ್ನು

ಹೊರಚಾಚಿ, ಒಳಗೆಳೆದುಕೊಳ್ಳುತ್ತಾ, ಆರು ಅಡಿಗಳ ಉದ್ದವಿದ್ದ ಸರ್ಪ ಮೂರು ಅಡಿಗಳಷ್ಟು ಎತ್ತರಕ್ಕೆ ಸೆಟೆದು ನಿಂತಿತ್ತು. ಹೆಡೆಯ ಮೇಲಿನ ಕನ್ನಡಕದ ಆಕಾರ ಸ್ಫುಟವಾಗಿ ಕಾಣುವಂತೆ ಹೆಡೆಯನ್ನು ಅರಳಿಸಿತ್ತು. ಮುಂಗುಸಿ ತನ್ನ ಬಾಲದ ರೋಮಗಳು ನಿಮಿರುವಂತೆ ಮಾಡಿಕೊಂಡಿತು. ಹಾಗೆಯೆ ಅದರ ಬೆನ್ನಮೇಲಿನ ರೋಮಗಳೂ ನಿಮಿರಿದವು.

ಈ ಹೋರಾಟಗಾರರಿಗೆ ಮರದ ಮೇಲೆ ನಾನಿರುವುದು ಗೊತ್ತಿಲ್ಲವಾದರೂ, ಇನ್ನಿಬ್ಬರು ಈ ಜುಗಲ್ ಬಂದಿಯನ್ನು ನೋಡಲೆಂದು ಆಗಮಿಸಿದ್ದು ಅವರ ಗಮನಕ್ಕೆ ಬರದೇ ಹೋಗಲಿಲ್ಲ. ಒಂದು ಮೈನಾ ಹಕ್ಕಿಯಾದರೆ, ಮತ್ತೊಂದು ಕಾಗೆ. ಹೋರಾಟಕ್ಕೆ ಅಣಿಯಾಗುತ್ತಿದ್ದುದನ್ನು ಗಮನಿಸಿದೊಡನೆಯೇ ಇವೆರಡೂ ಬಂದು ಯಾರು ಗೆಲ್ಲುವರೋ ಎಂಬ ಕುತೂಹಲದಿಂದ ಕ್ಯಾಕ್ಟಸ್ ಗಿಡದ ಮೇಲೆ ಕುಳಿತವು. ಅವು ಕೇವಲ ನೋಡಲು ಬಂದು ಕುಳಿತಿದ್ದರೇ ಸರಿ, ಇಲ್ಲವಾದಲ್ಲಿ ಮುಂದೇನಾಗುವುದೋ ಹೇಳಲಿಕ್ಕಾಗದು.

ನಾಗರಹಾವು ಎಡದಿಂದ ಬಲಕ್ಕೆ, ಬಲದಿಂದ ಎಡಕ್ಕೆ ಓಲಾಡುತ್ತಾ ರಕ್ಷಣಾ ಮನಸ್ಥಿತಿಯಲ್ಲಿ, ಮುಂಗುಸಿ ಕೊಂಚವಾದರೂ ತಪ್ಪು ಹೆಜ್ಜೆ ಇರಿಸಲಿ ಎಂದು ಕಾಯುತ್ತಿತ್ತು. ಆದರೆ ಮುಂಗುಸಿಗೆ ತನ್ನ ಎದುರಾಳಿಯ ಕಣ್ಣಿನ ಸೂಕ್ಷ್ಮತೆಯ ಬಗ್ಗೆ ಅಂದಾಜಿತ್ತು. ಹಾಗಾಗಿ ಅದು ಅದರ ತೀಕ್ಷ್ಣ ಕಣ್ಣನ್ನು ನೋಡದೇ ಕೊಂಚ ಕೆಳಗೆ ಗಮನವಿಟ್ಟು ತನ್ನ ಆಕ್ರಮಣವನ್ನು ಮೊದಲುಮಾಡಿತು.

ಸರ್ಪದ ಹೆಡೆಯ ಏಟಿಗೆ ಸಿಲುಕುವಷ್ಟು ಹತ್ತಿರಕ್ಕೆ ವೇಗವಾಗಿ ಮುಂದೆ ಸಾಗಿದ ಮುಂಗುಸಿ, ಒಂದು ಬದಿಗೆ ನೆಗೆಯಿತು. ತಕ್ಷಣವೇ ನಾಗರಹಾವು ಹೆಡೆಯಿಂದ ಬಡಿಯಿತು. ಅದರ ಹೆಡೆ ಎಷ್ಟು ವೇಗವಾಗಿ ಬಂತೆಂದರೆ ಮುಂಗುಸಿಯ ಕಥೆ ಮುಗಿಯಿತು ಅಂದುಕೊಂಡೆ. ಆದರೆ ಆ ಮುಂಗುಸಿ ಅಷ್ಟೇ ವೇಗದಿಂದ ಪಕ್ಕಕ್ಕೆ ಸರಿಯಿತು. ಸರಿದ ಅದು ಅಷ್ಟೇ ವೇಗವಾಗಿ ಮುಂದೆ ಬಂದು ಹಾವಿನ ಹೆಡೆಯ ಹಿಂಬದಿಯನ್ನು ಕಡಿದು ಮತ್ತೆ ಹಿಂದಕ್ಕೆ ಎಗರಿಬಿಟ್ಟಿತು.

ಹಾವು ತನ್ನ ಹೆಡೆಯಿಂದ ಹೊಡೆಯುವ ಸಮಯದಲ್ಲಿ ಮೈನಾ ಮತ್ತು ಕಾಗೆ ಅದರ ಬಳಿ ಹಾರಿದವು. ಆದರೆ ಎರಡೂ ಒಂದಕ್ಕೊಂದು ಆಗಸದಲ್ಲಿಯೇ ಡಿಕ್ಕಿ ಹೊಡೆದು, ತಮ್ಮ ವಿಚಿತ್ರ ದನಿಯಲ್ಲಿ ಬೈದಾಡಿಕೊಳ್ಳುತ್ತಾ ಕ್ಯಾಕ್ಟಸ್ ಗಿಡಕ್ಕೆ ವಾಪಸಾದವು.

ನಾಗರಹಾವಿನ ಹೆಡೆಯ ಹಿಂಬದಿಯಲ್ಲಿ ಕೆಲವು ರಕ್ತದ ಹನಿಗಳು ಮಿನುಗಿದವು.

ಮತ್ತೆ ನಾಗರಹಾವು ಹೆಡೆಯಿಂದ ಬಡಿಯಿತಾದರೂ ಗುರಿ ತಪ್ಪಿತು. ಪುನಃ ಮುಂಗುಸಿ ಪಕ್ಕಕ್ಕೆರಗಿ, ವಾಪಸಾಗಿ ಕಚ್ಚಿ, ಹಿಂದಕ್ಕೆ ನೆಗೆಯಿತು. ಮತ್ತೆ ಹಕ್ಕಿಗಳು ಅಖಾಡದ ಬಳಿಗೆ ಹಾರಿ, ಡಿಕ್ಕಿ ಹೊಡೆದುಕೊಂಡು ಸುರಕ್ಷಿತವಾಗಿ ಹಿಂದಿರುಗಿದವು.

ಮೂರನೇ ಬಾರಿಯೂ ಹಿಂದಿನಂತೆಯೇ ಎಲ್ಲವೂ ನಡೆಯಿತಾದರೂ, ಸ್ವಲ್ಪ ಬದಲಾವಣೆಯಾಗಿ ಹೋರಾಟಕ್ಕೆ ಹೊಸ ತಿರುವು ಲಭಿಸಿತು. ತಾವೂ ಭಾಗಿಯಾಗುವ

ಉತ್ಸಾಹದಲ್ಲಿದ್ದ ಮೈನಾ ಮತ್ತು ಕಾಗೆ ಹಾವಿನ ಬಳಿ ಹಾರಿದವು. ಆದರೆ ಒಂದಕ್ಕೊಂದು ಡಿಕ್ಕಿ ಹೊಡೆಯುವುದನ್ನು ತಪ್ಪಿಸಿಕೊಂಡ ಅವುಗಳಲ್ಲಿ ಮೈನಾ ಬೇಗ ಕ್ಯಾಕ್ಟಸ್ ಗಿಡಕ್ಕೆ ಹಿಂದಿರುಗಿತು. ಕಾಗೆ ಕೂಡ ವಾಪಸಾಗುವ ಹಂತದಲ್ಲಿದ್ದಾಗ, ಕ್ಷಣಾರ್ಧದಲ್ಲಿ ಮುಂಗುಸಿಯೆಡೆಗೆ ಆಕ್ರಮಣ ಮಾಡಿದ್ದ ನಾಗರ ತನ್ನ ಹೆಡೆಯನ್ನು ಹಿಂದಕ್ಕೆ ತಂದು ಈ ಹಕ್ಕಿಗೆ ಜೋರಾಗಿ ಅಪ್ಪಳಿಸಿತು.

ಉದ್ಯಾನದಲ್ಲಿ ಸುಮಾರು ಇಪ್ಪತ್ತು ಅಡಿ ದೂರಕ್ಕೆ ಹಕ್ಕಿ ಹಾರಿ ಹೋಗಿ ಬಿದ್ದದ್ದನ್ನು ಕಂಡೆ. ಸ್ವಲ್ಪ ಹೊತ್ತು ಅದು ರೆಕ್ಕೆಯನ್ನು ಪಟಪಟಿಸಿತಾದರೂ ನಂತರ ಸ್ತಬ್ಧವಾಯಿತು. ಕ್ಯಾಕ್ಟಸ್ ಗಿಡದ ಮೇಲೆ ಮೈನಾ ಒಂಟಿಯಾಗುಳಿಯಿತು. ಹಾವು ಮತ್ತು ಮುಂಗುಸಿ ತಮ್ಮ ಹೋರಾಟವನ್ನು ಮುಂದುವರೆಸಿದವು. ಆದರೆ ಬುದ್ಧಿ ಕಲಿತಂತೆ ಮೈನಾ, ಇಬ್ಬರ ಜಗಳದ ನಡುವೆ ಮೂಗು ತೂರಿಸುವುದು ತರವಲ್ಲ ಎಂದು ಸುಮ್ಮನೇ ಕುಳಿತು ಪಿಳಿಪಿಳಿ ನೋಡುತ್ತಿತ್ತು!

ನಾಗರಹಾವು ದುರ್ಬಲವಾಗುತ್ತಿರುವುದು ಕಂಡುಬರುತ್ತಿತ್ತು. ಮುಂಗುಸಿ ಅತ್ತ ಇತ್ತ ಚುರುಕಾಗಿ ಓಡಾಡುತ್ತಾ, ಮೇಲೆ ಕೆಳಗೆ ಎಗರುತ್ತಾ, ತನ್ನ ಹಿಂಬದಿಯ ಕಾಲುಗಳ ಮೇಲೆ ನಿಲ್ಲುತ್ತಾ, ಮಿಂಚಿನಂತೆ ಎರಗಿ ಹಾವಿನ ಹೆಡೆಯನ್ನು ಕಚ್ಚಿ ಹಿಡಿಯಿತು. ನಾಗರಹಾವು ಕೊಸರಾಡಿತು. ಭೀತಿಯಿಂದ ದೇಹವನ್ನು ತಿರುಚಿತು, ಮೈಯನ್ನು ಕೊಡವಿತು. ಮುಂಗುಸಿಯ ದೇಹವನ್ನು ಸುರುಳಿಯಾಗಿ ಸುತ್ತಿಕೊಂಡಿತಾದರೂ ಏನೂ ಪ್ರಯೋಜನವಾಗಲಿಲ್ಲ. ಆ ಮುಂಗುಸಿ ಎಷ್ಟು ಗಟ್ಟಿಯಾಗಿ ತನ್ನ ಚೂಪು ಹಲ್ಲುಗಳಿಂದ ಕಡಿದಿತ್ತೆಂದರೆ, ಹಾವು ಸ್ವಲ್ಪ ಹೊತ್ತಿಗೇ ತನ್ನ ಹೋರಾಟ ನಿಲ್ಲಿಸಿಬಿಟ್ಟಿತು. ನಂತರ ಹಾವಿನ ಉದ್ದವನ್ನು ಅಂದಾಜಿಸುವಂತೆ ಅದನ್ನು ಮೂಸಿದ ಮುಂಗುಸಿ, ತಲೆಯ ಬಳಿ ಕಚ್ಚಿ ಹಿಡಿದು, ಪೊದೆಯೊಳಕ್ಕೆ ಎಳೆದುಕೊಂಡು ಹೋಯಿತು.

ಮೈನಾ ಮೆಲ್ಲಗೆ ಹುಷಾರಾಗಿ ನೆಲಕ್ಕೆ ಇಳಿದು, ಕುಪ್ಪಳಿಸುತ್ತ ಪೊದೆಗಳ ಬಳಿ ಸಾಗಿ ದೂರದಿಂದಲೇ ಇಣುಕಿತು. ನಂತರ ಅಭಿನಂದನೆ ಸೂಚಕ ರೀತಿಯಲ್ಲಿ ಸಿಳ್ಳು ಹಾಕಿ ಪುರ್ರನೆ ಹಾರಿಹೋಯಿತು.

ಆಲದ ಮರ, ಕಂದು ಅಳಿಲು ಮತ್ತು ಬಿಳಿ ಇಲಿಗಳ ನಡುವೆ ನಡೆದ ವಿಚಿತ್ರ ಪ್ರಕರಣವೊಂದಕ್ಕೆ ಸಾಕ್ಷಿಯಾಯಿತು.

ತಾತ ಬಿಳಿ ಇಲಿ ಸಾಕಿದ್ದರು. ಅದನ್ನು ಒಂದೂ ಕಾಲು ರೂಪಾಯಿ ಕೊಟ್ಟು ತಂದಿದ್ದರು. ಅದನ್ನು ನಾನು ಆಲದ ಮರದಲ್ಲಿ ಹೋಗಿ ಕೂರುವಾಗಲೆಲ್ಲಾ ಕೊಂಡೊಯ್ಯುತ್ತಿದ್ದೆ. ಅಲ್ಲಿ ಅದು ಒಂದು ಅಳಿಲಿನೊಂದಿಗೆ ಸ್ನೇಹ ಸಂಪಾದಿಸಿಬಿಟ್ಟಿತು. ಅವು ಆ ಹಳೆಯ ಮರದ ಬಿಳಲು, ರೆಂಬೆಗಳ ಮೇಲೆಲ್ಲಾ ಜೋಡಿಯಾಗಿ ವಿಹಾರಕ್ಕೆ ಹೊರಟುಬಿಡುತ್ತಿದ್ದವು.

ನಂತರ ಅಳಿಲು ಗೂಡು ಮಾಡಲು ಪ್ರಾರಂಭಿಸಿತು. ಮೊದಮೊದಲು ಅದು ನನ್ನ ಜೇಬಿನಲ್ಲೇ ತನ್ನ ಗೂಡು ನಿರ್ಮಿಸಲು ಶುರು ಮಾಡಿಕೊಂಡಿತ್ತು. ನಾನು ಮನೆಗೆ ಹೋಗಿ ಬಟ್ಟೆ ಬಿಚ್ಚಿ ಕೊಡವಿದಾಗ, ನನ್ನ ಜೇಬಿನಿಂದ ಹುಲ್ಲು ಕಡ್ಡಿಗಳು

ಹೊರಬೀಳುತ್ತಿದ್ದವು.

ಒಂದು ದಿನ ಅಜ್ಜಿಯ ಉಣ್ಣೆಯ ಹೆಣಿಗೆಯ ಕಡ್ಡಿ ಕಾಣೆಯಾಯಿತು. ನಾವು ಅದಕ್ಕಾಗಿ ಮನೆಯೆಲ್ಲಾ ಹುಡುಕಿದೆವಾದರೂ ಸಿಗಲಿಲ್ಲ.

ಮರುದಿನ ಆಲದ ಮರದ ಪೊಟರೆಯಲ್ಲಿ ಏನೋ ಹೊಳೆಯುತ್ತಿರುವಂತೆ ಕಾಣಿಸಿತು. ನಾನು ತನಿಖೆ ಮಾಡಲು ಹೋದಾಗ ಅದು ಅಜ್ಜಿಯ ಉಣ್ಣೆಯ ಹೆಣಿಗೆಯ ಕಡ್ಡಿ ಎಂಬುದು ತಿಳಿಯಿತು. ಇನ್ನೂ ಇಣುಕಿದಾಗ, ಆ ಪೊಟರೆಯಲ್ಲಿ ಹೆಣಿಗೆಯ ಕಡ್ಡಿಯ ಜೊತೆಯಲ್ಲಿ ಉಣ್ಣೆಯ ದಾರಗಳೂ ಕಂಡವು. ಆ ಮೆತ್ತನೆಯ ಉಣ್ಣೆಯ ಮೇಲೆ ಮೂರು ಅಳಿಲಿನ ಮರಿಗಳಿದ್ದವು. ಅವುಗಳ ಮೈ ಬಣ್ಣ ಬಿಳಿಯಾಗಿತ್ತು!

ನಾನು ಮತ್ತು ತಾತ ಸಂತೋಷ ಮತ್ತು ಅಚ್ಚರಿ ಬೆರೆತ ನೋಟದಿಂದ ಆ ಬಿಳಿ ಮರಿಗಳನ್ನು ದಿಟ್ಟಿಸಿದೆವು. ತಾತನಿಗೆ ಮೊದಲು ಇದು ಒಗಟಿನಂತೆ ಕಂಡಿತಾದರೂ, ನಾನು ಬಿಳಿ ಇಲಿಯು ಮರಕ್ಕೆ ಭೇಟಿ ಕೊಡುತ್ತಿದ್ದ ಸಂಗತಿಯನ್ನು ಹೇಳಿದ ಮೇಲೆ, ಸಾವರಿಸಿಕೊಂಡು, ಎಲ್ಲವೂ ನಿಚ್ಚಳವಾದಂತೆ ತನ್ನ ಹುಬ್ಬನ್ನು ಏರಿಳಿಸಿದ. ಆ ಬಿಳಿ ಇಲಿಯೇ ಈ ಮರಿಗಳ ಅಪ್ಪನಿರಬೇಕು ಎಂದು ತಾತ ಹೇಳಿದ.

ಮನೆಗೆ ಬಂದ ಕಾಗೆ

ಕಾಗೆ ಮರಿಯೊಂದು ತನ್ನ ಗೂಡಿನಿಂದ ಕೆಳಗೆ ರಸ್ತೆಯಲ್ಲಿ ಬಿದ್ದು ರೆಕ್ಕೆಗಳನ್ನು ಪಟಪಟಿಸುತ್ತಿತ್ತು. ಯಾವುದಾದರೂ ಎತ್ತಿನ ಬಂಡಿಗೊ, ಕುದುರೆ ಗಾಡಿಗೊ ಅಥವಾ ಬೆಕ್ಕಿನ ಬಾಯಿಗೋ ಬಲಿಯಾಗುವ ಅಪಾಯದಲ್ಲಿತ್ತು. ನಾನದನ್ನು ಎಚ್ಚರಿಕೆಯಿಂದ ಎತ್ತಿಕೊಂಡು ಮನೆಗೆ ತಂದೆ. ಅದರ ಸ್ಥಿತಿ ಚಿಂತಾಜನಕವಾಗಿತ್ತು. ಕೊಕ್ಕು ಅಗಲಿಸಿಕೊಂಡು, ತಲೆಯನ್ನು ಒಂದೆಡೆಗೆ ವಾಲಿಸಿಕೊಂಡು ಅದು ಇದ್ದ ಪರಿಸ್ಥಿತಿಯಲ್ಲಿ ಬದುಕುವುದು ಅನುಮಾನವಾಗಿತ್ತು. ಆದರೆ ತಾತ ಮತ್ತು ನಾನು ಅದಕ್ಕೆ ತುಂಬಾ ಆರೈಕೆ ಮಾಡಿದೆವು. ಅದರ ಕೊಕ್ಕನ್ನು ಪೆನ್ಸಿಲಿನಿಂದ ಅಗಲಿಸಿ ಸ್ವಲ್ಪ ಸ್ವಲ್ಪವೇ ಹಾಲಿನಲ್ಲಿ ಅದ್ದಿದ ಬ್ರೆಡ್ ತುಂಡುಗಳನ್ನು ಇಟ್ಟು ತಿನ್ನಿಸಿದೆವು. ಆಗಾಗ ಅಜ್ಜಿ ಮಾಡಿಟ್ಟಿದ್ದ ದ್ರಾಕ್ಷಾರಸವನ್ನೂ ಕುಡಿಸಿದೆವು. ನಿಧಾನವಾಗಿ ಮರಿಕಾಗೆ ಚೇತರಿಸಿಕೊಂಡಿತು.

ನಾವು ಅದಕ್ಕೆ ಸಂಪೂರ್ಣ ಸ್ವಾತಂತ್ರ್ಯ ಕೊಟ್ಟಿದ್ದರೂ ಬೇಕಿಲ್ಲವೆಂಬಂತಿತ್ತು. ನಮ್ಮ ಮನೆಯನ್ನೇ ತನ್ನ ಮನೆಯನ್ನಾಗಿಸಿಕೊಂಡುಬಿಟ್ಟಿತ್ತು. ಅಜ್ಜಿ, ಮಾಬೆಲ್ ಆಂಟಿ ಮತ್ತು ತಾತನ ಕೆಲವು ಸಾಕು ಪ್ರಾಣಿಗಳು ತಮ್ಮ ಅಸಹನೆಯನ್ನು ವ್ಯಕ್ತಪಡಿಸಿದರೂ ಅದನ್ನು ಹೊರದೂಡಲು ಆಗಲಿಲ್ಲ. ಒಂದು ರೀತಿಯಲ್ಲಿ ಮನೆಯ ಆಡಳಿತಾಧಿಕಾರಿ ಆಗಿಬಿಟ್ಟಿತ್ತು.

ಅದು ಗಂಡೊ ಹೆಣ್ಣೊ ಎಂಬುದು ನಮಗಾರಿಗೂ ತಿಳಿದಿರಲಿಲ್ಲವಾದರೂ ಅದಕ್ಕೆ ಸೀಜರ್ ಎಂದು ನಾಮಕರಣ ಮಾಡಿದೆವು.

ಸೀಜರ್ ಕೈತೋಟದಲ್ಲಿ ಹುಳ ಹುಪ್ಪಟೆಗಳನ್ನು ಗೆಬರಿ ತಿನ್ನುವುದರ ಜೊತೆಗೆ ತಿನ್ನುವ ವೇಳೆ ನಮ್ಮೊಂದಿಗೆ ಜೊತೆಗೂಡುತ್ತಿದ್ದ. ಆವನ ಪಾಲಿನ ಮಾಂಸ, ಸೂಪ್ ಮತ್ತು ತರಕಾರಿ ತುಂಡುಗಳನ್ನು ಸಣ್ಣ ಬಟ್ಟಲಿನಲ್ಲಿಟ್ಟು ಕೊಡುವವರೆಗೂ ತಾಳ್ಮೆ ಕಳೆದುಕೊಂಡಂತೆ ಊಟದ ಮೇಜಿನ ಮೇಲೆ ನರ್ತನ ಪ್ರಾರಂಭಿಸುತ್ತಿದ್ದ. ಅವನು ಸದಾ ಚಟುವಟಿಕೆ, ಚಡಪಡಿಕೆಯಿಂದ ಏನಾದರೂ ಕೆದಕುತ್ತಲೋ, ಹುಡುಕುತ್ತಲೋ ಇರುತ್ತಿದ್ದ. ಮೇಜಿನ ಮೇಲೆ ಕುಪ್ಪಳಿಸುತ್ತ, ಬೆಂಕಿಪೊಟ್ಟಣವನ್ನು ತೆರೆದು ಖಾಲಿ ಮಾಡುವುದೋ, ದಿನಪತ್ರಿಕೆಯನ್ನು ಹರಿದು ತುಂಡುತುಂಡು ಮಾಡುವುದೋ, ಹೂದಾನಿಯನ್ನು ಬೀಳಿಸಿ,

ತಲೆಕೆಳಗು ಮಾಡುವುದೋ, ನಾಯಿಗಳ ಬಾಲ ಕುಟುಕುವುದನ್ನೋ ಮಾಡುತ್ತಿದ್ದ.

"ಈ ಕಾಗೆ ನಮ್ಮನ್ನು ಹಾಳು ಮಾಡುತ್ತದೆ!" ಎಂದು ಅದು ಕೆಳಗೆ ಬೀಳಿಸಿರುವ ಚೆಂಡು ಹೂಗಳನ್ನು ಆರಿಸುತ್ತಾ ಅಜ್ಜಿ ಗೊಣಗುತ್ತಿದ್ದಳು. "ಪಂಜರದಲ್ಲಾದರೂ ಇದನ್ನು ಹಿಡಿದಿಡಬಾರದಾ?" ಎನ್ನುತ್ತಿದ್ದಳು.

ಸೀಜರನನ್ನು ಪಂಜರದಲ್ಲಿಡಲು ಪ್ರಯತ್ನಿಸಿದೆವು. ಆದರೆ ಅವನಿಗದು ಇಷ್ಟವಾಗದೆ ಕೋಪ, ಗಲಾಟೆ, ಕಿರುಚಾಟ ನಡೆಸುತ್ತಿದ್ದ. ರೆಕ್ಕೆ ಬಡಿಯುತ್ತಾ ವಿರೋಧಿಸುವ ರೀತಿ ಕಂಡು ಅವನು ಸ್ವತಂತ್ರವಾಗಿದ್ದರೇನೇ ನಮಗೆ ಮನಶ್ಶಾಂತಿ ಮತ್ತು ನೆಮ್ಮದಿ ಎಂಬ ತೀರ್ಮಾನಕ್ಕೆ ಬಂದೆವು. ಮನೆಯ ಆವರಣದಲ್ಲಿರುವ ಆಲದಮರದ ಮೇಲಿನ ಕಾಗೆಗಳೊಂದಿಗೂ ಅವನು ಬೆರೆಯುತ್ತಿರಲಿಲ್ಲ. ತಾತನ ಪ್ರಕಾರ ಸೀಜರ್ ಕಾಡುಕಾಗೆಗಳ ಜಾತಿಯವನು, ಹಾಗಾಗಿ ಮರದ ಮೇಲೆ ಬೀಡುಬಿಡುವ ನಾಡಿನ ಕಾಗೆಗಳೊಂದಿಗೆ ಅವನು ಬೆರೆಯುವುದಿಲ್ಲ. ನನ್ನ ಪ್ರಕಾರ ಸೀಜರ್ ಮನುಷ್ಯರೊಂದಿಗೆ ಸಮಾನನಾಗಿ ಬೆಳೆಯುತ್ತಾ ಬದುಕುತ್ತಿರುವುದರಿಂದ ಅವನಲ್ಲಿ ಒಣಪ್ರತಿಷ್ಠೆ ಬೆಳೆದಿದೆ, ಆದುದರಿಂದ ತನ್ನ ಜಾತಿಯವರೊಂದಿಗೆ ಬೆರೆಯುವುದಿಲ್ಲ. ಕೆಲವೊಮ್ಮೆ ನಮ್ಮಲ್ಲಿರುವ ಮಂಗಟ್ಟೆಹಕ್ಕಿ ಹೆರಾಲ್ಡ್ ಜೊತೆಗೂ ಜಗಳವಾಡುತ್ತಿದ್ದ. ಹೆರಾಲ್ಡ್ ಇರುವ ಪಂಜರದ ಮೇಲೆ ಹತ್ತಿ ಕುಕ್ಕುವುದೋ, ಇಲ್ಲಾ ಅದರ ಕಾಲನ್ನು ಕಚ್ಚುವುದೋ ಮಾಡುತ್ತಿದ್ದ. ಹೆರಾಲ್ಡ್ ಬೊಬ್ಬೆ ಹೊಡೆಯುತ್ತಾ, ಸೀಜರನನ್ನು ಹಿಡಿಯಲು ಪ್ರಯತ್ನಿಸುತ್ತಿತ್ತು.

ಹೀಗೆ ಇದ್ದಾಗ, ಸೀಜರ್ ಸ್ವಲ್ಪಸ್ವಲ್ಪ ಮಾತಾಡುವುದನ್ನು ಕಲಿತ. ಕಿಟಕಿಯ ಆಚೆ ಕುಳಿತು, ಗಾಜನ್ನು ಕೊಕ್ಕಿನಲ್ಲಿ ಕುಟ್ಟುತ್ತಾ, ಕರಕರ, ಗೊರಗೊರ ಗಂಟಲಿನಲ್ಲಿ, "ಹಲೋ, ಹಲೋ" ಎನ್ನುತ್ತಿದ್ದ. ನಾನು ಶಾಲೆಯಿಂದ ವಾಪಸಾದಾಗ, ಗೇಟಿನ ಸಪ್ಪಳ ಕೇಳಿದೊಡನೆಯೇ, ಬಾಗಿಲ ಬಳಿಗೆ ಕುಪ್ಪಳಿಸಿ, ಹಾರುತ್ತಾ ಬಂದು "ಹಲೋ, ಹಲೋ!" ಎನ್ನುತ್ತಿದ್ದ. ನನ್ನ ಕೈಮೇಲೆ ಕುಳಿತುಕೊಳ್ಳುವುದು ಮತ್ತು "ಕಿಸ್, ಕಿಸ್" ಎಂದು ಹೇಳುವುದನ್ನು ಕಲಿಸಿದ್ದೆ. ಅವನು ನನ್ನ ಕೈಮೇಲೆ ಕುಳಿತು ತಲೆಯನ್ನು ಬಾಗಿಸಿ ನನ್ನ ತುಟಿಯ ಬಳಿ ತಂದು ನಾನು ಹೇಳಿಕೊಟ್ಟಂತೆ ಹೇಳುತ್ತಿದ್ದ.

ಒಮ್ಮೆ ಮಾಬೆಲ್ ಆಂಟಿ ಮನೆಗೆ ಬಂದಿದ್ದಾಗ, ಸೀಜರ್ ಅವಳ ಕೈಮೇಲೆ ಕುಳಿತು "ಕಿಸ್, ಕಿಸ್!" ಎಂದು ಹೇಳುತ್ತಿದ್ದಂತೆ ಆಂಟಿಗೆ ಖುಷಿಯಾಯಿತು. ಉಬ್ಬಿಹೋದ ಆಕೆ ತನ್ನ ಮುಖವನ್ನು ಅದರ ಹತ್ತಿರ ತಂದಳು. ಆದರೆ ಇದ್ದಕ್ಕಿಂದ್ದಂತೆ ಸೀಜರ್ ಗಮನ ಆಂಟಿಯ ಹೊಳಪು ಕನ್ನಡಕದೆಡೆಗೆ ಹೋಯಿತು. ಅದನ್ನವ ಕೆಡವಿಬಿಟ್ಟ. ಆಂಟಿಗೂ ಸಾಕು ಪ್ರಾಣಿಗಳಿಗೂ ಆಗಿಬರುವುದಿಲ್ಲ ಎಂಬುದು ಮತ್ತೊಮ್ಮೆ ನಿಜವಾಯಿತು.

"ಪ್ರಾಣಿಯೋ ಅಥವಾ ಪೀಡೆಯೋ?" – ಅಜ್ಜಿಯ ಪ್ರಕಾರ ಸೀಜರ್ ದೊಡ್ಡ ಪಿಡುಗಾಗಿದ್ದ. ಸಾಕಷ್ಟು ಹೊತ್ತು ನಾನಾ ಚಟುವಟಿಕೆಗಳಲ್ಲಿ ತೊಡಗಿಸಿಕೊಂಡರೂ, ಅವನ ಉಪದ್ರವ ಸಾಕಷ್ಟಿತ್ತು. ಅವನ ಕ್ರಿಯಾಶೀಲ ಚಟುವಟಿಕೆಗಳು ನಮ್ಮ ಮನೆಗಷ್ಟೇ ಸೀಮಿತವಾಗಿದ್ದಿದ್ದರೆ ಸಹಿಸಿಕೊಳ್ಳಬಹುದಿತ್ತು, ಆದರೆ, ಅಕ್ಕಪಕ್ಕದ ಮನೆಗಳಿಗೆಲ್ಲಾ ಭೇಟಿ ನೀಡುತ್ತಿದ್ದ. ಪೆನ್ನು, ಪೆನ್ಸಿಲ್ಲು, ಜಡೆಟೇಪು, ಬಾಚಣಿಗೆ, ಬೀಗದಕ್ಕೈ, ಶಟಲ್ ಕಾಕ್,

ಹಲ್ಲುಜ್ಜುವ ಬ್ರಶ್ಶು, ಕೃತಕ ದಂತಗಳನ್ನೂ ಬಿಡದೆ ಲಪಟಾಯಿಸುತ್ತಿದ್ದ. ಹಲ್ಲುಜ್ಜುವ ಬ್ರಶ್ಶುಗಳ ಬಗ್ಗೆ ಅವನಿಗೆ ವಿಪರೀತ ವ್ಯಾಮೋಹ. ನನ್ನ ಕೋಣೆಯಲ್ಲಿನ ಕಪಾಟಿನ ಮೇಲೆ ಸಾಕಷ್ಟು ಹಲ್ಲುಜ್ಜುವ ಬ್ರಶ್ಶುಗಳನ್ನು ಸಂಗ್ರಹಿಸಿಟ್ಟುಕೊಂಡಿದ್ದ. ನನ್ನೆಲ್ಲಾ ನೆರೆಹೊರೆಯವರ ಪ್ರತಿನಿಧಿಗಳಂತೆ ಈ ಬ್ರಶ್ಶುಗಳು ಇಲ್ಲಿ ಸಂಗ್ರಹವಾಗಿದ್ದವು. ಆ ವರ್ಷ ಹಲ್ಲುಜ್ಜುವ ಬ್ರಶ್ಶುಗಳ ಮಾರಾಟ ಜಾಸ್ತಿ ಆಗಿದ್ದಿರಬಹುದು, ಹಾಗೇ ಅಜ್ಜಿಯ ರಕ್ತದೊತ್ತಡ ಕೂಡಾ.

ಬನಿಯಾನ ಅಂಗಡಿಗೆ ಹೋಗುತ್ತಿದ್ದ ಮಕ್ಕಳ ಮೇಲೆ ಸೀಜರ್ ಪತ್ತೇದಾರಿಕೆ ಮಾಡುತ್ತಿದ್ದ. ಅವರು ಅಂಗಡಿಯಿಂದ ಹೊರಬರುತ್ತಿದ್ದಂತೆಯೇ ಅವರ ಕೈಲಿರುತ್ತಿದ್ದ ಸಿಹಿ ತಿನಿಸನ್ನು ಕಸಿಯುತ್ತಿದ್ದ. ಬಟ್ಟೆಯನ್ನು ಒಣಗಲು ಹಾಕುವಾಗ ಬಳಸುವ ಕ್ಲಿಪ್ಪುಗಳೆಂದರೆ ಅವನಿಗೆ ಬಹಳ ಇಷ್ಟ. ನಮ್ಮ ನೆರೆಹೊರೆಯವರು ಬಜಾರಿಗೆ ಹೋಗಿ ಬರುವಷ್ಟರಲ್ಲಿ ಅವರು ಒಣಗಲು ಹಾಕಿದ ಬಟ್ಟೆಗಳು ನೆಲದ ಮೇಲೆ ಮಣ್ಣಿನಲ್ಲಿ ಬಿದ್ದಿರುತ್ತಿದ್ದವು. ಕ್ಲಿಪ್ಪುಗಳು ಮಾಯವಾಗಿರುತ್ತಿದ್ದವು. ಆ ಕ್ಲಿಪ್ಪುಗಳು ನನ್ನ ಕಪಾಟಿನ ಮೇಲೆ ಬಂದು ಸೇರುತ್ತಿದ್ದವು.

ಸೀಜರನ ಉದ್ಯಾನವನದಲ್ಲಿನ ಕೆಲ ಚಟುವಟಿಕೆಗಳು ದುರಂತಕ್ಕೆ ಎಡೆಮಾಡಿಕೊಟ್ಟಿತು. ನೆರೆಯವರ ಕಾಳುಗಳನ್ನು ತೆಗೆದುಕೊಂಡು ಬರುವಾಗ ಯಾರೋ ಬಿಸುಟ ಕೋಲು ಅವನ ಕಾಲನ್ನು ಮುರಿಯಿತು. ಈ ಅದೃಷ್ಟಹೀನ ಪಕ್ಷಿಯನ್ನು ಎತ್ತಿಕೊಂಡು ಮನೆಗೆ ಹೋದೆ. ತಾತ ಮತ್ತು ನಾನು ಅದರ ಕಾಲಿಗೆ ಮುಲಾಮನ್ನು ಬಳಿದು ಬ್ಯಾಂಡೇಜ್ ಕಟ್ಟಿದೆವು. ಆದರೆ ಅದು ಕಾಲನ್ನು ಅಲುಗಾಡಿಸಲು ಸಾಧ್ಯವಾಗುತ್ತಿರಲಿಲ್ಲ. ತಲೆಯನ್ನು ಪಕ್ಕಕ್ಕೆ ವಾಲಿಸಿಕೊಂಡಿರುತ್ತಿದ್ದ ಅದು ಮಾತನ್ನು ನಿಲ್ಲಿಸಿಬಿಟ್ಟಿತು. ದಿನೇದಿನೇ ಅಶಕ್ತವಾಗತೊಡಗಿತು. ತಿನ್ನುವುದನ್ನು ಸಹ ನಿಲ್ಲಿಸಿಬಿಟ್ಟಿತು. ಅಪರೂಪಕ್ಕೊಮ್ಮೆ ಒಂದೊಂದು ಗುಟುಕು ಅಜ್ಜಿ ತಯಾರಿಸಿದ್ದ ದ್ರಾಕ್ಷಾರಸದ ಸೇವನೆ ಅದರ ಜೀವವನ್ನು ಉಳಿಸಿತ್ತು.

ಒಂದು ದಿನ ಬೆಳಗ್ಗೆ ಸೋಫಾ ಮೇಲೆ ಅದು ಸತ್ತು ಮಲಗಿದ್ದನ್ನು ಕಂಡೆ. ಅದರ ಕಾಲುಗಳು ಸೆಟಗೊಂಡು ಆಗಸದೆಡೆ ನೋಡುತ್ತಿದ್ದವು. ಪಾಪ ಸೀಜರ್! ಅದರ ಸಮಾಜ ಕಂಟಕ ನಡವಳಿಕೆಯು ಅದರ ಅಂತ್ಯ ಬೇಗ ಬರುವಂತೆ ಮಾಡಿತ್ತು.

ಮನೆಯ ಆವರಣದ ಕೈತೋಟದಲ್ಲಿ ಗುಂಡಿಯನ್ನು ತೋಡಿದೆ. ಅದು ಬಹಳ ಶ್ರಮವಹಿಸಿ ತಂದಿರಿಸಿದ್ದ ಬ್ರಶ್ಶುಗಳನ್ನು ಮತ್ತು ಕ್ಲಿಪ್ಪುಗಳನ್ನು ಅದರ ದೇಹದೊಂದಿಗೆ ಮಣ್ಣು ಮಾಡಿದೆ.

ಹೆನ್ರೀ ಎಂಬ ಊಸುರವಳ್ಳಿ

ಇದು ನಾವು ಸಾಕಿದ ಹೆನ್ರೀ ಎಂಬ ಊಸುರವಳ್ಳಿಯ ಕಥೆ. ಊಸುರವಳ್ಳಿಗಳು ಒಂಥರಾ ವಿಶೇಷ ಜೀವಿಗಳು. ಇತರೆ ಸರೀಸೃಪಗಳಂತಲ್ಲ. ಇವುಗಳ ವಿಶೇಷ ರೂಪ ಹಾಗೂ ಎದ್ದು ಕಾಣುವ ಗುಣಲಕ್ಷಣಗಳಿಂದ ತಮ್ಮ ಹತ್ತಿರದ ಸಂಬಂಧಿಗಳಾದ ಹಲ್ಲಿಗಳ ನಡುವೆ ಸುಲಭವಾಗಿ ಗುರುತಿಸಲ್ಪಡುತ್ತವೆ. ಊಸುರವಳ್ಳಿಯ ನಾಲಗೆ ಅದರ ದೇಹದಷ್ಟೇ ಉದ್ದವಿರುತ್ತದೆ. ಅದರ ತಲೆಯ ಮೇಲೆ ಗಟ್ಟಿಯಾದ ಮುಳ್ಳಿನಂತಹ ಶಿಖೆಯಿದ್ದು, ಬೆಂಕಿ ಆರಿಸಲು ಬರುವ ಅಗ್ನಿಶಾಮಕದಳದವರ ಹೆಲ್ಮೆಟ್ ರೀತಿ ಕಂಡುಬರುತ್ತದೆ. ಕಾಲುಗಳು ಉದ್ದ ಹಾಗೂ ಸಣ್ಣದಾಗಿರುತ್ತವೆ. ಹಿಂಗಾಲು ಮುಂಗಾಲುಗಳ ಬೆರಳುಗಳು ಇತರೆ ಸರೀಸೃಪಗಳಿಗಿಂತ ಚೆನ್ನಾಗಿ ರೂಪುಗೊಂಡಿವೆ.

ಹೆನ್ರೀಯ ಪ್ರಮುಖ ವೈಶಿಷ್ಟ್ಯ ಅದರ ಕಣ್ಣುಗಳು. ಅವೇನೂ ಸುಂದರವಲ್ಲ, ಆದರೆ ಎರಡೂ ಸ್ವತಂತ್ರವಾಗಿದ್ದು, ಯಾವುದನ್ನು ಬೇಕಾದರೂ ತನಗೆ ಹೇಗೆ ಬೇಕೋ ಹಾಗೆ ತಿರುಗಿಸಿ ನೋಡಬಲ್ಲದು. ಇದರಿಂದಾಗಿ ಅವನು ಬಹು ದೊಡ್ಡ ಮೆಳ್ಳೆಗಣ್ಣನಾಗಿದ್ದ. ಅವನ ಕಣ್ಣು ಗುಡ್ಡೆಗಳು ತಲೆಯಿಂದ ಹೊರಕ್ಕೆ ಚಾಚಿಕೊಂಡಿದ್ದು, ಮೇಲೆ ಕೆಳಗೆ ಹಿಂದೆ ಮುಂದೆ ಸ್ವತಂತ್ರ ಚಲನೆಯನ್ನು ಹೊಂದಿತ್ತು. ಸರೀಸೃಪಗಳಿಗೆ ನಮ್ಮಂತೆ ಇಗ್ಗಣ್ಣಿನ ದೃಷ್ಟಿಯಿಲ್ಲ. ಒಂದು ವಸ್ತುವನ್ನು ತಮ್ಮೆರಡೂ ಕಣ್ಣುಗಳಿಂದ ಏಕಕಾಲಕ್ಕೆ ಅವು ನೋಡಲಾರವು.

ನಾನು ಹೆನ್ರೀ ಬಳಿ ಹೋದಾಗಲೆಲ್ಲಾ ಬಹಳ ಎಚ್ಚರಿಕೆಯಿಂದ ನನ್ನೆಡೆಗೆ ಬೆನ್ನು ತಿರುಗಿಸಿ ಕದಲದೇ ರೆಂಬೆಯ ಮೇಲೆ ಕುಳಿತಿರುತ್ತಿದ್ದ. ಆದರೆ ನನ್ನ ಕಡೆ ಇರುವ ಅವನ ಒಂದು ಕಣ್ಣು ಮಾತ್ರ ಟಾರ್ಚ್ ಹಾಕಿ ಹುಡುಕುವ ರೀತಿಯಲ್ಲಿ ತಿರುತಿರುಗಿಸಿ ನನ್ನೆಡೆಗೆ ಕೇಂದ್ರೀಕರಿಸುತ್ತಿದ್ದ. ಅವನ ಇನ್ನೊಂದು ಕಣ್ಣು ಮಾತ್ರ ಸ್ವತಂತ್ರವಾಗಿ ಬೇರೆ ದಿಕ್ಕಿನಲ್ಲಿ ತನ್ನ ಸರ್ವೆ ಕಾರ್ಯ ನಡೆಸಿರುತ್ತಿತ್ತು. ಹೆನ್ರೀ ಯಾರನ್ನೂ ನಂಬುತ್ತಿರಲಿಲ್ಲ. ನನ್ನ ಸ್ನೇಹಪರತೆಯನ್ನು ಸಹ ಅನುಮಾನಿಸುತ್ತಿದ್ದ.

ಅವನ ಈ ವರ್ತನೆಯಿಂದ ಬೇಸತ್ತ ನಾನು ಅವನ ಎದೆಯ ಬಳಿ ಬೆರಳಿನಿಂದ

ಕೆರೆದು ಕಚಗುಳಿ ಕೊಡುತ್ತಿದ್ದೆ. ಅದು ಅವನಿಗೆ ಸರಿಬರದೆ ಸಿಟ್ಟಾಗುತ್ತಿದ್ದ. ಕೋಪದಿಂದ ಗಾಳಿ ತುಂಬಿ ಊದಿಕೊಂಡು ತನ್ನ ಗಾತ್ರವನ್ನು ಹಿಗ್ಗಿಸಿ ಹಿಂಗಾಲುಗಳ ಮೇಲೆ ನಿಂತುಬಿಡುತ್ತಿದ್ದ. ನನ್ನನ್ನು ಹೆದರಿಸುವ ರೀತಿಯಲ್ಲಿ ಆ ಕಡೆ ಈ ಕಡೆ ಓಲಾಡುತ್ತಿದ್ದ. ಬಾಯನ್ನು ಅಗಲವಾಗಿ ತೆರೆದು ಹಿಸ್ ಎಂದು ಕೋಪದ ಸದ್ದು ಮಾಡುತ್ತಿದ್ದ. ಅವನ ಪ್ರತಿಭಟನೆ ಅಷ್ಟಕ್ಕೇ ನಿಲ್ಲುತ್ತಿತ್ತು. ಅದಕ್ಕಿಂತ ಮುಂದುವರೆದು ಏನನ್ನೂ ಮಾಡಲಾಗುತ್ತಿರಲಿಲ್ಲ, ಕಚ್ಚುತ್ತಲೂ ಇರಲಿಲ್ಲ. ಅಹಿಂಸಾವಾದ ಅವನ ಮನೋಧರ್ಮವಾಗಿತ್ತು.

ಬಹಳ ಮಂದಿ ಊಸುರವಳ್ಳಿಯನ್ನು ವಿಷಜಂತು ಮತ್ತು ಅಪಾಯಕಾರಿ ಎಂದು ತಪ್ಪಾಗಿ ಭಾವಿಸುವರು. ತಾತ ಒಮ್ಮೆ ಯಾವುದೋ ಊರಿನಲ್ಲಿ ಸ್ನೇಹಿತರನ್ನು ಕಾಣಲೆಂದು ಹೋದಾಗ ಅಲ್ಲಿನ ಉದ್ಯಾನವನದ ಬಳಿ ಜೋರು ಗದ್ದಲದ ದೃಶ್ಯ ಕಂಡುಬಂದಿತಂತೆ. ಕೆಲವರು ಕೋಲನ್ನು ಹಿಡಿದಿದ್ದರೆ, ಕೆಲವರು ಕಲ್ಲು ತೂರುತ್ತಾ ಕಿರುಚುತ್ತಿದ್ದರಂತೆ. ಇದಕ್ಕೆಲ್ಲ ಮೂಲ ಕಾರಣ ಊಸುರವಳ್ಳಿ. ಯಾವುದೊ ಒಂದು ಪೊದೆಯ ಮೇಲೆ ಬಿಸಿಲು ಕಾಯಿಸಿಕೊಳ್ಳಲು ಅದು ಬಂದಿದ್ದಾಗ ಜನರ ಕಣ್ಣಿಗೆ ಬಿದ್ದಿದ್ದು ಈ ಗದ್ದಲಕ್ಕೆ ಕಾರಣವಾಗಿತ್ತು. ಆ ತೋಟದ ಮಾಲಿಯಂತೂ ಈ ವಿಷಜಂತು ಇಪ್ಪತ್ತು ಅಡಿಗಳ ದೂರದವರೆಗೂ ವಿಷವನ್ನು ಚಿಮ್ಮಿ ಜನರನ್ನು ಕೊಲ್ಲುತ್ತದೆ ಎಂದು ಹೇಳಿದ್ದರಿಂದ ಸುತ್ತಮುತ್ತಲಿನ ಜನ ಅದರ ನಿವಾರಣೆಗೆ ಮುಂದಾಗಿದ್ದರು. ಸರಿಯಾದ ಸಮಯಕ್ಕೆ ಹೋದ ತಾತ ಪ್ರಾಣಾಪಾಯದಲ್ಲಿದ್ದ ಆ ಊಸುರವಳ್ಳಿಯನ್ನು ರಕ್ಷಿಸಿ ಆ ಪುಟ್ಟ ಸರೀಸೃಪವನ್ನು ಮನೆಗೆ ತಂದರು.

ಆ ಊಸುರವಳ್ಳಿಯೇ ಹೆನ್ರಿ. ಹಾಗೆ ಅದು ನಮ್ಮ ಮನೆಗೆ ಬಂದು ನಮ್ಮ ಕುಟುಂಬದ ಸದಸ್ಯನಾಯಿತು.

ಹೆನ್ರಿ ನಿರುಪದ್ರವಿ. ಅದು ಕೋಪೋದ್ರಿಕ್ತವಾಗಿ ಬಾಯ್ದೆರೆದ ಸಂದರ್ಭದಲ್ಲಿ ನಾನು ಅದರ ಬಾಯಿಯೊಳಗೆ ಬೆರಳಿಟ್ಟರೂ, ನಾನು ಬೆರಳನ್ನು ಆಚೆ ತೆಗೆಯುವವರೆಗೂ ಬಾಯಿ ಮುಚ್ಚುತ್ತಿರಲಿಲ್ಲ. ಅದು ಕಚ್ಚಲು ಎಲ್ಲ ಅವಕಾಶಗಳಿದ್ದು, ಅದಕ್ಕೆಂದೇ ರೂಪಿತವಾದ ಗರಗಸದಂತಹ ಚೂಪಾದ ಹಲ್ಲುಗಳಿವೆ. ಆದರೆ, ಈ ಹಲ್ಲುಗಳು ತನಗಿರುವುದು ಕೇವಲ ಆಹಾರವನ್ನು ಜಗಿಯುವುದಕ್ಕೆ ಮಾತ್ರ ಎಂದು ಹೆನ್ರಿ ನಂಬಿದ್ದ.

ನಾನು ತಾಳ್ಮೆಯಿಂದ ಕಾದರೆ ಹೆನ್ರಿ ನನ್ನ ಕೈಗಳಿಂದಲೇ ಆಹಾರವನ್ನು ತೆಗೆದುಕೊಳ್ಳುತ್ತಿದ್ದ. ಅದನ್ನು ಬಹಳ ಕ್ಷಿಪ್ರವಾಗಿ ಕಬಳಿಸಿಬಿಡುತ್ತಿದ್ದ. ಅವನ ನಾಲಿಗೆ ಥೇಟ್ ಬೂಮರಾಂಗ್ ನಂತೆ ಸರಕ್ ಎಂದು ಹೊರಬಂದು, ಕೀಟವೊಂದನ್ನು ಹಿಡಿದು ಮತ್ತೆ ಸರಕ್ಕನೆ ಒಳಗೆ ಹೋಗಿಬಿಡುತ್ತಿತ್ತು. ಏನು ನಡೆಯಿತೆಂದು ನಾನು ಗಮನಿಸುವಷ್ಟರಲ್ಲಿ ನನ್ನ ಬೆರಳುಗಳ ನಡುವೆ ಇರಿಸಿಕೊಂಡಿದ್ದ ಮಿಡತೆ ಅದರ ಬಾಯಲ್ಲಿ ಸೇರಿಬಿಟ್ಟಿರುತ್ತಿತ್ತು.

ಹೆನ್ರಿ ನಮ್ಮ ಮನೆಯಲ್ಲಿ ಯಾವುದೇ ತೊಂದರೆ ಉಂಟುಮಾಡಲಿಲ್ಲ. ಆದರೆ, ಅವನಿಂದಾಗಿ ನಮ್ಮ ರಸ್ತೆಯ ತುದಿಯಲ್ಲಿನ ನರ್ಸರಿ ಶಾಲೆಯಲ್ಲಿ ದೊಡ್ಡ ಗಲಭೆಯಾಯಿತು.

ಅದು ಹೇಗೆ ಆಯಿತೆಂದರೆ –

ನಮ್ಮ ಮನೆಯಂಗಳದಲ್ಲಿ ಬೆಳೆದ ಪರಂಗಿಕಾಯಿ ಹಣ್ಣಾದಾಗ ಅಜ್ಜಿ ಮಾಮೂಲಿನಂತೆ ಅವಳ ಸ್ನೇಹಿತೆ, ನರ್ಸರಿ ಶಾಲೆಯ ಪ್ರಿನ್ಸಿಪಾಲ್ ಮಿಸಸ್ ಘೋಷ್ ಅವರಿಗೆ ಒಂದು ಬುಟ್ಟಿಯಲ್ಲಿಟ್ಟು ಕಳುಹಿಸಿದರು. ಯಾರೂ ಗಮನಿಸದ ಸಮಯದಲ್ಲಿ ಹೆನ್ರಿ ಹೇಗೋ ಆ ಬುಟ್ಟಿಯೊಳಗೆ ಸೇರಿಕೊಂಡುಬಿಟ್ಟಿದ್ದ. (ಅವನಿಗೆಂದೇ ಒಂದು ಪಂಜರವಿತ್ತು. ಆದರೆ ಅವನು ಅದರಲ್ಲಿರುತ್ತಲೇ ಇರಲಿಲ್ಲ.) ತೋಟದ ಮಾಲಿ ಪರಂಗಿ ಹಣ್ಣಿನ ಬುಟ್ಟಿಯನ್ನು ಶಾಲೆಗೆ ಕೊಂಡೊಯ್ದು ಮಿಸಸ್ ಘೋಷ್ ಅವರ ಕೋಣೆಯಲ್ಲಿರಿಸಿ ಬಂದಿದ್ದ. ತಮ್ಮ ಕೋಣೆಗೆ ಬಂದ ಮಿಸಸ್ ಘೋಷ್ ಹಣ್ಣುಗಳನ್ನು ಕಂಡು ಖುಷಿಯಿಂದ ಹಣ್ಣನ್ನು ತೆಗೆದುಕೊಳ್ಳಲು ಕೈಯಿಟ್ಟಾಗ ಹೆನ್ರಿ ತಲೆಯನ್ನು ಹೊರಹಾಕಿದ್ದ.

ಮಿಸಸ್ ಘೋಷ್ ಕಿಟಾರನೆ ಕಿರುಚಿದರು. ಹೆಚ್ಚಾಗಿ ಕೆಂಪಾದ ಬಣ್ಣದಿಂದಿರುತ್ತಿದ್ದ ಹೆನ್ರಿ ಆವತ್ತು ಪಪ್ಪಾಯದ ಹಸಿರನ್ನೇ ತನ್ನ ಬಣ್ಣವಾಗಿಸಿಕೊಂಡಿದ್ದ. ಮಿಸಸ್ ಘೋಷ್ ಅವರ ಸಹಾಯಕಿ ಮಿಸ್ ಡೇನಿಯಲ್ಸ್ ಓಡೋಡಿ ಬಂದವರು, ಹೆನ್ರಿಯನ್ನು ಕಂಡೊಡನೆ ತಾವೂ ಜೋರಾಗಿ ಕಿರುಚತೊಡಗಿದರು. ಇವರ ಕಿರುಚಾಟದಿಂದ ಗಾಬರಿಗೊಂಡ ಹೆನ್ರಿ ಅವರ ಕಚೇರಿಯಿಂದ ಪಲಾಯನ ಮಾಡಿದ. ಹೊರಗೆ ಬಂದವನು ಶಾಲೆಯ ಕೊಠಡಿಯೊಂದನ್ನು ಪ್ರವೇಶಿಸಿದ. ಅಲ್ಲಿ ಡೆಸ್ಕ್ ಮೇಲೆ ಹತ್ತಿದ. ಮಕ್ಕಳು ಎಲ್ಲಾ ದಿಕ್ಕಿನಲ್ಲೂ ಚೆಲ್ಲಾಪಿಲ್ಲಿಯಾಗಿ ದೌಡಾಯಿಸಿದರು. ಕೆಲವರು ಅವನಿಂದ ದೂರ ಓಡಿದರೆ, ಕೆಲವರು ಅವನನ್ನು ದೂರ ತಳ್ಳಲು ಪ್ರಯತ್ನಿಸಿದರು. ಆದರೆ, ಹೆನ್ರಿ ಕಿಟಕಿಯಿಂದ ಹೊರಬಂದು, ಉದ್ಯಾನವನದಲ್ಲಿ ಮಾಯವಾದ.

ಶಾಲೆಯಲ್ಲಿ ನಡೆದ ಈ ರಗಳೆಯನ್ನೆಲ್ಲಾ ಮಿಸಸ್ ಘೋಷ್ ಅಜ್ಜಿಗೆ ವರದಿ ಮಾಡಿದರು. ಆದರೆ, ಅಜ್ಜಿ, ಅವರಿಗೆ ಊಸುರವಳ್ಳಿ ನಮ್ಮದೆಂದು ಮಾತ್ರ ಹೇಳಲಿಲ್ಲ. ನನಗೆ ಹೆನ್ರಿ ಪುನಃ ಮನೆಯ ದಾರಿ ಹುಡುಕಿ ಬರುವುದೆಂಬ ನಂಬಿಕೆಯಿರಲಿಲ್ಲ. ಏಕೆಂದರೆ ನಮ್ಮ ಮನೆಯಿಂದ ಮೂರು ಮನೆಗಳಾದ ಮೇಲೆ ಶಾಲೆ ಇತ್ತು. ಆದರೆ ಮೂರು ದಿನಗಳ ನಂತರ, ನಮ್ಮ ಕಾಂಪೌಡ್ ಗೋಡೆಯ ಮೇಲೆ ಬಿಸಿಲು ಕಾಯುತ್ತಿದ್ದ ಅದನ್ನು ಕಂಡೆ. ನಾನು ಆಹಾರ ಕೊಡುತ್ತಿದ್ದಂತೆಯೇ ತಕ್ಷಣ ಸ್ವೀಕರಿಸಿತು ಮತ್ತು ನಮ್ಮ ಮನೆಯ ಸದಸ್ಯನಾಗಿರಲು ಸಂತೋಷದಿಂದ ನನ್ನೊಡನೆ ಬಂದಿತು.

ಅರಣ್ಯದಲ್ಲಿ ಕಳೆದ ಒಂದು ವಾರ

ತಾತ ಯಾವತ್ತೂ ಬೇಟೆ ಆಡಿದವನಲ್ಲ. ಕಾಡು ಪ್ರಾಣಿಗಳನ್ನು ಬೇಟೆಯಾಡಿ ಆನಂದಿಸುವವರ ಮನಸ್ಥಿತಿಯೇ ಅವನಿಗೆ ಅರ್ಥವಾಗುತ್ತಿರಲಿಲ್ಲ. ಆತನ ಪ್ರಕಾರ ಪ್ರಾಣಿ ಮತ್ತು ಪಕ್ಷಿಗಳಿಗೆ ಮನುಷ್ಯರಷ್ಟೇ ಬದುಕುವ ಹಕ್ಕಿದೆ. ಆದರೆ ಆಹಾರಕ್ಕೆಂದೇ ಇರುವ ಪ್ರಾಣಿಗಳನ್ನು ಕೊಲ್ಲಬಹುದು, ಏಕೆಂದರೆ ಪ್ರಾಣಿಗಳೂ ಕೂಡ ತಮ್ಮ ಆಹಾರಕ್ಕಾಗಿ ಇತರೆ ಪ್ರಾಣಿಗಳನ್ನು ಕೊಲ್ಲುತ್ತವೆ. ಆದರೆ ಕೇವಲ ರಂಜನೆಗಾಗಿ ಬೇಟೆ ಆಡಬಾರದು ಎಂಬುದು ತಾತನ ಸಿದ್ಧಾಂತ.

ಹನ್ನೆರಡು ವರ್ಷ ವಯಸ್ಸಿನ ನನಗೆ ತಾತನ ಉನ್ನತ ಆದರ್ಶಗಳು ಮೈಗೂಡಿರಲಿಲ್ಲ. ಆದರೂ ನನಗೆ ಬಂದೂಕು ಮತ್ತು ಗುಂಡಿಕ್ಕುವುದು ಇಷ್ಟವಾಗುತ್ತಿರಲಿಲ್ಲ. ಅದೊಂದು ರೀತಿ ಬೇಸರದ ಕ್ರಿಯೆ ಎಂದೆನಿಸುತ್ತಿತ್ತು.

ಹೆನ್ರಿ ಅಂಕಲ್ ತನ್ನ ಗೆಳೆಯರೊಂದಿಗೆ ಶಿವಾಲಿಕ್ ಗಿರಿಶ್ರೇಣಿಯ ತೆಹ್ರೀ ಅರಣ್ಯಕ್ಕೆ ಶಿಕಾರಿಗೆ ಹೊರಟಾಗ ನನ್ನನ್ನೂ ಕರೆದೊಯ್ದರು. ಒಂದು ವಾರದ ಕಾಲ ಅರಣ್ಯದಲ್ಲಿರಬೇಕಿತ್ತು, ಅದೂ ಬಂದೂಕು ಹಿಡಿದ ಈ ಹಿರಿಯರೊಡನೆ ಎಂದು ಚಿಂತಿತನಾಗಿದ್ದೆ. ನೋಡಲು ವೃತ್ತಿಪರ ಬೇಟೆಗಾರರಂತೆ ಕಾಣುತ್ತಿದ್ದ ಈ ಹಿರಿಯರ ಹಿಂದೆ ನಾನು ಗಂಟೆಗಟ್ಟಲೆ ಅಲೆಯಬೇಕಿತ್ತು ಎಂಬುದು ನನಗೆ ತಿಳಿದಿತ್ತು. ಅವರು ಹುಲಿಯ ಬೇಟೆಯ ಬಗ್ಗೆ, ಕಾಡಾನೆಗಳ ಬಗ್ಗೆ ಬರೀ ಮಾತನಾಡುತ್ತಿದ್ದರೇ ಹೊರತು, ಅವರಿಗೆ ಸಿಗುತ್ತಿದ್ದುದು, ಅದೂ ಅದೃಷ್ಟವಿದ್ದರೆ ಕಾಡು ಮೊಲ ಇಲ್ಲವೇ ಪುರುಡು ಹಕ್ಕಿಯಷ್ಟೆ. ಜಿಮ್ ಕಾರ್ಬೆಟ್‌ಗೆ ಮಾತ್ರ ಹುಲಿ ಮತ್ತು ಅದರ ಬೇಟೆಯ ಖುಷಿ ಸಿಕ್ಕಿರಲು ಸಾಧ್ಯ.

ಈ ಬಾರಿಯ ನಮ್ಮ ಬೇಟೆ ಕಾರ್ಯಕ್ರಮವೂ ಹಿಂದಿನದಕ್ಕಿಂತ ವಿಶೇಷವೇನೂ ಆಗಿರಲು ಸಾಧ್ಯವಿರಲಿಲ್ಲ. ನಾಲ್ಕು ಮಂದಿ ಗಂಡಸರು ತಮ್ಮ ಬಂದೂಕುಗಳೊಡನೆ ಹೊರಟಿದ್ದರೂ ಒಂದು ವಾರದ ನಂತರ ಅವರ ಬೇಟೆಗೆ ಸಿಕ್ಕಿದ್ದು ಮಾತ್ರ ಎರಡು ಕಾಡು ಕೋಳಿಗಳಷ್ಟೇ. ಅದರಲ್ಲೂ ಅವು ಕಡಿಮೆ ತೂಕವಿದ್ದವು. ಆದರೆ ನಾನು ಬೇಟೆಯ ಎರಡನೇ ದಿನ ಅವರೊಂದಿಗೆ ಹೋಗದೇ ಕಾಡಿನ ವಿಶ್ರಾಂತಿ ಗೃಹದಲ್ಲಿಯೇ ಉಳಿದೆ.

ಬೆಳಗ್ಗೆ ಬಿಡುವಾಗಿದ್ದ ನಾನು ಆ ಹಳೆಯ ಬಂಗಲೆಯ ತಲಾಷಿ ನಡೆಸಿದಾಗ ಹಿಂಭಾಗ ವೆರಾಂಡದ ಬಳಿ ಮೂಲೆಯಲ್ಲಿ ಹುದುಗಿದಂತಿದ್ದ ಪುಸ್ತಕದ ಕಪಾಟನ್ನು ಪತ್ತೆ ಹಚ್ಚಿದೆ.

ಅದನ್ನು ಅಲ್ಲಿ ಯಾರು ಬಿಟ್ಟು ಹೋಗಿರಬಹುದು? ಸಾಹಿತ್ಯಾಸಕ್ತ ಅರಣ್ಯಾಧಿಕಾರಿಯಾ? ಕ್ಯಾಂಪ್ ಫೈರ್ ಹಾಕಿ ತನ್ನ ಪ್ರತಾಪವನ್ನು ಕೊಚ್ಚಿಕೊಳ್ಳುವ ಗಂಡನಿಂದ ಬೇಸರಗೊಂಡ ಮೇಮ್ ಸಾಬ್ ಇರಬಹುದಾ? ಇಲ್ಲಾ ಬೇಟೆಯಾಡುವುದು "ಗಂಡಸುತನ" ಎಂಬುದನ್ನು ನಂಬದಿರುವ ಹಾಗು ಕಾಡು ಪ್ರಾಣಿಗಳನ್ನು ಕೊಲ್ಲುವುದು ತಪ್ಪೆಂದು ಭಾವಿಸಿದ್ದವರಾರೋ ಇಲ್ಲಿ ಹೊತ್ತು ಕಳೆಯಲೆಂದು ತನ್ನ ಗ್ರಂಥಭಂಡಾರವನ್ನು ತಂದಿರಬಹುದಾ? ಅಥವಾ ಅವರಂತೆಯೇ ಯೋಚಿಸುವವರಿಗಾಗಿ ಇದನ್ನು ಬಿಟ್ಟು ಹೋಗಿರಬಹುದು.

ಆ ಬಡಪಾಯಿ ತನ್ನ ರಕ್ತಪಿಪಾಸು ಗೆಳೆಯರ ಒತ್ತಾಯಕ್ಕೆ ಮಣಿದು ಅರಣ್ಯದೊಳಕ್ಕೆ ಹೋದಾಗ ಆನೆಯ ತುಳಿತಕ್ಕೆ ಸಿಕ್ಕಿರಬೇಕು, ಇಲ್ಲವೆ ಕಾಡು ಹಂದಿಯ ತಿವಿತಕ್ಕೆ ಒಳಗಾಗಿರಬೇಕು, ಅಥವಾ ತನ್ನ ಜೊತೆಗಾರ ಶಿಕಾರಿದಾರರ ಗುಂಡು ಅಚಾನಕ್ಕಾಗಿ ಬಿದ್ದು ಅಸುನೀಗಿರಬೇಕು. ದುಃಖಿತರಾದ ಅವನ ಗೆಳೆಯರು ಅವನ ಪುಸ್ತಕಗಳನ್ನು ಹೊರತುಪಡಿಸಿ ಉಳಿದೆಲ್ಲಾ ವಸ್ತುಗಳನ್ನು ತೆಗೆದುಕೊಂಡು ಹೋಗಿರಬಹುದು.

ಏನೇ ಆಗಿರಲಿ, ಪುಸ್ತಕಗಳು ಇಲ್ಲಿವೆ. ಸುಮಾರು ಮುವ್ವತ್ತಕ್ಕೂ ಹೆಚ್ಚು ನಾನಾ ಬಣ್ಣ, ಆಕಾರದ ಪುಸ್ತಕಗಳು. ಅವುಗಳ ಮೇಲೆ ಹರಡಿದ್ದ ಧೂಳನ್ನು ಸ್ವಚ್ಛಗೊಳಿಸಿ ಶೀರ್ಷಿಕೆಗಳನ್ನು ಗಮನಿಸಿದೆ. ನನಗಿನ್ನೂ ಆಗ ಯಾವುದು ಓದಬೇಕೆಂದು ನನ್ನದೇ ಆದ ಅಭಿರುಚಿ ಮೂಡಿರಲಿಲ್ಲವಾದ್ದರಿಂದ ಯಾವ ಪುಸ್ತಕವನ್ನಾದರೂ ಓದಲು ಸಿದ್ಧನಿದ್ದೆ. ಆ ಕಪಾಟಿನಲ್ಲಿನ ಪುಸ್ತಕಗಳ ವಿಷಯ ವೈವಿಧ್ಯತೆ ಅಪಾರವಾಗಿತ್ತು. ನನ್ನ ವಿಷಯಾಸಕ್ತಿ ಕೂಡ ಆಗಸದಂತೆ ಹರಡಿಕೊಂಡಿತ್ತು.

ಪಿ.ಜಿ.ವುಡ್‌ಹೌಸ್ ಬರೆದಿದ್ದ "ಲವ್ ಅಮಾಂಗ್ ದ ಚಿಕನ್ಸ್" ಎಂಬ ಪುಸ್ತಕವನ್ನು ಮೊದಲು ಕೈಗೆತ್ತಿಕೊಂಡು ಓದಲು ಪ್ರಾರಂಭಿಸಿದೆ. ಈ ಪುಸ್ತಕ ಈಗಲೂ ನನ್ನ ನೆಚ್ಚಿನ ಪುಸ್ತಕಗಳಲ್ಲೊಂದು. ಬೆವರಿಳಿಸುತ್ತಾ ಬೇಟೆಗಾರರು ತಮ್ಮ ಖಾಲಿಯಾದ ತೋಟಾಗಳು, ಬೇಟೆ ಸಿಗದುದಕ್ಕೆ ಕಾರಣಗಳನ್ನು ಹೇಳಿಕೊಳ್ಳುತ್ತಾ ಸಂಜೆಗೆ ಹಿಂದಿರುಗುವಷ್ಟರಲ್ಲಿ ನಾನು ಎಂ.ಆರ್.ಜೇಮ್ಸ್ ಬರೆದಿದ್ದ "ಗೋಸ್ಟ್ ಸ್ಟೋರೀಸ್ ಆಫ್ ಅನ್ ಆಂಟಿಕ್ವಾರಿ" ಪುಸ್ತಕವನ್ನು ಓದಲು ಪ್ರಾರಂಭಿಸಿದ್ದೆ. ಆ ಪುಸ್ತಕ ಓದುತ್ತಾ ರಾತ್ರಿ ಕಳೆದದ್ದೇ ಗೊತ್ತಾಗಲಿಲ್ಲ. ಸೀಮೆ ಎಣ್ಣೆ ದೀಪದಲ್ಲಿ ಎಣ್ಣೆ ಮುಗಿದು ದೀಪ ಆರಿದ ನಂತರವೇ ನಾನು ಮಲಗಿದ್ದು.

ಮರುದಿನ ಬೆಳಗ್ಗೆ ಉತ್ಸಾಹದಿಂದ ಆಶಾವಾದಿಗಳಾಗಿ ಶಿಕಾರಿದಾರರು ಅರಣ್ಯದ ಮತ್ತೊಂದು ದಿಕ್ಕಿನತ್ತ ಹುಲಿ ಸಿಗಬಹುದೆಂಬ ಭರವಸೆ ಹೊತ್ತು ಸಾಗಿದರು. ತಮಟೆ ಬಾರಿಸಲೆಂದೇ ಕೆಲವರು ಹಳ್ಳಿಗರನ್ನು ಅವರು ನೇಮಿಸಿಕೊಂಡಿದ್ದರು. ಅವರ ತಮಟೆ ಶಬ್ದ ದೂರದಿಂದ ನನಗೆ ಕೇಳಿಸುತ್ತಿತ್ತು. ಎಂ.ಆರ್.ಜೇಮ್ಸ್ ಬರೆದ ಪುಸ್ತಕ ಓದಿ

ಮುಗಿಸಲು ಅವರ ಗಲಾಟೆಯೇನೂ ನನಗೆ ತೊಂದರೆ ಮಾಡಲಿಲ್ಲ. ಅದರ ನಂತರ "ಎ ನ್ಯಾಚುರಲಿಸ್ಟ್ ಆನ್ ದ ಪ್ರೌಲ್" ಎಂಬ ಪುಟ್ಟ ಪುಸ್ತಕವನ್ನು ಹಿಡಿದೆ. ಮನೆಯ ಹೂದೋಟದಲ್ಲಿಯೇ ಅನೇಕ ಜೀವಜಂತುಗಳನ್ನು ಗಮನಿಸುತ್ತಾ ನಾವು ಎಷ್ಟು ಸಂತೋಷ ಮತ್ತು ಆನಂದವನ್ನು ಹೊಂದಬಹುದೆಂದು ಅದರಲ್ಲಿ ಮನೋಹರವಾಗಿ ವಿವರಿಸಲಾಗಿತ್ತು. ಮಿಡತೆಗಳು, ಜೀರುಂಡೆಗಳು, ಇರುವೆಗಳು, ಚಿಟ್ಟೆಗಳು, ಸೂರ್ಯನ ಕುದುರೆ ಮುಂತಾದ ಸುಂದರ ಕೀಟಗಳು ನಮ್ಮ ಕೋಣೆಯ ಕಿಟಕಿಯಾಚೆ, ಕೆಲವೊಮ್ಮೆ ಒಳಗೂ ಕಾಣಸಿಗುತ್ತವೆ.

ಈ ಪುಸ್ತಕವನ್ನು ಓದಿ ಮುಗಿಸುವಷ್ಟರಲ್ಲಿಯೇ, ನನ್ನ ಕಣ್ಣುಗಳು ಬಂಗಲೆಯ ಮೂಲೆಯಲ್ಲಿರುವ ಜೇಡಗಳನ್ನು ಮತ್ತು ಆವರಣದ ಗಿಡಗಳಲ್ಲಿನ ಮಿಡತೆಗಳನ್ನು ಅರಸುತ್ತಿದ್ದವು. ನನ್ನ ಏಕಾಗ್ರತೆಗೆ ಭಂಗ ಬಂದದ್ದು ಒಮ್ಮೆ ಮಾತ್ರ. ಅದೂ ನಾನು ಏತಕ್ಕೋ ತಲೆ ಎತ್ತಿ ನೋಡಿದಾಗ, ಜಿಂಕೆಯೊಂದು ಮನೆಯ ಮುಂದಿನ ಖಾಲಿ ಜಾಗದಲ್ಲಿ ಹಾದು ಹೋಯಿತು. ಸಾಲವೃಕ್ಷಗಳ ನಡುವೆ ಜಿಂಕೆ ಮಿಂಚಿನಂತೆ ಹಾದು ಹೋದ ಮೇಲೆ ಪುನಃ ಪುಸ್ತಕದಲ್ಲಿ ಮುಳುಗಿದೆ.

ಸಂಜೆ ಸೂರ್ಯ ಮುಳುಗಿದ ಮೇಲೆ ಬೇಟೆಗೆ ಹೋಗಿದ್ದ ತಂಡ ವಾಪಸಾಗುತ್ತಿರುವ ಸದ್ದು ಕೇಳಿಸಿತು. ಜೋರುಜೋರಾಗಿ ಉತ್ಸಾಹಭರಿತವಾಗಿ ಅವರು ಮಾತನಾಡುತ್ತಾ ಬಂದರು. ಬಹುಶಃ ಅವರು ಹುಲಿಯನ್ನು ಬೇಟೆಯಾಡಿರಬಹುದು. ನಾನು ಪುಸ್ತಕವನ್ನು ತೆಗೆದಿರಿಸಿ ಅವರನ್ನು ಎದುರುಗೊಳ್ಳಲೆಂದು ಬಂಗಲೆಯ ಹೊರಗೆ ಬಂದೆ.

"ನಿಮಗೆ ಹುಲಿ ಸಿಕ್ತಾ?" ಎಂದು ಉದ್ವೇಗದ ದನಿಯಲ್ಲಿ ಕೇಳಿದೆ.

"ಇಲ್ಲ ಮರಿ, ನಾಳೆ ಸಿಗಬಹುದು. ನೀನು ನಮ್ಮ ಜೊತೆ ಬರಬೇಕಿತ್ತು. ನಾವು ಜಿಂಕೆಯನ್ನು ನೋಡಿದೆವು, ಗೊತ್ತಾ!" ಎಂದು ಹೆನ್ರಿ ಅಂಕಲ್ ಹೇಳಿದರು.

ಇನ್ನು ಮೂರು ದಿನಗಳಷ್ಟೇ ಉಳಿದಿದ್ದು, ಅಷ್ಟರಲ್ಲಿ ಅಲ್ಲಿರುವ ಪುಸ್ತಕಗಳನ್ನೆಲ್ಲಾ ಓದಲು ಆಗುವುದಿಲ್ಲ. ಅದು ನನ್ನ ಉದ್ದೇಶವೂ ಅಲ್ಲ. ಏಕೆಂದರೆ ಇಲ್ಲಿರುವ ಪುಸ್ತಕಗಳಲ್ಲಿ ಕೆಲವೊಂದೇನೂ ನನ್ನನ್ನು ಆಕರ್ಷಿಸಿರಲಿಲ್ಲ. "ದ ವಿಂಡ್ ಇನ್ ದ ವಿಲ್ಲೋಸ್", "ದ ಜಂಗಲ್ ಬುಕ್" ಮತ್ತು "ಡೇವಿಡ್ ಕಾಪರ್ ಫೀಲ್ಡ್" ಪುಸ್ತಕಗಳನ್ನು ಆಯ್ದುಕೊಂಡೆ.

"ದ ಜಂಗಲ್ ಬುಕ್" ಪುಸ್ತಕದಲ್ಲಿನ ತೋಳಗಳಿಂದ ಪೋಷಿತನಾದ ಬಾಲಕ ಮೋಗ್ಲಿಯೊಂದಿಗೆ ನನ್ನ ಒಡನಾಟ ಪ್ರಾರಂಭವಾದ ದಿನ ಶಿಕಾರಿಗಳು ಈ ಹಿಂದೆ ಹೇಳಿದ ಎರಡು ತೂಕವಿಲ್ಲದ ಕಾಡುಕೋಳಿಗಳನ್ನು ಬೇಟೆಯಾಡಿ ತಂದಿದ್ದರು. ಅರಣ್ಯಕ್ಕೆ ಬರುವಾಗ ಕೆಲವಾರು ಟಿನ್‌ಗಳಲ್ಲಿ ಪ್ಯಾಕ್ ಮಾಡಿದ್ದ ಖಾದ್ಯಗಳನ್ನು ತರಲಾಗಿತ್ತು. ಈ ಐದು ಮಂದಿಯ ಹೊಟ್ಟೆಗೆ ಆ ತೆಳ್ಳನೆಯ ಹಕ್ಕಿಗಳು ಯಾವ ಮೂಲೆಗೆ ಸಾಲುತ್ತವೆ! ಹಾಗಾಗಿ ತಂದಿದ್ದ ತಿನಿಸುಗಳನ್ನೇ ನಾವು ತಿನ್ನಬೇಕಾಯಿತು.

ಮರುದಿನ ಹಿರಿಯರೆಲ್ಲಾ ಹುಲಿಯನ್ನು ಬೇಟೆಯಾಡುವ ಹುರುಪಿನಲ್ಲಿ ಹೊರಟರೆ, ನಾನು ಮಾತ್ರ "ದ ವಿಂಡ್ ಇನ್ ದ ವಿಲ್ಲೋಸ್" ಪುಸ್ತಕದಲ್ಲಿನ

ಪಾತ್ರಗಳೊಂದಿಗೆ ಸೇರಿಕೊಂಡುಬಿಟ್ಟೆ. ಒಂದು ಘಟನೆ ನನ್ನ ಓದನ್ನು ಕೆಲ ಹೊತ್ತು ನಿಲ್ಲಿಸುವಂತೆ ಮಾಡಿತು.

ಕಾವಲುಗಾರ, ಹಳ್ಳಿಯವರು ಮತ್ತು ಅರಣ್ಯ ರಕ್ಷಕರು ಸಾಕಿದ್ದ ಹಲವಾರು ನಾಯಿಗಳು ನಾವು ಬಿಸಾಡುವ ಆಹಾರಕ್ಕಾಗಿ ಮನೆಯ ಸುತ್ತಮುತ್ತ ಓಡಾಡುತ್ತಿರುವುದನ್ನು ನಿನ್ನೆಯೇ ಗಮನಿಸಿದ್ದೆ. ಬೆಳಗಿನ ಹತ್ತು ಗಂಟೆಯ ಸಮಯ (ಈ ವೇಳೆಯಲ್ಲಿ ಕಾಡು ಪ್ರಾಣಿಗಳು ಹೊರಗೆ ಬರುವುದೇ ಇಲ್ಲ). ಇದ್ದಕ್ಕಿದ್ದಂತೆ ಜೋರಾದ ದನಿಯೊಂದು ಕೇಳಿಸಿತು. ತಲೆಯೆತ್ತಿ ನೋಡಿದೆ. ದೊಡ್ಡ ಗಾತ್ರದ ಚಿರತೆಯೊಂದು ಬಾಯಿಯಲ್ಲಿ ನಾಯಿಯನ್ನು ಕಚ್ಚಿಕೊಂಡು ಅರಣ್ಯದ ದಿಕ್ಕಿಗೆ ಹೊರಟುಹೋಯಿತು. ತಮಟೆಗಾರರ ಶಬ್ದದಿಂದಾಗಿ ಅದು ಇತ್ತ ಬಂದಿರಬೇಕು, ಇಲ್ಲ ಶಿಕಾರಿದಾರರು ಬಂಗಲೆಯನ್ನು ಬಿಟ್ಟು ಹೊರ ಹೋಗುವುದನ್ನು ಕಾಯುತ್ತಲಿದ್ದು ತನ್ನ ಆಹಾರವನ್ನು ಅದು ಹುಡುಕಿ ಹೊತ್ತೊಯ್ದಿರಬೇಕು.

ಆ ಸಮಯದಲ್ಲಿ ಅಲ್ಲಿ ಯಾರೊಬ್ಬರೂ ಇರಲಿಲ್ಲ. ಅದು ಕಚ್ಚಿದ ಕೆಲ ಕ್ಷಣದಲ್ಲಿಯೇ ನಾಯಿಯ ಪ್ರಾಣ ಹೋಗಿರಬೇಕು. ಅದನ್ನು ಕಚ್ಚಿಕೊಂಡೇ ಚಿರತೆ ಮಾಯವಾಯಿತು. ನಾನು ಕೂಗಾಡಿ ಪ್ರಯೋಜನವಿಲ್ಲವೆಂದು ಅರಿತು ಮತ್ತೆ ಪುಸ್ತಕದೊಳಗೆ ಹುದುಗಿದೆ.

ಶಿಕಾರಿದಾರರು ಹಿಂದಿರುಗುವಷ್ಟರಲ್ಲಿ ಕತ್ತಲಾವರಿಸಿತ್ತು. ಅವರು ಮೈಕೈಯೆಲ್ಲಾ ಕೊಳೆ ಮಾಡಿಕೊಂಡು, ಮೈಪೂರಾ ಬೆವೆತು, ಹಿಂದಿನಂತೆಯೇ ಅಸಮಾಧಾನದಿಂದಿದ್ದರು. ಈ ಬಾರಿಯೂ ಬೇಟೆ ಸಿಗದಿದ್ದುದಕ್ಕೆ ಹೊಸ ರೀತಿಯ ಸಮಜಾಯಿಶಿಗಳನ್ನು ಕೊಟ್ಟುಕೊಂಡು, ನಂತರ ಮೌನವಾಗಿ ಊಟ ಮಾಡಿದರು. ಮರುದಿನ ನಾವು "ನಾಗರಿಕ" ಜಗತ್ತಿಗೆ ಹೋಗುವುದಿತ್ತು. ಒಂದು ವಾರ ಭಾರತೀಯ ಅರಣ್ಯದಲ್ಲಿ ಬೇಟೆಗಾಗಿ ಅಲೆದಾಡಿದ್ದ ಅವರು ವಾಪಸು ಹೋಗುವಾಗ ಬರಿಗೈಲಿ ಹೊರಟಿದ್ದರು.

"ಈಗ ಅರಣ್ಯಗಳಲ್ಲಿ ಪ್ರಾಣಿಗಳೇ ಉಳಿದಿಲ್ಲ" ಎಂದು ಶಿಕಾರಿದಾರರಲ್ಲಿನ ಹಿರಿಯ ಹೇಳಿದ. ಈತ ಹಿಂದೊಮ್ಮೆ ಎರಡು ನರಭಕ್ಷಕ ಹುಲಿಗಳನ್ನು ಮತ್ತು ಮೊಸಳೆಯೊಂದನ್ನು ಬೇಟೆಯಾಡಿದ್ದನಂತೆ.

"ಇಲ್ಲ, ಹವಾಮಾನ ಸರಿಯಿಲ್ಲ, ಮಳೆಯೇ ಬಂದಿಲ್ಲವಲ್ಲ" ಎಂದೊಬ್ಬ ಸಬೂಬು ಹೇಳಿದ.

"ಎಲ್ಲಿಗೆ ಬಂತಪ್ಪಾ ನಮ್ಮ ದೇಶ" ಎಂದು ಗೊಣಗಿದ ಮೂರನೆಯವ.

"ನಾನು ಬೆಳಗ್ಗೆ ಚಿರತೆಯನ್ನು ನೋಡಿದೆ" ಎಂದು ಮೆಲ್ಲಗೆ ಉಸುರಿದೆ.

ನಾನು ಕೊಂಚ ವಿನಯದಿಂದಲೇ ಈ ಮಾತನ್ನು ಹೇಳಿದ್ದೆನಾದರೂ, ನಾನು ಹೇಳಿದ ರೀತಿ, ನಾನು ಬೆಳಗ್ಗೆ ಕತ್ತೆಯನ್ನು ನೋಡಿದೆ ಎಂದು ಹೇಳಿದಂತಿತ್ತು.

"ನಿಜವಾಗಿಯೂ?" ಎಂದು ಹಿರಿಯ ಶಿಕಾರಿದಾರ ಪ್ರಶ್ನಿಸಿದ. ಹಾಗೆಯೆ ಆತ ನನ್ನ ಪಕ್ಕದಲ್ಲಿದ್ದ ಪುಸ್ತಕವನ್ನು ಗಮನಿಸಿ, "ಈ ಪುಟ್ಟ ಕಾಪರ್ ಫೀಲ್ಡ್ ಚಿರತೆಯನ್ನು

ನೋಡಿದನಂತೆ!" ಎಂದು ಹಲ್ಕಿರಿದ.

ಉಳಿದವರು ಕಿಸಕ್ಕೆಂದು ನಕ್ಕರು. ಸಾಕಷ್ಟು ಸುಸ್ತಾಗಿದ್ದ ಅವರಿಗೆ ಜೋರಾಗಿ ನಗಲು ಶಕ್ತಿಯಿರಲಿಲ್ಲ.

"ಈ ವಯಸ್ಸಿಗೇ ಕಲ್ಪನಾಶಕ್ತಿ ಜಾಸ್ತಿ ಬೆಳೆಸಿಕೊಂಡಿದ್ದಾನೆ. ಬಹುಶಃ ಹೆಚ್ಚು ಓದುವುದೇ ಇದಕ್ಕೆ ಕಾರಣವಿರಬೇಕು" ಎಂದು ಮತ್ತೊಬ್ಬ ಹೇಳಿದ.

"ನೀನು ಮನೆಯಿಂದ ಹೊರಗೆ ಬಂದು ಕಾಡಿನೊಳಗೆ ಹೋದರೆ ಮಾತ್ರ ಚಿರತೆ ಕಾಣಿಸೋದು" ಎಂದು ಹೆನ್ರಿ ಅಂಕಲ್ ನನಗೆ ಅರ್ಥ ಮಾಡಿಸುವ ರೀತಿಯಲ್ಲಿ ಹೇಳಿದರು.

"ಗೊತ್ತಿಲ್ಲ, ಈಗಿನ ಹುಡುಗರು ಹೇಗೆಲ್ಲಾ ಯೋಚಿಸುತ್ತಾರೆ, ಮುಂದೇನಾಗುತ್ತಾರೋ..."

"ನೀನ್ಯಾಕೆ ಅದನ್ನು ಹಿಡಿದು ತೆಗೆದುಕೊಂಡು ಹೋಗಿ ನಿನ್ನ ತಾತನಿಗೆ ಕೊಡಬಾರದಿತ್ತು?"

ಎಲ್ಲರೂ ಜೋರಾಗಿ ನಕ್ಕರು.

ಅವರ ಹಿಂದಿನ ಪೌರುಷದ ಕಥೆಗಳಿಗೆ ಕಿವಿಗೊಡದೇ ನಾನು ಮಲಗಲು ಹೋದೆ. ಅವರ ಕಾಲದಲ್ಲಿ ಘೇಂಡಾಮೃಗ, ಚಿರತೆಗಳು ಮತ್ತು ಪುರಾಣದ ಫೀನಿಕ್ಸ್ ಹಕ್ಕಿ ಕೂಡ ಬೇಟೆಗೆ ಸಿಕ್ಕಿರಬಹುದು.

ಅಪಹಾಸ್ಯದೊಂದಿಗೆ ನಾನು ಮನೆಗೆ ಹಿಂದಿರುಗುವಂತಾಯಿತು. ಅಂಕಲ್‌ನ ಗೆಳೆಯರು ನನ್ನನ್ನು ಹೆಣ್ಣಿಗ, ಅಂಜುಬುರುಕ, ಸುಳ್ಳುಬುರುಕ ಎಂದು ಭಾವಿಸಿದ್ದರು. ನತದೃಷ್ಟ ಹೆನ್ರಿ ಅಂಕಲ್, ಇಡೀ ಬೇಟೆಯ ವೈಫಲ್ಯಕ್ಕೆ ನಾನೇ ಕಾರಣ ಎಂದು ತಿಳಿದಂತಿತ್ತು. ಮತ್ತೊಮ್ಮೆ ಬೇಟೆಗೆ ಹೋಗುವಾಗ ಆತ ನನ್ನನ್ನು ಕರೆದುಕೊಂಡು ಹೋಗಲಿಲ್ಲ. ಈ ಎಲ್ಲಾ ಸಂಗತಿಗಳನ್ನು ತಾತನಿಗೆ ಹೇಳಿದಾಗ, ತಾತ ಬಿದ್ದು ಬಿದ್ದು ನಗುತ್ತಾ, ಹೆನ್ರಿ ಅಂಕಲ್ ಮತ್ತು ಬಳಗದವರ ಸೋತು ಸುಣ್ಣವಾದ ಮುಸುಡಿಗಳನ್ನು ನೋಡಲಾದರೂ ನಾನು ಕೂಡ ನಿಮ್ಮ ಜೊತೆ ಬರಬೇಕಿತ್ತು ಎಂದರು. ಈ ಸಂತೋಷಕ್ಕೆ ತಾತ ನನಗೆ "ಡೇವಿಡ್ ಕಾಪರ್ ಫೀಲ್ಡ್" ಪುಸ್ತಕವನ್ನು ಉಡುಗೊರೆಯಾಗಿ ನೀಡಿದರು. ಅರಣ್ಯದ ನಿವಾಸದಲ್ಲಿ ಈ ಪುಸ್ತಕವನ್ನು ನಾನು ಪೂರಾ ಓದಲಾಗಿರಲಿಲ್ಲ. ಪುಸ್ತಕವನ್ನು ಹಿಡಿದು ನನ್ನ ನೆಚ್ಚಿನ ಆಲದ ಮರವನ್ನು ಏರಿದೆ. ಅಲ್ಲಿ ಹಲವು ಅಳಿಲುಗಳೊಂದಿಗೆ, ಸಿಕಾಡಾಗಳ ನಾದ ಆಲಿಸುತ್ತಾ ಪುಸ್ತಕವನ್ನು ತೆರೆದು ಓದಲು ಕುಳಿತೆ.

ಹಳೆಯ ಫೋಟೋ

ಮಾವಿನ ಮರದ ನೆರಳಿನಲ್ಲಿ ಹಿಂದೆ ಮುಂದೆ ತೂಗುವ ಕುರ್ಚಿಯ ಮೇಲೆ ಅಜ್ಜಿ ಕುಳಿತಿದ್ದರು. ಅದೊಂದು ಬೇಸಿಗೆಯ ದಿನ. ಮನೆಯ ಅಂಗಳದ ಹೂತೋಟದಲ್ಲಿ ಅರಳಿದ್ದ ಸೂರ್ಯಕಾಂತಿ ಹೂಗಳು, ಮರದಿಂದ ಬರುವ ಬೆಚ್ಚನೆ ಗಾಳಿಗೆ ತೂಗುತ್ತಿದ್ದವು. ಮುಂಬರುವ ಚಳಿಗಾಲಕ್ಕಾಗಿ ಅಜ್ಜಿ ನನಗಾಗಿ ಸ್ವೆಟರನ್ನು ಹೆಣೆಯುತ್ತಿದ್ದರು. ಆಕೆಯ ಕೂದಲು ಅಚ್ಚ ಬಿಳುಪು, ಕಣ್ಣುಗಳು ಕೊಂಚ ದುರ್ಬಲವಾಗಿದ್ದರೂ, ಕೈ ಬೆರಳುಗಳು ಮಾತ್ರ ಹೆಣಿಗೆಯ ಕಡ್ಡಿಗಳೊಂದಿಗೆ ಚಕಚಕನೆ ಚಲಿಸುತ್ತಾ, ಕ್ಲಿಂಗ್ ಕ್ಲಿಂಗ್ ಎಂಬ ಸದ್ದಿನೊಂದಿಗೆ ನಿರಂತರವಾಗಿ ಕೆಲಸ ಮಾಡುತ್ತಿದ್ದವು. ಅಜ್ಜಿಗೆ ವಯಸ್ಸಾಗಿದ್ದರೂ ಮುಖದ ಮೇಲೆ ಹೆಚ್ಚು ನೆರಿಗೆಗಳಿರಲಿಲ್ಲ.

ನನ್ನ ಕೆಲವಾರು ಕಥೆಗಳಲ್ಲಿ ಅಜ್ಜಿಗಿಂತ ತಾತನ ಬಗ್ಗೆಯೇ ಜಾಸ್ತಿ ಮೆಚ್ಚುಗೆಯಿಂದ ಬರೆದಿದ್ದೇನೆ ಎಂಬ ಅಳುಕಿದೆ. ಅದು ಸತ್ಯ ಕೂಡ. ಏಕೆಂದರೆ ನನಗೂ ತಾತನಿಗೂ ಹಲವಾರು ಸಾಮ್ಯತೆಗಳಿದ್ದವು. ತಾತ ನನ್ನೊಂದಿಗೆ ಹೆಚ್ಚು ಸಮಯ ಕಳೆದಿದ್ದರು. ಅಷ್ಟಕ್ಕೂ ತಾತ ಕೆಲಸದಿಂದ ನಿವೃತ್ತನಾಗಿದ್ದರಿಂದ ಬೇರೇನೂ ಕೆಲಸವಿರಲಿಲ್ಲವಲ್ಲ. ಹೆಂಗಸರಿಗೆ ನಿವೃತ್ತಿ ಎಂಬುದೇ ಇಲ್ಲವಲ್ಲ. ಅದರಲ್ಲೂ ಅಜ್ಜಿಗೆ ಮನೆಕೆಲಸ ಬಹಳಷ್ಟಿರುತ್ತಿತ್ತು. ನಮಗೆ ಅಡುಗೆ ಮಾಡುವುದು, ಮನೆ ಸಾಮಾನು ತರುವುದು, ಲೆಕ್ಕ ಬರೆಯುವುದು ಮತ್ತು ಮಾಂಸ, ಬೇಕರಿ, ಧೋಬಿ, ಮೊಟ್ಟೆ, ಹಣ್ಣು, ತರಕಾರಿ ಹಾಗೂ ಇದ್ದಿಲು ಮುಂತಾದ ವ್ಯಾಪಾರಿಗಳೊಂದಿಗೆ ವ್ಯವಹರಿಸುವುದು ಆಕೆಯ ನಿತ್ಯ ಕಾಯಕವಾಗಿತ್ತು.

ಮನೆಯ ವ್ಯವಹಾರಗಳಲ್ಲಿ ಮುಳುಗಿರುವ ಅಜ್ಜಿಗೆ ಕೆಲವೊಮ್ಮೆ ನಮ್ಮ ಸಾಕುಪ್ರಾಣಿಗಳು ತೊಂದರೆ ಕೊಡುತ್ತಿದ್ದವು. ಹಾಗಾಗಿ ಆಕೆ ನಮ್ಮ ಮೇಲೆ ಕೋಪಿಸಿಕೊಳ್ಳುವುದು ಸಹಜವಾಗಿತ್ತು.

ಒಟ್ಟಾರೆಯಾಗಿ ನೋಡಿದರೆ, ಅಜ್ಜಿ ಎಷ್ಟೇ ಗೊಣಗಾಡಿದರೂ, ಪಾಪ ಆಕೆ ನಮ್ಮೆಲ್ಲಾ ಸಾಕು ಪ್ರಾಣಿಗಳನ್ನೂ ಸಹಿಸುತ್ತಿದ್ದಳು. ನಮ್ಮ ಟೋಟೋ ಮಂಗನ ಆರೋಗ್ಯ

ಕೆಟ್ಟಾಗ ಅಜ್ಜಿಯೇ ಆರೈಕೆ ಮಾಡಿದ್ದು. ನಾವು ಸಾಕಿದ್ದ ಮಂಗಟ್ಟೆ ಹಕ್ಕಿಯನ್ನು ಕಂಡರೆ ಅಜ್ಜಿಗೆ ಬಹಳ ಇಷ್ಟ. ಅಷ್ಟೇಕೆ, ಅಜ್ಜಿ ನಮ್ಮೆಲ್ಲಾ ಹಕ್ಕಿಗಳನ್ನೂ ಇಷ್ಟಪಡುತ್ತಿದ್ದರು. ಹಕ್ಕಿಗಳು ಸ್ನಾನ ಮಾಡಲೆಂದೇ ಆಕೆ ಕೈತೋಟದಲ್ಲಿ ಕಲ್ಲಿನಲ್ಲಿ ಮಾಡಿರುವ ನೀರಿನ ಪಾತ್ರೆ ಇರಿಸಿದ್ದರು. ಅಲ್ಲಿ ಮೈನಾಗಳು, ಬುಲ್ ಬುಲ್ ಗಳು, ಹೂಕುಟುಕಗಳು ಮತ್ತು ಹಾಡುವ ಪುಟ್ಟ ಹಕ್ಕಿಗಳು ಬಂದು ನೀರು ಕುಡಿದು, ಮುಳುಗು ಹಾಕಿ ಹೋಗುತ್ತಿದ್ದವು. ಪ್ರತಿದಿನ ಅದನ್ನು ಸ್ವಚ್ಛಗೊಳಿಸಿ ನೀರು ತುಂಬಿಸುವುದನ್ನು ಆಕೆ ಮರೆಯುತ್ತಿರಲಿಲ್ಲ.

ಅಜ್ಜಿಗೆ ತನ್ನ ಕೆಲಸದ ನಡುವೆ ಬಿಡುವು ಸಿಕ್ಕಾಗ ವಿಶ್ರಾಂತಿ ಪಡೆಯಲು ತನ್ನ ಓಲಾಡುವ ಕುರ್ಚಿಯಲ್ಲಿ ಕೂರುತ್ತಿದ್ದಳು. ಆಗ ಅಜ್ಜಿಯೊಂದಿಗೆ ನಾನಿರಲೇ ಬೇಕು. ಆಕೆ ತನ್ನ ಚಿಕ್ಕವಯಸ್ಸಿನ ಕಥೆಗಳನ್ನು ಬಹಳ ಆನಂದದಿಂದ ನನಗೆ ಹೇಳುತ್ತಿದ್ದರು.

ಒಂದು ಮಧ್ಯಾಹ್ನ ಊಟದ ನಂತರ, ಹಳೆಯ ವಸ್ತುಗಳಿದ್ದ ಕೋಣೆಯನ್ನು ಹೊಕ್ಕಿದ್ದೆ. ಅಲ್ಲಿ ನಮ್ಮ ಕುಟುಂಬದ ಆಸ್ತಿಯಂತಿದ್ದ ಪುಸ್ತಕಗಳ ಹಳೆಯ ಪೆಟ್ಟಿಗೆಯನ್ನು ತೆರೆದಿದ್ದೆ. ಚಿಟ್ಟೆಗಳ ಪುಸ್ತಕವೊಂದನ್ನು ಹೊರತುಪಡಿಸಿದರೆ ಅಲ್ಲಿದ್ದ ಯಾವುದೂ ನನ್ನನ್ನು ಹೆಚ್ಚು ಆಕರ್ಷಿಸಲಿಲ್ಲ. ಆ ಪುಸ್ತಕದ ಪುಟಗಳನ್ನು ತಿರುವಿ ಹಾಕುತ್ತಿರುವಾಗ ಅದರಲ್ಲೊಂದು ಹಳೆಯ ಫೋಟೋ ಸಿಕ್ಕಿತು. ಕೊಂಚ ಮಾಸಿ, ತಿಳಿ ಹಳದಿ ಬಣ್ಣ ಪಡೆದುಕೊಂಡಿದ್ದ ಅದರಲ್ಲಿ ಒಂದು ಹುಡುಗಿ ಗೋಡೆಗೆ ಒರಗಿಕೊಂಡು ನಿಂತಿದ್ದಳು. ಆ ಗೋಡೆಯ ಆ ಬದಿಯಿಂದ ಅವಳ ಎರಡು ಕೈಗಳು ಗೋಡೆಯನ್ನೇರುತ್ತಿರುವ ಭಂಗಿಯಲ್ಲಿ ಕಾಣುತ್ತಿದ್ದವು. ಆ ಹುಡುಗಿಯ ಬಳಿ ಕೆಲವು ಹೂಗಳು ಅರಳಿನಿಂತಿದ್ದವಾದರೂ ಅವು ಯಾವುದೆಂದು ಗೊತ್ತಾಗುತ್ತಿಲ್ಲ. ಜೊತೆಗೆ ಒಂದು ಚಿಕ್ಕ ಮರ ಕೂಡ ಕಾಣುತ್ತಿತ್ತು.

ಅದನ್ನು ಹಿಡಿದು ಅಂಗಳದ ಕೈತೋಟಕ್ಕೆ ಓಡಿದೆ.

"ಅಜ್ಜೀ! ಇಲ್ನೋಡು ಈ ಫೋಟೋ! ಹಳೆಯ ಪುಸ್ತಕಗಳ ಮಧ್ಯೆ ಇತ್ತು. ಯಾರದ್ದು ಇದು?" ಎಂದು ಕೂಗುತ್ತಾ ಧಾವಿಸಿದೆ.

ನಾನು ಓಡಿ ಹೋದ ರಭಸಕ್ಕೆ ತೂಗುವ ಕುರ್ಚಿಯ ಕೈ ತಗುಲಿ, ಅಜ್ಜಿ ಮತ್ತು ನಾನು ಇಬ್ಬರೂ ನಾಸ್ಟೂರ್ಟಿಯಮ್ ಹೂಗಿಡಗಳ ಹಾಸಿನ ಮೇಲೆ ಉರುಳಿದೆವು.

"ನೋಡು, ನೀನು ಎಂಥ ಕೆಲಸ ಮಾಡಿದೆ ಅಂತ. ನನ್ನ ಹೆಣಿಗೆಯ ಲೆಕ್ಕ ತಪ್ಪಿಹೋಯ್ತು. ಇನ್ನೊಮ್ಮೆ ಹೀಗೆ ನನ್ನ ಮೇಲೆ ಹಾರಿದರೆ, ನಿನ್ನ ಕೈಲೇ ಸ್ವೆಟರನ್ನು ಹೆಣೆಸುತ್ತೇನೆ" ಎಂದರು ಅಜ್ಜಿ.

ನನಗೆ ಇಷ್ಟವಿಲ್ಲವೆಂದು ತಿಳಿದೇ ಅಜ್ಜಿ, ಹೆಣಿಗೆ ಕಲಿಸುವುದಾಗಿ ಹೆದರಿಸುತ್ತಿದ್ದರು. ಆ ಬೇಡದ ಕಪ್ಪೆ, ಎಮ್ಮೆ, ಹಲ್ಲಿಪಲ್ಲಿಗಳತ್ತ ಗಮನ ಕೊಡುವುದಕ್ಕಿಂತ ಹೆಣಿಗೆ ಮಾಡುವುದು ಒಳ್ಳೆಯದು ಎನ್ನುತ್ತಿದ್ದರು. ಒಮ್ಮೆ ಟೋಟೋ ನಮ್ಮ ದಿವಾನಖಾನೆಯ ಕರ್ಟನ್‌ಗಳನ್ನು ಹರಿದುಹಾಕಿದಾಗ, ಅಜ್ಜಿ ನನ್ನ ಕೈಗೆ ಸೂಜಿ ದಾರ ಕೊಟ್ಟು ಹೊಲಿಸಿದ್ದರು. ನಾನು ದೂರದೂರ ಹೊಲಿಗೆ ಹಾಕಿದ್ದನ್ನು ನಂತರ ಆಕೆ ಬಿಚ್ಚಿ ಪುನಃ ಸರಿಯಾಗಿ ಹೊಲಿದಿದ್ದರು.

ಅಜ್ಜಿ, ನನ್ನ ಕೈಲಿದ್ದ ಫೋಟೊ ತೆಗೆದುಕೊಂಡರು. ಇಬ್ಬರೂ ಅದನ್ನು ಸ್ವಲ್ಪ ಹೊತ್ತು ನೋಡಿದೆವು. ಆ ಹುಡುಗಿಗೆ ಹರಡಿಕೊಂಡ ಉದ್ದನೆಯ ಕೂದಲಿತ್ತು. ಮೊಣಕಾಲು ಮುಚ್ಚುವಷ್ಟು ಮತ್ತು ಮುಂಗೈವರೆಗೂ ಇದ್ದ ಉದ್ದನೆಯ ಉಡುಪು ತೊಟ್ಟಿದ್ದಳು. ಮೈತುಂಬಾ ಬಟ್ಟೆ ಹಾಕಿದ್ದರೂ ಸ್ವತಂತ್ರ ಮನೋಭಾವದ ಮತ್ತು ಚಟುವಟಿಕೆಯಿಂದಿರುವ ಹುಡುಗಿಯಂತೆ ಕಾಣುತ್ತಿದ್ದಳು. ಕಾಲುಗಳನ್ನು ಸ್ವಲ್ಪ ದೂರವಿರಿಸಿಕೊಂಡು, ಎರಡೂ ಕೈಗಳನ್ನು ಸೊಂಟದ ಮೇಲೆ ಇಟ್ಟುಕೊಂಡು ನಿಂತಿದ್ದ ಹುಡುಗಿಯ ಮೊಗದಲ್ಲಿ ವಿಚಿತ್ರವಾದ ನಗೆಯಿತ್ತು.

"ಯಾರ ಚಿತ್ರ ಇದು?" ಎಂದು ಕೇಳಿದೆ.

"ಚಿಕ್ಕ ಹುಡುಗಿಯದು, ನಿನಗೆ ಕಾಣುತ್ತಿಲ್ಲವಾ?" ಎಂದು ನನ್ನನ್ನೇ ಕೇಳಿದರು ಅಜ್ಜಿ.

"ಹೌದು, ನಿಮಗೆ ಈ ಹುಡುಗಿ ಗೊತ್ತಾ?"

"ಹೂಂ, ಗೊತ್ತು. ಆದರೆ ಅವಳೊಬ್ಬ ಕೆಟ್ಟ ಹುಡುಗಿ. ಹಾಗಾಗಿ ಅವಳ ಬಗ್ಗೆ ನಾನೇನೂ ಹೇಳಲ್ಲ. ನಿನಗೆ ಈ ಫೋಟೋ ಬಗ್ಗೆ ಮಾತ್ರ ಹೇಳುತ್ತೇನೆ. ಇದನ್ನು ತೆಗೆದದ್ದು ನಮ್ಮ ಮನೆಯಲ್ಲೇ. ಅನೇಕ ವರ್ಷಗಳ ಹಿಂದೆ. ನೋಡು ಇದು ನಮ್ಮ ಮನೆಯ ಕಾಂಪೌಂಡ್ ಗೋಡೆ. ಅದರ ಹಿಂದೆ ಪಟ್ಟಣಕ್ಕೆ ಹೋಗುವ ದಾರಿಯಿತ್ತು. ಈ ಹುಡುಗಿ ಗೋಡೆ ಹಾರಿ ಕೆಲವೊಮ್ಮೆ ಬಜಾರಿಗೆ ಹೋಗುತ್ತಿದ್ದಳು. ಅವಳಿಗೆ ಜಿಲೇಬಿಗಳೆಂದರೆ ಪಂಚಪ್ರಾಣ. ನಿನಗೆ ಜಿಲೇಬಿ ಅಂದರೆ ಇಷ್ಟವಾ?" ಎಂದರು ಅಜ್ಜಿ.

"ಹೌದು, ತುಂಬಾ ಇಷ್ಟ! ಆದರೆ ಇದರಲ್ಲಿರುವ ಕೈಗಳು ಯಾರವು? ಗೋಡೆಯ ಹಿಂಬದಿಯಿಂದ ಚಾಚಿದೆ" ಎಂದು ಕೇಳಿದೆ.

ಅಜ್ಜಿ, ಫೋಟೋ ಹತ್ತಿರಕ್ಕೆ ತೆಗೆದುಕೊಂಡು, ಕಣ್ಣುಗಳನ್ನು ಕಿರಿದಾಗಿಸಿಕೊಂಡು ನೋಡಿದರು. ತಲೆಯನ್ನು ಅಡ್ಡಡ್ಡ ಆಡಿಸುತ್ತಾ, "ನಾನು ಈಗಲೇ ಇದನ್ನು ಗಮನಿಸುತ್ತಿರುವುದು. ಬಹುಶಃ ಇನ್ನೊಂದು ಮಗುವಿನದ್ದಿರಬೇಕು" ಎಂದಳು.

"ತಾತನದ್ದಾ ಕೈಗಳು? ಅದಾದ ಮೇಲೆ ಗೋಡೆ ಹತ್ತಿ ತಾತ ಬಂದಿದ್ದರಾ?"

"ಯಾರೂ ಗೋಡೆ ಹತ್ತಿ ಬರಲಿಲ್ಲ. ನನಗೆ ನೆನಪಿಲ್ಲಪ್ಪಾ."

"ಚೆನ್ನಾಗಿ ಜ್ಞಾಪಕ ಮಾಡಿಕೊ ಅಜ್ಜಿ."

"ನನಗೆ ನೆನಪಿದೆ...ಈ ಚಿತ್ರ ಅಷ್ಟೇ ಅಲ್ಲ, ಅದರಲ್ಲಿಲ್ಲದ ಸಂಗತಿಗಳು ಕೂಡ ನೆನಪಿದೆ. ವಸಂತಮಾಸದ ಆ ದಿನ ತಣ್ಣನೆಯ ಗಾಳಿ ಬೀಸುತ್ತಿತ್ತು. ಈ ಹುಡುಗಿಯ ಕಾಲ ಬಳಿ ಇದೆಯಲ್ಲಾ ಅವು ಚೆಂಡುಹೂಗಳು ಮತ್ತು ಪಕ್ಕದಲ್ಲಿ ಬಳ್ಳಿಯಿದೆಯಲ್ಲಾ ಅದರ ತುಂಬಾ ನೇರಳೆ ಬಣ್ಣದ ಬೋಗನ್ ವಿಲ್ಲಾ ಹೂಗಳಿವೆ. ಫೋಟೋದಲ್ಲಿ ನಿನಗೆ ಬಣ್ಣಗಳು ಕಾಣೋದಿಲ್ಲ, ಅಕಸ್ಮಾತ್ ಕಂಡರೂ ನಿನಗೆ ಹೂಗಳ ಸುಗಂಧ ಮತ್ತು ಬೀಸುತ್ತಿದ್ದ ತಂಗಾಳಿಯ ಅನುಭವ ಸಿಗೊಲ್ಲ."

"ಈ ಹುಡುಗಿ, ನನಗೆ ಈ ಹುಡುಗಿ ಬಗ್ಗೆ ಹೇಳು ಅಜ್ಜಿ" ಎಂದು ಗೋಗರೆದೆ.

"ಇವಳೊಬ್ಬ ಕಂತ್ರಿ ಹುಡುಗಿ. ನಿನಗೆ ಗೊತ್ತಿಲ್ಲ, ಈ ಹುಡುಗಿಗೆ ಅವತ್ತು ಡ್ರೆಸ್

ಹಾಕಲು ಅವರಮ್ಮ ಎಷ್ಟು ಕಷ್ಟಪಟ್ಟಿದ್ದಾರೆ ಅಂತ."

"ಈ ಡ್ರೆಸ್ ವಿಚಿತ್ರವಾಗಿದೆ" ಎಂದೆ.

"ಹುಡುಗಿಗೂ ಹಾಗೇ ಅನ್ನಿಸಿತ್ತು. ಈ ಹುಡುಗಿ ಸರಿಯಾಗಿ ಬಟ್ಟೆಗಳನ್ನೇ ಹಾಕಿಕೊಳ್ಳುತ್ತಿರಲಿಲ್ಲ. ಈಗಿನಂತೆಯೇ ಡೆಹ್ರಾಡೂನ್‌ನಲ್ಲಿ ಆಗಲೂ ಬೇಸಿಗೆಯಲ್ಲಿ ವಿಪರೀತ ಸೆಕೆಯಿರುತ್ತಿತ್ತು. ಇವಳು ಈಜಲು ಕಾಲುವೆಗೆ ಹೋಗುತ್ತಿದ್ದಳು. ಅದು ನೆರೆಹೊರೆಯವರಿಗೆ ಆಘಾತಕಾರಿ ಸಂಗತಿಯಾಗಿತ್ತು. ಹುಡುಗರು ಇವಳನ್ನು ಚುಡಾಯಿಸಲು ಹೆದರುತ್ತಿದ್ದರು. ಏಕೆಂದರೆ, ಅವರೊಂದಿಗೆ ಹೊಡೆದಾಟಕ್ಕೂ ಇವಳು ಹಿಂಜರಿಯುತ್ತಿರಲಿಲ್ಲ!"

"ಭಲೇ ಗಟ್ಟಿಗಿತ್ತಿ ಅನ್ಸುತ್ತೆ. ಇವಳು ಚಿತ್ರದಲ್ಲಿ ನಗುತ್ತಿರುವುದನ್ನು ನೋಡಿದರೆ, ಮುಂದಿನ ಕ್ಷಣಗಳಲ್ಲಿ ಏನೋ ಘಟನೆ ನಡೆಯಲಿದೆಯೆಂಬುದು ತಿಳಿಯುತ್ತದೆ" ಎಂದು ಹೇಳಿದೆ.

"ಘಟನೆ ನಡೀತಲ್ಲ. ವಿಚಿತ್ರ ಡ್ರೆಸ್ ಧರಿಸಿದ ಇವಳನ್ನು ಹೊರಗೆಲ್ಲೂ ಹೋಗಬಾರದೆಂದು ಅವರಮ್ಮ ಹೇಳಿದ್ದರೆ, ಇವಳು ಆ ಬಟ್ಟೆಯೊಂದಿಗೇ ಸೀದಾ ಕಾಲುವೆಗೆ ಹೋಗಿ ಈಜಲು ಧುಮುಕಿದ್ದಳು!"

ನಾನು ಜೋರಾಗಿ ನಗತೊಡಗಿದೆ, ಅಜ್ಜಿಯೂ ಜೊತೆಗೂಡಿದರು.

"ಈ ಹುಡುಗಿ ಯಾರು? ಇವಳು ಯಾರೆಂದು ನನಗೆ ಹೇಳಲೇಬೇಕು" ಎಂದು ಒತ್ತಾಯಿಸಿದೆ.

"ಇಲ್ಲ, ಆಗಲ್ಲ. ನಿನಗೆ ಹೇಳಲ್ಲ" ಎಂದರು ಅಜ್ಜಿ.

ನನಗೆ ಗೊತ್ತಿತ್ತು ಚಿತ್ರದಲ್ಲಿರುವ ಹುಡುಗಿ ಅಜ್ಜಿನೇ ಅಂತ. ಆದರೂ ನಾನು ಗೊತ್ತಿಲ್ಲದಂತೆಯೇ ನಟಿಸಿದೆ. ನನಗೆ ಹೇಗೆ ಗೊತ್ತಾಯಿತೆಂದರೆ, ಚಿತ್ರದಲ್ಲಿನ ಹುಡುಗಿ ನಗುತ್ತಿರುವಂತೆಯೇ ಅಜ್ಜಿ ನಗುವುದು.

"ಇರಲಿ ಹೇಳಜ್ಜಿ, ಹೇಳು, ಹೇಳು" ಎಂದು ದುಂಬಾಲು ಬಿದ್ದೆ.

ಆದರೆ, ಅಜ್ಜಿ ತಲೆ ಅಡ್ಡಡ್ಡ ಆಡಿಸಿ, ತನ್ನ ಹೆಣಿಗೆಯಲ್ಲಿ ಮಗ್ನಳಾದಳು. ನಾನು ಫೋಟೋ ಕೈಯಲ್ಲಿಟ್ಟುಕೊಂಡು ಒಮ್ಮೆ ಅದನ್ನು, ಮತ್ತೊಮ್ಮೆ ಅಜ್ಜಿಯನ್ನು ನೋಡುತ್ತಾ, ಚಿತ್ರದ ತುಂಟ ಹುಡುಗಿ ಮತ್ತು ನನ್ನ ಮುಂದಿದ್ದ ವೃದ್ಧೆಯ ನಡುವಿನ ಸಾಮ್ಯತೆಯನ್ನು ಮನಸ್ಸಿನಲ್ಲಿ ಪಟ್ಟಿ ಮಾಡುತ್ತಿದ್ದೆ. ಅಜ್ಜಿಯ ಹೆಣಿಗೆಯ ಕಂಬಿಯ ಮೇಲೆ ಒಂದು ಹಳದಿ ಬಣ್ಣದ ಚಿಟ್ಟೆ ಬಂದು ಕುಳಿತುಕೊಂಡಿತು. ಅಜ್ಜಿ ಕಂಬಿ ಹಿಡಿದು ಕೈ ಆಡಿಸುತ್ತಿದ್ದರೂ ಅದು ಹಾಗೇ ಕುಳಿತಿತ್ತು. ನಾನು ಓಡಿ ಚಿಟ್ಟೆಯನ್ನು ಹಿಡಿಯಲು ಪ್ರಯತ್ನಿಸಿದೆ. ಸರಕ್ಕನೆ ಅದು ಹಾರಿ ಸೂರ್ಯಕಾಂತಿ ಹೂವಿನ ಮೇಲೆ ಕುಳಿತಿತು.

"ಆ ಕೈಗಳು ಯಾರದ್ದಿರಬೇಕು" ಎಂದು ಮೆಲುದನಿಯಲ್ಲಿ ಅಜ್ಜಿ ತನ್ನಷ್ಟಕ್ಕೆ ತಾನು ಹೇಳುತ್ತಾ, ನೆನಪಿನ ಗಣಿಯಲ್ಲಿ ಕಳೆದುಹೋದ ಸೂಜಿ ಹುಡುಕುವಂತೆ ಜ್ಞಾಪಕ ಮಾಡಿಕೊಳ್ಳುತ್ತಿದ್ದರು. ಬೆಚ್ಚಗಿನ ಬೇಸಿಗೆಯ ಮಧ್ಯಾಹ್ನದ ನಿಶ್ಶಬ್ದದಲ್ಲಿ ಆಕೆಯ ಕೈಬೆರಳುಗಳು ಹಿಡಿದಿದ್ದ ಹೆಣಿಗೆಯ ಕಂಬಿಯ ಕಣಕಣ ಶಬ್ದ ಮಾತ್ರ ಕೇಳಿಬರುತ್ತಿತ್ತು.

ಇದೆಲ್ಲಾ ನಡೆದು ಬಹಳ ವರ್ಷಗಳಾದವು.

ನನ್ನ ಅಪ್ಪ ಮತ್ತು ಅಮ್ಮ ಭಾರತಕ್ಕೆ ಹಿಂದಿರುಗಿದ ನಂತರ ನಾನು ಅಜ್ಜಿಮನೆ ಬಿಟ್ಟು ಸೌರಾಷ್ಟ್ರಕ್ಕೆ ಹೊರಟೆ. ತಾತನೊಡನೆ ನನಗೆ ಪತ್ರಗಳ ಮೂಲಕ ನಿರಂತರ ಸಂಪರ್ಕವಿತ್ತು. ತಾತ ನನಗೆ ತನ್ನ ಸಾಕುಪ್ರಾಣಿಗಳ ಕುರಿತು ಮತ್ತು ಹೊಸದಾಗಿ ಸೇರ್ಪಡೆಯಾದ ಪ್ರಾಣಿಗಳ ಕುರಿತು ಬರೆದು ತಿಳಿಸುತ್ತಿದ್ದರು.

ತಾತನ ಹಕ್ಕಿಗಳು ಮತ್ತು ಪ್ರಾಣಿಗಳ ಬಗ್ಗೆ, ಆಲದಮರದಲ್ಲಿ ವಾಸಿಸುವ ಜೀವಿಗಳ ಬಗ್ಗೆ, ಹಳೆಯ ಮನೆಯ ಹಿಂದಿನ ನೀರಿನ ಹೊಂಡದ ಬಗ್ಗೆ ಆಗಾಗ್ಗೆ ನೆನಪಿಸಿಕೊಳ್ಳುತ್ತಿರುತ್ತೇನೆ. ಹಳ್ಳಿಹುಡುಗ ರಾಮು ಸಹ ನೆನಪಾಗುತ್ತಾನೆ. ಅವನು ಮತ್ತು ನಾನು ಎಮ್ಮೆಗಳೊಂದಿಗೆ ಆಡಿದ್ದ ಸಂತಸದ ಘಳಿಗೆಗಳು ಸಹ ನೆನಪಾಗುತ್ತವೆ. ಅವರನ್ನೆಲ್ಲಾ ಮತ್ತೊಮ್ಮೆ ಭೇಟಿಯಾಗುವ ಆಸೆಯಿದೆ.

ಮುಂದೆ ಒಂದಲ್ಲಾ ಒಂದುದಿನ ನಾನು ಸಾಕಷ್ಟು ಹಣ ಸಂಪಾದಿಸಿ ಡೆಹ್ರಾಡೂನ್‌ಗೆ ಹೋಗುವೆ. ತಾತನ ಹಳೆಯ ಮನೆಯನ್ನು ಕೊಂಡುಕೊಂಡು ನನ್ನದೇ ಆದ ಮೃಗಾಲಯವನ್ನು ಪ್ರಾರಂಭಿಸುತ್ತೇನೆ.

ಬಜಾರಿಗೆ ಹೋಗುವ ರಸ್ತೆ

ಸುರಂಗ

ಸರಿಸುಮಾರು ಮಧ್ಯಾಹ್ನದ ಹೊತ್ತು. ಕಾಡಿನಲ್ಲಿ ಮೌನ ಆವರಿಸಿದೆ. ಎತ್ತರವಾದ ನಿತ್ಯಹರಿದ್ವರ್ಣ ಮರಗಳ ನಡುವೆ ನಿರ್ಮಿಸಿರುವ ರೈಲ್ವೆ ಹಳಿಗಳ ಮೇಲೆ ಬಿಸಿ ಗಾಳಿ ಮಿಣಗುಟ್ಟುತ್ತಿತ್ತು. ರೈಲ್ವೆ ಹಳಿಗಳು ಉದ್ದವಾದ ಎರಡು ಕರಿ ಹಾವುಗಳಂತೆ ಸಾಗಿ ಬೆಟ್ಟದ ಬದಿಯ ಸುರಂಗದೊಳಗೆ ಮಾಯವಾಗಿದ್ದವು.

ಸೂರಜ್ ತಿರುವಿನಲ್ಲಿ ನಿಂತು ಮಧ್ಯಾಹ್ನದ ರೈಲಿಗಾಗಿ ಕಾಯುತ್ತಿದ್ದ. ಅದೇನೂ ನಿಲ್ದಾಣವಲ್ಲ ಮತ್ತು ಅವನೇನೂ ರೈಲಿಗೆ ಹತ್ತುವವನೂ ಅಲ್ಲ. ಸುರಂಗದಿಂದ ಗರ್ಜಿಸುತ್ತಾ ಹೊರಬರುವ ಉಗಿಬಂಡಿಯನ್ನು ನೋಡಲು ಅವನು ಕಾಯುತ್ತಿದ್ದ.

ಊರಿನಿಂದ ಸೈಕಲ್ಲಿನಲ್ಲಿ ಕಾಡಿನ ಹಾದಿಯನ್ನು ಕ್ರಮಿಸಿ ಸಣ್ಣ ಹಳ್ಳಿಗೆ ಬಂದಿದ್ದ. ಅಲ್ಲಿ ತನ್ನ ಸೈಕಲ್ ಬಿಟ್ಟು ಕುರುಚಲು ಪೊದೆಗಳು ಬೆಳೆದಿದ್ದ ಚಿಕ್ಕ ಗುಡ್ಡವನ್ನು ಏರಿ ಇಳಿದು ಸುರಂಗದ ಬಳಿಗೆ ಬಂದಿದ್ದ.

ತಲೆ ಎತ್ತಿ ನೋಡಿದ. ಶಿಳ್ಳೆ ಹೊಡೆಯುತ್ತಾ ಬರುತ್ತಿದ್ದ ರೈಲಿನ ಎಂಜಿನ್ ಶಬ್ದ ಕೇಳಿಸಿತು. ಅವನಿಗೆ ಏನೂ ಕಾಣಿಸುತ್ತಿರಲಿಲ್ಲ. ಏಕೆಂದರೆ, ರೈಲು ಬೆಟ್ಟದ ಆ ಬದಿಯಿಂದ ಬರುತ್ತಿತ್ತು. ಗುಡುಗಿನಂತಹ ಶಬ್ದ ಸುರಂಗದೊಳಗಿನಿಂದ ಹೊರಬರುತ್ತಿರುವುದರಿಂದ ರೈಲು ಬರುತ್ತಿರುವುದು ಅವನಿಗೆ ತಿಳಿಯಿತು.

ಒಂದೆರಡು ಸೆಕೆಂಡುಗಳಲ್ಲಿ ಸುರಂಗದಿಂದ ಉಗುಬಂಡಿ ನುಗ್ಗಿ ಹೊರಬಂತು. ಬುಸುಗುಟ್ಟುತ್ತಾ, ಹೊಗೆ ಕಕ್ಕುತ್ತಾ, ಸೂರಜ್‌ನ ಕನಸುಗಳಲ್ಲಿ ಬರುತ್ತಿದ್ದ ಹಸಿರು, ಕಪ್ಪು ಮತ್ತು ಬಂಗಾರದ ಬಣ್ಣದ ಡ್ರಾಗನ್ ರೀತಿ ಕಾಣಿಸಿತು. ಎಡ ಬಲಗಳಲ್ಲಿ ಕಿಡಿಗಳನ್ನು ಕಾರುತ್ತಾ ಕಾಡಿಗೆ ತನ್ನ ಗರ್ಜನೆಯ ಮೂಲಕ ಸವಾಲು ಹಾಕಿತು.

ಸಹಜವಾಗಿ ಕೆಲ ಹೆಜ್ಜೆಗಳಷ್ಟು ಹಿಂದಕ್ಕೆ ಸರಿದ ಸೂರಜ್. ಉಗಿಯ ಬಿಸಿ ಗಾಳಿ ಅವನ ಮುಖವನ್ನು ಸವರಿಕೊಂಡು ಹೋಯಿತು. ಇದರ ಶಾಖ ಮತ್ತು ಶಬ್ದಕ್ಕೆ ಅಷ್ಟು ದೊಡ್ಡ ಮರಗಳು ಕೂಡ ಹಿಮ್ಮೆಟ್ಟಿದಂತೆ ಭಾಸವಾಯಿತು. ಎತ್ತರದ ಬೀಟೆಯ ಮರಗಳನ್ನು ಸವರಲೆಂದು ಹೊಗೆಯನ್ನು ಬಿಟ್ಟು ರೈಲು ಮುಂದಕ್ಕೆ ಹೋಯಿತು.

ಕಾಡು ಈಗ ಮತ್ತೆ ತನ್ನ ಮೌನಕ್ಕೆ ಮರಳಿತು. ಏನೊಂದೂ ಕದಲಲಿಲ್ಲ.

ಹೊಗೆಯ ಹಾದಿಯನ್ನು ನೋಡುವುದು ಬಿಟ್ಟು ತಿರುಗಿದ ಸೂರಜ್ ಸುರಂಗದ ಕಡೆಗೆ ನಡೆದ. ಒಳಗೆ ಹೋದಂತೆ ಕತ್ತಲಾಗುತ್ತಿತ್ತು. ಸುಮಾರು ಇಪ್ಪತ್ತು ಗಜಗಳಷ್ಟು ಒಳಗೆ ಹೋದೊಡನೆಯೇ ಸಂಪೂರ್ಣ ಕತ್ತಲು ಆವರಿಸಿತು. ಆಗ ಹಿಂದಿರುಗಿ ನೋಡಿ ತಾನು ಬಂದ ಸುರಂಗದ ಪ್ರವೇಶದಲ್ಲಿನ ಬೆಳಕನ್ನು ನೋಡಿ ಇನ್ನೂ ಹಗಲಿದೆ ಎಂಬುದನ್ನು ಖಾತ್ರಿಪಡಿಸಿಕೊಂಡ.

ಮುಂದೆ ದೂರದಲ್ಲಿ ಸುರಂಗದ ಆ ಕೊನೆಯು ಸಣ್ಣ ಬೆಳಕಿನ ರಂಧ್ರದಂತೆ ಕಾಣಿಸುತ್ತಿತ್ತು. ಈಗಷ್ಟೇ ಹೋದ ರೈಲು ಹೊರಬಿಟ್ಟ ಹೊಗೆ ಇನ್ನೂ ಸುರಂಗವನ್ನು ತುಂಬಿತ್ತು. ಇನ್ನೊಂದು ರೈಲು ಬರುವುದು ಕೆಲ ಗಂಟೆಗಳ ನಂತರವೇ. ಅದುವರೆಗೂ ಈ ಬೆಟ್ಟದಡಿಯ ದೊಂಗರ ಕಾಡಿನ ಒಂದು ಭಾಗ.

ಸೂರಜ್ ಅಲ್ಲಿ ನಿಲ್ಲಲಿಲ್ಲ. ಅವನಲ್ಲಿ ಏನು ತಾನೆ ಮಾಡಿಯಾನು. ಸುರಂಗದಲ್ಲಿ ಏನೂ ಕಾಣಿಸದು. ಸುರಂಗದೊಳಗೆ ಹೇಗಿರುತ್ತದೆಂದು ತಿಳಿಯಲೆಂದಷ್ಟೇ ಸುಮ್ಮನೆ ಅದರೊಳಕ್ಕೆ ನಡೆದು ಬಂದಿದ್ದ. ಸುರಂಗದ ಗೋಡೆಗಳು ತೇವದಿಂದಿದ್ದು, ಅಂಟು ಅಂಟಾಗಿತ್ತು. ಬಾವಲಿಯೊಂದು ಅವನ ಪಕ್ಕದಲ್ಲಿ ಹಾರಿತು. ಹಲ್ಲಿಯೊಂದು ಹಳಿಗಳ ನಡುವೆ ಓಡುತ್ತಿತ್ತು.

ಕತ್ತಲಿನಿಂದ ಹೊರಬಂದ ಸೂರಜ್ ತೀಕ್ಷ್ಣವಾದ ಬೆಳಕಿಗೆ ಕಣ್ಮುಚ್ಚಿಕೊಂಡ. ಕೈಯನ್ನು ಕಣ್ಣಿಗೆ ಅಡ್ಡವಾಗಿರಿಸಿಕೊಂಡು ಕುರುಚಲು ಪೊದೆಗಳಿರುವ ಬೆಟ್ಟದ ಕಡೆ ನೋಡಿದ. ಮರಗಳ ನಡುವೆ ಏನೋ ಸರಿದಾಡಿದಂತೆ, ಹೋದಂತೆ ಅನ್ನಿಸಿತು.

ಕಂಡೂ ಕಾಣದಂತೆ ಹೋದದ್ದಕ್ಕೆ, ಕಪ್ಪು ಮತ್ತು ಗಾಢ ಹಳದಿ ಬಣ್ಣವಿತ್ತು, ಉದ್ದದ ಬಾಲವೂ ಇದ್ದಂತೆ ತೋರಿತು. ಒಂದೆರಡು ಸೆಕೆಂಡುಗಳಷ್ಟೆ ಮರದ ಹಿಂದೆ ಹೋದದ್ದು ನಂತರ ಮಾಯವಾಗಿತ್ತು.

ಸುರಂಗದ ಪ್ರವೇಶದಿಂದ ಸುಮಾರು ಐವತ್ತು ಅಡಿ ದೂರದಲ್ಲಿ ಕಾವಲುಗಾರನ ಗುಡಿಸಲಿತ್ತು. ಗುಡಿಸಲಿನ ಮುಂದೆ ಚೆಂಡು ಹೂಗಳನ್ನು ಬೆಳೆಸಿದ್ದರೆ, ಹಿಂದೆ ತರಕಾರಿಗಳನ್ನು ಬೆಳೆಯಲಾಗಿತ್ತು. ಸುರಂಗವನ್ನು ಪರಿಶೀಲನೆ ಮಾಡುವುದು, ಏನೂ ಅಡೆತಡೆ, ತೊಂದರೆಗಳು ಬರದಂತೆ ನೋಡಿಕೊಳ್ಳುವುದು ಕಾವಲುಗಾರನ ಕೆಲಸ.

ಪ್ರತಿದಿನವೂ, ರೈಲು ಬರುವ ಮುನ್ನ ಸುರಂಗದ ಉದ್ದಕ್ಕೂ ಅವನು ನಡೆದು ಹೋಗಿ ಬರುತ್ತಾನೆ. ಎಲ್ಲವೂ ಸರಿಯಿದ್ದಲ್ಲಿ, ಗುಡಿಸಲಿಗೆ ಬಂದು ಮಲಗುವನು. ಏನಾದರೂ ತೊಂದರೆಯಿದ್ದಲ್ಲಿ, ವಾಪಸ್ ಹಳಿಯ ಮೇಲೆ ಬಂದು ಕೆಂಪು ಬಾವುಟವನ್ನು ಬೀಸುತ್ತಾನೆ. ಆಗ ರೈಲಿನ ಚಾಲಕ ಎಂಜಿನ್‌ನ ವೇಗ ತಗ್ಗಿಸುವನು.

ರಾತ್ರಿ ವೇಳೆ ಕಾವಲುಗಾರ ಎಣ್ಣೆ ದೀಪವನ್ನು ಹಚ್ಚಿ ಹಗಲಿನಂತೆಯೇ ಪರಿಶೀಲನಾ ಕಾರ್ಯ ನಡೆಸುವನು. ಮುಳ್ಳುಹಂದಿ ಏನಾದರೂ ಹಳಿ ಮೇಲೆ ಇದ್ದರೆ, ಅವನು ರೈಲನ್ನು ನಿಲ್ಲಿಸುವ ಪ್ರಯತ್ನ ಮಾಡುವುದಿಲ್ಲ. ಆದರೆ, ರೈಲಿಗೆ

ಅಪಾಯವಾಗುವಂತದ್ದು ಏನಾದರೂ ಇದ್ದಲ್ಲಿ, ಬರುವ ರೈಲಿಗೆ ಅಭಿಮುಖವಾಗಿ ಹಳಿ ಮೇಲೆ ನಿಂತು ದೀಪವನ್ನು ಅಲ್ಲಾಡಿಸುತ್ತಾನೆ. ಸರಿಯಿದ್ದಲ್ಲಿ ದೀಪವನ್ನು ಗುಡಿಸಲ ಬಾಗಿಲಿಗೆ ನೇತುಹಾಕಿ ನಿದ್ರಿಸುತ್ತಾನೆ.

ಮಧ್ಯಾಹ್ನದ ನಿದ್ರೆಗೆ ಜಾರಲು ಮಂಚದ ಮೇಲೆ ಮಲಗಲು ಹೊರಟ ಅವನಿಗೆ ಸುರಂಗದಿಂದ ಹೊರಬರುತ್ತಿದ್ದ ಹುಡುಗ ಕಾಣಿಸಿದ. ಹುಡುಗ ಹತ್ತಿರ ಬರುವವರೆಗೂ ಕಾದ ಅವನು, "ಸ್ವಾಗತ, ಸುಸ್ವಾಗತ. ಇಲ್ಲಿ ನನ್ನನ್ನು ಭೇಟಿ ಮಾಡಲು ಯಾರೂ ಬರುವುದೇ ಇಲ್ಲ. ಬಾ, ಇಲ್ಲಿ ಕುಳಿತುಕೋ. ನನ್ನ ಸುರಂಗವನ್ನು ಏತಕ್ಕೆ ಪರೀಕ್ಷಿಸುತ್ತಿದ್ದೀಯ ಎಂದು ಹೇಳು"

"ಅದು ನಿನ್ನ ಸುರಂಗವಾ?"

"ಹೌದು, ಅದು ನಿಜವಾಗಿಯೂ ನನ್ನದೇ ಸುರಂಗ. ಯಾರಿಗೂ ಇದರಿಂದ ಏನೂ ಆಗಬೇಕಾಗಿಲ್ವಲ್ಲಾ, ಅದಕ್ಕೇ ಸರ್ಕಾರಕ್ಕೆ ಬಾಡಿಗೆಗೆ ಕೊಟ್ಟಿದ್ದೇನೆ" ಎಂದ ಕಾವಲುಗಾರ.

ಸೂರಜ್ ಮಂಚದ ತುದಿಯಲ್ಲಿ ಕುಳಿತ.

"ರೈಲು ಸುರಂಗದಿಂದ ಹೊರಬರುವುದನ್ನು ನೋಡಬೇಕಿತ್ತು. ಅದು ಹೋದ ಮೇಲೆ ಸುರಂಗದೊಳಗೆ ಹಾಗೇ ನಡೆದು ಬಂದೆ" ಎಂದ ಅವನು.

"ಅದರಲ್ಲಿ ನಿನಗೇನು ಕಾಣಿಸಿತು?"

"ಏನೂ ಇಲ್ಲ. ತುಂಬಾ ಕತ್ತಲೆ. ಆದರೆ ಹೊರ ಬಂದಾಗ, ಯಾವುದೋ ಪ್ರಾಣಿಯನ್ನು ಕಂಡ ಹಾಗಾಯ್ತು – ಬೆಟ್ಟದ ಮೇಲೆ – ಆದರೆ, ಸರಿಯಾಗಿ ಕಾಣಲಿಲ್ಲ. ಅದು ವೇಗವಾಗಿ ಹೊರಟುಹೋಯ್ತು"

"ನೀನು ನೋಡಿದ್ದು ಚಿರತೆಯನ್ನ. ಅದು ನನ್ನ ಚಿರತೆ" ಎಂದ ಕಾವಲುಗಾರ.

"ನೀನು ಚಿರತೆಯನ್ನೂ ಸಾಕಿದ್ದೀಯಾ?"

"ಹೌದು"

"ಅದನ್ನೂ ಸರ್ಕಾರಕ್ಕೆ ಬಾಡಿಗೆಗೆ ಕೊಟ್ಟಿದ್ದೀಯಾ?"

"ಇಲ್ಲ"

"ಅದು ಅಪಾಯಕಾರಿಯಾ?"

"ಅದರ ಪಾಡಿಗೆ ಅದನ್ನು ಬಿಟ್ಟರೆ ಅಪಾಯಕಾರಿಯಲ್ಲ. ಪ್ರತೀ ತಿಂಗಳ ಕೆಲವು ದಿನಗಳು ಅದು ಈ ದಿಕ್ಕಿಗೆ ಬರುತ್ತದೆ"

"ಬಹಳ ಕಾಲದಿಂದ ಇಲ್ಲಿದ್ದೀಯಾ?" ಎಂದು ಕೇಳಿದ ಸೂರಜ್.

"ಹಲವಾರು ವರ್ಷಗಳಿಂದ. ನನ್ನ ಹೆಸರು ಸುಂದರ್ ಸಿಂಗ್"

"ನಾನು ಸೂರಜ್"

"ಹಗಲಿನಲ್ಲಿ ಒಂದು ರೈಲು, ರಾತ್ರಿಯಲ್ಲಿ ಒಂದು ರೈಲು ಹೋಗುತ್ತದೆ. ರಾತ್ರಿಯ ರೈಲು ಸುರಂಗದಿಂದ ಹೊರ ಹೋಗುವುದನ್ನು ನೋಡಿದ್ದೀಯಾ?"

"ಇಲ್ಲ, ಎಷ್ಟು ಹೊತ್ತಿಗೆ ಬರುತ್ತದೆ?"

"ಒಂಬತ್ತು ಗಂಟೆಗೆ. ನೀನು ಬೇಕಿದ್ದರೆ ಬಂದು ನನ್ನ ಜೊತೆ ಕೂರಬಹುದು. ಅದು ಹೋದ ಮೇಲೆ ನಿನ್ನನ್ನು ಮನೆಗೆ ಬಿಡುವೆ"

"ನಾನು ಮನೆಯಲ್ಲಿ ಕೇಳಬೇಕು. ಇಲ್ಲಿ ಸುರಕ್ಷಿತ ತಾನೆ?" ಎಂದು ಕೇಳಿದ ಸೂರಜ್.

"ಊರಿಗಿಂತ ಕಾಡಿನಲ್ಲೇ ಹೆಚ್ಚು ಸುರಕ್ಷಿತ. ಇಲ್ಲಿ ನನಗೇನೂ ಆಗುವುದಿಲ್ಲ. ಆದರೆ, ಕಳೆದ ತಿಂಗಳು ನಾನು ಊರಿಗೆ ಬಂದಿದ್ದಾಗ ನನ್ನ ಮೇಲೆ ಬಸ್ಸು ಹತ್ತಿಬಿಡುತ್ತಿತ್ತು, ಸ್ವಲ್ಪದರಲ್ಲಿ ತಪ್ಪಿಸಿಕೊಂಡೆ."

ಸುಂದರ್ ಸಿಂಗ್ ಕಾಲುಚಾಚಿ ಮಂಚದ ಮೇಲೆ ಮಲಗುತ್ತಾ, "ನಾನೀಗ ಮಲಗುತ್ತೇನೆ. ಮಧ್ಯಾಹ್ನದ ಹೊತ್ತು ಬಿಸಿ ಜಾಸ್ತಿ" ಎಂದ.

"ಮಧ್ಯಾಹ್ನದ ಹೊತ್ತು ಎಲ್ಲರೂ ಮಲಗುವವರೇ" ಎಂದು ದೂರಿದ ಸೂರಜ್, "ಮಧ್ಯಾಹ್ನ ಊಟ ಮಾಡಿದ ತಕ್ಷಣ ನನ್ನ ಅಪ್ಪ ಮಲಗುತ್ತಾರೆ" ಎಂದ.

"ಪ್ರಾಣಿಗಳು ಕೂಡ ಹಗಲಿನ ಬಿಸಿ ಹೊತ್ತಿನಲ್ಲಿ ಮಲಗುತ್ತವೆ. ಕೇವಲ ಹುಡುಗರು ಮಾತ್ರ ಮಲಗುವುದಿಲ್ಲ ಅಥವಾ ಅವರಿಗೆ ವಿಶ್ರಾಂತಿಯ ಅಗತ್ಯವಿಲ್ಲ"

ಸುಂದರ್ ಸಿಂಗ್ ಅಗಲವಾದ ಬಾಳೆ ಎಲೆಯನ್ನು ನೊಣಗಳು ಮುತ್ತದ ಹಾಗೆ ಮುಖದ ಮೇಲೆ ಹರಡಿಕೊಂಡ. ಸ್ವಲ್ಪ ಹೊತ್ತಿಗೇ ಗೊರಕೆ ಹೊಡೆಯತೊಡಗಿದ. ಸೂರಜ್ ಎದ್ದು ರೈಲ್ವೆ ಹಳಿಗಳನ್ನು ದಿಟ್ಟಿಸಿದ. ನಂತರ ಹಳ್ಳಿಯ ದಿಕ್ಕಿಗೆ ಹೊರಟ.

ಆ ಸಂಜೆ ಕತ್ತಲಾಗುವ ಸಮಯಕ್ಕೆ, ಬಾವಲಿಗಳು ಸದ್ದಿಲ್ಲದೇ ಮರವನ್ನು ಬಿಟ್ಟು ಹಾರುವ ಹೊತ್ತಿಗೆ, ಸೂರಜ್ ಕಾವಲುಗಾರನ ಗುಡಿಸಲ ಕಡೆಗೆ ಹೊರಟ.

ಹಗಲಿನಲ್ಲಿ ಬಿಸಿ ವಿಪರೀತವಾಗಿತ್ತು. ಈಗ ಭೂಮಿ ತಣ್ಣಗಾಗುತ್ತಿದೆ. ಮರಗಳಿಂದ ತಣ್ಣನೆ ಗಾಳಿ ಬೀಸುತ್ತಿದೆ. ಗಾಳಿಯು ಮಾವಿನ ಹೂಗಳ ಸುಗಂಧವನ್ನು ಹೊತ್ತು ತರುತ್ತಾ ಮಳೆಯ ಮುನ್ಸೂಚನೆ ನೀಡುತ್ತಿದೆ.

ಸುಂದರ್ ಸಿಂಗ್ ಸೂರಜ್‌ಗಾಗಿ ಕಾಯುತ್ತಿದ್ದ. ತನ್ನ ಕೈತೋಟಕ್ಕೆ ಅವನು ನೀರು ಹಾಯಿಸಿದ್ದರಿಂದ ತಾಜಾ ಹೂಗಳು ನಗುನಗುತ್ತಾ ನಿಂತಿವೆ. ಎಣ್ಣೆಯ ಸ್ಟೌ ಮೇಲೆ ಕೆಟಲ್‌ನಲ್ಲಿ ನೀರು ಕುದಿಯುತ್ತಾ ಇದೆ.

"ನಾನು ಟೀ ಮಾಡುತ್ತಿದ್ದೀನಿ. ರೈಲಿಗೆ ಕಾಯುವಾಗ ಬಿಸಿಬಿಸಿ ಟೀ ಕುಡಿಯಲು ಚೆನ್ನಾಗಿರುತ್ತದೆ" ಎಂದ ಅವನು.

ಟುವ್ವಿ ಹಕ್ಕಿಯ ಚಿರ್ಪ್ ಚಿರ್ಪ್ ಶಬ್ದ ಮತ್ತು ಸಪ್ತ ಸಹೋದರಿಯರು ಎಂದು ಕರೆಯುವ ಹರಟೆಮಲ್ಲ ಹಕ್ಕಿಗಳ ಗಜಿಬಿಜಿ ಶಬ್ದಗಳನ್ನು ಆಲಿಸುತ್ತ ಇಬ್ಬರೂ ಟೀ ಕುಡಿದರು. ಸಂಜೆಯ ಬೆಳಕು ಕರಗುತ್ತಿದ್ದಂತೆಯೇ ಹಕ್ಕಿಗಳೆಲ್ಲ ನಿಶ್ಶಬ್ದವಾದವು. ಸುಂದರ್ ಎಣ್ಣೆಯ ದೀಪವನ್ನು ಬೆಳಗಿಸಿ, ಸುರಂಗವನ್ನು ಪರಿಶೀಲಿಸುವ ಸಮಯವಾಯ್ತು ಎಂದು ಹೇಳಿ, ಅಲ್ಲಿಂದ ಹೊರಟ. ಸೂರಜ್ ಮಂಚದ ಮೇಲೆ ಕುಳಿತು ಟೀ ಕುಡಿಯುತ್ತಿದ್ದ.

ಕತ್ತಲಿನಲ್ಲಿ ಮರಗಳು ಹತ್ತಿರ ಬಂದಂತೆ ಭಾಸವಾಗುತ್ತದೆ. ಜಿಂಕೆಯ ಚುರುಕು ಧ್ವನಿ, ನರಿ ಊಳಿಡುವ ಧ್ವನಿ, ನತ್ತಿಂಗ ಹಕ್ಕಿಯ ಟಾಂಕ್ ಟಾಂಕ್ ಕೂಗು ಮುಂತಾದ

ಕಾಡಿನ ಬದುಕು ಕತ್ತಲಿನಲ್ಲಿ ತಿಳಿಯುವುದೇ ತಂಗಾಳಿಯ ಮೂಲಕ.

ಸೂರಜ್ ಗುರುತು ಹಿಡಿಯಲಾಗದ ಕೆಲ ಧ್ವನಿಗಳಿದ್ದವು. ಅವು ಮರಗಳು ಹೊರಡಿಸುತ್ತಿದ್ದ ಧ್ವನಿಗಳು. ಮರಗಳಿಗೆ ಜೀವ ಬಂದು ಮೈ ಮುರಿಯುತ್ತಾ, ಕತ್ತಲಿನಲ್ಲಿ ಸ್ಥಳ ಬದಲಿಸುತ್ತಾ, ಬೆರಳುಗಳನ್ನು ಮಡಿಚುವಂತೆ ಪಿಸುಗುಟ್ಟುವ, ಕೀರಲು ಧ್ವನಿಯಲ್ಲಿ ಕೂಗಿದಂತೆ ಶಬ್ದಗಳು ಕೇಳಿಬರುತ್ತವೆ.

ಸುಂದರ್ ಸರಂಗದ ಒಳಗೆ ಹೋಗಿ ದೀಪವನ್ನು ಸರಿಪಡಿಸಿಕೊಂಡ. ರಾತ್ರಿಯ ಶಬ್ದಗಳು ಅವನಿಗೆ ಪರಿಚಿತ. ಹಾಗಾಗಿ ಅದರ ಬಗ್ಗೆ ಅವನೇನೂ ಗಮನಕೊಡಲಿಲ್ಲ. ಆದರೆ, ಹೆಜ್ಜೆಯ ಸಪ್ಪಳ, ತರಗೆಲೆಗಳ ಚರಪರ ಸದ್ದು ಕೇಳಿ ಸ್ತಬ್ಧನಾಗಿ ಕೆಲ ಕ್ಷಣ ಕತ್ತಲನ್ನು ನೋಡುತ್ತಾ ನಿಂತ. ನಂತರ, ತನ್ನಷ್ಟಕ್ಕೆ ತಾನೇ ಗುನುಗುತ್ತಾ ಸೂರಜ್ ಕಾಯುತ್ತಿರುವಲ್ಲಿಗೆ ಬಂದ. ರಾತ್ರಿಯ ರೈಲು ಬರಲು ಇನ್ನು ಹತ್ತು ನಿಮಿಷವಿತ್ತು.

ಕಾವಲುಗಾರ ಬಂದು ಮಂಚದ ಮೇಲೆ ಕುಳಿತಿದ್ದ ಸೂರಜ್‌ನ ಪಕ್ಕ ಕುಳಿತ. ಸ್ವಲ್ಪ ದೂರದಿಂದ ಇಬ್ಬರಿಗೂ ಹೊಸ ಶಬ್ದ ಕೇಳಿಸಿತು. ಏನನ್ನೋ ಕುಯ್ಯುತ್ತಿರುವ ಶಬ್ದ. ಮರದ ರೆಂಬೆಯನ್ನು ಕತ್ತರಿಸುತ್ತಿರುವಂತೆ ಭಾಸವಾಯಿತು.

"ಏನದು?" ಎಂದು ಪಿಸುದನಿಯಲ್ಲಿ ಕೇಳಿದ ಸೂರಜ್.

"ಅದು ಚಿರತೆ. ಸುರಂಗದ ಒಳಗೆ ಇರಬೇಕು" ಎಂದ ಸುಂದರ್ ಸಿಂಗ್.

"ರೈಲು ಸ್ವಲ್ಪ ಹೊತ್ತಿಗೆ ಬರುತ್ತಲ್ವಾ"

"ಹೌದು. ನಾವೀಗ ಸುರಂಗದ ಒಳಗಿನಿಂದ ಅದನ್ನು ಓಡಿಸದಿದ್ದರೆ ಅದು ರೈಲಿನ ಎಂಜಿನ್‌ಗೆ ಸಿಲುಕಿ ಸಾಯುತ್ತದೆ"

"ಅದನ್ನು ಓಡಿಸಲು ಹೋದ ನಮ್ಮ ಮೇಲೆ ಆಕ್ರಮಣ ಮಾಡಿದರೆ?" ಎಂದು ಕಾವಲುಗಾರನ ಕಾಳಜಿಯನ್ನು ಹಂಚಿಕೊಳ್ಳುತ್ತಾ ಕೇಳಿದ ಸೂರಜ್,

"ಅದಕ್ಕೆ ನನ್ನ ಪರಿಚಯ ಚೆನ್ನಾಗಿದೆ. ಒಬ್ಬರನ್ನೊಬ್ಬರು ಹಲವಾರು ಬಾರಿ ನೋಡಿದ್ದೇವೆ. ಅದು ಆಕ್ರಮಣ ಮಾಡುವುದಿಲ್ಲ ಅನ್ನಿಸುತ್ತೆ. ಹೇಗಾದರೂ ಆಗಲಿ ಕೊಡಲಿಯನ್ನು ತೆಗೆದುಕೊಳ್ಳುತ್ತೇನೆ. ನೀನು ಇಲ್ಲೇ ಇರು ಸೂರಜ್"

"ಇಲ್ಲ, ನಾನೂ ಬರುವೆ. ಇಲ್ಲಿ ಕತ್ತಲಿನಲ್ಲಿ ಒಬ್ಬನೇ ಕೂರುವುದಕ್ಕಿಂತ ನಿನ್ನೊಂದಿಗೆ ಬರುವುದೇ ಉತ್ತಮ"

"ಸರಿ ಹಾಗಾದ್ರೆ, ನನ್ನ ಹಿಂದೆಯೇ ಇರು. ನೆನಪಿರಲಿ, ಭಯಪಡುವಂತಹುದ್ದು ಏನೂ ಇಲ್ಲ"

ದೀಪದ ಬೆಳಕನ್ನು ಹೆಚ್ಚಿಸಿಕೊಂಡು ಸುಂದರ್ ಸಿಂಗ್, ಸುರಂಗದ ಒಳಕ್ಕೆ ಆ ಪ್ರಾಣಿಯನ್ನು ಹೆದರಿಸುವಂತೆ ಜೋರಾಗಿ ಕೂಗುತ್ತಾ ಹೋದ. ಸೂರಜ್ ಅವನ ಹಿಂದೆಯೇ ಇದ್ದ. ಆದರೆ ಅವನಿಗೆ ಗಂಟಲು ಒಣಗಿ ಹೋಗಿ ಧ್ವನಿಯೇ ಹೊರಬರಲಿಲ್ಲ.

ಸುರಂಗದೊಳಗೆ ಸುಮಾರು ಇಪ್ಪತ್ತು ಹೆಜ್ಜೆಗಳಷ್ಟು ದೂರ ನಡೆದಿರಬೇಕು, ಆಗ ಅವರ ದೀಪದ ಬೆಳಕು ಚಿರತೆಯ ಮೇಲೆ ಬಿತ್ತು. ಅವರಿಂದ ಹದಿನೈದು ಅಡಿ ದೂರದಲ್ಲಿ ಅದು ಹಳಿಯ ಮಧ್ಯೆ ಕವುಚಿ ಕುಳಿತಿತ್ತು. ತನ್ನ ಹೊಟ್ಟೆಯ ಮೇಲೆ ಮಲಗಿ, ಬಾಲವನ್ನು ಮೇಲೆತ್ತಿ ಆಡಿಸುತ್ತಾ, ಹಲ್ಲುಗಳು ಕಾಣುವಂತೆ ಗುರುಗುಟ್ಟುತ್ತಿತ್ತು. ನಮ್ಮ ಮೇಲೆ ಇದು ಹಾರಲಿದೆ ಅಂದುಕೊಂಡ ಸೂರಜ್.

ಸೂರಜ್ ಮತ್ತು ಸುಂದರ್ ಸಿಂಗ್ ಇಬ್ಬರೂ ಜೋರಾಗಿ ಕೂಗು ಹಾಕಿದರು. ಅವರ ಧ್ವನಿ ಸುರಂಗದೊಳಗೆ ಪ್ರತಿಧ್ವನಿಸಿತು. ತನ್ನ ಮುಂದೆ ಎಷ್ಟು ಮಂದಿ ಇದ್ದಾರೆಂಬುದು ಚಿರತೆಗೆ ತಿಳಿಯದಾಯಿತು. ತಕ್ಷಣ ಹಿಂದೆ ತಿರುಗಿ ಕತ್ತಲಲ್ಲಿ ಮರೆಯಾಯಿತು.

ಅದು ಹೊರಕ್ಕೆ ಹೋಗಿದೆಯೋ ಇಲ್ಲವೋ ಎಂಬುದನ್ನು ಖಾತ್ರಿಪಡಿಸಿಕೊಳ್ಳಲು ಸುಂದರ್ ಸಿಂಗ್ ಮತ್ತು ಸೂರಜ್ ಸುರಂಗದ ಉದ್ದಕ್ಕೂ ನಡೆದರು. ನಂತರ ಸುರಂಗದ ಪ್ರವೇಶದ ಬಳಿಗೆ ವಾಪಸಾದರು. ರೈಲಿನ ಶಬ್ದ ಕೇಳಿಸಿತು.

ಸೂರಜ್ ಹಳಿಯ ಮೇಲೆ ಕೈ ಇರಿಸಿದ. ಅದುರುವ ಅನುಭವವಾಯಿತು. ರೈಲಿನ ಕೂಗು ದೂರದಲ್ಲಿ ಕೇಳಿಬಂತು. ಆ ನಂತರ ಎಂಜಿನ್ ಶಬ್ದ ಮಾಡುತ್ತಾ, ಹೊಗೆ ಬಿಡುತ್ತಾ, ಕತ್ತಲಿನಲ್ಲಿ ಕಿಡಿಗಳನ್ನು ಹಾರಿಸುತ್ತಾ, ಕಾಡಿಗೆ ಸವಾಲು ಹಾಕುವಂತೆ ಗರ್ಜಿಸುತ್ತಾ ಕಡಿದಾದ ತಿರುವನ್ನು ಹಾದು ಬಂತು. ದಾಳಿ ಮಾಡುವಂತೆ ನೇರವಾಗಿ ಸುರಂಗದ ಒಳಗೆ ನುಗ್ಗಿ ಸೂರಜ್‌ನ ಕನಸಿನಲ್ಲಿ ಬರುತ್ತಿದ್ದ ಸುಂದರ ಡ್ರಾಗನ್ ರೀತಿಯಲ್ಲಿ ಅವನ ಪಕ್ಕದಲ್ಲಿಯೇ ಹಾದು ಹೋಯಿತು.

ಅದು ಹೋದ ಮೇಲೆ ಕಾಡು ಪುನಃ ನಿಶ್ಯಬ್ದವಾಯಿತು. ಹಿಂದಿನ ಜೀವಕಳೆ ಹಿಂದಿರುಗಿತು. ಕೇವಲ ಹಳಿಗಳಲ್ಲಿ ಮಾತ್ರ ಹೋದ ರೈಲಿನ ಕಂಪನ ಇನ್ನೂ ಉಳಿದಿತ್ತು.

ಸುಮಾರು ಒಂದು ವಾರದ ನಂತರವೂ ಅದೇ ರೈಲು ಹೋದಾಗ ಹಳಿಗಳು ಕಂಪಿಸುತ್ತಿದ್ದವು. ಆದರೆ, ಈಗ ರೈಲಿನಲ್ಲಿ ಸೂರಜ್ ಮತ್ತು ಅವನ ಅಪ್ಪ ಪ್ರಯಾಣಿಸುತ್ತಿದ್ದಾರೆ.

ಸೂರಜ್‌ನ ಅಪ್ಪ ನೋಟ್ ಪುಸ್ತಕದಲ್ಲಿ ತನ್ನ ವ್ಯವಹಾರದ ಲೆಕ್ಕಗಳನ್ನು ಬರೆಯುತ್ತಿದ್ದ. ಸೂರಜ್ ಕಿಟಕಿಯ ಪಕ್ಕ ಕುಳಿತು ಕತ್ತಲಿನಲ್ಲಿ ಹೊರಗೆ ನೋಡುತ್ತಿದ್ದ. ದೆಹಲಿಗೆ ವ್ಯಾಪಾರದ ನಿಮಿತ್ತ ಹೊರಟಿದ್ದ ಅಪ್ಪ ಸೂರಜ್‌ನನ್ನೂ ಜೊತೆಯಲ್ಲಿ ಕರೆದುಕೊಂಡು ಹೋಗುತ್ತಿದ್ದ. ("ನಾನು ಎಲ್ಲಿಗೆ ಹೋಗುತ್ತಿರುತ್ತೇನೆ ಎಂದು ಸದಾ ಕೇಳುತ್ತಿರುತ್ತೀಯಲ್ಲ, ನನ್ನ ವ್ಯಾಪಾರದ ಬಗ್ಗೆ ನೀನು ಈಗಿನಿಂದಲೇ ತಿಳಿದರೆ ಒಳಿತು" ಎಂದು ಹೇಳಿ ಅಪ್ಪ ಕರೆದೊಯ್ಯುತ್ತಿದ್ದ)

ನೂರಾರು ಪ್ರಯಾಣಿಕರನ್ನು ಹೊತ್ತ ಆ ರಾತ್ರಿಯ ರೈಲು ಕಾಡಿನಲ್ಲಿ ಸಾಗಿತು. ಬೋಗಿಯ ಚಕ್ರಗಳು ಲಯಬದ್ಧವಾಗಿ ಶಬ್ದ ಮಾಡುತ್ತಿದ್ದವು. ಕಾಡಿನ ಅಂಚಿನಲ್ಲಿ ಹಳ್ಳಿಗಳನ್ನು ದಾಟುವಾಗ ದೀಪಗಳು ಹಾಗೆ ಬಂದು ಹಾಗೆ ಹೋಗುತ್ತಿದ್ದವು.

ಸಣ್ಣ ಸೇತುವೆಯ ಮೇಲೆ ಸಾಗುವಾಗ ಸೂರಜ್‌ಗೆ ಗುಡುಗುಡು ಶಬ್ದ ಕೇಳಿಸಿತು. ತುಂಬಾ ಕತ್ತಲಿದ್ದುದರಿಂದ ತಿರುವಿನ ಬಳಿ ಅವನಿಗೆ ಗುಡಿಸಲು ಕಾಣಲಿಲ್ಲ. ಆದರೆ ಸುರಂಗವನ್ನು ಸಮೀಪಿಸುತ್ತಿರುವುದು ಅವನಿಗೆ ಗೊತ್ತಾಯಿತು. ಕತ್ತಲಿನಲ್ಲಿಯೂ ಹೊರಗೆ ನೋಡಲು ಪ್ರಯತ್ನಿಸಿದ. ಎಂಜಿನ್ ಶಿಳ್ಳೆ ಹೊಡೆಯುವ ಹೊತ್ತಿಗೆ ಸರಿಯಾಗಿ ಸೂರಜ್ ದೀಪವನ್ನು ನೋಡಿದ.

ಅವನಿಗೆ ಸುಂದರ್ ಸಿಂಗ್ ಕಾಣಲಿಲ್ಲ. ಆದರೆ ದೀಪ ಕಾಣಿಸಿತು. ಹಾಗಾಗಿ ಅವನ ಸ್ನೇಹಿತ ಅಲ್ಲಿರುವುದು ಅವನಿಗೆ ಗೊತ್ತಾಯಿತು.

ರೈಲು ಸುರಂಗದೊಳಕ್ಕೆ ನುಗ್ಗಿ ಹೊರಬಂತು. ಕಾಡನ್ನು ಹಿಂದಕ್ಕೆ ಬಿಟ್ಟು ಬಯಲು ಪ್ರದೇಶಗಳತ್ತ ಅದು ಧಾವಿಸಿತು. ಸೂರಜ್ ಕತ್ತಲಿನಲ್ಲಿ ನೋಡುತ್ತಾ, ಕಾಡಿನಲ್ಲಿರುವ ಒಂಟಿ ತಿರುವು, ದೀಪ ಹಿಡಿದು ನಿಂತ ಕಾವಲುಗಾರನ ಬಗ್ಗೆ ಯೋಚಿಸಿದ. ಸಾವಿರಾರು ಮಂದಿ ಪ್ರಯಾಣಿಕರ ಪಾಲಿಗೆ ಮಿಂಚು ಹುಳುವಿನಂತೆ ಅಂಧಕಾರದಲ್ಲಿರುವ ಉಗಿಬಂಡಿ ಮತ್ತು ಚಿರತೆಗಳಿಗೆ ದೀಪ ಬೆಳಗುತ್ತಾ ಆತ ಅಲ್ಲಿಯೇ ಇರುತ್ತಾನೆ.

ಪ್ರಬಲ ಸ್ಪರ್ಧೆ

ಮಲಗಿದ್ದ ಆ ಪಟ್ಟಣದ ಮೇಲೆ ಸ್ವಲ್ಪಸ್ವಲ್ಪವೇ ಮುಂಜಾನೆಯ ಬೆಳಕು ಬೀಳತೊಡಗಿತ್ತು. ಇದು ಕೋಳಿಗೆ ಮಾತ್ರ ಅರಿವಾಗಿ ಕೊಕ್ಕೊಕ್ಕೋ ಎಂದು ಕೂಗಿತು. ಕಿಟಕಿಯ ಮೇಲೆ ಮೆಲ್ಲಗೆ ಬಡಿದ ಸದ್ದು ಕೇಳಿದೊಡನೆ ಮಲಗಿದ್ದ ಕೊಕಿ ಎದ್ದು ಹಾಸಿಗೆ ಮೇಲೆ ಕುಳಿತಳು. ಅವಳ ಜೋತುಬಿದ್ದ ತಲೆಗೂದಲು ಅಸ್ತವ್ಯಸ್ತವಾಗಿ ಭುಜದ ಮೇಲೆ ಹರಡಿದ್ದರೆ, ಕಡುಗಪ್ಪು ಕಣ್ಣಲ್ಲಿ ಮಂಪರಿನ್ನೂ ಹಾಗೇ ಇತ್ತು. ಆದರೂ ಕಿವಿ ಚುರುಕಾಗಿತ್ತು. ಮತ್ತೊಮ್ಮೆ ಬಡಿದ ಸದ್ದಾಯಿತು.

ಹಾಸಿಗೆಯಿಂದೆದ್ದ ಕೊಕಿ ಮೆಲ್ಲನೆ ಸಪ್ಪಳವಾಗದಂತೆ ಮುಂಗಾಲಿನ ಮೇಲೆ ಹೆಜ್ಜೆ ಊರುತ್ತಾ ಕಿಟಕಿ ಬಳಿ ಹೋಗಿ ಅದನ್ನು ತೆರೆದಳು. ರಾಂಜಿ ಹೊರಗೆ ನಿಂತಿದ್ದ, ಅಸಮಾಧಾನಗೊಂಡ ಮುಖಭಾವದಿಂದ, "ಬೇಗ ಬಾ, ಹೊತ್ತಾಗುತ್ತಿದೆ" ಎಂದ.

ಕೊಕಿ ತನ್ನ ತುಟಿಗಳ ಮೇಲೆ ಬೆರಳಿಟ್ಟು, ಸದ್ದು ಮಾಡಬೇಡವೆಂದು ಅಭಿನಯದ ಮೂಲಕ ಸೂಚಿಸಿದಳು. ಅವಳ ತಂದೆ ತಾಯಿ ಮತ್ತು ಅಜ್ಜಿ ಎಚ್ಚರಗೊಂಡರೆ ಎಂಬ ಆತಂಕ ಅವಳದು.

"ನೀನು ಹೋಗಿ ಭೀಮ್‌ನನ್ನು ಕೂಗು, ನಾನು ಮೈದಾನದಲ್ಲಿ ನಿಮ್ಮನ್ನು ಭೇಟಿಯಾಗುವೆ" ಎಂದು ಪಿಸುಗುಟ್ಟಿದಳು.

ರಾಂಜಿ ಭೀಮ್‌ನ ಮನೆಯ ದಿಕ್ಕಿನೆಡೆ ಓಡಿದ. ಕೊಕಿ ಸಿದ್ಧವಾಗಲೆಂದು ಡ್ರೆಸ್ಸಿಂಗ್ ಟೇಬಲ್ ಹತ್ತಿರಕ್ಕೆ ಹೋದಳು. ಬೇಗಬೇಗ ಕೂದಲು ಬಾಚಿಕೊಂಡು ಅದಕ್ಕೊಂದು ಟೇಪನ್ನು ಬಿಗಿದಳು. ಬೆಳಗ್ಗೆ ಹೋಗಬೇಕೆಂದು ಉತ್ಸುಕತೆಯಿಂದ ಒಳ್ಳೆಯ ಬಟ್ಟೆಯನ್ನು ಧರಿಸಿಯೇ ಮಲಗಿದ್ದಳು, ಅದೀಗ ಸುಕ್ಕುಸುಕ್ಕಾಗಿತ್ತು. ಹೊರಡಲು ಅವಳೀಗ ಅನುವಾದಳು. ಡ್ರೆಸ್ಸಿಂಗ್ ಟೇಬಲಿನ ಡ್ರಾಯರನ್ನು ಮೆಲ್ಲಗೆ ಎಳೆದು ಅದರಲ್ಲಿದ್ದ ರಟ್ಟಿನ ಪೆಟ್ಟಿಗೆಯನ್ನು ಹೊರತೆಗೆದಳು. ಅದರ ಮೇಲೆ ಸಣ್ಣಸಣ್ಣ ರಂಧ್ರಗಳನ್ನು ಮಾಡಲಾಗಿತ್ತು. ಪೆಟ್ಟಿಗೆಯ ಮುಚ್ಚಳವನ್ನು ತೆಗೆದು ರಾಜಕುಮಾರಿ ಕ್ಷೇಮವಾಗಿದ್ದಾಳಾ ಎಂದು ಪರಿಶೀಲಿಸಿದಳು.

ರಾಜಕುಮಾರಿಯು ಖಡ್ಗಮೃಗದಂತೆ ಕೊಂಬಿರುವ ದಪ್ಪಗಿನ ಜೀರುಂಡೆ. ಸೇಬಿನ ತುಂಡಿಗೆ ಒರಗಿ ನಿದ್ರೆ ಮಾಡುತ್ತಿತ್ತು. ಕೊಕಿ ಅದರ ನಿದ್ರೆಗೆ ಭಂಗ ತಾರದೆ ಮೆಲ್ಲಗೆ ಪೆಟ್ಟಿಗೆಯ ಮುಚ್ಚಳವನ್ನು ಮುಚ್ಚಿ, ಬರಿಗಾಲಿನಲ್ಲಿ ಶಬ್ದ ಮಾಡದೆ ಹೆಜ್ಜೆಯಿರಿಸುತ್ತಾ, ಯಾರಿಗೂ ಗೊತ್ತಾಗದಂತೆ ಮನೆಯ ಹಿಂಬಾಗಿಲಿನಿಂದ ಹೊರಬಂದಳು.

ಮನೆಯಿಂದ ಹೊರಬರುತ್ತಿದ್ದಂತೆಯೇ ಓಡಲು ಶುರುಮಾಡಿದಳು. ಮೈದಾನ ತಲುಪುವವರೆಗೂ ಅವಳು ನಿಲ್ಲಲಿಲ್ಲ.

ಮೈದಾನದಲ್ಲಿ ಮುಂಜಾನೆಯ ಸೂರ್ಯನ ಹೊಂಗಿರಣಗಳು ಹುಲ್ಲಿನ ಮೇಲಿನ ಇಬ್ಬನಿಗಳನ್ನು ಮುತ್ತುಗಳನ್ನಾಗಿಸಿದ್ದವು. ಇವೇ ಹುಲ್ಲು ಹಗಲಿನಲ್ಲಿ ಬಿಸಿಲಿಗೆ ಒಣಗಿ ಕಾಲಿಗೆ ಚುಚ್ಚುತ್ತವೆ. ಆದರೆ, ಈಗ ಅವು ತಣ್ಣಗಿದ್ದು, ಪಾದಕ್ಕೆ ಮೃದುವಾಗಿವೆ. ಮೈದಾನದ ಒಂದು ಮೂಲೆಯಲ್ಲಿ ಹುಡುಗರಾಗಲೇ ಗುಂಪುಗೂಡಿದ್ದರು. ಉತ್ಸಾಹದಿಂದ ಮಾತನಾಡುತ್ತಿದ್ದ ಅವರ ನಡುವೆ ರಾಂಜಿ ಮತ್ತು ಕನ್ನಡಕ ಹಾಕಿದ್ದ ಹದಿನಾಲ್ಕು ವರ್ಷದ ಸಣಕಲ ಭೀಮ್ ಕೂಡ ಇದ್ದರು. ಆ ಹುಡುಗರ ನಡುವೆ ಕೊಕಿ ಒಬ್ಬಳೇ ಹುಡುಗಿ.

ಭೀಮ್‌ನ ಜೀರುಂಡೆ ಸ್ಪರ್ಧೆಯಲ್ಲಿ ಸದಾ ಮುಂದು. ತನ್ನ ಯಜಮಾನನಿಗಿರುವಂತೆ ಸಪೂರ ಕಾಲುಗಳು, ಸಣ್ಣ ದೇಹ ಮತ್ತು ಉದ್ದನೆಯ ಆಕಾರ ಹೊಂದಿದ ಬಂಬೂ ಜೀರುಂಡೆಯದು. ಅದಕ್ಕೆ "2001" ಎಂದು ಹೆಸರಿಡಲಾಗಿತ್ತು. ರಾಂಜಿಯದ್ದು ಕಲ್ಲು ಜೀರುಂಡೆ. ಅದಕ್ಕಿದ್ದ ಉದ್ದನೆಯ ಮೀಸೆಗಳಿಂದಾಗಿ ಅದಕ್ಕೆ "ಮೂಚಾ" ಎಂದು ಹೆಸರಿಟ್ಟಿದ್ದರು. ಕೊಕಿಯ ಜೀರುಂಡೆ ಗಾತ್ರದಲ್ಲಿ ಇವರಿಬ್ಬರ ಜೀರುಂಡೆಗಳ ಅರ್ಧದಷ್ಟೂ ಇರಲಿಲ್ಲ. ಅದು ಗಂಡೋ ಹೆಣ್ಣೋ ಎಂಬುದನ್ನು ನಿರ್ಧರಿಸಲಾಗದೇ ಅವಳು ಹೆಣ್ಣೇ ಇರಬೇಕೆಂದು ಊಹಿಸಿ ರಾಜಕುಮಾರಿ ಎಂದು ಹೆಸರಿಟ್ಟಿದ್ದಳು.

ಸ್ಪರ್ಧೆಯಲ್ಲಿ ಇದ್ದುದ್ದೇ ಮೂವರು. ಬಾಜಿ ಕಟ್ಟುವುದನ್ನು ನಿಷೇಧಿಸಲಾಗಿತ್ತು. ಆದರೂ ಹುಡುಗರು ಸಣ್ಣಪುಟ್ಟ ಬಾಜಿ ಕಟ್ಟಿಕೊಳ್ಳುತ್ತಿದ್ದರು. ಸ್ಪರ್ಧೆಯಲ್ಲಿ ಗೆದ್ದವರಿಗೆ ಬಹುಮಾನವಾಗಿ ದೊಡ್ಡ ಕೀಟವನ್ನು ಇರಿಸಲಾಗಿತ್ತು (ಅವರವರಲ್ಲೇ ಅದು ಜೀರುಂಡೆಯೋ ಅಥವಾ ದೊಡ್ಡ ಗಾತ್ರದ ಜಿರಳೆಯೋ ಎಂಬ ಚರ್ಚೆ ನಡೆದಿತ್ತು). ಇದನ್ನು ಬೆಳೆಸಿ ಮರಿಗಳನ್ನು ಹಾಕಿಸಿ, ಮುಂದೆ ಜೀರುಂಡೆಗಳ ಸ್ಪರ್ಧೆಗೆ ಹೆಚ್ಚು ಜೀರುಂಡೆಗಳನ್ನು ತಂದು ಬಿಡುವ ಆಲೋಚನೆ ಅವರದ್ದು.

ಇದ್ದಕ್ಕಿದ್ದಂತೆ ರಾಂಜಿಯ ಮೂಚಾ ಪೆಟ್ಟಿಗೆಯಿಂದ ತಪ್ಪಿಸಿಕೊಂಡು ಹುಲ್ಲಿನ ನಡುವೆ ಸೇರಿಕೊಂಡು ಕೆಲಕಾಲ ಗಲಿಬಿಲಿ ಉಂಟುಮಾಡಿತು. ಆದರೆ, ಎಲ್ಲರೂ ಸೇರಿ ಅವನನ್ನು ಹುಡುಕಿ ಪುನಃ ಪೆಟ್ಟಿಗೆಯೊಳಗೆ ಕೂಡು ಹಾಕಿದರು. ಮೂಚಾ ಸಿಕ್ಕಾಪಟ್ಟೆ ಹುರುಪಿನಲ್ಲಿದ್ದ, ಭೀಮ್‌ನ 2001 ಕ್ಕೆ ಪ್ರಬಲ ಸ್ಪರ್ಧೆಯನ್ನು ಒಡ್ಡುವವನಿದ್ದ.

ಸ್ಪರ್ಧೆಯ ಟ್ರ್ಯಾಕ್ ಹದಿನೈದು ಸೆಂಟಿಮೀಟರ್ ಅಗಲ ಮತ್ತು ಎರಡು ಮೀಟರ್ ಉದ್ದ ಇತ್ತು. ಸ್ಪರ್ಧಿಸುವ ಜೀರುಂಡೆಗಳು ತಮ್ಮ ದಾರಿ ಬಿಟ್ಟು ಬೇರೆಡೆ ಹೋಗದಂತೆ ಪ್ರತಿಯೊಂದು ಟ್ರ್ಯಾಕನ್ನೂ ರಟ್ಟಿನ ತುಂಡುಗಳಿಂದ ವಿಭಜಿಸಲಾಗಿತ್ತು.

ಸ್ಪರ್ಧೆಯ ಪ್ರಾರಂಭದ ಗೆರೆಯ ಬಳಿಯೂ ಒಂದೊಂದು ರಟ್ಟಿನ ತುಂಡನ್ನು ಸ್ಪರ್ಧಿಗಳಿಗೆ ಅಡ್ಡ ಇರಿಸಲಾಗಿತ್ತು. ಸ್ಪರ್ಧೆ ಪ್ರಾರಂಭವಾದೊಡನೆ ಆ ರಟ್ಟಿನ ತುಂಡನ್ನು ಅವುಗಳ ಹಿಂದೆ ಇರಿಸುವರು. ಏಕೆಂದರೆ ಅವು ವಾಪಸ್ ತಿರುಗಿ ಹೋಗಬಾರದಲ್ಲಾ.

ಹಳದಿ ಪೈಜಾಮಾ ಧರಿಸಿದ್ದ ಸಿಖ್ಖರ ಪುಟ್ಟ ಬಾಲಕ ಪೀಪಿ ಊದುತ್ತಾ ಸ್ಪರ್ಧೆಯನ್ನು ಪ್ರಾರಂಭಿಸಲು ಸೂಚನೆ ನೀಡಿದ. ಸ್ಪರ್ಧೆ ಆರಂಭಗೊಳ್ಳುವುದು ಗೊತ್ತಾದೊಡನೆ ನೋಡುಗರೆಲ್ಲರೂ ಗಪ್ ಚಿಪ್ ಆದರು. ಸಿಖ್ಖರ ಬಾಲಕ ಸ್ಪರ್ಧೆಯ ನಿಯಮಗಳನ್ನು ವಿವರಿಸಿದ : ಸ್ಪರ್ಧೆ ಪ್ರಾರಂಭವಾದ ಮೇಲೆ ಯಾರೂ ಸ್ಪರ್ಧಿಗಳನ್ನು ಮುಟ್ಟುವುದಾಗಲೀ, ಗಾಳಿ ಊದುವುದಾಗಲೀ, ಅದರ ಮುಂದೆ ಆಹಾರವನ್ನಿಟ್ಟು ಆಮಿಷ ಒಡ್ಡುವುದಾಗಲೀ ಮಾಡಬಾರದು. ಬೇಕಿದ್ದರೆ ಜೋರಾಗಿ ಕೂಗುತ್ತಾ ಹುರಿದುಂಬಿಸಬಹುದು.

ಮೂಚಾ ಮತ್ತು 2001 ಆಗಲೇ ಸ್ಪರ್ಧೆಯ ಪ್ರಾರಂಭದ ಗೆರೆಯ ಬಳಿ ಸಿದ್ಧವಾಗಿ ನಿಂತಿದ್ದರು. ಆದರೆ ಕೊಕಿ ಇನ್ನೂ ತನ್ನ ರಾಜಕುಮಾರಿಗೆ ಕೆಲವಾರು ಸಲಹೆಗಳನ್ನು ನೀಡುತ್ತಿದ್ದಳು. ರಾಜಕುಮಾರಿಯು ತನ್ನ ಸೇಬಿರುವ ಡಬ್ಬಿಯನ್ನು ಬಿಟ್ಟು ಹೊರಹೋಗುವ ಮನಸ್ಥಿತಿಯಲ್ಲಿರಲಿಲ್ಲ. ಹಾಗಾಗಿ ಅವಳನ್ನು ಬಲವಂತವಾಗಿ ಸ್ಪರ್ಧೆಯ ಗೆರೆಯ ಬಳಿ ತಂದಿರಿಸಬೇಕಾಯಿತು.

ಮೂಚಾ ಮತ್ತು 2001 ತಮ್ಮ ಕೊಂಬು, ಮೀಸೆಗಳಿಂದ ಹೊಡೆದಾಡಿಕೊಳ್ಳಲು ಪ್ರಾರಂಭಿಸಿದ್ದರಿಂದ ಮತ್ತಷ್ಟು ತಡವಾಯಿತು. ಅವನ್ನು ಬೇರ್ಪಡಿಸಿ, ಸಮಾಧಾನಪಡಿಸಿ ಅದರದರ ಟ್ರ್ಯಾಕಲ್ಲಿ ಬಿಡಲಾಯಿತು. ಸ್ಪರ್ಧೆಯ ಪ್ರಾರಂಭಕ್ಕೆ ಎಲ್ಲ ಸಿದ್ಧವಾದರು.

ಕೊಕಿ ಹುಲ್ಲಿನ ಮೇಲೆ ಮೊಣಕಾಲೂರಿ ಕುಳಿತಳು. ಗಂಭೀರವಾಗಿ ರಾಜಕುಮಾರಿಯನ್ನು ಮತ್ತು ಅವಳು ಮುಟ್ಟಬೇಕಾಗಿರುವ ಗುರಿಯ ಗೆರೆಯನ್ನೊಮ್ಮೆ ನೋಡಿದಳು. ರಾಂಜಿ ಆಗಲೇ ತನ್ನ ಉಗುರನ್ನು ಕಡಿಯತೊಡಗಿದ್ದ. ಭೀಮ್, ತನ್ನ ಕನ್ನಡಕವನ್ನು ತೆಗೆದು ಮಂಜಾಗಿದ್ದ ಗಾಜನ್ನು ಅಂಗಿಯ ಬಟ್ಟೆಯಲ್ಲಿಯೇ ಒರೆಸುತ್ತಿದ್ದ. ಸುತ್ತಲಿದ್ದ ಹತ್ತು ಹನ್ನೆರಡು ವೀಕ್ಷಕರಲ್ಲಿ ಆಗಲೇ ಗುಸುಗುಸು ಶುರುವಾಗಿತ್ತು.

"ಪೀ...ಈಈ..ಈಈಪ್!" ಎಂದು ಸಿಖ್ಖರ ಬಾಲಕ ಪೀಪಿ ಊದಿದ.

ಸ್ಪರ್ಧಿಗಳು ಮುಂದಡಿಯಿಟ್ಟವು!

ಆದರೆ, ರಾಜಕುಮಾರಿ ಕದಲಲೇ ಇಲ್ಲ. ಬಹುಶಃ ಅವಳು ತನ್ನ ಸೇಬಿನ ತುಂಡಿನ ಬಗ್ಗೆ ಚಿಂತಿಸುತ್ತಿರಬೇಕು.

ಎಲ್ಲರೂ ಹುಚ್ಚುಚ್ಚಾಗಿ ಕೂಗಿ ಹುರಿದುಂಬಿಸುತ್ತಿದ್ದರು. ರಾಂಜಿ ಅಂತೂ ಎಗರೆಗರಿ ಬೀಳುತ್ತಿದ್ದ. ಈ ಗಲಾಟೆಯಲ್ಲಿ ಭೀಮ್‌ನ ಕನ್ನಡಕ ಹಾರಿಬಿತ್ತು. ಮೂಚಾ ಧಾವಿಸಿ ಮುನ್ನಡೆದಿದ್ದ. 2001 ಈ ಘಟನಾವಳಿಗಳ ಬಗ್ಗೆ ಅಷ್ಟೇನೂ ಆಸಕ್ತಿ ವಹಿಸಿದಂತೆ ಕಾಣುತ್ತಿಲ್ಲ. ಆದರೂ ಅವನು ಹೆಜ್ಜೆಯಿರಿಸುತ್ತಾ ಸಾಗಿದ್ದ. ಈ ರೀತಿಯ ಸ್ಪರ್ಧೆಯಲ್ಲಿ ಏನು ಬೇಕಾದರೂ ಸಂಭವಿಸಬಹುದು, ಹೇಳಲಿಕ್ಕಾಗದು.

ಕೊಕಿಗೆ ದುಃಖ ಒತ್ತರಿಸಿಕೊಂಡು ಬಂದು, ಕಣ್ಣು ತುಂಬಿ ಬಂದಿತು.

ರಾಜಕುಮಾರಿಗೆ ಅವಳು ಕೊಟ್ಟ ತರಬೇತಿ ಎಲ್ಲವೂ ನಿರುಪಯುಕ್ತವಾಗಿತ್ತು. ಅವಳ ಜೀರುಂಡೆ ದಿಕ್ಕುತೋಚದಂತೆ ನಿಂತಲ್ಲೇ ನಿಂತಿತ್ತು.

"ಸೋಮಾರಿಯಂತೆ ಬಿದ್ದಿದ್ದೀಯ, ನೀನು ಪ್ರಯತ್ನ ಕೂಡ ಮಾಡದೇ ಹೋದರೆ ನಾನು ನಿನ್ನನ್ನು ಇಟ್ಟುಕೊಳ್ಳುವುದಿಲ್ಲ" ಎಂದಳು ಕೊಕಿ.

ಗುರಿಯ ಗೆರೆ ಇನ್ನು ಒಂದು ಮೀಟರ್ ದೂರ ಇದೆ ಅನ್ನುವಾಗ ಮೂಚಾ ಇದ್ದಕ್ಕಿದ್ದಂತೆ ನಿಂತುಬಿಟ್ಟ. ಅವನದು ಮೀಸೆಯ ಸಮಸ್ಯೆ. ಅದನ್ನು ಅತ್ತಿತ್ತ ಆಡಿಸತೊಡಗಿದ. 2001 ನಿಧಾನವಾಗಿ ಬರುತ್ತಿದ್ದು, ಹತ್ತಿರವಾಗುತ್ತಿದ್ದ. ರಾಂಜಿ ಮತ್ತು ಭೀಮ್ ಗಂಟಲು ಹರಿಯುವಂತೆ ಕಿರುಚುತ್ತಿದ್ದರು. ರಾಜಕುಮಾರಿಯತ್ತ ಯಾರ ಗಮನವೂ ಇರಲಿಲ್ಲ. ಅವರ ದೃಷ್ಟಿಯಲ್ಲಿ ಅವಳು ಸ್ಪರ್ಧಿಯೇ ಅಲ್ಲ. ಆದರೆ ಕೊಕಿ ಪಟ್ಟುಬಿಡದೆ ತನ್ನೆಲ್ಲ ಶಕ್ತಿಯನ್ನು ಒಗ್ಗೂಡಿಸಿ ತನ್ನ ಸ್ಪರ್ಧಿಯನ್ನು ಹುರಿದುಂಬಿಸುವಲ್ಲಿ ನಿರತಳಾಗಿದ್ದಳು.

2001 ಮೂಚಾನ ಹತ್ತಿರ ಬರುತ್ತಿದ್ದಂತೆ, ತನ್ನ ಎದುರಾಳಿಯ ವಾಸನೆ ಬಡಿದು ಅವನ ಸಮಸ್ಯೆಯನ್ನು ಅರಿಯಲು ನಿಂತನು. ಅವರಿಬ್ಬರ ನಡುವೆ ರಟ್ಟಿನ ತಡೆಯಿದ್ದರೂ ತಮ್ಮದೇ ಭಾಷೆಯಲ್ಲಿ ಸಂಭಾಷಣೆ ನಡೆಸಿದ್ದರು. ರಾಂಜಿ ಮತ್ತು ಭೀಮ್ ತಮ್ಮ ಸ್ಪರ್ಧಾಳುಗಳನ್ನು ಹುರಿದುಂಬಿಸಲು ಹುಚ್ಚರಂತೆ ಕಿರುಚತೊಡಗಿದರು. ಎಲ್ಲಾ ದಿಕ್ಕುಗಳಿಂದಲೂ ಮೊಳಗುತ್ತಿದ್ದ ಉಳಿದವರ ಪ್ರೋತ್ಸಾಹಕ ಕೂಗುಗಳು ಕಿವಿಗಡಚಿಕ್ಕುವಂತೆ ಮಾಡಿದ್ದವು.

ರಾಜಕುಮಾರಿ ತನ್ನನ್ನು ಸೇಬಿನ ತುಂಡಿನಿಂದ ದೂರ ಮಾಡಿರುವ ಕೋಪ, ಹತಾಶೆ, ಬೇಸರದಿಂದ ಸ್ವತಂತ್ರವಾಗಿ ಬೇರೇನನ್ನಾದರೂ ಹುಡುಕಬೇಕೆಂಬ ಹುಮ್ಮಸ್ಸಿನಿಂದ ಗತ್ತಿನಿಂದ ಧಾವಿಸಿ ಮುನ್ನುಗ್ಗಿತು.

ಕೊಕಿ ಸಂತಸದಿಂದ ಜೋರಾಗಿ ಕಿರುಚಿದಳು. ಆದರೆ ಉಳಿದವರಿಗೆ ಈ ಹೊಸ ಸ್ಪರ್ಧಿಯತ್ತ ಗಮನವೇ ಇಲ್ಲವಲ್ಲ. ಆ ಇಬ್ಬರು ಎದುರಾಳಿಗಳ ಸಮನಾಗಿ ರಾಜಕುಮಾರಿ ಬಂದಾಗ ಅದು ಎಲ್ಲರ ಗಮನಕ್ಕೆ ಬಂತು. ನೋಡನೋಡುತ್ತಿದ್ದಂತೆಯೇ ರಾಜಕುಮಾರಿ ಗುರಿಯ ಗೆರೆಯನ್ನು ದಾಖಲೆ ಸಮಯದಲ್ಲಿ ಮುಟ್ಟಿದೊಡನೆ ಎಲ್ಲರೂ ಸ್ತಬ್ಧರಾದರು.

ಯಾರೂ ಊಹಿಸದ ರೀತಿಯಲ್ಲಿ ಗೆದ್ದ ಸ್ಪರ್ಧಿಗೆ ಎಲ್ಲರೂ ಚಪ್ಪಾಳೆ ತಟ್ಟಿ ಮೆಚ್ಚುಗೆ ವ್ಯಕ್ತಪಡಿಸಿದರು. ರಾಂಜಿ ಮತ್ತು ಭೀಮ್ ಕ್ರೀಡಾಸ್ಫೂರ್ತಿಯಿಂದ ಕೊಕಿಯ ಕೈಕುಲುಕಿ ರಾಜಕುಮಾರಿಯ ವಿಜಯಕ್ಕೆ ಅಭಿನಂದನೆ ಸಲ್ಲಿಸಿದರು.

ಹಳದಿ ಪೈಜಾಮಾ ಧರಿಸಿದ್ದ ಸಿಖ್ಖ್ ಬಾಲಕ ಸದ್ದು ಮಾಡಬೇಡಿ ಎಂದು ತಿಳಿಸಲು ಪೀಪಿ ಊದಿ, ನಂತರ ಬಹುಮಾನವನ್ನು ಕೊಕಿಗೆ ನೀಡಿದ.

ಕೊಕಿ ತನಗೆ ಕೊಟ್ಟ ಹೊಸ ಜೀರುಂಡೆಯನ್ನು ಸೂಕ್ಷ್ಮವಾಗಿ ಗಮನಿಸಿದಳು. ಇದು ಜಿರಳೆಯಾ ಎಂಬ ಅನುಮಾನ ಬಂತು. ಅದರ ಬೆನ್ನ ಮೇಲೆ ಹೆಬ್ಬೆಟ್ಟಿನಿಂದ ಸವರಿದಳು. ಅವಳ ಸ್ಪರ್ಶಕ್ಕೆ ಕೀಟ ಸ್ಪಂದಿಸಲಿಲ್ಲ. ಅಕಸ್ಮಾತ್ ರಾಜಕುಮಾರಿ ಅಸೂಯೆ ಪಟ್ಟರೆ, ಎಂದುಕೊಂಡು ಕೊಕಿ ಬಹುಮಾನದ ಪೆಟ್ಟಿಗೆಯನ್ನು ಹಾಗೇ ಮುಚ್ಚಿದಳು. ತನ್ನ

ವಿಜೇತ ರಾಜಕುಮಾರಿಯನ್ನು ಎತ್ತಿಕೊಂಡು ಅದರ ಸೇಬಿರುವ ಪೆಟ್ಟಿಗೆಯಲ್ಲಿ ಬಿಟ್ಟಳು.

ಗುಂಪು ಚದುರಿತು. ಮುಂದಿನ ಸ್ಪರ್ಧೆಯ ಹೊತ್ತಿಗೆ ತನ್ನ ಜೀರುಂಡೆಯ ಮೀಸೆಯನ್ನು ಕೊಂಚ ಕತ್ತರಿಸಬೇಕು ಎಂದು ರಾಂಜಿ ತೀರ್ಮಾನಿಸಿದ. ಭೀಮ್ ತನ್ನ 2001 ಕ್ಕೆ ಆಹಾರವನ್ನು ಬದಲಿಸಬೇಕೆಂದುಕೊಂಡ.

"ಮುಂದಿನ ಭಾನುವಾರದವರೆಗೂ ಕಾದು ನೋಡಿ. ನನ್ನ ಮೂಚಾನ ವೇಗವನ್ನು ಕಂಡು ನೀವು ಮೂರ್ಛೆ ಹೋಗುತ್ತೀರಿ!" ಎಂದ ರಾಂಜಿ.

ಭೀಮ್ ಏನನ್ನೂ ಹೇಳಲಿಲ್ಲ. ಅವನು ಮನಸ್ಸಿನಲ್ಲಿಯೇ ಲೆಕ್ಕಾ ಹಾಕುತ್ತಿದ್ದ. ಹೊಸ ತರಬೇತಿ ವಿಧಾನಗಳನ್ನು ಪ್ರಯೋಗಿಸುವ ಮೂಲಕ ತನ್ನ ಜೀರುಂಡೆಯನ್ನು ಗೆಲ್ಲಿಸಬೇಕೆಂದು ಆಲೋಚನೆಯಲ್ಲಿ ಮಗ್ನನಾಗಿದ್ದ.

ಕೊಕಿ ಎರಡೂ ರಟ್ಟಿನ ಡಬ್ಬಿಗಳನ್ನು ಎರಡು ಕೈಗಳಲ್ಲಿ ಹಿಡಿದು ಮನೆಯತ್ತ ಹೊರಟಳು. ಅವಳ ಮನಸ್ಸು ಮುಂದೆ ಏನೆಲ್ಲಾ ಮಾಡಬೇಕೆಂದು ಚಿಂತಿಸುತ್ತಿತ್ತು. ಜೀರುಂಡೆಗಳ ವಂಶಾಭಿವೃದ್ಧಿ ಮಾಡಿಸಬೇಕು (ಅಕಸ್ಮಾತ್ ಅದು ಜಿರಳೆಯಾದರೆ?). ಕನಿಷ್ಠ ಇಪ್ಪತ್ತು ಜೀರುಂಡೆಗಳನ್ನಾದರೂ ಸಾಕಬೇಕು. ಈ ಊರು, ಪಕ್ಕದ ಊರು, ಎಲ್ಲೆಡೆ, ಪ್ರತಿಯೊಂದು ಸ್ಪರ್ಧೆಯಲ್ಲೂ ತನ್ನವೇ ಜೀರುಂಡೆಗಳು ವಿಜಯ ಸಾಧಿಸಬೇಕು. ಈ ಜೀರುಂಡೆಗಳು ಗೆದ್ದು, ತನ್ನ ಹೆಸರನ್ನು ಪ್ರಸಿದ್ಧಿಗೆ ತರಬೇಕು. ಜೀರುಂಡೆಗಳ ಸ್ಪರ್ಧೆಯು ರಾಷ್ಟ್ರೀಯ ಕ್ರೀಡೆಯಾಗಬೇಕು!

ಸದ್ಯಕ್ಕೆ ಅವಳು ಸಂತುಷ್ಟಳು. ಅವಳ ರಾಜಕುಮಾರಿ ಸಹ ಸೇಬಿನ ತುಣುಕಿನೊಡನೆ ಇರುವುದರಿಂದ ಖುಷಿಯಾಗಿತ್ತು. ಇನ್ನು ಹೊಸ ಕೀಟವೋ, ತನ್ನ ಕೀಟಬುದ್ಧಿಯನ್ನು ಬಿಡದೆ, ಈ ರಗಳೆಯೇನನ್ನೂ ಅರಿಯದೇ, ತನ್ನನ್ನು ಬಂಧಿಸಿರುವ ಪೆಟ್ಟಿಗೆಯಿಂದ ಹೇಗೆ ತಪ್ಪಿಸಿಕೊಳ್ಳುವುದೆಂದು ಯೋಚಿಸುತ್ತಿತ್ತು.

ರಾಂಜಿಯ ಬ್ಯಾಟಿನ ಪವಾಡ

"ಹೌ ಈಸ್ ದಟ್!" ವಿಕೆಟ್ ಕೀಪರ್ ತನ್ನ ಗ್ಲೌಸ್ ಹಾಕಿರುವ ಕೈಗಳಲ್ಲಿ ಚೆಂಡನ್ನು ಹಿಡಿದೆತ್ತಿ ಜೋರಾಗಿ ಕೂಗಿದ.

"ಹೌ ಈಸ್ ದಟ್!" ಎಂದು ಕೀಪರ್‌ನ ಧ್ವನಿಗೆ ಪ್ರತಿಧ್ವನಿಯಂತೆ ಸ್ಲಿಪ್‌ನಲ್ಲಿ ನಿಂತಿದ್ದ ಫೀಲ್ಡರ್ ಗಳು ಕೂಗಿದರು.

"ಹೌ?" ಎಂದು ವೇಗದ ಬೌಲರ್, ಅಂಪೈರನ್ನು ದುರುಗುಟ್ಟಿ ನೋಡುತ್ತಾ ಕಿರುಚಿದ.

"ಔಟ್!" ಅಂದ ಅಂಪೈರ್.

ಶಾಲೆಯ ಟೀಮಿನ ಕಪ್ತಾನ ಸೂರಜ್, ನಿಧಾನವಾಗಿ "ಪೆವಿಲಿಯನ್" ಕಡೆ ಹೆಜ್ಜೆಹಾಕತೊಡಗಿದ. ಪೆವಿಲಿಯನ್ ಅಂದರೆ ಮೈದಾನದ ತುದಿಯಲ್ಲಿರುವ ಗುಜರಿ ಶೆಡ್.

ಈಗ 53 ಕ್ಕೆ 4 ವಿಕೆಟ್ ಪತನವಾಗಿದೆ. ಗೆಲುವಿಗೆ ಇನ್ನೂ ಅರವತ್ತು ರನ್ ಬೇಕಿದೆ. ಈಗ ಒಳ್ಳೆಯ ಬ್ಯಾಟ್ಸ್‌ಮನ್ ಒಬ್ಬೇ ಒಬ್ಬ ಉಳಿದಿದ್ದಾನೆ. ಉಳಿದವರೆಲ್ಲ ಬೌಲರ್‌ಗಳು. ಅವರಿಂದ ರನ್ ಗಳಿಕೆಯನ್ನು ನಿರೀಕ್ಷಿಸುವಂತಿಲ್ಲ.

ರಾಂಜಿಯದು ಈಗ ಬ್ಯಾಟಿಂಗ್ ಸರದಿ.

ಅವನು ಟೀಮಿನಲ್ಲಿ ಎಲ್ಲರಿಗಿಂತ ಕಿರಿಯ. ಕೇವಲ ಹನ್ನೊಂದು ವರ್ಷ. ಆದರೆ ಗಟ್ಟಿಮುಟ್ಟಾಗಿದ್ದ ಮತ್ತು ಮುನ್ನುಗ್ಗುವ ಛಾತಿಯನ್ನು ಹೊಂದಿದ್ದ. ಅವನು ಬಿರಬಿರನೆ ವಿಕೆಟ್ ಬಳಿಗೆ ಸಾಗುತ್ತಿರುವಾಗ ಬೆಟ್ಟದ ಕಡೆಯಿಂದ ಬೀಸಿ ಬರುತ್ತಿದ್ದ ತಂಗಾಳಿ ಅವನ ಕಪ್ಪು ಕೆದರು ಕೂದಲನ್ನು ಹಾರಾಡಿಸಿತು.

ರಾಂಜಿಯದು ಚುರುಕು ಕಣ್ಣುಗಳು, ಬಲವಾದ ಮಣಿಕಟ್ಟು. ಸಣ್ಣಪುಟ್ಟ ಪಂದ್ಯಗಳಲ್ಲಿ ಚೆನ್ನಾಗಿ ರನ್ ಗಳಿಸಿದ್ದ. ಆದರೆ ಕಳೆದ ಎರಡು ಅಂತರಶಾಲಾ ಪಂದ್ಯಗಳಲ್ಲಿ ಅವನ ರನ್ ಗಳಿಕೆ ತೀರಾ ಕಡಿಮೆ. ಅವೆರಡರಲ್ಲಿ 12 ಗರಿಷ್ಟ ರನ್ನುಗಳು. ಈ ಬಾರಿ ಹೆಚ್ಚು ರನ್ ಗಳಿಸಿ ತನ್ನ ಟೀಮನ್ನು ಗೆಲ್ಲಿಸಬೇಕೆಂದು ದೃಢ ನಿಶ್ಚಯ ಮಾಡಿಕೊಂಡಿದ್ದ.

ರಾಂಜಿ ಬೌಲಿಂಗನ್ನು ಎದುರಿಸಲು ಸಜ್ಜಾದ. ಕ್ಯಾಚ್ ಸಿಗಬಹುದೆಂಬ

ಆಸೆಯಿಂದ ಫೀಲ್ಡರುಗಳು ಕೊಂಚ ಹತ್ತಿರಕ್ಕೆ ಸರಿದರು. ಎತ್ತರವಾಗಿದ್ದ ವೇಗದ ಬೌಲರ್ ದೂರದಿಂದ ಓಡೋಡಿ ಬಂದ. ಅವನ ಕೈ ಒಮ್ಮೆ ಜೋರಾಗಿ ತಿರುಗಿ ಎಸೆದ, ಕಲ್ಲಿನಂತೆ ಗಟ್ಟಿಯಾದ ಕೆಂಬಣ್ಣದ ಹೊಳಪಿನ ಚೆಂಡು ರಾಂಜಿಯೆಡೆಗೆ ಮುನ್ನುಗ್ಗಿ ಬಂತು.

ರಾಂಜಿ ಒಂದು ಹೆಜ್ಜೆ ಮುಂದೆ ಇಟ್ಟು ಬೌಲರ್ ದಿಕ್ಕಿಗೇ ಆ ಚೆಂಡನ್ನು ಹೊಡೆಯಲು ಹೋದ. ಆದರೆ ಕೊನೆ ಕ್ಷಣದಲ್ಲಿ ಮನಸ್ಸು ಬದಲಿಸಿ, ಬಲಕ್ಕೆ ಅಥವಾ ಎಡಕ್ಕೆ ಫೀಲ್ಡರುಗಳನ್ನು ತಪ್ಪಿಸಿ ಹೊಡೆಯಲೆಂದು ಒಂದು ಹೆಜ್ಜೆ ಹಿಂದಿರಿಸಿದ. ಗಾಳಿಯನ್ನು ಛೇದಿಸುತ್ತಾ ಬಂದ ಚೆಂಡು, ಹುಲ್ಲಿನ ಮೇಲೆ ಬಿದ್ದು, ಪುಟಿದೆದ್ದು ನೇರವಾಗಿ ರಾಂಜಿಯ ಕಾಲಿಗೆ ಕಟ್ಟಿರುವ ಪ್ಯಾಡ್‌ಗೆ ಬಡಿಯಿತು.

"ಹೌ ಈಸ್ ದಟ್!" ಎಂದು ಬೌಲರ್ ಕಿರುಚುತ್ತಾ ಕಾಂಗರೂವಿನಂತೆ ಕುಪ್ಪಳಿಸಿದ.

"ಹೌ!" ಎಂದು ವಿಕೆಟ್ ಕೀಪರ್ ಸಹ ಕೂಗಿದ.

"ಹೌ?" ಎಂದು ಫೀಲ್ಡರುಗಳು ಸಹ ಪ್ರಶ್ನಿಸಿದರು.

ಅಂಪೈರ್ ನಿಧಾನವಾಗಿ ತನ್ನ ಬೆರಳನ್ನು ಮೇಲೆತ್ತಿದ.

"ಔಟ್" ಎಂದು ಹೇಳಿದ.

ಈಗ ಗುಜರಿ ಶೆಡ್ ಕಡೆಗೆ ಹೆಜ್ಜೆ ಹಾಕುವ ಸರದಿ ರಾಂಜಿಯದಾಯಿತು.

ಪಂದ್ಯವನ್ನು ಆಹ್ವಾನಿತ ತಂಡ ಗೆದ್ದಿತು.

"ತಲೆ ಕೆಡಿಸಿಕೊಳ್ಳಬೇಡ. ಮುಂದಿನ ಬಾರಿ ನೀನು ಚೆನ್ನಾಗಿ ಆಡುವಿಯಂತೆ. ಈಗ ಸ್ವಲ್ಪ ಅಭ್ಯಾಸ ತಪ್ಪಿದೆಯಷ್ಟೆ" ಎಂದು ಸೂರಜ್ ರಾಂಜಿಯ ಬೆನ್ನು ತಟ್ಟುತ್ತಾ ಸಮಾಧಾನ ಹೇಳಿದ.

ಆದರೆ ಅವರ ತರಬೇತುದಾರ ಮಾತ್ರ ಕಡಕ್ ಮನುಷ್ಯ.

"ಮುಂದಿನ ಪಂದ್ಯದಲ್ಲಿ ನೀನು ಹೆಚ್ಚಿನ ರನ್ ಗಳಿಸಲೇಬೇಕು. ಇಲ್ಲವಾದರೆ ತಂಡದಲ್ಲಿ ನಿನ್ನ ಸ್ಥಾನ ಕಳೆದುಕೊಳ್ಳುತ್ತೀಯ!" ಎಂದು ರಾಂಜಿಗೆ ಹೇಳಿದ.

ಇತರೇ ಆಟಗಾರರ ಕಣ್ತಪ್ಪಿಸಿ ರಾಂಜಿ, ತಲೆ ತಗ್ಗಿಸಿ, ಜೇಬಲ್ಲಿ ಕೈಗಳನ್ನಿರಿಸಿಕೊಂಡು ನಿಧಾನವಾಗಿ ಮನೆ ಕಡೆ ಹೊರಟ. ಅವನು ನಿಜಕ್ಕೂ ಅಸಮಾಧಾನಗೊಂಡಿದ್ದ. ನಿರಂತರ ಅಭ್ಯಾಸ, ಪರಿಶ್ರಮ ಫಲಕೊಡುತ್ತಿಲ್ಲ. ಮುಖ್ಯವಾದ ಪಂದ್ಯದಲ್ಲಿ ಹೆಚ್ಚು ರನ್ ಗಳಿಸಲಾಗದೇ ವಿಫಲನಾಗುತ್ತಿದ್ದಾನೆ. ಇನ್ನು ಏನು ಮಾಡಿದರೂ ಪ್ರಯೋಜನವಿಲ್ಲ ಅನ್ನಿಸುತ್ತಿದೆ. ಆದರೆ ಕ್ರಿಕೆಟ್ ಅಂದರೆ ಅವನಿಗೆ ಪಂಚಪ್ರಾಣ. ತಂಡದಿಂದ ಹೊರಬರುವುದನ್ನು ಅವನಿಂದ ಊಹಿಸಿಕೊಳ್ಳಲೂ ಆಗದು.

ಮನೆಗೆ ಹಿಂದಿರುಗುವಾಗ ಅವನು ಗಡಿಯಾರದ ಗೋಪುರದ ಮುಂದೆಯೇ ಹಾದು ಬರಬೇಕು. ಅಲ್ಲಿದ್ದ ಕುಮಾರ್ ಅವರ ಕ್ರೀಡೆಗೆ ಸಂಬಂಧಿಸಿದ ಅಂಗಡಿಗೆ ಹೋಗಿ ಅವರನ್ನು ಮಾತನಾಡಿಸಿ, ಅಲ್ಲಿ ಪೇರಿಸಿರುವ ವಿವಿಧ ವಸ್ತುಗಳನ್ನೆಲ್ಲಾ ಕಣ್ಣು ತುಂಬಿಸಿಕೊಳ್ಳುವುದು ಅವನ ಪರಿಪಾಟ. ಅಂಗಡಿಯ ಕಪಾಟಿನಲ್ಲಿ ಜೋಡಿಸಿರುವ ಫುಟ್ ಬಾಲ್‌ಗಳು, ಕ್ರಿಕೆಟ್ ಬಾಲ್‌ಗಳು, ಬ್ಯಾಡ್ಮಿಂಟನ್ ರಾಕೆಟ್‌ಗಳು, ಹಾಕಿ ಸ್ಟಿಕ್‌ಗಳು, ವಿವಿಧ

ಆಕಾರದ ಚೆಂಡುಗಳು – ರಾಂಜಿಗೆ ಅವನ್ನೆಲ್ಲಾ ನೋಡುವುದೇ ಒಂದು ಆನಂದ.

ಆದರೆ ಈ ದಿನ ಅವನಿಗೆ ಅಲ್ಲಿಗೆ ಹೋಗಲು ಮನಸ್ಸಾಗಲಿಲ್ಲ. ಬೇರೆ ದಿಕ್ಕಿನಲ್ಲಿ ಮುಖ ತಿರುಗಿಸಿಕೊಂಡು ರಸ್ತೆ ದಾಟಲು ಹೋಗಬೇಕೆನ್ನುವಾಗ, ಕುಮಾರ್ ಅವರ ಧ್ವನಿ ಅವನನ್ನು ತಡೆದು ನಿಲ್ಲಿಸಿತು.

"ಹಲೋ, ರಾಂಜಿ! ಏನಿವತ್ತು ತುಂಬಾ ಆತುರದಲ್ಲಿದ್ದೀಯ? ಯಾಕೆ ನಿನ್ನ ಮುಖ ಒಂದು ಥರಾ ಬೇಸರದಲ್ಲಿರುವಂತೆ ಇದೆ?"

ರಾಂಜಿ ವಿಧಿಯಿಲ್ಲದೆ ಅವರೆಡೆಗೆ ತಿರುಗಿ "ನಮಸ್ತೆ" ಅಂದ. ಕುಮಾರ್ ಅವರನ್ನು ಉದಾಸೀನ ಮಾಡುವ ಉದ್ದೇಶ ಅವನದಲ್ಲ. ಏಕೆಂದರೆ ಅವರಿಗೆ ರಾಂಜಿಯಲ್ಲಿ ಪ್ರೀತಿಯಿತ್ತು. ಸ್ನೇಹಮಯಿ ಮತ್ತು ದಯಾಳು ಮನಸ್ಸು ಅವರದು. ಅಲ್ಲಿಗೆ ಹೋದಾಗಲೆಲ್ಲಾ ರಾಂಜಿಗೆ ಬೇರೆ ಬೇರೆ ರೀತಿಯ ಬೌಲಿಂಗ್‌ಅನ್ನು ಹೇಗೆಲ್ಲಾ ಎದುರಿಸಬೇಕು ಎಂದು ಸಲಹೆ ನೀಡುತ್ತಿದ್ದರು. ಕುಮಾರ್ ಈ ಹಿಂದೆ ರಾಜ್ಯಮಟ್ಟದ ಕ್ರಿಕೆಟ್ ಆಟಗಾರರಾಗಿದ್ದವರು. ಟಾಂಜಾನಿಯಾ ವಿರುದ್ಧದ ಪಂದ್ಯದಲ್ಲಿ ಸೆಂಚುರಿ ಸಿಡಿಸಿದ್ದರು. ಈಗ ಮೊದಲ ದರ್ಜೆ ಕ್ರಿಕೆಟ್ ಆಡುವ ವಯಸ್ಸು ಮೀರಿಹೋಗಿರುವುದರಿಂದ ಯುವ ಕ್ರೀಡಾಪಟುಗಳನ್ನು ಪ್ರೋತ್ಸಾಹಿಸುತ್ತಿರುತ್ತಾರೆ. ರಾಂಜಿ ಭವಿಷ್ಯದಲ್ಲಿ ಉತ್ತಮ ಕ್ರಿಕೆಟ್ ಆಟಗಾರನಾಗಬಲ್ಲ ಎಂದು ಗುರುತಿಸಿ ಅವನ ಬೆನ್ನುತಟ್ಟುತ್ತಿದ್ದರು.

"ಏನು ಸಮಸ್ಯೆ?" ಎಂದು ಕೇಳಿದರು. ರಾಂಜಿ ಅವರ ಅಂಗಡಿಯನ್ನು ಪ್ರವೇಶಿಸುತ್ತಾ "ಈದಿನ ಪಂದ್ಯವನ್ನು ಸೋತೆವು" ಎಂದ.

ಅಂಗಡಿಯನ್ನು ಪ್ರವೇಶಿಸುತ್ತಿದ್ದಂತೆಯೇ ಅವನ ಮನಸ್ಸಿಗೆ ಕೊಂಚ ನಿರಾಳ ಎನಿಸಿತು. ಏಕೆಂದರೆ ಕುಮಾರ್ ಅವರ ಸ್ನೇಹಪರತೆ ಆ ರೀತಿಯ ವಾತಾವರಣವನ್ನು ಸೃಷ್ಟಿಸುತ್ತಿತ್ತು, ಅಲ್ಲಿನ ವಸ್ತುಗಳಿಗೂ ಅದೇ ಬುದ್ಧಿ ಬಂದಿರುವಂತೆ ಭಾಸವಾಗುತ್ತಿತ್ತು. ಅಲ್ಲಿರುವ ಬ್ಯಾಟು, ಬಾಲುಗಳು ಮತ್ತು ಶಟಲ್ ಕಾಕ್ ಎಲ್ಲವೂ ಸ್ನೇಹಶೀಲತೆಯನ್ನು ಪ್ರದರ್ಶಿಸುತ್ತಿದ್ದವು.

"ನಾವು ಪಂದ್ಯವನ್ನು ಸೋತೆವು" ಎಂದ ರಾಂಜಿ.

"ಪರ್ವಾಗಿಲ್ಲ ಬಿಡು, ಪಂದ್ಯ ಅಂದ ಮೇಲೆ ಸೋಲು ಗೆಲುವು ಇರಲೇ ಬೇಕು. ಸೋಲು ಎಂಬುದಿಲ್ಲದಿದ್ದರೆ ಅದು ಪಂದ್ಯ ತಾನೆ ಹೇಗೆ ಆದೀತು? ಹಾಗೇನಾದರೂ ಆಗಿದ್ದಿದ್ದರೆ ಕ್ರಿಕೆಟ್, ಫುಟ್‌ಬಾಲ್, ಹಾಕಿ ಅಥವಾ ಟೆನ್ನಿಸ್ ಯಾವುದೂ ಇರುತ್ತಿರಲಿಲ್ಲ! ಕೇರಮ್ ಅಥವಾ ಚೌಕಾಬಾರಾ ಆಟ ಕೂಡ ಇರುತ್ತಿರಲಿಲ್ಲ. ನಾನು ಕ್ರೀಡೆಗೆ ಸಂಬಂಧಿಸಿದ ಅಂಗಡಿ ಇಡಲೂ ಸಹ ಆಗುತ್ತಿರಲಿಲ್ಲ! ಇರಲಿ ಬಿಡು, ಅಂದಹಾಗೆ ನೀನು ಎಷ್ಟು ರನ್ ಗಳಿಸಿದೆ?" ಎಂದು ಕುಮಾರ್ ಪ್ರಶ್ನಿಸಿದರು.

"ಉಹೂಂ, ದೊಡ್ಡ ಮೊಟ್ಟೆ."

ಕುಮಾರ್, ರಾಂಜಿಯ ಭುಜದ ಮೇಲೆ ಕೈ ಹಾಕಿ, "ಚಿಂತೆ ಮಾಡಬೇಡ. ಎಂಥಾ ಒಳ್ಳೊಳ್ಳೆ ಆಟಗಾರರಿಗೂ ಆಗಾಗ್ಗೆ ಕೆಟ್ಟ ದಿನಗಳು ಬಂದು ಹೋಗುತ್ತವೆ."

"ಆದರೆ, ಕಳೆದ ಮೂರು ಪಂದ್ಯಗಳಿಂದಲೂ ನಾನು ರನ್ ಗಳಿಸಲು ಸಾಧ್ಯವಾಗಿಲ್ಲ, ಮುಂದಿನ ಪಂದ್ಯದಲ್ಲಿ ಚೆನ್ನಾಗಿ ಆಡದಿದ್ದರೆ ನನ್ನನ್ನು ತಂಡದಿಂದ ಹೊರಹಾಕುತ್ತಾರೆ" ಎಂದ ರಾಂಜಿ.

"ಹೌದಾ? ಹಾಗಾಗಬಾರದು. ಅದಕ್ಕಾಗಿ ಏನಾದರೂ ಮಾಡಬೇಕು" ಎಂದು ಯೋಚಿಸುತ್ತಾ, ತನಗೇ ಹೇಳಿಕೊಳ್ಳುತ್ತಿರುವಂತೆ ನುಡಿದರು ಕುಮಾರ್.

"ನಾನು ಅದೃಷ್ಟಹೀನ" ಎಂದ ರಾಂಜಿ.

"ಇರಬಹುದು, ಇರಬಹುದು... ಆದರೆ, ನಿನ್ನ ಅದೃಷ್ಟ ಬದಲಾಯಿಸುವ ಸಮಯ ಬಂದಿದೆ."

"ಈಗ ಏನೂ ಮಾಡಲಾಗದು, ತುಂಬಾ ತಡವಾಗಿದೆ ಬಿಡಿ" ಎಂದ ರಾಂಜಿ.

"ಬುದ್ಧಿಯಿಲ್ಲದವನಂತೆ ಮಾತನಾಡಬೇಡ. ಈಗೇನೂ ಕಾಲ ಮಿಂಚಿಲ್ಲ. ಈಗ ನನ್ನ ಜೊತೆ ಅಂಗಡಿಯ ಒಳಗೆ ಬಾ. ನಿನ್ನ ಅದೃಷ್ಟ ಬದಲಾಯಿಸಲು ಏನಾದರೂ ಮಾಡೋಣ."

ಕುಮಾರ್ ಮಾತಿಗೆ ಗೊಂದಲಕ್ಕೊಳಗಾದ ರಾಂಜಿ ಅವರನ್ನು ಹಿಂಬಾಲಿಸಿದ. ಅವರು ಅಂಗಡಿಯೊಳಗೆ ಇದ್ದ ಬಾಗಿಲಿಗೆ ಹಾಕಿದ್ದ ಪರದೆ ಸರಿಸಿ ಒಳಗೆ ಹೋದರು. ಅಲ್ಲಿ ಮಂದವಾದ ಬೆಳಕಿತ್ತು. ಅಲ್ಲಿ ಬೇಕಾಬಿಟ್ಟಿ ಹಳೆಯ ಕ್ರೀಡಾ ಸಾಮಗ್ರಿಗಳನ್ನು ಗುಡ್ಡೆ ಹಾಕಿದ್ದುದು ಕಾಣಿಸಿತು. ಹರಿದ ಫುಟ್‌ಬಾಲ್ ಬ್ಲಾಡರ್‌ಗಳು, ಮುರಿದ ಬ್ಯಾಟ್‌ಗಳು, ಹರಿದ ಬ್ಯಾಡ್‌ಮಿಂಟನ್ ನೆಟ್‌ಗಳು ಎಲ್ಲಾ ಹರಡಿದ್ದವು.

ಕುಮಾರ್ ಹಳೆಯದಾದ ಕ್ರಿಕೆಟ್ ಬ್ಯಾಟ್‌ಗಳನ್ನೆಲ್ಲಾ ಸೂಕ್ಷ್ಮವಾಗಿ ಪರಿಶೀಲಿಸುತ್ತಿದ್ದರು, ಕೆಲ ನಿಮಿಷಗಳು ಹುಡುಕಿ, ಕಡೆಗೆ "ಓಹ್, ಸಿಕ್ಕಿತು!" ಎನ್ನುತ್ತಾ ಒಂದು ಬ್ಯಾಟನ್ನು ಹಿಡಿದೆತ್ತಿ ರಾಂಜಿಗೆ ತೋರಿಸಿದರು.

"ಇದನ್ನೇ ಹುಡುಕಿದ್ದು! ಇದು ನನ್ನ ಅದೃಷ್ಟದ ಬ್ಯಾಟ್. ಇದರಲ್ಲೇ ನಾನು ಶತಕ ಬಾರಿಸಿದ್ದು!" ಎನ್ನುತ್ತಾ, ಬ್ಯಾಟನ್ನು ಒಮ್ಮೆ ಗಿರಗಿರನೆ ತಿರುಗಿಸಿದರು. ನಂತರ ಬೌಲರ್ ಚೆಂಡು ಎಸೆಯುತ್ತಿದ್ದಾನೇನೋ ಎಂಬ ಊಹೆಯಿಂದ ಬ್ಯಾಟ್‌ನಿಂದ ಎಲ್ಲಾ ದಿಕ್ಕಿಗೂ ಬೀಸಿ ಚೆಂಡನ್ನು ಹೊಡೆದಂತೆ ನಟಿಸಿದರು.

"ಇದು ಹಳೆಯ ಬ್ಯಾಟ್ ಆದರೂ ತನ್ನ ಮಾಂತ್ರಿಕ ಶಕ್ತಿಯನ್ನು ಕಳೆದುಕೊಂಡಿಲ್ಲ" ಎನ್ನುತ್ತಾ ತಮ್ಮ ಆಟದ ಭಂಗಿಗಳಿಂದ ಮಾಮೂಲಿನ ಸ್ಥಿತಿಗೆ ಹಿಂದಿರುಗಿ ಜೋರಾಗಿ ಉಸಿರೆಳೆದುಕೊಂಡರು. ಬ್ಯಾಟನ್ನು ರಾಂಜಿಯೆಡೆಗೆ ಹಿಡಿದರು. "ತಗೋ! ಇದನ್ನು ನಿನ್ನ ಕ್ರಿಕೆಟ್ ಪಂದ್ಯಗಳು ಮುಗಿಯುವವರೆಗೂ ಇಟ್ಟುಕೋ, ಇದು ನಿನ್ನನ್ನು ಸೋಲಲು ಬಿಡುವುದಿಲ್ಲ."

ರಾಂಜಿ ಬ್ಯಾಟನ್ನು ಪಡೆದು ಅದನ್ನು ಒಂದು ರೀತಿಯ ವಿಸ್ಮಯ ಮತ್ತು ಸಂತೋಷದ ಕಣ್ಣುಗಳಿಂದ ನೋಡಿದ.

"ನಿಜವಾಗಿಯೂ ಇದೇ ಬ್ಯಾಟ್‌ನಲ್ಲಾ ನೀವು ಶತಕ ಹೊಡೆದದ್ದು?" ಎಂದು ಕೇಳಿದ.

"ಹೌದು. ಇದೇ ಬ್ಯಾಟ್. ಇದು ನಿನಗೂ ಶತಕ ಬಾರಿಸಲು ಖಂಡಿತ ನೆರವಾಗುತ್ತದೆ!" ಎಂದರು ಕುಮಾರ್.

ಶನಿವಾರದ ಪಂದ್ಯದ ಕುರಿತಾಗಿಯೇ ಸದಾ ಚಿಂತಿಸುತ್ತಾ ರಾಂಜಿ ಆ ವಾರ ಪೂರಾ ಉದ್ವಿಗ್ನತೆಯಿಂದಲೇ ಇದ್ದ. ಈ ಬಾರಿ ಅವನ ಶಾಲಾತಂಡ, ಪರ ಊರಿನ ಬಲಿಷ್ಠ ತಂಡದೊಂದಿಗೆ ಆಡುವುದಿತ್ತು. ಶಾಲೆಯಲ್ಲಿ ಆ ವಾರ ಓದು ಬರಹ, ಮನೆ ಪಾಠ ಸ್ವಲ್ಪ ಹೆಚ್ಚೇ ಇದ್ದುದ್ದರಿಂದ, ರಾಂಜಿಗೆ ಇತರ ಹುಡುಗರೊಂದಿಗೆ ಮೈದಾನದಲ್ಲಿ ಕ್ರಿಕೆಟ್ ನ ಅಭ್ಯಾಸ ಪಂದ್ಯಗಳಲ್ಲಿ ಆಡಲು ಸಾಧ್ಯವಾಗಲಿಲ್ಲ. ಅವನಿಗೆ ಸಹೋದರ, ಸಹೋದರಿಯರು ಯಾರೂ ಇರದ ಕಾರಣ ನೆರೆ ಮನೆಯ ಹುಡುಗಿ ಕೊಕಿಗೆ ಮನೆಯ ಮುಂದಿನ ಉದ್ಯಾನದಲ್ಲಿ ಬೌಲ್ ಮಾಡುವಂತೆ ಕೋರಿದ. ಕೊಕಿ ಚೆನ್ನಾಗಿಯೇ ಬೌಲ್ ಮಾಡುತ್ತಿದ್ದಳಾದರೂ, ರಾಂಜಿಗೆ "ಬ್ಯಾಟ್ ತನ್ನ ಹಿಡಿತ"ಕ್ಕೆ ಸಿಗಲು ಜೋರು ಹೊಡೆತಗಳನ್ನು ಹೊಡೆಯಬೇಕಿತ್ತು. ಅವನು ಜೋರಾಗಿ ಹೊಡೆದ ಬಾಲನ್ನು ಓಡಿ ಓಡಿ ಹಿಡಿದು ತರುವಷ್ಟರಲ್ಲಿ ಕೊಕಿ ಸುಸ್ತಾದಳು.

ಕಡೆಗೂ ಶನಿವಾರ ಬಂತು. ಪ್ರಕಾಶಮಾನವಾದ ಬೆಳಕು ಬೀರುತ್ತಾ ಸೂರ್ಯ ಕಂಗೊಳಿಸಿದ. ಕ್ರಿಕೆಟ್‌ಗೆ ಹೇಳಿ ಮಾಡಿಸಿದ ವಾತಾವರಣ ಸೃಷ್ಟಿಯಾಗಿತ್ತು.

ಶಾಲೆಯ ತಂಡದ ನಾಯಕ ಸೂರಜ್ ಟಾಸ್ ಗೆದ್ದು ಬ್ಯಾಟಿಂಗ್ ಆಯ್ದುಕೊಂಡ.

ಮೊದಲ ಬ್ಯಾಟಿಂಗ್ ಜೋಡಿ ಔಟಾಗದೇ ಮುವ್ವತ್ತು ರನ್‌ಗಳನ್ನು ಪೇರಿಸಿತು. ಎದುರಾಳಿ ತಂಡದ ವೇಗದ ಬೌಲರುಗಳು ವಿಕೆಟ್ ಪಡೆಯಲಾಗಲಿಲ್ಲ. ಸ್ಪಿನ್ ಬೌಲರುಗಳ ಪ್ರವೇಶವಾಗುತ್ತಿದ್ದಂತೆ ಆಟದ ಗತಿ ಬದಲಾಯಿತು. ಒಂದೇ ಓವರಿನಲ್ಲಿ ಎರಡು ವಿಕೆಟ್‌ಗಳು ಉರುಳಿದವು. ಸ್ಕೋರ್ 33 ಕ್ಕೆ 2 ಆಯಿತು. ಸೂರಜ್ ಪಟಪಟನೆ ಕೆಲವು ರನ್‌ಗಳನ್ನು ಗಳಿಸಿದನಾದರೂ ಅವನೂ ಸಹ ಸ್ಪಿನ್ ಮೋಡಿಗೆ ವಿಕೆಟ್ ಕೀಪರ್‌ಗೆ ಕ್ಯಾಚ್ ನೀಡಿ ಔಟಾದ. ಮುಂದಿನ ಬ್ಯಾಟ್ಸ್‌ಮನ್ ಬೌಲ್ಡ್ ಆಗಿಬಿಟ್ಟ. ಈಗ 46 ಕ್ಕೆ 4. ಈಗ ರಾಂಜಿಯ ಸರದಿ.

ನಿಧಾನವಾಗಿ ವಿಕೆಟ್ ಬಳಿಗೆ ಹೋದ ರಾಂಜಿ. ಫೀಲ್ಡರುಗಳು ನೊಣ ಮುತ್ತಿದಂತೆ ಅವನ ಸುತ್ತ ಮುತ್ತಿಕೊಂಡರು. ವಿಕೆಟ್‌ಗಳ ನೇರ ಮುಂದೆ ಬ್ಯಾಟನ್ನು ಹಿಡಿದು ಬಗ್ಗಿ ಮುಂದೆ ನೋಡುತ್ತಾ ಬಾಲನ್ನು ಎದುರಿಸಲು ಸಿದ್ಧನಾದ.

ಬೌಲರ್ ಕೆಲವೇ ಹೆಜ್ಜೆ ಓಡಿ ಚೆಂಡನ್ನು ಎಸೆದ. ಚೆಂಡು ತಿರುತಿರುಗುತ್ತಾ ರಾಂಜಿಯೆಡೆಗೆ ಧಾವಿಸಿ ಬಂತು. ಹೊಡೆಯಲು ಒಂದು ಹೆಜ್ಜೆ ಮುಂದಿರಿಸಿದವನ ಬ್ಯಾಟಿಗೆ ಸಿಲುಕದೇ ಅದು ತಿರುಗುತ್ತಾ ಹೋಗುವ ಹಾಗೆ ಕಂಡುಬಂತು.

ಚೆಂಡು ಬ್ಯಾಟಿಗೆ ಬಡಿದೊಡನೆಯೇ ರಾಂಜಿಗೆ ತನ್ನ ಕೈಗಳು ಝುಂ ಎಂದಿತು. ಅವನು ಪುಳಕಗೊಂಡ.

ಕ್ರಾಕ್!

ಜೋರಾಗಿ ಬೀಸಿದ ರಾಂಜಿಯ ಬ್ಯಾಟಿನ ಮಧ್ಯಕ್ಕೆ ಸರಿಯಾಗಿ ಚೆಂಡು ಬಡಿಯಿತು. ಅದು ಸರ್ರನೆ ಅಸಹಾಯಕ ಬೌಲರನ ಪಕ್ಕದಲ್ಲಿ ಹಾದು ವೇಗವಾಗಿ ಹೋಗಿ ಬೌಂಡರಿ ಗೆರೆಯನ್ನು ತಲುಪಿತು. ನಾಲ್ಕು ರನ್‌ಗಳು!

ಇದು ಬೌಲರನ್ನು ಕೆರಳಿಸಿತು. ಮುಂದಿನ ಬಾಲ್ ಫುಲ್ ಟಾಸ್. ರಾಂಜಿ ತನ್ನ ಎಡಭಾಗದ ಬೌಂಡರಿ ಗೆರೆಗೆ ಆ ಚೆಂಡನ್ನು ಅಟ್ಟಿದ. ಮತ್ತೊಮ್ಮೆ ನಾಲ್ಕು ರನ್‌ಗಳು.

ಇದು ಪ್ರಾರಂಭವಷ್ಟೇ. ಈಗ ರಾಂಜಿ ತನಗೆ ಗೊತ್ತಿದ್ದ ಎಲ್ಲಾ ಬಗೆಯ ಹೊಡೆತಗಳನ್ನೂ ಪ್ರಯೋಗಿಸಿದ. ಲೇಟ್ ಕಟ್, ಸ್ಕ್ವೇರ್ ಕಟ್, ಸ್ಟ್ರೈಟ್ ಡ್ರೈವ್, ಆನ್ ಡ್ರೈವ್, ಆಫ್ ಡ್ರೈವ್ ಎಲ್ಲವೂ ಆಯಿತು. ಎದುರಾಳಿ ತಂಡದ ಕಪ್ತಾನ ತನ್ನ ಎಲ್ಲಾ ಬೌಲರುಗಳನ್ನೂ ಅಖಾಡಕ್ಕೆ ಇಳಿಸಿದ. ವೇಗಿಗಳು ಮತ್ತು ಸ್ಪಿನ್ ಬೌಲರುಗಳು. ಯಾರ ಕೈಲೂ ರಾಂಜಿಯನ್ನು ಔಟ್ ಮಾಡಲಾಗಲಿಲ್ಲ. ಫೀಲ್ಡರುಗಳನ್ನು ಇಡೀ ಮೈದಾನದಲ್ಲೆಲ್ಲ ಓಡಾಡಿಸಿಬಿಟ್ಟ ರಾಂಜಿ.

ಊಟದ ಸಮಯವಾಗುವಷ್ಟರಲ್ಲಿ ಅವನು 40 ರನ್ ಗಳಿಸಿದ್ದ. ನಂತರ ಇಪ್ಪತ್ತು ನಿಮಿಷಗಳಾದ ಮೇಲೆ ಸೂರಜ್ ಇನ್ನಿಂಗ್ಸ್ ಮುಗಿಸಿದಾಗ ರಾಂಜಿ ಔಟಾಗದೇ 58 ರನ್ ಪೇರಿಸಿದ್ದ.

ಎದುರಾಳಿ ತಂಡ ಕಡಿಮೆ ರನ್‌ಗಳಿಗೇ ಆಲ್ ಔಟ್ ಆದರು. ರಾಂಜಿಯ ಶಾಲಾ ತಂಡ ಪಂದ್ಯವನ್ನು ಗೆದ್ದಿತು.

ಮನೆಗೆ ಹೋಗುವ ದಾರಿಯಲ್ಲಿ ರಾಂಜಿ, ಕುಮಾರ್ ಅವರಿಗೆ ಶುಭ ಸಮಾಚಾರವನ್ನು ಹೇಳಲೆಂದು ಅಂಗಡಿಗೆ ಹೋದ.

"ನಾವು ಗೆದ್ದೆವು!" ಎನ್ನುತ್ತಾ ಖುಷಿಯಿಂದ, "ನಾನು 58 ರನ್‌ಗಳನ್ನು ಹೊಡೆದೆ – ಇದುವರೆಗೂ ನಾನು ಗಳಿಸಿದ ಅತಿ ಹೆಚ್ಚಿನ ಸ್ಕೋರ್ ಇದು. ಇದು ನಿಜಕ್ಕೂ ಅದೃಷ್ಟದ ಬ್ಯಾಟ್!" ಎಂದು ಹೇಳಿದ.

"ನಾನು ಹೇಳಿರಲಿಲ್ಲವಾ ನಿನಗೆ. ಮುಂದೆ ಇನ್ನೂ ಹೆಚ್ಚಿನ ರನ್ ಗಳಿಸುತ್ತೀಯ" ಎಂದು ಆಪ್ತವಾಗಿ ರಾಂಜಿಯ ಕೈಕುಲುಕಿ ಹೇಳಿದರು, ಕುಮಾರ್.

ಅತ್ಯುತ್ಸಾಹದಿಂದ ಹಾಗೂ ಸಂತಸದಿಂದ ಮನೆಗೆ ಹೋದ ರಾಂಜಿ. ಅವನಿಗೆಷ್ಟು ಖುಷಿಯಾಗಿತ್ತೆಂದರೆ ಮನೆಗೆ ಹೋಗುವಾಗ ಜುಮ್ನಾ ಸ್ವೀಟ್ ಅಂಗಡಿಯಲ್ಲಿ ಕೊಕಿಗಾಗಿ ಎರಡು ಲಡ್ಡುಗಳನ್ನು ಕೊಂಡ. ಅವಳಿಗೆ ಕ್ರಿಕೆಟ್ ಇಷ್ಟವೇ, ಆದರೂ ಲಡ್ಡು ಅಂದರೆ ಪಂಚಪ್ರಾಣ.

ಕುಮಾರ್ ಅವರ ಮಾತು ನಿಜ. ರಾಂಜಿಗೆ ಈ ಬ್ಯಾಟಿನಿಂದ ಈಗ ಸಿಕ್ಕಿರುವುದು ಕೇವಲ ಪ್ರಾರಂಭಿಕ ಯಶಸ್ಸಷ್ಟೇ. ಮುಂದಿನ ಪಂದ್ಯದಲ್ಲಿ ಅವನು 40 ರನ್ ಗಳಿಸಿದ್ದಾಗ ಸ್ವಲ್ಪ ಉದಾಸೀನ ಮಾಡಿ ಹೆಜ್ಜೆ ಮುಂದಿರಿಸಿದ್ದಾಗ ಕೀಪರ್ ಸ್ಟಂಪ್ ಎಗರಿಸಿ ಔಟ್ ಮಾಡಿದ. ಅದರ ಮುಂದಿನದ್ದು ಎರಡು ದಿನಗಳ ಪಂದ್ಯ. ಅದರಲ್ಲಿ ರಾಂಜಿ ಮೂರನೇ

ಬ್ಯಾಟ್ಸ್‌ಮನ್ ಆಗಿ ಕಣಕ್ಕಿಳಿದು 45 ರನ್ ಗಳಿಸಿದ. ಕ್ಯಾಚ್ ನೀಡಿ ಔಟಾಗುವ ಮುನ್ನ ಅವನು ಸಾಕಷ್ಟು ಬೌಂಡರಿಗಳನ್ನು ಸಿಡಿಸಿದ್ದ. ಎರಡನೇ ಇನ್ನಿಂಗ್ಸ್‌ನಲ್ಲಿ ಅವನ ಶಾಲಾ ತಂಡ ಗೆಲುವು ಸಾಧಿಸಲು 60 ರನ್ ಬೇಕಿತ್ತು. ರಾಂಜಿಯ ವೈಯಕ್ತಿಕ ಸ್ಕೋರ್ 25 ಆಗಿದ್ದಾಗ, ತನ್ನ ತಂಡದ ಗೆಲುವಿನ ರನ್ ಗಳಿಸಿದ.

ಈಗ ಎಲ್ಲರಿಗೂ ಅವನ ಬಗ್ಗೆ ಅಭಿಮಾನ ಮೂಡಿತ್ತು. ಅವನ ತರಬೇತುದಾರ, ಕಪ್ತಾನ ಸೂರಜ್ ಮತ್ತು ಕುಮಾರ್... ಎಲ್ಲರಿಗೂ ಅವನ ಬಗ್ಗೆ ಹೆಮ್ಮೆ. ಆದರೆ ಕುಮಾರ್ ಹೊರತಾಗಿ ಮತ್ತಾರಿಗೂ ಅವನ ಅದೃಷ್ಟದ ಬ್ಯಾಟ್ ಬಗ್ಗೆ ಗೊತ್ತಿಲ್ಲ.

ಒಂದು ಸಂಜೆ ಮೈದಾನದಲ್ಲಿ ಹೀಗೇ ಇವರಿವರೇ ಸ್ನೇಹಿತರು ಸೇರಿಕೊಂಡು ಕ್ರಿಕೆಟ್ ಆಡುವಾಗ ರಾಂಜಿಯ ಸ್ನೇಹಿತ ಭೀಮ್ ಚೆಂಡನ್ನು ಹಿಡಿಯಲು ಓಡುವಾಗ ಎಡವಿ ಬಿದ್ದ. ಅವನ ಕೈ ಚೂಪಾದ ಕಲ್ಲಿಗೆ ತಗುಲಿ ಪೆಟ್ಟಾಗಿ ರಕ್ತ ಬಂತು. ರಾಂಜಿ ಅವನನ್ನು ಗಡಿಯಾರ ಗೋಪುರದ ಬಳಿ ಇರುವ ವೈದ್ಯರ ಬಳಿಗೆ ಕರೆದೊಯ್ದು. ಅಲ್ಲಿ ಅವರು ಗಾಯವನ್ನು ತೊಳೆದು ಮುಲಾಮನ್ನು ಹಚ್ಚಿ ಬ್ಯಾಂಡೇಜ್ ಕಟ್ಟಿದರು. ಅಷ್ಟರಲ್ಲಾಗಲೇ ಕತ್ತಲಾಗುತ್ತಿದ್ದುದರಿಂದ ಮನೆಗೆ ಹೋಗಲು ತಡವಾಗುತ್ತದೆಂದು ನಡೆದು ಹೋಗುವ ಬದಲಿಗೆ ಗೋಪುರದ ಬಳಿ ಬಸ್ ಹತ್ತಿದ.

ಮನೆಗೆ ಹೋಗುತ್ತಿದ್ದಂತೆಯೇ ಅವನ ಅಮ್ಮ ಅವನಿಗೆ ಬಿಸಿಬಿಸಿ ಟೀ ಕೊಟ್ಟರು. ಅವನದನ್ನು ಕುಡಿಯುತ್ತಿರುವಾಗ ಕೊಕಿ ಬಂದಳು. ಅವನನ್ನು ನೋಡುತ್ತಿದ್ದಂತೆಯೇ ಅವಳು ಕೇಳಿದ ಮೊದಲ ಪ್ರಶ್ನೆ, "ರಾಂಜಿ ನಿನ್ನ ಬ್ಯಾಟ್ ಎಲ್ಲಿ?"

"ಓಹ್, ಭೀಮ್ ಗಾಯಗೊಂಡಾಗ ಬಹುಶಃ ನಾನದನ್ನು ಮೈದಾನದಲ್ಲಿಯೇ ಬಿಟ್ಟಿರಬೇಕು" ಎನ್ನುತ್ತಾ ರಾಂಜಿ ಗಾಬರಿಯಿಂದ ಮೇಲೆದ್ದ. ಅವನು ಎದ್ದ ರಭಸಕ್ಕೆ ಟೀ ಚೆಲ್ಲಿತು. "ಈಗಲೇ ಹೋಗಿ ಅದನ್ನು ಹುಡುಕಿ ತರುವೆ, ಇಲ್ಲದಿದ್ದರೆ ಅದು ಸಿಗುವುದಿಲ್ಲ."

"ನಾಳೆ ತರುವಂತೆ ಬಿಡೋ, ಈಗಾಗಲೇ ಕತ್ತಲಾಗುತ್ತಿದೆ" ಎಂದು ಅವನ ಅಮ್ಮ ತಡೆದರು.

"ನಾನು ಟಾರ್ಚ್ ತೆಗೆದುಕೊಂಡು ಹೋಗುವೆ" ಎಂದ ರಾಂಜಿ.

ಅವನಿಗೆ ಬ್ಯಾಟಿನದ್ದೇ ಚಿಂತೆ. ಅದು ಹೋದರೆ ಅವನ ಅದೃಷ್ಟ ಸಹ ಹೋಗಿಬಿಡುತ್ತದೆ. ಅವನಿಗೆ ಬಸ್‌ಗೆ ಕಾಯುವಷ್ಟೂ ತಾಳ್ಮೆ ಇರಲಿಲ್ಲ. ಮೈದಾನದ ದಿಕ್ಕಿಗೆ ಓಡಿದ.

ಮೈದಾನದಲ್ಲಿ ಒಂದು ನರಪಿಳ್ಳೆಯೂ ಇರಲಿಲ್ಲ. ಬ್ಯಾಟ್ ಕೂಡ ಕಂಡುಬರಲಿಲ್ಲ. ನಿಧಾನವಾಗಿ ರಾಂಜಿ ನೆನಪು ಮಾಡಿಕೊಂಡ. ಭೀಮ್‌ಗೆ ಚಿಕಿತ್ಸೆ ಕೊಡಿಸಿ ತಾನು ಬಸ್‌ನಲ್ಲಿ ಹೊರಟಾಗ ಅದು ಅವನೊಂದಿಗಿತ್ತು. ಬಹುಶಃ ಅದನ್ನು ಬಸ್‌ನಲ್ಲಿಯೇ ಬಿಟ್ಟುಬಿಟ್ಟಿರಬೇಕು!

ಇನ್ನದು ಅವನಿಗೆ ಸಿಗುವುದಿಲ್ಲ ಎಂಬುದು ಖಾತ್ರಿಯಾಯಿತು. ಬ್ಯಾಟ್‌ಅನ್ನು ಅವನು ಶಾಶ್ವತವಾಗಿ ಕಳೆದುಕೊಂಡ. ಬರುವ ಶನಿವಾರ ರಾಂಜಿಯ ಶಾಲಾ ತಂಡ ದೆಹಲಿಯಿಂದ ಆಗಮಿಸುತ್ತಿರುವ ತಂಡದೊಂದಿಗೆ ಬಹುಮುಖ್ಯ ಪಂದ್ಯವನ್ನು

ಆಡುವುದಿತ್ತು. ಅದು ಈ ಕ್ರಿಕೆಟ್ ಋತುವಿನ ಕಡೆಯ ಹಾಗೂ ಬಹು ಮುಖ್ಯ ಪಂದ್ಯವಾಗಿತ್ತು.

ಮರುದಿನ ಕುಮಾರ್ ಅವರ ಅಂಗಡಿಗೆ ಹೋದ. ಅವನ ಮುಖ ಬಾಡಿಹೋಗಿತ್ತು.

"ಏಕೆ, ಏನಾಯ್ತು?" ಎಂದು ಕೇಳಿದರು ಕುಮಾರ್.

"ನಾನು ಬ್ಯಾಟನ್ನು ಕಳೆದುಕೊಂಡೆ. ನೀವು ಕೊಟ್ಟಿದ್ದ ಅದೃಷ್ಟದ ಬ್ಯಾಟ್. ಅದರಲ್ಲಿ ನಾನು ಸಾಕಷ್ಟು ರನ್‌ಗಳನ್ನು ಗಳಿಸಿದ್ದೆ! ಅದನ್ನು ಬಸ್‌ನಲ್ಲಿ ಕಳೆದುಕೊಂಡೆ. ನಾಳಿದ್ದು ನಾವು ದೆಹಲಿಯ ಶಾಲಾ ತಂಡದ ವಿರುದ್ಧ ಆಡಬೇಕಿದೆ. ನಾನು ಶೂನ್ಯಕ್ಕೆ ಔಟಾಗುವೆ. ಅದರಿಂದ ನಮ್ಮ ಶಾಲೆ ಚಾಂಪಿಯನ್ ಪಟ್ಟವನ್ನು ಕಳೆದುಕೊಳ್ಳುತ್ತದೆ" ಎಂದು ರಾಂಜಿ ಬೇಸರದಿಂದ ನುಡಿದ.

ರಾಂಜಿಯ ಮಾತುಗಳನ್ನು ಕೇಳಿ ಕುಮಾರ್ ಮೊದಲು ಆತಂಕಗೊಂಡರೂ, ನಂತರ ನಗುತ್ತಾ, "ನೀನು ಈಗಲೂ ನಿನಗಿಷ್ಟ ಬಂದಷ್ಟು ರನ್‌ಗಳನ್ನು ಗಳಿಸಬಹುದು" ಎಂದರು.

"ಆದರೆ, ನನ್ನ ಬಳಿ ಈಗ ಆ ಬ್ಯಾಟ್ ಇಲ್ಲವಲ್ಲ" ಎಂದ ರಾಂಜಿ.

"ಯಾವ ಬ್ಯಾಟಲ್ಲಾದರೂ ನೀನು ರನ್ ಗಳಿಸಬಹುದು" ಎಂದರು ಕುಮಾರ್.

"ನಿಮ್ಮ ಮಾತಿನ ಅರ್ಥ?"

"ಅಂದರೆ, ರನ್ ಗಳಿಸುವ ಕೌಶಲ ಬ್ಯಾಟ್ಸ್‌ಮನ್ ಬಳಿ ಇರುತ್ತದೆ. ಬ್ಯಾಟ್‌ನಲ್ಲಿ ಇರುವುದಿಲ್ಲ. ನಿನಗೊಂದು ವಿಷಯ ಹೇಳಲಾ? ನಿನಗೆ ಕೊಟ್ಟಿದ್ದ ನನ್ನ ಹಳೆಯ ಬ್ಯಾಟ್, ನನ್ನ ಹಲವಾರು ಬ್ಯಾಟ್‌ಗಳಲ್ಲಿ ಅದೂ ಒಂದು ಅಷ್ಟೇ. ನಿಜ, ನಾನು ಅದನ್ನು ಬಳಸಿ ಹಲವಾರು ರನ್‌ಗಳನ್ನು ಗಳಿಸಿದ್ದೆ. ಆದರೆ ನಾನು ಇತರೆ ಬ್ಯಾಟ್‌ಗಳಿಂದಲೂ ಹಾಗೆಯೇ ರನ್ ಗಳಿಸಿದ್ದೆ. ನಾನು ರನ್ ಗಳಿಸಲು ಯಾವುದೇ ವಿಶೇಷ ಬ್ಯಾಟನ್ನು ಅವಲಂಬಿಸಿದ್ದಿಲ್ಲ. ಬ್ಯಾಟ್ಸ್‌ಮನ್ ಹತ್ತಿರ ವಿಶೇಷ ಶಕ್ತಿಯಿದ್ದರೆ ಅದು ಬ್ಯಾಟ್‌ಗೂ ಬರುತ್ತದೆ! ನಿನಗೆ ಬೇಕಾದ್ದು ಆತ್ಮವಿಶ್ವಾಸ, ಬ್ಯಾಟಲ್ಲ. ತಮಾಷೆಯೆಂದರೆ ಬ್ಯಾಟಿನಲ್ಲಿ ನಂಬಿಕೆಯಿರಿಸಿಕೊಂಡ ನೀನು ಕಳೆದುಕೊಂಡಿದ್ದ ಆತ್ಮವಿಶ್ವಾಸವನ್ನು ಪುನಃ ಗಳಿಸಿಕೊಂಡೆ!"

"ಆತ್ಮವಿಶ್ವಾಸವಾ?" ಎಂದು ಕೇಳಿದ ರಾಂಜಿ. ಅವನಿಗೆ ಅದು ಹೊಸ ಪದ.

"ಹೌದು, ಆತ್ಮ-ವಿಶ್ವಾಸ. ನಿನ್ನಲ್ಲಿನ ಶಕ್ತಿಯ ಬಗ್ಗೆ ನಿನಗೆ ನಂಬಿಕೆ ಬರುವುದಕ್ಕೆ ಆತ್ಮವಿಶ್ವಾಸ ಎನ್ನುವರು" ಎಂದರು ಕುಮಾರ್.

"ಹಾಗಾದರೆ, ಆ ಬ್ಯಾಟ್ ಇಲ್ಲದೆಯೂ ನಾನು ಚೆನ್ನಾಗಿ ಆಡಬಲ್ಲೆನಾ?"

"ಖಂಡಿತವಾಗಿಯೂ ಆಡಬಹುದು. ನಿನ್ನಲ್ಲಿ ಪ್ರತಿಭೆಯಿದೆ. ಮೊದಲಿನಿಂದಲೂ ನೀನು ಒಳ್ಳೆಯ ಆಟಗಾರನೇ. ಈಗಲೂ ಅಷ್ಟೆ. ನಾಳಿದ್ದೂ ಕೂಡ ನೀನು ಚೆನ್ನಾಗಿ ಆಡಬಲ್ಲೆ. ಇದನ್ನು ನೀನು ಮನಸ್ಸಿನಲ್ಲಿ ಮುದ್ರಿಸಿಕೋ. ನಿನ್ನ ಮೇಲೆ ನಿನಗೆ ನಂಬಿಕೆಯಿರಲಿ. ಆಗ ನೀನು ಚೆನ್ನಾಗಿ ರನ್ ಗಳಿಸುವೆ."

ಶನಿವಾರದ ಪಂದ್ಯದಲ್ಲಿ ರಾಂಜಿ, ತನ್ನ ಸ್ನೇಹಿತ ಭೀಮ್‌ನಿಂದ ಬ್ಯಾಟನ್ನು ಕೇಳಿ

ಪಡೆದು ವಿಕೆಟ್ ಬಳಿಗೆ ಹೋದ.

ಅವನ ಶಾಲಾ ತಂಡ ಕೇವಲ ಎರಡು ರನ್ ಗಳಿಸುವಷ್ಟರಲ್ಲಿ ಮೊದಲ ವಿಕೆಟ್ ಕಳೆದುಕೊಂಡಿತ್ತು. ಅಂತಹ ಸಮಯದಲ್ಲಿ ರಾಂಜಿ ಬ್ಯಾಟ್ ಮಾಡಲು ಹೋದ. ದೆಹಲಿ ಶಾಲೆಯ ವೇಗದ ಬೌಲರ್ ಬಾಲನ್ನು ಸಿಕ್ಕಾಪಟ್ಟೆ ವೇಗದಿಂದ ಹಾಕುತ್ತಿದ್ದ. ರಾಂಜಿ ಅವನನ್ನು ಎದುರಿಸಿದ.

ಮೊದಲ ಬಾಲ್ ತುಂಬಾ ವೇಗವಾಗಿ ಬಂದು ಕೊಂಚ ದೂರದಲ್ಲಿಯೇ ನೆಲಕ್ಕೆ ಬಡಿದು ಪುಟಿದೆದ್ದಿತು. ರಾಂಜಿ ಒಂದು ಹೆಜ್ಜೆ ಹಿಂದಕ್ಕೆ ಸರಿದು ಅದನ್ನು ಭುಜದ ಮೇಲಿನಿಂದ ಎಡಭಾಗಕ್ಕೆ ಹೋಗುವಂತೆ ಬಾರಿಸಿದ. ಫೀಲ್ಡರುಗಳ ತಲೆಯ ಮೇಲೆ ಹಾದು ಅದು ತಂಪು ಪಾನೀಯಗಳ ಬಾಟಲುಗಳಿದ್ದ ಕ್ರೇಟ್ ಗೆ ಬಡಿದು ಫಳ್ ಎಂದು ಸದ್ದು ಮಾಡಿತು.

"ಸಿಕ್ಸ್!" ಎನ್ನುತ್ತಾ ಎಲ್ಲರೂ ಎದ್ದು ನಿಂತು ಹುರಿದುಂಬಿಸಿದರು.

ಅದು ಅವನ ಅದ್ಭುತ ಇನ್ನಿಂಗ್ಸ್‌ನ ಪ್ರಾರಂಭವಷ್ಟೇ.

ಆ ಪಂದ್ಯ ಡ್ರಾ ಆಗುವುದರೊಂದಿಗೆ ಸಮಾಪ್ತಿಯಾಯಿತು. ಆದರೆ ರಾಂಜಿ ಗಳಿಸಿದ್ದ 75 ರನ್‌ಗಳ ಸಂಗತಿಯನ್ನು ಇಡೀ ಶಾಲೆ ಚರ್ಚಿಸುವಂತಾಯಿತು.

ಮನೆಗೆ ಹೋಗುವಾಗ ಅವನು ಒಂದು ಡಜನ್ ಲಡ್ಡುಗಳನ್ನು ಕೊಂಡ. ಆರು ಕೊಕಿಗೆ ಮತ್ತು ಆರು ಕುಮಾರ್ ಅವರಿಗೆ.

ಸುದೀರ್ಘವಾದ ದಿನ

ಅಡುಗೆ ಮನೆಯಲ್ಲಿ ಅಮ್ಮ ಮಾಡುತ್ತಿದ್ದ ಸಪ್ಪಳಕ್ಕೆ ಸೂರಜ್ ಎಚ್ಚರಗೊಂಡ. ಹಾಸಿಗೆ ಮೇಲೆ ಮಲಗಿಕೊಂಡೇ ಕಿಟಕಿಯಿಂದ ಬಿಳಿ ಬಣ್ಣವನ್ನು ಹೊಂದುತ್ತಿರುವ ಆಗಸವನ್ನು ನೋಡಿದ. ಬೆಳಕು ಹರಿಯುತ್ತಿದ್ದು, ಸ್ವಲ್ಪ ಸ್ವಲ್ಪವೇ ಕೋಣೆಯನ್ನು ಬೆಳಗುತ್ತಿತ್ತು. ಇವತ್ತು ಏನೋ ಮುಖ್ಯ ಘಟನೆ ನಡೆಯಲಿದೆ ಎಂಬುದಾಗಿ ಅವನಿಗೆ ತಿಳಿದಿತ್ತಾದರೂ, ಅದೇನೆಂದು ನೆನಪಾಗುತ್ತಿಲ್ಲ. ನಿಧಾನವಾಗಿ ಬೆಳಕು ಬಂದು ಕೋಣೆಯೆಲ್ಲಾ ಬೆಳಗಿದಂತೆ ಅವನ ಬುದ್ಧಿಗೆ ಕವಿದಿದ್ದ ಮಂಜು ಕೂಡ ಸರಿಯಿತು. ಇವತ್ತು ಶಾಲೆಯಿಂದ ಅವನ ಪರೀಕ್ಷಾ ಅಂಕಪಟ್ಟಿ ಪೋಸ್ಟ್ ಮೂಲಕ ಬರಲಿತ್ತು.

ಸೂರಜ್‌ಗೆ ತಾನು ಫೇಲ್ ಆಗಿರುವುದು ಗೊತ್ತಿತ್ತು. ತರಗತಿಯ ಶಿಕ್ಷಕರು ಅವನಿಗೆ ಈಗಾಗಲೇ ಹೇಳಿದ್ದರು. ಆದರೆ ಅವನ ಅಮ್ಮನಿಗೆ ಅದು ಗೊತ್ತಾಗುವುದು ಪೋಸ್ಟ್ ಮೂಲಕ ಅಂಕಪಟ್ಟಿ ಬಂದಾಗ ಮಾತ್ರವೇ. ಅಮ್ಮ ಅದನ್ನು ಪಡೆಯುವ ಸಮಯದಲ್ಲಿ ತಾನು ಮನೆಯಲ್ಲಿರಬಾರದು ಎಂದು ಅವನು ನಿರ್ಧರಿಸಿದ್ದ. ಇವತ್ತೇ ಅದು ಬರುತ್ತೆ ಎಂಬುದು ಅವನಿಗೆ ತಿಳಿದಿತ್ತು. ಅದಕ್ಕಾಗಿ ಅಮ್ಮನಿಗೆ ತಾನು ಸೋಮಿ ಮನೆಯಲ್ಲಿ ಮಧ್ಯಾಹ್ನ ಊಟ ಮಾಡುವೆ, ರಾತ್ರಿ ಊಟಕ್ಕೆ ಮನೆಗೆ ಬರುವೆನೆಂದು ಹೇಳಿದ್ದ. ವಾಸ್ತವವಾಗಿ ಸೋಮಿ ಊರಲ್ಲೇ ಇರಲಿಲ್ಲ. ಅಂಕಪಟ್ಟಿಯನ್ನು ನೋಡಿ ಆಘಾತಕ್ಕೊಳಗಾಗುವ ಅಮ್ಮ ರಾತ್ರಿ ನಾನು ಹಿಂದಿರುಗುವಷ್ಟರಲ್ಲಿ ಸುಧಾರಿಸಿಕೊಂಡಿರುತ್ತಾಳೆ ಎಂಬುದು ಅವನ ಯೋಜನೆ. ಅವನ ಅದೃಷ್ಟಕ್ಕೆ ಅವನ ಅಪ್ಪ ಪ್ರವಾಸಕ್ಕೆ ಹೋಗಿದ್ದರು.

ಹಾಸಿಗೆಯಿಂದ ಎದ್ದವನೇ ಅಡುಗೆ ಮನೆಗೆ ಹೋದ. ಅಷ್ಟು ಬೇಗ ಎದ್ದಿರುವ ಮಗನನ್ನು ಕಂಡು ಅಮ್ಮನಿಗೆ ಅಚ್ಚರಿಯಾಯಿತು.

"ಅಮ್ಮ, ಸೋಮಿ ಮನೆಗೆ ನಡೆದೇ ಹೋಗುತ್ತೇನೆ" ಎಂದು ಹೇಳಿದ.

"ಮೊದಲು ಸ್ನಾನ ಮಾಡು, ಹೊಟ್ಟೆಗೆ ಏನಾದರೂ ಬೀಳಲಿ."

ಸೂರಜ್ ಬಚ್ಚಲಿಗೆ ಓಡಿದವನೇ ಬೇಗಬೇಗ ಸ್ನಾನ ಮಾಡಿದ. ಶುಭ್ರವಾದ

ಶರ್ಟ್, ನಿಕ್ಕರ್ ಧರಿಸಿದ. ಎಷ್ಟು ತೀಡಿ ಬಾಚಿದರೂ ಅದು ಹೇಳಿದ ಮಾತನ್ನು ಕೇಳುವುದಿಲ್ಲವೆಂದು ಅಸಡ್ಡೆಯಿಂದ ತನ್ನ ಗುಂಗುರು ಕೂದಲನ್ನು ಬಾಚಿದ. ಗಟಗಟನೆ ಒಂದು ಲೋಟ ಹಾಲನ್ನು ಕುಡಿದವನೇ ಮನೆಯಿಂದ ಹೊರಗೆ ಓಡಿದ. ಇನ್ನೂ ಕೆಲವು ಗಂಟೆಗಳ ಕಾಲ ಪೋಸ್ಟ್ ಮ್ಯಾನ್ ಬರುವುದಿಲ್ಲ, ಆದರೂ ಬೇಗನೇ ಮನೆ ಬಿಡುವುದು ಒಳ್ಳೆಯದು ಎಂಬುದು ಅವನ ಆಲೋಚನೆ. ಬೆಳಗ್ಗೆ ಬೇಗ ಎದ್ದು ಸಿದ್ಧನಾದ ಮಗನನ್ನು ಕಂಡು ಅಮ್ಮನಿಗೆ ಅಚ್ಚರಿ ಮತ್ತು ಖುಷಿಯಾಯಿತು.

*

ಸೂರಜ್ ಮೈದಾನವನ್ನು ಪ್ರವೇಶಿಸಿದಾಗ ಸೂರ್ಯ ಇನ್ನೂ ಉದಯಿಸಿರಲಿಲ್ಲ.

ಮೈದಾನ ಅಂದರೆ ಹುಲ್ಲು ಬೆಳೆದ ಬಟಾಬಯಲು ಪ್ರದೇಶ. ಸುಮಾರು ನೂರು ಚದರ ಮೀಟರ್ ವಿಸ್ತೀರ್ಣವಿದೆ. ನಟ್ಟ ನಡುವೆ ನಿಂತರೆ ದೂರದ ಪರ್ವತಶ್ರೇಣಿಗಳು ಉದ್ದಕ್ಕೂ ಚಾಚಿರುವುದು, ಆಗಸವನ್ನು ಮುತ್ತಿಕ್ಕಿರುವುದನ್ನು ಕಾಣಬಹುದು. ಫುಟ್‌ಬಾಲ್ ಆಟ ಅಲ್ಲಿ ನಡೆದಿತ್ತು. ಯಾರೋ ಒಬ್ಬ ಆಟಗಾರ ಸೂರಜ್‌ನನ್ನೂ ಆಡಲು ಕರೆದರು. ತನಗೆ ಬಹಳ ಮುಖ್ಯವಾದ ಕೆಲಸವಿರುವುದರಿಂದ ಹತ್ತು ನಿಮಿಷಕ್ಕಿಂತ ಹೆಚ್ಚು ಹೊತ್ತು ಆಡುವುದಿಲ್ಲವೆಂದು ಹೇಳಿದ ಸೂರಜ್, ಚಪ್ಪಲಿಯನ್ನು ಅಲ್ಲೇ ಬಿಟ್ಟು, ಬರಿಗಾಲಿನಲ್ಲಿ ಚೆಂಡಿನ ಹಿಂದೆ ಓಡಿದ. ಅಲ್ಲಿ ಎಲ್ಲರೂ ಬರಿಗಾಲಿನಲ್ಲೇ ಆಡುತ್ತಿದ್ದರು. ಅದು ಅನೌಪಚಾರಿಕವಾದ ಆಟ. ಗಡ್ಡಬಿಟ್ಟ ಸಿಖ್‌ನಿಂದ ಹಿಡಿದು ಆರೇಳು ವರ್ಷದ ಬಾಲಕರವರೆಗೂ, ಎಲ್ಲಾ ವಯಸ್ಸಿನ, ಎಲ್ಲಾ ಆಕಾರದ ಹುಡುಗರು ಅಲ್ಲಿ ಆಡುತ್ತಿದ್ದರು. ಚೆಂಡನ್ನು ಮುಟ್ಟಲಾಗದಿದ್ದರೂ ಸೂರಜ್ ಸುಮ್ಮನೆ ಅದರ ಹಿಂದೆ ಜೋರಾಗಿ ಅಲ್ಲೆಲ್ಲಾ ಓಡಿದ. ಅವನು ಫುಟ್‌ಬಾಲ್ ಆಟವನ್ನು ಅಷ್ಟು ಚೆನ್ನಾಗಿ ಆಡುತ್ತಿರಲಿಲ್ಲ. ಕೊನೆಗೆ ಗೋಲ್ ಆಗುವ ಮುನ್ನವೇ ಎಡವಿ ಬಿದ್ದು ಮೊಣಕಾಲಿಗೆ ಗಾಯ ಮಾಡಿಕೊಂಡ. ಅವನು ಹೇಳಿದ್ದ ಸಮಯಕ್ಕೆ ಮುನ್ನವೇ ಆಟದಿಂದ ಹೊರಬಂದ.

ಗಾಯ ತುಂಬಾ ದೊಡ್ಡದಾಗಿರಲಿಲ್ಲವಾದರೂ ಮೊಣಕಾಲಿನಲ್ಲಿ ರಕ್ತ ಒಸರುತ್ತಿತ್ತು. ತನ್ನ ಕರ್ಚೀಫ್‌ನಿಂದ ರಕ್ತವನ್ನು ಒರೆಸಿಕೊಂಡು ಮೊಣಕಾಲಿಗೆ ಅದನ್ನು ಕಟ್ಟಿಕೊಂಡು, ಕುಂಟುತ್ತಾ ಮೈದಾನದಿಂದ ಹೊರಬಂದ. ರೈಲ್ವೆ ನಿಲ್ದಾಣದ ಕಡೆಗೆ ಹೊರಟ. ಆದರೆ ಬಜಾರಿನ ಮೂಲಕ ಹೋಗದೇ ಕಾಲುವೆ ಪಕ್ಕದಲ್ಲಿ ಹೊರಟ. ಹತ್ತಿರದ ಬೆಟ್ಟಗಳಿಂದ ಹರಿದು ಕಾಲುವೆಯಲ್ಲಿ ಬರುವ ನೀರು ಪಟ್ಟಣವನ್ನು ಹಾದು ನದಿಯನ್ನು ಸೇರುತ್ತಿತ್ತು. ಕಾಲುವೆಯ ಪಕ್ಕ ಬಟ್ಟೆ ಒಗೆಯುವ ಹೆಂಗಸರು ಬಟ್ಟೆಗಳನ್ನು ಕಲ್ಲುಬಂಡೆಗಳ ಮೇಲಿಟ್ಟು ಉಜ್ಜುತ್ತಾ, ಎತ್ತೆತ್ತಿ ಒಗೆಯುತ್ತಿದ್ದರು.

ಕಾಲುವೆ ಕೇವಲ ಒಂದು ಮೀಟರ್ ಅಗಲವಿತ್ತಷ್ಟೆ, ಆದರೆ ಈಚೆಗೆ ಬಿದ್ದ ಮಳೆಯಿಂದಾಗಿ ನೀರಿನ ರಭಸ ಜೋರಿತ್ತು. ಒಂದು ಕಡೆ ಸ್ವಲ್ಪ ಒಳಹರಿವಿತ್ತು. ಅಲ್ಲಿ ಕೆಲವು ಮಕ್ಕಳು ಸ್ನಾನ ಮಾಡುತ್ತಿದ್ದರೆ, ಇನ್ನು ಕೆಲ ಮಕ್ಕಳು ದಂಡೆಯ ಮೇಲೆ ಬೆತ್ತಲೆಯಾಗಿ ಕುಣಿಯುತ್ತಾ ಓಡಾಡುತ್ತಿದ್ದರು. ತಾನೂ ನೀರಿಗೆ ಹೋಗಿ ಬೀಳಲೇ ಎಂದು ಸೂರಜ್‌ಗೂ ಅನ್ನಿಸಿತು, ಆದರೆ, ಆ ಹುಡುಗರು ಅವನಿಗೆ ಪರಿಚಿತರಲ್ಲ. ಆ ಹುಡುಗರಲ್ಲಿ ಬಹುತೇಕರು

ಬಡಕುಟುಂಬದವರು. ಜೇಬಲ್ಲಿ ಕೈಯಿಟ್ಟುಕೊಂಡು ನಿಧಾನವಾಗಿ ಕಾಲುವೆಯ ದಂಡೆಯ ಮೇಲೆ ನಡೆದು ಹೊರಟ.

ಸೂರ್ಯ ಮೇಲೇರಿದ್ದು ಪ್ರಖರವಾದ ತನ್ನ ಕಿರಣಗಳನ್ನು ರಸ್ತೆ ಬದಿಯ ಸಾಲು ಮರಗಳ ನಡುವಿನಿಂದ ತೂರಿ ಬಿಡುತ್ತಿದ್ದ. ಎಲೆಗಳ ನೆರಳು ರಸ್ತೆ ಮೇಲೆ ಚಿತ್ರ ಬಿಡಿಸಿದಂತೆ ಕಾಣುತ್ತಿತ್ತು. ಸೂರಜ್ ತನ್ನ ಅಂಕಪಟ್ಟಿಯ ಬಗ್ಗೆ ಯೋಚಿಸಬಾರದು ಎಂದುಕೊಂಡರೂ ಅದೇ ಕಣ್ಣ ಮುಂದೆ ಬರುತ್ತಿತ್ತು. ಇಷ್ಟು ಹೊತ್ತಿಗೆ ಅಥವಾ ಈ ಸಮಯದಲ್ಲಿ ಯಾವುದೇ ಕ್ಷಣದಲ್ಲಾದರೂ ಪೋಸ್ಟ್‌ಮ್ಯಾನ್ ಕಂದುಬಣ್ಣದ ಲಕೋಟೆಯನ್ನು ಅಮ್ಮನ ಕೈಗೆ ಕೊಡಬಹುದು. ತನ್ನ ಅಮ್ಮ ಅದನ್ನು ಕಂಡೊಡನೆ ಹೇಗೆ ಪ್ರತಿಕ್ರಿಯಿಸಬಹುದು, ಆಕೆಯ ಮುಖದ ಭಾವ ಹೇಗಿರಬಹುದು ಎಂದು ಊಹಿಸತೊಡಗಿದ. ಅವನು ಎಷ್ಟು ಊಹಿಸಿದರೂ ಪ್ರಯೋಜನವಿಲ್ಲ ಎಂಬುದು ಅವನಿಗೆ ಗೊತ್ತಿತ್ತು. ಏಕೆಂದರೆ ಅವನ ಅಮ್ಮ ಅಂಕಪಟ್ಟಿಯನ್ನು ನೋಡಿ ಯಾವುದೇ ರೀತಿಯ ಭಾವನೆ ವ್ಯಕ್ತಪಡಿಸುವುದಿಲ್ಲ. ಯಾವುದಾದರೂ ರೀತಿಯಲ್ಲಿ ಭಾವನೆಗಳನ್ನು ವ್ಯಕ್ತಪಡಿಸಬೇಕು, ಏನೂ ವ್ಯಕ್ತಪಡಿಸದಿರುವುದು ಅವನಿಗೆ ಕೊಂಚ ಆತಂಕಕ್ಕೀಡುಮಾಡುತ್ತಿತ್ತು.

ಸೂರಜ್ ರೈಲಿನ ಶಿಳ್ಳನ್ನು ಆಲಿಸಿದ. ಅದರಿಂದ ತಾನು ಸ್ಟೇಷನ್ನಿನಿಂದ ಹೆಚ್ಚು ದೂರವಿಲ್ಲ ಎಂಬುದು ಅವನಿಗೆ ಖಾತ್ರಿಯಾಯಿತು. ಹೊಲದ ನಡುವೆ ಓಡಿ, ಸಣ್ಣ ಗುಡ್ಡವನ್ನು ಹತ್ತಿ ಇಳಿದವನೇ ರೈಲ್ವೆ ಹಳಿಯ ಹತ್ತಿರ ಬಂದ. ಹುಷ್ ಪುಷ್ ಸದ್ದು ಮಾಡುತ್ತಾ ರೈಲು ಆಗಮಿಸಿದ್ದು ಕಾಣಿಸಿತು. ದೂರದಲ್ಲಿ ಬರಿಯ ಎಂಜಿನ್ ಕಾಣಿಸುವಾಗ ಅದು ಕರಿಯ ಜೀರುಂಡೆ ತೆವಳಿ ಬರುತ್ತಿರುವಂತೆ ಕಂಡರೆ, ಹತ್ತಿರವಾದಂತೆ ಬೋಗಿಗಳೆಲ್ಲಾ ಸೇರಿಕೊಂಡು ಸಹಸ್ರಪದಿಯಂತೆ ಭಾಸವಾಯಿತು.

ಸೂರಜ್ ರೈಲಿನ ಹಳಿಗಳಿಂದ ಸುಮಾರು ಇಪ್ಪತ್ತು ಮೀಟರ್ ಹಿಂದೆ ಗುಡ್ಡದ ಇಳಿಜಾರಿನಲ್ಲಿ ನಿಂತಿದ್ದ. ರೈಲು ಅವನ ಮುಂದೆ ಹಾದು ಹೋದಾಗ ತನ್ನ ಮೊಣಕಾಲಿಗೆ ಕಟ್ಟಿದ ಕರ್ಚೀಫನ್ನು ತೆಗೆದು ಜೋರಾಗಿ ಬೀಸತೊಡಗಿದ. ರೈಲಿನ ಚಲನೆಯು ಅವನಲ್ಲಿ ವಿಚಿತ್ರ ಉತ್ಸಾಹ ಮತ್ತು ಉನ್ಮಾದವನ್ನು ಹುಟ್ಟುಹಾಕುತ್ತಿತ್ತು. ಅದರಲ್ಲಿನ ಪ್ರಯಾಣಿಕರು, ಅವರ ನಿಗೂಢ ಬದುಕು, ಅರಿಯದ ಅವರ ಗಮ್ಯಸ್ಥಾನವನ್ನೆಲ್ಲಾ ಬಗೆದು ತಿಳಿಯುವ ಆಸೆ ಅವನದು. ಇತ್ತೀಚೆಗಷ್ಟೇ ಅವನು ರೈಲಿನಲ್ಲಿ ಪ್ರಯಾಣಿಸಿದ್ದ. ಪವಿತ್ರ ಗಂಗೆಯಲ್ಲಿ ಮಿಂದು ಬರಲೆಂದು ಅವನ ಅಪ್ಪ ಅಮ್ಮ ಹರಿದ್ವಾರಕ್ಕೆ ರೈಲಿನಲ್ಲಿ ಕರೆದುಕೊಂಡು ಹೋಗಿದ್ದರು. ಅವನಿಗೆ ಈಗ ರೈಲಿನಲ್ಲಿ ಇರಬೇಕೆಂಬ ಆಸೆಯಾಯಿತು. ಇನ್ನೂ ಆ ಆಸೆ ಬಲಿತು, ರೈಲಿನ ಎಂಜಿನ್ ಚಾಲಕನಾಗುವ ಕನಸನ್ನು ಕಂಡ. ಆಗ ಪುಸ್ತಕ, ಶಿಕ್ಷಕರು ಮತ್ತು ಅಂಕಪಟ್ಟಿಯ ಸಹವಾಸವೇ ಇರುವುದಿಲ್ಲ. ಹದಿಮೂರು ವರ್ಷದ ತನ್ನಂತ ಬಾಲಕರು ಇದುವರೆಗೆ ಯಾರಾದರೂ ರೈಲಿನ ಎಂಜಿನ್ ಚಾಲಕರಾಗಿದ್ದಾರೆಯೇ ಎಂಬ ಅನುಮಾನ ಕಾಡಿತು. ಆದರೂ ತಾನು ರೈಲಿನ ಎಂಜಿನ್ ಓಡಿಸುವಂತೆ, ಜೋರಾಗಿ ತನ್ನ ಕೈಕೆಳಗಿನ ಕೆಲಸಗಾರರಿಗೆ ಆದೇಶ ನೀಡುವುದನ್ನು ಕಲ್ಪಿಸಿಕೊಂಡ. ಅಷ್ಟು ದೊಡ್ಡ ಶಕ್ತಿಯುತ ಎಂಜಿನನ್ನು ಹತೋಟಿಯಲ್ಲಿರಿಸಿಕೊಂಡ ತನ್ನನ್ನು ಶಕ್ತಿಮಾನ್ ರೀತಿ ಭಾವಿಸಿದ.

ಯಾರೋ, ರೈಲಿನಲ್ಲಿದ್ದ ಬಾಲಕ ಇವನು ಕರ್ಚೀಫ್ ಹಿಡಿದು ಕೈ ಬೀಸುವುದನ್ನು ನೋಡಿ ತಾನೂ ಕೈ ಬೀಸಿದ. ಇಬ್ಬರೂ ಪರಸ್ಪರ ಕೆಲ ಕ್ಷಣಗಳು ಕೈಬೀಸಿಕೊಂಡರು. ರೈಲು ಮುಂದೆ ಹೋಗುತ್ತಿದ್ದಂತೆ ಇಡೀ ಪ್ರಪಂಚ ಇವನೊಬ್ಬನನ್ನೇ ಒಂಟಿಯಾಗಿ ಬಿಟ್ಟು ಹೋದಂತೆ ಅವನಿಗೆ ಅನ್ನಿಸಿತು. ಹೊಟ್ಟೆ ಚುರುಗುಟ್ಟತೊಡಗಿತು. ವಾಪಸ್ ಹೊಲದ ದಿಕ್ಕಿನಲ್ಲಿ ಹೋದ. ಅಲ್ಲಿ ಕೆಲವು ಲಿಚಿ ಹಣ್ಣಿನ ಮರಗಳನ್ನು ಕಂಡಿದ್ದ. ಒಂದು ಮರವನ್ನು ಹತ್ತಿ ಹಣ್ಣನ್ನು ಕಿತ್ತು ಕೆಂಬಣ್ಣದ ಸಿಪ್ಪೆ ಸುಲಿದು ರಸಭರಿತ ತಿರುಳನ್ನು ತಿನ್ನತೊಡಗಿದ. ಬಹುಶಃ ಈ ಮರಗಳು ಯಾರದ್ದೂ ಇರಲಿಕ್ಕಿಲ್ಲ. ಯಾರೂ ಬರಲಿಲ್ಲವಾದರೂ ನಾಯಿಯೊಂದು ಕೆಳಗೆ ನಿಂತು ಬೊಗಳುತ್ತಿತ್ತು. ಸೂರಜ್ ನಾಯಿಯ ಕಡೆ ಲಿಚಿ ಬೀಜಗಳನ್ನು ತೂರುತ್ತಿದ್ದ. ಅದು ಅವನನ್ನು ನೋಡಿ ಬೊಗಳುತ್ತಿತ್ತು. ಕೊನೆಗೆ ನಾಯಿ ಆಸಕ್ತಿ ಕಳೆದುಕೊಂಡು ಹಿಂದಿರುಗಿತು.

ಮಧ್ಯಾಹ್ನದ ಬಿಸಿಲಿನ ಝಳಕ್ಕೆ ಸೂರಜ್‌ಗೆ ತೂಕಡಿಕೆ ಬಂತು. ಲಿಚಿ ಮರದ ಕೆಳಗೆ ಸಾಕಷ್ಟು ನೆರಳಿತ್ತು. ಮರದಿಂದ ಕೆಳಗೆ ಇಳಿದು ಮರದ ಕಾಂಡಕ್ಕೆ ಒರಗಿಕೊಂಡು ಹುಲ್ಲಿನ ಮೇಲೆ ಕುಳಿತ. ಮೈನಾ ಹಕ್ಕಿಯೊಂದು ಯಾರಿವನು ಎಂಬಂತೆ ಪುಣಕ್ ಪುಣಕ್ ಎಂದು ಕುಪ್ಪಳಿಸುತ್ತಾ ಸ್ವಲ್ಪ ಹತ್ತಿರ ಬಂದು ಕತ್ತನ್ನು ಓರೆ ಮಾಡಿಕೊಂಡು ನೋಡಿತು.

ಕೀಟಗಳು ಜುಯ್ ಎಂದು ಸದ್ದು ಮಾಡುತ್ತಾ ಸೂರಜ್‌ನ ಸುತ್ತ ಸುತ್ತುತ್ತಿದ್ದವು. ಕೈಗಳಿಂದ ಒಂದೆರಡು ಬಾರಿ ಅವುಗಳನ್ನು ಓಡಿಸಲು ಪ್ರಯತ್ನಪಟ್ಟ. ಆದರೆ ಅದೇ ಕೆಲಸ ಮಾಡುತ್ತಿರಬೇಕೆಂದು ಕೊನೆಗೆ ಸುಮ್ಮನಾದ. ಶರ್ಟ್ ಗುಂಡಿಗಳನ್ನು ತೆಗೆದ. ಗಾಳಿ ಬಿಸಿಯಾಗಿದೆ ಮತ್ತು ಬೀಸುತ್ತಿಲ್ಲ. ಕೀಟಗಳ ಜುಂ ಜುಂ ನಾದ ಬಿಟ್ಟರೆ ಬೇರೇನೂ ಸದ್ದಿಲ್ಲ. ಹಾಗೆ ಕುಳಿತಿದ್ದವನ ತಲೆ ನಿಧಾನವಾಗಿ ಬಾಗಿ ಎದೆಗೆ ಒರಗಿತು.

ಗಾಬರಿಯಿಂದ ಕಣ್ಣು ತೆರೆದು ನೋಡಿದ. ಯಾರೋ ಅಲುಗಾಡಿಸಿದಂತೆ ಆಯಿತು. ನೋಡಿದರೆ ಹಸನ್ಮುಖಿ ಗೆಳೆಯ ರಾಂಜಿಯ ಗುಂಡನೆಯ ಮುಖ ಕಾಣಿಸಿತು.

"ಏನು ಮಾಡುತ್ತಿದ್ದೀಯ ಇಲ್ಲಿ, ಮಲಗಿದ್ದೀಯ?" ಎಂದ ರಾಂಜಿ. ರಾಂಜಿ ಸೂರಜ್‌ಗಿಂತ ಕಿರಿಯ. "ಮನೆ ಬಿಟ್ಟು ಓಡಿ ಬಂದಿದ್ದೀಯ, ಏನು ಕಥೆ?" ಎಂದು ರಾಂಜಿ ಕೇಳಿದ.

"ಇನ್ನೂ ಇಲ್ಲ, ನೀನೇನು ಮಾಡುತ್ತಿದ್ದೀಯ ಇಲ್ಲಿ?" ಎಂದು ಸೂರಜ್ ಕೇಳಿದ.

"ಲಿಚಿ ಹಣ್ಣಿಗೆಂದು ಬಂದೆ."

"ನಾನೂ ಅಷ್ಟೇ."

ಇಬ್ಬರೂ ಕೆಲ ಹೊತ್ತು ಅದೂ ಇದೂ ಮಾತನಾಡುತ್ತಾ ಲಿಚಿ ಹಣ್ಣುಗಳನ್ನು ತಿಂದರು. ನಂತರ ಬಜಾರಿಗೆ ಹೋಗಿ ಬಿಸಿಬಿಸಿ ಪಕೋಡಗಳನ್ನು ತಿನ್ನೋಣವೆಂದು ರಾಂಜಿ ಹೇಳಿದ.

"ನನ್ನ ಹತ್ತಿರ ದುಡ್ಡಿಲ್ಲ" ಎಂದ ಸೂರಜ್.

"ಪರವಾಗಿಲ್ಲ ಬಾ, ನನ್ನ ಹತ್ತಿರ ಎರಡು ರೂಪಾಯಿ ಇದೆ" ಎಂದು ಕರೆದ ರಾಂಜಿ. ಅವನ ಬಳಿ ಸದಾ ಹಣ ಇರುತ್ತದೆ.

ಇಬ್ಬರೂ ಬಜಾರಿನ ಕಡೆ ಹೊರಟರು. ಹೊಲವನ್ನು ದಾಟಿ, ಕಾಲುವೆಯ ಪಕ್ಕದಲ್ಲಿ ನಡೆದು, ಮೈದಾನವನ್ನು ಸುತ್ತು ಹಾಕಿ, ಗಡಿಯಾರ ಗೋಪುರವನ್ನು ಹಾದು ಬಜಾರನ್ನು ಪ್ರವೇಶಿಸಿದರು.

ಸಂಜೆಯಲ್ಲಿ ಬಂದು ಸೇರುವ ಜನರು ಈಗೀಗ ಬಂದು ಬಜಾರನ್ನು ಸೇರುತ್ತಿದ್ದರು. ಸಾಕಷ್ಟು ಗಜಿಬಿಜಿ, ಗಲಾಟೆ ಶಬ್ದವಿತ್ತು. ಬೀದಿ ಬದಿಯ ಮಾರಾಟಗಾರರು ತಮ್ಮ ವಸ್ತುಗಳ ಬಗ್ಗೆ ಜೋರು ಜೋರಾಗಿ ಕಿರುಚಿ ಹೇಳುತ್ತಿದ್ದರು. ಮಕ್ಕಳು ಗಲಾಟೆ ಮಾಡುತ್ತಿದ್ದರೆ, ಹೆಂಗಸರು ಚೌಕಾಸಿ ಮಾಡುತ್ತಿದ್ದರು. ಚಿಕ್ಕಪುಟ್ಟ ಹೋಟೆಲುಗಳು, ಸಿಹಿ ಅಂಗಡಿಗಳಿಂದ ವೈವಿಧ್ಯಮಯ ವಾಸನೆಗಳು ಘಂ ಘಂ ಎಂದು ಮೂಗಿಗಡರುತ್ತಿದ್ದವು. ತರತರಹದ ಬಣ್ಣಗಳ ಬಳೆಗಳು ಮತ್ತು ಗಾಳಿಪಟಗಳು ಅಂಗಡಿಗಳಲ್ಲಿ ಕಂಡುಬರುತ್ತಿದ್ದವು. ಸೂರಜ್ ಮತ್ತು ರಾಂಜಿ ಬಿಸಿಬಿಸಿ ಪಕೋಡ ತಿಂದರು. ಬಾಯಾರಿಕೆಯಾಯಿತು. ಶರಬತ್ತಿನ ಅಂಗಡಿಯಲ್ಲಿ ಸಾಲಾಗಿ ಜೋಡಿಸಿಟ್ಟ ಬಣ್ಣಬಣ್ಣದ ಹಣ್ಣಿನ ರಸದ ಬಾಟಲುಗಳನ್ನು ಆಸೆಭರಿತ ಕಣ್ಣುಗಳಿಂದ ನೋಡಿದರು. ಅಲ್ಲಿ ಹತ್ತಕ್ಕೂ ಹೆಚ್ಚು ವಿಧದ ಸಿಹಿಯಾದ ಹಣ್ಣಿನ ರಸಗಳಿದ್ದವು. ಆದರೆ ಅವರಾಗಲೇ ಇದ್ದ ಎರಡು ರೂಪಾಯಿಗಳನ್ನು ಖಾಲಿ ಮಾಡಿದ್ದರು. ಹಾಗಾಗಿ ತಮ್ಮ ಬಾಯಾರಿಕೆಯನ್ನು ಮುನಿಸಿಪಲ್ ನಲ್ಲಿಗೆ ಬಾಯೊಡ್ಡುವ ಮೂಲಕ ನೀಗಿಸಿಕೊಂಡರು.

ಆನಂತರ ಜನನಿಬಿಡ ರಸ್ತೆಯಲ್ಲಿ ಸುಮ್ಮನೆ ಸುತ್ತಾಡಿದರು. ಅಂಗಡಿಗಳಲ್ಲಿರುವುದನ್ನು ನೋಡುತ್ತಾ, ಅವರಿವರ ಬಗ್ಗೆ ಅದೂ ಇದೂ ಮಾತನಾಡುತ್ತಾ, ಯಾರಾದರೂ ಪರಿಚಿತರು ಕಂಡರೆ ನಗುತ್ತಾ ಬಜಾರಿನಲ್ಲಿ ಅಡ್ಡಾಡಿದರು. ನೋಡನೋಡುತ್ತಿದ್ದಂತೆಯೇ ಕತ್ತಲಾವರಿಸಿತು. ಬಜಾರು ದೀಪಗಳಿಂದ ಪ್ರಜ್ವಲಿಸಿತು. ದೊಡ್ಡ ಅಂಗಡಿಗಳಂತೂ ದೊಡ್ಡ ನಿಯಾನ್ ಬಲ್ಬ್‌ಗಳಿಂದ ಬೆಳಗಿದರೆ, ಬೀದಿ ಬದಿಯ ಅಂಗಡಿಗಳವರು ಎಣ್ಣೆ ದೀಪವನ್ನು ಹಚ್ಚಿದ್ದರು. ಹಗಲಿಗಿಂತ ರಾತ್ರಿ ವೇಳೆ ಬಜಾರನ್ನು ನೋಡಲು ಅತ್ಯಾಕರ್ಷಕವಾಗಿರುತ್ತದೆ.

ಬಜಾರನ್ನು ಒಂದು ಕೊನೆಯಿಂದ ಮತ್ತೊಂದು ಕೊನೆಯವರೆಗೂ ಸುತ್ತಿ ಕಡೆಗೆ ಗಡಿಯಾರ ಗೋಪುರದ ಬಳಿಗೆ ವಾಪಸಾದಾಗ, ರಾಂಜಿ ಮನೆಗೆ ಹೋಗುವೆನೆಂದ. ಸೂರಜ್‌ನನ್ನು ಬಿಟ್ಟು ಅವನು ಮನೆಯ ಹಾದಿ ಹಿಡಿದ. ಸೂರಜ್‌ನಿಗೂ ಊಟದ ಸಮಯ ಹತ್ತಿರವಾಗಿತ್ತು, ಹಾಗಾಗಿ ಇಷ್ಟವಿಲ್ಲದಿದ್ದರೂ ಅವನೂ ಮನೆಯ ಕಡೆ ಹೊರಟ. ಶಾಲೆಯಿಂದ ಬಂದ ಅಂಕಪಟ್ಟಿಯ ಕಾರಣದಿಂದ ಅವನು ಬೇಕಾಗಿ ಮನೆಯಿಂದ ಆಚೆ ಇದ್ದ ಎಂಬುದು ತಿಳಿಯಬಾರದೆಂದು ಮನೆಯ ಕಡೆ ಹೆಜ್ಜೆ ಹಾಕಿದ.

*

ಅವನು ಮನೆಯನ್ನು ಪ್ರವೇಶಿಸಿದಾಗ ಮುಂದಿನ ಕೋಣೆಯಲ್ಲಿ ದೀಪ ಹೊತ್ತಿತ್ತು. ವರಾಂಡದ ಕತ್ತಲಿನಲ್ಲಿ ಸ್ವಲ್ಪ ಹೊತ್ತು ನಿಂತು ಆ ಕೋಣೆಯತ್ತ ನೋಡಿದ. ಬಹುಶಃ ಅವನ ಅಮ್ಮ ಅವನಿಗಾಗಿ ಎದುರು ನೋಡುತ್ತಿರಬಹುದು. ಅಂಕಪಟ್ಟಿಯನ್ನು ಕೈಯಲ್ಲಿ

ಹಿಡಿದಿರಬಹುದು, ಇಲ್ಲಾ ಅಡುಗೆ ಮನೆಯ ಶೆಲ್ಫ್ ಮೇಲಿಟ್ಟಿರಬಹುದು. ಅವನಿಗಾಗಿ ಸಹಸ್ರ ಪ್ರಶ್ನೆಗಳನ್ನು ಕೇಳಲು ಆಕೆ ಸಿದ್ಧವಾಗಿರಬಹುದು.

ಮನೆ ಹೊಕ್ಕ ಸೂರಜ್‌ಗೆ ಈ ಎಲ್ಲ ಆಲೋಚನೆಗಳು ಮನಸ್ಸಿನಲ್ಲಿ ಸುಳಿದಾಡಿದವು.

"ತಡವಾಗಿ ಬರುತ್ತಿದ್ದೀಯ, ಬಾ ಊಟ ಮಾಡು ಬಾ" ಎಂದು ಅಮ್ಮ ಕರೆದರು.

ಸೂರಜ್ ಏನೊಂದೂ ಮಾತನಾಡದೇ, ಚಪ್ಪಲಿ ಕಳಚಿ, ಅಡುಗೆ ಮನೆಗೆ ಹೋಗಿ ಚಕ್ಕಂಬಕ್ಕಳ ಹಾಕಿ ನೆಲದ ಮೇಲೆ ಕುಳಿತ. ಅವನು ಯಾವಾಗಲೂ ಅಲ್ಲಿ ಕುಳಿತೇ ಊಟ ಮಾಡುತ್ತಿದ್ದುದು. ಅವನಿಗೆ ದಣಿವಾಗಿದ್ದುದಲ್ಲದೆ, ಹೊಟ್ಟೆ ಚುರುಗುಟ್ಟುತ್ತಿತ್ತು. ಈಗ ಯಾವುದರ ಬಗ್ಗೆಯೂ ತಲೆ ಕೆಡಿಸಿಕೊಳ್ಳುವ ಸ್ಥಿತಿಯಲ್ಲಿ ಅವನಿರಲಿಲ್ಲ.

"ನಿನ್ನ ಕ್ಲಾಸ್‌ಮೆಟ್ ಒಬ್ಬ ಬಂದಿದ್ದ. ನಿಮ್ಮ ಅಂಕಪಟ್ಟಿಯನ್ನು ಶಾಲೆಯವರು ಇವತ್ತು ಪೋಸ್ಟ್ ಮಾಡಿದರೆಂದು ಅವನು ಹೇಳಿದ. ಅದು ನಾಳೆ ಎಲ್ಲರಿಗೂ ಸಿಗುತ್ತದಂತೆ" ಎಂದರು ಅಮ್ಮ.

"ನಾಳೆ ನಾ!" ಎಂದು ಒಂಥರಾ ಬಿಡುಗಡೆ ಸಿಕ್ಕಂತಹ ಭಾವದಿಂದ ಮನಸ್ಸಿನಲ್ಲೇ ಹೇಳಿಕೊಂಡ.

ಆದರೆ ನಾಳಿನ ಬಗ್ಗೆ ಆಲೋಚನೆ ಹರಿದೊಡನೆ, ಅವನ ಉತ್ಸಾಹವೆಲ್ಲ ಜರ್‍ರನೆ ಜಾರಿ ಕುಸಿಯಿತು.

ನಾಳೆ... ಕೆಟ್ಟ ಘಳಿಗೆಯನ್ನು ಮುಂದೂಡುವುದರಿಂದ ಆಗುವ ಪ್ರಯೋಜನವೇನು. ಇನ್ನೊಂದು ರಾತ್ರಿ ಮತ್ತು ಹಗಲು... ಹೇಗೆ ಕಳೆಯುವುದು? ಏನು ಮಾಡುವುದು?

"ಮಾ, ಅಮ್ಮಾ" ಎಂದು ರಾಗವಾಗಿ ಅಮ್ಮನನ್ನು ಕೂಗಿ, "ಸೋಮಿ ನಾಳೆಯೂ ಮನೆಗೆ ಬರುವಂತೆ ಹೇಳಿದ್ದಾನೆ" ಎಂದ.

"ನೀನು ಆಗಿಂದಾಗ್ಗೆ ಹೋಗುತ್ತಿದ್ದರೆ ಅವರಮ್ಮ ನಿಮ್ಮನ್ನೆಲ್ಲಾ ಹೇಗೆ ಭರಿಸುತ್ತಾರೆ ಅಂತ ನನಗರ್ಥ ಆಗುತ್ತಿಲ್ಲ" ಎಂದರು ಅಮ್ಮ.

ಸೂರಜ್ ಹಾಸಿಗೆ ಮೇಲೆ ಮಲಗಿಕೊಂಡೇ ನಾಳಿನ ದಿನಚರಿಯ ಬಗ್ಗೆ ಯೋಜನೆ ರೂಪಿಸುತ್ತಿದ್ದ. ಮೈದಾನದಲ್ಲಿ ಕ್ರಿಕೆಟ್ ಅಥವಾ ಫುಟ್‌ಬಾಲ್ ; ಕಾಲುವೆಯಲ್ಲಿ ಸ್ವಲ್ಪ ಹೊತ್ತು ಈಜುವುದು ; ಬಿರುಗಾಳಿಯಂತೆ ಸಾಗುವ ರೈಲನ್ನು ಒಂದರ್ಧ ಗಂಟೆ ನೋಡುತ್ತಾ ನಿಲ್ಲುವುದು ; ಸಂಜೆ ಒಂದು ಗಂಟೆ ಬಜಾರಿನಲ್ಲಿ ಕಳೆಯುವುದು... ಗಾಳಿಪಟಗಳು, ಬಲೂನುಗಳು, ಗುಲಾಬಿ ಬಣ್ಣದ ಜೂಸ್ ಬಾಟಲುಗಳು, ಲೋಟದಲ್ಲಿಟ್ಟ ಬಣ್ಣಬಣ್ಣದ ಸಿಹಿಯಾದ ಶರಬತ್ತುಗಳು ಮತ್ತು ರಸಭರಿತ ಸಿಹಿ ಖಾದ್ಯಗಳು... ಬೆಳಗ್ಗೆ ಅಮ್ಮನಿಗೆ ಮಸ್ಕಾ ಹೊಡೆದು ಎರಡು ಅಥವಾ ಮೂರು ರೂಪಾಯಿ ಕೇಳಿ ಪಡೆಯಬೇಕು...ನಾಳೆಯ ನಂತರ ಇನ್ನು ಸದ್ಯಕ್ಕೆ ಅವನಿಗೆ ಹಣ ಸಿಗುವ ಲಕ್ಷಣಗಳಂತೂ ಇಲ್ಲ.

ಸೀಬೆಹಣ್ಣುಗಳು

ಸೀಬೆ ಮರಗಳನ್ನು ಏರುವುದು ಸುಲಭ. ಅಲ್ಲದೆ ಸೀಬೆಹಣ್ಣುಗಳು ತಿನ್ನಲು ಬಲು ಚೆನ್ನ. ಹಾಗಾಗಿ ಸೀಬೆ ತೋಟ ಮಕ್ಕಳ ನೆಚ್ಚಿನ ತಾಣ.

ರಾಂಜಿಯ ಮನೆಯ ಮುಂದಿನ ರಸ್ತೆಯ ಆ ಬದಿಯಲ್ಲಿರುವ ಪುಟ್ಟ ಕಾಂಪೌಂಡ್ ಹಿಂದೆ ದೊಡ್ಡ ಸೀಬೆ ತೋಟವಿದೆ. ಮಳೆಗಾಲ ಹೆಚ್ಚೂಕಡಿಮೆ ಮುಗಿದಿತ್ತು. ಸೆಪ್ಟೆಂಬರ್ ತಿಂಗಳ ಆ ದಿನ ಬೆಚ್ಚಗಿನ ಆರ್ದ್ರ ವಾತಾವರಣವಿತ್ತು. ಸೀಬೆಕಾಯಿಗಳು ಮಾಗಿದ್ದವು. ಹಸಿರು ಬಣ್ಣದಿಂದ ಹಳದಿಬಣ್ಣಕ್ಕೆ ಅವು ತಿರುಗಿದ್ದವು. ಈಗವು ಗಟ್ಟಿಯಾಗಿಲ್ಲ. ಮೃದುವಾಗಿ, ಸಿಹಿಯಾಗಿ ಮತ್ತು ರಸಭರಿತವಾಗಿದ್ದವು.

ಧಾರ್ಮಿಕ ಹಬ್ಬದ ಕಾರಣದಿಂದ ಶಾಲೆಗೆ ರಜೆ ನೀಡಿದ್ದರು. ರಾಂಜಿಯ ಅಪ್ಪ ಕಚೇರಿಯ ಕೆಲಸದಲ್ಲಿ ನಿರತರಾಗಿದ್ದರೆ, ಅಮ್ಮ ಹಿತ್ತಲಿನಲ್ಲಿ ಮಧ್ಯಾಹ್ನದ ಲಘು ನಿದ್ರೆ ಮಾಡಲು ಮಂಚದ ಮೇಲೆ ಕಾಲುಚಾಚಿದ್ದರು. ಅಜ್ಜಿ ತನ್ನ ಪ್ರೀತಿಯ ಗಿಣಿಗೆ ಪ್ರಾರ್ಥನೆಯನ್ನು ಕಲಿಸುತ್ತಿದ್ದರು.

"ನನಗೆ ಕಾಲು ಕಡಿಯುತ್ತಿದೆ. ಸೀಬೆ ಹಣ್ಣಿನ ಮರವನ್ನು ಏರುವ ಮನಸ್ಸಾಗುತ್ತಿದೆ. ಅದನ್ನು ಏರಿಯೇ ಸಾಕಷ್ಟು ಕಾಲವಾಯಿತು" ಎಂದು ರಾಂಜಿ ತನಗೆ ತಾನೇ ಹೇಳಿಕೊಂಡ.

ನೋಡನೋಡುತ್ತಿದ್ದಂತೆಯೇ ರಾಂಜಿ ರಸ್ತೆ ದಾಟಿ ಕಾಂಪೌಂಡ್ ಎಗರಿ ಮರಗಳ ನಡುವಿಗೆ ಸೇರಿಕೊಂಡಿದ್ದ. ತೋಟದ ನಟ್ಟನಡುವಿನ ಮರವೊಂದನ್ನು ಆಯ್ಕೆ ಮಾಡಿಕೊಂಡ. ಅಲ್ಲಿ ಅವನ ಕಾರ್ಯಕ್ಕೆ ಯಾರೂ ವಿಘ್ನ ತರುವುದಿಲ್ಲ. ಸರಸರನೆ ರೆಂಬೆಗಳನ್ನು ಏರಿದ. ಅವನ ಮೇಲೆಯೇ ಗುಚ್ಛುಗುಚ್ಛವಾಗಿ ಸೀಬೆಹಣ್ಣುಗಳು ಜೋಲಾಡುತ್ತಿದ್ದವು. ಅವುಗಳಲ್ಲಿ ಒಂದಕ್ಕೆ ಕೈಹಾಕಿದ. ಅಚ್ಚರಿಯಾಗುವಂತೆ ಎಲೆಗಳ ನಡುವೆ ಅವನ ಕೈಗೆ ಮನುಷ್ಯನ ಪುಟ್ಟ ಪಾದವೊಂದು ಸಿಕ್ಕಿತು.

ಕಾಲನ್ನು ಹಿಡಿದ ರಾಂಜಿ ಅದನ್ನು ಬಿಡಲಿಲ್ಲ. ಬದಲಿಗೆ ಜೋರಾಗಿ ಕೆಳಕ್ಕೆ ಎಳೆದ. ದೊಡ್ಡ ಚೀರುವ ದನಿಯೊಂದಿಗೆ ಯಾರೋ ಅವನ ಮೇಲೆ ಬಿದ್ದರು. ಆಯ

ತಪ್ಪಿದ ರಾಂಜಿ ಕೂಡ ಕೆಳಗುರುಳಿದ. ಇಬ್ಬರೂ ರೆಂಬೆ ಕೊಂಬೆಗಳ ನಡುವಿನಿಂದ ಜಾರಿ ದಢ್ ಎಂಬ ಶಬ್ದದೊಂದಿಗೆ ಮರದ ಕೆಳಗಿನ ಮೃದುವಾದ ನೆಲದ ಮೇಲೆ ಬಿದ್ದರು.

ರಾಂಜಿ ಮತ್ತು ಆಗಂತುಕ ಇಬ್ಬರೂ ಜೋರಿನಿಂದ ಕಿತ್ತಾಡಿದರು. ಹುಲ್ಲಿನ ಮೇಲೆ ಉರುಳಾಡಿದರು. ರಾಂಜಿ ಜೂಡೋ ಬಿಗಿತವನ್ನು ಪ್ರಯತ್ನಿಸಿದ. ಆದರೆ ಏನೂ ಪ್ರಯೋಜನವಾಗಲಿಲ್ಲ. ತನ್ನ ಎದುರಾಳಿ ಒಬ್ಬ ಹುಡುಗಿ ಎಂಬುದು ಆಗ ಅವನಿಗೆ ಗೊತ್ತಾಯಿತು. ಅದೂ ಅಲ್ಲದೆ ಅವಳು ತನ್ನ ನೆರೆಮನೆಯ ಗೆಳತಿ ಕೊಕಿ.

"ಅಯ್ಯೋ ನೀನಾ!" ಎಂದು ಏದುಸಿರುಬಿಡುತ್ತಾ ಹೇಳಿದ.

"ಹೂಂ ನಾನೇ, ನೀನೇನು ಮಾಡುತ್ತಿದ್ದೀಯಾ ಇಲ್ಲಿ?" ಎಂದು ಅವಳು ಕೇಳಿದಳು.

"ಮೊದಲು ನನ್ನ ಹೊಟ್ಟೆ ಮೇಲಿಂದ ನಿನ್ನ ಮೊಣಕಾಲನ್ನು ತೆಗಿ. ಆಮೇಲೆ ಹೇಳುತ್ತೀನಿ"

ತನ್ನ ಉಸಿರಾಟ ಹದ್ದುಬಸ್ತಿಗೆ ಬಂದ ಮೇಲೆ ಅವನು, "ಮರವನ್ನು ಹತ್ತಬೇಕೆನಿಸಿತು. ಅದಕ್ಕೆ ಬಂದೆ" ಎಂದ.

"ನಾನೂ ಅಷ್ಟೇ."

ಅವಳನ್ನೇ ದಿಟ್ಟಿಸಿ ನೋಡಿದ. ಅವಳ ಬಾಯಿ ಮತ್ತು ಕೆನ್ನೆಯ ಮೇಲೆ ಸೀಬೆಹಣ್ಣಿನ ರಸ ಮೆತ್ತಿಕೊಂಡಿತ್ತು.

"ಸೀಬೆಹಣ್ಣುಗಳು ಚೆನ್ನಾಗಿವೆಯಾ?" ಎಂದು ಕೇಳಿದ.

"ಈ ಮರದ್ದು ಸಿಹಿಯಾಗಿದೆ. ನೀನು ಬೇಕಾದರೆ ಬೇರೆ ಮರ ಹುಡುಕ್ಕೋ ರಾಂಜಿ. ಸುಮಾರು ಮುವ್ವತ್ತು ನಲವತ್ತು ಮರಗಳಲ್ಲಿ ಯಾವುದು ಬೇಕಾದರೂ ಆರಿಸಿಕೊಳ್ಳಬಹುದು" ಎಂದಳು ಕೊಕಿ.

"ನೋಡು ಎಲ್ಲಾ ಹಣ್ಣುಗಳು ಹಾಳಾಗಿ ಹೋಗುತ್ತಿವೆ. ಹಲವಾರು ಹಣ್ಣುಗಳನ್ನು ಹಕ್ಕಿಗಳು ತಿಂದು ಹಾಳುಮಾಡಿವೆ" ಎಂದ ರಾಂಜಿ.

"ಯಾರಿಗೂ ಬೇಕಾಗಿಲ್ಲ ಅನ್ಸುತ್ತೆ"

ಕೊಕಿ ತನ್ನ ಮರವನ್ನು ಏರಿದಳು. ರಾಂಜಿ ಅವಳು ಹೇಳಿದಂತೆ ಸ್ವಲ್ಪ ಮುಂದೆ ಹೋಗಿ ಬೇರೊಂದು ಮರವನ್ನು ಏರಿದ. ಸ್ವಲ್ಪ ಹೊತ್ತು ಅದೂ ಇದೂ ಮಾತನಾಡುತ್ತಿದ್ದ ಅವರು ಸೀಬೆ ಹಣ್ಣುಗಳಿಗೂ ಬಾಯಿಗೂ ಕೆಲಸವನ್ನು ಕೊಟ್ಟಿದ್ದರಿಂದ ಮಾತುಗಳಿಗೆ ಕಡಿವಾಣ ಬಿತ್ತು.

ಸ್ವಲ್ಪ ಹೊತ್ತಾದ ಮೇಲೆ, "ನಾನು ಐದು ತಿಂದೆ" ಎಂದಳು ಕೊಕಿ.

"ಹಾಗಾದರೆ ಸಾಕು ಮಾಡು."

"ನೀನು ಈಗ ತಾನೆ ಪ್ರಾರಂಭಿಸಿದ್ದರಿಂದ ಹಾಗೆ ಹೇಳುತ್ತಿದ್ದೀಯ."

"ನನಗೆ ಮೂರು ಸಾಕು."

"ನನಗೆ ಹೊಟ್ಟೆ ನೋವು ಬರುವಂತಿದೆ."

"ನಾನು ಅದಕ್ಕೆ ಹೇಳಿದ್ದು. ನಡಿ ಮನೆಗೆ ಹೋಗೋಣ. ನಾಳೆ ಬೇಕಾದರೆ ಮತ್ತೆ

ಬರಬಹುದು. ಇನ್ನೂ ಬೇಕಾದಷ್ಟು ಸೀಬೆಹಣ್ಣುಗಳು ಇಲ್ಲಿವೆ. ನೂರಾರು ಇವೆ!"

"ನನಗೇನೂ ಮತ್ತೆ ತಿನ್ನಬೇಕು ಅಂತ ಅನ್ನಿಸುತ್ತಿಲ್ಲ" ಎಂದಳು ಕೊಕಿ.

* * *

ಮರುದಿನ ಅವಳು ಸರಿಹೋಗಿದ್ದಳು – ಎಷ್ಟರಮಟ್ಟಿಗೆ ಅಂದರೆ ಗೇಟಿಗೆ ಒರಗಿ ರಾಂಜಿಗಾಗಿ ಅವಳು ಕಾಯುತ್ತಾ ನಿಂತಿದ್ದಳು. ಈ ಬಾರಿ ಅವಳೊಂದಿಗೆ ಅವಳ ಪುಟ್ಟ ತಮ್ಮ ತೇಜೂ ಕೂಡ ಜೊತೆಗೂಡಿದ್ದ. ಆರು ವರ್ಷದ ತೇಜೂ ತುಂಬಾ ತುಂಟ.

"ಆರಾಮಾಗಿದ್ದೀಯ?" ಎಂದು ಕೇಳಿದ ರಾಂಜಿ.

"ಹೊಟ್ಟೆ ಹಸೀತಾಯಿದೆ" ಎಂದಳು ಕೊಕಿ.

"ನಿನ್ನ ತಮ್ಮನನ್ನು ಏಕೆ ಕರೆತಂದೆ?"

"ಅವನೂ ಮರವನ್ನು ಏರಲು ಕಲಿಯಬೇಕಂತೆ."

ಸ್ವಲ್ಪ ಹೊತ್ತಿಗೇ ಅವರು ತೋಟವನ್ನು ಸೇರಿಕೊಂಡರು. ತೇಜೂ ಒಂದು ಪುಟ್ಟ ಮರವನ್ನು ಏರಿ ಕೊಂಬೆಯ ಮೇಲೆ ಕೂರಲು ರಾಂಜಿ ಮತ್ತು ಕೊಕಿ ಸಹಾಯ ಮಾಡಿ, ತಾವು ಒಂದೊಂದು ಮರವನ್ನು ಏರಿದರು. ಅವರು ಮರವನ್ನು ಏರುತ್ತಿದ್ದಂತೆಯೇ ಆ ಮರಗಳಲ್ಲಿದ್ದ ಗಿಣಿಗಳ ಗುಂಪು ದೊಡ್ಡದಾಗಿ ಗದ್ದಲವನ್ನೆಬ್ಬಿಸಿ ಮೇಲೆ ವೃತ್ತಾಕಾರವಾಗಿ ಸುತ್ತುತ್ತಾ ಹಾರಿದವು.

ಇಬ್ಬರು ಹುಡುಗರು ಒಂದು ಹುಡುಗಿ ಮಾತನಾಡುತ್ತಾ ಸಾಕಷ್ಟು ಗಲಾಟೆ ಮಾಡುತ್ತಿದ್ದರು. ಅವರಿಂದ ಹಕ್ಕಿಗಳಿಗಷ್ಟೇ ಕಿರಿಕಿರಿ ಆಗಿರಲಿಲ್ಲ. ಅವರಿಗೆ ಗೊತ್ತಿಲ್ಲದ ಸಂಗತಿ ಏನೆಂದರೆ, ಆ ತೋಟ ಒಬ್ಬ ದೊಡ್ಡ ವ್ಯಾಪಾರಿಯದ್ದಾಗಿತ್ತು. ಆತ ಕಾವಲುಗಾರನೊಬ್ಬನನ್ನು ನೇಮಿಸಿದ್ದ. ಅವನ ಕೆಲಸ ಆ ತೋಟಕ್ಕೆ ಲಗ್ಗೆ ಇಡುವ ಹಕ್ಕಿಗಳು, ಮಕ್ಕಳು, ಮಂಗಗಳು, ನರಿಗಳು ಮೊದಲಾದ ಹಣ್ಣುಬಾಕರನ್ನು ಓಡಿಸುವುದಾಗಿತ್ತು. ಆದರೆ ಏರು ಬಿಸಿಲಿನ ಮಧ್ಯಾಹ್ನದ ಹೊತ್ತಿನಲ್ಲಿ ಆ ಕಾವಲುಗಾರ ಗೋಪಾಲ್ ಚಿಕ್ಕದಾಗಿ ನಿದ್ರೆ ಮಾಡುವುದನ್ನು ರೂಢಿಸಿಕೊಂಡಿದ್ದ. ಹಲಸಿನ ಮರದ ನೆರಳಿನಲ್ಲಿ ಕಾಲು ಚಾಚಿ ಗೊರಕೆ ಹೊಡೆಯುತ್ತಿದ್ದ. ಅವನ ಗೊರಕೆ ಸದ್ದು ಎಷ್ಟು ಜೋರಿತ್ತೆಂದರೆ, ಅವನ ಸುತ್ತ ಹಾರಾಡುವ ನೊಣ, ಜೇನ್ನೊಣಗಳು, ಚಂಡಮಾರುತ ಏಳುವ ಮುನ್ಸೂಚನೆಯೆಂದು ಬಗೆದು ಅವನಿಂದ ದೂರ ಉಳಿದಿದ್ದವು.

ಇವರ ಜೋರಾದ ಸಂತಸದ ಮಾತಿನ ಜೋರಿಗೆ ಅವನು ಎಚ್ಚರಗೊಂಡ. ಎದ್ದು ಕೂತವನೇ ತನ್ನ ಮೀಸೆಯ ಮೇಲೆ ಕುಳಿತಿದ್ದ ಹಸಿರು ಜೀರುಂಡೆಯನ್ನು ಕೆಳಗುರುಳಿಸಿದ. ಸಾಮಾನ್ಯವಾಗಿ ಕಾವಲುಗಾರರು ಬಳಸುವಂತಹ ಉದ್ದನೆಯ ದೊಣ್ಣೆಯನ್ನು ಪಕ್ಕದಲ್ಲಿಯೇ ಇರಿಸಿದ್ದ. ಅದನ್ನು ಕೈಗೆತ್ತಿಕೊಂಡ.

"ಯಾರದು?" ಎಂದು ದೊಡ್ಡ ಧ್ವನಿಯಲ್ಲಿ ಕೂಗುತ್ತಾ, ತಡವರಿಸುತ್ತಾ ಎದ್ದು ನಿಂತ.

ಇದ್ದಕ್ಕಿದ್ದಂತೆ ಮರಗಳ ನಡುವೆ ನಿಶ್ಶಬ್ದ ಆವರಿಸಿತು.

"ಯಾರಲ್ಲಿರೋದು?" ಎಂದು ಮತ್ತೆ ಕೂಗಿದ.

ಏನೂ ಉತ್ತರವಿಲ್ಲ.

"ಬಹುಶಃ ನಾನು ಕನಸು ಕಂಡಿರಬೇಕು" ಎಂದು ಗೊಣಗುತ್ತಾ, ಪುನಃ ಮಲಗಲೆಂದು ಅಣಿಯಾಗುವ ಹೊತ್ತಿಗೆ, ಅವನನ್ನೇ ನೋಡುತ್ತಿದ್ದ ತೇಜೂ ಪಕಪಕನೆ ನಕ್ಕ.

"ಹೋ!" ಎಂದು ಕಿರುಚುತ್ತಾ ಕಾವಲುಗಾರ ಮತ್ತೆ ಎದ್ದ. "ಏಯ್, ಕಳ್ಳರಾ! ನಿಮಗೊಂದು ಗತಿ ಕಾಣಿಸುತ್ತೇನೆ!", ಎನ್ನುತ್ತಾ ಜೋರಾಗಿ ಕೈ ಬೀಸಿಕೊಂಡು ತೋಟದ ನಡುವೆ ಬಂದ. "ಕಳ್ಳರು, ಡಕಾಯಿತರು, ಕಾಡು ಪ್ರಾಣಿಗಳು, ಯಾವುದಾದ್ರೂ ಸರಿ, ನನಗೆ ಭಯ ಇಲ್ಲ. ನಾನೊಂದು ಕಾಲದಲ್ಲಿ ಇಡೀ ದೆಹ್ರಾ ಜಿಲ್ಲೆಯಲ್ಲಿ ಜಗಜಟ್ಟಿಯಾಗಿದ್ದೆ. ಬನ್ರೋ, ಹೊರಗೆ ಬನ್ನಿ. ನಿಮಗೆ ಧೈರ್ಯವಿದ್ದರೆ ನನ್ನ ಜೊತೆ ಹೋರಾಡಿ!" ಎಂದು ತನ್ನ ಪೌರುಷವನ್ನು ಕೊಚ್ಚಿಕೊಂಡ.

"ಓಡು!" ಎಂದು ತಾನಿದ್ದ ಮರದಿಂದ ಧುಮುಕುತ್ತಾ ಕೊಕಿ ಪಿಸುನುಡಿದಳು.

ಇದೇನೋ ಕ್ರಿಕೆಟ್ ಮ್ಯಾಚ್ ಎನ್ನುವಂತೆ, "ಓಡು!" ಎಂದು ರಾಂಜಿ ಜೋರಾಗಿ ಕಿರುಚಿದ.

ದಿಢೀರನೆ ನಡೆದ ಈ ಎಲ್ಲಾ ಚಟುವಟಿಕೆಗಳಿಂದ ಗೊಂದಲಕ್ಕೀಡಾದ ತೇಜೂ, ತಾನಿದ್ದ ಮರದಿಂದ ಉರುಳಿಬಿದ್ದ, ಅಳುತ್ತಾ ಎದ್ದು ನಿಂತ. ಅವನ ನೆರವಿಗೆ ರಾಂಜಿ ಮತ್ತು ಕೊಕಿ ಧಾವಿಸಿದರು.

ದೊಡ್ಡ ದೇಹದ ಮಾಜಿ ಜಟ್ಟಿಯು ತಮ್ಮತ್ತ ಆಕ್ರಮಣಕಾರಿಯಾಗಿ ನುಗ್ಗಿ ಬರುವುದನ್ನು ಕಂಡೊಡನೆ ಅಳುವನ್ನು ನಿಲ್ಲಿಸಿದ ತೇಜೂ ಕಾಲಿಗೆ ಬುದ್ಧಿಹೇಳಿದ. ಮೂವರೂ ತೋಟದಲ್ಲಿ ವೇಗವಾಗಿ ಓಡಿದರು. ಕಾವಲುಗಾರ ದೊಣ್ಣೆ ಬೀಸುತ್ತಾ, ಗಂಟಲು ಹರಿಯುವಂತೆ ಜೋರಾಗಿ ಬೈಯುತ್ತಾ ಬೆನ್ನಟ್ಟಿ ಬಂದರೂ ಅವರಿಂದ ಸಾಕಷ್ಟು ಹಿಂದೆ ಉಳಿದ. ಅವನು ಜಗಜಟ್ಟಿಯಾದರೂ (ಬಹುಶಃ ಅದಕ್ಕೇ ಇರಬೇಕು) ಜೋರಾಗಿ ಓಡಲಾಗಲಿಲ್ಲ. ಏದುಸಿರು ಬಿಡುತ್ತಾ ಅವನು ಓಡಿದರೂ ಸುಮಾರು ಇಪ್ಪತ್ತು ಮೀಟರ್ ಅಂತರದಲ್ಲಿ ಅವರು ಕಾಂಪೌಂಡ್ ಹತ್ತಿ ಆಚೆಗೆ ದುಮುಕಿದರು. ಅವನಿಂದ ಕಾಂಪೌಂಡ್ ಗೋಡೆ ಏರಲಾಗುತ್ತಿರಲಿಲ್ಲ.

ನೇರವಾಗಿ ಮನೆಗೆ ಹಿಂದಿರುಗದೇ ಅವರು ಮೂವರೂ ಮೂರು ದಿಕ್ಕಿಗೆ ಚದುರಿದರು.

* * *

ಮರುದಿನ ರಾಂಜಿ, ಕೊಕಿ ಮತ್ತು ತೇಜೂರನ್ನು ರಸ್ತೆಯ ಕೊನೆಯಲ್ಲಿ ಭೇಟಿಯಾದ.

"ಕಾವಲುಗಾರ ಇದ್ದಾನಾ?" ಎಂದು ಕೊಕಿ ಕೇಳಿದಳು.

"ನಾನು ಅವನನ್ನು ನೋಡಲಿಲ್ಲ. ಆದರೆ, ಅಲ್ಲೇ ಎಲ್ಲೋ ಇರಬೇಕು."

"ಬಹುಶಃ ಊಟಕ್ಕೆ ಹೋಗಿರಬೇಕು. ನಾವು ಸುಮ್ಮನೆ ಹೋಗಿ ನೋಡಿಕೊಂಡು ಬರೋಣ."

ಮೂವರೂ ರಸ್ತೆ ಬದಿಯಲ್ಲಿ ನಿಧಾನವಾಗಿ ನಡೆದುಕೊಂಡು ಹೋದರು. ಕೊಕಿ ಮನೆಗಳ ಮುಂದಿನ ಹೂಗಿಡಗಳು ಎಷ್ಟು ಚೆನ್ನಾಗಿವೆಯಲ್ವಾ ಎಂದಳು. ತೇಜೂ, ಮನೆಯೊಂದರ ಮೇಲೆ ಗಾಳಿಪಟ ಹಾರಿಸುತ್ತಿರುವ ಹುಡುಗನನ್ನು ಮೆಚ್ಚುಗೆಯಿಂದ ನೋಡಿದ. ರಾಂಜಿ ಒಂದು ಕಣ್ಣನ್ನು ರಸ್ತೆಯ ಮೇಲೆ, ಮತ್ತೊಂದು ಕಣ್ಣನ್ನು ಸೀಬೆತೋಟದ ಕಾಂಪೌಂಡ್ ಮೇಲಿರಿಸಿದ್ದ. ಕಾಂಪೌಂಡ್ ಗೋಡೆಯ ಮೇಲೆ ಅಳಿಲೊಂದು ಓಡಿತು, ಗಿಣಿಗಳ ಗುಂಪು ಸೀಬೆ ಮರಗಳನ್ನು ಸೇರಿದ್ದವು.

ಅವರು ಗೋಡೆಯ ಹತ್ತಿರ ಹೋದರು. ರಾಂಜಿ ಮೆಲ್ಲನೆ ಅದಕ್ಕೆ ಒರಗಿದ. ಕೊಕಿ ರಸ್ತೆಯ ಬದಿಯಲ್ಲಿ ಬೆಳೆದಿದ್ದ ಡೈಸೀ ಹೂಗಳನ್ನು ಕೀಳುತ್ತಿದ್ದಳು. ತೇಜೂ ಕುತೂಹಲವನ್ನು ತಡೆದುಕೊಳ್ಳಲಾಗದೇ ಗೋಡೆಯನ್ನೇರಿ ಬಗ್ಗಿ ನೋಡಿದ. ಅದೇ

ಸಮಯಕ್ಕೆ ಅವರಿಗಾಗಿ ಕಾಯುತ್ತಾ ಗೋಡೆಯ ಹಿಂದೆ ಬಚ್ಚಿಟ್ಟುಕೊಂಡಿದ್ದ ಕಾವಲುಗಾರ ಗೋಪಾಲ್ ಮೆಲ್ಲನೆ ಮೇಲೆದ್ದವನೇ ತೇಜೂನನ್ನು ದುರುಗುಟ್ಟಿ ನೋಡಿದ.

ತೇಜೂ ಉಗುಳು ನುಂಗಿದ, ಆದರೆ ಹಿಮ್ಮೆಟ್ಟಲಿಲ್ಲ. ಗೋಪಾಲನ ಕೆಂಪಾದ ಕಣ್ಣುಗಳನ್ನೇ ತದೇಕಚಿತ್ತದಿಂದ ನೋಡಿದ.

"ಹಾಂ, ನನ್ನಿಂದ ಏನಾಗಬೇಕಿತ್ತು?" ಎಂದು ಗೋಪಾಲ್ ಗುರುಗುಟ್ಟುತ್ತಲೇ ಕೇಳಿದ.

"ಏನಿಲ್ಲ, ಸುಮ್ಮನೆ ನೋಡುತ್ತಿದ್ದೆ" ಎಂದ ತೇಜೂ.

"ಏನನ್ನು?"

"ಸುಂದರ ದೃಶ್ಯವನ್ನು."

ಗೋಪಾಲನಿಗೆ ಗೊಂದಲವುಂಟಾಯಿತು. ಇವರು ನಿನ್ನೆ ತಾನು ಅಟ್ಟಿಸಿಕೊಂಡು ಹೋದ ಹುಡುಗರಂತೆಯೇ ಇದ್ದಾರೆ, ಆದರೆ ಖಚಿತತೆ ಇಲ್ಲ. ಇವರಲ್ಲಿ ತಪ್ಪು ಮಾಡಿದ ಭಾವನೆ ಕಂಡುಬರುತ್ತಿಲ್ಲ. ಆದರೆ, ಮಕ್ಕಳು ಎಂದಿಗೆ ತಾನೆ ಇಂಥ ಮನೋಭಾವದವರಾಗಿರುತ್ತಾರೆ?

"ರಸ್ತೆಯ ಆ ಕಡೆ ಇನ್ನೂ ಚೆನ್ನಾಗಿರೋ ದೃಶ್ಯವಿದೆ. ಇಲ್ಲಿಂದ ನಡೀರಿ!" ಎಂದು ಗದರಿದ.

"ಸೀಬೆಹಣ್ಣುಗಳು ತುಂಬಾ ಚೆನ್ನಾಗಿವೆ" ಎನ್ನುತ್ತಾ ಕೊಕಿ ಕಿರುನಗೆಯನ್ನು ಸೂಸಿದಳು. ಆ ನಗುವಿಗೆ ಯಾರು ತಾನೆ ಮರುಳಾಗುವುದಿಲ್ಲ!

"ಹೌದೌದು" ಎನ್ನುತ್ತಾ ರಾಂಜಿ, ತಾನೇನೋ ಸೀಬೆಹಣ್ಣುಗಳು ಅಥವಾ ತಿನ್ನುವ ಎಲ್ಲಾ ವಸ್ತುಗಳ ತಜ್ಞನೆಂಬಂತೆ ಉದ್ಗರಿಸಿದ. "ಸೀಬೆ ಹಣ್ಣುಗಳ ಬಣ್ಣ ಮತ್ತು ಗಾತ್ರ ಸೊಗಸಾಗಿದೆ. ಇಷ್ಟು ಚೆನ್ನಾಗಿರುವುದನ್ನು ನಾನು ನೋಡೇ ಇಲ್ಲ. ಆದರೆ, ಇವನ್ನು ಕಿತ್ತು ಇಡದಿದ್ದರೆ ಹಕ್ಕಿಗಳು ಹಾಳು ಮಾಡುತ್ತವೆ" ಎಂದು ಹೇಳಿದ.

"ನಿಮಗೆ ಅದು ಸಂಬಂಧಪಡದ ವಿಷಯ" ಎಂದ ಕಾವಲುಗಾರ.

"ಹೇ, ಅಲ್ನೋಡು ಇವರ ಮಾಂಸಖಂಡಗಳು. ಇವರು ಎಷ್ಟೊಂದು ಬಲಶಾಲಿಯಲ್ವಾ!" ಎನ್ನುತ್ತಾ ತೇಜೂ ವಿಷಯಾಂತರಿಸಿ ಮತ್ತೊಂದು ರೀತಿಯಲ್ಲಿ ಹೊಗಳಲು ಪ್ರಯತ್ನಿಸಿದ.

ಗೋಪಾಲ ಉಬ್ಬಿಹೋದ. ತನ್ನ ಹೊಟ್ಟೆ ಹಾಗೂ ಸೊಂಟದ ಸುತ್ತ ಸಾಕಷ್ಟು ಕೊಬ್ಬು ಶೇಖರಣೆಯಾಗಿದ್ದರೂ ಅವನಿಗೆ ತನ್ನ ಶಕ್ತಿ, ಸಾಮರ್ಥ್ಯ ಹಾಗೂ ಹಿಂದಿನ ಸಾಧನೆಗಳ ಬಗ್ಗೆ ಬಹಳ ಹೆಮ್ಮೆಯಿತ್ತು.

"ನೀವು ಜಟ್ಟಿಯಂತೆ ಕಾಣುತ್ತೀರಿ" ಎಂದ ರಾಂಜಿ.

"ನಾನೊಬ್ಬ ಕುಸ್ತಿಪಟು" ಎಂದ ಗೋಪಾಲ್.

"ನಾನು ಹೇಳಲಿಲ್ವಾ, ಇವರನ್ನು ನೋಡಿದ್ರೆ ಗೊತ್ತಾಗುತ್ತೆ" ಎಂದಳು ಕೊಕಿ.

"ನಾನೀಗ ನಿವೃತ್ತ ಕುಸ್ತಿಪಟು" ಎಂದ ಗೋಪಾಲ್.

"ನಿಮ್ಮನ್ನು ನೋಡಿದ್ರೆ ಹಾಗನಿಸುವುದಿಲ್ಲ" ಎಂದ ತೇಜು. ಹೊಗಳಿಕೆಯಿಂದ

ಎಂಥ ಕೆಲಸವನ್ನಾದರೂ ಸಾಧಿಸಬಹುದೆಂಬುದು ಅವನಿಗೀಗ ಮನವರಿಕೆಯಾಗಿತ್ತು.

ಬಹಳ ಕಾಲದಿಂದ ತನ್ನ ಬಗ್ಗೆ ಮೆಚ್ಚುಗೆಯ ಮಾತುಗಳನ್ನೇ ಕೇಳದ ಗೋಪಾಲ್ ತನ್ನನ್ನು ಹೊಗಳಿದ್ದನ್ನು ಕೇಳಿ ಪುಳಕಗೊಂಡ. ಕೊಕಿಯ ಕಣ್ಣಿಗೆ ಅವನು ದಪ್ಪದಾಗಿ ಊದಿರುವ ದೊಣ್ಣ ಕಪ್ಪೆಯಂತೆ ಕಾಣುತ್ತಿದ್ದ. ಆದರೂ, ಅದನ್ನು ವ್ಯಕ್ತಪಡಿಸದಿರುವುದು ಉತ್ತಮ ಎಂದು ತಿಳಿದಿದ್ದಳು.

"ನನ್ನ ಮಾಂಸಖಂಡಗಳನ್ನು ನೋಡ್ತೀರಾ?" ಎಂದು ಕೇಳಿದ.

"ಹೌದು, ಹೌದು! ತೋರಿಸಿ" ಎಂದು ಮೂವರೂ ಒಕ್ಕೊರಲಿನಿಂದ ಕೂಗಿದರು.

ಗೋಪಾಲ್ ತನ್ನ ಶರ್ಟನ್ನು ಬಿಚ್ಚಿ, ಎದೆಯನ್ನು ಉಬ್ಬಿಸಿ ಕೈಯಲ್ಲಿ ಹೊಡೆದುಕೊಂಡ. ಡ್ರಮ್ ಶಬ್ದದಂತೆ ಕೇಳಿಸಿತು. ಅವರೆಲ್ಲಾ ಖುಷಿಯಾದರು. ನಂತರ ಮುಷ್ಟಿಯನ್ನು ಬಿಗಿಹಿಡಿದು ಕೈಮೇಲೆತ್ತಿ ರೆಟ್ಟೆಯ ಸ್ನಾಯುಗಳನ್ನು ಬಿಗಿಗೊಳಿಸಿದ. ಕ್ರಿಕೆಟ್ ಚೆಂಡುಗಳಂತೆ ಉಬ್ಬಿದ ಅವನ್ನು ಪ್ರದರ್ಶಿಸಿದ.

"ನೀವು ಬೇಕಾದರೆ ಮುಟ್ಟಿ ನೋಡಬಹುದು" ಎಂದು ಉದಾರತೆಯನ್ನು ಮೆರೆದ.

ತೇಜೂ ತನ್ನ ಬೆರಳಿನಿಂದ ಗೋಪಾಲ್ ನ ರೆಟ್ಟೆಗೆ ಚುಚ್ಚಿದ.

"ಮಿಸ್ಟರ್ ಯೂನಿವರ್ಸ್!" ಎಂದು ಉದ್ಗರಿಸಿದ.

ಗೋಪಾಲ್ ಮುಖದಲ್ಲಿ ಕಾಂತಿಯೊಂದು ಮಿಂಚಿ ಮರೆಯಾಯಿತು. ಅವನಿಗೆ ಈ ಮಕ್ಕಳು ಬಹಳ ಇಷ್ಟವಾಗಿಬಿಟ್ಟರು. ಎಷ್ಟೊಂದು ಬುದ್ಧಿವಂತ ಮಕ್ಕಳಲ್ವಾ! ಅವನ ಶಕ್ತಿ, ಸಾಮರ್ಥ್ಯ, ಭವ್ಯವಾದ ಶರೀರದ ಆಕೃತಿಯನ್ನು ಗಮನಿಸಿ ಮೆಚ್ಚುವ ಮನೋಭಾವ ಎಲ್ಲರಿಗೂ ಇರುವುದಿಲ್ಲ.

"ಗೋಡೆ ಹತ್ತಿ ನನ್ನೊಂದಿಗೆ ಬನ್ನಿ" ಎಂದು ಅವರನ್ನು ಕರೆದು, "ಬನ್ನಿ ಹುಲ್ಲಿನ ಮೇಲೆ ಕುಳಿತುಕೊಳ್ಳೋಣ. ನಾನು ಕುಸ್ತಿ ಚಾಂಪಿಯನ್ ಆಗಿದ್ದಾಗಿನ ಕಾಲದ ಕಥೆಯನ್ನು ನಿಮಗೆ ಹೇಳುತ್ತೇನೆ."

ಮಕ್ಕಳು ಗೋಡೆ ಹತ್ತಿ ಬಂದು ವಿಧೇಯರಂತೆ ಹುಲ್ಲಿನ ಮೇಲೆ ಕುಳಿತರು. ಗೋಪಾಲ್ ಅವರಿಗೆ ಅಖಾಡದಲ್ಲಿನ ತನ್ನ ಗೆಲುವಿನ ಬಗ್ಗೆ, ವಿಶ್ವವಿಖ್ಯಾತ ಜಟ್ಟಿಯನ್ನು ಕೇವಲ ಐದು ಸೆಕೆಂಡಿನಲ್ಲಿ ಮಣ್ಣುಮುಕ್ಕಿಸಿದ್ದನ್ನು ಮತ್ತು ಪ್ರವಾಸಿಗರು ತುಂಬಿದ್ದ ಕಾರೊಂದು ನದಿಗೆ ಬಿದ್ದಾಗ ತಾನೊಬ್ಬನೇ ಕಾರನ್ನು ಹೊರಗೆಳೆದು ಅವರ ಪ್ರಾಣ ರಕ್ಷಿಸಿದ್ದು ವಿವರಿಸಿದ. ಅವರು ತಾಳ್ಮೆಯಿಂದ ಅವನ ಮಾತುಗಳನ್ನು ಕೇಳಿದರು. ನಂತರ ತೇಜೂ ತನಗೆ ಹೊಟ್ಟೆ ಹಸಿಯುತ್ತಿದೆ ಎಂದ.

"ಹಸಿವಾ? ಮೊದಲೇ ನನಗೆ ಹೇಳಬಾರದಿತ್ತಾ? ಇರಿ ನಿಮಗೆ ಸೀಬೆ ಹಣ್ಣು ತಂದು ಕೊಡುತ್ತೇನೆ. ಇಲ್ಲಿ ಇರೋದು ಅವು ಮಾತ್ರವೇ. ನನಗೆ ಯಾವ ಮರದ್ದು ತುಂಬಾ ಚೆನ್ನಾಗಿರುತ್ತೆ ಅಂತ ಗೊತ್ತು. ಯಾರೂ ತಿನ್ನದಿದ್ದರೆ ಅವು ಕೊಳೆತುಹೋಗುತ್ತವೆ. ನನ್ನ ಯಜಮಾನ ಹೇಳುವ ಬೆಲೆ ಹೆಚ್ಚೆಂದು ಈ ಬಾರಿ ತೋಟವನ್ನು ಯಾರೂ ಕೊಳ್ಳಲು

ಮುಂದೆ ಬಂದಿಲ್ಲ" ಎಂದ ಗೋಪಾಲ್.

ಗೋಪಾಲ್ ಬೇಗಬೇಗ ಹೋಗಿ ಒಂದು ಬುಟ್ಟಿ ತುಂಬಾ ಸೀಬೆಹಣ್ಣುಗಳನ್ನು ತಂದ.

"ಆರಾಮವಾಗಿ ತಿನ್ನಿ. ಹಾಂ, ಹೆಚ್ಚು ತಿಂದರೆ ಆರೋಗ್ಯ ಕೆಡುತ್ತೆ" ಎಂದ.

ಅವರು ನಿಧಾನವಾಗಿ ತಿನ್ನುತ್ತಾ, ಗೋಪಾಲ್ ಮೂವರು ಡಕಾಯಿತರನ್ನು ಹೆಡೆಮುರಿಕಟ್ಟಿ ಹಳ್ಳಿಯ ಕುಂಟೆಗೆ ಎಸೆದ ಕಥೆಯನ್ನು ಕೇಳಿದರು.

ಅವರು ಹಣ್ಣುಗಳನ್ನು ತಿಂದು ಹೊರಡಲುನುವಾದಾಗ, "ನೀವು ನಾಳೆನೂ ಬರುತ್ತೀರಲ್ವಾ?" ಎಂದು ಕಾತರದಿಂದ ಕೇಳುತ್ತಾ ಗೋಪಾಲ್, "ನಾಳೇನೂ ಬನ್ನಿ ನಿಮಗೆ ಇನ್ನೊಂದು ಕಥೆ ಹೇಳುತ್ತೀನಿ" ಎಂದ.

ಸುತ್ತಮುತ್ತಲಿನ ಸೀಬೆ ಮರಗಳನ್ನು ಮತ್ತು ಅದರಲ್ಲಿರುವ ರಸಭರಿತ ಹಣ್ಣುಗಳನ್ನು ಆಸೆಯಿಂದ ನೋಡುತ್ತಾ, "ನಾಳೆ ಕೂಡ ಬರುತ್ತೀವಿ" ಎಂದು ಹೇಳಿದ ತೇಜೂ.

ತೋಟದಲ್ಲಿ ಒಂಟಿಯಾಗಿದ್ದ ಅವನಿಗೆ ಇವರು ಮತ್ತೆಮತ್ತೆ ಬರುವುದು ಬೇಕಾಗಿತ್ತು. ಅವನ ಮನಸ್ಸಿನ ಭಾವಗಳನ್ನು ಅರ್ಥ ಮಾಡಿಕೊಂಡ ಕೊಕಿ, "ನಿಮ್ಮ ಕಥೆಗಳು ನಮಗೆ ತುಂಬಾ ಇಷ್ಟವಾದವು" ಎಂದಳು.

ಅವು ಸಂಪೂರ್ಣ ಸತ್ಯವಲ್ಲವೆಂದು ಗೊತ್ತಿದ್ದರೂ, "ನಿಜವಾಗಿಯೂ ಒಳ್ಳೆಯ ಕಥೆಗಳು" ಎಂದು ಮೆಚ್ಚುಗೆಯಿಂದ ಹೇಳಿದ ರಾಂಜಿ.

ಗೋಡೆ ಹತ್ತಿದ್ದ ಮಕ್ಕಳು ಗೋಪಾಲ್ ಕಡೆಗೆ ನೋಡಿ ಕೈಬೀಸಿದರು.

ಮರುದಿನವೂ ಅವರು ಹಾಜರಾದರು.

ಹಾಗೇ ಮುಂದುವರೆಯಿತು. ಸೀಬೆಹಣ್ಣುಗಳ ಕಾಲ ಮುಗಿದುಹೋಗಿ, ಅವರಿಗೆ ಕೊಡಲು ಕಥೆಯನ್ನು ಬಿಟ್ಟು ಗೋಪಾಲನ ಬಳಿ ಬೇರೇನೂ ಇರದಿದ್ದಾಗಲೂ ಅವರು ಹೋಗುವುದನ್ನು ನಿಲ್ಲಿಸಲಿಲ್ಲ. ಏಕೆಂದರೆ ಅವರು ಆ ವೇಳೆಗಾಗಲೇ ಅವನನ್ನು ತುಂಬಾ ಹಚ್ಚಿಕೊಂಡಿದ್ದರು.

ರಾಜ ಮತ್ತು ವೃಕ್ಷ ದೇವತೆ

(ಇದು ಕೊಕಿಯ ಅಜ್ಜಿ ಹೇಳುತ್ತಿದ್ದ ಕಥೆಗಳಲ್ಲೊಂದು. ಮಳೆಗಾಲದ ಸಂಜೆಗಳಲ್ಲಿ ಹೊರಗೆ ಆಡಲು ಆಗದೇ ಕುಳಿತ ಮಕ್ಕಳಿಗೆ ಅಜ್ಜಿ ಕಥೆ ಹೇಳುತ್ತಿದ್ದರು. ಅಜ್ಜಿಗೆ ಮರಗಿಡಗಳೆಂದರೆ ತುಂಬಾ ಪ್ರೀತಿ. ಮರಗಿಡಗಳ ಕಥೆಗಳಲ್ಲಿ ಇದು ಅಜ್ಜಿಗೆ ಅತ್ಯಂತ ಇಷ್ಟವಾದ ಕಥೆ)

ಹಿಮಾಲಯದ ತಪ್ಪಲಿನಲ್ಲಿ ಒಬ್ಬ ರಾಜ ಆಳುತ್ತಿದ್ದ. ಪ್ರಪಂಚದಲ್ಲಿ ಯಾರ ಬಳಿಯೂ ಇರಬಾರದು, ಅಂಥಹ ಅರಮನೆಯೊಂದನ್ನು ಕಟ್ಟಬೇಕೆಂಬುದು ಅವನ ಆಸೆ. ಈ ರೀತಿಯ ವಿಶಿಷ್ಟತೆಯನ್ನು ನಿರ್ಮಿಸುವ ಮೂಲಕ ಇತರರಿಗಿಂತ ತಾನು ಬಲಿಷ್ಟ, ಸಿರಿವಂತ ಮತ್ತು ದೊಡ್ಡವನು ಎಂಬುದು ಸಾಬೀತಾಗುತ್ತದೆ ಎಂಬುದು ಅವನ ಭಾವನೆ. ಬೇರೆಯವರಿಗಿಂತ ವಿಶೇಷವಾಗಿ ಅರಮನೆಯನ್ನು ಹೇಗೆ ನಿರ್ಮಿಸಬೇಕೆಂದರೆ, ಇಡೀ ಅರಮನೆ ಒಂದು ದೊಡ್ಡ ಸ್ತಂಭದ ಮೇಲೆ ನಿಂತಿರಬೇಕು. ಆ ಸ್ತಂಭವನ್ನು ತನ್ನ ರಾಜ್ಯದ ಅತ್ಯಂತ ಎತ್ತರವಾದ ಮರವನ್ನು ಬಳಸಿ ನಿರ್ಮಿಸಬೇಕೆಂಬುದು ಅವನ ಆಸೆ.

ಹಿಮಾಲಯದ ಕಾಡುಗಳಲ್ಲಿ ಅನೇಕ ಎತ್ತರವಾದ ಮರಗಳಿವೆ - ಸ್ಪ್ರೂಸ್, ಪೈನ್, ಓಕ್ ಮತ್ತು ದೇವದಾರು ಮುಂತಾದವು. ಎಲ್ಲಕ್ಕಿಂತ ಎತ್ತರ ಮತ್ತು ಗಟ್ಟಿಮುಟ್ಟಾದವುಗಳೆಂದರೆ ದೇವದಾರು. ದೇವದಾರು ಅಂದರೆ ಮರಗಳಿಗೇ ದೇವರು ಎಂದರ್ಥ.

ರಾಜ ತನ್ನ ಪ್ರಧಾನಮಂತ್ರಿಯನ್ನು ಕರೆದು, "ಜನರನ್ನು ಕಳಿಸಿ, ಹತ್ತಿರ, ದೂರ ಎಲ್ಲಾ ಕಡೆಯ ಕಾಡುಗಳನ್ನು ಹುಡುಕಲಿ. ಎಲ್ಲಕ್ಕಿಂತ ದೊಡ್ಡ ದೇವದಾರು ಮರವನ್ನು ಕಡಿದು ನಗರಕ್ಕೆ ತರಬೇಕು" ಎಂದು ಆಜ್ಞಾಪಿಸಿದ.

"ಆದರೆ, ಅಪ್ಪಾ ದೇವದಾರು ಪವಿತ್ರವಾದ ಮರ. ಅದನ್ನು ಕೇವಲ ದೇವಸ್ಥಾನ ನಿರ್ಮಿಸಲು ಬಳಸುತ್ತಾರೆ" ಎಂದು ಮಗಳು ವಿರೋಧಿಸಿದಳು.

"ನನ್ನ ಅರಮನೆ ಯಾವ ದೇವಸ್ಥಾನಕ್ಕೂ ಕಡಿಮೆಯಿಲ್ಲ! ನಾನು ಅದನ್ನು ಬಳಸಲು ಎಲ್ಲಾ ರೀತಿಯಲ್ಲೂ ಅರ್ಹನಿದ್ದೇನೆ" ಎಂದ ರಾಜ.

ಪ್ರಧಾನಮಂತ್ರಿ ಸುಮಾರು ಮುವ್ವತ್ತು ಮಂದಿಯನ್ನು ಈ ಕೆಲಸಕ್ಕೆ ನಿಯಮಿಸಿದ. ಆದರೆ ಬಹುಬೇಗ ಅವರು ಬರಿಗೈಲಿ ವಾಪಸಾದರು. ಹಲವಾರು ಬೃಹತ್ ಗಾತ್ರದ ದೇವದಾರು ಮರಗಳಿವೆಯಾದರೂ ಅವನ್ನು ರಾಜಧಾನಿಗೆ ತರಲು ನಾನಾ ಅಡೆತಡೆಗಳಿವೆ. ಬೆಟ್ಟ ಗುಡ್ಡ ಕಣಿವೆಯನ್ನು ದಾಟಿಸಿ ದೊಡ್ಡ ಮರವನ್ನು ಸಾಗಿಸಲು ಅಸಾಧ್ಯ ಎಂದರು.

ಈ ವಿಷಯ ರಾಜನಿಗೆ ತಿಳಿದೊಡನೆ, ಅರಸನು ತನ್ನ ಮಗನನ್ನು ಕರೆದು, "ನಿನ್ನ ಅಶ್ವದಳದೊಂದಿಗೆ ಹೋಗು. ಕುದುರೆಗಳ ನೆರವಿನಿಂದ ಒಳ್ಳೆಯ ಮರವನ್ನು ತೆಗೆದುಕೊಂಡು ಬಾ" ಎಂದು ಹೇಳಿ ಕಳುಹಿಸಿದ.

ರಾಜಕುಮಾರ ತನ್ನ ಅಶ್ವದಳದೊಂದಿಗೆ ಹೋದನಾದರೂ ಕೆಲ ದಿನಗಳ ನಂತರ ವಾಪಸಾದ. "ಕುದುರೆಗಳಿಗೆ ಮರವನ್ನು ಒಂದು ಇಂಚು ಕೂಡ ಕದಲಿಸಲು ಆಗಲಿಲ್ಲ. ಎತ್ತುಗಳ ಸಹಾಯವನ್ನು ಪಡೆದರೂ ಸಾಧ್ಯವಾಗಲಿಲ್ಲ" ಎಂದು ವರದಿಯೊಪ್ಪಿಸಿದ.

"ಹಾಗಾದರೆ ಆನೆಗಳನ್ನು ಬಳಸಿ" ಎಂದ ರಾಜ.

ತಪ್ಪಲು ಪ್ರದೇಶದಿಂದ ಆನೆಗಳನ್ನು ಕರೆಸಿದರು. ಬೆಟ್ಟಗುಡ್ಡ ತುಂಬ ಕಡಿದಾಗಿದ್ದು, ದಾರಿಯೂ ಸಹ ಅತ್ಯಂತ ಕಿರಿದಾದುದರಿಂದ ಅವುಗಳನ್ನು ಹಿಂದಕ್ಕೆ ಕಳಿಸಿದರು.

"ಒಂದು ಕೆಲಸ ಮಾಡಿ, ನಮ್ಮ ರಾಜಧಾನಿಯ ಉದ್ಯಾನದಲ್ಲಿ ಕಾಡಿನಲ್ಲಿರುವಂತಹ ದೊಡ್ಡ ಮರವನ್ನು ಹುಡುಕಿ, ಏಳು ದಿನದೊಳಗೆ ನನಗೆ ತಂದು ಒಪ್ಪಿಸಬೇಕು" ಎಂದು ಕೋಪದಿಂದ ರಾಜ ಆಜ್ಞೆ ಮಾಡಿದ.

ಸಾಕಷ್ಟು ಹುಡುಕಾಟದ ನಂತರ ನಗರದ ಹತ್ತಿರದಲ್ಲಿಯೇ ಅತ್ಯಂತ ದೊಡ್ಡದಾದ ದೇವದಾರು ಮರವನ್ನು ರಾಜನ ಸೈನಿಕರು ಪತ್ತೆ ಮಾಡಿದರು. ಆ ಮರದಲ್ಲಿ ಒಬ್ಬ ದೇವತೆ ವಾಸವಾಗಿದ್ದಳು. ಹಾಗಾಗಿ, ಅದನ್ನು ಸುತ್ತಮುತ್ತಲಿನ ಹಳ್ಳಿಗರೆಲ್ಲ ಪೂಜಿಸುತ್ತಿದ್ದರು. ಆ ದೇವತೆಯಿಂದಾಗಿ ಮರಕ್ಕೆ ವಿಶೇಷ ಶಕ್ತಿ, ಕಳೆ, ಗಾತ್ರ ಮತ್ತು ಸೌಂದರ್ಯ ಉಂಟಾಗಿತ್ತು.

ಪ್ರಧಾನಮಂತ್ರಿ ಮತ್ತು ಇತರ ಆಸ್ಥಾನಿಕರು ರಾಜನ ಅರಮನೆಯ ಆಧಾರಸ್ತಂಭಕ್ಕೆ ಈ ಬೃಹತ್ ವೃಕ್ಷವೇ ಸರಿ ಎಂದು ನಿರ್ಧರಿದರು. ಅವರೆಲ್ಲ ಧೂಪ, ದೀಪ, ವಾದ್ಯ, ಹೂಹಾರಗಳೊಂದಿಗೆ ಬಂದು ಮರದೇವತೆಗೆ ಪೂಜೆ ಸಲ್ಲಿಸಿದರು. ಇನ್ನು ಏಳು ದಿನಗಳಲ್ಲಿ ಮರವನ್ನು ಕಡಿಯುತ್ತೇವೆ, ಆದ್ದರಿಂದ ಮರವನ್ನು ಬಿಟ್ಟು ಹೋಗುವಂತೆ ದೇವತೆಯನ್ನು ಅವರು ಬೇಡಿಕೊಂಡರು.

ಮರದ ಸುತ್ತ ದೀಪಗಳನ್ನು ಹಚ್ಚಿದರು. ರೆಂಬೆ ಕೊಂಬೆಗಳಿಗೆಲ್ಲಾ ಹೂವಿನ ಹಾರಗಳನ್ನು ಹಾಕಿದರು. ಹೂಗುಚ್ಛಗಳನ್ನು ಎಲೆಗಳ ನಡುವೆ ಸಿಕ್ಕಿಸಿದರು. ಎಲ್ಲರೂ ಕೈಜೋಡಿಸಿ ಪ್ರಾರ್ಥಿಸಿದರು. ಕೆಲವರು ರಾಗವಾಗಿ ಪ್ರಾರ್ಥನೆಯ ಗೀತೆಯನ್ನು ಹಾಡಿದರೆ, ಕೆಲವರು ಅದರ ತಾಳಕ್ಕೆ ನರ್ತಿಸಿದರು.

ಕಟುಕ ಕೊಡಲಿಯೊಂದಿಗೆ ಬಂದಿಹೆವಮ್ಮ
ನಿನ್ನ ಪ್ರಾಚೀನ ಮನೆ ಕೆಡವೆ ತಾಯಿ.
ಕ್ಷಮಿಸು ನಮ್ಮ ಓ ಮರ ದೇವಿಯೇ,
ನಿನ್ನ ಸಿಂಹಾಸನದ ಮುಂದೆ ಕುಣಿವೆವಮ್ಮ!
ನಮ್ಮ ಅರಸನ ಸಂತುಷ್ಟಗೊಳಿಸೆ,
ನಿನ್ನ ಪ್ರೇಮದ ಮರವ ಕಡಿವೆವು.

ಇವರ ಮಾತುಗಳನ್ನು ಮರದೇವತೆ ಕೇಳಿಸಿಕೊಂಡಳು. ಇವರ ಉದ್ದೇಶ ಅವಳಿಗೆ ಅರ್ಥವಾಯಿತು. ಬೀಸುತ್ತಿದ್ದ ಗಾಳಿ ಸ್ತಬ್ದವಾದಂತೆ ಆಕೆ ಕೆಲಕಾಲ ಮೌನವಹಿಸಿದಳು. ನಂತರ ಆಕೆಯ ಮರದ ಎಲ್ಲಾ ಎಲೆಗಳು ಪಿಸುಗುಟ್ಟುವಂತೆ ಅಲುಗಾಡಿದವು, ಎತ್ತರದ ರೆಂಬೆಗಳು ಬಾಗಿ ಎದ್ದವು. ದೇವತೆಗೆ ನಮ್ಮ ಪ್ರಾರ್ಥನೆ ತಲುಪಿದೆ ಎಂಬ ಸಮಾಧಾನದಿಂದ ಪ್ರಾರ್ಥಿಸಿದ ಜನರೆಲ್ಲ ಹಿಂದಿರುಗಿದರು.

*

ಆ ರಾತ್ರಿ ರಾಜ ಮಲಗಿದ್ದಾಗ, ಹಸಿರು ಹೊದಿಕೆಯನ್ನು ಹೊದ್ದ ಕಾಂತಿಯುಕ್ತ ಬೆಳಕಿನ ರೂಪದ ಆಕೃತಿಯು ಕಾಣಿಸಿತು. ಚಳಿಗಾಲದ ಗಾಳಿಯ ದನಿಯಲ್ಲಿ ಅದು ರಾಜನೊಡನೆ ಮಾತನಾಡಿತು.

"ಹೇ ಪ್ರಸಿದ್ಧ ರಾಜನೇ! ನಾನು ದೇವದಾರು ಮರದಲ್ಲಿರುವ ದೇವತೆ. ನಿನ್ನ ಜನ ಬಂದು, ನಿನಗಾಗಿ ನನ್ನನ್ನು ಕಡಿಯುವುದಾಗಿ ಹೇಳಿದರು. ನೀನು ಮನಸ್ಸು ಬದಲಾಯಿಸಿಕೊ ಎಂದು ಬೇಡಿಕೊಳ್ಳಲು ಬಂದಿರುವೆ."

"ಇಲ್ಲಾ, ನಾನು ನಿರ್ಧಾರ ಮಾಡಿದ್ದಾಗಿದೆ. ನೀನಿರುವ ಮರ ಮಾತ್ರ ನನ್ನ ಉದ್ದೇಶಿತ ಅರಮನೆಯನ್ನು ಎತ್ತಿ ನಿಲ್ಲಿಸಲು ಸಾಧ್ಯವಿದೆ. ಹಾಗಾಗಿ ಮರ ನನಗೆ ಬೇಕೇಬೇಕು" ಎಂದು ರಾಜ ತನ್ನ ಕನಸಿನಲ್ಲಿಯೇ ಉತ್ತರಿಸಿದ.

"ಯೋಚಿಸು ರಾಜ, ನೂರಾರು ವರ್ಷಗಳಿಂದ ನಿನ್ನ ರಾಜ್ಯದ ಎಲ್ಲಾ ಹಳ್ಳಿಗರಿಂದ ನಾನು ಪೂಜಿಸಲ್ಪಡುತ್ತಿದ್ದೇನೆ. ನನ್ನಿಂದ ಎಲ್ಲರಿಗೂ ಕೇವಲ ಒಳಿತಷ್ಟೇ ಆಗಿದೆ. ಹಕ್ಕಿಗಳು ಗೂಡು ಮಾಡಿವೆ. ಕೆಳಗೆ ಹುಲ್ಲಿನ ಮೇಲೆ ನೆರಳು ಹಾಸಿದ್ದೇನೆ. ನನ್ನ ಕಾಂಡವು ಒರಗಿ ವಿಶ್ರಾಂತಿ ಪಡೆಯಲು ದಾರಿಹೋಕರಿಗೆ ಸಹಾಯಕವಾದರೆ, ಕಾಡು ಪ್ರಾಣಿಗಳಿಗೆ ಮೈಯುಜ್ಜಿಕೊಳ್ಳಲು ಅನುಕೂಲವಾಗಿದೆ. ನನ್ನ ಸಂರಕ್ಷಣೆಯ ನೆರಳಿನಲ್ಲಿ ಅನೇಕ ಗಿಡಗಳು, ಪೊದೆಗಳು ಹುಟ್ಟುವುದರಿಂದ ಭೂತಾಯಿ ಮೆಚ್ಚಿ ಹರಸುತ್ತಿರುತ್ತಾಳೆ. ನನ್ನ ಆಳವಾದ ಮತ್ತು ವಿಶಾಲವಾದ ಬೇರುಗಳಿಂದ ಭೂಮಿಯನ್ನು ಭದ್ರವಾಗಿ ಹಿಡಿದಿಟ್ಟಿರುವೆ. ಮಕ್ಕಳು ನನ್ನ ಅಡಿಯಲ್ಲಿ ಆಡಿನಲಿಯುತ್ತವೆ. ಹೊಲದಲ್ಲಿ ದುಡಿದು ಹಿಂದಿರುಗುವ ಮಹಿಳೆಯರು ನನ್ನ ತಂಪಾದ ನೆರಳಿನಲ್ಲಿ ಸುಧಾರಿಸಿಕೊಳ್ಳುತ್ತಾರೆ."

"ಮರ ದೇವತೆಯೇ ನೀನು ತುಂಬಾ ಒಳ್ಳೆಯವಳು, ನೀನು ಹೇಳಿದ್ದೆಲ್ಲಾ ಸತ್ಯ. ಆದರೂ ನಿನ್ನನ್ನು ಉಳಿಸುವ ಪ್ರಶ್ನೆಯೇ ಇಲ್ಲ. ನಾನು ಮನಸ್ಸು ಮಾಡಿಯಾಗಿದೆ. ನನ್ನ ನಿರ್ಧಾರ ಬದಲಾಗದು" ಎಂದು ರಾಜ ಖಡಾಖಂಡಿತವಾಗಿ ಹೇಳಿದ.

ದುಃಖದಿಂದ ತಲೆ ತಗ್ಗಿಸಿದ ಮರದೇವತೆ, ಶೋಕಭರಿತ ದನಿಯಲ್ಲಿ, "ಹೇ ಶಕ್ತಿವಂತ ರಾಜನೇ, ನನ್ನ ಕಡೆಯ ಕೋರಿಕೆಯನ್ನು ನೆರವೇರಿಸಿಕೊಡು. ನನ್ನನ್ನು ಮೂರು ಹಂತದಲ್ಲಿ ಕತ್ತರಿಸಿ ಬೀಳಿಸು. ಹಸಿರುಹೊದ್ದ ತಲೆಯನ್ನು ಮೊದಲು, ನೂರಾರು ಶಕ್ತಿಯುತವಾದ ಕೈಗಳಿರುವ ಮಧ್ಯಭಾಗವನ್ನು ಎರಡನೇ ಹಂತದಲ್ಲಿ ಮತ್ತು ಕಡೆಯದಾಗಿ ಅತ್ಯಂತ ದೊಡ್ಡದಾದ ಎಲ್ಲಾ ಭಾರವನ್ನು ಹೊತ್ತ ನನ್ನ ಕಾಲಿನ ಭಾಗವನ್ನು ಉರುಳಿಸು" ಎಂದು ಕೇಳಿಕೊಂಡಿತು.

"ಇದು ಬಹಳ ವಿಚಿತ್ರ ಕೋರಿಕೆಯಲ್ಲ! ಈ ರೀತಿಯಾಗಿ ಸಾವನ್ನು ಮೂರು ಹಂತದಲ್ಲಿ ಬಯಸುವವರನ್ನು ನಾನು ನೋಡಿಯೂ ಇಲ್ಲ, ಕೇಳಿಯೂ ಇಲ್ಲ! ನರಳುವುದಕ್ಕಿಂತ ಒಂದೇ ಬಾರಿಗೆ ಸಾವನ್ನು ಹೊಂದಬಹುದಲ್ವಾ?" ಎಂದ ರಾಜ.

"ಅದಕ್ಕೆ ಕಾರಣವೂ ಇದೆ ರಾಜ. ನನ್ನಿಂದಾಗಿ ಹಲವಾರು ದೇವದಾರು ಮರಗಳು ಹುಟ್ಟಿವೆ. ಅವು ನನ್ನ ಸುತ್ತಮುತ್ತ ಇವೆ. ನೀನು ಒಂದೇ ಹೊಡೆತಕ್ಕೆ ನನ್ನನ್ನು ಉರುಳಿಸಿದರೆ, ಅವುಗಳ ಮೇಲೆ ಬೀಳುವ ನನ್ನ ಭಾರಕ್ಕೆ, ಆ ನನ್ನ ಮಕ್ಕಳೆಲ್ಲ ಸಾವಿಗೀಡಾಗುತ್ತಾರೆ. ನಾನು ಮೂರು ಬಾರಿ ನರಳುತ್ತಾ ಸತ್ತರೂ ಪರವಾಗಿಲ್ಲ, ಕನಿಷ್ಟ ಕೆಲವಾದರೂ ನನ್ನ ಮಕ್ಕಳು ಬದುಕುಳಿಯುತ್ತವೆ. ಈ ನನ್ನ ಕೋರಿಕೆಯನ್ನು ನೆರವೇರಿಸುವೆ ತಾನೆ?" ಎಂದಳು ಮರದೇವತೆ.

ಚಕಿತನಾದ ರಾಜ, "ಹಾಗೆಯೇ ಆಗಲಿ" ಎಂದೊಡನೆ ಮರದೇವತೆ ಮಾಯವಾದಳು.

*

ಮರುದಿನ ಬೆಳಗ್ಗೆ ರಾಜ ತನ್ನ ಮಕ್ಕಳು, ಮಂತ್ರಿಗಳು ಮತ್ತು ಆಸ್ಥಾನಿಕರನ್ನು ಕರೆಸಿ, ತಾನು ಮನಸ್ಸು ಬದಲಾಯಿಸಿರುವುದಾಗಿ ತಿಳಿಸಿದ. ಹೊಸ ಅರಮನೆಯ ಸ್ತಂಭವನ್ನು ಕಲ್ಲಿನಿಂದ ನಿರ್ಮಿಸುತ್ತೇನೆ, ಮರದಿಂದ ಅಲ್ಲ ಎಂದು ಹೇಳಿದ.

"ಆ ದೇವದಾರು ಮರದ ಚೇತನದೊಳಗಿನ ಹೃದಯ ವೈಶಾಲ್ಯದ ಮುಂದೆ ನಾನು ಕುಬ್ಜನಾಗಿದ್ದೇನೆ" ಎಂದು ಹೇಳಿದ. ದೇವತೆಯೊಂದಿಗೆ ನಡೆದ ಸಂಭಾಷಣೆಯನ್ನು ಅವರಿಗೆಲ್ಲಾ ವಿವರಿಸಿದ. ರಾಜನ ಬದಲಾದ ನಿಲುವಿನಿಂದ ಅವರೆಲ್ಲ ಚಕಿತರಾದರು.

ರಾಜ ತನ್ನ ಅರಮನೆಯನ್ನು ಎತ್ತರದ ಕಲ್ಲಿನ ಸ್ತಂಭದ ಮೇಲೆ ನಿರ್ಮಿಸಿದ. ಕೆಳಗಡೆ ನೆಲದ ಮೇಲೆ ಸುಂದರವಾದ ಉದ್ಯಾನವನ್ನು ರೂಪಿಸಿದ. ಅದರಲ್ಲಿ ನಗರ ಹಾಗೂ ಸುತ್ತಲಿನ ಮಕ್ಕಳೆಲ್ಲ ಬಂದು ಆಡುತ್ತಿದ್ದರು. ಅಲ್ಲಿನ ಹುಲ್ಲುಗಾವಲಿನಲ್ಲಿ ಕುಳಿತು, ಅಲ್ಲೆಲ್ಲಾ ಬೆಳೆದ ಸುಂದರ ಹೂಗಳನ್ನು ನೋಡಿ ಮನತಣಿಸಿಕೊಳ್ಳುತ್ತಿದ್ದರು.

"ಯಥಾ ರಾಜ ತಥಾ ಪ್ರಜಾ" ಎಂಬಂತೆ ರಾಜನಂತೆಯೇ ಪ್ರಜೆಗಳು ಕೂಡ ತಮ್ಮ ಮನೆ ನಿರ್ಮಿಸಲು ಮರಗಳನ್ನು ಎಂದಿಗೂ ಬಳಸಲಿಲ್ಲ. ಮನೆಗಳನ್ನು ಕಲ್ಲಿನಿಂದ ಕಟ್ಟಿಕೊಂಡರು. ದೇವದಾರು ಮರಗಳ ಸಂತತಿ ಕಾಡಿನಲ್ಲಿ ಹೆಚ್ಚಿತು.

("ಮಕ್ಕಳೇ ಕೇಳಿರಿಲ್ಲಿ, ನೀವೇನಾದರೂ ಬೆಟ್ಟಗಳಿಗೆ ಹೋದರೆ ಆ

ಕಾಡುಗಳನ್ನು ನೀವು ನೋಡಬಹುದು. ಪವಿತ್ರ ಗಂಗಾ ನದಿಯ ತಟದಲ್ಲಿ ಪ್ರಾರಂಭವಾಗಿ ಹಿಮ ತುಂಬಿದ ಬೆಟ್ಟಗಳವರೆಗೂ ಕಾಡು ಹಬ್ಬಿದೆ" ಎಂದರು ಅಜ್ಜಿ)

ಹೊಡೆದಾಟ

ದೆಹ್ರಾಗೆ ಅನಿಲ್ ಬಂದು ಇನ್ನೂ ಒಂದು ತಿಂಗಳಾಗಿರಲಿಲ್ಲ, ಆಗಲೇ ಅವನು ಕಾಡಿನಲ್ಲಿ ನೀರಿನ ಹೊಂಡವೊಂದನ್ನು ಹುಡುಕಿದ್ದ. ಶಾಲೆ ಇನ್ನೂ ಪ್ರಾರಂಭವಾಗಿರಲಿಲ್ಲ. ಈ ಅರೆಗಿರಿಧಾಮದಂತಹ ಪ್ರದೇಶದಲ್ಲಿ ತನಗೆ ಸ್ನೇಹಿತರು ಯಾರೂ ಇಲ್ಲವೆಂದು ಊರಿನ ಸುತ್ತ ಹಬ್ಬಿದ್ದ ಬೆಟ್ಟ, ಗುಡ್ಡ, ಕಾಡಿನಲ್ಲಿ ಒಬ್ಬನೇ ಅಲೆದಾಡುತ್ತಿದ್ದ.

ಬೇಸಿಗೆಯ ಬಿಸಿ ವಿಪರೀತವಾಗಿತ್ತು. ಬನೀನು ಮತ್ತು ನಿಕ್ಕರು ಧರಿಸಿ ಓಡಾಡುತ್ತಿದ್ದ ಹದಿಮೂರು ವರ್ಷದ ಅನಿಲ್‌ನ ಕಂದು ಬಣ್ಣದ ಕಾಲು ಬಿಳಿ ಧೂಳು ಮೆತ್ತಿಕೊಂಡು ದೂರದಿಂದ ಕಪ್ಪು ಬಿಳಿಯಾಗಿ ಕಾಣಿಸುತ್ತಿತ್ತು. ಅವನು ನಡೆಯುತ್ತಿದ್ದರೆ ನೆಲದಲ್ಲಿ ಧೂಳು ಏಳುತ್ತಿತ್ತು.

ಭೂಮಿ ಒಣಗಿ ನೀರಿಗಾಗಿ ಹಾತೊರೆಯುತ್ತಿದ್ದರೆ, ಹುಲ್ಲು ಕಂದು ಬಣ್ಣಕ್ಕೆ ತಿರುಗಿತ್ತು, ಮರಗಳು ಆಗಸದಿಂದ ಉದುರುವ ಜೀವಜಲಕ್ಕಾಗಿ ಕಾತರಿಸಿದ್ದವು.

ಇಂತಹ ಒಂದು ಬಿರುಬಿಸಿಲಿನ ದಿನ ಅನಿಲ್ ಕಾಡಿನಲ್ಲಿ ನೀರಿನ ಹೊಂಡವನ್ನು ಕಂಡ. ಅದು ಪಾರದರ್ಶಕವಾಗಿದ್ದು ಹೊಂಡದ ತಳದಲ್ಲಿದ್ದ ನಯವಾದ ಕಲ್ಲುಗಳನ್ನು ಸ್ಪಷ್ಟವಾಗಿ ಕಾಣಬಹುದಿತ್ತು. ನೀರಿನ ತೊರೆಯೊಂದು ಕಲ್ಲುಗಳ ನಡುವೆ ಹರಿದು ಬಂದು ಈ ಹೊಂಡಕ್ಕೆ ನೀರುಣಿಸುತ್ತಿತ್ತು.

ಮಳೆಗಾಲದಲ್ಲಿ ಬೆಟ್ಟಗುಡ್ಡಗಳಿಂದ ಹರಿದು ಬರುವ ನೀರು ಈ ತೊರೆಯ ಮೂಲಕ ರಭಸವಾಗಿ ಹರಿಯಬಹುದೇನೋ. ಆದರೆ ಬೇಸಿಗೆಯಲ್ಲಿ ಕಿರಿದಾಗಿ ಹರಿಯುತ್ತಿದೆ. ಕಲ್ಲುಗಳನ್ನು ಕೊರೆದು ಹೊಂಡ ರೂಪುಗೊಂಡಿರುವುದರಿಂದ ಇತರೆಡೆಗಳಂತೆ ಇಲ್ಲಿ ನೀರು ಬತ್ತಿಲ್ಲ.

ನೀರಿನ ಹೊಂಡ ಕಂಡೊಡನೆಯೇ ಅನಿಲ್ ಅದರಲ್ಲಿ ಧುಮುಕಲು ಹಿಂಜರಿಯಲಿಲ್ಲ. ಸ್ನೇಹಿತರೊಂದಿಗೆ ಹಾಗೂ ಒಬ್ಬೊಬ್ಬನೇ ಈಜಾಡಿ ಅವನಿಗೆ ರೂಢಿಯಾಗಿತ್ತು. ರಜಪುತಾನಾ ಮರುಭೂಮಿಯ ಮಧ್ಯೆಯಿದ್ದ ಅನಿಲ್‌ನ ಊರಲ್ಲಿ

ಕೆಸರು ಮಣ್ಣಿನ ಕುಂಟೆಯಿತ್ತು. ಎಮ್ಮೆಗಳು ಬಿದ್ದಿರುತ್ತಿದ್ದ ಆ ಕುಂಟೆಯಲ್ಲೇ ಮಹಿಳೆಯರು ಬಟ್ಟೆ ಒಗೆಯುತ್ತಿದ್ದರು.

ಇಷ್ಟೊಂದು ಸ್ವಚ್ಛವಾದ ತಿಳಿನೀರ ಹೊಂಡವನ್ನು ಅವನು ತನ್ನ ಜೀವಮಾನದಲ್ಲೇ ಕಂಡಿರಲಿಲ್ಲ. ಬಟ್ಟೆಯನ್ನು ಬಿಸಾಡಿ ನೀರಿಗೆ ಹಾರಿದ. ಬಲಿಷ್ಠ ಮೀನಖಂಡಗಳ ಗಟ್ಟಿಮುಟ್ಟಾದ ಅನಿಲ್‌ನ ಕರಿ ದೇಹದ ಮೇಲೆ ಮರಗಳ ಮಧ್ಯೆ ತೂರಿ ಬರುತ್ತಿದ್ದ ಬಿಸಿಲ ಕೋಲುಗಳು ಬಿದ್ದು ಹೊಳಪನ್ನು ನೀಡಿದವು.

ಈ ತಣ್ಣನೆಯ ನೀರಿನಲ್ಲಿ ಈಜಲೆಂದು ಮಾರನೇ ದಿನವೂ ಅನಿಲ್ ಬಂದ. ಸುಮಾರು ಒಂದು ಗಂಟೆ ಕಾಲ ನೀರಿನಲ್ಲಿ ಈಜಾಡಿದ. ದಣಿವಾರಿಸಿಕೊಳ್ಳಲು ಸಾಲ್ ಮರದ ನೆರಳಿನಲ್ಲಿ ಬಂಡೆಯ ಮೇಲೆ ಮಲಗಿದ.

ಹೀಗೆ ಬೆತ್ತಲಾಗಿ ಬಂಡೆಯ ಮೇಲೆ ಮಲಗಿದ್ದಾಗ ಹೊಂಡದ ಇನ್ನೊಂದು ಬದಿಯಲ್ಲಿ ಒಬ್ಬ ಹುಡುಗ ನಿಂತು ತೀಕ್ಷ್ಣವಾಗಿ ನೋಡುತ್ತಿರುವುದು ಅವನ ಗಮನಕ್ಕೆ ಬಂತು, ಆ ಹುಡುಗ ಅನಿಲ್‌ಗಿಂತ ಕೊಂಚ ಹಿರಿಯ. ಎತ್ತರ, ಗಾತ್ರದಲ್ಲೂ ಅನಿಲ್‌ಗಿಂತ ಜೋರಾಗಿದ್ದ. ಆಗಷ್ಟೇ ಅವನೂ ಅನಿಲ್‌ನನ್ನು ಅಲ್ಲಿ ನೋಡಿದ್ದ. ಈಜಲು ತಯಾರಾಗಿ ಬಂದಿದ್ದ ಅವನು ತನ್ನನ್ನು ನೋಡಿಯೂ ಅನಿಲ್ ಏನೂ ಮಾತನಾಡದ್ದಕ್ಕೆ, "ಏ, ಏನ್ಮಾಡ್ತಾ ಇದ್ದೀಯ ಇಲ್ಲಿ?" ಎಂದು ಅನಿಲ್‌ನನ್ನು ಅಧಿಕಾರಯುತವಾಗಿ ಕೂಗಿ ಕೇಳಿದ.

ಸ್ನೇಹಪರತೆಯಿಂದ ಹೊಸಬನನ್ನು ಕಾಣಬಯಸಿದ ರಾಂಜಿಗೆ ಅವನ ದರ್ಪದ ಧ್ವನಿ ವಿಚಲಿತಗೊಳಿಸಿತು.

"ಈಜು ಹೊಡೀತಾ ಇದ್ದೀನಿ, ನೀನೂ ಕೂಡ ನಂಜೊತೆ ಸೇರಿಕೋ ಬಾ" ಅಂದ ಅನಿಲ್.

"ನಾನ್ಯಾವಾಗೂ ಒಬ್ನೇ ಈಜೋದು. ಇದು ನನ್ನ ಕೊಳ, ನಿನ್ನನ್ನು ನಾನೇನೂ ಕರೆದಿರಲಿಲ್ವಲ್ಲಾ. ಬೆತ್ತಲೆ ಯಾಕೆ ಇದ್ದೀಯ?"

"ನಾನು ಬಟ್ಟೆ ಹಾಕ್ತೀನೋ ಬಿಡ್ತೀನೋ ನಿಂಗೇನು, ನನಗೆ ನಾಚಿಕೆ ಆಗುವಂತಹುದ್ದು ಏನೂ ಇಲ್ಲ"

"ಏ, ಸಣಕಲ ಬಟ್ಟೆ ಹಾಕ್ಕೊಳೋ"

"ಏ, ಗಡವಾ, ನೀನು ಬಟ್ಟೆ ಬಿಚ್ಚೋ"

ಆ ಹೊಸಬನಿಗೆ ಸಹಿಸಿಕೊಳ್ಳಲು ಆಗಲಿಲ್ಲ. ಎದ್ದು ಕುಳಿತಿದ್ದ ಅನಿಲ್‌ನ ಕಡೆಗೆ ಬಂದವನೇ (ಈ ಸಂಗತಿಯನ್ನು ಇಲ್ಲೇ ಚುಕ್ತಾ ಮಾಡುವವನಂತೆ) "ನಾನೊಬ್ಬ ಪಂಜಾಬಿ ಗೊತ್ತಾ, ನಿನ್ನಂಥ ಹಳ್ಳಿ ಗಮಾರನಿಂದ ಈ ರೀತಿಯ ಜವಾಬು ಬರಬಾರದು!"

"ಹಾಗಾದ್ರೆ ಹಳ್ಳಿ ಗಮಾರನೊಂದಿಗೆ ಕಾದಾಡ್ತೀಯಾ? ಅಷ್ಟಕ್ಕೂ ನಾನೇನೂ ಹಳ್ಳಿ ಗಮಾರನಲ್ಲ, ನಾನೊಬ್ಬ ರಜಪೂತ್ ಗೊತ್ತಾ!"

"ನಾನು ಪಂಜಾಬಿ!"

"ನಾನು ರಜಪೂತ್!"

ಅಲ್ಲಿಂದ ಮಾತು ಮುಂದುವರೆಸಲು ಇಬ್ಬರಿಗೂ ತಿಳಿಯದಾಯಿತು.

"ನಿನಗೆ ಗೊತ್ತಾಗಲಿಲ್ವಾ ನಾನೊಬ್ಬ ಪಂಜಾಬಿ ಅಂತ?" ಎಂದು ಇಷ್ಟು ಹೊತ್ತು ತಾನು ಹೇಳಿದ್ದು ಅನಿಲ್‌ನ ತಲೆಯೊಳಗೆ ಇಳಿದಿಲ್ಲವೇನೋ ಎಂಬಂತೆ ಆ ಹೊಸಬ ಹೇಳಿದ್ದನ್ನೇ ಮತ್ತೆ ಹೇಳಿದ.

"ನೀನಿದು ಮೂರನೇ ಬಾರಿ ಹೇಳ್ತಿರೋದು. ಹೇಳಿದ್ದು ಆಗಿದ್ರೆ ವಾಪಸ್ ನಡಿ, ನೀನು ಹೋಗಲಿ ಎಂದು ನಾನು ಕಾಯ್ತಿದ್ದೀನಿ!" ಅಂದ ಅನಿಲ್. "ನಿನಗೆ ಹೊಡೀತೀನಿ ಅಷ್ಟೆ" ಎಂದು ತನ್ನ ಕೈಗಳನ್ನು ಅನಿಲ್‌ಗೆ ತೋರಿಸುತ್ತಾ ಹಿಂಸಾತ್ಮಕ ಮನೋಭಾವವನ್ನು ಪ್ರದರ್ಶಿಸಿದ ಆ ಪಂಜಾಬಿ.

"ಹೊಡಿಯೋ ನಾನು ನೋಡ್ತೀನಿ"

"ನೋಡ್ತೀಯಾ ಹಾಗಾದ್ರೆ"

ಒಬ್ಬರಿಗೊಬ್ಬರು ದುರುಗುಟ್ಟಿ ನೋಡಿದರು.

ತನ್ನ ಬಲವನ್ನೆಲ್ಲಾ ಬಿಟ್ಟು ಆ ಪಂಜಾಬಿ ಅನಿಲ್ ಕೆನ್ನೆಗೆ ಬಾರಿಸಿದ. ಅನಿಲ್ ಸ್ತಂಭೀಭೂತನಾದ. ತಲೆ ತಿರುಗಿ ಬಂತು. ಬೆರಳ ಗುರುತುಗಳು ಕೆಂಪಗೆ ಕೆನ್ನೆ ಮೇಲೆ ಮೂಡಿದ್ದವು.

"ಹೇಗಿತ್ತು? ಈಗ ಜಾಗ ಖಾಲಿ ಮಾಡ್ತೀಯಾ?" ಅಂದ ಪಂಜಾಬಿ.

ಮುಷ್ಟಿ ಬಿಗಿ ಹಿಡಿದು ಅವನ ಮುಖಕ್ಕೆ ತೆಗೆದು ಬಾರಿಸಿದ ಅನಿಲ್.

ಮರುಕ್ಷಣವೇ ಒಬ್ಬರನ್ನೊಬ್ಬರು ಹಿಡಿದು ಜಪ್ಪುತ್ತಾ ಕಲ್ಲುಗಳ ಮೇಲೆ

ಉರುಳಾಡಿದರು. ಒಬ್ಬರನ್ನೊಬ್ಬರು ಬೈಯುತ್ತಾ, ಗುದ್ದುತ್ತಾ, ಕೈಕಾಲು ತಿರುಪುತ್ತಾ, ಹೊಡೆದುಕೊಳ್ಳುತ್ತಾ ನೀರಿಗೆ ಬಿದ್ದರು.

ನೀರಿನಲ್ಲೂ ಅವರ ಹೊಡೆದಾಟ ಮುಂದುವರೆಯಿತು. ಇವರ ಆರ್ಭಟಕ್ಕೆ ನೀರಿನ ಅಡಿಯಲ್ಲಿದ್ದ ಮಣ್ಣೆಲ್ಲಾ ಮೇಲೆದ್ದು ರಾಡಿಯಾಯಿತು. ಸುಮಾರು ಐದು ನಿಮಿಷಗಳ ಕಾಲ ಹುಚ್ಚುಚ್ಚಾಗಿ ಹೊಡೆದಾಡಿಕೊಂಡ ಇಬ್ಬರಲ್ಲಿ ಯಾರೂ ವಿಜೇತರಾಗಲಿಲ್ಲ. ಏದುಸಿರು ಬಿಡುತ್ತಾ ಸುಸ್ತಾದ ಇಬ್ಬರೂ ದೂರ ಸರಿದರು. ಧ್ವನಿ ಹೊರಡಿಸಲು ಸಹ ಕಷ್ಟಪಡುವಷ್ಟು ಇಬ್ಬರೂ ನಿತ್ರಾಣರಾಗಿದ್ದರು.

"ಈಗ... ನಿನಗೆ ಗೊತ್ತಾಯ್ತಾ... ನಾನೊಬ್ಬ ಪಂಜಾಬಿ" ಎಂದು ಉಸಿರೆಳೆಯುತ್ತಾ ಹೊಸಬ ಮಾತನಾಡಿದ.

"ನಿನಗೆ ಗೊತ್ತಾಯ್ತಾ ನಾನೊಬ್ಬ ರಜಪೂತ್?" ಅಂದ ಅನಿಲ್ ಕಷ್ಟಪಡುತ್ತಾ.

ಇಬ್ಬರೂ ಸ್ವಲ್ಪ ಹೊತ್ತು ಸುಮ್ಮನಿದ್ದರು. ಆ ಮೌನದಲ್ಲಿ ಅವರ ಏದುಸಿರು ಮತ್ತು ಜೋರಾದ ಹೃದಯದ ಬಡಿತ ಬಿಟ್ಟರೆ ಬೇರೇನೂ ಕೇಳುತ್ತಿರಲಿಲ್ಲ.

"ಹಾಗಾದ್ರೆ ನೀನು ಈ ಕೊಳವನ್ನು ಬಿಟ್ಟು ಹೋಗಲ್ವಾ?" ಪಂಜಾಬಿ ಹುಡುಗ ಕೇಳಿದ.

"ಇಲ್ಲ ಹೋಗಲ್ಲ" ಅಂದ ಅನಿಲ್.

"ಹಾಗಾದ್ರೆ ನಮ್ಮ ಹೊಡೆದಾಟ ಮುಂದುವರೀಬೇಕು"

"ಸರಿ ಹಾಗಾದ್ರೆ"

ಆದರೆ ಇಬ್ಬರೂ ಕದಲಲಿಲ್ಲ. ಯಾರೊಬ್ಬರೂ ಮುಂದುವರೆಯಲಿಲ್ಲ.

ಹೋರಾಟಕ್ಕೆ ಸ್ಫೂರ್ತಿ ಇಲ್ಲದಂತಾದ ಪಂಜಾಬಿ ಹುಡುಗ, "ನಮ್ಮ ಕಾದಾಟ ನಾಳೆಗಿರಲಿ. ನಿನಗೆ ಧೈರ್ಯ ಇದ್ರೆ ನಾಳೆ ಬಾ. ನಿನಗೊಂದು ಗತಿ ಕಾಣಿಸ್ತೀನಿ. ಇವತ್ತಿನ ಹಾಗೆ ಅಯ್ಯೋ ಪಾಪ ಅನ್ನಲ್ಲ."

"ನಾಳೆಯೂ ಬರ್ತಿನಿ, ನಾನೇನು ಅಂತ ತೋರಿಸ್ತೀನಿ" ಅಂದ ಅನಿಲ್.

ಇಬ್ಬರೂ ತಮ್ಮ ತಮ್ಮ ಬಟ್ಟೆಗಳನ್ನು ಧರಿಸಿ ಅವರವರ ಹಾದಿಯಲ್ಲಿ ವಾಪಸಾದರು.

ಮನೆಗೆ ಬಂದ ಅನಿಲ್ ಮುಖ, ಕೈ, ಕಾಲುಗಳ ಮೇಲಿನ ಗಾಯಗಳ ಬಗ್ಗೆ ಸುಳ್ಳು ಹೇಳಲು ಕಷ್ಟಪಟ್ಟ. ತಮ್ಮ ಹಿಂಸಾತ್ಮಕ ಹೊಡೆದಾಟದ ವಿಷಯ ಮರೆಮಾಚಿದರೂ, ಅವನ ಅವತಾರವನ್ನು ಕಂಡ ಅಮ್ಮ, "ಮನೆ ಬಿಟ್ಟು ಎಲ್ಲೂ ಹೊರಗೆ ಹೋಗಬೇಡ" ಅಂದರು.

ಸಂಜೆ ಹೊತ್ತಿಗೆ ಮೆಲ್ಲನೆ ಮನೆಯಿಂದ ಹೊರಬಂದ ಅನಿಲ್. ಒಂದು ಲೋಟ ನಿಂಬೆ ಶರಬತ್ ಮತ್ತು ಬಾಳೆ ಎಲೆಯ ತುಂಬಾ ಬಿಸಿಬಿಸಿ ಜಿಲೇಬಿ ತಿಂದರೇನೇ ಅವನಿಗೆ ಸಮಾಧಾನ ಆಗುವುದು. ಆಗ ತಾನೆ ನಿಂಬೆ ಶರಬತ್ ಕುಡಿದು ಮುಗಿಸುತ್ತಿದ್ದ ಅನಿಲ್ ಕಣ್ಣಿಗೆ ರಸ್ತೆಯಲ್ಲಿ ನಡೆದು ಬರುತ್ತಿದ್ದ ಅವನ ಎದುರಾಳಿ ಕಾಣಿಸಿದ.

ತಕ್ಷಣವೇ ಮುಖ ತಿರುಗಿಸಿ ಬೇರೆಲ್ಲೋ ನೋಡುವವನಂತೆ ನಟಿಸುವ ಮನಸ್ಸಾಯಿತು. ನಿಂಬೂ ಶರಬತ್ ಲೋಟವನ್ನು ಅವನ ಎದುರಾಳಿಯ ಮುಖಕ್ಕೆ ಅಪ್ಪಳಿಸುವ ಆಲೋಚನೆಯೂ ಮನಸ್ಸಿನಲ್ಲಿ ಹಾದುಹೋಯಿತು. ಆದರೆ ಎರಡನ್ನೂ ಅವನು ಮಾಡಲಿಲ್ಲ. ಅದರ ಬದಲು ನಿಂತಿದ್ದಲ್ಲೇ ತನ್ನ ಮುಂದೆ ಹಾದು ಹೋದ ಎದುರಾಳಿಯನ್ನು ದುರುಗುಟ್ಟಿ ನೋಡಿದ. ಆ ಪಂಜಾಬಿ ಹುಡುಗನೂ ಏನೂ ಮಾತನಾಡದೆ ಇವನಷ್ಟೇ ತೀವ್ರವಾಗಿ ದುರುಗುಟ್ಟಿ ನೋಡಿ ಹೋದ.

ಮರುದಿನ ಹಿಂದಿನ ದಿನದಷ್ಟೇ ವಾತಾವರಣದಲ್ಲಿ ಬಿಸಿಯಿತ್ತು. ಅನಿಲ್‌ಗೆ ಒಂದು ರೀತಿಯ ಸೋಮಾರಿತನ ಹಾಗೂ ಸುಸ್ತು ಆವರಿಸಿದ್ದರಿಂದ ಹೊಡೆದಾಟದ ಮನಸ್ಥಿತಿ ಇರಲಿಲ್ಲ. ಹಿಂದಿನ ದಿನದ ಘಟನೆಯಿಂದಾಗಿ ಮೈ ಕೈ ಎಲ್ಲಾ ಬಿಗಿದು ಹಾಕಿತ್ತು. ಆದರೆ ಸವಾಲನ್ನು ತಿರಸ್ಕರಿಸಲು ಸಾಧ್ಯವಿಲ್ಲವಲ್ಲ. ಆ ನೀರಿನ ಹೊಂಡದ ಬಳಿ ಹೋಗದಿದ್ದರೆ ಸೋಲನ್ನು ಒಪ್ಪಿಕೊಂಡಂತೆ. ಹೋದರೂ ಅವನಿರುವ ಪರಿಸ್ಥಿತಿಯಲ್ಲಿ ಹೊಡೆದಾಟದಲ್ಲಿ ಸೋಲನ್ನು ಅನುಭವಿಸಬೇಕಾಗುತ್ತದೆ. ಆದರೆ ಅವನ ಸೋಲನ್ನು ಅವನ ಮನಸ್ಸು ಅಂಗೀಕರಿಸುತ್ತಿಲ್ಲ. ಕಡೆಯವರೆಗೂ ಹೋರಾಡಿ ಗೆಲ್ಲಬೇಕು. ಅಥವಾ ಅವನ ಎದುರಾಳಿಯನ್ನು ಹೋರಾಟದಿಂದ ಹಿಮ್ಮೆಟ್ಟಿಸಬೇಕು. ಆಗ ಮಾತ್ರ ಅವನ ಗೌರವ ಉಳಿಯುತ್ತದೆ. ಈಗ ಅಲ್ಲಿಗೆ ಹೋಗದೆ ಸೋಲೊಪ್ಪಿದರೆ ಮುಂದೆಂದೂ ಅವನು ಗೆಲ್ಲಲು ಸಾಧ್ಯವಿಲ್ಲ. ಅಕಸ್ಮಾತ್ ಇವತ್ತು ಕಾದಾಡಿ ಸೋತರೂ ಮತ್ತೆ ಹೋರಾಡುವ ಅವಕಾಶವಿರುತ್ತದೆ. ಅಲ್ಲಿ ಕಾದಾಡುವವರೆಗೂ ಅವನಿಗೆ ಆ ಹೊಂಡದ ಮೇಲೆ ಹಕ್ಕು ಇದ್ದೇ ಇರುತ್ತದೆ.

ಪಂಜಾಬಿ ಹುಡುಗ ಸವಾಲಿನ ಬಗ್ಗೆ ಮರೆತಿರಲಿ ಎಂಬ ಆಸೆಯೊಂದಿಗೆ ನೀರಿನ ಹೊಂಡದ ಬಳಿ ಹೋದ. ಅವನ ಆಸೆಗೆ ತಣ್ಣೀರೆರಚುವಂತೆ ಅವನ ಎದುರಾಳಿ ಹೊಂಡದ ಇನ್ನೊಂದು ಬದಿಯಲ್ಲಿ ಕಲ್ಲಿನ ಮೇಲೆ ಕುಳಿತಿದ್ದ. ಪಂಜಾಬಿ ಹುಡುಗ ತನ್ನ ಮೈ ಕೈ ತೊಡೆಗಳಿಗೆಲ್ಲಾ ಎಣ್ಣೆ ಉಜ್ಜಿಕೊಳ್ಳುತ್ತಾ ಮಸಾಜ್ ಮಾಡಿಕೊಳ್ಳುತ್ತಿದ್ದ. ಅವನು ಸಾಲ್ ಮರಗಳ ಕೆಳಗೆ ನಿಂತ ಅನಿಲ್‌ನನ್ನು ಕಂಡವನೇ, "ಬಾ ಈಕಡೆ, ಹೊಡೆದಾಡೋಣ" ಎಂದು ಸವಾಲೆಸೆಯುವ ಧ್ವನಿಯಲ್ಲಿ ಕೂಗಿದ.

ಆದರೆ ಅನಿಲ್ ತನ್ನ ಎದುರಾಳಿ ಹೇಳಿದಂತೆಲ್ಲಾ ಕೇಳುವವನಲ್ಲವಲ್ಲ.

"ನೀನೇ ಬಾ ಈಕಡೆ ಹೊಡೆದಾಡೋಣ!" ಎಂದು ಅವನಷ್ಟೇ ರೋಷದಿಂದ ಕೂಗಿದ.

"ಈಜಿಕೊಂಡು ಬಾರೋ ಈಕಡೆ, ಇಲ್ಲೇ ಹೊಡೆದಾಡೋಣ, ಅಥವಾ ನಿನ್ನ ಕೈಲಿ ಈ ಹೊಂಡವನ್ನು ಈಜಿ ಬರಲು ಆಗೋದಿಲ್ವಾ?" ಎಂದು ಹಂಗಿಸಿದ.

ಅನಿಲ್‌ಗೆ ಆ ಹೊಂಡವನ್ನು ಒಂದು ಡಜನ್ ಬಾರಿ ಈಜುವ ಸಾಮರ್ಥ್ಯವಿತ್ತು. ಪಂಜಾಬಿ ಹುಡುಗನಿಗೆ ತನ್ನ ಸಾಮರ್ಥ್ಯವನ್ನು ತೋರಿಸುತ್ತೇನೆ ಎಂದುಕೊಂಡು, ಬನೀನು ನಿಕ್ಕರನ್ನು ತೆಗೆದು ಬಿಸಾಡಿದ. ಕಲ್ಲಿನ ಬಂಡೆಯ ಮೇಲಿಂದ ನೀರಿನೊಳಗೆ ಕತ್ತಿ ಹಾಯುವಂತೆ ಧುಮುಕಿ ತಳವನ್ನು ಮುಟ್ಟಿ ಬಿಲ್ಲಿನಂತೆ ಸರಾಗವಾಗಿ ಮೇಲೆ ತೇಲಿದ.

ಆ ಪಂಜಾಬಿ ಹುಡುಗ ಬೆಕ್ಕಸ ಬೆರಗಾಗಿ ವಿಸ್ಮಯವನ್ನು ನೋಡಿದಂತೆ ಬಾಯಿ ಬಿಟ್ಟು ನಿಂತುಬಿಟ್ಟ.

"ನಿನಗೆ ನೀರಿಗೆ ಧುಮುಕಲು ಬರುತ್ತೆ!" ಎಂದು ಅಚ್ಚರಿಯ ಉದ್ಗಾರ ತೆಗೆದ.

"ಅದು ಬಹಳ ಸುಲಭ" ಅಂದ ಅನಿಲ್, ಹಾಗೇ ಈಜುತ್ತಾ, "ನಿನಗೆ ಬರಲ್ವಾ?" ಎಂದು ಕೇಳಿದ.

"ಇಲ್ಲ, ನಾನು ನೀರಲ್ಲಿ ಇಳಿದು ಈಜುತ್ತೇನಷ್ಟೆ. ನೀನು ತೋರಿಸಿಕೊಟ್ಟರೆ ನಾನೂ ಅದೇ ರೀತಿ ಧುಮುಕುವೆ."

"ಅಷ್ಟೇ ತಾನೆ, ಅದು ಸುಲಭ" ಎಂದು ಹೇಳಿದ ಅನಿಲ್, "ಬಂಡೆ ಮೇಲೆ ನಿಲ್ಲು, ಕೈಗಳನ್ನು ಚಾಚು, ತಲೆಯನ್ನು ನೇರವಾಗಿಟ್ಟುಕೊಂಡು ಹಾರು."

ಪಂಜಾಬಿ ಹುಡುಗ ಬಂಡೆ ಮೇಲೆ ಹೋಗಿ ನೆಟ್ಟಗೆ ಸೆಟೆದು ನಿಂತ. ಕೈಗಳನ್ನು ಚಾಚಿ ನೀರಿಗೆ ಹಾರಿದ. ಬಿಲ್ಲಿನಂತೆ ಬಾಗಿ ನೀರನ್ನು ಹೊಕ್ಕುವುದರ ಬದಲಿಗೆ ಅವನ ಹೊಟ್ಟೆ ನೀರ ಮೇಲೆ ಬಿತ್ತು. ಬಿದ್ದ ರಭಸಕ್ಕೆ ನೀರೆಲ್ಲ ಮೇಲೆ ಹಾರಿ ಮರದ ಮೇಲಿದ್ದ ಹಕ್ಕಿಗಳನ್ನೆಲ್ಲಾ ಓಡಿಸಿತು.

ಅನಿಲ್ ಜೋರಾಗಿ ನಗತೊಡಗಿದ.

"ಹಳ್ಳದ ನೀರೆಲ್ಲಾ ಖಾಲಿ ಮಾಡಬೇಕೆಂದಿದ್ದೀಯಾ?" ಎಂದು ಕೇಳಿದ.

ಪಂಜಾಬಿ ಹುಡುಗ ದಡಕ್ಕೆ ಬಂದವನೇ ಚಿಕ್ಕ ತಿಮಿಂಗಿಲದಂತೆ ಬಾಯಿಂದ ನೀರು ಉಗುಳಿದ.

"ಸರಿಯಾಗಿ ಹಾರಲಿಲ್ವಾ?" ಎಂದು ಆ ಹುಡುಗ ತನ್ನ ಘನಕಾರ್ಯಕ್ಕೆ ಬೀಗುತ್ತಾ ಕೇಳಿದ.

"ಅಷ್ಟೇನೂ ಸರಿಯಿರಲಿಲ್ಲ. ಆದರೆ ಚಿಂತಿಸಬೇಡ, ಇನ್ನಷ್ಟು ಅಭ್ಯಾಸ ಮಾಡಿದ್ರೆ ಕಲಿಯಬಹುದು."

"ನಾನು ಹೇಗೆ ಮಾಡುತ್ತೇನೆ ಎಂಬುದನ್ನು ಸರಿಯಾಗಿ ಗಮನಿಸು, ಬಾ ನೀರಿಗಿಳಿ"

ಮತ್ತೆ ಅನಿಲ್ ಬಂಡೆ ಮೇಲೆ ಹೋಗಿ ನೀರಿನಲ್ಲಿ ಸಲೀಸಾಗಿ ಧುಮುಕಿದ. ಅವನು ಮೇಲೇಳುವುದಕ್ಕೆ ಕಾಯುತ್ತಿದ್ದ ಪಂಜಾಬಿ ಹುಡುಗನಿಗೆ ಅಚ್ಚರಿಗೊಳಿಸಲು ನೀರಿನೊಳಗೆ ಈಜುತ್ತಾ ಆ ಹುಡುಗನ ಹಿಂದಿನಿಂದ ಮೇಲೆದ್ದ.

"ನೀನು ಇದೆಲ್ಲಾ ಹೇಗೆ ಮಾಡ್ತೀಯ?" ಎಂದು ಆ ಹುಡುಗ ಆಶ್ಚರ್ಯದಿಂದ ಕೇಳಿದ.

"ನಿನಗೆ ನೀರಿನೊಳಗೆ ಈಜಲೂ ಬರುವುದಿಲ್ವಾ?" ಎಂದ ಅನಿಲ್.

"ಇಲ್ಲ, ಆದರೆ ಪ್ರಯತ್ನಿಸ್ತೀನಿ."

ಪಂಜಾಬಿ ಹುಡುಗ ಸಾಕಷ್ಟು ಪ್ರಯತ್ನ ಮಾಡಿ ನೀರಿನ ತಳವನ್ನು ಮುಟ್ಟಲು ಪ್ರಯತ್ನಿಸಿದರೂ ಬಾತುಕೋಳಿಯಂತೆ ಮೇಲೆಯೇ ತೇಲುತ್ತಿದ್ದ.

ಅನಿಲ್ ಅವನನ್ನು ನಿರುತ್ಸಾಹಗೊಳಿಸಲಿಲ್ಲ.

"ಪರವಾಗಿಲ್ಲ, ಇನ್ನಷ್ಟು ಅಭ್ಯಾಸ ಮಾಡಬೇಕಷ್ಟೆ" ಅಂದ.

"ನೀನು ಕಲಿಸ್ತೀಯಾ?" ಎಂದು ತನ್ನ ಶತ್ರುವನ್ನು ಕೇಳಿದ.

"ನೀನು ಕಲಿಯೋದಾದ್ರೆ, ನಾನು ಕಲಿಸ್ತೀನಿ."

"ನೀನು ಕಲಿಸಲೇಬೇಕು. ಕಲಿಸದಿದ್ರೆ ನಿನಗೆ ಹೊಡೀತೀನಿ ಅಷ್ಟೆ. ಪ್ರತಿದಿನ ಇಲ್ಲಿಗೆ ಬಂದು ನನಗೆ ಕಲಿಸ್ತೀಯ ತಾನೆ?"

"ನಿನ್ನಿಷ್ಟ" ಅಂದ ಅನಿಲ್.

ನೀರಿನಿಂದ ಹೊರಬಂದ ಇಬ್ಬರೂ ಕಲ್ಲಿನ ಮೇಲೆ ಅಕ್ಕಪಕ್ಕ ಕುಳಿತರು.

"ನನ್ನ ಹೆಸರು ವಿಜಯ್" ಅಂದ ಪಂಜಾಬಿ ಹುಡುಗ, "ನಿನ್ನ ಹೆಸರೇನು?" ಎಂದು ಕೇಳಿದ.

"ಅನಿಲ್"

"ನಾನು ಗಟ್ಟಿಗಿದ್ದೀನಲ್ವಾ?" ಎಂದು ಕೇಳುತ್ತಾ ವಿಜಯ್ ತನ್ನ ತೋಳಿನ ಗಟ್ಟಿ ಮಾಂಸಖಂಡವನ್ನು ಪ್ರದರ್ಶಿಸಿದ.

"ಹೌದು ನೀನು ಗಟ್ಟಿಗನೇ, ನಿಜವಾದ ಪೈಲ್ವಾನ್" ಅಂದ ಅನಿಲ್.

"ಮುಂದೊಂದು ದಿನ ನಾನು ವಿಶ್ವವಿಖ್ಯಾತ ಕುಸ್ತಿ ಪಟು ಆಗ್ತಿನಿ" ಎನ್ನುತ್ತಾ ವಿಜಯ್ ತನ್ನ ತೊಡೆ ತಟ್ಟಿದ, ರಾಂಜಿಯ ತೆಳ್ಳನೆ ಶರೀರವನ್ನು ನೋಡುತ್ತಾ, "ನೀನೂ ಗಟ್ಟಿಗಿದ್ದೀಯ, ಆದರೆ ಮೂಳೆಗಳು ಕಾಣಿಸುತ್ತವೆ. ನೀವು ಸರಿಯಾಗಿ ತಿನ್ನಲ್ಲ ಅನ್ಸುತ್ತೆ. ನಮ್ಮ ಮನೆಗೆ ಬಾ. ನಂಜೊತೆ ಊಟ ಮಾಡು. ಪ್ರತಿದಿನ ನಾನು ದೊಡ್ಡ ಲೋಟ ಹಾಲು ಕುಡಿಯುತ್ತೇನೆ. ನಾವೇ ಹಸು ಸಾಕಿದ್ದೇವೆ! ನನ್ನ ಸ್ನೇಹಿತನಾಗು, ನಿನ್ನನ್ನೂ ನನ್ನಂತೆ ಪೈಲ್ವಾನ್ ಮಾಡುತ್ತೇನೆ! ನೀನು ನನಗೆ ಈಜು ಕಲಿಸುವುದು, ನಾನು ನಿನ್ನನ್ನು ಪೈಲ್ವಾನ್ ಮಾಡುವುದು... ಸರಿ ಹೋಗುತ್ತೆ ಅಲ್ವಾ?"

"ಹೌದು ಸರಿಯಿದೆ" ಅಂದ ಅನಿಲ್. ಇದರಿಂದ ನನಗೇ ಹೆಚ್ಚು ಲಾಭ ಇದೆ ಎಂದು ಮನಸ್ಸಿನಲ್ಲಿ ಅಂದುಕೊಂಡ.

ವಿಜಯ್ ಅನಿಲ್ ಭುಜದ ಮೇಲೆ ಕೈಹಾಕಿ ಹೇಳಿದ, "ಇನ್ನು ಮೇಲೆ ನಾವಿಬ್ಬರೂ ಗೆಳೆಯರು, ಆಯ್ತಾ?"

ಒಬ್ಬರನ್ನೊಬ್ಬರು ಆತ್ಮೀಯವಾಗಿ ನೋಡಿಕೊಂಡರು.

"ನಾವಿಬ್ಬರೂ ಗೆಳೆಯರು" ಅಂದ ಅನಿಲ್.

ಹಕ್ಕಿಗಳು ಪುನಃ ಮರಗಳ ಕೊಂಬೆಗಳ ಮೇಲೆ ಬಂದು ಕುಳಿತವು. ನೀರಿನ ಹಳ್ಳ ಸ್ತಬ್ಧವಾಯ್ತು. ಸಾಲ್ ಮರದ ನೆರಳಿನಲ್ಲಿ ನೀರು ಪಾರದರ್ಶಕವಾಗಿ ಕಾಣಿಸಿತು.

"ಇದು ನಮ್ಮ ಕೊಳ" ಅಂದ ವಿಜಯ್, "ಯಾರೂ ನಮ್ಮ ಅನುಮತಿ ಇಲ್ಲದೆ ಇದರಲ್ಲಿ ಇಳಿಯಬಾರದು. ಯಾರಿಗೆ ತಾನೆ ಅಷ್ಟೊಂದು ಧೈರ್ಯ ಇದೆ?"

"ಹೌದು ಯಾರಿಗೆ ತಾನೆ ಅಷ್ಟು ಧೈರ್ಯವಿದೆ?" ಎಂದು ಅನಿಲ್ ವಿಜಯದ ನಗೆ ಬೀರುತ್ತಾ ಹೇಳಿದ.

ಕಿಟಕಿ ತೆರೆದ ಭಾವಲೋಕ

ಹದಿಮೂರು ವರ್ಷದ ಅಮೀರ್, ತಾನು ಬೆಳೆದಿದ್ದೇನೆ, ತನಗೆ ಸ್ವತಂತ್ರ ಕೋಣೆ ಬೇಕೆಂದು ನಿರ್ಧರಿಸಿದ.

"ಯಾತಕ್ಕೆ?" ಅಮ್ಮ ಕೇಳಿದಳು.

"ಇಲ್ಲಿ ಇವರ ಗಲಾಟೆ ಜಾಸ್ತಿ, ನಾನು ಓದಲಿಕ್ಕಾಗುವುದಿಲ್ಲ" ಎಂದು ತನ್ನ ತಂಗಿಯರು, ತಮ್ಮಂದಿರನ್ನು ತೋರಿಸುತ್ತಾ ಹೇಳಿದ.

"ನೀನು ನಿಜವಾಗಿಯೂ ಓದಬೇಕಿದ್ದರೆ, ನಿನ್ನದೇ ಆದ ಕೋಣೆಯನ್ನು ಹೊಂದಬಹುದು. ಆದರೆ ಅದು ಮಹಡಿ ಮೇಲಿನ ಕೋಣೆ" ಎಂದು ತಾತ ಹೇಳಿದರು. ತಾತ ಒಂದು ಹಳೆಯ ಕಟ್ಟಡವನ್ನು ಹೊಂದಿದ್ದರು.

ಹಾಗಾಗಿ ಅಮೀರ್ ಮಹಡಿ ಮೇಲಿನ ಕೋಣೆಯನ್ನು ತನ್ನದಾಗಿಸಿಕೊಂಡ.

ಅದೊಂದು ಉದ್ದನೆಯ ಹಳೆಯ ಕಟ್ಟಡ. ತೀರಾ ಹಳೆಯದಾಗಿದ್ದ ಅದರ ಗೋಡೆ ಮೇಲೆಲ್ಲಾ ಬಿರುಕುಗಳು ಮೂಡಿದ್ದವು. ಕೆಲ ಬಿರುಕುಗಳಿಂದ ಅರಳಿ ಗಿಡಗಳು ಮೊಳೆತಿದ್ದವು. ಅದನ್ನು ರಿಪೇರಿ ಮಾಡಿಸುವಷ್ಟು ಹಣ ತನ್ನಲ್ಲಿಲ್ಲವೆಂದು ತಾತ ಕೈಚೆಲ್ಲಿದ್ದರು. ಆ ಹಳೆಯ ಕಟ್ಟಡದಲ್ಲಿ ಹಲವಾರು ಮಂದಿ ಬಾಡಿಗೆದಾರರು ಇದ್ದರಾದರೂ, ಅವರು ನಲವತ್ತು ವರ್ಷಗಳ ಹಿಂದೆ ನಿಗದಿ ಮಾಡಿದ್ದಷ್ಟೇ ಬಾಡಿಗೆ ಹಣವನ್ನು ಕೊಡುತ್ತಿದ್ದರು. ಆ ಹಣ ಅತ್ಯಲ್ಪವಾಗಿದ್ದರಿಂದ ತಾತನಿಗೆ ಹಳೆಯ ಕಟ್ಟಡದಿಂದ ಹೆಚ್ಚಿಗೇನೂ ಆದಾಯ ಬರುತ್ತಿರಲಿಲ್ಲ. ಅಮೀರ್‌ನ ತಂದೆ ಬಜಾರಿನಲ್ಲಿ ಟೈಲರಿಂಗ್ ಅಂಗಡಿಯನ್ನು ಇಟ್ಟುಕೊಂಡಿದ್ದರು. ಆತನೇನೂ ಹೆಚ್ಚಿಗೆ ದುಡಿಮೆ ಮಾಡುತ್ತಿರಲಿಲ್ಲ. ಹಳೆಯ ಕಟ್ಟಡದ ಛಾವಣಿ ಸಪಾಟಾಗಿದ್ದು ಮೂಲೆಯಲ್ಲಿ ಒಂದೇ ಒಂದು ಕೋಣೆಯಿತ್ತು. ಅದನ್ನು ಇವರುಗಳು "ಬರ್ಸಾತಿ"(ಕಟ್ಟಡದ ಮೇಲ್ಛಾವಣಿಯ ಮೇಲಿನ ಕೊಠಡಿ) ಎಂದು ಕರೆಯುತ್ತಿದ್ದರು. ಅದರ ಕಿಟಕಿಯ ಮೂಲಕ ಅಮೀರ್ ನೆಲದ ಮೇಲೆ ಕಾಣುವ ಪ್ರಪಂಚಕ್ಕಿಂತ ವಿಶೇಷವಾದ ಪ್ರಪಂಚವನ್ನು ಕಾಣುತ್ತಿದ್ದ.

ಮುಂದೆಯೇ ಇದ್ದ ಬೃಹತ್ ಆಲದ ಮರ ಮತ್ತು ಅದರ ನಿವಾಸಿಗರು ಇವನ

ವೀಕ್ಷಣೆಯ ಸಂಗತಿಗಳಾಗಿದ್ದವು. ಅಲ್ಲಿ ಎರಡು ಅಳಿಲುಗಳು, ಹಲವಾರು ಮೈನಾ ಹಕ್ಕಿಗಳು, ಒಂದು ಕಾಗೆ ಮತ್ತು ರಾತ್ರಿ ವೇಳೆ ಒಂದು ಜೊತೆ ಬಾವಲಿಗಳು. ಅಳಿಲುಗಳು ಮಧ್ಯಾಹ್ನದ ಹೊತ್ತಿನಲ್ಲಿ ತುಂಬಾ ಚಟುವಟಿಕೆಯಿಂದ ಇರುತ್ತಿದ್ದವು. ಹಕ್ಕಿಗಳ ಚಟುವಟಿಕೆ ಬೆಳಗ್ಗೆ ಮತ್ತು ಸಂಜೆ ಹೊತ್ತಿನಲ್ಲಿ ಮಾತ್ರ. ಇನ್ನು ಬಾವಲಿಗಳು ರಾತ್ರಿ ಹೊತ್ತಿನಲ್ಲಿ. ಅಮೀರ್ ಕಾರ್ಯನಿರತನಾಗೇನೂ ಇರಲಿಲ್ಲ. ಯಾವಾಗಾದರೊಮ್ಮೆ ತನ್ನ ಪುಸ್ತಕಗಳತ್ತ ಕಣ್ಣಾಡಿಸುತ್ತಿದ್ದ. ಆದರೆ ಇದ್ದಕ್ಕಿದ್ದಂತೆ ಈ ವರ್ಷ ಓದಿಗೆ ಅಷ್ಟೊಂದು ಸೂಕ್ತವಾದ ವರ್ಷವಲ್ಲ ಎಂದು ತಾನೇ ನಿರ್ಧರಿಸಿಬಿಟ್ಟಿದ್ದ. ಪುಸ್ತಕಕ್ಕಿಂತ ಕಿಟಕಿಯಿಂದ ನೋಡುವ ಮೂಲಕವೇ ಹೆಚ್ಚು ಕಲಿಯುವುದಿದೆ ಎಂದು ಅವನಿಗನಿಸಿತ್ತು.

ಮೊದಲುಮೊದಲು ಅವನಿಗೆ ಕೋಣೆಯಲ್ಲಿ ಒಬ್ಬಂಟಿಯ ಭಾವ ಮೂಡಿತ್ತು. ಆದರೆ, ಕ್ರಮೇಣ ಅವನಿಗೆ ಕಿಟಕಿಯ ಪ್ರಭಾವ ತಿಳಿಯಹತ್ತಿತ್ತು. ಆಲದ ಮರದ ಆಚೆ ಮಾವಿನ ತೋಪಿದೆ. ಅದನ್ನು ಅಷ್ಟೇನೂ ಸ್ವಚ್ಛವಾಗಿ ಇಟ್ಟುಕೊಂಡಿಲ್ಲ. ಈ ಕಟ್ಟಡದ ಪಕ್ಕದಲ್ಲಿಯೇ ಕೊಂಚ ಅಗಲವಾಗಿದ್ದ ಒಂದು ದಾರಿಯಿದೆ. ದೂರ ದಿಗಂತದವರೆಗೂ ಹರಿದು ಹೋದ ದಾರಿ, ಹೊಲಗಳು, ಹಲವಾರು ಮನೆಗಳ ಮಾಡನ್ನು ಸಹ ಕಾಣಬಹುದು. ಆ ದಾರಿ ಸದಾ ಜನಸಂಚಾರದಿಂದ ಕೂಡಿರುವಂತದ್ದು. ಹಣ್ಣು ಮತ್ತು ತರಕಾರಿ ಮಾರುವವರು ಬಂದು ಹೋಗುತ್ತಿದ್ದರು. ಹಾಗೆಯೇ ಆಟಿಕೆ ಮಾರುವವ, ಬೆಲೂನ್ ಮಾರುವವ ತಮ್ಮ ಮಾರಾಟದ ಸರಕನ್ನು ಕೋಲಿಗೆ ಸಿಗಿಸಿಕೊಂಡು ಬಂದರೆ, ಸೈಕಲ್ ತುಳಿಯುವ ಹುಡುಗರು, ಎಳೆ ಮಕ್ಕಳನ್ನು ಪುಟ್ಟ ತಳ್ಳುಬಂಡಿಯಲ್ಲಿ ಕರೆತರುವವರು, ಮಾತನಾಡುತ್ತಾ ಸಾಗುವ ಶಾಲಾ ಹೆಣ್ಣುಮಕ್ಕಳು, ಕಿತ್ತಾಡುವ ಗೃಹಿಣಿಯರು, ಪುಂಗಾಣಿ ಹೊಡೆಯುವ ವೃದ್ಧರು... ಎಲ್ಲವೂ ಕಿಟಕಿ ಮೂಲಕ ಕಂಡುಬರುವ ಚಿತ್ರಾವಳಿಗಳು.

ಬೇಸಿಗೆಯ ಪ್ರಾರಂಭದ ದಿನದಲ್ಲಿ ಒಂದು ಟಾಂಗಾ ಆ ದಾರಿಯಲ್ಲಿ ಗಲಗಲ ಶಬ್ಧ ಮಾಡುತ್ತಾ ಬಂದು ಈ ಕಟ್ಟಡದ ಮುಂದೆ ನಿಂತಿತು. ಒಂದು ಚಿಕ್ಕ ಹುಡುಗಿ ಮತ್ತು ಹಿರಿಯ ಮಹಿಳೆ ಅದರಿಂದ ಇಳಿದರು. ಕೆಲಸದವ ಅವರ ಸಾಮಾನುಗಳನ್ನೆಲ್ಲಾ ಇಳಿಸಿದ. ಅವರು ಮನೆಯ ಒಳಗೆ ಹೋದ ನಂತರ ಟಾಂಗಾ ಕೂಡ ಹೊರಟು ಹೋಯಿತು.

ಮರುದಿನ ಆ ಹುಡುಗಿ ಮನೆಯ ಮುಂದಿನ ಕೈತೋಟದಲ್ಲಿ ನಿಂತಿದ್ದವಳು ತಲೆ ಎತ್ತಿದಾಗ ಕಿಟಕಿಯಿಂದ ನೋಡುತ್ತಿದ್ದ ಅಮೀರ್ ಕಂಡ.

ಅವಳಿಗೆ ಭುಜದವರೆಗೂ ಕಪ್ಪು ಬಣ್ಣದ ಸುಂದರ ಕೂದಲು ಹರಡಿಕೊಂಡಿತ್ತು. ಅವಳ ಕಂಗಳೂ ಸಹ ಕೂದಲಿನಂತೆಯೇ ಕಡುಕಪ್ಪು ಮತ್ತು ಅದರಂತೆಯೇ ಹೊಳಪು ಕೂಡ. ಅವಳಿಗೆ ಸುಮಾರು ಹನ್ನೊಂದು ವರ್ಷವಿರಬಹುದು.

"ಹಲೋ" ಅಂದ ಅಮೀರ್.

ಅನುಮಾನಿಸುತ್ತಲೇ ಅವನತ್ತ ನೋಡುತ್ತಾ, "ಯಾರು ನೀನು?" ಎಂದು ಕೇಳಿದಳು.

"ನಾನು ದೆವ್ವ"

ಅವಳು ನಕ್ಕಳು, ಅವಳ ನಗುವು ಅವನನ್ನು ಕೆಣಕಿ ಹಾಸ್ಯಮಾಡುವ ರೀತಿಯಿತ್ತು. "ನೀನು ಹಾಗೇ ಕಾಣ್ತೀಯ!" ಅಂದಳು.

ಅಮೀರ್‌ಗೆ ಅವಳ ಅಭಿಪ್ರಾಯ ತಮಾಷೆಯೆಂದೇನೂ ಅನ್ನಿಸಲಿಲ್ಲ. ಅವನು ಹೇಳಿದ್ದಕ್ಕೆ ಅವಳು ಹಾಗೆ ಹೇಳಿದ್ದಲ್ಲವೆ?

"ಅಲ್ಲಿ ಮೇಲೆ ಏನು ಮಾಡುತ್ತಿದ್ದೀಯ?" ಎಂದು ಕೇಳಿದಳು.

"ಮ್ಯಾಜಿಕ್ ಕಲೀತಾ ಇದ್ದೀನಿ" ಎಂದು ಉತ್ತರಿಸಿದ.

ಅವಳು ಮತ್ತೊಮ್ಮೆ ನಕ್ಕಳು. ಆದರೆ ಈ ಬಾರಿ ಹಾಸ್ಯ ಮಾಡುವ ರೀತಿಯಲ್ಲಲ್ಲ. "ನಾನು ನಿನ್ನನ್ನು ನಂಬುವುದಿಲ್ಲ" ಎಂದು ಹೇಳಿದಳು.

"ಬೇಕಿದ್ದರೆ ನೀನೇ ಮೇಲೆ ಹತ್ತಿ ಬಂದು ನೋಡಬಹುದಲ್ಲ?"

ಅವಳು ನಿಧಾನವಾಗಿ ಮೆಟ್ಟಿಲುಗಳನ್ನು ಹತ್ತಿ ಬಂದಳು. ಅವನ ಕೋಣೆಯೊಳಗೆ ಬಂದವಳೆ, ಅಮೀರ್ ನನ್ನು ನೋಡಿ, "ಎಲ್ಲಿ ನಿನ್ನ ಮ್ಯಾಜಿಕ್?" ಎಂದು ಕೇಳಿದಳು.

"ಇಲ್ಲಿ ಬಾ" ಎಂದು ಅವನು ಅವಳನ್ನು ಕಿಟಕಿಯ ಬಳಿ ಕರೆದು ಅಲ್ಲಿಂದ ಕಾಣುವ ಪ್ರಪಂಚವನ್ನು ತೋರಿಸಿದ.

ಅವಳು ಏನೊಂದೂ ಮಾತನಾಡಲಿಲ್ಲ. ಕೇವಲ ಕಿಟಕಿಯಿಂದ ಹೊರಗೆ ನೋಡುತ್ತಾ ನಿಂತಳು. ನಂತರ ಅಮೀರ್‌ನತ್ತ ತಿರುಗಿ ನಸುನಕ್ಕಳು. ಅಂದಿನಿಂದ ಅವರಿಬ್ಬರೂ ಗೆಳೆಯರಾದರು.

ಅವಳನ್ನು ಚುಮ್ಮೊ ಎಂದು ಕರೆಯುತ್ತಾರೆ, ತನ್ನ ದೊಡ್ಡಮ್ಮಳೊಂದಿಗೆ ಬೇಸಿಗೆ ಕಳೆಯಲು ಇಲ್ಲಿಗೆ ಬಂದಿದ್ದಾಳೆ ಎಂಬುದಷ್ಟೇ ಅವನಿಗೆ ಅವಳ ಬಗ್ಗೆ ಗೊತ್ತಿದ್ದದ್ದು. ಅವಳ ಕುರಿತು ಉಳಿದ ಸಂಗತಿಗಳು ಅವನಿಗೆ ಬೇಕಾಗೂ ಇರಲಿಲ್ಲ. ಅವಳಿಗೂ ಅಷ್ಟೇ, ಅವನು ದೆವ್ವ ಅಲ್ಲ ಎಂಬುದು ಹೊರತುಪಡಿಸಿ, ಬೇರೇನೂ ತಿಳಿದುಕೊಳ್ಳಬೇಕೆನಿಸಲಿಲ್ಲ.

ಪ್ರತಿದಿನ ಅವಳು ಮೆಟ್ಟಿಲುಗಳನ್ನು ಹತ್ತಿ ಬರುತ್ತಿದ್ದಳು. ಬಂದವಳೇ ಅಮೀರ್‌ನ ಜೊತೆಯಲ್ಲಿ ಕಿಟಕಿಯಲ್ಲಿ ವೀಕ್ಷಣೆ ಮಾಡುತ್ತಿದ್ದಳು. ಅನೇಕ ಕುತೂಹಲಭರಿತ ದೃಶ್ಯಾವಳಿಗಳನ್ನು ಕಿಟಕಿಯೆಂಬ ಬಯಾಸ್ಕೋಪಿನ ಮುಖಾಂತರ ಅವರಿಬ್ಬರೂ ಕಾಣುತ್ತಿದ್ದರು. ಅದರಲ್ಲೂ ಮುಂಗಾರು ಪ್ರಾರಂಭವಾದೊಡನೆ ದೃಶ್ಯಾವಳಿಗಳು ಇನ್ನೂ ರೋಚಕವಾದವು. ಮಳೆಹನಿಗಳು ಪ್ರಾರಂಭವಾದೊಡನೆಯೇ ಹೆಂಗಸರು ಮನೆಯಿಂದ ಹೊರಗೆ ಓಡಿಬಂದು ಒಣಗಲು ಹಾಕಿದ್ದ ಬಟ್ಟೆಗಳನ್ನು ತೆಗೆಯುತ್ತಿದ್ದರು. ಗಾಳಿ ಬೀಸಿದ್ದರಂತೂ ಹಾರಿ ಹೋಗಿದ್ದ ಕೆಲವು ಬಟ್ಟೆಗಳನ್ನು ಕಾಂಪೌಂಡ್ ಎಲ್ಲಾ ಓಡಾಡಿ ಆರಿಸಿಕೊಳ್ಳುತ್ತಿದ್ದರು. ಮಳೆ ಬಂದರೆ ಸಾಧಾರಣವಾದ ಮಳೆಯಾಗಿರುತ್ತಿರಲಿಲ್ಲ. ಅದೊಳ್ಳೆ ರಭಸವಾಗಿ ಮೇಲಿನಿಂದ ನೀರನ್ನು ಎತ್ತಿ ಹುಯ್ದಂತೆ ಬಿದ್ದು, ಕೈತೋಟವೆಲ್ಲ ನೀರು ತುಂಬಿಕೊಂಡು, ರಸ್ತೆಯನ್ನು ನೀರಿನ ಕಾಲುವೆಯನ್ನಾಗಿಸುತ್ತಿತ್ತು.

ಮಳೆಯೆಂದು ಸೈಕಲ್ ಸವಾರ ಇಳಿಜಾರಿನಲ್ಲಿ ವೇಗವಾಗಿ ಧಾವಿಸಿ ಬಂದರೆ, ಹಿರಿಯ ವ್ಯಕ್ತಿಯು ತಮ್ಮ ಕೊಡೆಯೊಂದಿಗೆ ಜಟಾಪಟಿ ನಡೆಸಿದ್ದರು. ಪುಟ್ಟಮಕ್ಕಳು ಬಟ್ಟೆ

ಕಳಚಿ ಮಳೆಯಲ್ಲಿ ಕುಣಿಯುತ್ತಿದ್ದರು. ಕೆಲ ಬಾರಿ ಅಮೀರ್ ಕೂಡ ಮಳೆ ಬಂದಾಗ ತನ್ನ ಕೋಣೆಯಿಂದ ಹೊರಬಂದು ಮಾಳಿಗೆಯ ಮೇಲೆ ಒಬ್ಬನೇ ಕಿರುಚುತ್ತಾ ಕುಣಿಯುತ್ತಿದ್ದನು. ಮಳೆ ಬಂದಾಗ ಅದು ಬಾಗಿಲು, ಕಿಟಕಿಯ ಮೂಲಕ ಒಳ ಬಂದು ಕೋಣೆಯೆಲ್ಲಾ ನೀರು ತುಂಬಿಕೊಳ್ಳುತ್ತಿತ್ತು. ಆಗ ಅವನ ಮಂಚ ನೀರಿನಲ್ಲಿನ ದ್ವೀಪದಂತಿರುತ್ತಿತ್ತು.

ಏನಾದರಾಗಲಿ ಕಿಟಕಿಯ ಮುಖಾಂತರ ಸಿಗುತ್ತಿದ್ದ ಸಂತಸ ಮಾತ್ರ ಎಲ್ಲಕ್ಕಿಂತ ಹೆಚ್ಚಿರುತ್ತಿತ್ತು.

"ಇದೊಳ್ಳೆ ಚಲನಚಿತ್ರವನ್ನು ನೋಡಿದಂತಿರುತ್ತೆ ಅಲ್ವಾ? ಕಿಟಕಿಯು ಬೆಳ್ಳಿಪರದೆಯಂತೆ, ಆಚಿನ ಪ್ರಪಂಚದ ದೃಶ್ಯಾವಳಿಗಳು ಚಲನಚಿತ್ರದಂತೆ" ಎನ್ನುತ್ತಿದ್ದಳು ಚುಮ್ಕೊ.

ನೋಡನೋಡುತ್ತಿದ್ದಂತೆಯೇ ಮಾವು ಹಣ್ಣಾದವು, ಚುಮ್ಕೊ ಈಗ ಅಮೀರ್‌ನ ಕಿಟಕಿಬಳಿ ನಿಂತಷ್ಟೇ ಕಾಲವನ್ನು ಮಾವಿನ ರೆಂಬೆಗಳಲ್ಲೂ ಕಳೆಯುತ್ತಿದ್ದಳು. ಅಮೀರ್ ಓದಬೇಕಾಗಿತ್ತು. ಅವನು ಓದುವುದು ಬಿಟ್ಟು ಮಾವಿನ ಮರಕ್ಕೆ ಲಗ್ಗೆ ಇಡುವುದು ತಾತನಿಗೆ ಸರಿಹೋಗುತ್ತಿರಲಿಲ್ಲ. ಆದರೆ ಕಿಟಕಿಯಿಂದ ಅವನಿಗೆ ಎಲ್ಲವೂ ಕಾಣಿಸುತ್ತಿತ್ತಲ್ಲ. ಅಲ್ಲಿಂದಲೇ ಚುಮ್ಕೊಳೊಂದಿಗೆ ಅವನು ಸಂಭಾಷಿಸುತ್ತಿದ್ದ. ಇನ್ನೂ ಮಾಗದ ಮಾವಿನ ಕಾಯಿಗಳನ್ನು ಅವಳು ಅವನಿಗಾಗಿ ತರುತ್ತಿದ್ದಳು. ಇಬ್ಬರೂ ಹೊಟ್ಟೆ ನೋವು ಬಂದು ಒದ್ದಾಡುವಷ್ಟು ತಿನ್ನುತ್ತಿದ್ದರು.

"ನಾವು ಇಲ್ಲಿ ಮಾಳಿಗೆಯ ಮೇಲೆಯೇ ಒಂದು ಕೈತೋಟವನ್ನು ಮಾಡೋಣ" ಎಂದಳು ಚುಮ್ಕೊ.

"ಹೇಗೆ ಮಾಡುವುದು?" ಎಂದು ಕೇಳಿದ ಅಮೀರ್.

"ಬಹಳ ಸುಲಭ. ಇಟ್ಟಿಗೆಗಳನ್ನು ತಂದು ಜೋಡಿಸಿ ಅದರೊಳಗೆ ಮಣ್ಣನ್ನು ತುಂಬಿ, ನಂತರ ಬೀಜಗಳನ್ನು ನಾಟಿ ಮಾಡೋಣ. ಎಲ್ಲಾ ತರಹದ ಹೂಗಳನ್ನು ಬೆಳೆಯಬಹುದು."

"ಮಾಳಿಗೆ ಕುಸಿಯುತ್ತೆ ಅಷ್ಟೆ" ಎಂದ ಅಮೀರ್.

"ತಲೆ ಕೆಡಿಸಿಕೊಳ್ಳಬೇಡ" ಎಂದಳು ಚುಮ್ಕೊ.

ಇಬ್ಬರೂ ಎರಡು ದಿನಗಳ ಕಾಲ ಬಕೆಟಿನಲ್ಲಿ ಮಣ್ಣನ್ನು ಹೊತ್ತು ತಂದು ಪಾತಿ ಮಾಡಿದರು. ಬಹಳ ಕಷ್ಟದ ಕೆಲಸವಾದರೂ ಬಹಳಷ್ಟು ಕೆಲಸವನ್ನು ಚುಮ್ಕೊಳೇ ಮಾಡಿದಳು. ಮಣ್ಣಿನ ಕಟ್ಟೆ ಸಿದ್ಧವಾದ ಮೇಲೆ ನಾಟಿ ಮಾಡುವ ಕಾರ್ಯಕ್ರಮವನ್ನು ಹಮ್ಮಿಕೊಂಡರು. ಕೆಳಗಡೆಯ ಕೈತೋಟದಲ್ಲಿ ಸಂಗ್ರಹಿಸಿದ ಕೆಲವು ಹೂಗಿಡಗಳಲ್ಲದೆ, ಅವರ ಬಳಿ ಇದ್ದದ್ದು ಕುಂಬಳ ಬೀಜ.

"ನಾನು ಕುಂಬಳಕಾಯಿಯನ್ನು ತಿನ್ನುವುದಿಲ್ಲ" ಎಂದ ಅಮೀರ್.

"ಕುಂಬಳಕಾಯಿಯನ್ನು ಇಷ್ಟಪಡುವವರು ಯಾರನ್ನಾದರೂ ನೀನು ಕಂಡಿದ್ದೀಯಾ?" ಎಂದು ಕೇಳಿದಳು ಚುಮ್ಕೊ.

"ಇಲ್ಲಾ, ಎಲ್ಲರೂ ಅದನ್ನು ದ್ವೇಷಿಸುವವರೇ."

"ನಿಜ. ಆದರೂ ಜನರು ಅದನ್ನು ಬೆಳೆಯುತ್ತಾರೆ, ಮಾರುತ್ತಾರೆ ಮತ್ತು ಮಕ್ಕಳಿಗೆ ತಿನ್ನುವಂತೆ ಒತ್ತಾಯ ಮಾಡುತ್ತಾರೆ."

"ಬಲವಂತ ಮಾಡಿ ತಿನ್ನಿಸಿ, ನಾವು ಒದ್ದಾಡುವಂತೆ ಮಾಡುತ್ತಾರೆ" ಎಂದ ಅಮೀರ್.

"ನಿಜ. ನಾವು ಬೆಳೆದ ಕುಂಬಳಕಾಯಿಗಳನ್ನು ನಮಗೆ ಆಗದವರಿಗೆ ಉಡುಗೊರೆಯಾಗಿ ಕೊಡೋಣ."

ಹಾಗೆ ಅವರಿಬ್ಬರೂ ಕುಂಬಳಕಾಯಿ ಬೀಜಗಳನ್ನು ಪಾತಿಯಲ್ಲಿ ನೆಟ್ಟು ಹೆಮ್ಮೆಯಿಂದ ಬೀಗಿದರು.

ಆದರೆ ಮರುದಿನ ರಾತ್ರಿ ವಿಪರೀತವಾಗಿ ಮಳೆಯಾಯಿತು. ಬೆಳಗ್ಗೆ ಎದ್ದು ನೋಡಿದರೆ, ಇಟ್ಟಿಗೆಗಳನ್ನು ಹೊರತುಪಡಿಸಿ ಅಲ್ಲೇನೂ ಇರಲಿಲ್ಲ. ಮಣ್ಣೆಲ್ಲಾ ಕೊಚ್ಚಿಕೊಂಡು ಹೋಗಿತ್ತು.

ಈಗ ಮತ್ತೆ ಕಿಟಕಿ ಬಳಿಗೆ ಮರಳಿದರು.

ಮೈನಾ ಹಕ್ಕಿಯೊಂದು ಜಗಳವಾಡಿಕೊಂಡು ತನ್ನ ತಲೆ ಮೇಲಿನ ಪುಕ್ಕ ಉದುರಿಸಿಕೊಂಡು ಕುಳಿತಿತ್ತು. ಬೊಗಾನ್‌ವಿಲ್ಲಾ ಗಿಡದ ಬಳ್ಳಿಯು ಗೋಡೆಯನ್ನಪ್ಪಿ ಬೆಳೆದಿದ್ದು, ಒಂದು ಉದ್ದನೆ ಹಸಿರು ಬಳ್ಳಿ ಕಿಟಕಿಯೊಳಕ್ಕೂ ಹಬ್ಬಿತ್ತು.

"ಈ ಬಳ್ಳಿ ಹಾಳಾಗುವುದರಿಂದ ಈಗ ಕಿಟಕಿಯನ್ನು ಮುಚ್ಚುವಂತಿಲ್ಲ" ಎಂದಳು ಚುಮ್ಮೊ.

"ನಾವು ಕಿಟಕಿಯನ್ನು ಮುಚ್ಚುವುದೇ ಬೇಡ" ಎಂದ ಅಮೀರ್.

ಅವರು ಬಳ್ಳಿಯು ಕೋಣೆಯೊಳಗೆ ಬೆಳೆಯಲು ಅನುವು ಮಾಡಿಕೊಟ್ಟರು.

ಮಳೆಗಾಲ ಮುಗಿಯಿತು. ಚಳಿಗಾಲದ ಗಾಳಿ ಆಲದ ಮರದ ಬಿಳಿಲುಗಳು ಮತ್ತು ರೆಂಬೆಗಳ ಮೂಲಕ ಪಿಸುಮಾತುಗಳನ್ನು ಹೇಳುವಂತೆ ಸಾಗಿ ಬಂತು. ನೆಲದ ಮೇಲೆ ಬಿದ್ದಿದ್ದ ಕೆಂಬಣ್ಣದ ಎಲೆಗಳನ್ನು ಗಾಳಿ ಹಾರಿಸುವಾಗ ಅವು ಹಾರಾಡುವ ಚಿಟ್ಟೆಗಳಂತೆ ಭಾಸವಾಗುತ್ತಿತ್ತು. ಅಮೀರ್ ಸೂರ್ಯೋದಯವನ್ನು ಅಲ್ಲಿ ನಿಂತು ನೋಡುತ್ತಿದ್ದ. ಆಗಸವೆಲ್ಲಾ ಕೆಂಪಾಗಿ, ಮೊದಲ ಕಿರಣ ತೂರಿ ಬಂದು ಕಿಟಕಿಯ ಹಲಗೆಯ ಮೇಲೆ ಬಿದ್ದು ನಂತರ ಗೋಡೆಯನ್ನು ಆವರಿಸುತ್ತಿತ್ತು. ಸಂಜೆಹೊತ್ತಿನಲ್ಲಿ ಚುಮ್ಮೊ ಮತ್ತು ಅಮೀರ್ ಹತ್ತಿಯಂತಿರುವ ಮೋಡಗಳ ಹಿಂದೆ ಮರೆಯಾಗುವ ಸೂರ್ಯನನ್ನು ನೋಡುತ್ತಾ ನಿಲ್ಲುತ್ತಿದ್ದರು. ಕೆಲಬಾರಿ ಆ ಮೋಡಗಳು ಗುಲಾಬಿ ಬಣ್ಣಕ್ಕೆ ತಿರುಗಿದ್ದರೆ, ಕೆಲವು ಸಲ ಕೇಸರಿ ಬಣ್ಣವನ್ನು ತಳೆಯುತ್ತಿದ್ದವು. ಒಟ್ಟಾರೆ ಬಣ್ಣದ ಮೋಡಗಳು ಕಿಟಕಿಯ ಚೌಕಟ್ಟಿನೊಳಗೆ ಹೇಳಿ ಮಾಡಿಸಿದಂತೆ ಸುಂದರವಾಗಿ ಕಾಣುತ್ತಿದ್ದವು.

"ನಾಳೆ ನಾನು ಹೊರಡುತ್ತೇನೆ" ಎಂದಳು ಚುಮ್ಮೊ ಒಂದು ಸಂಜೆ.

ಅಚ್ಚರಿಗೊಳಗಾದಂತಾದ ಅಮೀರ್ ಏನೊಂದೂ ಮಾತನಾಡಲಿಲ್ಲ.

"ನೀನು ಯಾವಾಗಲೂ ಇಲ್ಲೇ ಇರುತ್ತೀಯಲ್ಲಾ, ಇರ್ತೀಯ ತಾನೆ?" ಎಂದು ಅವಳು ಕೇಳಿದಳು.

ಅಮೀರ್ ಹೂಂ ಎಂಬಂತೆ ತಲೆಯಾಡಿಸಿದ.

"ನಾನು ಮುಂದಿನ ವರ್ಷ ಬಂದಾಗಲೂ ನೀನಿಲ್ಲೇ ಇರುತ್ತೀಯಲ್ಲಾ?"

"ಬಹುಶಃ ಇರುತ್ತೇನೆ" ಎಂದ ಅಮೀರ್.

ಮರುದಿನ ಬೆಳಗ್ಗೆ ಟಾಂಗಾ ಮನೆಯ ಬಳಿ ಬಂತು. ಸೇವಕ, ದೊಡ್ಡಮ್ಮ ಮತ್ತು ಚುಮ್ಮೊ ಹತ್ತಿ ಕುಳಿತರು. ಅಮೀರ್ ಕಿಟಕಿಗೆ ಆನಿಕೊಂಡು ನಿಂತಿದ್ದ. ಚುಮ್ಮೊ ಅವನೆಡೆಗೆ ನೋಡಿ ಕೈಬೀಸಿದಳು. ಚಾಲಕ ಲಗಾಮನ್ನು ಕೊಡವುತ್ತಿದ್ದಂತೆ ಟಾಂಗಾ ಟಕಟಕ ಎನ್ನುತ್ತಾ ಗಂಟೆಯ ಸದ್ದು ಮಾಡುತ್ತಾ ಮುಂದೋಡಿತು. ಕಾಂಪೌಂಡ್ ಪಕ್ಕದ ಹಾದಿಯಲ್ಲಿ ಟಾಂಗಾ ಸಾಗುತ್ತಿರುವಾಗ ದಾರಿಯುದ್ದಕ್ಕೂ ಚುಮ್ಮೊ ಕೈಬೀಸುತ್ತಲೇ ಇದ್ದಳು.

ಟಾಂಗಾ ಕಣ್ಣಿಗೆ ಕಾಣದಂತೆ ಮರೆಯಾಗುತ್ತಿದ್ದಂತೆ ಅಮೀರ್, ಬೊಗಾನ್ ವಿಲ್ಲಾ ಬಳ್ಳಿಯನ್ನು ಕಿಟಕಿಯಿಂದ ಹೊರಗೆ ತಳ್ಳಿದ. ನಂತರ ಕಿಟಕಿಯನ್ನು ಮುಚ್ಚಿದ. ಮುಂದಿನ ವಸಂತ ಮಾಸದಲ್ಲಿ ಚುಮ್ಮೋ ಬಂದಾಗ ಮಾತ್ರವೇ ಅದನ್ನು ತೆರೆಯುವುದು.

ಮುಖೇಶನ ಮೃಗಾಲಯ

ಅಪ್ಪ ಅಮ್ಮನ ಜೊತೆ ದೆಹಲಿಗೆ ಹೋದಾಗ ಮುಖೇಶ್ ಅಲ್ಲಿನ ಮೃಗಾಲಯಕ್ಕೆ ಭೇಟಿ ನೀಡಿದ್ದ. ಜನಸಂದಣಿಯ ನಡುವೆ ಎರಡು ಗಂಟೆಗಳ ಕಾಲ ಅಲ್ಲಿ ಕಾಲ ಕಳೆದ. ಅಲ್ಲಿ ಬಣ್ಣಬಣ್ಣದ ಹಕ್ಕಿಗಳನ್ನು ಕಂಡು ಬೆರಗಾದ. ವಿಧವಿಧವಾದ ಸರೀಸೃಪಗಳ ಮೋಡಿಗೊಳಗಾದ, ಚಿಂಪಾಂಜಿ ಮತ್ತು ವಿವಿಧ ಮಂಗಗಳೆಡೆಗೆ ಆಕರ್ಷಿತನಾದ ಹಾಗು ವಿಸ್ಮಯದಿಂದ ಹುಲಿ, ಚಿರತೆ, ಸಿಂಹಗಳನ್ನು ನೋಡಿದ. ಅವನು ವಾಸಿಸುವ ಚಿಕ್ಕ ಊರು ದೆಹ್ರಾದಲ್ಲಿ ಮೃಗಾಲಯವಿಲ್ಲ. ಊರಿನ ಹೊರಗೆ ಹರಿಯುವ ನದಿಯ ಆಚೆ ಬದಿ ಕಾಡು ಇದೆ ಅಷ್ಟೇ. ಅದಕ್ಕಾಗಿ, ಮನೆಗೆ ಹಿಂದಿರುಗಿದವನು, ತನ್ನದೇ ಆದ ಮೃಗಾಲಯವನ್ನು ಸ್ಥಾಪಿಸಬೇಕೆಂದು ನಿರ್ಧರಿಸಿದ.

ದೆಹಲಿಯಿಂದ ಹಿಂದಿರುಗಿದ ಮೇಲೆ, "ನಾನು ಮೃಗಾಲಯವನ್ನು ಪ್ರಾರಂಭಿಸುತ್ತೇನೆ" ಎಂದು ತಿಂಡಿ ತಿನ್ನುವ ಸಮಯದಲ್ಲಿ ಘೋಷಿಸಿದ.

"ಆದರೆ, ನಿನ್ನ ಹತ್ತಿರ ಹಕ್ಕಿಗಳಾಗಲೀ, ಪ್ರಾಣಿಗಳಾಗಲೀ ಯಾವುದೂ ಇಲ್ವಲ್ಲಾ" ಎಂದಳು ಅವನ ಪುಟ್ಟ ತಂಗಿ ಡಾಲಿ.

"ಅವನ್ನೆಲ್ಲಾ ಪತ್ತೆ ಮಾಡುವೆ, ಮೃಗಾಲಯ ಅಂದರೆ ಏನಂದುಕೊಂಡೆ, ಪ್ರಾಣಿಗಳನ್ನು ಸಂಗ್ರಹ ಮಾಡುವುದು ಎಂದರ್ಥ" ಎಂದ ಮುಖೇಶ್.

ಅವನು ಬಿಳಿ ಬಣ್ಣ ಬಳಿದಿದ್ದ ವರಾಂಡದ ಗೋಡೆಯನ್ನೇ ಗಮನಿಸುತ್ತಿದ್ದ. ಗೋಡೆಯ ಮೇಲೆ ಹಲ್ಲಿಯು ನೊಣವನ್ನು ಹಿಡಿಯುವ ಪ್ರಯತ್ನದಲ್ಲಿತ್ತು. ಮುಖೇಶ್ ಹಲ್ಲಿಯನ್ನು ಹಿಡಿಯಲು ಪ್ರಯತ್ನಿಸಿದ. ನೋಡಲು ಅಮಾಯಕವಾಗಿದ್ದರೂ ಅದು ಭಲೇ ಹುಷಾರಿಯಾಗಿತ್ತು. ಇವನು ಹಿಡಿಯುವಷ್ಟರಲ್ಲಿ ಕೆಲವು ಇಂಚುಗಳಷ್ಟು ಮುಂದಕ್ಕೆ ಹೋಗಿಬಿಡುತ್ತಿತ್ತು.

"ಹಲ್ಲಿಯನ್ನು ಹಿಡಿಯುವುದು ಹಾಗಲ್ಲ" ಎನ್ನುತ್ತಾ ತೇಜು ರಂಗಪ್ರವೇಶಿಸಿದ. ತೇಜು ಮತ್ತು ಅವನ ತಂಗಿ ಕೊಕಿ ನೆರೆಮನೆಯಲ್ಲಿ ವಾಸಿಸುತ್ತಿದ್ದರು.

"ಹಾಗಾದ್ರೆ, ನೀನೇ ಅದನ್ನು ಹಿಡಿ" ಎಂದ ಮುಖೇಶ್.

ಮನೆಯ ಮುಂದಿನ ಕೈತೋಟದಲ್ಲಿ ಬಟಾಣಿ ಗಿಡಕ್ಕೆ ಆಸರೆಗಾಗಿ ಸಿಕ್ಕಿಸಿದ್ದ ಕಡ್ಡಿಯನ್ನು ಕಿತ್ತು ತಂದ ತೇಜು. ಗೋಡೆಯ ಮೇಲಿನ ಹಲ್ಲಿಯನ್ನು ಕಡ್ಡಿಯಿಂದ ಕದಲಿಸಿ, ಖಾಲಿಯಾದ ಶೂ ಬಾಕ್ಸ್‌ನೊಳಗೆ ಬೀಳಿಸಿದ.

“ನೀನು ಮೃಗಾಲಯದ ಮುಖ್ಯ ಸಂರಕ್ಷಕ” ಎಂದು ಅವನ ಬೆನ್ನು ತಟ್ಟಿದ ಮುಖೇಶ್. ನಂತರ ಇಬ್ಬರೂ ಮನೆಯ ಹಿಂಬದಿಯ ಕೈತೋಟದಲ್ಲಿ ಕೋಳಿ ಶೆಡ್ ನಿಂದ ತಂದ ವೈರ್ ಮೆಶ್ ಬಳಸಿ ಪಂಜರ, ಬೋನುಗಳನ್ನು ತಯಾರಿಸತೊಡಗಿದರು.

“ಮೃಗಾಲಯದಲ್ಲಿ ಇನ್ನೇನನ್ನೆಲ್ಲಾ ಇರಿಸಬಹುದು? ಹಲ್ಲಿ ಒಂದೇ ಸಾಲದು” ಎಂದು ತೇಜು ಕೇಳಿದ.

“ನಿಮ್ಮ ಅಜ್ಜಿ ಸಾಕಿರುವ ಗಿಣಿ” ಎಂದ ಮುಖೇಶ್.

“ಒಳ್ಳೆ ಆಲೋಚನೆ. ಅಜ್ಜಿಗೆ ಈಗಲೇ ಅದನ್ನು ಹೇಳುವುದು ಬೇಡ. ಹೇಳಿದರೆ ಅವರು ಕೊಡೊಲ್ಲ. ಅದೊಂದು ರೀತಿಯಲ್ಲಿ “ಧಾರ್ಮಿಕ” ಗಿಣಿ. ಅಜ್ಜಿ ಅದಕ್ಕೆ ಮಂತ್ರ ಮತ್ತು ಪ್ರಾರ್ಥನೆಯನ್ನೆಲ್ಲಾ ಕಲಿಸಿಬಿಟ್ಟಿದ್ದಾರೆ.”

“ಹಾಗಾದ್ರೆ ನಮ್ಮ ಮೃಗಾಲಯಕ್ಕೆ ಬರುವ ಜನರು ಅದು ಕಲಿತಿರುವುದನ್ನು ಕೇಳುತ್ತಾರೆ. ಕಾಸೂ ಕೊಡುತ್ತಾರೆ.”

“ನಾವು ಗಿಣಿಯನ್ನು ತರಲೇ ಬೇಕು. ಆನಂತರ, ಮತ್ತೇನು?”

“ನನ್ನ ನಾಯಿ ಇದೆಯಲ್ಲಾ. ಅದು ಬಹಳ ಜೋರು ಅಷ್ಟೇ” ಎಂದ ಮುಖೇಶ್.

”ಆದರೆ ನಾಯಿ ಮೃಗಾಲಯದ ಪ್ರಾಣಿಯಲ್ಲವಲ್ಲ.”

“ನನ್ನ ನಾಯಿ ಪರವಾಗಿಲ್ಲ. ಏಕೆಂದರೆ ಅದು “ಕಾಡು” ನಾಯಿ. ನೋಡು ಬೇಕಾದ್ರೆ,

ಅದರ ಮೈಯೆಲ್ಲಾ ಕಪ್ಪಾಗಿದೆ, ಕಣ್ಣುಗಳು ಹಳದಿ ಬಣ್ಣವಿದೆ. ಬೇರೆ ಯಾವ ನಾಯಿಯೂ ಇದರಂತಿಲ್ಲ."

ಸದಾ ವರಾಂಡದಲ್ಲಿ ಮಲಗಿರುತ್ತಿದ್ದ ಮುಖೇಶನ ನಾಯಿ, ತನ್ನ ಬಗ್ಗೆ ಮಾತನಾಡಿದ್ದು ತಿಳಿಯಿತೆಂಬಂತೆ, ತಲೆಯೆತ್ತಿ ವಿನಯದಿಂದ ತನ್ನ ಹಳದಿ ಕಂಗಳನ್ನು ತೋರಿಸಿತು.

"ಅದಕ್ಕೆ ಕಾಮಾಲೆ ರೋಗ ಬಂದಿರಬೇಕು" ಎಂದ ತೇಜು.

"ಅದಿರುವುದೇ ಹಾಗೆ. ಮೊದಲಿಂದಲೂ ಹಳದಿಯೇ."

"ಸರಿ ಹಾಗಾದ್ರೆ, ಈಗ ನಮ್ಮ ಬಳಿ ಹಲ್ಲಿ, ಗಿಣಿ ಮತ್ತು ಹಳದಿ ಕಣ್ಣುಗಳ ಕರಿನಾಯಿ ಇವೆ"

"ಕೊಕಿ ಬಳಿ ಬಿಳಿ ಮೊಲವಿದೆ. ಅವಳು ನಮಗಾಗಿ ಅದನ್ನು ಕೊಡುವಳಾ?"

"ನನಗೆ ಗೊತ್ತಿಲ್ಲ. ಅವಳು ಅದನ್ನು ಬಿಟ್ಟಿರಳಾರಳು. ಬಹುಶಃ ಅವಳಿಂದ "ಬಾಡಿಗೆ" ಗೆ ಅದನ್ನು ಪಡೆಯಬಹುದು ಅನ್ನಿಸುತ್ತೆ."

"ಮತ್ತೆ ಸೀತಾರಾಮನ ಕತ್ತೆ ಇದೆಯಲ್ಲಾ."

ಸೀತಾರಾಮ್, ಅಗಸರ ಹುಡುಗ, ಸಾಮಾನ್ಯವಾಗಿ ಕತ್ತೆಯ ಮೇಲೆ ಬಟ್ಟೆಯ ಗಂಟನ್ನು ಹೊರಿಸಿಕೊಂಡು ಮನೆಮನೆಗೆ ಇದೇ ಬೀದಿಯಲ್ಲಿ ಸಂಚರಿಸುತ್ತಾನೆ.

"ನಿನಗೆ ಕತ್ತೆ ಬೇಕೇ ಬೇಕಾ?" ಎಂದು ತೇಜು ಅನುಮಾನದಿಂದ ಕೇಳಿದ.

"ಯಾಕೆ ಬೇಡ? ಅದು ಕೂಡ ಕಾಡು ಕತ್ತೆ . ನೀನು ಅದರ ಬಗ್ಗೆ ಕೇಳಿಲ್ಲವಾ?"

"ಕಾಡು ಕತ್ತೆಯ ಬಗ್ಗೆ ಕೇಳಿದ್ದೀನಿ, ಆದರೆ ಇದು ಬೇರೆ ರೀತಿ ಇರುವುದಲ್ಲಾ, ಇದನ್ನೂ ಹಾಗೆ ಕರೆಯುವರೆಂದು ಗೊತ್ತಿರಲಿಲ್ಲ."

"ಹೌದೌದು, ಇವೆಲ್ಲಾ ಒಂದೇ ಜಾತಿಯವೇ? ಕರಿ ಕತ್ತೆ, ಬಿಳಿ ಕತ್ತೆ, ಪಟ್ಟೆಗಳ ಕತ್ತೆ, ಕುದುರೆ ಎಲ್ಲವೂ ಸಂಬಂಧಿಗಳೇ."

"ನೀನ್ಯಾಕೆ ಅದರ ಮೈಮೇಲೆ ಕರೀ ಪಟ್ಟೆಗಳನ್ನು ಬಳಿದು ಅದನ್ನು ಜೀಬ್ರಾ ಎಂದು ಕರೆಯಬಾರದು?"

"ಉಹೂಂ, ಅದು ಸರಿಯಲ್ಲ, ಮೋಸ ಮಾಡಿದಂತಾಗುವುದು. ನಮ್ಮದು ನೈಜವಾದ ಮೃಗಾಲಯ – ತಂತ್ರ, ಮೋಸ ಇಲ್ಲಿರಲ್ಲ – ಇದೇನು ಸರ್ಕಸ್ ಅಲ್ವಲ್ಲಾ!"

ಶನಿವಾರ ಮಧ್ಯಾಹ್ನದ ಹೊತ್ತಿಗೆ ದೊಡ್ಡದಾದ ಫಲಕದ ಮೇಲೆ ಕಾಗುಣಿತ ತಪ್ಪನ್ನೆಲ್ಲಾ ಸರಿಪಡಿಸಿ, ವಿವರಗಳನ್ನು ಬರೆದು ಹಾಕುವ ಮೂಲಕ ಮೃಗಾಲಯದ ಪ್ರಾರಂಭವನ್ನು ಎಲ್ಲರಿಗೂ ಸಾರಲಾಯಿತು. ಆ ಫಲಕವನ್ನು ಹಲಸಿನ ಮರದ ರೆಂಬೆಗೆ ನೇತುಹಾಕಲಾಯಿತು. ಮಕ್ಕಳಿಗೆ ಪ್ರವೇಶ ಉಚಿತವಾಗಿದ್ದರೂ ಹಿರಿಯರು ಮಾತ್ರ ತಲಾ ಐವತ್ತು ಪೈಸೆಗಳನ್ನು ನೀಡಿ ಟಿಕೆಟ್ ಪಡೆದು ಪ್ರವೇಶಿಸಬೇಕಿತ್ತು. ಕೊಕಿ ಮತ್ತು ಡಾಲಿ ತಾವೇ ರೂಪಿಸಿದ ಟಿಕೆಟ್ ಚೀಟಿಗಳನ್ನು ಆ ದಾರಿಯಲ್ಲಿ ಹಾದು ಹೋಗುವವರಿಗೆ ಮತ್ತು ಮಕ್ಕಳ ಬಲವಂತಕ್ಕೆ ಬಂದ ಪೋಷಕರಿಗೆ ಮಾರುತ್ತಿದ್ದರು. ಮುಖೇಶ್ ಮತ್ತು ಅವನ ಸ್ನೇಹಿತರು ಬಹಳ ಕಷ್ಟಪಟ್ಟು ವಿವಿಧ ಆಕಾರದ ಪಂಜರಗಳನ್ನು ಮಾಡಿ ಅದರಲ್ಲಿರುವ ಪ್ರಾಣಿಗಳ ಹೆಸರನ್ನು ಫಲಕದ ಮೇಲೆ ಬರೆದು ನೇತುಹಾಕಿದ್ದರು.

ಮೊಟ್ಟಮೊದಲ ಆಕರ್ಷಣೆಯೆಂದರೆ ದೊಡ್ಡ ಡಬ್ಬದಲ್ಲಿ ಇರಿಸಿದ್ದ ವಿವಿಧ ರೀತಿಯ

ಹಲ್ಲಿಗಳು. ಅವುಗಳಿಗೆ ಈ ಹುಡುಗರು ಚೆನ್ನಾಗಿ ಜೀರುಂಡೆ ಮೊದಲಾದ ಕೀಟಗಳನ್ನು ಆಹಾರವಾಗಿ ನೀಡಿದ್ದರಿಂದ ಅವು ಜಡತ್ವವನ್ನೇ ಹೊದ್ದಂತೆ ಬಿದ್ದಿದ್ದವು.

ಅದರ ನಂತರ ಇದ್ದ ಪಂಜರದಲ್ಲಿ ಕೊಕಿಯ ಬಿಳಿಮೊಲವನ್ನು ಪ್ರದರ್ಶನಕ್ಕೆ ಇರಿಸಲಾಗಿತ್ತು. ಅದನ್ನು ಚೆನ್ನಾಗಿ ತೊಳೆದು, ಒರೆಸಿ, ಅದರ ಕೂದಲುಗಳನ್ನು ಬಾಚಿ ಇರಿಸಿದ್ದರಿಂದ ಮುದ್ದುಮುದ್ದಾಗಿ ಕಾಣಿಸುತ್ತಿತ್ತು. ಹಾಗಾಗಿ ಎಲ್ಲರೂ ಅದರ ಬಗ್ಗೆ ಮೆಚ್ಚುಗೆ ವ್ಯಕ್ತಪಡಿಸುತ್ತಿದ್ದರು.

ದುಷ್ಟತನದಿಂದ, ರೋಷಾವೇಷವನ್ನು ಮೈಗೂಡಿಸಿಕೊಂಡಂತೆ ಪಂಜರದೊಳಗಿನಿಂದ ನೋಡುತ್ತಿತ್ತು ಮುಖೇಶನ ನಾಯಿ. "ಅಪರೂಪದ ಹಳದಿ ಕಣ್ಣುಗಳ ಕಪ್ಪು ನಾಯಿ" ಎಂಬ ಫಲಕವನ್ನು ಅಲ್ಲಿ ಪ್ರದರ್ಶಿಸಲಾಗಿತ್ತು. ಆ ಹಳದಿ ಕಣ್ಣುಗಳು ಕೊಕಿಯ ಬೆದರಿದ ಮೊಲದ ಕೆಂಪು ಕಣ್ಣುಗಳನ್ನು ವಶೀಕರಣ ಮಾಡುವಂತೆ ನೋಡುತ್ತಿದ್ದವು. ನಾಯಿ ತನ್ನ ಪಾದದ ಉಗುರುಗಳಿಂದ ನೆಲವನ್ನು ಬಗೆಯುತ್ತಿತ್ತು. ಅದು ಮೆಲ್ಲನೆ ಪಂಜರದ ಅಡಿಯಲ್ಲಿ ಜಾಗ ಮಾಡಿಕೊಂಡು ಮೊಲವನ್ನು ಹಿಡಿಯುವ ಹವಣಿಕೆಯಲ್ಲಿತ್ತು.

ಮಾವಿನ ಮರಕ್ಕೆ ಒಂದು ಫಲಕವನ್ನು ನೇತುಹಾಕಿದ್ದು, ಅದರಲ್ಲಿ "ಕಚ್ ನ ಕಾಡು ಕತ್ತೆ" ಎಂದು ಬರೆಯಲಾಗಿತ್ತು. ಎಷ್ಟೇ ದೂರದ ಸಂಬಂಧಿಯಾದರೂ ಅಲ್ಲಿಗೆ ಬಂದವರೆಲ್ಲರೂ ಅಲ್ಲಿದ್ದ ಕತ್ತೆಯನ್ನು ಸ್ಥಳೀಯ ದೋಬಿಯ ಮೂಟೆಗಳನ್ನು ಹೊರುವ ಮೂಕ ಪ್ರಾಣಿ ಎಂದು ಗುರುತಿಸಿದರು. ಅದರ ಆಹಾರದ ಸಮಯ ಮೀರಿದ್ದರಿಂದ ಅದು ತನ್ನನ್ನು ಕಟ್ಟಿದ್ದ ಹಗ್ಗದಿಂದ ಬಿಡುಗಡೆ ಪಡೆಯಲು ಕೊಸರಾಡುತ್ತಿತ್ತು.

ಅಲ್ಲೊಂದು ಯಾರಿಗೂ ಸೇರಿರದ ಬಾತುಕೋಳಿಯೂ ಇತ್ತು. ಜೊತೆಗೆ ಹಾದಿಬೀದಿಯಲ್ಲಿ ಮೇದುಕೊಂಡಿರುತ್ತಿದ್ದ ಗಿಡ್ಡ ಹಸುವನ್ನೂ ಇರಿಸಿದ್ದರು. ಆದರೆ ಎಲ್ಲಕ್ಕಿಂತ ಮುಖ್ಯ ಆಕರ್ಷಣೆಯ ಕೇಂದ್ರವಾಗಿದ್ದುದು ಗಿಣಿ. ಅದು ಮೂರು ಪ್ರಾರ್ಥನೆಗಳನ್ನು ಒಂದಾದರ ಮೇಲೊಂದರಂತೆ ಹೇಳುತ್ತಿತ್ತು. ಅದರ ಸುತ್ತ ಪೋಷಕರು ಗುಂಪು ಗುಂಪಾಗಿ ಮೆಚ್ಚುಗೆ ವ್ಯಕ್ತಪಡಿಸುತ್ತಾ ಮುತ್ತಿಕೊಂಡಿದ್ದರು. ತಮ್ಮ ಬಳಿಯೂ ಇಂತಹ ಪ್ರಾರ್ಥಿಸುವ ಗಿಣಿ ಇದ್ದಿದ್ದರೆ ಚೆನ್ನಾಗಿತ್ತಲ್ಲವೆ ಅನ್ನುವುದಕ್ಕಿಂತ, ತಮ್ಮ ಬದಲು ಪ್ರಾರ್ಥಿಸುವಂತಹ ಈ ರೀತಿಯ ಗಿಣಿ ಇದ್ದಿದ್ದರೆ ಎಂಬ ಅಭಿಲಾಷೆಯಿಂದ ಅದನ್ನು ನೋಡುತ್ತಿದ್ದರು. ಅವರ ಅನುಕೂಲಕ್ಕೋ ಎಂಬಂತೆ ಆ ದಿನ ಕೊಕಿಯ ಅಜ್ಜಿ ದೇವಸ್ಥಾನಕ್ಕೆ ಹೋಗಿದ್ದರು. ಹಾಗಾಗಿ ಆಕೆಯ ಸಾಕುಗಿಣಿಯ ಸಂಗತಿ ಗೋಪ್ಯವಾಗಿತ್ತು. ತನ್ನ ಗಿಣಿ ಈ ಮೃಗಾಲಯದ ಗೌರವಾನ್ವಿತ ಸದಸ್ಯ ಎಂಬ ವಿಷಯ ಆಕೆಗೆ ತಿಳಿಯದಾಗಿತ್ತು. ಆಕೆ ತಪ್ಪಾಗಿ ಭಾವಿಸುವುದಿಲ್ಲ ಎಂದು ತೇಜು ಊಹಿಸಿಕೊಂಡಿದ್ದ.

ಮುಖೇಶ್ ಮತ್ತು ತೇಜು ಮೃಗಾಲಯಕ್ಕೆ ಬಂದವರನ್ನು ಎಲ್ಲಾ ಪ್ರಾಣಿಗಳ ಬಳಿ ಕರೆದೊಯ್ದು, ಕಾಡು ನಾಯಿ, ಕಾಡುಗತ್ತೆ ಮುಂತಾದವುಗಳ ಬಗ್ಗೆ ವಿವರಣೆಗಳನ್ನು ಕೊಡುತ್ತಿದ್ದರೆ, ಕೊಕಿ ಮತ್ತು ಡಾಲಿ ಟಿಕೆಟ್ ಮಾರಾಟದಲ್ಲಿ ನಿರತರಾಗಿದ್ದರು. ಅವರು ಅದಾಗಲೇ ಹತ್ತು ರೂಪಾಯಿಯನ್ನು ಸಂಗ್ರಹಿಸಿದ್ದು ಇನ್ನಷ್ಟು ಸಂಗ್ರಹಿಸುವ ಉಮ್ಮೇದಿನಲ್ಲಿದ್ದರು. ಆಗ ಪಂಜರಗಳ ಬಳಿ ಗೌಜು ಗದ್ದಲ ಶುರುವಾಯಿತು.

ಹಳದಿ ಕಣ್ಣುಗಳ ಕರಿನಾಯಿ ಕಡೆಗೂ ತನ್ನ ಪಂಜರದ ಅಡಿ ನುಗ್ಗುವಷ್ಟು ಮಣ್ಣನ್ನು ಕೆರೆದು ಹಾಕಿತ್ತು. ಈಗದು ಮೊಲದ ಪಂಜರವನ್ನು ನುಸುಳಲು ಮಣ್ಣನ್ನು ಕೆರೆಯತೊಡಗಿತ್ತು. ಮೊಲ ಭಯದಿಂದ ಪಂಜರದೊಳಗೆ ಸುತ್ತುಹಾಕತೊಡಗಿತ್ತು. ಅಷ್ಟರಲ್ಲಿ ಕತ್ತೆಯು ತನ್ನನ್ನು ಬಂಧಿಸಿದ್ದ ಹಗ್ಗವನ್ನು ಜಗ್ಗಿ ಕಿತ್ತು, ಬಿಡಿಸಿಕೊಂಡು, ಜೋರಾಗಿ ಅರಚುತ್ತಾ ತನ್ನ ಮನೆಯ ಕಡೆಗೆ ಓಡಿತು. ಇದರ ಕೂಗಾಟ ಮತ್ತು ಓಟ ವೀಕ್ಷಕರನ್ನು ಚದುರಿಸಿತು.

ಕೊಕಿ ಓಡಿ ಹೋಗಿ ತನ್ನ ಮೊಲವನ್ನು ರಕ್ಷಿಸಿ, ಮೃದುವಾಗಿ ಮಡಿಲಲ್ಲಿ ಇರಿಸಿಕೊಂಡಳು. ಆಗ ನಾಯಿಯ ಗಮನ ಬಾತುಕೋಳಿಯ ಕಡೆ ಹರಿಯಿತು. ನಾಯಿಯಿಂದ ತಪ್ಪಿಸಿಕೊಳ್ಳಲು ಬಾತುಕೋಳಿ ಹಲ್ಲಿಗಳಿದ್ದ ಪಂಜರದ ಮೇಲೆ ಹಾರಿತು. ಅದನ್ನು ಹಿಡಿಯಲು ನಾಯಿ ಪಂಜರದ ಮೇಲೆ ನೆಗೆದಿದ್ದರಿಂದ ಅದು ಮುರಿದು ಹಲ್ಲಿಗಳು ಎಲ್ಲಾ ದಿಕ್ಕಿಗೂ ಚದುರಿದವು.

ಈ ಗೊಂದಲ ಗಲಾಟೆಯ ನಡುವೆ ಗಿಣಿಯ ಪಂಜರದ ಬಾಗಿಲು ತೆರೆದಿದ್ದನ್ನು ಯಾರೂ ಗಮನಿಸಲಿಲ್ಲ. ಅದು ರೆಕ್ಕೆ ಬಿಚ್ಚಿ ಪುರ್ರನೆ ಪಂಜರದಿಂದ ಹೊರಕ್ಕೆ ಹಾರಿ ಹತ್ತಿರದ ಹಣ್ಣಿನ ತೋಟದ ಕಡೆಗೆ ಹೋಯಿತು.

"ಗಿಣಿ ಹಾರಿ ಹೋಯಿತು!" ಎಂದು ಡಾಲಿ ಕಿರುಚಿದಳು. ತಕ್ಷಣವೇ ಹುಡುಗರು ಮತ್ತು ವೀಕ್ಷಕರು ಏನೂ ತೋಚದೆ ಮೌನವಾಗಿ ನಿಂತುಬಿಟ್ಟರು. ನಾಯಿ ಕೂಡ ಬೊಗಳುವುದನ್ನು ನಿಲ್ಲಿಸಿಬಿಟ್ಟಿತು. ಅಜ್ಜಿಯ ಪ್ರಾರ್ಥಿಸುವ ಗಿಣಿ ತಪ್ಪಿಸಿಕೊಂಡಿತ್ತು! ಈಗವರು ಆಕೆಗೆ ಏನು ಹೇಳುವುದು? ಅದು ಸ್ವರ್ಗಕ್ಕೆ ಹೋಯಿತು ಎಂದು ಹೇಳಿದರೆ ಅಜ್ಜಿ ನಂಬುವಳೆ ಎಂದು ತೇಜು ಯೋಚಿಸತೊಡಗಿದ.

"ಯಾರಾದ್ರೂ ಅದನ್ನು ನೋಡಿದ್ರಾ?" ಎಂದು ಅಳುವ ದನಿಯಲ್ಲಿ ಕೇಳಿದ ತೇಜು. ಅವನ ಕಣ್ಣುಗಳಲ್ಲಿ ನೀರು ತುಂಬಿಕೊಂಡಿತ್ತು.

"ಅದು ಮಾವಿನ ಮರದ ಮೇಲೆ ಹೋಗಿ ಕುಳಿತುಕೊಂಡಿತು. ಅದು ವಾಪಸ್ ಬರುವುದಿಲ್ಲ" ಎಂದಳು ಡಾಲಿ.

ಜನರ ಗುಂಪು ಕರಗಿತು. ಕೊಕಿ ಅಜ್ಜಿ ಬಂದ ನಂತರ ವಿಷಯ ತಿಳಿದು ದೂಷಣೆ ಮಾಡಿದರೆ, ಉತ್ತರಿಸಲು ಅವರು ಯಾರೂ ಸಿದ್ಧರಿರಲಿಲ್ಲ.

"ನಾವು ಈಗ ಏನು ಮಾಡುವುದು?" ಎಂದು ಕೊಕಿಯ ಕಡೆ ನೋಡುತ್ತಾ ತೇಜು ಕೇಳಿದ. ಕೊಕಿ ಏನೂ ಹೇಳುವ ಸ್ಥಿತಿಯಲ್ಲಿರಲಿಲ್ಲ. ಮುಖೇಶನಿಗೆ ಒಂದು ಉಪಾಯ ಹೊಳೆಯಿತು.

"ನಾವು ಹೊಸ ಗಿಣಿಯನ್ನು ತರೋಣ!" ಎಂದು ಹೇಳಿದ.

"ಹೇಗೆ?"

"ನಮ್ಮ ಬಳಿ ಹತ್ತು ರೂಪಾಯಿ ಸಂಗ್ರಹವಾಗಿದೆ. ಆ ದುಡ್ಡಿನಿಂದ ಹೊಸ ಗಿಣಿಯನ್ನು ಕೊಂಡು ತರೋಣ!"

"ಆದರೆ ಅಜ್ಜಿಗೆ ವ್ಯತ್ಯಾಸ ತಿಳಿಯುತ್ತಲ್ವಾ?" ಎಂದು ಕೇಳಿದ ತೇಜು.

"ಈ ಬೆಟ್ಟಗಳಲ್ಲಿನ ಗಿಣಿಗಳೆಲ್ಲವೂ ಒಂದೇ ರೀತಿಯೇ ಇರೋದು"ಎಂದ ಮುಖೇಶ್.

ಹುಡುಗರು ಪಂಜರವನ್ನು ಹಿಡಿದುಕೊಂಡು ಬಜಾರಿನ ಕಡೆ ಓಡಿದರು. ಅಲ್ಲಿ ಹಕ್ಕಿಗಳನ್ನು ಮಾರುತ್ತಿದ್ದವರ ಬಳಿ ಅಜ್ಜಿಯ ಗಿಣಿಯಂತದ್ದೇ ಒಂದನ್ನು ಕೊಂಡರು. ಹಕ್ಕಿ ಮಾರುವವನು ಅದು ಮಾತನಾಡಬಲ್ಲದು ಎಂದು ಅವರಿಗೆ ಭರವಸೆ ನೀಡಿದ.

ಮನೆ ಕಡೆ ಬರುವಾಗ, "ಇದು ನೋಡಲು ಥೇಟ್ ಅಜ್ಜಿಯ ಗಿಣಿಯಂತೆಯೇ ಇದೆ" ಎಂದ ಮುಖೇಶ್.

"ಆದರೆ ಪ್ರಾರ್ಥನೆ ಮಾಡುತ್ತಾ?"

"ಇಲ್ಲ, ಆದರೆ ನಾವು ಕಲಿಸಬಹುದು" ಎಂದಳು ಕೊಕಿ.

ಕೊಕಿಯ ಅಜ್ಜಿಯ ಕಣ್ಣು ಸ್ವಲ್ಪ ಮಂಜಾಗಿದ್ದುದರಿಂದ ಗಿಣಿ ಅದಲುಬದಲಾಗಿರುವುದು ಗೊತ್ತಾಗಲಿಲ್ಲ. ಆದರೆ ಹಕ್ಕಿಯು ಪ್ರಾರ್ಥನೆ ಹೇಳದೇ ವಿಚಿತ್ರವಾಗಿ ಶಬ್ದವನ್ನು ಹೊರಡಿಸುತ್ತಿದೆ ಎಂದು ಬೇಸರದಿಂದ ಗೊಣಗುತ್ತಾ ದೂರಲು ಶುರು ಮಾಡಿದರು.

ವಾಸ್ತವ ಸಂಗತಿ ಯಾರಿಗೂ ತಿಳಿಯದಂತೆ ತೇಜು ಪ್ರಯತ್ನ ನಡೆಸಿದ್ದ.

ಪ್ರತಿ ದಿನ ಬೆಳಗ್ಗೆ ಅವನು ಗಿಣಿಯ ಪಂಜರದ ಮುಂದೆ ನಿಂತು ಅಜ್ಜಿಯ ಪ್ರಾರ್ಥನೆ ಗೀತೆಗಳನ್ನು ಹೇಳತೊಡಗಿದ. ಕೆಲವು ವಾರಗಳಲ್ಲೇ ಆ ಗಿಣಿ ಅವುಗಳಲ್ಲಿ ಒಂದು ಪ್ರಾರ್ಥನೆ ಹೇಳುವುದನ್ನು ಕಲಿತುಕೊಂಡಿತು. ಅಜ್ಜಿಗೆ ತುಂಬಾ ಖುಷಿಯಾಯಿತು. ಏಕೆಂದರೆ, ಗಿಣಿಯು ಪ್ರಾರ್ಥನೆ ಹೇಳುವುದರ ಜೊತೆಗೆ ತೇಜೂ ಕೂಡ ಪ್ರಾರ್ಥಿಸುತ್ತಾನಲ್ಲ ಎಂದು.

ಬ್ಯಾಂಕ್ ಕತೆ ಮುಗಿಸಿದ ಬಾಲಕ

ಸೇಟ್ ಗೋವಿಂದರಾಮ್‌ನ ಬ್ಯಾಂಕ್‌ನ ಮೆಟ್ಟಿಲುಗಳನ್ನು ಗುಡಿಸುತ್ತಿದ್ದ ನಾಥೂ ತನ್ನೊಳಗೇ ಗೊಣಗಿಕೊಳ್ಳುತ್ತಿದ್ದ. ಬೇಕಾಬಿಟ್ಟಿಯಾಗಿ ಕಸಬರಿಕೆಯನ್ನು ಜಾಡಿಸುತ್ತಿದ್ದರಿಂದ ಧೂಳು ಮೇಲೆದ್ದು ಮತ್ತೆ ಅಲ್ಲೇ ಇಳಿಯುತ್ತಿತ್ತು. ಕಸದಬುಟ್ಟಿಗೆ ಮೊರದಿಂದ ಕುಟ್ಟಿದ. ಅಷ್ಟರಲ್ಲಿ ದೋಬಿಯ ಮಗ ಸೀತಾರಾಮ್ ರಸ್ತೆಯಲ್ಲಿ ಬಂದ.

ಇಸ್ತ್ರಿ ಮಾಡಿರುವ ಬಟ್ಟೆಗಳನ್ನು ಗಂಟುಕಟ್ಟಿ ತಲೆಯ ಮೇಲಿಟ್ಟುಕೊಂಡು ತಲುಪಿಸಲು ಹೊರಟಿದ್ದ.

"ಧೂಳು ಎಬ್ಬಿಸಬೇಡ" ಎಂದು ನಾಥೂಗೆ ಸೀತಾರಾಮ್ ಕೂಗಿ ಹೇಳಿದ, "ಸಂಬಳದ ಜೊತೆ ಐದು ರೂಪಾಯಿ ಜಾಸ್ತಿ ಕೊಡುತ್ತಿಲ್ಲ ಎಂದು ಕೋಪ ಮಾಡಿಕೊಂಡಿದ್ದೀಯೇನು?"

"ಅದರ ಬಗ್ಗೆ ಮಾತಾಡಲು ನನಗೆ ಇಷ್ಟವಿಲ್ಲ, ನನಗೆ ಇನ್ನೂ ಸಂಬಳವೇ ಕೊಟ್ಟಿಲ್ಲ. ಆಗಲೇ ತಿಂಗಳ ಕೊನೆ. ಇದೂ ಸೇರಿದರೆ ಎರಡು ತಿಂಗಳ ಸಂಬಳ ಬರಬೇಕು. ದೊಡ್ಡ ಬ್ಯಾಂಕು ಬಡ ಕಸ ಗುಡಿಸುವವನ ಸಂಬಳ ಕೊಟ್ಟಿಲ್ಲ ಅಂದರೆ ಯಾರು ತಾನೆ ನಂಬುತ್ತಾರೆ. ನನಗೆ ಸಂಬಳ ಬರುತ್ತಿದ್ದಂತೆ ಜಾಗ ಖಾಲಿ ಮಾಡ್ತೀನಿ!" ಎನ್ನುತ್ತಾ ನಾಥೂ ಸಿಟ್ಟಿನಿಂದ ಮೊರದಲ್ಲಿ ಕಸದ ಬುಟ್ಟಿಗೆ ಜೋರಾಗಿ ಬಾರಿಸಿದ.

"ನಿನಗೆ ಒಳ್ಳೆಯದಾಗಲಿ. ನಾನು ಕೂಡ ನಿನಗೆ ಸೂಕ್ತವಾದ ಕೆಲಸ ಹುಡುಕ್ತೀನಿ" ಎಂದು ಹೇಳಿ ಸೀತಾರಾಮ್ ಬರಿಗಾಲಿನಲ್ಲಿ ತಲೆಯೇ ಕಾಣದಷ್ಟು ದೊಡ್ಡ ಗಾತ್ರದ ಗಂಟನ್ನು ಹೊತ್ತು ರಸ್ತೆಯಲ್ಲಿ ಸಾಗಿದ.

ಇಸ್ತ್ರಿ ಮಾಡಿರುವ ಬಟ್ಟೆಗಳನ್ನು ಕೊಡುತ್ತಾ ನಾಲ್ಕನೆಯ ಮನೆಗೆ ಬಂದ ಸೀತಾರಾಮ್‌ಗೆ ಆ ಮನೆಯ ಒಡತಿ ಕಸ ಗುಡಿಸುವವರು ಬೇಕಿರುವುದಾಗಿ ಹೇಳಿದರು. ತನ್ನ ಗಂಟನ್ನು ಕಟ್ಟುತ್ತಾ, "ನನಗೆ ಗೊತ್ತಿರುವ ಒಬ್ಬ ಕಸ ಗುಡಿಸುವ ಹುಡುಗನಿದ್ದಾನೆ. ಅವನು ಹೇಗಿದ್ದರೂ ಕೆಲಸ ಹುಡುಕುತ್ತಿದ್ದಾನೆ. ಮುಂದಿನ ತಿಂಗಳಿನಿಂದ ಅವನನ್ನು ನೀವು ಕೆಲಸಕ್ಕೆ ಇಟ್ಟುಕೊಳ್ಳಬಹುದು. ಅವನು ಕೆಲಸ ಮಾಡುತ್ತಿರುವ ಸೇಟ್ ಗೋವಿಂದರಾಮ್

ಬ್ಯಾಂಕ್ ಅವನಿಗೆ ಸಂಬಳವೇ ಕೊಡುತ್ತಿಲ್ಲ. ಹಾಗಾಗಿ ಅವನು ಕೆಲಸ ಬಿಡುತ್ತಿದ್ದಾನೆ" ಎಂದು ವರದಿಯೊಪ್ಪಿಸಿದ.

"ಹೌದಾ, ಅವರೇಕೆ ಅವನಿಗೆ ಸಂಬಳ ಕೊಟ್ಟಿಲ್ಲ?" ಎಂದು ಮಿಸಸ್ ಪ್ರಕಾಶ್ ಕೇಳಿದರು.

"ಹಣವಿಲ್ಲವೇನೋ" ಎಂದು ಮೂತಿ ತಿರುವುತ್ತಾ ಹೇಳಿದ ಸೀತಾರಾಮ್.

ಮಿಸಸ್ ಪ್ರಕಾಶ್ ನಕ್ಕು, "ಹಾಗಿದ್ದರೆ ಅವನನ್ನು ನಾಳೆಯೇ ಬಂದು ಭೇಟಿ ಮಾಡಲು ಹೇಳು" ಎಂದು ಹೇಳಿದರು.

ಇತ್ತ ತನ್ನ ಗಿರಾಕಿಗೂ ಖುಷಿ, ಅತ್ತ ತನ್ನ ಸ್ನೇಹಿತನಿಗೂ ಖುಷಿ – ಎಂದು ಸೀತಾರಾಮ್‌ಗೆ ಆನಂದವಾಯಿತು. ಬಟ್ಟೆಗಳನ್ನು ಹೊತ್ತು ಹೊರಟ.

ಮಿಸಸ್ ಪ್ರಕಾಶ್ ಸಾಮಾನು ಖರೀದಿಸಲು ಪೇಟೆಗೆ ಹೋಗಬೇಕಿತ್ತು. ಆಯಾಗೆ ಮಗುವನ್ನು ನೋಡಿಕೊಳ್ಳಲು ಹೇಳಿ, ಅಡುಗೆಯವನಿಗೆ ಮಧ್ಯಾಹ್ನ ಅಡುಗೆ ಮಾಡಿಡಲು ಸೂಚಿಸಿದರು. ಆಕೆಯ ಗಂಡ ದೊಡ್ಡ ಕಂಪೆನಿಯಲ್ಲಿ ಕೆಲಸ ಮಾಡುತ್ತಿದ್ದುದರಿಂದ ಅವರು ಆಳುಕಾಳು ಇಟ್ಟುಕೊಳ್ಳಬಹುದಿತ್ತು. ಕೆಲಸದವರಿಗೆ ಸೂಚನೆಗಳನ್ನು ಕೊಟ್ಟು ಮಾರುಕಟ್ಟೆಗೆ ಹೋದರು.

ಪೇಟೆಯ ಒಂದು ತುದಿಯಲ್ಲಿ ಗಡಿಯಾರಗೋಪುರದ ಬಳಿ ದೊಡ್ಡ ಹುಣಸೆ ಮರವಿದೆ. ಅದರ ನೆರಳಿನಲ್ಲಿ ದಣಿವಾರಿಸಿಕೊಳ್ಳುತ್ತಿದ್ದ ತನ್ನ ಸ್ನೇಹಿತೆ ಮಿಸಸ್ ಭೂಷಣ್‌ರನ್ನು ಮಿಸಸ್ ಪ್ರಕಾಶ್ ಭೇಟಿ ಮಾಡಿದರು.

ದೊಡ್ಡ ನವಿಲಿನ ಪುಕ್ಕದಿಂದ ಗಾಳಿ ಬೀಸಿಕೊಳ್ಳುತ್ತಾ ಮಿಸಸ್ ಭೂಷಣ್, ಊರಿನ ಚರಿತ್ರೆಯಲ್ಲಿಯೇ ಇಷ್ಟೊಂದು ಬಿಸಿ ಯಾವ ವರ್ಷದಲ್ಲೂ ಇರಲಿಲ್ಲ ಎಂದು ಬೇಸಿಗೆಯ ಧಗೆಯ ಬಗ್ಗೆ ದೂರಿದರು. ತಾನು ಕೊಳ್ಳಲು ಉದ್ದೇಶಿಸಿರುವ ವಸ್ತ್ರವನ್ನು ಅವರು ತನ್ನ ಸ್ನೇಹಿತೆಗೆ ತೋರಿಸಿದರು. ಆ ವಸ್ತ್ರದ ಬಣ್ಣ, ವಿನ್ಯಾಸ, ನೇಯ್ಗೆ ಮುಂತಾದವುಗಳ ಬಗ್ಗೆ ಅವರಿಬ್ಬರೂ ಐದು ನಿಮಿಷ ಮಾತನಾಡಿದರು.

ವಿಷಯಾಂತರ ಮಾಡಲು ಮಿಸಸ್ ಪ್ರಕಾಶ್, "ನಿಂಗೊತ್ತಾಯ್ತಾ, ಆ ಸೇಟ್ ಗೋವಿಂದರಾಮ್‌ನ ಬ್ಯಾಂಕಿಗೆ ತನ್ನಲ್ಲಿ ಕೆಲಸ ಮಾಡುವವರಿಗೆ ಸಂಬಳ ಕೊಡಲು ಆಗುತ್ತಿಲ್ಲವಂತೆ. ಬೆಳಿಗ್ಗೆ ನನಗೆ ಮಾಹಿತಿ ಬಂತು. ಅಲ್ಲಿನ ಕಸ ಗುಡಿಸುವವನಿಗೆ ಎರಡು ತಿಂಗಳಿನಿಂದ ಸಂಬಳ ಕೊಟ್ಟಿಲ್ಲವಂತೆ!"

"ಅಯ್ಯೋ, ಇದು ಆಘಾತಕಾರಿ ಸಂಗತಿ", ಎಂದು ಗಾಬರಿಪಟ್ಟ ಮಿಸಸ್ ಭೂಷಣ್, "ಕಸ ಗುಡಿಸುವವನಿಗೇ ಸಂಬಳ ಕೊಡಲು ಆಗದಿದ್ದರೆ ಬ್ಯಾಂಕಿನ ಪರಿಸ್ಥಿತಿ ಬಗ್ಗೆ ಚಿಂತಿಸಬೇಕು. ಹಾಗಾದ್ರೆ ಇತರ ಉದ್ಯೋಗಿಗಳಿಗೂ ಸಂಬಳ ಸಿಕ್ಕಿರಲಿಕ್ಕಿಲ್ಲ" ಎನ್ನುತ್ತಾ ಮರದ ನೆರಳಿನಲ್ಲಿ ಮಿಸಸ್ ಪ್ರಕಾಶ್ ಅವರನ್ನು ಬಿಟ್ಟು ಆಕೆ ತನ್ನ ಗಂಡನನ್ನು ಹುಡುಕಿ ಹೊರಟರು.

ಜುಗಲ್‌ಕಿಶೋರ್‌ನ ಎಲೆಕ್ಟ್ರಿಕಲ್ ಅಂಗಡಿಯಲ್ಲಿ ಫ್ಯಾನ್ ಕೆಳಗೆ ಕುಳಿತು ಇಸ್ಪೀಟ್ ಆಡುತ್ತಿದ್ದರು ಭೂಷಣ್.

"ಇಲ್ಲಿದ್ದೀರಾ, ನಿಮ್ಮನ್ನು ಒಂದು ಗಂಟೆಯಿಂದ ಹುಡುಕುತ್ತಾ ಇದ್ದೀನಿ. ನೀವೆಲ್ಲಿ ಮಾಯವಾದ್ರಿ?" ಎಂದು ಮಿಸಸ್ ಭೂಷಣ್ ತನ್ನ ಗಂಡನಿಗೆ ಕೇಳಿದರು.

"ಎಲ್ಲೂ ಇಲ್ಲ, ನೀನು ಒಂದು ಕಡೆ ಇದ್ದರೆ ತಾನೆ ನಾನು ಸಿಗೋದು. ದುಂಬಿ ಹೂವಿಂದ ಹೂವಿಗೆ ಹಾರಿದಂತೆ ನೀನು ಒಂದು ಅಂಗಡಿಯಿಂದ ಇನ್ನೊಂದಕ್ಕೆ ಓಡಾಡ್ತಾ ಇರ್ತೀಯ" ಎಂದರು ಭೂಷಣ್.

"ಸುಮ್ಮನೆ ಆಕ್ಷೇಪಣೆ ಮಾಡ್ತಾ ಇರಬೇಡಿ. ಸೆಖೆ ಬೇರೆ ಸಾಕು ಮಾಡುತ್ತಿದೆ. ಈ ಊರಿನಲ್ಲಿ ಏನಾಗುತ್ತಿದೆಯೋ ಗೊತ್ತಿಲ್ಲ. ಬ್ಯಾಂಕ್ ಕೂಡ ದಿವಾಳಿಯೆದ್ದಿದೆ"

"ಏನಂದ್ರಿ? ಯಾವ ಬ್ಯಾಂಕ್?" ಎಂದು ಅದುವರೆಗೂ ಗಂಡ ಹೆಂಡಿರ ಸಂಭಾಷಣೆಗೆ ಪ್ರೇಕ್ಷಕನಾಗಿದ್ದ ಜುಗಲ್‌ಕಿಶೋರ್ ಗಾಬರಿಯಿಂದ ಕೇಳಿದರು.

"ಅದೇ ಸೇಟ್ ಗೋವಿಂದರಾಮ್ ಬ್ಯಾಂಕ್. ಅದರ ಉದ್ಯೋಗಿಗಳಿಗೆ ಸಂಬಳ ನಿಲ್ಲಿಸಿದ್ದಾರಂತೆ. ಕಳೆದ ಮೂರು ತಿಂಗಳುಗಳಿಂದ ಸಂಬಳವೇ ಕೊಟ್ಟಿಲ್ಲ! ಅಲ್ಲಿ ನಿಮ್ಮ ಅಕೌಂಟ್ ಇಲ್ಲ ತಾನೆ ಮಿಸ್ಟರ್ ಕಿಶೋರ್?" ಎಂದರು ಮಿಸಸ್ ಭೂಷಣ್.

"ಇಲ್ಲ, ನನ್ನ ಪಕ್ಕದ ಅಂಗಡಿಯವರದ್ದು ಇದೆ!" ಎನ್ನುತ್ತಾ ಜುಗಲ್‌ಕಿಶೋರ್ ಪಕ್ಕದ ಸೆಲೂನಿಗೆ ಹೋಗಿ, "ಫೈಜ್‌ಹುಸೇನ್ ಕೇಳಿದ್ಯೇನಪ್ಪಾ ಬಿಸಿ ಸುದ್ದಿ, ಸೇಟ್ ಗೋವಿಂದರಾಮ್ ಬ್ಯಾಂಕ್ ಮುಳುಗುತ್ತಿದೆ. ನಿನ್ನ ಹಣವನ್ನು ಆದಷ್ಟು ಬೇಗ ಡ್ರಾ ಮಾಡಿಕೊಂಡು ಬಾ!"

ಹಿರಿಯರೊಬ್ಬರ ಕೂದಲು ಕತ್ತರಿಸುತ್ತಿದ್ದ ಫೈಜ್‌ಹುಸೇನ್ ವಿಷಯ ಕೇಳಿ ಬೆಚ್ಚಿ ಬಿದ್ದು ಗಿರಾಕಿಯ ಕಿವಿಗೆ ಕತ್ತರಿ ತಾಕಿಸಿಬಿಟ್ಟ. ಆ ವ್ಯಕ್ತಿ ನೋವಿನಿಂದ ನರಳಿದರು. ಕಿವಿಗೆ ಆದ ಗಾಯಕ್ಕಿಂತಲೂ ಕಿವಿಗೆ ಬಿದ್ದ ಕೆಟ್ಟ ಸುದ್ದಿ ಅವರಿಗೆ ಹೆಚ್ಚು ಯಾತನೆ ತಂದಿತ್ತು.

ಇನ್ನೂ ಅರ್ಧ ಕೂದಲು ಕತ್ತರಿಸಬೇಕಿತ್ತು. ಅದಕ್ಕೆ ಗಮನ ಕೊಡದೆ ಕುರ್ಚಿಯಿಂದ ಎದ್ದ ಆತ ಟೆಲಿಫೋನಿದ್ದ ಕಿರಾಣಿ ಅಂಗಡಿಯವರೆಗೂ ಓಡಿದರು. ಸೇಟ್ ಗೋವಿಂದರಾಮ್‌ನ ನಂಬರಿಗೆ ಫೋನ್ ಮಾಡಿದರು. ಸೇಟ್ ಮನೆಯಲ್ಲಿಲ್ಲ ಎಂದು ಫೋನ್‌ನಲ್ಲಿ ಮಾತನಾಡಿದವರು ಹೇಳಿದಾಗ, "ಎಲ್ಲಿಗೆ ಹೋಗಿದ್ದಾರೆ?" ಎಂದು ಕೇಳಿದರು.

"ಸೇಟ್ ರಜೆ ಕಳೆಯಲು ಕಾಶ್ಮೀರಕ್ಕೆ ಹೋಗಿದ್ದಾರೆ..."

"ಓ ಹೌದಾ?..."

ಆದರೆ ಈತ ನಂಬಲು ತಯಾರಿಲ್ಲ. ವಾಪಸ್ ಸಲೂನಿನ ಬಳಿ ಬಂದು ಫೈಜ್‌ಹುಸೇನ್‌ಗೆ, "ಹಕ್ಕಿ ಹಾರಿಹೋಗಿದೆ! ಸೇಟ್ ಗೋವಿಂದರಾಮ್ ಊರು ಬಿಟ್ಟಿದ್ದಾನೆ. ಅಂದ್ರೆ ಖಂಡಿತವಾಗಿಯೂ ದಿವಾಳಿಯೇ" ಎಂದವರೇ ಅಲ್ಲಿಂದ ತನ್ನ ಕಚೇರಿಯಲ್ಲಿಟ್ಟಿದ್ದ ಚೆಕ್ ಪುಸ್ತಕಕ್ಕಾಗಿ ಓಡಿದರು.

ಈ ಸುದ್ದಿ ಕಾಳ್ಗಿಚ್ಚಿನಂತೆ ಪೇಟೆಯ ಬೀದಿಯಲ್ಲಿ ಹಬ್ಬಿತು. ಕಿರಾಣಿ ಅಂಗಡಿಗೆ ಬರುವ ಗಿರಾಕಿಗಳಿಗೂ ವಿಷಯ ಗೊತ್ತಾಯಿತು. ನಾನಾ ದಿಕ್ಕಿನಲ್ಲಿ ಸುದ್ದಿ ಹರಿಯಿತು. ಎಲೆ ಅಡಿಕೆ ವ್ಯಾಪಾರಿ, ದರ್ಜಿ, ಲೇವಾದೇವಿಯವ, ಒಡವೆ ವ್ಯಾಪಾರಿ... ಕಡೆಗೆ ಭಿಕ್ಷುಕನಿಗೂ

ಈ ವಿಷಯ ತಿಳಿಯಿತು.

ತಿರುಚಿಕೊಂಡ ಕಾಲಿನ ಮುದಿ ಭಿಕ್ಷುಕ ಗಣಪತ್ ಯಾವಾಗಲೂ ಪಾದಚಾರಿ ಮಾರ್ಗದಲ್ಲಿ ಕುಳಿತು ಭಿಕ್ಷೆ ಬೇಡುತ್ತಿರುತ್ತಿದ್ದ. ಸಂಜೆ ವೇಳೆಗೆ ಅವನನ್ನು ಯಾರೋ ಬಂದು ಎತ್ತಿಕೊಂಡು ಹೋಗುತ್ತಿದ್ದರು. ಅವನು ನಡೆದದ್ದನ್ನು ಯಾರೂ ನೋಡಿರಲಿಲ್ಲ. ಬ್ಯಾಂಕ್ ದಿವಾಳಿ ಎಂಬುದನ್ನು ಕೇಳಿದವನೇ ಎಲ್ಲರೂ ಅಚ್ಚರಿಪಡುವಂತೆ ಗಣಪತ್ ಬ್ಯಾಂಕ್ ದಿಕ್ಕಿಗೆ ಕುಂಟುತ್ತಾ, ಎಗರುತ್ತಾ, ಓಡುತ್ತಾ ಹೋದ. ಬ್ಯಾಂಕ್‌ನಲ್ಲಿ ಅವನು ಒಂದು ಸಾವಿರ ರೂಗಳನ್ನು ತನ್ನ ಅಕೌಂಟ್‌ನಲ್ಲಿ ಇಟ್ಟಿದ್ದನಂತೆ!

ಜನರು ಅಲ್ಲಲ್ಲಿ ಗುಂಪು ಗುಂಪಾಗಿ ಸೇರಿ ಇದರ ಬಗ್ಗೆಯೇ ಚರ್ಚಿಸತೊಡಗಿದರು. ಭಾರತ ಕ್ರಿಕೆಟ್ ಮ್ಯಾಚ್ ಗೆದ್ದಾಗಲೂ ಜನ ಇಷ್ಟೊಂದು ಗುಂಪು ಗೂಡಿರಲಿಲ್ಲ.

ಬೆಟ್ಟದ ತಪ್ಪಲಿನಲ್ಲಿರುವ ಈ ಪುಟ್ಟ ನಗರಕ್ಕೆ ಇದುವರೆಗೆ ಯಾವುದೇ ರೀತಿಯ ಬಿಕ್ಕಟ್ಟು, ಪ್ರವಾಹ, ಭೂಕಂಪ ಅಥವಾ ಬರ ಬಂದಿಲ್ಲ. ಇದ್ದಕ್ಕಿದ್ದಂತೆ ದಿವಾಳಿ ಎದ್ದ ಬ್ಯಾಂಕ್ ಊರಲ್ಲಿ ಆತಂಕದ ವಾತಾವರಣ ಸೃಷ್ಟಿಸಿತ್ತು.

ಕೆಲವರು ದೂರದೃಷ್ಟಿಯಿಂದ ತಾವು ಮೊದಲೇ ಹಣವನ್ನು ಡ್ರಾ ಮಾಡಿರುವುದಾಗಿ ಕೊಚ್ಚಿಕೊಂಡರೆ, ಇನ್ನು ಕೆಲವರು ಅದಕ್ಕೇ ನಾವಲ್ಲಿ ಹಣ ಇಟ್ಟಿಲ್ಲ ಎಂದು ಜಂಭಪಟ್ಟರು. ಕೆಲವರಂತೂ ಏಕೆ ಹೀಗಾಯ್ತು ಎಂಬುದರ ಬಗ್ಗೆ ಊಹಿಸುತ್ತಾ ಸೇಟ್ ಗೋವಿಂದರಾಮ್‌ನನ್ನು ಹೊಣೆಯಾಗಿಸಿ ಮಾತನಾಡಿದರು. ಸೇಟ್ ರಾಜ್ಯವನ್ನೇ ತೊರೆದಿದ್ದಾನೆಂದು ಒಬ್ಬರೆಂದರೆ, ದೇಶವನ್ನೇ ತೊರೆದಿದ್ದಾನೆ ಎಂದ ಮತ್ತೊಬ್ಬ. ದಕ್ಷಿಣ ಅಮೆರಿಕದ ಪಾಸ್‌ಪೋರ್ಟ್ ಹೊಂದಿದ್ದಾನೆ ಎಂಬುದು ಮೂರನೆಯವನ ಊಹೆ. ಕೆಲವರು ನಗರದಲ್ಲೇ ಅವಿತಿರಬಹುದು ಎಂದರು. ಸೇಟ್ ಹುಣಸೆಮರಕ್ಕೆ ನೇಣುಹಾಕಿಕೊಂಡಿದ್ದಾನೆ, ಹೆಣವನ್ನು ಕಸಗುಡಿಸುವವ ಬೆಳಿಗ್ಗೆ ನೋಡಿದನಂತೆ ಎಂಬ ಗಾಳಿ ಸುದ್ದಿಯೂ ಹಬ್ಬಿತ್ತು.

ಬ್ಯಾಂಕ್‌ನ ಗುಮಾಸ್ತನ ಸಂಬಂಧಿಯೊಬ್ಬ ಸುದ್ದಿ ತಿಳಿದು, ಈ ವಿದ್ಯಮಾನದ ವಸ್ತುಸ್ಥಿತಿ ತಿಳಿಯಲು ಫೋನ್ ಮಾಡಿದ.

"ನಂಗೇನೂ ಗೊತ್ತಿಲ್ಲ ಮಾರಾಯ. ಆದರೆ ಅರ್ಧ ಊರಿನ ಜನ ತಮ್ಮ ಹಣ ವಾಪಸ್ ಪಡೆಯಲು ಇಲ್ಲಿ ಜಮಾಯಿಸಿದ್ದಾರೆ. ಅವರಿಗೆಲ್ಲಾ ಹುಚ್ಚು ಹಿಡಿದಿರುವಂತಿದೆ!" ಎಂದ ಗುಮಾಸ್ತ.

"ನಿಮಗೆ ಸಂಬಳ ಕೊಡುತ್ತಿಲ್ಲ ಎಂದು ಗಾಳಿ ಸುದ್ದಿ ಹಬ್ಬಿದೆ."

"ಎಲ್ಲಾ ಗುಮಾಸ್ತರೂ ಸಂಬಳ ಪಡೆದಿದ್ದಾರೆ. ಇಲ್ಲದಿದ್ದರೆ ನಾವು ಕೆಲಸ ಮಾಡುತ್ತಿದ್ದೆವಾ. ಯಾರೋ ಒಬ್ಬಿಬ್ಬರು ಅರೆಕಾಲಿಕ ಕೆಲಸಗಾರರಿಗೆ ಸಂಬಳ ಕೊಡುವುದು ತಡವಾಗಿರಬಹುದು. ಆದರೆ ಬ್ಯಾಂಕ್‌ನಲ್ಲಿ ಹಣ ಇಲ್ಲದೆ ಅಲ್ಲ. ಅವರಿಗೆ ಸಂಬಳ ಕೊಡುವ ಗುಮಾಸ್ತ ಅನಾರೋಗ್ಯದಿಂದ ರಜೆಯಲ್ಲಿದ್ದಾನೆ. ಆತನ ಕೆಲಸವನ್ನು ನಾನು ಮಾಡಲಾ?" ಎಂದು ಹೇಳಿ ಫೋನ್ ಕುಕ್ಕಿದ.

ಮಧ್ಯಾಹ್ನದ ಹೊತ್ತಿಗೆ ಬ್ಯಾಂಕ್‌ನಲ್ಲಿದ್ದ ನಗದೆಲ್ಲ ಖಾಲಿಯಾಗಿ ಬ್ಯಾಂಕ್ ವ್ಯವಸ್ಥಾಪಕ ಸಂದಿಗ್ಧದಲ್ಲಿ ಸಿಲುಕಿದ. ತುರ್ತು ಪರಿಸ್ಥಿತಿಯಲ್ಲಿ ಹಣವನ್ನು ಸರಕಾರಿ ಬ್ಯಾಂಕಿನಿಂದ ತರಬಹುದಾದರೂ ಅದು ಈಗ ಮುಚ್ಚುವ ಸಮಯವಾಗಿದೆ. ಅಷ್ಟರವರೆಗೂ ಹಣಕ್ಕಾಗಿ ನಿಂತ ಗುಂಪನ್ನು ಸಮಾಧಾನಪಡಿಸುವುದು ಹೇಗೆ. ಈ ಸಮಯದಲ್ಲಿ ಐದು ನೂರು ಮೈಲಿ ದೂರದ ಹೌಸ್‌ಬೋಟ್‌ನಲ್ಲಿರುವ ಸೇಟ್ ಗೋವಿಂದರಾಮ್‌ನನ್ನು ಸಂಪರ್ಕಿಸುವುದೂ ಅಸಾಧ್ಯ.

ಗುಮಾಸ್ತರು ಕೌಂಟರುಗಳನ್ನು ಮುಚ್ಚಿದರು. ಬ್ಯಾಂಕ್ ಮೆಟ್ಟಿಲ ಮೇಲೆ ಸೇರಿದ್ದ ಜನರು "ನಮ್ಮ ಹಣ ಕೊಡ್ತೀರೋ, ಇಲ್ಲಾ, ಬಾಗಿಲು ಮುರಿದು ಒಳನುಗ್ಗಬೇಕೋ" ಎಂದು ಧಮಕಿ ಹಾಕಿದರು. "ಕರೀರಿ ಸೇಟ್‌ನ, ನಮಗ್ಗೊತ್ತು ಅವನು ಒಳಗೆಲ್ಲೋ ಬಚ್ಚಿಟ್ಟುಕೊಂಡಿದ್ದಾನೆ!"

ಕೆಲ ಕಿಡಿಗೇಡಿಗಳು ತಮಗೆ ಏನೂ ಸಂಬಂಧವಿಲ್ಲದಿದ್ದರೂ ಗುಂಪಿನ ಜನರನ್ನು ಉದ್ರೇಕಿಸಿದರು. ಬ್ಯಾಂಕ್ ವ್ಯವಸ್ಥಾಪಕರು ಬಾಗಿಲ ಬಳಿ ನಿಂತು ಸಮಾಧಾನಿಸಲು ಪ್ರಯತ್ನಿಸಿದರು. "ಬ್ಯಾಂಕ್‌ಬಳಿ ಸಾಕಷ್ಟು ಹಣವಿದೆ. ಯಾರೂ ಚಿಂತಿಸುವ ಅಗತ್ಯವಿಲ್ಲ. ಆದರೆ ಹಣವನ್ನು ತಕ್ಷಣ ತರಲು ಆಗುತ್ತಿಲ್ಲ. ದಯಮಾಡಿ ನಾಳೆ ಬನ್ನಿ" ಎಂದು ವಿನಂತಿಸಿದರು.

"ತಕ್ಷಣವೇ ನಮ್ಮ ಹಣ ಕೊಡಬೇಕು!" ಎಂದರು ಜನ, "ಈಗಲೇ...ಈಗಲೇ...ಈಗಲೇ..." ಎಂದು ಘೋಷಣೆ ರೀತಿ ಕೂಗಿದರು.

ಕಲ್ಲುಗಳನ್ನು ತೂರಿದರು. ವ್ಯವಸ್ಥಾಪಕರು ಒಳಗೆ ಹೋಗಿ ಕಬ್ಬಿಣದ ಗ್ರಿಲ್ ಗೇಟನ್ನು ಮುಚ್ಚಿದರು.

ಎಲ್ಲಿಂದಲೋ ಹಾರಿ ಬಂದ ಇಟ್ಟಿಗೆ ಬ್ಯಾಂಕಿನ ಕಿಟಕಿಯ ಗಾಜಿಗೆ ಬಡಿದು "ಫಳ್" ಎಂದು ಪುಡಿಪುಡಿ ಮಾಡಿತು.

ಪೊಲೀಸರು ಬಂದರು. ಬ್ಯಾಂಕಿನ ಮೆಟ್ಟಿಲೇರಿ, ಲಾಠಿ ಬೀಸಿ ಜನರನ್ನು ಚದುರಿಸಿದರು. ಅವರು ತಳ್ಳಿದೊಡನೆ ಜನ ಒಬ್ಬರಮೇಲೊಬ್ಬರು ಬಿದ್ದರು. ನಿಧಾನವಾಗಿ ಜನ ಚದುರಿದರು. ಮರುದಿನ ಬೆಳಿಗ್ಗೆ ಬರುವುದಾಗಿ ಜೋರಾಗಿ ಕೂಗಿ ಹೇಳಿ ಹೋದರು.

ಮರುದಿನ ಬೆಳಿಗ್ಗೆ ನಾಥೂ ಬ್ಯಾಂಕ್ ಮೆಟ್ಟಿಲುಗಳ ಕಸ ಗುಡಿಸಲು ಬಂದ. ಕಲ್ಲು, ಇಟ್ಟಿಗೆ, ಗಾಜಿನ ಚೂರುಗಳೆಲ್ಲ ಬಿದ್ದಿರುವುದನ್ನು ಕಂಡು "ಗೂಂಡಾಗಳು! ಕತ್ತೆಗಳು! ಸಂಬಳವೇ ಸಿಗದೆ ನಾನು ಒದ್ದಾಡುತ್ತಿದ್ದರೆ, ಕೆಲಸ ಬೇರೆ ಜಾಸ್ತಿ ಮಾಡಿದ್ದಾರೆ" ಎಂದು ಬೈಯುತ್ತಾ ಕಸ ತಳ್ಳತೊಡಗಿದ.

ಅದೇ ಸಮಯಕ್ಕೆ "ನಾಥೂ" ಎನ್ನುತ್ತಾ ದೋಬಿಯ ಮಗ ಸೈಕಲ್ ತುಳಿಯುತ್ತಾ ಬಂದ. "ನಿನಗೆ ಹೊಸ ಕೆಲಸ ಹುಡುಕಿದ್ದೀನಿ. ಮುಂದಿನ ತಿಂಗಳು ಒಂದರಿಂದ ಅಲ್ಲಿ ಸೇರಬೇಕು. ಸೇರುತ್ತೀಯ ತಾನೆ. ಸೇರದೆ ಏನು ಮಾಡ್ತೀಯ, ಹೇಗಿದ್ದರೂ ಈ ಬ್ಯಾಂಕ್ ಮುಚ್ಚುತ್ತಾರಲ್ವಾ"

"ಹೌದಾ, ಏಕೆ?" ಎಂದು ಅಚ್ಚರಿಯಿಂದ ನಾಥೂ ಕೇಳಿದ.

"ಓ, ನಿನಗೆ ಗೊತ್ತಿಲ್ವಾ? ಸ್ವಲ್ಪ ಹೊತ್ತು ಇಲ್ಲೇ ಇದ್ದು ನೋಡ್ತಾ ಇರು. ಊರಿನ ಅರ್ಧ ಜನ ತಮ್ಮ ಹಣ ಪಡೆಯಲು ಇಲ್ಲಿ ಬಂದು ಸೇರ್ತಾರೆ. ನೀನೂ ಅವರೊಂದಿಗೆ ನಿನ್ನ ಹಣವನ್ನೂ ಪಡೆದುಕೊ. ಸಿಕ್ಕರೆ ನಿನ್ನ ಅದೃಷ್ಟ!" ಎಂದು ಹೇಳಿ, ಖುಷಿಯಿಂದ ಕೈಬೀಸುತ್ತಾ ಸೈಕಲನ್ನು ವೇಗವಾಗಿ ತುಳಿಯುತ್ತಾ ಹೊರಟ.

ನಾಥೂ ಗೊಣಗುತ್ತಾ ಕಸ ಗುಡಿಸಲು ಪ್ರಾರಂಭಿಸಿದ. ತನ್ನ ಕೆಲಸ ಮುಗಿಸಿ, ಬ್ಯಾಂಕ್ ವ್ಯವಸ್ಥಾಪಕರ ಬಳಿ ಇವತ್ತು ಸಂಬಳ ಪಡೆಯಲೇಬೇಕೆಂದು ತೀರ್ಮಾನಿಸಿ ಮೆಟ್ಟಿಲ ಮೇಲೆ ಕುಳಿತ.

"ಯಾರಿಗೆ ತಾನೆ ಗೊತ್ತಿತ್ತು ಬ್ಯಾಂಕ್ ದಿವಾಳಿಯಾಗುತ್ತೆ ಅಂತ!" ಎಂದು ಅವನಿಗವನೇ ಮಾತನಾಡಿಕೊಂಡ. ದೂರ ದಿಗಂತದೆಡೆಗೆ ನೋಡುತ್ತಾ ಯೋಚಿಸತೊಡಗಿದ, "ಇದು ಹೇಗೆ ಆಗಿರಬಹುದು..."

ಗೆಲುವು ತಂದ ಕೊಕಿ

"ಶನಿವಾರ ಕ್ರಿಕೆಟ್ ಪಂದ್ಯ ಇದೆಯಲ್ವಾ?" ಎಂದು ಕೇಳಿದಳು ಕೊಕಿ.

ಹೌದು, ಇದೆ. ನಾವು ಪಬ್ಲಿಕ್ ಶಾಲೆಯ ತಂಡದ ವಿರುದ್ಧ ಆಡಲಿದ್ದೇವೆ" ಎಂದ ರಾಂಜಿ.

"ಹಾಗಾದ್ರೆ, ನಾನು ಬಂದು ನೋಡುತ್ತೇನೆ" ಎಂದಳು ಕೊಕಿ.

"ನಿನ್ನಿಷ್ಟ. ಅದೇನೂ ಅಂತ ವಿಶೇಷ ಪಂದ್ಯವಲ್ಲ, ನಾವು ಅವರನ್ನು ಸುಲಭವಾಗಿ ಸೋಲಿಸುತ್ತೇವೆ."

ರಾಂಜಿಯ ಕ್ರಿಕೆಟ್ ತಂಡ ಶಾಲೆಯ ತಂಡಕ್ಕಿಂತ ವಿಭಿನ್ನವಾದುದು. ಅವನ ತಂಡದ ಹುಡುಗರಲ್ಲಿ ದೊಡ್ಡವರು, ಚಿಕ್ಕವರು, ಎತ್ತರದವರು, ಗಿಡ್ಡರು ಸೇರಿದಂತೆ ಹಲವು ರೀತಿಯ ಹುಡುಗರಿದ್ದರು. ಹುಡುಗಿಯಾದರೂ ಕೊಕಿಗೂ ಕೂಡ ತಂಡದ ಸದಸ್ಯತ್ವವಿತ್ತು. ತಂಡದ ಹನ್ನೆರಡನೇ ಸದಸ್ಯಳಾಗಿ ಅಗತ್ಯವಿದ್ದಾಗ ಆಡುವ ಹೆಚ್ಚುವರಿ ಆಟಗಾರಳಾಗಿರುತ್ತಿದ್ದಳು. ಅವಳಿಗೆ ಕ್ರಿಕೆಟ್ ಚೆನ್ನಾಗಿ ತಿಳಿದಿತ್ತು. ಕೆಲವೊಮ್ಮೆ ರಾಂಜಿ ಮುಂಜಾನೆ ಬ್ಯಾಟಿಂಗ್ ಅಭ್ಯಾಸ ಮಾಡುವಾಗ ಅವಳು ಬೌಲಿಂಗ್ ಮಾಡುತ್ತಿದ್ದಳು. ಅವನ ತಂಡದಲ್ಲಿ ರಾಂಜಿಯಂತೆ ಖಾಸಗಿ ಶಾಲೆಯಲ್ಲಿ ಓದುತ್ತಿದ್ದವರು ಬೆರಳೆಣಿಕೆಯಷ್ಟು ಮಂದಿ ಮಾತ್ರ. ಬಹುತೇಕರು ಸರ್ಕಾರಿ ಶಾಲೆಯಲ್ಲಿ ಓದುತ್ತಿದ್ದರು. ಇಬ್ಬರು ಮೂವರು ಶಾಲೆಗೆ ಹೋಗುವುದನ್ನು ನಿಲ್ಲಿಸಿದ್ದರು.

ಭರ್ತು, ಬೆಳಗಿನ ಹೊತ್ತಿನಲ್ಲಿ ಪತ್ರಿಕೆಗಳನ್ನು ಮನೆಮನೆಗೆ ಹಾಕಿಬರುತ್ತಿದ್ದ. ಸಹೋದರರಾದ ಮುಖೇಶ್ ಮತ್ತು ರಾಕೇಶರ ಅಪ್ಪ ಸಿಹಿ ತಿಂಡಿಗಳ ಅಂಗಡಿಯಿಟ್ಟಿದ್ದರು. ದರ್ಜಿಯ ಮಗ ಅಮೀರ್ ಅಲಿ. ಇವರೊಂದಿಗೆ ಬಿಲ್ಲಿ ಜೋನ್ಸ್ ಎಂಬ ಆಂಗ್ಲೋ ಇಂಡಿಯನ್ ಹುಡುಗನಿದ್ದ. ಎತ್ತರಕ್ಕಿದ್ದ "ಲಂಬೂ" ದೋಬಿಯ ಮಗ ಸೀತಾರಾಮ್ ಮತ್ತಿತರರು ರಾಂಜಿಯ ತಂಡದಲ್ಲಿದ್ದರು. ಇವರೊಂದಿಗೆ ಭೀಮ್ ಕೂಡ ಇದ್ದ. ಅವನಿಗೆ ಆಡಲು ಬರುತ್ತಿಲ್ಲವಾದರೂ ಒಳ್ಳೆಯ ಅಂಪೈರ್ ಆಗುತ್ತಿದ್ದ (ಅವನ ಕನ್ನಡಕ ಮಂಜು ಮುಸುಕದಿದ್ದಾಗ ಮಾತ್ರ!) ಮತ್ತು ತಂಡ ಎಲ್ಲಿಗೆ ಹೊರಟರೂ ಹಿಂಬಾಲಿಸುತ್ತಿದ್ದ.

ಬರುವ ಶನಿವಾರ ಅವರು ತಮ್ಮ "ಹೋಂ ಪಿಚ್"ನಲ್ಲಿ ಪಂದ್ಯವನ್ನು ಆಡುವವರಿದ್ದರು. ಹೊಸ ಸಿನೆಮಾ ಮಂದಿರ "ಅಪ್ಸರಾ"ದ ಹಿಂದಿರುವ ಖಾಲಿ ಸ್ಥಳವೇ ಅವರ ಕ್ರಿಕೆಟ್ ಮೈದಾನ.

ಪಬ್ಲಿಕ್ ಶಾಲೆಯ ಹುಡುಗರು ಮೊದಲು ಬಂದರು. ಅವರೆಲ್ಲರೂ ಒಂದೇ ವಸತಿ ಶಾಲೆಯಲ್ಲಿದ್ದುದರಿಂದ ಒಟ್ಟಿಗೇ ಬೇಗ ಬಂದರು. ರಾಂಜಿಯ ತಂಡದ ಸದಸ್ಯರು ಒಬ್ಬೊಬ್ಬರು ಒಂದೊಂದು ದಿಕ್ಕಿನಿಂದ ಆಗಮಿಸಿದರು. ಅವರೆಲ್ಲಾ ಬಂದು ಸೇರುವಷ್ಟರಲ್ಲಿ ಸ್ವಲ್ಪ ಹೊತ್ತಾಯಿತು. ಆದರೂ ತಂಡಕ್ಕೆ ಇಬ್ಬರು ಕಡಿಮೆಯಿದ್ದರು. ರಾಂಜಿ ಟಾಸ್ ಗೆದ್ದು ಬ್ಯಾಟಿಂಗ್ ಆಯ್ದುಕೊಂಡ. ತಡವಾಗಿ ಬರುವವರು ಬಂದು ಸೇರಿಕೊಳ್ಳಬಹುದು ಎಂಬುದು ಅವನ ಆಲೋಚನೆಯಾಗಿತ್ತು.

"ಮುಖೇಶ್ ಮತ್ತು ರಾಕೇಶ್ ಸಮಯಕ್ಕೆ ಸರಿಯಾಗಿ ಬರದಿದ್ದರೆ ಅವರನ್ನು ತಂಡದೊಳಗೆ ಸೇರಿಸಿಕೊಳ್ಳುವುದಿಲ್ಲ" ಎಂದು ಕಟ್ಟುನಿಟ್ಟಿನ ಧ್ವನಿಯಲ್ಲಿ ಹೇಳಿದ ರಾಂಜಿ.

"ಅವರನ್ನು ತಂಡದಿಂದ ತೆಗೆಯಬೇಡ. ಅವರು ಯಾವಾಗಲೂ ಅವರ ತಂದೆಯ ಸಿಹಿಯಂಗಡಿಯಿಂದ ಸಿಹಿ ತಿಂಡಿಗಳು ಹಾಗೂ ಮತ್ತಿತರ ತಿನಿಸುಗಳನ್ನು ತರುತ್ತಾರೆ. ಅವರು ರನ್ ಗಳಿಸದಿದ್ದರೂ ಚಿಂತೆಯಿಲ್ಲ, ಅವರು ನಮ್ಮ ತಂಡದಲ್ಲಿರಲಿ" ಎಂದ ಲಂಬು.

"ಹಾಗಾದರೆ ಅವರು ತಿಂಡಿಗಳನ್ನು ತರದೇ ಬರಿಗೈಯಲ್ಲಿ ಬಂದರೆ ಅವರನ್ನು ತಂಡದಿಂದ ಕೈಬಿಡುತ್ತೇನೆ" ಎಂದ ರಾಂಜಿ. ಅವನು ನ್ಯಾಯೋಚಿತ ತೀರ್ಮಾನ ಕೊಡುವುದರಲ್ಲಿ ಎತ್ತಿದ ಕೈ.

ರಾಂಜಿ ತಂಡದ ಪರವಾಗಿ ಭೀಮ್ ಮತ್ತು ಪಬ್ಲಿಕ್ ಶಾಲೆಯ ತಂಡದ ಪರವಾಗಿ ಅವರ ಶಿಕ್ಷಕ ಅಂಪೈರುಗಳಾಗಿದ್ದರು. ಅವರಿಬ್ಬರೂ ವಿಕೆಟ್‌ಗಳನ್ನು ನೆಡಲು ಹೋದರು.

"ಅವರ ಶಿಕ್ಷಕನ ನೋಟ ಯಾಕೋ ನನಗೆ ಸರಿ ಕಾಣುತ್ತಿಲ್ಲ" ಎಂದ ಅಮೀರ್ ಅಲಿ.

"ನಮ್ಮ ಎಚ್ಚರಿಕೆಯಲ್ಲಿ ನಾವಿರೋಣ, ಸುಮ್ಮನೆ ಅಪಾಯವನ್ನು ಮೈಮೇಲೆ ಎಳೆದುಕೊಳ್ಳುವುದು ಬೇಡ."

ಬಿಲ್ಲಿ ಜೋನ್ಸ್ ಮತ್ತು ಲಂಬು ಯಾವಾಗಲೂ ಮೊದಲ ಬ್ಯಾಟಿಂಗ್ ಜೋಡಿ. ಲಂಬುವಿನ ಎತ್ತರ ಪುಟಿದೇಳುವ ವೇಗದ ಚೆಂಡನ್ನು ಎದುರಿಸಲು ಸಹಕಾರಿಯಾಗಿತ್ತು. ಅವನೇ ಮೊದಲ ಎಸೆತವನ್ನು ಎದುರಿಸಿದ.

ಪಬ್ಲಿಕ್ ಶಾಲೆಯ ವೇಗದ ಬೌಲರ್ ಅತ್ಯಂತ ವೇಗವಾಗಿ ಚೆಂಡನ್ನು ಎಸೆಯುತ್ತಿದ್ದನಾದರೂ ಗುರಿ ಸಮರ್ಪಕವಾಗಿರಲಿಲ್ಲ. ಏಕೆಂದರೆ ಅವನು ಅತ್ಯಂತ ವೇಗವಾಗಿ ಚೆಂಡನ್ನು ಎಸೆಯಲಷ್ಟೇ ಪ್ರಾಧಾನ್ಯತೆ ಕೊಡುತ್ತಿದ್ದ. ಅವನ ಮೊದಲ ಎಸೆತ ವೈಡ್ ಆಯಿತು. ಹಾಗಾಗಿ ರಾಂಜಿಯ ತಂಡಕ್ಕೆ ಉಚಿತವಾಗಿ ಒಂದು ರನ್ ಬಂತು. ಎರಡನೇ ಎಸೆತ ಕೂಡ ವಿಕೆಟ್ ನಿಂದ ಸ್ವಲ್ಪ ದೂರವೇ ಸರಿಯಿತು. ಲಂಬು ಅದನ್ನು

ಮೊಣಕಾಲನ್ನು ನೆಲಕ್ಕೆ ಊರಿ ಬೀಸಲು ಪ್ರಯತ್ನಿಸಿದನಾದರೂ ತಪ್ಪಿಹೋಯಿತು. ಮೂರನೇ ಎಸೆತದಲ್ಲಿ ಚೆಂಡು ಅರ್ಧ ಪಿಚ್ ನಲ್ಲಿ ನೆಲಕ್ಕೆ ಬಿದ್ದು ಮೇಲಕ್ಕೇಳದೇ ನೇರವಾಗಿ ಲಂಬುವಿನ ಕಾಲಿಗೆ ಕಟ್ಟಿದ್ದ ಪ್ಯಾಡ್ ಗೆ ಬಡಿಯಿತು.

"ಹೌ ಈಸ್ ದಟ್!" ಎಂದು ಬೌಲರ್, ವಿಕೆಟ್‌ಕೀಪರ್ ಮತ್ತು ಸ್ಲಿಪ್‌ಫೀಲ್ಡರುಗಳು ಏಕಕಂಠದಿಂದ ಕೂಗಿದರು.

ಪಬ್ಲಿಕ್ ಶಾಲೆಯ ಅಂಪೈರ್ ಅರೆಕ್ಷಣವೂ ಹಿಂದುಮುಂದು ಆಲೋಚಿಸದೇ ಬೆರಳನ್ನು ಮೇಲೆತ್ತಿದ. ಲೆಗ್ ಬಿಫೋರ್ ವಿಕೆಟ್‌ಗೆ ಲಂಬು ಔಟಾದ.

ಲಂಬು ಗಾಬರಿಗೊಂಡ. ತಲೆ ಬಗ್ಗಿಸಿ ತನ್ನ ಕಾಲನ್ನು ಎಲ್ಲಿಟ್ಟಿರುವೆನೆಂದು ನೋಡಿಕೊಂಡ, ಹಾಗೇ ಹಿಂದಿರುವ ಸ್ಟಂಪ್‌ಗಳನ್ನು ಗಮನಿಸಿದ.

"ನಾನು ವಿಕೆಟ್‌ನ ಮುಂದೆ ಇರಲಿಲ್ಲ" ಎಂದು ಯಾರೊಬ್ಬರನ್ನೂ ಉದ್ದೇಶಿಸದೆ ಎಲ್ಲರಿಗೂ ಕೇಳಿಸುವಂತೆ ಹೇಳಿದ ಲಂಬು.

"ಅಂಪೈರ್ ಹೇಳಿದ ಮೇಲೆ ಯಾರೂ ಪ್ರಶ್ನಿಸುವಂತಿಲ್ಲ" ಎಂದ ವಿಕೆಟ್‌ಕೀಪರ್.

ಲಂಬು ನಿಧಾನವಾಗಿ ನಡೆಯುತ್ತಾ ಜೋಡಿಸಿಟ್ಟಿದ್ದ ಇಟ್ಟಿಗೆಗಳ ಮೇಲೆ ಕುಳಿತಿದ್ದ ತನ್ನ ತಂಡದ ಸದಸ್ಯರ ಬಳಿಗೆ ಬಂದ.

"ನಾನು ಔಟಾಗಿರಲಿಲ್ಲ!" ಎಂದು ಪ್ರತಿಭಟನೆಯ ದನಿಯಲ್ಲಿ ಹೇಳಿದ.

"ತಲೆ ಕೆಡಿಸಿಕೊಳ್ಳಬೇಡ, ಬಾ ಕುಳಿತುಕೊ. ಬೌಲಿಂಗ್ ಮಾಡುವಾಗ ನಿನಗೆ ಒಳ್ಳೆ ಅವಕಾಶ ಸಿಗುತ್ತದೆ" ಎನ್ನುತ್ತಾ ರಾಂಜಿ ತಾನು ಬ್ಯಾಟ್ ಮಾಡಲು ಹೊರಟ.

ಭುಜದ ಮೇಲೆ ಬ್ಯಾಟನ್ನು ಗದೆಯಂತೆ ಇರಿಸಿಕೊಂಡು ಅವನು ಆತ್ಮವಿಶ್ವಾಸದಿಂದ ಹೋದ. ವಿಕೆಟ್ ಮುಂದೆ ಸೂಕ್ಷ್ಮವಾಗಿ ಗಮನಿಸಿ ನೋಡಿ ಬ್ಯಾಟಿಂದ ನೆಲವನ್ನು ಕುಟ್ಟಿ, ಎಸೆತವನ್ನು ಎದುರಿಸಿದ. ವೇಗವಾಗಿ ನೇರವಾಗಿ ಬಂದ ಚೆಂಡನ್ನು ಅಷ್ಟೇ ನೇರವಾಗಿ ಬೌಲರನ ಪಕ್ಕದಲ್ಲಿ ಹಾದು ಹೋಗುವಂತೆ ಹೊಡೆದ. ರಾಂಜಿಯ ತಂಡದವರ ಹರ್ಷೋದ್ಗಾರದ ನಡುವೆ ಅದು ಬೌಂಡರಿ ಗೆರೆಯನ್ನು ದಾಟಿತು. ನಾಲ್ಕು ರನ್‌ಗಳು.

ಅವನ ತಂಡದವರು ಸೇರಿರುವ ಕಡೆ ಒಮ್ಮೆ ತಿರುಗಿ ನೋಡಿದ. ಅವರ ನಡುವೆ ಹೆಣ್ಣುಮಕ್ಕಳಾರೂ ಇರಲಿಲ್ಲ. ಇತ್ತ ವಿರುದ್ಧ ದಿಕ್ಕಿನ ಕಡೆ ನೋಡಿದ. ಬೌಂಡರಿ ಗೆರೆಯ ಆಚೆ ದೊಡ್ಡ ಸಿನೆಮಾ ಪೋಸ್ಟರ್ ಹಚ್ಚಿದ್ದ ಫಲಕದ ಅಡಿಯಲ್ಲಿ ನಿಂತಿದ್ದಳು ಕೊಕಿ. ಅವನು ನೋಡಿದೊಡನೆ ಕೈ ಬೀಸಿದಳು.

ರಾಂಜಿ ಕೈಬೀಸಲಿಲ್ಲ. ತಾನಿರುವ ಸ್ಥಳ ಹಾಗೂ ವಾಸ್ತವತೆಯ ಅರಿವುಳ್ಳವನಾದ ಅವನು ಪುನಃ ಬೌಲರನ ಎಸೆತವನ್ನು ಎದುರಿಸಲು ಸಿದ್ಧನಾದ. ಏಕಕಾಲದಲ್ಲಿ ಎರಡು ಸಂಗತಿಗಳು ಅವನ ಅರಿವಿಗೆ ಬಂದವು. ಒಂದು ಕ್ರೋಧದ ಮುಖಭಾವದಿಂದ ವೇಗದ ಬೌಲರ್ ಧಾವಿಸಿ ಬರುತ್ತಿರುವುದು ಮತ್ತು ಎರಡನೆಯದು ಕೊಕಿ, ಬೌಂಡರಿಯಾಚೆ ನಿಂತು ಇನ್ನೊಂದು ಬೌಂಡರಿ ಹೊಡೆಯುವನೆಂದು ಕಾಯುತ್ತಿರುವುದು. ದ್ವಂದ್ವ

ಆಲೋಚನೆಯಿಂದ ಅವನ ಏಕಾಗ್ರತೆ ಭಂಗವಾಗಿ ಬಂದ ಬಾಲನ್ನು ಹೇಗೆ ಹೊಡೆಯಬೇಕೆಂದು ನಿರ್ಣಯಿಸಲು ವಿಫಲನಾದನು. ಮುಂದೆ ಹೊಡೆಯುವುದರ ಬದಲು ಪಕ್ಕಕ್ಕೆ ಬೀಸಿದ. ಬಾಲು ಅವನ ಬ್ಯಾಟನ್ನು ಸವರಿಕೊಂಡು ವಿಕೆಟ್‌ಕೀಪರ್‌ನ ಕೈಗೆ ಹೋಯಿತು.

"ಹೌ ಈಸ್ ದಟ್!" ಎಂದು ಎಲ್ಲಾ ಫೀಲ್ಡರುಗಳು ಕಿರುಚಿದರು, ಕ್ಯಾಚ್ ಹಿಡಿದುದಕ್ಕೆ ಔಟ್ ಎನ್ನಲಿ ಅಂಪೈರ್ ಎಂದು.

ರಾಂಜಿ ಅಂಪೈರ್ ನಿರ್ಣಯಕ್ಕೆ ಕಾಯಲಿಲ್ಲ. ಅದರಲ್ಲೂ ಈ ಬಾರಿ ಅಂಪೈರ್ ಆಗಿದ್ದುದು ಭೀಮ್. ಹಾಗಾಗಿ ಅವನು ಔಟ್ ಎಂದು ಹೇಳಬೇಕಿತ್ತು. ಆದರೆ ರಾಂಜಿಗೇ ಸ್ವತಃ ತನ್ನ ಬ್ಯಾಟ್ ಚೆಂಡನ್ನು ಸವರಿದ್ದು ಗೊತ್ತಿದ್ದುದರಿಂದ ಮುಖವನ್ನು ಸಿಂಡರಿಸಿಕೊಂಡು ತನ್ನ ತಂಡವಿರುವ ಕಡೆಗೆ ವಾಪಸಾದ. ಇದಕ್ಕೆಲ್ಲಾ ಕಾರಣ ಕೊಕಿ!

ನಂತರ ಸೀತಾರಾಮ್ ಮತ್ತು ಭರ್ತು ಇಬ್ಬರೂ ಉತ್ತಮ ಜೋಡಿಯಾಗಿ ಆಟವನ್ನು ಆಟವಾಡಿದರು. ಪ್ರತೀ ಭಾನುವಾರ ಊರಿನ ಬಟ್ಟೆಗಳನ್ನು ಒಗೆಯಲು ತನ್ನ

ತಂದೆಗೆ ನೆರವಾಗುತ್ತಿದ್ದ ಸೀತಾರಾಮ್, ಸಪಾಟು ಕಲ್ಲಿನ ಮೇಲೆ ಬಟ್ಟೆಗಳನ್ನು ಹಾಕಿ ಕೋಲಿನಿಂದ ಬಡಿದು ಬಡಿದು ರೂಢಿಯಿತ್ತು. ಚೆಂಡನ್ನು ಕೂಡ ಅದೇ ಮಾದರಿಯಲ್ಲಿ ಜೋರಾಗಿ ಬಾರಿಸುತ್ತಾ ನಾನಾ ದಿಕ್ಕಿಗೆ ಅಟ್ಟಿದ. ಜೋರಾಗಿ ಬೀಸಿ ಹೊಡೆದು ಕ್ಯಾಚ್ ನೀಡಿ ಔಟಾಗುವಷ್ಟರಲ್ಲಿ ತಂಡಕ್ಕೆ ಬೇಕಿದ್ದ ಅಮೂಲ್ಯವಾದ ಇಪ್ಪತ್ತೈದು ರನ್‌ಗಳನ್ನು ಅವನು ಹೊಡೆದಿದ್ದ. ಭರ್ತು ಮಾತ್ರ ಚೆಂಡನ್ನು ತಳ್ಳುತ್ತಾ, ತಟ್ಟುತ್ತಾ ಒಂದೊಂದೇ ರನ್ ಮಾಡುತ್ತಾ ಇದ್ದವನು ಎಲ್.ಬಿ.ಡಬ್ಲೂ ನಿರ್ಣಯಕ್ಕೆ ವಾಪಸಾಗಬೇಕಾಯಿತು. ಬಿಲ್ಲಿಜೋನ್ಸ್ ಸಹ ಹಾಗೆಯೇ ಕಾಲಿನ ಪ್ಯಾಡಿಗೆ ಚೆಂಡನ್ನು ಬೀಳಿಸಿಕೊಂಡು ಹಿಂದಿರುಗಿದ. ಅಂಪೈರ್ ಕೊಡುತ್ತಿದ್ದ ಎಲ್.ಬಿ.ಡಬ್ಲೂ ನಿರ್ಣಯಗಳು ಯಾರೊಬ್ಬರಿಗೂ ಸಮಾಧಾನ ತರಲಿಲ್ಲ.

"ನಾವು ಎರಡೂ ತಂಡಕ್ಕೆ ಸಂಬಂಧಿಸದವರನ್ನು ಅಂಪೈರ್ ಮಾಡಿಕೊಳ್ಳಬೇಕು" ಎಂದ ಅಮೀರ್ ಅಲಿ.

"ಆದರೆ ಯಾರು ತಾನೆ ಅಂಪೈರ್ ಆಗಿ ಬರುತ್ತಾರೆ? ನಮಗೆ ಯಾರೂ ಸಿಗಲ್ಲ. ನಾವು ನಮ್ಮ ತಂಡದ ಸದಸ್ಯರಲ್ಲೇ ಒಬ್ಬರನ್ನು ಮಾಡಿಕೊಳ್ಳಬೇಕು, ಇಲ್ಲದಿದ್ದರೆ ಎದುರಾಳಿ ತಂಡದವರನ್ನೇ ಇಬ್ಬರೂ ಅಂಪೈರುಗಳನ್ನಾಗಿ ಒಪ್ಪಿಕೊಳ್ಳಬೇಕು!" ಎಂದ ರಾಂಜಿ.

"ಬೇಡವೇ ಬೇಡ, ಇವತ್ತಿನ ಅನುಭವವೇ ಸಾಕು" ಎಂದ ಲಂಬು.

ಅಷ್ಟರಲ್ಲಿ ಮುಖೇಶ್ ಮತ್ತು ರಾಕೇಶ್, ಎರಡು ಕವರುಗಳ ತುಂಬಾ ಸಮೋಸಾ ಮತ್ತು ಜಿಲೇಬಿಗಳನ್ನು ತೆಗೆದುಕೊಂಡು ಬಂದರು. ಅದರಿಂದಾಗಿ ಅವರಲ್ಲಿ ಮತ್ತೆ ಉತ್ಸಾಹ ಪುಟಿಯಿತು. ಜಿಲೇಬಿ ಮತ್ತು ಸಮೋಸಾಗಳನ್ನು ಇವರು ಕಬಳಿಸುತ್ತಿದ್ದ ವೇಗದಲ್ಲಿಯೇ ಇವರ ತಂಡದ ವಿಕೆಟ್‌ಗಳು ಸಹ ಉದುರುತ್ತಾ ಹೋದವು. ಮುಖೇಶ್ ಮತ್ತು ರಾಕೇಶ್ ಕೊನೆಯ ಜೋಡಿ ಆಟವನ್ನು ಹಲವು ಓವರುಗಳು ಆಡಿದರು. ಆದರೆ ರಾಕೇಶ್‌ನನ್ನು ಅಂಪೈರ್ ಔಟ್ ಎಂದು ಹೇಳುವುದರ ಮೂಲಕ ಇವರ ಆಟ ಪರಿಸಮಾಪ್ತಿಯಾಯಿತು. ಅವರ ಸ್ಕೋರ್ ಅಷ್ಟೇನೂ ಸಮಾಧಾನಕರವಾಗಿರಲಿಲ್ಲ. ಗೆಲುವು ಸಾಧಿಸಬೇಕಿದ್ದರೆ ವಿಶೇಷ ಸಂಗತಿಗಳು ಘಟಿಸಬೇಕಷ್ಟೇ.

ಈಗ ಬ್ಯಾಟಿಂಗ್ ಮಾಡುವುದು ಪಬ್ಲಿಕ್ ಶಾಲೆಯ ಸರದಿ. ಅವರ ಮೊದಲ ಆಟಗಾರನನ್ನು ಲಂಬೂ ಶೂನ್ಯಕ್ಕೆ ಬೌಲ್ಡ್ ಮಾಡಿ ಮನೆಗೆ ಕಳಿಸಿದ. ರಾಂಜಿ ಬೌಲಿಂಗ್‌ನಲ್ಲಿ ಬೆಂಡು ಇನ್ನೊಬ್ಬ ಆಟಗಾರನ ಕಾಲಿನ ಪ್ಯಾಡ್‌ಗೆ ಮೂರು ಬಾರಿ ಬಡಿದರೂ. ಎಷ್ಟೇ ಜೋರಾಗಿ "ಹೌ ಈಸ್ ದಟ್!" ಎಂದು ಕಿರುಚಿದರೂ, ಪಬ್ಲಿಕ್ ಶಾಲೆಯ ಅಂಪೈರ್ ಎಲ್.ಬಿ.ಡಬ್ಲೂ ಎಂದು ಸೂಚಿಸಲಿಲ್ಲ. "ನಿಮ್ಮವನೆಂದು ಹೀಗೆ ಮಾಡ್ತೀರಾ!" ಎಂದು ಗೊಣಗುತ್ತಾ ಹಿಂದೆ ಹೋಗಿ ಓಡಿ ಬಂದವನೇ ರಾಂಜಿ ಸಿಡಿಲಿನಂತೆ ಚೆಂಡನ್ನು ಎಸೆದ. ಪುಟ ಬಿದ್ದು ಚೆಂಡು ನೇರವಾಗಿ ಬ್ಯಾಟ್ ಹಿಡಿದವನ ಕೈಗೆ ಫಟ್ ಎಂದು ಬಡಿಯಿತು. ಅವನು ನೋವಿನಿಂದ ನರಳುತ್ತಾ, ಬ್ಯಾಟನ್ನು ಕೈಬಿಟ್ಟು ಕೈಯನ್ನು ಜೋರಾಗಿ ಒದರಿದ. ಎಲ್ಲರಿಗೂ ಊದಿಕೊಂಡ ತನ್ನ ಬೆರಳನ್ನು ತೋರಿಸುತ್ತಾ ಗಾಯಾಳುವಾಗಿ ಹಿಂದಿರುಗಿದ.

"ಇವರನ್ನು ಔಟ್ ಮಾಡಲು ಹಲವಾರು ವಿಧಾನಗಳಿವೆ" ಎಂದು ಅಂಪೈರ್‌ಗೆ ಮಾತ್ರ ಕೇಳಿಸುವಂತೆ ಅವನ ಪಕ್ಕದಲ್ಲಿ ಹಾದು ಹೋಗುವಾಗ ಹೇಳಿದ ರಾಂಜಿ.

ನಂತರ ಬಂದವರಿಬ್ಬರೂ ಒಳ್ಳೆಯ ಆಟಗಾರರು. ಹಿಂದಿನವರಂತೆ ಅಳ್ಳೆದೆಯವರಲ್ಲ. ಲಂಬೂ ಎಸೆದ ಎಸೆತಕ್ಕೆ ಒಬ್ಬನ ಬ್ಯಾಟು ಕೊಂಚ ತಗುಲಿದಂತಾಗಿ ಕೀಪರ್ ಕ್ಯಾಚ್ ಹಿಡಿದನಾದರೂ, ಅಂಪೈರ್ ಭೀಮ್ ನಿಷ್ಪಕ್ಷಪಾತಿಯಾಗಿದ್ದರಿಂದ ಅದು ಔಟಿಲ್ಲವೆಂದೇ ನಿರ್ಣಯ ಹೇಳಿದ. ಇನ್ನೊಬ್ಬ ಅಂಪೈರ್ ಏನೇ ಮಾಡಿದರೂ, ಭೀಮ್ ಮಾತ್ರ ಯಾರ ಪರವಾಗಲೀ ಯಾರ ವಿರುದ್ಧವಾಗಲೀ ನಿರ್ಣಯ ಕೊಡದೇ ತನ್ನ ಕ್ರೀಡಾಪ್ರೇಮವನ್ನು ಮೆರೆದ. ರಾಂಜಿಗೆ ಇದು ಸರಿ ಕಾಣಲಿಲ್ಲ.

ಮೂರನೇ ಮತ್ತು ನಾಲ್ಕನೇ ಬ್ಯಾಟ್ಸ್‌ಮನ್‌ಗಳು ಉತ್ತಮ ಜೊತೆಯಾಟವಾಡಿ ನಲವತ್ತು ರನ್‌ಗಳನ್ನು ಕಲೆಹಾಕಿದರು. ಮಧ್ಯಾಹ್ನದ ಹೊತ್ತಿಗೆ ರಾಂಜಿ ತಂಡದವರೆಲ್ಲರಿಗೂ ಹಸಿವು ಮತ್ತು ದಣಿವು ಆವರಿಸಿತು. ಸೀತಾರಾಮನ ಸ್ಪಿನ್ ಧಾಳಿಗೆ ಎದುರಾಳಿ ತಂಡದ ಮೂರು ವಿಕೆಟ್‌ಗಳು ಪಟಪಟನೆ ಉರುಳಿದವು. ಪಬ್ಲಿಕ್ ಶಾಲೆಯ ಮೂರು ವಿಕೆಟ್ ಉಳಿದಿದ್ದವು. ಅವರ ಗೆಲುವಿಗೆ ಇಪ್ಪತ್ತು ರನ್ನುಗಳು ಬೇಕಿದ್ದವು.

ಆಗ ಕ್ಯಾಚ್ ಹಿಡಿಯಲು ಓಡಿದ ಭರ್ತುರ್ ಆ ಕಡೆಯಿಂದ ಅದೇ ಚೆಂಡನ್ನು ಹಿಡಿಯಲೆಂದು ಬಂದ ಡುಮ್ಮ ಮುಖೇಶನಿಗೆ ಡಿಕ್ಕಿ ಹೊಡೆದ. ಇಬ್ಬರೂ ಹುಲ್ಲಿನ ಮೇಲೆ ಉರುಳಾಡಿ ಎದ್ದರು. ಇಬ್ಬರೂ ಎದ್ದಾಗ ಚೆಂಡು ಮುಖೇಶನ ಪ್ಯಾಂಟಿನ ಹಿಂಬದಿ ಸಿಕ್ಕಿಕೊಂಡಿತ್ತು. ಅಲ್ಲಿಗೆ ಅದು ಹೇಗೆ ಹೋಗಿ ಸೇರಿತು ಎಂಬುದು ಯಾರಿಗೂ ತಿಳಿಯಲಿಲ್ಲ. ಇಬ್ಬರು ಅಂಪೈರ್‌ಗಳೂ ಸುಧೀರ್ಘ ಚರ್ಚೆ ನಡೆಸಿ ಬ್ಯಾಟ್ಸ್‌ಮನ್‌ನನ್ನು ಔಟ್ ಎಂದು ನಿರ್ಣಯಿಸಿದರು. ಆದರೆ ಭರ್ತುರ್ ರಕ್ತ ಸುರಿಯುತ್ತಿದ್ದ ತನ್ನ ಮೂಗನ್ನು ಒರೆಸಿಕೊಳ್ಳುತ್ತಾ ಮೈದಾನದಿಂದ ಹೊರಹೋಗಬೇಕಾಯಿತು.

ಅವನ ಬದಲಿಗೆ ಯಾರನ್ನು ಸೇರಿಸಿಕೊಳ್ಳುವುದು ಎಂದು ರಾಂಜಿ ಸುತ್ತ ನೋಡಿದ. ಕೊಕಿ ಬಿಟ್ಟರೆ ಇನ್ಯಾರೂ ಕಾಣಿಸಲಿಲ್ಲ.

"ಬಾ, ಫೀಲ್ಡ್ ಮಾಡು ಬಾ" ಎಂದು ಅವಳನ್ನು ಕೊಂಚ ಒರಟಾಗಿಯೇ ಕೂಗಿದ.

ಅವಳಿಗೆ ಅಷ್ಟೇ ಸಾಕಾಗಿತ್ತು. ಚಪ್ಪಲಿಯನ್ನು ಕಳಚಿ ಬರಿಗಾಲಿನಲ್ಲಿ ಮೈದಾನದೊಳಕ್ಕೆ ಓಡಿ ಬಂದಳು. ಬೌಂಡರಿ ಗೆರೆಯ ಬಳಿ ಭರ್ತುರ್ ಮೊದಲು ನಿಂತಿದ್ದ ಜಾಗದಲ್ಲಿ ನಿಂತಳು.

ಕಡೆಯ ಬ್ಯಾಟ್ಸ್‌ಮನ್‌ಗಳು ಉಳಿದ ರನ್‌ಗಳನ್ನು ಹೇಗಾದರೂ ಮಾಡಿ ಗಳಿಸಬೇಕೆಂದು ಯರ್ರಾಬಿರ್ರಿ ಬ್ಯಾಟನ್ನು ಬೀಸತೊಡಗಿದರು. ಹೀಗೆ ಜೋರಾಗಿ ಬಾರಿಸಿದಾಗ ಚೆಂಡು ಕೊಕಿಯ ಪಕ್ಕದಲ್ಲಿಯೇ ಹಾದು ಬೌಂಡರಿ ಗೆರೆಯನ್ನು ದಾಟಿತು. ರಾಂಜಿ ಅವಳನ್ನು ದುರುಗುಟ್ಟಿ ನೋಡಿದ. ಬೇಗಬೇಗ ರನ್ ಗಳಿಸುವ ಧಾವಂತದಲ್ಲಿ ತಾಳಮೇಳ ತಪ್ಪಿ ಒಬ್ಬ ರನ್ ಔಟ್ ಆದ.

ಕಡೆಯವ ಈಗ ಕಣಕ್ಕಿಳಿದ. ಪಬ್ಲಿಕ್ ಶಾಲೆಗೆ ಕೇವಲ ಎಂಟು ರನ್‌ಗಳ

ಅವಶ್ಯಕತೆಯಿತ್ತು. ಎರಡು ಬೌಂಡರಿಗಳು ಸಿಕ್ಕರೆ ಅವರು ಗೆದ್ದಂತೆಯೇ.

ಬ್ಯಾಟ್ಸ್‌ಮನ್‌ಗಳು ಎರಡು ರನ್‌ಗಳನ್ನು ಗಳಿಸಿದರು. ಸೀತಾರಾಮ್ ಸ್ಪಿನ್ ಬೌಲಿಂಗ್ ಮಾಡಿದ. ನಿಧಾನವಾಗಿ ಬಂದ ಚೆಂಡನ್ನು ಕಂಡು ಬ್ಯಾಟ್ಸ್‌ಮನ್ ದುರಾಸೆಯಿಂದ ಹಾಗೂ ಅತಿಯಾದ ಆತ್ಮವಿಶ್ವಾಸದಿಂದ ಬೀಸಿ ಹೊಡೆದ. ಚೆಂಡು ಮೇಲೇರಿ ಕಮಾನಿನಂತೆ ಬಾಗಿ ಕೊಕಿ ಇರುವ ಕಡೆಗೆ ಹೋಯಿತು.

ಕೊಕಿ ಕೆಲವು ಗಜ ಎಡಕ್ಕೆ ಓಡಬೇಕಾಯಿತು. ಹರಿಣಿಯಂತೆ ಹಾರಿದ ಅವಳು ಎರಡೂ ಕೈಗಳಿಂದ ಚೆಂಡನ್ನು ಹಿಡಿದಳು.

ರಾಂಜಿಯ ತಂಡ ಗೆಲುವು ಸಾಧಿಸಿತು. ಅದರಲ್ಲೂ ಗೆಲುವಿನ ಕ್ಯಾಚ್ ಹಿಡಿದಿದ್ದು ಕೊಕಿ.

ಈ ದಿನ ಕಡೆಯಲ್ಲಿ, ಅದೂ ತಂಡದ ಹನ್ನೆರಡನೆಯ ಸದಸ್ಯಳಾಗಿ ಅವಳು ಬಂದಿದ್ದು. ಆನಂತರ ಅವಳು ತಂಡದ ಖಾಯಂ ಸದಸ್ಯಳಾದಳು.

ಮನೆ

"ಇವನು ನಿಜಕ್ಕೂ ಕೆಲಸಕ್ಕೆ ಬಾರದವನು" ಎಂದು ಕಪೂರ್ ತಮ್ಮ ಪತ್ನಿಗೆ ಹೇಳಿದರು. ತನ್ನ ಮಗನಿಗೆ ಕೇಳಿಸುವಂತೆಯೇ ಅವರು ಮಾತನ್ನು ಮುಂದುವರೆಸಿದರು. "ಇವನು ಮುಂದೆ ಬೆಳೆದು ತನ್ನ ಬದುಕಿಗೆ ಏನು ದಾರಿ ಮಾಡಿಕೊಳ್ಳುವನೊ ಎಂಬುದೇ ಗೊತ್ತಾಗುತ್ತಿಲ್ಲ. ಇವನಿಗೆ ಓದುವುದರಲ್ಲಿ ಒಂಚೂರೂ ಆಸಕ್ತಿಯಿಲ್ಲ."

ಸೂರಜ್‌ನ ಅಪ್ಪ, ವ್ಯವಹಾರಕ್ಕೆ ಸಂಬಂಧಿಸಿದ್ದ ಪ್ರವಾಸವನ್ನು ಮುಗಿಸಿ ಬಂದವರು ತನ್ನ ಮಗನ ಅಂಕಪಟ್ಟಿಯನ್ನು ಕೈಲಿ ಹಿಡಿದಿದ್ದರು.

"ಕ್ರಿಕೆಟ್‌ನಲ್ಲಿ ಮುಂದೆ, ಓದಿನಲ್ಲಿ ಹಿಂದೆ. ತರಗತಿಯಲ್ಲಿ ಪಾಠದ ಕಡೆ ಗಮನ ಕೊಡುವುದು ಕಡಿಮೆಯಾಗಿದೆ" ಎಂಬುದಾಗಿ ಅದರಲ್ಲಿ ಬರೆಯಲಾಗಿತ್ತು.

ಗಂಭೀರ ಮತ್ತು ಶಾಂತಮೂರ್ತಿಯಂತಿದ್ದ ಸೂರಜ್‌ನ ಅಮ್ಮ ಏನೊಂದೂ ಮಾತನಾಡಲಿಲ್ಲ. ಕಿಟಕಿ ಕಡೆ ಮುಖ ಮಾಡಿದ್ದ ಸೂರಜ್ ಮಾತಾಡಲು ನಿರಾಕರಿಸಿದಂತೆ, ಹೂದೋಟದ ಹಸಿರು ಹುಲ್ಲಿನ ಮೇಲೆ ಹರಡಿದ್ದ ಬೆಳಕಿನ ಕಿರಣಗಳನ್ನು ನೋಡುತ್ತಿದ್ದ. ಅವನ ಕಡುಗಪ್ಪು ಕಣ್ಣುಗಳು ಮತ್ತು ಪೊದೆಯಂತಿದ್ದ ಹುಬ್ಬು ಬಂಡಾಯ ಮನೋಭಾವವನ್ನು ಪ್ರತಿನಿಧಿಸುತ್ತಿತ್ತು.

ಎಲ್ಲರ ಮಾತುಗಳನ್ನೂ ಅವರಪ್ಪನೇ ಆಡುತ್ತಿದ್ದ. "ಒಂಚೂರೂ ಪ್ರಗತಿ ಕಾಣಿಸದ ಮೇಲೆ, ಸುಮ್ಮನೆ ಇವನ ವಿದ್ಯಾಭ್ಯಾಸಕ್ಕೆ ಹಣ ಖರ್ಚು ಮಾಡುವುದು ದಂಡ ಅನ್ನಿಸುತ್ತೆ. ಮನೆಗೆ ಬರುತ್ತಾನೆ, ಮೂವರು ತಿನ್ನುವಷ್ಟು ತಿಂತಾನೆ, ಹಣ ಕೇಳ್ತಾನೆ, ಸ್ನೇಹಿತರೊಂದಿಗೆ ಪೋಲಿ ಅಲೆಯಲು ಹೋಗ್ತಾನೆ!"

ಒಂದೇ ಸಮನೆ ಮಾತನಾಡಿದ ಕಪೂರ್ ತಮ್ಮ ಮಾತಿಗೆ ಕೊಂಚ ತಡೆ ಹಾಕಿ, ಸೂರಜ್ ಏನಾದರೂ ಮಾತನಾಡುತ್ತಾನೇನೋ, ಅದರಿಂದ ಇನ್ನಷ್ಟು ಬಯ್ಗುಳ ಶುರುಮಾಡಲು ಕಾದರು. ಮೌನವಾಗಿದ್ದಷ್ಟೂ ತನ್ನಪ್ಪನಿಗೆ ರೇಗುತ್ತದೆ ಎಂಬುದು ಸೂರಜ್‌ಗೆ ಗೊತ್ತು. ಕೆಲವೊಮ್ಮೆ ಅವನು ಅಪ್ಪನಿಗೆ ರೇಗಿದಾಗ ಆಡುವ ರೀತಿಯನ್ನು

ಕಂಡು ಒಳಗೊಳಗೇ ಸಂತೋಷಿಸುತ್ತಾನೆ.

"ಇನ್ನು ನನ್ನ ಕೈಲಿ ತಡೆಯೋಕಾಗಲ್ಲ" ಎಂದು ಕೊನೆಗೆ ಹೇಳಿಬಿಟ್ಟರು ಕಪೂರ್.

"ನೋಡೋ ನೀನು ಓದುವ ಪ್ರಯತ್ನ ಮಾಡದಿದ್ದರೆ ಮನೆ ಬಿಟ್ಟು ಹೋಗಬೇಕಷ್ಟೆ!" ಎಂದು ನೇರವಾಗಿ ಸೂರಜ್‌ನನ್ನು ದಿಟ್ಟಿಸಿ ಹೇಳಿದವರೇ ಕೋಣೆಯಿಂದ ಹೊರಕ್ಕೆ ಹೊರಟರು.

ಸೂರಜ್ ಸ್ವಲ್ಪ ಹೊತ್ತು ಕಿಟಕಿ ಬಳಿಯೇ ನಿಂತಿದ್ದ. ನಂತರ ಮನೆಯ ಮುಂದಿನ ಬಾಗಿಲಿನ ಬಳಿ ಹೋಗಿ ಅದನ್ನು ತೆರೆದ. ಹೊರಗೆ ಮಳೆ ಬೀಳುತ್ತಿತ್ತು. ದಡಾರೆಂದು ಬಾಗಿಲನ್ನು ಮುಚ್ಚಿ ಹೊರಕ್ಕೆ ಹೊರಟ.

ಅವನ ಅಮ್ಮ ಅವನನ್ನು ಕೂಗಿ ಕರೆಯಲೆಂದು ಬಂದಳಾದರೂ, ಆಮೇಲೆ ಬೇಡವೆನ್ನಿಸಿ ಹಾಗೇ ವಾಪಸ್ ಅಡುಗೆ ಮನೆಗೆ ಹಿಂದಿರುಗಿದಳು.

ಸೂರಜ್ ಮಳೆಯಲ್ಲಿ ನೆನೆಯುತ್ತಾ ನಿಂತು, ಮನೆಯ ಕಡೆ ಹಿಂದಿರುಗಿ ನೋಡಿದ.

"ನಾನು ಮನೆಗೆ ಹೋಗುವುದಿಲ್ಲ. ಅವರಿಲ್ಲದೇ ನಾನು ಬದುಕಬಲ್ಲೆ. ಅವರಿಗೆ ಬೇಕಿದ್ದರೆ ಬಂದು ನನ್ನನ್ನು ಮನೆಗೆ ಕರೆಯಲಿ!" ಎಂದು ಕೋಪದಿಂದ ಹೇಳಿದ.

ತನ್ನ ಪ್ಯಾಂಟ್ ಜೇಬಿನಲ್ಲಿ ಕೈಗಳನ್ನು ಇರಿಸಿಕೊಂಡು ಬಿಡುಬೀಸಾಗಿ ಸ್ವತಂತ್ರದ ಗಾಳಿಯನ್ನು ಹೀರುತ್ತಾ ರಸ್ತೆಯಲ್ಲಿ ಸಾಗಿದ.

ಜೇಬಿನಲ್ಲಿ ಅವನ ಬೆರಳಿಗೆ ಪರಿಚಿತವಾದ ಗರಿಗರಿ ವಸ್ತುವಿನ ಸ್ಪರ್ಶವಾಯಿತು. ಅದು ಐದು ರೂಪಾಯಿಯ ನೋಟು. ಅವನ ಬಳಿ ಈಗ ಇರುವುದು ಅಷ್ಟೇ ಹಣ. ಅದನ್ನು ಸಿನೆಮಾ ನೋಡಲೆಂದು ಇಟ್ಟುಕೊಂಡಿದ್ದ. ಆದರೆ ಈಗ ಬೇರೆ ಅಗತ್ಯತೆಗಳಿಗೆ ಅದನ್ನು ಉಳಿಸಿಕೊಳ್ಳಬೇಕಿದೆ. ಅಂತಹ ಅಗತ್ಯತೆಗಳ ಕಲ್ಪನೆ ಅವನ ಮನದಲ್ಲಿ ಸದ್ಯಕ್ಕೆ ಮೂಡುತ್ತಿಲ್ಲ. ಕೋಪದಲ್ಲಿರುವ ಕಾರಣ ಅವನ ಬುದ್ಧಿ ಸರಿಯಾಗಿ ಕೆಲಸ ಮಾಡುತ್ತಿಲ್ಲ. ಹುಚ್ಚುಕುರುಡನಂತೆ ನಡೆದುಕೊಂಡು ಹೋಗುತ್ತಿದ್ದ. ಬೀಳುತ್ತಿದ್ದ ಮಳೆ ಅವನ ಪ್ರಜ್ಞೆಗೆ ನಿಲುಕದಂತಿತ್ತು. ಹಾಗೇ ನಡೆಯುತ್ತಾ ಮೈದಾನವನ್ನು ತಲುಪಿದ.

ಅವನು ಮೈದಾನವನ್ನು ತಲುಪಿದಾಗ ಮೋಡ ಸರಿದು ಸೂರ್ಯ ತನ್ನ ಮುಖವನ್ನು ತೋರಿಸಿದ.

ಇನ್ನೂ ತಟಪಟ ಎಂದು ಸಣ್ಣ ಮಳೆ ಹನಿ ಉದುರುತ್ತಿದ್ದರೂ ಸೂರ್ಯನ ಕಿರಣಗಳು ಬಿದ್ದೊಡನೆ ಸೂರಜ್‌ನ ಚೇತನಕ್ಕೆ ಶಕ್ತಿ ಸಂಚಲನವಾದಂತಾಯಿತು. ಅವನಿಗೆ ತನ್ನ ಗೆಳೆಯ ರಾಂಜಿ ನೆನಪಾದ. ಯಾವುದಾದರೂ ಕೆಲಸ ಸಿಗುವವರೆಗೂ ರಾಂಜಿಯೊಂದಿಗೆ ಉಳಿಯಬೇಕೆಂದು ತೀರ್ಮಾನಿಸಿದ. ಕೆಲಸವೇನಾದರೂ ಸಿಗದಿದ್ದರೆ, ಮನೆಯಿಂದ ಹೆಚ್ಚು ಕಾಲ ಹೊರಗೆ ಬದುಕಲು ಆಗದು ಎಂಬುದು ಅವನಿಗೆ ತಿಳಿದಿತ್ತು. ಹದಿಮೂರು ವರ್ಷದ ತನಗೆ ಏನು ಕೆಲಸ ಸಿಗಬಹುದು ಎಂದು ಅವನು ಚಿಂತಿಸಿದ. ವೃತ್ತಪತ್ರಿಕೆಗಳನ್ನು ಹಂಚುವುದಾಗಲೀ, ಟೀ ಅಂಗಡಿಯಲ್ಲಿ ಕೆಲಸ ಮಾಡುವುದಕ್ಕಿಂತ ಅವುಗಳಿಗೆ ಗ್ರಾಹಕನಾಗಿರುವುದು ಉತ್ತಮ ಎಂಬ ಧೋರಣೆ ಅವನದು.

ಮಳೆ ನಿಂತು ಹೋಯಿತು. ಸೂರಜ್ ವೇಗವಾಗಿ ನಡೆಯುತ್ತಾ ಮೈದಾನವನ್ನು ದಾಟಿ, ಜನಸಂಚಾರವಿಲ್ಲದ ಕಿರಿದಾದ ರಸ್ತೆಯಲ್ಲಿ ಸಾಗಿ ರಾಂಜಿಯ ಮನೆ ತಲುಪಿದ. ಮನೆಯ ಗೇಟನ್ನು ತೆರೆಯುತ್ತಿದ್ದಂತೆ ಅವನ ಉತ್ಸಾಹ ಕುಗ್ಗಿತು.

ಮನೆಗೆ ಬೀಗ ಜಡಿಯಲಾಗಿತ್ತು. ಮನೆಯನ್ನು ಎರಡು ಮೂರು ಬಾರಿ ಸುತ್ತು ಹಾಕಿದನಾದರೂ ಕಿಟಕಿ, ಬಾಗಿಲು ಯಾವುದೂ ತೆರೆದಿರುವುದು ಕಾಣಿಸಲಿಲ್ಲ. ಬಹುಶಃ ಮನೆಯವರೆಲ್ಲ ಬೆಳಬೆಳಗ್ಗೆನೇ ವಿಹಾರಕ್ಕೋ, ಯಾವುದಾದರೂ ಹುಟ್ಟುಹಬ್ಬ ರೀತಿಯ ಕಾರ್ಯಕ್ರಮಕ್ಕೋ ಹೋಗಿರಬೇಕು, ಊಟದ ಸಮಯಕ್ಕೆ ವಾಪಸಾಗಬಹುದು ಅಂದುಕೊಂಡ. ಮತ್ತೆ ಉತ್ಸಾಹ ಬಂದಂತಾಗಿ ನಿಧಾನವಾಗಿ ರಸ್ತೆಯಲ್ಲಿ ನಡೆಯುತ್ತಾ ಬಜಾರಿನ ದಿಕ್ಕಿನಲ್ಲಿ ಹೋದ.

ಬಜಾರು ಸೂರಜ್‌ನ ದೊಡ್ಡ ದೌರ್ಬಲ್ಯ. ತರತರಹದ ವಸ್ತುಗಳ ಮಾರಾಟ, ಸುವಾಸನೆ, ಬಣ್ಣಗಳು ಮತ್ತು ಸ್ಪೀಕರಿನಿಂದ ಹೊರಹೊಮ್ಮುವ ಸಂಗೀತ ಅವನನ್ನು ಸೆಳೆಯುತ್ತವೆ. ಟೀ ಮತ್ತು ಪಕೋಡ ಅಂಗಡಿಯ ಬಳಿ ಬಂದ. ಒಳಗಿನಿಂದ ಉಕ್ಕಿಬಂದ ಹಸಿವು ಜೊಲ್ಲು ಸುರಿಸುವಂತೆ ಮಾಡಿತು. ಆದರೆ, ಅದರ ಪ್ರಲೋಭನೆಯನ್ನು ತಡೆದುಕೊಂಡು, ರಾಂಜಿ ಮನೆಯಲ್ಲೇ ತಿಂದರಾಯಿತು, ಹಣವನ್ನು ತಿಂಡಿಗೆ ಬದಲು ಇನ್ಯಾವುದಕ್ಕಾದರೂ ಬಳಸೋಣ ಎಂದುಕೊಂಡ. ಆಟಿಕೆಗಳ ಅಂಗಡಿಯ ಗಾಜಿನ ಪೆಟ್ಟಿಗೆಯಲ್ಲಿ ಕಂಡುಬಂದ ಹಳದಿ ಬಣ್ಣದ ದೊಡ್ಡ "ಯೋ–ಯೋ" ಆಟಿಕೆ ಅವನನ್ನು ಸೆಳೆಯಿತು. ಅದರ ಸುತ್ತ ಬಣ್ಣಬಣ್ಣದ ಗಾಜಿನ ತುಂಡುಗಳನ್ನಿಟ್ಟು ಆಕರ್ಷಣೀಯವಾಗಿ ಇರಿಸಲಾಗಿತ್ತು. ಸೂರ್ಯನ ಕಿರಣಗಳು ಅವುಗಳ ಮೇಲೆ ಬಿದ್ದು ಹೊಳೆಯುತ್ತ ಅವನನ್ನು ಇನ್ನಿಲ್ಲದಂತೆ ತನ್ನತ್ತ ಸೆಳೆಯಿತು.

"ಎಷ್ಟಿದು?" ಎಂದು ಕೇಳಿದ.

"ಎರಡು ರೂಪಾಯಿ. ಆದರೆ ನಿನ್ನಂತಹ ನಿಯಮಿತ ಗ್ರಾಹಕರಿಗೆ ಒಂದು ರೂಪಾಯಿಗೆ ಕೊಡುತ್ತೇನೆ" ಎಂದ ಅಂಗಡಿಯವ.

"ಹಳೆಯದಿರುವ ಹಾಗಿದೆಯಲ್ಲಾ" ಎನ್ನುತ್ತಾ ಸೂರಜ್, ಹಣವನ್ನು ಕೊಟ್ಟು ಯೋ–ಯೋ ತನ್ನದಾಗಿಸಿಕೊಂಡ. ಅದನ್ನು ಕೊಳ್ಳುತ್ತಿದ್ದಂತೆಯೇ ಅದರೊಂದಿಗೆ ಅಲ್ಲಿಯೇ ಆಡಲು ಪ್ರಾರಂಭಿಸಿದ. ತನ್ನ ತೋರು ಬೆರಳಿಗೆ ಅದಕ್ಕೆ ಹೊಂದಿಸಿರುವ ದಾರವನ್ನು ಸಿಕ್ಕಿಸಿಕೊಂಡು, ದಾರವನ್ನು ಎಳೆದೆಳೆದು ಬಿಡುತ್ತ, ತಿರುತಿರುಗುವ ಯೋ–ಯೋ ಆಟಿಕೆಯನ್ನು ಗಾಳಿಯಲ್ಲಿ ತಿರುಗಿಸತೊಡಗಿದ.

ಮತ್ತೊಂದು ಕೈಯನ್ನು ಜೇಬಲ್ಲಿ ಇಟ್ಟುಕೊಂಡು, ಉಳಿದ ನಾಲ್ಕು ರೂಪಾಯಿಗಳನ್ನು ಬೆರಳುಗಳಲ್ಲಿ ಎಣಿಸಿದ. ಈಗವನಿಗೆ ಬಾಯಾರಿಕೆಯಾಯಿತು. ಉಹೂಂ, ನಲ್ಲಿ ನೀರು ಬೇಡ, ಮಾಮೂಲಿ ಬಣ್ಣದ ಶರಬತ್ ಕೂಡ ಅವನಿಗೆ ರುಚಿಸುತ್ತಿರಲಿಲ್ಲ. ಅವನಿಗೇನಿದ್ದರೂ ವೆನಿಲ್ಲಾ ಮಿಲ್ಕ್‌ಶೇಕ್ ಅಪ್ಯಾಯಮಾನ. ಕುರ್ಚಿ ಮೇಲೆ ಕುಳಿತು, ಟೇಬಲಿನ ಮೇಲಿದ್ದ ಲೋಟದಿಂದ ವೆನಿಲ್ಲಾ ಮಿಲ್ಕ್‌ಶೇಕ್‌ಅನ್ನು ಸ್ಟ್ರಾ ಬಳಸಿ ಸೊರಸೊರನೆ ಹೀರಿದ. ಹಾಗೇ ಕಣ್ಣು ಗೋಡೆ ಮೇಲಿನ ಗಡಿಯಾರದ ಕಡೆಗೆ

ಹೋಯಿತು. ಆಗಲೇ ಒಂದು ಗಂಟೆಯಾಗಿದೆ. ರಾಂಜಿ ಮತ್ತು ಅವನ ಕುಟುಂಬದವರು ಮನೆಗೆ ಹಿಂದಿರುಗಿರಬಹುದು.

ಸೂರಜ್ ಅಲ್ಲಿಂದ ಎದ್ದವನೇ ಕುಡಿದ ಮಿಲ್ಕ್‌ಶೇಕ್‌ನ ಹಣವನ್ನು ತೆತ್ತ. ಇನ್ನವನ ಬಳಿ ಎರಡು ರೂಪಾಯಿ ಉಳಿಯಿತು. ಹಾಗೇ ಸುಮ್ಮನೆ ಬಜಾರಿನ ರಸ್ತೆಯಲ್ಲಿ ಸಾಗಿದ. ಯೋ-ಯೋ ಗರಗರನೆ ತಿರುಗಿಸುತ್ತ ಸಾಗಿದ್ದ ಅವನಿಗೆ ಅದರ ಸದ್ದು ಹಿತವಾಗಿತ್ತು.

ರಾಂಜಿಯ ಮನೆ ಬಾಗಿಲು ಇನ್ನೂ ಮುಚ್ಚಿತ್ತು.

ಇದನ್ನು ಸೂರಜ್ ನಿರೀಕ್ಷಿಸಿರಲಿಲ್ಲ. ಆ ಮನೆಯನ್ನು ಒಂದು ಸುತ್ತು ಬಂದ. ಅದು ಬೆಳಿಗ್ಗೆ ಇದ್ದ ಹಾಗೆಯೇ ಇತ್ತು. ಎರಡನೇ ಬಾರಿ ಮನೆಗೆ ಸುತ್ತು ಹಾಕುವಾಗ, ಸುಮಾರು ಅರವತ್ತು ವರ್ಷದ ವೃದ್ಧ ತೋಟದ ಮಾಲಿ ಎದುರಾದ.

"ಎಲ್ಲರೂ ಎಲ್ಲಿಗೆ ಹೋದರು?" ಎಂದು ಕೇಳಿದ ಸೂರಜ್.

"ಒಂದು ವಾರದ ಮಟ್ಟಿಗೆ ದೆಹಲಿಗೆ ಹೋಗಿದ್ದಾರೆ" ಎಂದು ಹೇಳಿದವನೇ ಆತ, ಸೂರಜ್‌ನತ್ತ ತೀಕ್ಷ್ಣ ನೋಟ ಬೀರುತ್ತಾ, "ಯಾಕೆ, ಏನ್ಸಮಾಚಾರ?" ಎಂದು ಕೇಳಿದ.

ಆ ವೃದ್ಧನನ್ನು ಸೂರಜ್ ಹಿಂದೆಂದೂ ನೋಡಿರಲಿಲ್ಲ. ಆದರೂ ತನ್ನ ಖಾಸಗಿ ಸಂಗತಿಯನ್ನು ಆತನೊಂದಿಗೆ ಹಂಚಿಕೊಳ್ಳಲು ಅವನು ಹಿಂಜರಿಯಲಿಲ್ಲ. "ನಾನು ಮನೆ ಬಿಟ್ಟು ಹೊರಬಂದಿದ್ದೇನೆ. ರಾಂಜಿ ಜೊತೆಯಲ್ಲಿ ಇರಬೇಕೆಂದುಕೊಂಡಿದ್ದೆ. ಈಗ ಎಲ್ಲಿಗೆ ಹೋಗುವುದೋ ತೋಚುತ್ತಿಲ್ಲ."

ಆ ವೃದ್ಧ ಕೆಲ ಹೊತ್ತು ಚಿಂತಿಸುತ್ತಾ ಹಾಗೆಯೇ ನಿಂತ. ಆತನ ಮುಖ ಸುಕ್ಕುಗಟ್ಟಿತ್ತು, ಕೈ ಕಾಲುಗಳು ಒರಟಾಗಿದ್ದು, ಬಿರುಕುಬಿಟ್ಟಿದ್ದವು. ಆದರೆ ಕಣ್ಣುಗಳು ಮಾತ್ರ ಹೊಳಪಿನಿಂದ ಕೂಡಿದ್ದವು. ಆತನದು ಅರೆಕಾಲಿಕ ವೃತ್ತಿ. ಪಟ್ಟಣದಲ್ಲಿ ದೊಡ್ಡ ಉದ್ಯಾನವನ ಇರದುದ್ದರಿಂದ, ಆ ದಾರಿಯಲ್ಲಿನ ಹಲವಾರು ಮನೆಗಳ ಕೈತೋಟಗಳಲ್ಲಿ ಕೆಲಸ ಮಾಡುತ್ತಿದ್ದ.

"ನೀನು ವಾಪಸ್ ಮನೆಗೆ ಏಕೆ ಹೋಗಬಾರದು?" ಎಂದು ಆತ ಸಲಹೆ ನೀಡಿದ.

"ಅರೆ, ಇಷ್ಟು ಬೇಗನೆ, ನಾನಿನ್ನೂ ಮನೆ ಬಿಟ್ಟು ಓಡಿ ಬಂದ ಹಾಗೇ ಇಲ್ಲ. ನಾನು ಮನೆ ಬಿಟ್ಟೋಡಿರುವುದು ಅವರಿಗೆ ಗೊತ್ತಾಗಬೇಕು. ಆಗ ತಾನೆ ಅವರಿಗೆ ಪಶ್ಚಾತ್ತಾಪವಾಗುವುದು!"

ತೋಟದ ಮಾಲಿ ನಕ್ಕ. "ನೀನು ಅದಕ್ಕಾಗಿ ಸಮರ್ಪಕವಾಗಿ ಯೋಜನೆ ಹಾಕ್ಕೋಬೇಕು" ಎಂದು ಹೇಳಿದವ, "ನೀನು ಹಣವನ್ನೇನಾದರೂ ಉಳಿಸಿಟ್ಟಿದ್ದೀಯಾ?" ಎಂದು ಕೇಳಿದ.

"ಬೆಳಗ್ಗೆ ನನ್ನ ಬಳಿ ಐದು ರೂಪಾಯಿ ಇತ್ತು. ಈಗ ಎರಡು ರೂಪಾಯಿ ಉಳಿದಿದೆ" ಎಂದು ಹೇಳಿ, ತನ್ನ ಕೈಯಲ್ಲಿದ್ದ ಯೋ-ಯೋವನ್ನು ನೋಡಿ, "ಇದನ್ನು

ನೀವು ಕೊಳ್ಳುತ್ತೀರಾ?" ಎಂದು ಕೇಳಿದ.

"ಅದು ಹೇಗೆ ಕೆಲಸ ಮಾಡುತ್ತದೆ ಎಂಬುದೇ ನನಗೆ ತಿಳಿಯದು. ನೀನೀಗ ಮನೆಗೆ ಹೋಗುವುದೇ ಉತ್ತಮ. ರಾಂಜಿ ಬರುವವರೆಗೂ ಕಾಯಿ. ನಂತರ ಮನೆ ಬಿಟ್ಟು ಓಡಿ ಹೋಗುವಿಯಂತೆ" ಎಂದು ತೋಟದ ಮಾಲಿ ಸಲಹೆ ನೀಡಿದ.

ಸೂರಜ್‌ಗೆ ಇದು ಒಳ್ಳೆಯ ಸಲಹೆ ಎಂದನಿಸಿತು. ಅವರು ಹೇಳಿದ್ದರಲ್ಲಿ ಅರ್ಥವಿದೆ ಅನ್ನಿಸಿತಾದರೂ ತಕ್ಷಣಕ್ಕೆ ಅವನು ಮನಸ್ಸು ಮಾಡಲಿಲ್ಲ. ಏಕೆಂದರೆ ಮನೆಯಲ್ಲಿನ ತನ್ನ ತಂದೆತಾಯಿಯರಿಗೆ ಸ್ವಲ್ಪವಾದರೂ ಅನಿಶ್ಚಿತತೆಯ ಅರಿವಾಗಬೇಕಲ್ಲಾ.

ಅವನು ಮೈದಾನಕ್ಕೆ ಹಿಂದಿರುಗಿ ಹುಲ್ಲಿನ ಮೇಲೆ ಕುಳಿತ. ಅಲ್ಲಿ ಕುಳಿತೊಡನೆ ಅವನಿಗೆ ಹಸಿವಾಗತೊಡಗಿತು.

ಯಾವತ್ತೂ ಅವನಿಗೆ ಅಷ್ಟೊಂದು ಹಸಿವಾಗಿರಲಿಲ್ಲ. ತಂದೂರಿ ಚಿಕನ್ ಮತ್ತು ರಸವನ್ನು ತೊಟ್ಟಿಕ್ಕುತ್ತಿರುವ ಸಿಹಿ ಖಾದ್ಯಗಳು ಅವನ ಕಣ್ಣ ಮುಂದೆ ನರ್ತಿಸಿದವು. ಆಟಿಕೆ ಮಾರುವವನು ಯೋ-ಯೋವನ್ನು ವಾಪಸ್ ತೆಗೆದುಕೊಳ್ಳುತ್ತಾನೆಯೇ ಎಂಬ ಆಲೋಚನೆ ಬಂತು. ಬಹುಶಃ ತೆಗೆದುಕೊಳ್ಳಬಹುದು, ಅರ್ಧ ಬೆಲೆಗೆ. ಸೂರಜ್‌ಗೆ ಊಟ ಬೇಕಿತ್ತಾದರೂ, ಯೋ-ಯೋವನ್ನು ಬಿಟ್ಟುಕೊಡಲು ಅವನು ತಯಾರಿರಲಿಲ್ಲ.

ಮನೆಗೆ ಹೋಗುವುದು ಬಿಟ್ಟರೆ ಅವನಿಗೆ ಬೇರೇನೂ ದಾರಿ ಕಾಣಲಿಲ್ಲ. ಅವನ ಅಮ್ಮ ತನಗಾಗಿ ಇಷ್ಟು ಹೊತ್ತಿಗೆ ಚಿಂತಿತಳಾಗಿರುತ್ತಾಳೆ. ಅವನ ಅಪ್ಪ (ಕೇವಲ ಅವನ ನಂಬಿಕೆಯಷ್ಟೆ) ಗಡಿಯಾರವನ್ನು ಆಗಾಗ್ಗೆ ನೋಡಿಕೊಳ್ಳುತ್ತಾ ವೆರಾಂಡದಲ್ಲಿ ಅತ್ತಿಂದಿತ್ತ ಓಡಾಡುತ್ತಾರೆ. ಇದೊಂದು ಪಾಠ ಅವರಿಗೆ. ಆವನು ಮನೆಗೆ ಹಿಂದಿರುಗುವುದರಿಂದ ಅವರಿಗೆ ಮಹದುಪಕಾರ ಮಾಡಿದಂತಾಗುತ್ತದೆ.

ತನಗೆ ಊಟ ಉಳಿಸಿಟ್ಟಿದ್ದರೆ ಸಾಕು ಎಂದುಕೊಂಡ.

ಸೂರಜ್ ಮನೆಗೆ ಹಿಂದಿರುಗಿದವನೇ ಯೋ-ಯೋವನ್ನು ಸೋಫಾ ಮೇಲೆ ಹಾಕಿದ.

ತಮ್ಮ ಕಚೇರಿಗೆ ಹೋಗಲು ಇನ್ನೂ ಸಮಯವಿದ್ದುದರಿಂದ ಕಪೂರ್ ತಮ್ಮ ನೆಚ್ಚಿನ ಕುರ್ಚಿ ಮೇಲೆ ಕುಳಿತು ಅವತ್ತಿನ ಪೇಪರ್ ಓದುತ್ತಿದ್ದರು. ಸೂರಜ್ ಕೋಣೆಯೊಳಕ್ಕೆ ಬಂದುದನ್ನು ಕಂಡು ತಲೆಯೆತ್ತಿದ ಅವರು, "ನೀನು ತುಂಬಾ ತಡವಾಗಿ ಬಂದೆ" ಎಂದವರೇ ಮತ್ತೆ ಪೇಪರಿನಲ್ಲಿ ಮುಳುಗಿದರು.

ಸೂರಜ್, ಅಡುಗೆ ಮನೆಯಲ್ಲಿ ಅಮ್ಮ ಮತ್ತು ಅವನ ಊಟ ಎರಡೂ ಇದ್ದುದನ್ನು ಕಂಡ. ಆಕೆ ಅವನೊಡನೆ ಮಾತನಾಡಲಿಲ್ಲವಾದರೂ ತನ್ನಷ್ಟಕ್ಕೆ ತಾನೇ ನಗುತ್ತಿದ್ದಳು.

"ಹಸಿವಾಗಿದೆಯಾ?" ಎಂದು ಕೇಳಿದಳು.

"ಇಲ್ಲ" ಎಂದ ಸೂರಜ್, ತಟ್ಟೆ ತೆಗೆದುಕೊಂಡು ತಾನೇ ಊಟ ಬಡಿಸಿಕೊಳ್ಳತೊಡಗಿದ.

ಅಡುಗೆ ಮನೆಯಿಂದ ಹೊರಬಂದ ಅವನಿಗೆ ಯೋ-ಯೋವನ್ನು ಹಿಡಿದು

ಆಡಿಸಲು ಬರದೇ ಒದ್ದಾಡುತ್ತಿದ್ದ ತನ್ನ ಅಪ್ಪನನ್ನು ಕಂಡು ಅಚ್ಚರಿಯಾಯಿತು.

"ಈ ಕೆಟ್ಟ ಆಟಿಕೆಯನ್ನು ನೀನು ಹೇಗೆ ಆಡಿಸುತ್ತೀಯಾ?" ಎಂದು ಕೇಳಿದರು ಕಪೂರ್.

ಸೂರಜ್ ಉತ್ತರಿಸಲಿಲ್ಲ. ಆಟಿಕೆಯನ್ನು ಆಡಿಸಲು ಬರದೇ ಅದನ್ನು ಹೇಗೇಗೋ ಮಾಡುತ್ತಿದ್ದ ತನ್ನ ತಂದೆಯನ್ನು ಕಂಡು ಒಳಗೊಳಗೇ ಸಂತೋಷಿಸುತ್ತಿದ್ದ. ತಡೆಯಲಾಗದೇ ಜೋರಾಗಿ ಬಿದ್ದೂಬಿದ್ದು ನಕ್ಕ.

"ಅದು ಬಹಳ ಸುಲಭ, ನಾನು ತೋರಿಸುತ್ತೇನೆ ನೋಡಿ" ಎಂದು ಹೇಳಿ, ಯೋ-ಯೋವನ್ನು ತನ್ನ ಅಪ್ಪನಿಂದ ಪಡೆದು ಅದನ್ನು ಆಡಿಸಿ ತೋರಿಸಿದ.

ಸೂರಜ್‌ನ ಅಮ್ಮ ಅಡುಗೆಮನೆಯಿಂದ ಹೊರಬಂದಾಗ ಅಪ್ಪ ಮಗ ಪೇಟೆಯ ಅಗ್ಗದ ಆಟಿಕೆಯನ್ನು ಆಡಿಸುವುದರಲ್ಲಿ ಮಗ್ನರಾಗಿರುವುದನ್ನು ಕಂಡಾಗ ಅಚ್ಚರಿಯೇನೂ ಅನ್ನಿಸಲಿಲ್ಲ. ಈ ಅಸಂಬದ್ಧತೆಗಳು ಮತ್ತು ಅತಿರೇಕಗಳನ್ನೆಲ್ಲಾ ಆಕೆ ಕಂಡಿದ್ದದ್ದೇ ಅಲ್ಲವೇ. ಗಂಡಸರು ಎಂದಿಗೂ ಬೆಳೆಯುವುದೇ ಇಲ್ಲ.

ತಮ್ಮ ಕಚೇರಿಗೆ ಹೋಗಬೇಕೆಂಬುದನ್ನು ಕಪೂರ್ ಮರೆತಿದ್ದರೆ, ಮನೆ ಬಿಟ್ಟು ಓಡಿಹೋಗಬೇಕೆನ್ನುವುದನ್ನು ಸೂರಜ್ ಮರೆತಿದ್ದ. ಇಬ್ಬರೂ ಬೆಳಗಿನ ಕಸಿವಿಸಿ ಹಾಗೂ ಅಹಿತಕರ ಘಟನೆಗಳನ್ನು ಮರೆತಿದ್ದರು. ಅವರಿಗೆ ಅದೆಲ್ಲಾ ನಡೆದು ಯಾವುದೋ ಕಾಲವಾದಂತಿತ್ತು.

ಆಗಂತುಕ

ಅಮೀರ್ ತನ್ನ ಹಾಸಿಗೆ ಮೇಲೆ ಕುಳಿತುಕೊಂಡೇ ಬಾಗಿಲತ್ತ ನೋಡುತ್ತಿದ್ದ. ಮಾಳಿಗೆ ಮೇಲಿನ ಅವನ ಕೋಣೆಯ ಬಾಗಿಲ ಮೂಲಕ ತಾರಸಿ ಕಾಣಿಸುತ್ತಿತ್ತು. ಅಲ್ಲಿ ಕುಳಿತಿದ್ದ ಮೈನಾ ಹಕ್ಕಿ ಇವನೆಡೆಗೆ ನೋಡಿತು. ಅಷ್ಟರಲ್ಲಿ ಕೆಳಗಿನಿಂದ ಯಾರೋ ಕೂಗಿದಂತಾಯಿತು.

"ಯಾರಾದ್ರೂ ಇದ್ದೀರಾ ಮೇಲೆ?"

"ಇಲ್ಲ, ಮೇಲೆ ಯಾರೂ ಇಲ್ಲ" ಎಂದು ಜೋರಾಗಿ ಕೂಗಿ ಹೇಳಿದ ಅಮೀರ್.

"ಹಾಗಾದ್ರೆ ನಾನು ಮೇಲೆ ಬರಬಹುದಾ?" ಎಂದು ಕೆಳಗಿದ್ದ ವ್ಯಕ್ತಿ ಕೇಳಿದ.

ಅಮೀರ್ ಉತ್ತರಿಸಲಿಲ್ಲ. ಮೆಟ್ಟಿಲು ಹತ್ತಿ ಬರುವ ಹೆಜ್ಜೆ ಸಪ್ಪಳ ಕೇಳಿಸಿತು. ತಾರಸಿಯಲ್ಲಿದ್ದ ಮೈನಾ ಹಕ್ಕಿ ಹಾರಿ ಮಾವಿನ ಮರವನ್ನು ಸೇರಿತು.

ಬಾಗಿಲ ಬಳಿ ಒಬ್ಬ ಹುಡುಗ ನಿಂತಿದ್ದ. ಅಮೀರ್‌ನನ್ನು ಕಂಡು ಹಲ್ಕಿರಿದ. ಆ ಹುಡುಗ ಅಮೀರ್‌ಗಿಂತ ಕೊಂಚ ಎತ್ತರವಿದ್ದ, ಆದರೆ ಸಣಕಲ. ಪಟ್ಟಾಪಟ್ಟಿ ಪೈಜಾಮ ಮತ್ತು ಬಿಳಿಯ ಶರ್ಟ್ ತೊಟ್ಟಿದ್ದ. ಕಾಲಿನಲ್ಲಿ ಹವಾಯಿ ಚಪ್ಪಲಿ ಮೆಟ್ಟಿದ್ದ. ಅವನ ಕೊರಳಿಗೆ ಜೋತುಬಿದ್ದ ಒಂದು ಟ್ರೇಅನ್ನು ಕೈಲಿ ಹಿಡಿದಿದ್ದ. ಅದರಲ್ಲಿ ಹಲವಾರು ಸಾಮಾನುಗಳಿದ್ದವು.

"ಏನಾದರೂ ಕೊಳ್ಳುತ್ತೀರಾ?" ಎಂದು ಕೇಳಿದ.

"ನನಗೇನೂ ಬೇಡ" ಎಂದ ಅಮೀರ್.

"ನಿಮಗೆ ಗುಂಡಿಗಳು ಬೇಕು."

"ಬೇಡ."

"ನಿಮ್ಮ ಶರ್ಟಿನ ಮೇಲಿನ ಗುಂಡಿ ಇಲ್ಲ."

ಅಮೀರ್ ತನ್ನ ಶರ್ಟಿನ ಗುಂಡಿಗಳನ್ನು ಮುಟ್ಟುತ್ತಾ ಮೇಲಿನ ಗುಂಡಿ ಇಲ್ಲದಿರುವುದಕ್ಕೆ ಅಚ್ಚರಿಪಟ್ಟುಕೊಂಡ.

"ಆ ಗುಂಡಿ ಹಾಕದಿದ್ದರೂ ಪರವಾಗಿಲ್ಲ" ಎಂದು ಹೇಳಿದ.

"ಇರಲಿ ತೊಂದರೆಯಿಲ್ಲ" ಎಂದ ಆ ಆಗಂತುಕ ಹುಡುಗ ಅಮೀರ್‌ನನ್ನು ಮೇಲಿನಿಂದ ಕೆಳಗಿನವರೆಗೂ ಏನಾದರೂ ಹರಿದಿದೆಯ ಅಥವಾ ಒಡೆದಿದೆಯಾ ಎಂದು ಗಮನಿಸಿದ. "ನೀವು ಹೊಸ ಶೂ ಲೇಸ್ ತಗೋಬೇಕು."

ಅಮೀರ್ ಕೆಳಗೆ ಬಗ್ಗಿ ತನ್ನ ಶೂಗಳನ್ನು ನೋಡಿ, "ಲೇಸ್ ಇದೆ." ಎಂದ.

"ತುಂಬಾ ಹಳೆಯದಾಗಿದೆ" ಎನ್ನುತ್ತಾ ಆ ಹುಡುಗ ಬಗ್ಗಿ ಅಮೀರ್‌ನ ಶೂ ಹಿಡಿದು ಲೇಸನ್ನು ಜೋರಾಗಿ ಎಳೆದ. ಅದು ಎರಡು ತುಂಡಾಯಿತು. "ನೋಡಿ ಹೇಗೆ ತುಂಡಾಯಿತು, ಈಗ ನಿಮಗೆ ಲೇಸ್ ಬೇಕಿದೆ."

"ಹೂಂ, ಆದರೆ ಇವತ್ತು ನಾನು ಏನನ್ನೂ ಕೊಳ್ಳುವುದಿಲ್ಲ" ಎಂದ ಅಮೀರ್.

ನಿಟ್ಟುಸಿರುಬಿಟ್ಟ ಆ ಹುಡುಗ ಭುಜವನ್ನು ಕುಣಿಸಿ, ಹಿಂದಿರುಗಿ ಬಾಗಿಲ ಕಡೆ ಹೊರಟ. ಅವನು ನಿಧಾನವಾಗಿ ಮೆಟ್ಟಿಲು ಇಳಿಯಲು ಹೋಗುವುದನ್ನು ಕಂಡು, ಏನೋ ಪ್ರಚೋದನೆಯಾದಂತೆ, ಬಾಗಿಲ ಬಳಿ ಹೋದ, "ಏನು ನಿನ್ನ ಹೆಸರು?" ಎಂದು ಕೇಳಿದ.

"ಮೋಹನ್" ಎಂದು ಆ ಹುಡುಗ ಉತ್ತರಿಸಿದ.

"ಸರಿ, ಮುಂದಿನ ವಾರ ಬಾ. ಆಗ ಏನಾದರೂ ಕೊಳ್ಳುವೆ" ಎಂದ ಅಮೀರ್.

* * *

ಅಮೀರ್ ಊಟಕ್ಕೆಂದು ಕೆಳಗಿಳಿದು ಹೋದ. ಆದರೆ, ಹಾಗೇ ಓದಲೆಂದು ವಾಪಸ್ ಕೋಣೆಗೆ ಬಂದವನು ಯಾಕೋ ಹಾಸಿಗೆ ಮೇಲೆ ಉರುಳಿ ನಿದ್ರೆಗೆ ಜಾರಿದ. ಸಂಜೆಹೊತ್ತಿಗೆ ಹೊಟ್ಟೆ ಚುರುಗುಟ್ಟುತ್ತಿತ್ತು ಮತ್ತು ಸುಸ್ತು ಆವರಿಸಿತ್ತು. ಎಲ್ಲರೂ ರಸ್ತೆಗಳಲ್ಲಿ ಅದೂ ಇದೂ ಕೊಳ್ಳುತ್ತಾ, ಹರಟೆ ಹೊಡೆಯುತ್ತಾ, ತಿನ್ನುತ್ತಾ, ಸಿನೆಮಾಗೆ ಹೋಗುತ್ತಿದ್ದರೆ, ಇವನು ಒಬ್ಬನೇ ಕೋಣೆಯಲ್ಲಿರಲು ಹೇಗೆ ತಾನೆ ಸಾಧ್ಯ.

ಮಹಡಿಯ ಮೇಲಿಂದ ಬಜಾರಿನ ಬೆಳಗಿದ ದೀಪಗಳನ್ನು ಕಂಡ. ಟಾಂಗಾದ ಗೆಜ್ಜೆ ಸದ್ದು ಮತ್ತು ಬಸ್ಸಿನ ಹಾರನ್ನು ಕೂಡ ಕೇಳಿಸಿತು. ಸಂಜೆಯ ತಂಗಾಳಿ ಬೀಸುತ್ತಿತ್ತು. ಹಾಗಾಗಿ ಕೆಳಗಡೆ ಹೋಗುವ ಮುನ್ನ ತನ್ನ ಕೋಟನ್ನು ಮೈಮೇಲೇರಿಸಿಕೊಂಡ.

ಬಜಾರಿನ ರಸ್ತೆಯಲ್ಲಿ ವೇಗವಾಗಿ ನಡೆದು ಹೋಗುವುದು ಅಸಾಧ್ಯ. ಅನೇಕ ಮಂದಿ ದಾರಿಹೋಕರು, ಸೈಕಲ್ ಸವಾರರು, ಸ್ಕೂಟರ್, ರಿಕ್ಷಾವಾಲಾಗಳು, ತಳ್ಳು ಗಾಡಿಗಳು ಮತ್ತು ದನ ಎಲ್ಲ ಸೇರಿಕೊಂಡಿರುವುದರಿಂದ ನಿಧಾನವಾಗಿ ಸಾಗಬೇಕು. ಪುಟ್ಟ ಟೀ ಅಂಗಡಿಯಲ್ಲಿನ ಧ್ವನಿವರ್ಧಕದಿಂದ ಕೇಳಿಬರುತ್ತಿದ್ದ ಸಂಗೀತ, ಇತರ ಗದ್ದಲದೊಂದಿಗೆ ಮಿಳಿತಗೊಂಡಿತ್ತು.

ಬೆಲೂನ್ ಮಾರುವವ ತನ್ನ ಅದೃಷ್ಟ ಪರೀಕ್ಷಿಸಿಕೊಳ್ಳುತ್ತಿದ್ದ. ಅವನ ಸುತ್ತ ನೊಣಗಳಂತೆ ಮಕ್ಕಳು ಮುತ್ತಿದ್ದರು. ಅವರು ಬೆಲೂನ್ ಕೊಳ್ಳುವುದಕ್ಕಿಂತ ಅವನ್ನು ಚುಚ್ಚಿ ಸಿಡಿಸಲು ಬಂದಿದ್ದಂತಿತ್ತು. ಒಂದೆರಡು ಬೆಲೂನುಗಳು ದಾರ ಕಿತ್ತುಹೋಗಿ ಮೇಲೆ ಹಾರುತ್ತಾ ಗುಂಪಿನಿಂದ ದೂರವಾಗಿ ಕೊನೆಗೆ ತಿರುದಿಂಡಿ ಅಂಗಡಿಯ ಬೆಂಕಿ ತಾಗಿ ಟಪಾರ್ ಎಂದು ಸಿಡಿದವು.

ಆ ಅಂಗಡಿಯ ಮುಂದೆ ನಿಂತಿದ್ದ ಅಮೀರ್ ಹಲವು ಮಸಾಲೆ ಹಾಕಿದ

ತಿಂಡಿಗಳನ್ನು ತಿಂದ. ಅವನ್ನು ಇಟ್ಟುಕೊಟ್ಟಿದ್ದ ಬಾಳೆ ಎಲೆಗೆ ಕೈ ಬೆರಳುಗಳನ್ನು ಒರೆಸಿ ಬಿಸಾಡಿ, ಬಜಾರ್ ರಸ್ತೆಯಲ್ಲಿ ಕೆಳಗಡೆಗೆ ಸಾಗಿದ.

ಗಡಿಯಾರಗೋಪುರ ಹತ್ತಿರವಾದಂತೆ ರಸ್ತೆ ವಿಶಾಲವಾಗಿದ್ದು, ಜನಸಂದಣಿ ಕಡಿಮೆಯಿತ್ತು. ರಸ್ತೆಯ ಕೊನೆಯಲ್ಲಿ ಬೀದಿದೀಪದ ಕಂಬವಿತ್ತು. ಅದರ ಕೆಳಗೆ ಹುಡುಗನೊಬ್ಬ ಪುಸ್ತಕ ಹಿಡಿದು ಕುಳಿತಿದ್ದ. ತಲೆ ತಗ್ಗಿಸಿ ಓದಿನಲ್ಲಿ ತಲ್ಲೀನನಾಗಿದ್ದ. ಚಳಿ ಮತ್ತು ಬಜಾರಿನ ಗದ್ದಲ ಅವನನ್ನು ತೊಂದರೆಗೀಡು ಮಾಡಿದಂತೆ ಅನ್ನಿಸುತ್ತಿಲ್ಲ. ಅಮೀರ್ ಅವನ ಹತ್ತಿರ ಬಂದಂತೆ, ಆ ಹುಡುಗ ಮೋಹನ್ ಎಂಬುದು ತಿಳಿಯಿತು.

ಆ ಸಮಯದಲ್ಲಿ ಅಲ್ಲಿ ನಿಂತು ಅವನನ್ನು ಮಾತನಾಡಿಸುವುದೋ, ಇಲ್ಲಾ ಹಾಗೇ ತನ್ನ ಹಾದಿಯಲ್ಲಿ ಸಾಗುವುದೋ ಎಂಬ ಗೊಂದಲಕ್ಕೀಡಾದ ಅಮೀರ್. ಯೋಚಿಸುತ್ತಾ ಹಾಗೇ ಮುಂದೆ ನಡೆದುಬಿಟ್ಟಿದ್ದ. ಆ ಹುಡುಗನನ್ನು ನಿಂತು ಮಾತನಾಡಿಸದೇ ಹಾಗೇ ಬಂದದ್ದಕ್ಕೆ ಅವನಿಗೆ ನಾಚಿಕೆ ಎನಿಸಿತು. ಮತ್ತೆ ವಾಪಸ್ ಹೋದ. ಆದರೆ ಅವನು ದೀಪದ ಕಂಬದ ಬಳಿ ಬರುವಷ್ಟರಲ್ಲಿ ಮೋಹನ್ ಹೊರಟುಹೋಗಿದ್ದ.

* * *

ಈ ಬಾರಿ ಮೋಹನ್ ಬಂದಾಗ ಕೆಳಗೆ ನಿಂತು, ಕೂಗಲಿಲ್ಲ. ನೇರವಾಗಿ ಕೋಣೆಗೇ ಬಂದ. ಅವನು ಅಮೀರನ ಅಂಗಿ ಮತ್ತು ಶೂಗಳನ್ನು ನೋಡಿದ. ಒಂದು ಪಾದದ ಶೂಗೆ ಅರ್ಧ ತುಂಡಾದ ಲೇಸ್ ಇರುವುದನ್ನು ಗಮನಿಸಿದ. ಖುಷಿಯಿಂದ ಒಂದು ಜೊತೆ ಲೇಸನ್ನು ತೆಗೆದು ಟೇಬಲಿನ ಮೇಲಿರಿಸಿದ.

"ಈಗ ನನ್ನ ಕೈಲಿ ದುಡ್ಡು ಕೊಡಲು ಆಗದು" ಎಂದ ಅಮೀರ್.

"ಇನ್ನೊಮ್ಮೆ ಕೊಡಿ ಪರವಾಗಿಲ್ಲ."

ಅಮೀರ್ ಟೇಬಲಿನ ತುದಿಯಲ್ಲಿ ಕುಳಿತಿದ್ದರೆ, ಮೋಹನ್ ಗೋಡೆಗೊರಗಿ ನಿಂತಿದ್ದ.

"ನೀನು ಶಾಲೆಗೆ ಹೋಗುತ್ತೀಯಾ?" ಎಂದು ಕೇಳಿದ ಅಮೀರ್.

"ಕೆಲಬಾರಿ ಸಂಜೆಯ ಶಾಲೆಗೆ ಹೋಗುತ್ತೇನೆ. ನಾನು ಖಾಸಗಿಯಾಗಿ ಮುಂದಿನ ತಿಂಗಳು ನಡೆಯುವ ಪ್ರೌಢಶಾಲೆಯ ಪರೀಕ್ಷೆಗೆ ಕಟ್ಟಿದ್ದೇನೆ. ನಾನು ಪಾಸಾದರೆ..." ಎಂದು ಮಾತನ್ನು ನುಂಗಿದ ಮೋಹನ್.

ಪಾಸಾದ ನಂತರ ಏನೆಲ್ಲಾ ಮಾಡಬಹುದು ಎಂದು ಮನಸ್ಸಿನಲ್ಲಿಯೇ ಯೋಚಿಸತೊಡಗಿದ. ಹೊಸ ವೃತ್ತಿಯೆಡೆಗೆ ಮಾರ್ಗ ತೆರೆದುಕೊಳ್ಳುತ್ತದೆ. ಇನ್ನೂ ಮುಂದೆ ಬೇಕಿದ್ದರೆ ಓದಬಹುದು. ಎಂಜಿನಿಯರ್ ಅಥವಾ ವಿಜ್ಞಾನಿ ಅಥವಾ ಆಡಳಿತಾಧಿಕಾರಿ ಆಗಬಹುದು. ರಸ್ತೆ ಬದಿ ನಿಂತು ಬಾಚಣಿಗೆ, ಗುಂಡಿಗಳನ್ನು ಮಾರುವಂತಿರುವುದಿಲ್ಲ...

"ನಿನ್ನ ಕುಟುಂಬದವರು ಎಲ್ಲಿದ್ದಾರೆ?" ಕೇಳಿದ ಅಮೀರ್.

"ನನಗೆ ಅಪ್ಪನಿಲ್ಲ. ಅಮ್ಮ ಬೆಟ್ಟಗಳಲ್ಲಿರುವ ಹಳ್ಳಿಯಲ್ಲಿದ್ದಾಳೆ. ಮನೆಯಲ್ಲಿ ತಂಗಿಯರು ಮತ್ತು ತಮ್ಮಂದಿರಿದ್ದಾರೆ. ನಾನೊಬ್ಬನೇ ದುಡಿಯುವಷ್ಟು ದೊಡ್ಡವನು."

"ಹಾಗಾದರೆ ನೀನು ರಾತ್ರಿ ಎಲ್ಲಿ ಮಲಗುತ್ತೀಯ?"

"ಎಲ್ಲೆಂದರಲ್ಲಿ. ಕೆಲವರ ವರಾಂಡ, ಇಲ್ಲವೇ ಮೈದಾನದಲ್ಲಿ. ಬೇಸಿಗೆಯಲ್ಲಿ ತೊಂದರೆಯಿಲ್ಲ. ಈ ಚಳಿಗಾಲದಲ್ಲಿ ರೈಲ್ವೆ ಪ್ಲಾಟ್ ಫಾರಂ ಸೇರಿಕೊಳ್ಳುತ್ತೇನೆ. ಅಲ್ಲಿ ಸ್ವಲ್ಪ ಬೆಚ್ಚಗಿರುತ್ತದೆ."

"ನೀನು ಇಲ್ಲಿಯೇ ಮಲಗಬಹುದು" ಎಂದ ಅಮೀರ್.

* * *

ಒಂದು ಬೆಳಗ್ಗೆ ಕೋಣೆಯ ಬಾಗಿಲು ತೆರೆದು ಹೊರಬಂದ ಅಮೀರ್‌ಗೆ ಮೆಟ್ಟಿಲ ಮೇಲೆ ಮಲಗಿದ್ದ ಮೋಹನ್ ಕಾಣಿಸಿದ. ತೆಳುವಾದ ದುಪ್ಪಟಿಯನ್ನು ಕವುಚಿಕೊಂಡು ಸಹಸ್ರಪದಿ ಹುಳುವಿನಂತೆ ಸುರುಳಿಸುತ್ತಿಕೊಂಡು ಮಲಗಿ ನಿದ್ರಿಸುತ್ತಿದ್ದ. ಮಾರಾಟದ ಸರಕಿದ್ದ ಅವನ ಟ್ರೇ ಸ್ವಲ್ಪ ದೂರದಲ್ಲಿತ್ತು.

ಅಮೀರ್ ಅವನನ್ನು ಮೆಲುವಾಗಿ ಅಲುಗಾಡಿಸಿದೊಡನೆಯೇ ಎದ್ದ. ಪ್ರಕಾಶಮಾನವಾದ ಸೂರ್ಯನ ಕಿರಣಗಳು ಬಿದ್ದೊಡನೆಯೇ ಪಿಳಿಪಿಳಿ ಕಣ್ಣು ಬಿಟ್ಟು ನೋಡಿದ.

"ಒಳಗೆ ಬರಬಹುದಿತ್ತಲ್ವಾ? ನೀನು ಬಂದಾಗ ನನಗೆ ಕೂಗಿ ಹೇಳಬಹುದಿತ್ತಲ್ವಾ?" ಎಂದು ಕೇಳಿದ ಅಮೀರ್.

"ತುಂಬಾ ತಡವಾಗಿತ್ತು. ನಿಮ್ಮನ್ನು ಎಬ್ಬಿಸಲು ಮನಸ್ಸಾಗಲಿಲ್ಲ. ರಾತ್ರಿ ಅಷ್ಟೇನೂ ಚಳಿಯಿರಲಿಲ್ಲ" ಎಂದ ಮೋಹನ್.

"ಯಾರಾದರೂ ನಿನ್ನ ಸಾಮಾನುಗಳನ್ನು ಕದ್ದರೆ?"

ಮೋಹನನಿಗೆ ರಾತ್ರಿ ಇಲ್ಲೇ ಒಳಗೆ ಮಲಗು ಎಂದು ತಿಳಿಸಿದ ಅಮೀರ್. ಅಂದು ರಾತ್ರಿ ಅವನು ಬೇಗನೇ ಬಂದ. ಅಮೀರ್ ಅವನಿಗೆ ಒಂದು ಕಂಬಳಿಯನ್ನು ಕೊಟ್ಟ. ನೆಲದ ಮೇಲಿನ ಮ್ಯಾಟ್ ಮೇಲೆ ಮಲಗಿದ ಅವನು ಸುಖವಾಗಿ ನಿದ್ರಿಸಿದ. ತನ್ನ ಕೋಣೆಗೆ ಬಂದ ಅತಿಥಿ ಆರಾಮಾಗಿದ್ದಾನೆಯೆ ಎಂಬ ಯೋಚನೆಯಲ್ಲಿ ನಿದ್ರಿಸದೇ ರಾತ್ರಿ ಕಳೆದ ಅಮೀರ್.

ಮೋಹನ್ ಆಗಾಗ್ಗೆ ಬರುತ್ತಿದ್ದ. ಬೆಳಗ್ಗೆ ಅಮೀರ್ ತಿಂಡಿಗೆ ಕರೆಯುವಷ್ಟರಲ್ಲಿ ಅವನು ಹೊರಟುಬಿಟ್ಟಿರುತ್ತಿದ್ದ. ಬಜಾರಿನ ಚಿಕ್ಕಪುಟ್ಟ ಹೋಟೆಲುಗಳಲ್ಲಿ ಅವನು ತಿನ್ನುತ್ತಿದ್ದ.

ಪ್ರೌಢಶಾಲೆಯ ಪರೀಕ್ಷೆ ಹತ್ತಿರವಾಗುತ್ತಿತ್ತು. ರಾತ್ರಿವೇಳೆ ತುಂಬಾ ಹೊತ್ತು ಪುಸ್ತಕ ಹಿಡಿದು ಕೂರುತ್ತಿದ್ದ ಮೋಹನ್. ಅಪರೂಪಕ್ಕೆ ಸಂಜೆ ಶಾಲೆಯಲ್ಲಿ ಕೇಳಿಸಿಕೊಂಡ ಪಾಠದ ಹೊರತಾಗಿ ಅವನು ಯಾರಿಂದಲೂ ಪಾಠ ಹೇಳಿಸಿಕೊಂಡಿರಲಿಲ್ಲ.

ಪರೀಕ್ಷೆಗಳು ಹತ್ತು ದಿನಗಳು ನಡೆದವು. ಈ ದಿನಗಳಲ್ಲಿ ಮೋಹನ್ ತನ್ನ ವ್ಯಾಪಾರೀ ಸರಕನ್ನು ಪಕ್ಕಕ್ಕಿರಿಸಿಬಿಟ್ಟಿದ್ದ. ಆತ್ಮವಿಶ್ವಾಸದಿಂದ ಪರೀಕ್ಷೆಯನ್ನು ಬರೆದು ಬಂದ. ಚೆನ್ನಾಗಿಯೇ ಬರೆದಿರುವುದಾಗಿ ಭಾವಿಸಿದ್ದ, ಪರೀಕ್ಷೆ ಮುಗಿದೊಡನೆ ಇಷ್ಟು ದಿನ ಕಳೆದುಕೊಂಡದ್ದನ್ನು ಪುನಃ ಗಳಿಸುವ ರೀತಿಯಲ್ಲಿ ತನ್ನ ಟ್ರೇ ಹಿಡಿದು ಊರೆಲ್ಲಾ ಅಲೆದ.

* * *

ಪರೀಕ್ಷೆಯ ಫಲಿತಾಂಶ ಬರುವ ದಿನ ಅಮೀರ್ ಬೆಳಗ್ಗೆ ಬೇಗ ಎದ್ದ. ಪೇಪರ್ ಮಾರುವವರಲ್ಲಿಗೆ ಬೆಳಗ್ಗೆ ಐದು ಗಂಟೆಗೆಲ್ಲಾ ಹೋದ. ಆಗ ತಾನೆ ಪೇಪರುಗಳ ಬಂಡಲುಗಳು ಬಂದಿಳಿಯುತ್ತಿದ್ದವು. ಭರ್ತು ಅವನಿಗೆ ಪೇಪರೊಂದನ್ನು ಕೊಟ್ಟ. ಫಲಿತಾಂಶ ಪ್ರಕಟವಾದ ಪುಟವನ್ನು ಕಾತುರದಿಂದ ತೆರೆದ. "ಪಾಸ್" ಆದ ನಗರದ ವಿದ್ಯಾರ್ಥಿಗಳ ಕಾಲಂ ಹುಡುಕಿದ. ಅದರಲ್ಲಿ ಮೋಹನ್ ಹೆಸರು ಇರಲಿಲ್ಲ. ಎರಡೆರಡು ಬಾರಿ ಹುಡುಕಿದ. ನಂತರ ಬಾಡಿದ ಮುಖಭಾವದಿಂದ ಭರ್ತುಗೆ ಪೇಪರನ್ನು ಹಿಂದಿರುಗಿಸಿದ.

"ಫೇಲಾ?" ಎಂದ ಭರ್ತು.

ತಲೆಯಾಡಿಸಿದ ಅಮೀರ್ ವಾಪಸಾದ. ಅವನು ಕೋಣೆಗೆ ಹಿಂದಿರುಗಿ ಬಂದಾಗ ಮೆಟ್ಟಿಲ ಮೇಲೆ ಮೋಹನ್ ಕುಳಿತಿದ್ದ. ಅಮೀರ್ ಅವನಿಗೆ ವಿಷಯವನ್ನು ಹೇಳಿಕೊಳ್ಳುವ ಅವಶ್ಯಕತೆಯಿರಲಿಲ್ಲ. ಅವನ ಮುಖಭಾವ ಮೋಹನ್‌ಗೆ ಎಲ್ಲವನ್ನೂ ತಿಳಿಸಿತ್ತು.

ಅಮೀರ್ ಅವನ ಪಕ್ಕ ಕುಳಿತ. ಇಬ್ಬರೂ ಸ್ವಲ್ಪ ಹೊತ್ತು ಏನೊಂದೂ ಮಾತಾಡಲಿಲ್ಲ.

"ಯೋಚಿಸಬೇಡಿ, ಮುಂದಿನ ವರ್ಷ ಪಾಸಾಗುತ್ತೇನೆ" ಎಂದ ಮೋಹನ್. ಈಗ ತನ್ನನ್ನು ಸಮಾಧಾನಿಸಿಕೊಳ್ಳುವುದಕ್ಕಿಂತ ಅಮೀರ್‌ನನ್ನು ಸಮಾಧಾನ ಪಡಿಸಬೇಕಾದ ಅಗತ್ಯವಿತ್ತು.

"ನಿನಗೆ ಇನ್ನೊಂದಿಷ್ಟು ಸಮಯ ಸಿಕ್ಕಿದ್ದಿದ್ದರೆ ಒಳ್ಳೆಯದಿತ್ತು" ಎಂದ ಅಮೀರ್.

"ಈಗ ಸಾಕಷ್ಟು ಸಮಯವಿದೆ. ಇನ್ನೂ ಒಂದು ವರ್ಷ ಕಾಲ... ನಿಮ್ಮ ಕೋಣೆಯಲ್ಲಿ ನಾನು ಇರಬಹುದಾ?"

"ನಾನಿಲ್ಲಿರುವವರೆಗೂ ನೀನಿರಬಹುದು. ಅಂದರೆ, ನಾನು ದುಡಿಯಲು ಹೋಗಬೇಕಲ್ಲವೆ? ಇಲ್ಲದಿದ್ದರೆ ನನ್ನ ತಾತ ನನ್ನನ್ನು ಎತ್ತಿ ಆಚೆ ಹಾಕುತ್ತಾರಷ್ಟೆ!"

ಮೋಹನ್ ನಗುತ್ತಾ ಕೋಣೆಯೊಳಕ್ಕೆ ಹೋದ. ಹೊರಗೆ ಬರುವಾಗ ಅವನ ಕುತ್ತಿಗೆಯಲ್ಲಿ ಟ್ರೇ ನೇತಾಡುತ್ತಿತ್ತು.

"ನೀವೇನು ಕೊಳ್ಳುತ್ತೀರಿ? ನಿಮಗೆ ಬೇಕಾದ ಎಲ್ಲ ವಸ್ತುಗಳೂ ನನ್ನ ಬಳಿ ಇವೆ" ಎಂದು ಕೇಳಿದ.

ಮುಖೇಶನ ಮೇಕೆ

ಪುಟ್ಟ ಕರಿಮೇಕೆ ಮರಿ ಮುಖೇಶನ ಅತ್ಯಂತ ಪ್ರೀತಿಪಾತ್ರವಾದ ಸಾಕುಪ್ರಾಣಿ. ಅವನೊಮ್ಮೆ ಸಾಸಿವೆ ಹೊಲದ ಬಳಿ ಹೋಗಿ ಬರುವಾಗ ಅದು ಅವನನ್ನು ಹಿಂಬಾಲಿಸಿ ಬಂದಿತ್ತು.

ಪ್ರತಿವರ್ಷ ಮುಂಗಾರು ಪ್ರಾರಂಭವಾಗುವ ಮುನ್ನ ದೆಹ್ರಾ ಸಮೀಪ ಗೀತಾ ನದಿ ಪುಟ್ಟ ತೊರೆಯಂತೆ ಹರಿಯುತ್ತಿರುತ್ತದೆ. ಅದರ ದಂಡೆಯಲ್ಲಿ ಅಡ್ಡಾಡುವುದು ಹಾಗೂ ಆ ಬದಿಯಲ್ಲಿರುವ ಜಮೀನು ಮತ್ತು ಟೀ ತೋಟಗಳಲ್ಲಿ ತಿರುಗಾಡುವುದೆಂದರೆ ಮುಖೇಶನಿಗೆ ಬಲು ಹಿಗ್ಗು. ಅಲ್ಲಿಂದ ಅವನಿಗೆ ಹಳದಿ ಬಣ್ಣದ ಹೂಬಿರಿದ ಸಾಸಿವೆ ತೋಟಗಳಲ್ಲಿ ಓಡಾಡುವ ಗಂಡಸರು, ಗಾಢ ಕೆಂಪು ಬಣ್ಣದ ಸೀರೆಯುಟ್ಟು ಹಸಿರು ಟೀ ಎಲೆಗಳನ್ನು ಕೀಳುವ ಮಹಿಳೆಯರು ಬಣ್ಣದ ಚಿತ್ರದಂತೆ ಕಾಣಿಸುತ್ತಾರೆ.

ಅವನೊಮ್ಮೆ ಕಾಲುವೆಯ ಬದಿ ಕುಳಿತಿದ್ದ. ಕೆಸರಾದ ನೀರಿನಲ್ಲಿ ಕೊಳಬಕ ಹಕ್ಕಿಗಳು ಮೀನುಗಳನ್ನು ಹಿಡಿಯುವುದನ್ನು ಗಮನಿಸುತ್ತಿದ್ದಾಗ, ಅವನ ಮೊಣಕೈಗೆ ಏನೋ ತಿವಿದಂತಾಯಿತು. ತಿರುಗಿ ನೋಡಿದಾಗ ಅವನ ಪಕ್ಕ ಪುಟ್ಟ ಮೇಕೆ ನಿಂತಿತ್ತು. ಕರೀಬಣ್ಣ, ವೆಲ್ವೆಟ್ ಬಟ್ಟೆಯಂತೆ ಮೆದುವಾದ, ಆಕರ್ಷಕ ಬೂದು ಬಣ್ಣದ ಕಣ್ಣುಗಳ ಅದು ಸುಂದರವಾಗಿತ್ತು. ಅದರ ಅಮ್ಮನಾಗಲಿ ಮಾಲೀಕರಾಗಲೀ ಅಲ್ಲೆಲ್ಲಿಯೂ ಕಂಡುಬರಲಿಲ್ಲ.

ಅದು ಒಂದೇ ಸಮನೆ ಮುಖೇಶನ ಕೈಗಳನ್ನು ತಳ್ಳುತ್ತಿದ್ದುದರಿಂದ, ಅವನು ಏನಾದರೂ ತಿನ್ನಲು ಕೊಡಲು ತನ್ನ ಜೇಬುಗಳನ್ನು ತಡಕಿದ. ಸಮೋಸಾದ ತುಂಡು ಸಿಕ್ಕೊಡನೆ ಅದನ್ನು ಅದರ ಬಾಯಿಯ ಬಳಿ ಹಿಡಿದ. ಅದು ಗಬಗಬನೆ ತಿಂದಿತು. ನಂತರ ಅವನ ಪಕ್ಕದಲ್ಲೇ ಕುಳಿತು ಮೆಲ್ಲನೆ ಹುಲ್ಲನ್ನು ಕಡಿಯತೊಡಗಿತು.

ಸ್ವಲ್ಪ ಹೊತ್ತಾದ ಮೇಲೆ ವಾಪಸ್ ಹಿಂದಿರುಗಲೆಂದು ಮುಖೇಶ ಎದ್ದೊಡನೆ, ಮೇಕೆ ಮರಿಯೂ ಎದ್ದಿತು. ಅವನು ಮನೆ ದಿಕ್ಕಿನಲ್ಲಿ ನಡೆಯುತ್ತಿದ್ದಂತೆ ತನ್ನ ಪುಟ್ಟ ಕಾಲುಗಳನ್ನು ಅತ್ತಿತ್ತ ಹಾಕುತ್ತ ಹಿಂಬಾಲಿಸಿತು.

"ಏ, ಹೋಗು ಮನೆಗೆ!" ಎಂದು ಮುಕೇಶ ಅದಕ್ಕೆ ಹೇಳಿದೊಡನೆ ಅದು ಅವನ

ಸುತ್ತ ಕುಣಿದಾಡಿತು. ಅದು ತನ್ನ ಮನೆಯ ದಾರಿಯನ್ನು ಮರೆತಿರುವುದು ತಿಳಿಯಿತು. ಹಾಗಾಗಿ ಅದು ಅವನನ್ನು ನದಿಯ ದಂಡೆಯವರೆಗೂ ಹಿಂಬಾಲಿಸಿತು. ಹರಿಯುತ್ತಿದ್ದ ನೀರನ್ನು ದಾಟುವುದು ನಡುಗುವ ಅದರ ಪುಟ್ಟ ಕಾಲುಗಳಿಂದ ಸಾಧ್ಯವಿರಲಿಲ್ಲ, ಅದಕ್ಕಾಗಿ ಅವನು ಅದನ್ನು ಎತ್ತಿಕೊಂಡು ನೀರನ್ನು ದಾಟಿದ. ಕೆಳಗೆ ಇಳಿಸಿದರೂ ಅದು ಅವನನ್ನು ಬಿಟ್ಟು ಹೋಗದೆ ಅವನ ಕಾಲಿಗೆ ಮೈಯುಜ್ಜುತ್ತ ನಿಂತಿತ್ತು.

ಮುಖೇಶ ತನ್ನ ಮನೆಗೆ ದಾಪುಗಾಲು ಹಾಕುತ್ತ ವೇಗವಾಗಿ ಹೊರಟ. ಹಾಗಾದರೂ ಅದರಿಂದ ದೂರ ಹೋಗಬಹುದೆಂದು ಅವನು ಎಣಿಸಿದ. ಆದರೆ ಅವನು ಅಂದುಕೊಂಡಿದ್ದಕ್ಕಿಂತ ಅದರ ಕಾಲುಗಳು ಬಲವಾಗಿದ್ದವು. ಅದು ಎಗರುತ್ತಾ ಅವನನ್ನು ಹಿಂಬಾಲಿಸಿ, ಅವನ ಮನೆಯ ಗೇಟಿನವರೆಗೂ ಬಂದುಬಿಟ್ಟಿತ್ತು.

ಅವನಿಗೀಗ ಬೇರೆ ದಾರಿಯೇ ಉಳಿದಿರಲಿಲ್ಲ. ಅದನ್ನು ಎತ್ತಿಕೊಂಡು ಮನೆಗೆ ಹೋಗಿ ತನ್ನ ಪೋಷಕರಿಗೆ, "ಇದು ನನ್ನ ಗೆಳತಿ" ಎಂದು ಪರಿಚಯಿಸಿದ.

ಮನೆಯ ವರಾಂಡದಲ್ಲಿ ಸಾಸರಿನಿಂದ ಹಾಲನ್ನು ನೆಕ್ಕುತ್ತಿದ್ದ ಮೇಕೆ ಮರಿಯನ್ನು ನೋಡಿ ಅವನ ಅಮ್ಮ, "ಇನ್ನೊಂದು ಸಾಕು ಪ್ರಾಣಿಯಾ, ಬೇಡ!, ನಾನು ನಿನಗೆ ಸಾವಿರ ಸಾರಿ ಹೇಳಿದ್ದೇನೆ. ಮನೆಯೊಳಗಾಗಲಿ, ಹೊರಗಾಗಲಿ ಈ ಪ್ರಾಣಿಗಳ ಸಹವಾಸ ಬೇಡ, ಅಂತ!" ಎಂದು ಹೇಳಿದರು.

ಅವನ ಅಮ್ಮನ ಈ ರೀತಿಯ ವಿರೋಧಕ್ಕೆ ಸಕಾರಣವೂ ಇತ್ತು. ಕೆಲ ವಾರಗಳ ಹಿಂದೆಯಷ್ಟೇ ಮುಕೇಶ ಮನೆಯ ಕೈತೋಟದಲ್ಲಿ ತನ್ನದೇ ಮೃಗಾಲಯವನ್ನು ಮಾಡಲು ಹೊರಟಿದ್ದ. ಅದರ ಪರಿಣಾಮ, ಕಡ ತಂದು ಪ್ರದರ್ಶಿಸಿದ್ದ ನೆರೆಮನೆಯವರ ಗಿಣಿ ತಪ್ಪಿಸಿಕೊಂಡಿತ್ತು. ದೋಬಿಯ ಕತ್ತೆ ಎರಡು ದಿನಗಳ ಕಾಲ ಪತ್ತೆಯಿರಲಿಲ್ಲ ಮತ್ತು ಅಮ್ಮನ ಅಡುಗೆಮನೆಯಲ್ಲಿ ಹಲವು ಹಲ್ಲಿಗಳು ಓಡಾಡತೊಡಗಿದ್ದವು.

"ಅಷ್ಟೇ ಅಲ್ಲ, ನಿನ್ನ ನಾಯಿ ಇದನ್ನು ಕಂಡರೆ ಗಲಾಟೆ ಮಾಡುತ್ತದೆ" ಎಂದಳು ಅಮ್ಮ.

ಆದರೆ, ವರಾಂಡದ ಇನ್ನೊಂದು ತುದಿಯಲ್ಲಿದ್ದ ಮುಖೇಶನ ಕರಿನಾಯಿ (ಹಳದಿ ಕಣ್ಣುಗಳಿರುವ) ತಾನು ಕಡಿಯುತ್ತಿದ್ದ ಮೂಳೆಯನ್ನು ಬಿಟ್ಟು ತಲೆಯೆತ್ತಿ ಒಮ್ಮೆ ನೋಡಿತಾದರೂ ಮನೆಗೆ ಬಂದ ಹೊಸ ಸದಸ್ಯಳನ್ನು ನೋಡಿಯೂ ನೋಡದಂತೆ ಉದಾಸೀನತೆಯನ್ನು ಪ್ರದರ್ಶಿಸಿತು. ಹುಲ್ಲು ತಿನ್ನುವವಳು, ಮೂಳೆಗಳಿಗಾಗಿ ಬೆದಕಾಡುವ ತನಗೆ ಪ್ರತಿಸ್ಪರ್ಧಿಯಲ್ಲ ಎಂದು ಅದು ತೀರ್ಮಾನಿಸಿರಬೇಕು.

"ಅಮ್ಮ, ಮೇಕೆಯ ಹಾಲು ಆರೋಗ್ಯಕ್ಕೆ ಬಹಳ ಒಳ್ಳೆಯದು. ನಾನದರ ಬಗ್ಗೆ ಎಲ್ಲೋ ಓದಿದ್ದೆ. ಅದಕ್ಕೇ ಅದನ್ನು ನಾನು ಮನೆಗೆ ತಂದಿದ್ದು. ನೀನು ಯಾಕೋ ಒಂದು ವಾರದಿಂದ ಆರೋಗ್ಯವಾಗಿದ್ದಂತೆ ಇಲ್ಲ" ಎಂದ ಮುಖೇಶ.

ಉಚಿತವಾಗಿ ಹಾಲು ಸಿಗುತ್ತದೆ ಎಂಬ ಸಂಗತಿಯು ಮನೆಯಲ್ಲಿ ಮೇಕೆಯನ್ನು ಇರಿಸಿಕೊಳ್ಳುವ ನಿರ್ಧಾರಕ್ಕೆ ಬಲವನ್ನು ನೀಡಿತು. ಹಾಲು ಕೊಡುವಂತಾಗಲು ಇನ್ನೂ ಸಾಕಷ್ಟು ಕಾಲ ಬೇಕಾಗುತ್ತದೆಂಬುದು ತಿಳಿದಿದ್ದರೂ ಸಹ ಮನೆಯಲ್ಲಿರಲು ಅದು

ಅರ್ಹತೆಯನ್ನು ಸಂಪಾದಿಸಿತ್ತು. ಮುಖೇಶನ ಪುಟ್ಟತಂಗಿ ಡಾಲಿಗೆ ಈ ಹೊಸ ಸಾಕುಪ್ರಾಣಿ ಅಷ್ಟೇನೂ ಇಷ್ಟವಾಗಲಿಲ್ಲ. "ಅದರ ವಾಸನೆ ಒಂಥರಾ ಇದೆ" ಎಂದು ತನ್ನ ಅಭಿಪ್ರಾಯವನ್ನು ತಿಳಿಸಿದಳು. ಅದಕ್ಕೆ ಮುಕೇಶ ತನ್ನ ಅಮ್ಮ ಬಳಸುವ ಮಲ್ಲಿಗೆ ಪರಿಮಳದ ಸುಗಂಧ ದ್ರವ್ಯವನ್ನು ಮೇಕೆಮರಿಗೆ ಚೆನ್ನಾಗಿ ಸಿಂಪಡಿಸಿದ. ಹಾಗಾಗಿ ಒಂದು ವಾರಕಾಲ ಅದು ಈ ವಿಶೇಷ ಸುವಾಸನೆಯಿಂದ ಕೂಡಿತ್ತು.

ಯಕ್ಷಿಣಿಯರ ಕಥೆಗಳಲ್ಲಿ ಬರುವ ಪಾತ್ರದಂತೆ ಅದು ವರ್ತಿಸುತ್ತದೆಯೆಂದು ಮುಕೇಶ ಅದನ್ನು "ಪರಿ" (ಯಕ್ಷಿಣಿ) ಎಂದು ಹೆಸರಿಟ್ಟ. ಸಳಕ್ಕೆಂದು ಹಿಡಿತದಿಂದ ತಪ್ಪಿಸಿಕೊಂಡು, ಕಾಲಿಗೆ ಸ್ಪ್ರಿಂಗ್ ಇರುವಂತೆ ಮನೆಯ ಮುಂದಿನ ಹುಲ್ಲಿನ ಮೇಲೆ ಚಂಗ್ ಚಂಗ್ ಎಂದು ನೆಗೆಯುತ್ತಿತ್ತು. ಅದಕ್ಕೆ ಇಟ್ಟ ಹೆಸರಿಗೆ ತಕ್ಕಂತೆ ಉತ್ಸಾಹದ ಬುಗ್ಗೆಯಂತಿದ್ದ ಅದು ಎಲ್ಲಿದ್ದರೂ ತಿಳಿಯುವಂತೆ ಅದರ ಕುತ್ತಿಗೆಗೆ ಚಿಕ್ಕ ಗಂಟೆಯನ್ನು ಕಟ್ಟಿದ.

ಅದಕ್ಕೆ ಬೆಳಗಿನ ವಾಯುವಿಹಾರ ಅಚ್ಚುಮೆಚ್ಚಿನದಾಗಿತ್ತು. ನಾಯಿಗೆ ಹೋಲಿಸಿದರೆ ವಾಯುವಿಹಾರಕ್ಕೆ ಅದೇ ಅತ್ಯುತ್ತಮ ಸಂಗಾತಿ ಎನ್ನಬಹುದು. ಅದು ನಾಯಿಯ ಹಾಗೆ ಅಲ್ಲಿ ಇಲ್ಲಿ ಮೂಸುತ್ತಾ ದಿಕ್ಕುತಪ್ಪುತ್ತಿರಲಿಲ್ಲ ಮತ್ತು ಕಾಗೆ, ಬೆಕ್ಕು, ಬೀದಿನಾಯಿಗಳು ಅಥವಾ ಮುಳ್ಳುಹಂದಿಯೋ ಕಂಡಾಗ ಜಗಳಕ್ಕಿಳಿಯುತ್ತಿರಲಿಲ್ಲ. ಅದು ಕೇವಲ ಚಿಟ್ಟೆಗಳನ್ನು ಕಂಡಾಗ ಮಾತ್ರ ಅಟ್ಟಿಸಿಕೊಂಡು ಹೋಗುತ್ತಿತ್ತು. ಚಿಟ್ಟೆಯ ಮೇಲೆ ಗಮನವಿರಿಸಿ ಅದು ಓಡುತ್ತಾ ಹಳ್ಳ ಕೊಳ್ಳಗಳಲ್ಲಿ ಬಿದ್ದು, ಇಳಿಜಾರಿನಲ್ಲಿ ಉರುಳಿ ಬೀಳುತ್ತಿತ್ತು.

ಯಕ್ಷಿಣಿಯರು ಬೆಳೆಯುವುದೇ ಇಲ್ಲ, ಸದಾ ಒಂದೇ ರೀತಿ ಇರುತ್ತಾರೆ. ಆದರೆ ಆ ಹೆಸರು ಇಟ್ಟಿದ್ದರೂ ಮುಖೇಶನ ಪರಿ ಬೆಳೆಯಬೇಕಲ್ಲವೆ? ಬೆಳೆಯಿತು. ಅದಕ್ಕೆ ಕ್ರಮೇಣ ಎರಡು ಕೊಂಬುಗಳೂ ಮೂಡಿದವು. ಹಾಗೆಯೇ ಅದರ ತಿನ್ನುವ ಪ್ರಮಾಣವೂ ಹೆಚ್ಚಿತು. ಸ್ವೀಟ್ ಪೀ ಎಂಬ ಸುಂದರ ಹೂಗಿಡ, ಬಣ್ಣಬಣ್ಣದ ಹೂ ಬಿಡುವ ನಾಸ್ಟರ್ಷಿಯಮ್ ಮತ್ತು ಜರೇನಿಯಮ್‌ಗಳೆಂದರೆ ಅದಕ್ಕೆ ಬಲು ಇಷ್ಟ. ವಿಶೇಷವೆಂದರೆ ಅವೆಲ್ಲಾ ಮುಖೇಶನ ಅಪ್ಪನ ನೆಚ್ಚಿನ ಉದ್ಯಾನವನದ ಹೂಗಿಡಗಳು! ಮುಖೇಶನ ಅಮ್ಮನಿಗಿಂತ ಹೆಚ್ಚಾಗಿ ಅಪ್ಪ ಉದ್ಯಾನವನದಲ್ಲಿ ಹೂಗಿಡ ಬೆಳೆಸುವುದರಲ್ಲಿ ಆಸಕ್ತಿ ವಹಿಸುತ್ತಿದ್ದರು. ಪ್ರತಿವರ್ಷ ನಡೆಯುವ ಪುಷ್ಪ ಪ್ರದರ್ಶನದಲ್ಲಿ ಇವರ ಸ್ವೀಟ್ ಪೀ ಹೂಗಳು ಪ್ರಶಸ್ತಿಗಳಿಸುತ್ತಿದ್ದವು.

ಒಂದು ಮುಂಜಾನೆ ಸ್ವೀಟ್ ಪೀ ಗಿಡಗಳೆಲ್ಲ ಸಂಪೂರ್ಣ ನಾಶವಾಗಿದ್ದುದು ಕಂಡುಬಂದಿತು. ಮುಖೇಶ ಎಲ್ಲ ತಪ್ಪನ್ನೂ ಹಸುವಿನ ಮೇಲೆ ಹಾಕಿದ. ರಾತ್ರಿ ವೇಳೆ ಅದು ಉದ್ಯಾನದೊಳಗೆ ನುಗ್ಗಿ ಇವನ್ನು ತಿಂದು ಹಾಳುಮಾಡಿದೆ ಎಂದು ದೂರಿದ. ಅವನ ಅಪ್ಪ ಏನೊಂದೂ ಮಾತನಾಡದೇ ಮೌನವಾಗಿ ಅವನನ್ನು ನೋಡಿದ. ಅಪ್ಪನ ಈ ನೋಟದಲ್ಲಿಯೇ ಅಚಾತುರ್ಯ ಎಸಗಿದವರು ಯಾರೆಂಬುದು ಇಬ್ಬರಿಗೂ ತಿಳಿದಿರುವುದು ಮನವರಿಕೆಯಾಗಿತ್ತು. ಮುಖೇಶ ಮೇಕೆ ಮರಿಯನ್ನಿರಿಸಿಕೊಳ್ಳಲು ಬೆಂಬಲಿಸಿದ್ದಕ್ಕೆ ಅಪ್ಪ ಪಶ್ಚಾತ್ತಾಪ ಪಡುತ್ತಿರುವಂತಿತ್ತು. ಈ ಬಾರಿ ಪುಷ್ಪ ಪ್ರದರ್ಶನ

ಆಯೋಜಿಸಿದ ಸಮಯಕ್ಕೆ ಇವರ ಬಳಿ ಉಳಿದದ್ದು ಕೇವಲ ಸೂರ್ಯಕಾಂತಿ ಜಾತಿಯ ಜಿನ್ನಿಯಾ ಹೂಗಳು ಮಾತ್ರ. ಅದೂ ಮೇಕೆ ಇಷ್ಟಪಡದೇ ಬಿಟ್ಟಿದ್ದರಿಂದಾಗಿ ಉಳಿದಿತ್ತಷ್ಟೆ. ಅದಕ್ಕೆ ಮೂರನೇ ಬಹುಮಾನ ಬಂತು. ಮುಖೇಶ, ತನ್ನ ಮೇಕೆ ಅಪ್ಪನ ಕಣ್ಣಿಗೆ ಬೀಳದ ಹಾಗೆ ನೋಡಿಕೊಂಡ.

ತೊಂದರೆಯೆನ್ನುವುದು ಮಳೆಯಿದ್ದಂತೆ. ಹೇಳಿಕೇಳಿ ಬರುವುದಿಲ್ಲವಲ್ಲ. ಮುಖೇಶನಿಗೆ ಅನಿರೀಕ್ಷಿತವಾಗಿ ಅದು ಎದುರಾಯಿತು.

ತನ್ನ ಕೊಂಬುಗಳ ಹಲವು ಉಪಯೋಗಗಳನ್ನು ಕಂಡುಕೊಂಡ ಪರಿ, ಅದನ್ನು ಎಲ್ಲೆಡೆ ಪ್ರಯೋಗಿಸಲು ಶುರುಮಾಡಿಕೊಂಡಿತ್ತು. ಆಗಿಂದಾಗ್ಗೆ ಬಂದು ಕೆಲಸ ಮಾಡಿಕೊಟ್ಟು ಹೋಗುತ್ತಿದ್ದ ತೋಟದ ಮಾಲಿ ಎಂದೂ ಗೊಣಗಿದವನಲ್ಲ. ಆದರೆ ಆದಿನ ಮುಖೇಶನ ಅಮ್ಮನ ಬಳಿ ದೂರು ತಂದಿದ್ದ. ಬಗ್ಗಿ ಕುಳಿತು ಸ್ವೀಟ್ ಪೀ ಗಿಡಗಳನ್ನು ಪುನಃ ನೆಟ್ಟು, ಪಾತಿ ಮಾಡುತ್ತಿರುವಾಗ ಹಿಂದಿನಿಂದ ಬಂದ ಮೇಕೆ ಜೋರಾಗಿ ಗುದ್ದಿತ್ತು. ಪರಿಯನ್ನು ಕಟ್ಟಿ ಹಾಕದಿದ್ದರೆ ನಾನು ಕೆಲಸ ಮಾಡಲಾಗದು ಎಂದು ಆತ ಹೇಳಿದ.

ಈ ಘಟನೆಯಿಂದ ತನ್ನನ್ನು ತಾನೇ ಸಮಾಧಾನ ಪಡಿಸಿಕೊಂಡ ಮುಖೇಶನ ಅಮ್ಮ, “ಅಂದ ಹಾಗೆ, ನೀನು ಹೇಳಿದ್ದಲ್ಲ ನಮಗೆ ಅದರ ಹಾಲು ಯಾವಾಗ ಸಿಗುತ್ತೆ?” ಎಂದು ಮುಖೇಶನನ್ನು ಪ್ರಶ್ನಿಸಿದರು.

ಅಷ್ಟರಲ್ಲಿ ಅಂಚೆಯವನು, ಹಣ್ಣು ಮಾರುವವನು ಮತ್ತು ದಿನಪತ್ರಿಕೆ ಹಾಕುವ ಹುಡುಗ ದೂರು ಹೊತ್ತು ತಂದರು. ಈ ತುಂಟ ಮೇಕೆಗೆ ಅವರು ಬೆನ್ನು ತೋರಿಸುವಂತಿಲ್ಲ, ಬಂದು ಗುದ್ದುತ್ತಿತ್ತು.

ಈ ಘಟನೆಗಳೆಲ್ಲದರ ಪರಾಕಾಷ್ಠೆ ಎಂಬಂತೆ ಮುಖೇಶನ ಆಂಟಿಯ ರಂಗಪ್ರವೇಶವಾಯಿತು. ಚಾಚಿ(ಚಿಕ್ಕಮ್ಮ)ಗೆ ಕುಂಡದಲ್ಲಿರುವ ಹೂಗಳನ್ನು ಬಗ್ಗಿ ಹತ್ತಿರದಿಂದ ಮಾತನಾಡಿಸುವ ಖಯಾಲಿ. ಹೀಗೆ ಆತ್ಮೀಯವಾಗಿ ಅವುಗಳನ್ನು ಮಾತನಾಡಿಸುವುದರಿಂದ ಅವು ಚೆನ್ನಾಗಿ ಬೆಳೆಯುತ್ತವೆ ಎಂಬುದು ಅವಳ ನಂಬಿಕೆ.

ಜರೇನಿಯಮ್ ಹೂ ಬೆಳೆದಿದ್ದ ಕುಂಡದ ಬಳಿ ಹೀಗೇ ಬಗ್ಗಿ ಹೂವಿನೊಂದಿಗೆ ಆಕೆ ಸಂಭಾಷಿಸುತ್ತಿದ್ದಳು. ಈಕೆ ಅದರ ಎಲೆಗಳನ್ನು ತಿನ್ನುತ್ತಿದ್ದಾಳೆ ಎಂದು ಮೇಕೆ ಭಾವಿಸಿರಬೇಕು. ತನ್ನ ನೆಚ್ಚಿನ ಆಹಾರವನ್ನು ಕಬಳಿಸುವವಳನ್ನು ಗುದ್ದಿ ದೂರ ದೂಡುವ ಇರಾದೆಯಿಂದ ರಭಸದಿಂದ ನುಗ್ಗಿತು.

ವೆರಾಂಡದಿಂದ ತನ್ನನ್ನು ತಳ್ಳಿದ್ದಲ್ಲದೆ, ಬಹುವಾಗಿ ಗಾಯಗೊಳಿಸಿತು ಎಂದು ಆಂಟಿ ರೋಧಿಸತೊಡಗಿದಳು. ಮುಖೇಶನಿಂದ ಗಾಯಕ್ಕೆ ಮುಲಾಮು ಹಚ್ಚಿಸಿಕೊಳ್ಳುವುದನ್ನು ಕೂಡ ಆಕೆ ನಿರಾಕರಿಸಿದಳು.

ಈ ಘಟನೆ ಮೇಕೆಗೆ ಕುಟುಂಬದೊಂದಿಗಿದ್ದ ಸಂಬಂಧ ಕಡಿದುಕೊಳ್ಳಲು ಕಾರಣವಾಯಿತು. ಮುಖೇಶನ ಅಪ್ಪ, ದಿನಪತ್ರಿಕೆ ತಂದು ಹಾಕುವ ನಾಥೂನನ್ನು ಕರೆದು, ಮೇಕೆಯನ್ನು ಬಜಾರಿಗೊಯ್ದು ಸಿಕ್ಕಷ್ಟು ಬೆಲೆಗೆ ಮಾರಿ ಬರಲು ಹೇಳಿದರು.

ಮುಖೇಶ ಗೇಟಿನ ಬಳಿ ನಿಂತು ಪರಿಯನ್ನು ಕರೆದುಕೊಂಡು

ಹೋಗುತ್ತಿದ್ದುದನು ನೋಡಿದ. ಅದು ಹಿಂದೆ ಹಿಂದೆಕ್ಕೆ ತಿರುಗಿ ನೋಡುತ್ತಾ "ಮ್ಹೇ..." ಎಂದು ಅರಚುತ್ತಿತ್ತು. ಮುಖೇಶನೇಕೆ ತನ್ನೊಂದಿಗೆ ಬರುತ್ತಿಲ್ಲವೆಂದು ಅಚ್ಚರಿಗೊಂಡಿರಬೇಕು ಅದು.

ಎಲ್ಲಾ ಸರಿಹೋಗುತ್ತೆ ಬಿಡು ಎನ್ನುವ ಭಾವದಲ್ಲಿ ನಾಥೂ, ಮುಕೇಶನೆಡೆಗೆ ನೋಡಿ ಕಣ್ಣು ಮಿಟುಕಿಸಿದ. ನಾಥೂ ಮೊದಲು ಸ್ಥಳೀಯ ಸಹಕಾರಿ ಬ್ಯಾಂಕಿನಲ್ಲಿ ಕಸಗುಡಿಸುವ ಕೆಲಸ ಮಾಡುತ್ತಿದ್ದ. ಬ್ಯಾಂಕ್ ದಿವಾಳಿಯಾದಮೇಲೆ ದಿನಪತ್ರಿಕೆ ಹಂಚುವ ಕೆಲಸ ಹಿಡಿದಿದ್ದ. ಆದರೆ, ಬ್ಯಾಂಕಿನ ಕೆಲಸದ ಅನುಭವ, ಯಾವುದಕ್ಕೆ ಎಷ್ಟು ಬಂಡವಾಳ ಹೂಡಬೇಕೆನ್ನುವುದನ್ನು ಕಲಿಸಿತ್ತು. ಹಾಗಾಗಿ ಬಜಾರಿನಿಂದ ಬಂದವನೇ ಮೇಕೆಯನ್ನು ಮಾರಿದ್ದಾಗಿ ತಿಳಿಸಿ ಮುಖೇಶನ ಅಪ್ಪನಿಗೆ ಐವತ್ತರ ನೋಟು ಕೊಟ್ಟ. ಆದರೆ ಸ್ವಲ್ಪ ಹೊತ್ತಾದ ಮೇಲೆ ಮುಖೇಶ ಒಂಟಿಯಾಗಿದ್ದಾಗ, ತಾನೇ ಮೇಕೆಯನ್ನು ಕೊಂಡಿರುವುದಾಗಿ ಹೇಳಿದ. ಬಜಾರಿನ ಹಿಂಬದಿಯಲ್ಲಿರುವ ತನ್ನ ಮನೆಗೆ ಬೇಕೆನಿಸಿದಾಗ ಬಂದು ನೋಡಬಹುದೆಂದು ಹೇಳಿದ.

ಮುಖೇಶ ಕೆಲವೊಮ್ಮೆ ಹೋಗಿ ಬರುತ್ತಿದ್ದ. ಕಾಲಾನಂತರ ಅದಕ್ಕೊಂದು ಮರಿ ಹುಟ್ಟಿತ್ತು. ಪರಿ, ಸಾಕಷ್ಟು ಹಾಲನ್ನು ನೀಡುತ್ತಿತ್ತು. ನಾಥೂ ಮತ್ತು ಅವನ ತಮ್ಮಂದಿರು, ತಂಗಿಯರು ಹಾಲು ಕುಡಿಯುವುದರಲ್ಲಿ ಎತ್ತಿದ ಕೈ. ಪರಿ ಆ ಕುಟುಂಬದ ಎಲ್ಲರೊಂದಿಗೂ ಚೆನ್ನಾಗಿ ಹೊಂದಿಕೊಂಡಿತ್ತು. ಆದರೆ ಅಪರಿಚಿತರು, ಅದರಲ್ಲೂ ಆ ಮನೆಯ ಪ್ರಾಂಗಣದ ಬಾಗಿಲನ್ನು ದಾಟುವಾಗ ಅವರು ಬಗ್ಗಿದ್ದು ಕಂಡಾಗ ಮಾತ್ರ ಗುದ್ದುತ್ತಿತ್ತು.

ಕೊಕಿಯ ಹಾಡು

ಕೊಕಿ ಸುಮಾರು ಹನ್ನೆರಡು ವರ್ಷದವಳಿದ್ದಾಗ ಅವಳ ಅಮ್ಮ ತನ್ನ ಅಮ್ಮನ ಮನೆಗೆ, (ಅಂದರೆ ಕೊಕಿಯ ಅಜ್ಜಿಯ ಮನೆಗೆ) ಕರೆದುಕೊಂಡು ಹೋಗಿದ್ದಳು. ಅಲ್ಲಿ ಅವರು ಕೆಲವು ತಿಂಗಳುಗಳಿದ್ದರು. ಕೊಕಿಯ ಅಜ್ಜಿ ನದೀ ದಡದಲ್ಲಿನ ಒಂಟಿ ಮನೆಯಲ್ಲಿ ವಾಸಿಸುತ್ತಿದ್ದಳು. ಕೊಕಿಯ ಅಮ್ಮ, ಅಡುಗೆ ಮಾಡುವುದು, ಬಟ್ಟೆ ಒಗೆಯುವುದು ಮುಂತಾದ ಕೆಲಸಗಳಲ್ಲಿ ದಿನಪೂರಾ ನಿರತಳಾಗಿರುತ್ತಿದ್ದಳು. ಆದರೆ, ಕುಳ್ಳಗಿದ್ದು, ಡುಮ್ಮಿಯಾಗಿದ್ದ ಅಜ್ಜಿ ಮಾತ್ರ ಬಿಸಿಲು ಕಾಯಿಸಿಕೊಳ್ಳುತ್ತಾ ಕುಳಿತುಕೊಂಡು ತನ್ನ ಬಾಲ್ಯದ ಕಥೆಗಳನ್ನು ಮೆಲುಕು ಹಾಕುತ್ತಿದ್ದಳು.

ಬೆಳಗಿನ ಹೊತ್ತು ಕೊಕಿ ತನ್ನ ಅಮ್ಮನಿಗೆ ಮನೆಕೆಲಸಗಳಲ್ಲಿ ನೆರವಾಗುತ್ತಿದ್ದಳು. ಮಧ್ಯಾಹ್ನ ಅಜ್ಜಿ ಜೊತೆ ಮಾತನಾಡುತ್ತಾ ಕಾಲ ಕಳೆಯುತ್ತಿದ್ದಳು. ಸಂಜೆಗೆ ಅಜ್ಜಿ ಮನೆಯೊಳಗೆ ಸೇರಿಕೊಂಡಾಗ ಮನೆಯ ಮುಂದಿನ ಕೈತೋಟದಲ್ಲಿ ಕೊಕಿ ಒಬ್ಬಳೇ ಇರುತ್ತಿದ್ದಳು.

ಕೈತೋಟವನ್ನು ಅಷ್ಟೇನೂ ಚೆನ್ನಾಗಿ ನೋಡಿಕೊಳ್ಳುತ್ತಿರಲಿಲ್ಲ. ಹಾಗಾಗಿ ನಾಟಿ ಚೆಂಡು ಹೂಗಳು, ನಾಸ್ಟರ್ಷಿಯಮ್ ಮತ್ತು ಗುಲಾಬಿ ಹೂಗಳು ಎಡ್ಡಾದಿಡ್ಡಿಯಾಗಿ ಬೆಳೆದಿದ್ದವು. ಕೊಕಿಗೆ ಹೀಗವು ಬೆಳೆದುಕೊಂಡಿರುವುದನ್ನು ಕಂಡರೆ ಇಷ್ಟ. ಏಕೆಂದರೆ, ಎತ್ತರದ ಹಸಿರು ಹುಲ್ಲು ಮತ್ತು ಮುಳ್ಳುಗಿಡಗಳ ನಡುವೆ ಅರಳಿರುವ ಹೂಗಳನ್ನು ಹುಡುಕುತ್ತಾ ಅಡ್ಡಾಡುವುದು ಅವಳಿಗೆ ಆಟವಾಗಿತ್ತು. ಮನೆಯ ಮುಂದಿನ ಕೈತೋಟದ ಸುತ್ತ ಕಾಂಪೌಂಡ್ ಗೋಡೆಯಿತ್ತು. ಅದರ ಆಚೆ ಹುಲ್ಲುಗಾವಲಿದ್ದು ಇಳಿಜಾರಾಗಿ ನದಿಯ ದಡದವರೆಗೂ ಚಾಚಿಕೊಂಡಿತ್ತು. ಅದು ತೆಳ್ಳನೆ ತೊರೆಯಂತೆ ಹರಿಯುತ್ತಿತ್ತು. ಮುಂಗಾರು ಮಳೆ ಬಂದ ನಂತರ ಅದು ರಭಸವಾಗಿ ಹರಿಯುವ ಪ್ರವಾಹದ ರೂಪ ಪಡೆದುಕೊಳ್ಳುತ್ತಿತ್ತು. ಆದರೆ ಈಗದು ತೆಳ್ಳನೆ ಹರಿಯುವ ನೀರಿನ ಝುರಿಯಂತಿದೆ. ಅಲ್ಲಲ್ಲಿ ಸಣ್ಣಪುಟ್ಟ ಸಿಲ್ವರ್ ಮೀನುಗಳು ಚುಳುಗುಟ್ಟುವುದನ್ನು ಕಾಣಬಹುದು.

ಮನೆಯ ಕೈತೋಟ ಮತ್ತು ಕಾಂಪೌಂಡ್ ದಾಟಿ ಮುಂದೆ ಹೋಗಲು ಕೊಕಿ

ಹಿಂಜರಿಯುತ್ತಿದ್ದಳು. ಏಕೆಂದರೆ ನದಿಯ ಆಚೆ ಅರಣ್ಯವಿದೆ. ವನ್ಯಮೃಗಗಳು ಆಗಾಗ್ಗೆ ನೀರು ಕುಡಿಯಲೆಂದು ಅಲ್ಲಿಗೆ ಬರುತ್ತಿದ್ದವು. ಪದೇಪದೇ ಕಾಣಿಸುತ್ತಿದ್ದ ಕಾಡುಹಂದಿಯೆಂದರೆ ಅವಳಿಗೆ ವಿಪರೀತ ಭಯ. ಆದರೆ ಒಮ್ಮೆ ಮಾತ್ರ ಅವಳು ಜಿಂಕೆಯನ್ನು ಕಂಡಳು, ಅದೂ ಬಹಳ ಹತ್ತಿರದಲ್ಲಿ. ಠೀವಿಯಿಂದ ನಿಧಾನವಾಗಿ ನಡೆಯುತ್ತಿತ್ತು. ಮೈಮೇಲೆ ಬಿಳಿಯ ಚುಕ್ಕೆಗಳಿದ್ದ ಬಲು ಸುಂದರವಾದ ಜಿಂಕೆಯದು. ಚಿತ್ತಾಕರ್ಷಕವಾಗಿದ್ದ ಅದನ್ನು ಕೊಕಿ ಅಚ್ಚರಿಯಿಂದ ನೋಡಿದ್ದಳು. ಅವಳು ನೋಡುತ್ತಿರುವುದು ಅದರ ಗಮನಕ್ಕೂ ಬಂದಿರಬೇಕು, ಅದೂ ಅವಳನ್ನು ತದೇಕಚಿತ್ತದಿಂದ ನೋಡಿತು. ಜಿಂಕೆಯ ಕಣ್ಣಿಗೆ, ಹರಡಿಕೊಂಡ ಕಪ್ಪು ಕೂದಲಿನ ಮಧ್ಯೆ ಗಾಢ ಬಣ್ಣದ ಮುಖ, ಅದರ ಎರಡು ದೊಡ್ಡ ಕಂದು ಬಣ್ಣದ ಹೊಳಪು ಕಣ್ಣುಗಳು ಅಚ್ಚರಿಯಿಂದ ನೋಡುತ್ತಿರುವುದು ಕಾಣಿಸಿತ್ತು.

ಜಿಂಕೆ ಮತ್ತು ಹುಡುಗಿ ಇಬ್ಬರೂ ಒಬ್ಬರನ್ನೊಬ್ಬರು ಸುಮಾರು ಎರಡು ಮೂರು ನಿಮಿಷ ನೋಡಿರಬೇಕು. ಎಲ್ಲೋ ಕಡ್ಡಿ ಮುರಿದ ಸದ್ದು ಜಿಂಕೆಯ ಚುರುಕು ಕಿವಿಗೆ ಕೇಳಿಸಿತು. ಬೆಚ್ಚಿದ ಹರಿಣಿ ಚಂಗನೆ ನೆಗೆಯುತ್ತಾ ತೊರೆಯನ್ನು ದಾಟಿ ಆ ಬದಿಗೆ ವೇಗವಾಗಿ ಹೊರಟು ಹೋಯಿತು.

ಒಂದು ಸಂಜೆ ಕೊಕಿಗೆ ಎಲ್ಲೋ ದೂರದಿಂದ ಕೊಳಲಿನ ಇಂಪಾದ ನಾದ ಕೇಳಿಬಂತು. ಅಂತಹುದನ್ನು ಅವಳು ಕೇಳಿರಲೇ ಇಲ್ಲ. ಗೋಡೆ ಮೇಲಿಂದ ಆ ನಾದದ ಮೂಲವನ್ನು ಹುಡುಕುವ ತವಕದಿಂದ ಇಣುಕಿ ನೋಡಿದಳು.

ತೊರೆಯ ಸಮೀಪ ಬಾಲಕನೊಬ್ಬ ಕುಳಿತು ಕೊಳಲು ಊದುತ್ತಿದ್ದ. ಅವನ ದನಗಳು ಅಲ್ಲೇ ಬೆಟ್ಟದ ಇಳಿಜಾರಿನಲ್ಲಿ ಮೇಯುತ್ತಿದ್ದವು. ಅವನ ಹೆಗಲಿನ ಮೇಲೆ ತೆಳುವಾದ ಶಾಲು ಇಳಿಬಿದ್ದಿತ್ತು. ಕೊಳಕಾದ ಮತ್ತು ಅಲ್ಲಲ್ಲಿ ಹರಿದಿದ್ದ ಬಟ್ಟೆಯನ್ನು ಧರಿಸಿದ್ದ ಅವನು ಕಾಲಿಗೆ ಚಪ್ಪಲಿ ಕೂಡ ಹಾಕಿರಲಿಲ್ಲ. ಆದರೆ ಕೊಕಿ ಇವನ್ನೆಲ್ಲಾ ಗಮನಿಸಲೇ ಇಲ್ಲ. ಅವಳ ಮನಸ್ಸನ್ನು ಸರಳವಾದ, ಭಾವನೆಗಳನ್ನು ಉದ್ದೀಪಿಸುವ, ಮಧುರವಾದ ಕೊಳಲಿನ ನಾದ ಆವರಿಸಿಕೊಂಡಿತ್ತು. ಅವಳ ದೃಷ್ಟಿಯಲ್ಲಿ ಈ ಸೊಗಸಾದ ನಾದವನ್ನು ಹೊಮ್ಮಿಸುವ ಬಾಲಕ ರಾಜಕುಮಾರನಂತೆ ಕಂಡಿದ್ದ.

ಅವಳು ಕಾಂಪೌಂಡ್ ಗೋಡೆಯನ್ನು ಹತ್ತಿ ಕುಳಿತು, ಕಾಲನ್ನು ಅಲ್ಲಾಡಿಸುತ್ತಾ ಸುಮಧುರ ನಾದವನ್ನು ಆಲಿಸುತ್ತಿದ್ದಳು. ಆ ಹುಡುಗ ತಲೆ ಮೇಲೆತ್ತಿದಾಗ ಅವಳು ಕಾಣಿಸಿದಳು. ಎದ್ದು ನಿಂತವನೇ ಇವಳ ಬಳಿಗೆ ಬಂದ. ಅವಳಿಂದ ಸುಮಾರು ಇಪ್ಪತ್ತು ಮೀಟರ್ ದೂರದಲ್ಲಿ ಹುಲ್ಲಿನ ಮೇಲೆ ಕುಳಿತು, ಮತ್ತೆ ಕೊಳಲನ್ನು ತುಟಿಗೆ ತಾಕಿಸಿದ. ಕೊಕಿಯನ್ನೇ ನೋಡುತ್ತಾ ನುಡಿಸತೊಡಗಿದ.

ಕೊಕಿಗೆ ಜಿಂಕೆಯನ್ನು ನೋಡಿದ ದಿನ ನೆನಪಾಯಿತು. ಅವಳು ಮತ್ತು ಜಿಂಕೆ ಒಬ್ಬರನ್ನೊಬ್ಬರು ವಶೀಕರಣಕ್ಕೊಳಗಾದಂತೆ ಕದಲದೆ, ಸದ್ದು ಮಾಡದೇ ನೋಡಿಕೊಂಡಿದ್ದರು. ಈ ದಿನವೂ ಇನ್ನೂ ಹೆಚ್ಚು ಕಾಲ ಅದೇ ರೀತಿಯಾದ ಮೋಡಿಯ ವಾತಾವರಣ ಸೃಷ್ಟಿಯಾಗಿತ್ತು. ಒಬ್ಬರು ನುಡಿಸುತ್ತಿದ್ದರೆ ಮತ್ತೊಬ್ಬರು ಕಿವಿಯಾಗಿದ್ದರು.

ಮರುದಿನ ಸಂಜೆ ಕೊಕಿ ಅದೇ ಕೊಳಲಿನ ನಾದವನ್ನು ಕೇಳಿದೊಡನೆ ಕಾಂಪೌಂಡ್ ಗೋಡೆಯತ್ತ ಧಾವಿಸಿದಳು. ಕೊಕಿಯನ್ನು ನೋಡಿದ ಆ ಹುಡುಗ ಮುಗುಳ್ನಕ್ಕು ಮತ್ತೆ ನುಡಿಸಲು ಪ್ರಾರಂಭಿಸಿದ. ಆ ಸಂಜೆ ಒಬ್ಬರ ನಾದಕ್ಕೆ ಮತ್ತೊಬ್ಬರು ಕಿವಿಯಾಗುವುದರ ಜೊತೆಗೆ ಪರಸ್ಪರ ನಗುವನ್ನು ವಿನಿಮಯಿಸಿಕೊಂಡರು.

ಮೂರನೇ ದಿನ ಸಂಜೆ ಕೊಕಿ ಆ ಹುಡುಗನ ಹೆಸರನ್ನು ಕೇಳಿದಳು. "ಸೋಮಿ" ಎಂದು ಅವನು ಹೇಳಿದ. ಕೊಳಲನ್ನು ನುಡಿಸುವುದನ್ನು ಹೊರತುಪಡಿಸಿ ಅವನು ಇನ್ನೊಂದೂ ಮಾತನ್ನು ಆಡಲಿಲ್ಲ.

ಆದರೆ ನಾಲ್ಕನೆಯ ಸಂಜೆ ಅವನು ಕೊಕಿಗೆ ಅವಳ ಹೆಸರನ್ನು ಕೇಳಿದ. ಅವಳು ಹೇಳಿದಳು.

"ನಿನ್ನ ಬಗ್ಗೆಯೇ ಒಂದು ಹಾಡನ್ನು ನುಡಿಸುವೆನು" ಎಂದು ಹೇಳಿ ಕೊಕಿ ಅದುವರೆಗೂ ಕೇಳದಿದ್ದ ಅತ್ಯಂತ ಇನಿದಾದ ಗೀತೆಯನ್ನು ಕೊಳಲಿನಲ್ಲಿ ನುಡಿಸಿದ. ಅವಳು ಆ ಜೇನಿನಷ್ಟು ಸವಿಯಾದ ಸ್ವರಕ್ಕೆ ಪದಗಳನ್ನು ಜೋಡಿಸುತ್ತಾ ಮೆಲುವಾಗಿ ಹಾಡತೊಡಗಿದಳು :

"ನೀನಿರಲು ದೂರ ನನ್ನಿಂದ
ನಾ ಹಾಡುವೆ ಈ ಹಾಡ,
ಆಡುವೆ ನೀ ನನ್ನ ಎದೆಯಲ್ಲಿ
ಬೇಸಿಗೆಯ ಎಲ್ಲ ದಿನಗಳಲ್ಲಿ."

ಅದಾದ ನಂತರ ಸೋಮಿ ಸದಾ ಕೊಕಿಯ ಹಾಡನ್ನೇ ನುಡಿಸುತ್ತಿದ್ದ.

ನಂತರದ ದಿನಗಳಲ್ಲಿ ಕೊಕಿ ಕಾಂಪೌಂಡ್ ಇಳಿದು ಬರುತ್ತಿದ್ದಳು. ಕೆಲ ಬಾರಿ ಅವಳು ಮತ್ತು ಸೋಮಿ, ನದಿಯ ದಂಡೆಯಲ್ಲಿ ನಡೆಯುತ್ತಾ ಹೋಗುತ್ತಿದ್ದರು, ಬೆಟ್ಟದಿಂದ ಹರಿದು ಬರುವ ತಣ್ಣನೆಯ ನೀರಿನಲ್ಲಿ ಕಾಲನ್ನು ಇಳಿಬಿಟ್ಟು ಕೂರುತ್ತಿದ್ದರು. ಇಬ್ಬರೂ ಹೆಚ್ಚಿಗೆ ಮಾತನಾಡದಿದ್ದರೂ ಅವರ ಮೌನವೇ ಸಾಕಷ್ಟು ಪರಸ್ಪರ ಸಂಭಾಷಿಸುತ್ತಿದ್ದವು. ಕತ್ತಲಾವರಿಸುತ್ತಿದ್ದಂತೆ ಸೋಮಿ, ತನ್ನ ಆಕಳುಗಳನ್ನು ಒಂದೊಂದರ ಹೆಸರು ಹಿಡಿದು ಕೂಗುತ್ತಾ, ಕರೆದುಕೊಂಡು ಹೋಗುವುದನ್ನು ಕೊಕಿ ನಿಂತು ನೋಡುತ್ತಿದ್ದಳು. ನಸುಗತ್ತಲಿನಲ್ಲಿ ದೂರದಲ್ಲಿ ಅವನು ಕಾಣದಂತಾಗುವವರೆಗೂ, ಕಿವಿಗೆ ಹಸುಗಳ ಕೊರಳ ಗಂಟೆಗಳ ಸದ್ದು ಕೇಳಿಸುವವರೆಗೂ ಅಲ್ಲಿಯೇ ನಿಂತಿರುತ್ತಿದ್ದಳು. ಅವಳಿಗೆ ಅವನು ಎಲ್ಲಿಂದ ಬರುತ್ತಾನೆ, ಎಲ್ಲಿಗೆ ಹೋಗುತ್ತಾನೆ ಎಂಬುದು ತಿಳಿಯದು. ಅವನನ್ನು ಈ ಬಗ್ಗೆ ಕೇಳಬೇಕೆಂದುಕೊಳ್ಳುತ್ತಾಳೆ, ಆದರೂ ಅದರ ಅವಶ್ಯಕತೆಯಿಲ್ಲ ಎಂದು ಸುಮ್ಮನಾಗುವಳು.

ಒಂದು ದಿನ ಸೋಮಿ ಕೊಳಲನ್ನು ನುಡಿಸಲಿಲ್ಲ, ಬದಲಿಗೆ ಕೊಳಲನ್ನು ಕೊಕಿಯ ಕೈಲಿರಿಸಿ, "ಇದನ್ನು ನನ್ನ ನೆನಪಿಗಾಗಿ ಇಟ್ಟುಕೊ. ಕೆಲ ಕಾಲ ನಾನು ಬೇರೆಡೆಗೆ, ಬೆಟ್ಟಗಳಲ್ಲಿನ ಹೊಲಗಳ ಹತ್ತಿರ ಹೋಗಬೇಕಿದೆ" ಎಂದು ಹೇಳಿದ. ಆ ದಿನ ಅವನು ತನ್ನ ದನಗಳನ್ನು ಹೊಡೆದುಕೊಂಡು ಬಂದಿರಲಿಲ್ಲ. ಕೊಕಿಗೆ ಕೊಳಲನ್ನು ಕೊಟ್ಟು

ಹಿಂದಿರುಗಿದವನೇ, ಹಸಿರಿನಿಂದ ಹಳದಿ ಬಣ್ಣಕ್ಕೆ ತಿರುಗುತ್ತಿದ್ದ ಹುಲ್ಲಿನ ಮೇಲೆ ತನ್ನ ಬರಿಗಾಲನ್ನು ಊರುತ್ತಾ ಓಡಿದ.

* * *

ಕೊಕಿ ಆ ಹುಡುಗನು ಬರದೇ ಹೋದುದಕ್ಕೆ ಬೇಸರಗೊಂಡರೂ ಅವಳ ಬಳಿ ಅವನ ಕೊಳಲಿತ್ತು. ಅವಳು ಅದನ್ನು ಊದಲು ಪ್ರಯತ್ನಿಸುತ್ತಿದ್ದಳು. ಆದರೆ ಆ ಸುಮಧುರ ಧ್ವನಿ ಹೊರಡದೇ ಸಿಳ್ಳು ಹೊಡೆದಂತೆ ಒಡಕು ಧ್ವನಿ ಹೊರಹೊಮ್ಮುತ್ತಿತ್ತು. ಕೆಲವೊಮ್ಮೆ ಒಬ್ಬಳೇ ನದಿಯ ತಟದಲ್ಲಿ ನಡೆದು ಹೋಗುವಾಗ ಎಲ್ಲಿಂದಲೋ ಸುಮಧುರ ಕೊಳಲಿನ ಧ್ವನಿ ಕೇಳಿಸಿದಂತೆ ಅವಳಿಗೆ ಭಾಸವಾಗುತ್ತಿತ್ತು. ಸೋಮಿ ಅವಳಿಗಾಗಿ ಕಟ್ಟಿದ್ದ ರಾಗಕ್ಕೆ ಅವಳು ಪೋಣಿಸಿದ್ದ ಪದಗಳನ್ನು ಈಗ ಹಾಡುತ್ತಿಲ್ಲ. ಅವನು ಬಂದ ಮೇಲೆಯೇ ಅದನ್ನು ಹಾಡುವುದಾಗಿ ಅವಳು ತೀರ್ಮಾನಿಸಿದ್ದಳು. ಅವನು ಬರುವನೇ...

ರಾತ್ರಿ ವೇಳೆ ಅವಳು ಎಚ್ಚರವಿರುವಾಗ ಕೊಳಲು ತನ್ನ ಪಾಡಿಗೆ ತಾನೇ ಇವಳಿಗಾಗಿ ಇವಳ ಹಾಡಿನ ನಾದವನ್ನು ಹೊರಡಿಸುವಂತೆ ಊಹಿಸಿಕೊಳ್ಳುತ್ತಿದ್ದಳು.

ಒಂದು ದಿನ ನದಿದಡದಲ್ಲಿದ್ದ ಕೊಕಿ ಮೊಣಕಾಲು ಮುಳುಗುವಷ್ಟು ನೀರಿನಲ್ಲಿ ನಿಂತಿದ್ದಳು. ಆಗ ಕೊಳಲು ಅವಳ ಕೈ ಜಾರಿ ನೀರಿನಲ್ಲಿ ಬಿದ್ದುಬಿಟ್ಟಿತು. ಹರಿಯುತ್ತಿದ್ದ ನೀರು ಅದನ್ನು ಕೊಚ್ಚಿಕೊಂಡು ಹೋಯಿತು. ನದಿಯಲ್ಲಿ ನೀರು ಹರಿಯುವ ದಿಕ್ಕಿನಲ್ಲಿ ಕೊಕಿ ತನ್ನ ಬಟ್ಟೆಯೆಲ್ಲಾ ಒದ್ದೆಯಾಗುವಂತೆ ಮುಗ್ಗರಿಸುತ್ತ, ತಡವರಿಸುತ್ತ ಜೋರಾಗಿ ಓಡಿದಳು. ಕೊಳಲು ಮುಳುಗುತ್ತ, ತೇಲುತ್ತ ಮುಂದೆ ಮುಂದೆ ಅವಳಿಂದ ದೂರ ದೂರ ಸಾಗಿತು. ಮನೆಯಿಂದ ಸಾಕಷ್ಟು ದೂರ ಬಂದಿದ್ದ ಅವಳು ಕೊನೆಗೆ ಸುಸ್ತಾಗಿ ನಿಲ್ಲಬೇಕಾಯಿತು.

ಕೊಳಲು ಕಳೆದು ಹೋಯಿತು. ಅಂದಿನಿಂದ ಅವಳಿಗೆ ಅದರ ಧ್ವನಿ ಕೇಳಲೇ ಇಲ್ಲ.

ಕೊಕಿ ಉತ್ಸಾಹ ಕಳೆದುಕೊಂಡು, ನಿರಾಸಕ್ತಿಯಿಂದ ಚಿಪ್ಪಿನೊಳಗೆ ಹುದುಗಿಕೊಂಡಂತೆ ಮೌನಕ್ಕೆ ಜಾರಿದಳು. ಅಜ್ಜಿ ತಾನು ಹೇಳುವ ಕಥೆಗಳನ್ನು ಕೊಕಿ ಆಸಕ್ತಿಯಿಂದ ಕೇಳಿಸಿಕೊಳ್ಳುತ್ತಿಲ್ಲ ಎಂದು ಆಕ್ಷೇಪಿಸಿದಳು. ಹಾಗಾಗಿ ಕೊಕಿ ಬಲವಂತವಾಗಿ ಕುಳಿತು ಅಜ್ಜಿಯ ಕಥೆಯನ್ನು ಕೇಳುತ್ತಿದ್ದಳಾದರೂ ಅವಳ ಮನಸ್ಸು ಅಲ್ಲಿರುತ್ತಲೇ ಇರಲಿಲ್ಲ. ಯಾರಿಗೂ ಕೊಕಿಯಲ್ಲಿ ಮನೆ ಮಾಡಿದ್ದ ವಿಷಾದಕ್ಕೆ ಕಾರಣ ಗೊತ್ತಾಗಲಿಲ್ಲ. ಕೊಕಿಗೂ ಗೊತ್ತಿಲ್ಲ. ಕೊಕಿ ಮತ್ತು ಹುಡುಗ ಮಾತನಾಡುತ್ತಿದ್ದುದನ್ನು ಅಜ್ಜಿ ನೋಡಿದ್ದರಾದರೂ ಅಜ್ಜಿಗೆ ಅವರಿಬ್ಬರ ನಡುವಿನ ಬಂಧ ಇಷ್ಟೊಂದು ಗಾಢವಾದುದೆಂದು ಅರಿವಾಗಿರಲಿಲ್ಲ.

* * *

ಕೊಕಿ ಒಮ್ಮೆ ಜಿಂಕೆಯನ್ನು ಕಂಡಳು. ಅದು ನೀರು ಕುಡಿಯಲೆಂದು ಹೊಳೆಯ ಬಳಿ ಬಂದಿತ್ತು. ಅವಳು ಕಾಂಪೌಂಡ್ ಗೋಡೆ ಮೇಲೆ ಕುಳಿತಿದ್ದಳು. ಅವಳತ್ತ ನೋಡಿದ

ಜಿಂಕೆ, ಬೆದರಿ ನೆಗೆಯುತ್ತ ಕಾಡಿನ ಕಡೆಗೆ ಓಡಿತು.

ಹಾಗೆಯೇ ಒಂದು ತಿಂಗಳು ಕಳೆಯಿತು. ಬೆಟ್ಟಗಳ ಮೇಲಿನ ಹಿಮ ಕರಗಿ, ಹೊಳೆಯ ನೀರು ಉಕ್ಕಿ ಹರಿಯುತ್ತಾ ಕಣಿವೆಯನ್ನು ದಾಟಿ ಆ ಒಂಟಿ ಹಳೆಯ ಮನೆಯ ಪಕ್ಕದಲ್ಲಿ ರಭಸವಾಗಿ ಹರಿಯಿತು. ಮನೆಯ ಆವರಣದ ಕೈತೋಟದ ತುಂಬ ಹಸಿರು ಗಿಡಗಳು ಮೊಳೆತವು. ತಾಜಾ ಹುಲ್ಲು ಸೊಗಸಾಗಿತ್ತು. ಮುತ್ತುಗದ ಮರ ಕೆಂಪು ಮುಡಿದಿತ್ತು. ಕೊಕಿ ಕೂಡ ಕೊಂಚ ಎತ್ತರ ಬೆಳೆದಿದ್ದಳು.

ಅವಳು ಮಾವಿನ ಮರದ ಕೆಳಗೆ ಕುಳಿತು, ಕಾಂಪೌಂಡ್ ಗೋಡೆಯ ಮೇಲೆ ಸೂರ್ಯನ ಬಿಸಿಲಿನ ನೆರಳಾಟವನ್ನು ಗಮನಿಸುತ್ತಿದ್ದಳು. ಗುಲಾಬಿ ಗಿಡದ ಪೊದೆಯಲ್ಲಿ ಕೆಲವು ಬುಲ್‌ಬುಲ್ ಹಕ್ಕಿಗಳು ಕಲರವ ಮಾಡುತ್ತಿದ್ದವು. ಹಕ್ಕಿಗಳು ಸಂತಸದಿಂದ ಇರುವುದರಿಂದ ಹಾಡುತ್ತವೆ ಎಂದು ಅಜ್ಜಿ ಹೇಳುತ್ತಿದ್ದರು. ಆದರೆ ಅದಕ್ಕೆ ಆಧಾರವೇನಿದೆ ಎಂದು ಕೊಕಿ ಪ್ರಶ್ನಿಸಿಕೊಳ್ಳುತ್ತಿದ್ದಳು. ಹಕ್ಕಿಗಳಿಗೆ ಕಷ್ಟವೇ ಬರಲಿ, ಸುಖವೇ ಇರಲಿ ಅವು ಹಾಡುತ್ತಿರುತ್ತವೆ ಎಂಬುದು ಕೊಕಿಯ ಅಭಿಪ್ರಾಯ.

ಹಕ್ಕಿಗಳ ಧ್ವನಿಯ ನಡುವೆ ಕೊಳಲಿನ ನಾದ ಕೇಳಿ ಬಂತು.

ಕೊಕಿಗೆ ಅದು ಕೇಳಿದೊಡನೆ ತಲೆಯೆತ್ತಿ ತದೇಕಚಿತ್ತದಿಂದ ಕಿವಿಗೊಟ್ಟಳು. ಆ ನಾದವನ್ನು ಅವಳು ಮರೆಯಲು ಸಾಧ್ಯವೇ ಇರಲಿಲ್ಲ. ಅದು ಕೊಕಿಯ ಹಾಡಿನ ಮಧುರನಾದ. ಎದ್ದು ಓಡಿದವಳೇ ಗೋಡೆಯ ಮೇಲಿಂದ ಬಗ್ಗಿ ನೋಡಿದಳು.

ಸೋಮಿ ಹುಲ್ಲಿನ ಮೇಲೆ ಕುಳಿತು ಹೊಸ ಕೊಳಲನ್ನು ಹಿಡಿದು ನುಡಿಸುತ್ತಿದ್ದ. ಅವನು ಕುಳಿತ ಭಂಗಿ ನೋಡಿದರೆ ಬಹುಕಾಲದಿಂದ ಅಲ್ಲಿಯೇ ಕುಳಿತಿರುವಂತಿತ್ತು. ಕೊಕಿಯನ್ನು ನೋಡಿದೊಡನೆ ಕೊಳಲನ್ನು ಕೆಳಗಿಳಿಸಿ ನಸುನಕ್ಕು, ನಂತರ ಮತ್ತೆ ನುಡಿಸತೊಡಗಿದ.

ಆ ಸಂಜೆ ಅವರಿಬ್ಬರೂ ಜೊತೆಯಾಗಿ ನೀರಿನ ತೊರೆಯ ಪಕ್ಕದಲ್ಲಿಯೇ ನಡೆಯುತ್ತಾ ಸಾಗಿದರು. ಅವನ ಆಕಳ ಹಿಂಡು ಹಿಂದಿಗಿಂತಲೂ ಹೆಚ್ಚಾಗಿರುವುದನ್ನು ಅವಳು ಗಮನಿಸಿದಳು. ಸೋಮಿ ಹೊಸ ಬಟ್ಟೆ ಧರಿಸಿದ್ದ. ಬೇಸಿಗೆಯಲ್ಲಿ ತನ್ನ ಹಸುಗಳನ್ನು ಕರೆದೊಯ್ದಿದ್ದ ಬೆಟ್ಟದ ಸೊಂಪಾದ ಹುಲ್ಲುಗಾವಲಿನ ಬಗ್ಗೆ ಅವಳಿಗೆ ವಿವರಿಸಿದ. ತಾನು ಶಾಲೆಗೆ ಹೋಗಲು ಸಧ್ಯದಲ್ಲೇ ಹತ್ತಿರದ ಪಟ್ಟಣಕ್ಕೆ ಹಿಂದಿರುಗುತ್ತಿರುವುದಾಗಿ ಕೊಕಿ ಹೇಳಿದಳು.

"ನೀನು ಮತ್ತೆ ಬರುತ್ತೀಯಲ್ಲ?" ಎಂದು ಸೋಮಿ ಕೇಳಿದ.

"ಪ್ರತೀ ತಿಂಗಳ ಕಡೆಯ ದಿನ ಬಂದು ಹೋಗುವೆ. ಅಜ್ಜಿ ಬಂದು ಹೋಗಬೇಕೆಂದು ಕಟ್ಟಪ್ಪಣೆ ಮಾಡಿದ್ದಾರೆ" ಎಂದು ಹೇಳಿದಳು. ಆದರೆ ಅವರು ಇಲ್ಲಿಗೆ ಬಂದು ಹೋಗಲು ಅಜ್ಜಿಯಷ್ಟೇ ಕಾರಣಳಲ್ಲ ಎಂಬುದು ಅವಳ ಒಳಮನಸ್ಸಿಗೆ ತಿಳಿದಿತ್ತು.

"ನಾನಿಲ್ಲೇ ಇರುತ್ತೇನೆ" ಎಂದ ಸೋಮಿ ಅವಳ ಹಾಡನ್ನು ನುಡಿಸತೊಡಗಿದ. ಕೊಕಿ ಸಂಗೀತದೊಂದಿಗೆ ತನ್ನ ದನಿಯನ್ನೂ ಸೇರಿಸಿ ಹಾಡಿದಳು.

ಗೂಡ್ಸ್ ಗಾಡಿಯಲ್ಲಿ ಸೂರಜ್

ಸೂರಜ್ ಓಡುತ್ತಿದ್ದ ರೈಲಿನತ್ತ ಕೈ ಬೀಸಿದ ಮತ್ತು ರೈಲು ಮುಂದೆ ಹೋಗಿ ಅದರ ಹೊಗೆ ಉಳಿದಾಗಲೂ ಇನ್ನೂ ಕೈ ಬೀಸುತ್ತಲೇ ಇದ್ದ. ಚಲಿಸುವ ರೈಲನ್ನು ನೋಡುವುದು ಮತ್ತು ಅದರತ್ತ ಕೈ ಬೀಸುವುದೂ ಅವನಿಗೆ ಬಲೇ ಇಷ್ಟ. ಅದರಲ್ಲಿನ ಜನಗಳ ಬಗ್ಗೆ ಅವನಿಗೆ ವಿಪರೀತ ಕುತೂಹಲ. ಅವರು ಎಲ್ಲಿಗೆ ಹೋಗುತ್ತಾರೆ, ಅಲ್ಲೆಲ್ಲಾ ಏನಿರುತ್ತದೆ ಎಂದು ಯೋಚಿಸುತ್ತಿದ್ದ. ರೈಲು ಹೊರಟು ಹೋಗಿ ಬಿಸಿಯಾದ ಖಾಲಿ ಹಳಿ ಮಾತ್ರ ಉಳಿದಾಗ, ಸೂರಜ್ ಅದರ ಮುಂದೆ ಒಂಟಿಯಾಗಿ ನಿಂತಿದ್ದ.

ಅವನು ಈಗ ಏಕಾಂಗಿ. ಜೇಬಲ್ಲಿ ಕೈಯಿಟ್ಟುಕೊಂಡು ನಿಧಾನವಾಗಿ ರೈಲು ಹಳಿಗಳ ಮೇಲೆ ಉದ್ದಕ್ಕೂ ನಡೆದುಕೊಂಡು ಹೋದ. ಜಲ್ಲಿಕಲ್ಲುಗಳನ್ನು ಒದೆಯುತ್ತಾ ಅದು ದೂರ ಹೋಗಿ ಬೀಳುವುದನ್ನು ನೋಡುತ್ತಿದ್ದ. ಸ್ವಲ್ಪ ಮುಂದೆ ಹೋದೊಡನೆ ಇನ್ನೊಂದು ಜೊತೆ ಹಳಿ ಪ್ರಾರಂಭವಾಗಿತ್ತು. ಅದರ ಮೇಲೆ ಗೂಡ್ಸ್ ರೈಲು ನಿಂತಿತ್ತು.

ಸೂರಜ್, ಗೂಡ್ಸ್ ರೈಲನ್ನು ನೋಡುತ್ತಾ ಅದರ ಪಕ್ಕದಲ್ಲಿಯೇ ನಡೆದು ಹೋದ. ಬೋಗಿಗಳ ಬಾಗಿಲುಗಳನ್ನು ಭದ್ರಪಡಿದಿದ್ದರಿಂದ ಮತ್ತು ಅವಕ್ಕೆ ಕಿಟಕಿಗಳು ಇಲ್ಲದ ಕಾರಣ ಒಳಗೇನಿದೆ ಎಂಬುದು ಅವನಿಗೆ ಗೊತ್ತಾಗಲಿಲ್ಲ. ತನ್ನನ್ನು ಯಾರಾದರೂ ಗಮನಿಸುತ್ತಿದ್ದಾರೆಯೇ ಎಂದು ಅತ್ತ ಇತ್ತ ನೋಡಿದ. ಯಾರೂ ಕಾಣಿಸಲಿಲ್ಲ. ಸಮಾಧಾನಗೊಂಡ ಅವನು ಒಂದೊಂದೇ ಬೋಗಿಗಳ ಬಾಗಿಲನ್ನು ತೆರೆಯಲು ಪ್ರಯತ್ನಿಸಿದ. ಹೆಚ್ಚೂಕಡಿಮೆ ಕೊನೆಯ ಬೋಗಿಯ ಬಳಿ ಬಂದಾಗ ಒಂದರ ಬಾಗಿಲು ತೆರೆದುಕೊಂಡಿತು.

ಬೋಗಿಯ ಒಳಗಡೆ ಕತ್ತಲು, ಏನೂ ಕಾಣಿಸುತ್ತಿಲ್ಲ. ಸೂರಜ್ ಹೊರಗೆ ಬೆಳಕಿನಲ್ಲಿದ್ದುದರಿಂದ ಒಳಗಡೆಯ ಕತ್ತಲಿನಲ್ಲಿ ಇಣುಕಿದಾಗ ಏನೋ ದಪ್ಪವಾದ ಆಕಾರವಿಲ್ಲದ ವಸ್ತುಗಳಿರುವಂತೆ ಅನ್ನಿಸಿತು. ಬೋಗಿಯೊಳಗೆ ಹೋಗಿ ಮುಟ್ಟಿ ನೋಡಿದ. ಮರದ ಕ್ರೇಟುಗಳಿದ್ದವು, ಅವನ್ನು ಹುಲ್ಲಿನ ಹಗ್ಗದಲ್ಲಿ ಬಿಗಿಯಲಾಗಿತ್ತು. ಬೋಗಿಯ ಇನ್ನೊಂದು ಬದಿಯ ಬಾಗಿಲನ್ನೂ ತೆರೆದ. ಆಗ ಬೆಳಕು ಒಳಗೆ ಪ್ರವೇಶಿಸಿ ಅಲ್ಲಿ ಕವಿದಿದ್ದ

ಕತ್ತಲನ್ನು ಹೊಡೆದೋಡಿಸಿತು.

ಸೂರಜ್, ಕೆನ್ನೆಗೆ ಕೈಗಳನ್ನು ಆನಿಸಿಕೊಂಡು ಒಂದು ಕ್ರೇಟ್ ಮೇಲೆ ಕುಳಿತ. ಬೇಸಿಗೆ ರಜೆಯಿದ್ದುದರಿಂದ ಶಾಲೆ ಮುಚ್ಚಿತ್ತು. ಹಾಗಾಗಿ ಅವನು ಏನು ಮಾಡಲೂ ತೋಚದೆ, ದಿನವೆಲ್ಲ ಅಲೆದಾಡುತ್ತಾ ಇರುತ್ತಿದ್ದ. ನಿಂತಲ್ಲೇ ನಿಂತ ಈ ಬೋಗಿ ಅಷ್ಟೇನೂ ಆಕರ್ಷಕ ಸಂಗತಿಯಾಗಿರಲಿಲ್ಲ. ಅವನಿಗೆ ಚಲಿಸುವ ರೈಲುಗಳೆಂದರೆ ತುಂಬಾ ಇಷ್ಟ. ಆದರೆ ಈ ಗಾಳಿಯಾಡದ ವಿಚಿತ್ರ ವಾಸನೆಯ ಕತ್ತಲೆಯ ಬೋಗಿ ಅವನಲ್ಲಿ ಇನ್ನೂ ಒಂಟಿತನವನ್ನು ಹೆಚ್ಚಿಸಿತು.

ಕಾಡುವ ಈ ಒಂಟಿತನ ಅವನಲ್ಲಿ ಕೆಲವೊಮ್ಮೆ ಆಕ್ರೋಶವನ್ನು ಹುಟ್ಟಿಸುತ್ತಿತ್ತು. ಒತ್ತಾದ ಕಪ್ಪು ಹುಬ್ಬಿನ ಕೆಳಗಿನ ಅವನ ತೀಕ್ಷ್ಣ ನೋಟವನ್ನು ಸೂಕ್ಷ್ಮವಾಗಿ ಗಮನಿಸಿದಾಗ ಅದು ಗೊತ್ತಾಗುತ್ತದೆ. ಉಳಿದಂತೆ ಸಂತೃಪ್ತಿಯಂತಿರುವ ಮುಖಭಾವದಿಂದ ಅವನ ಮನದ ತುಮುಲಗಳು ಗೋಚರಿಸುತ್ತಿರಲಿಲ್ಲ.

ಬಹುಶಃ ಈ ಬೋಗಿಯಲ್ಲಿ ಅವನಿಗೆ ಯಾರಾದರೂ ಜೊತೆಗಾರರಿದ್ದಿದ್ದರೆ ಸಂತಸದಾಯಕವಾಗಿರುತ್ತಿತ್ತು. ಅವನ ಗೆಳೆಯ ರಾಂಜಿ ಇದ್ದಿದ್ದರೆ ಚೆನ್ನಾಗಿರುತ್ತಿತ್ತು.

ಕ್ರೇಟುಗಳನ್ನು ಒಮ್ಮೆ ನೋಡಿದ. ಅವನಿಗೆ ನಿಗೂಢವಾಗಿರುವ, ಮುಚ್ಚಿಟ್ಟಿರುವ ವಸ್ತುಗಳೆಡೆಗೆ ಕುತೂಹಲ ಜಾಸ್ತಿ. ಬಾಗಿಲು ಹಾಕಿರುವ ಕೋಣೆ, ಪಾರ್ಸೆಲ್‌ಗಳು, ಮೊಳೆ ಹೊಡೆದಿಟ್ಟ ಡಬ್ಬಗಳು...ಬಾಗಿಲು ಹಾಕಿರುವ ಬೋಗಿ, ಇಲ್ಲಿರಿಸಿರುವ ಕ್ರೇಟ್ ... ಹೀಗೆ!

ಒಂದೊಂದೇ ಕ್ರೇಟ್‌ಗಳನ್ನು ಸೂಕ್ಷ್ಮವಾಗಿ ಗಮನಿಸುತ್ತಾ ಹೋದಂತೆ ಸರಿಯಾಗಿ ಮೊಳೆ ಜಡಿಯದಿರುವುದು ಅವನಿಗೆ ಸಿಕ್ಕಿತು. ಅದನ್ನು ಎಳೆದು, ಮೇಲಿನ ಹೊದಿಕೆಯ ತುದಿಯನ್ನು ಬೆರಳಿನಿಂದ ಜಗ್ಗಿ, ಜೋರಾಗಿ ಅದರ ಮುಚ್ಚಿದ ಮರದ ಹಲಗೆಯನ್ನು ಕೀಳಲು ಪ್ರಯತ್ನಿಸಿದ. ಈ ಕಾರ್ಯಾಚರಣೆಯಲ್ಲಿ ಮಗ್ನನಾಗಿದ್ದಾಗ ಅವನಿದ್ದ ಬೋಗಿಯೂ ಸೇರಿದಂತೆ ರೈಲು ಕೊಂಚ ಅಲುಗಾಡಿದ್ದು ಅವನ ಗಮನಕ್ಕೆ ಬರಲಿಲ್ಲ.

ಮುಚ್ಚಳವನ್ನು ತೆರೆದವನೇ ಅದರಲ್ಲಿದ್ದ ಸೇಬನ್ನು ಹೊರಕ್ಕೆ ತೆಗೆದ.

ಧೂಳು ಮೆತ್ತಿಕೊಂಡ ಸೂರಜ್‌ನ ಕೈಲಿ ಕಡು ಕೆಂಪು ಬಣ್ಣದ ಹೊಳಪಿನಿಂದ ಕೂಡಿದ್ದ ಸೇಬು, ಒಳ್ಳೆ ದೊಡ್ಡ ಗಾತ್ರದ ಅಮೂಲ್ಯ ರತ್ನದಂತೆ, ಗುಂಡಗೆ, ನಯಸ್ಸಾಗಿ, ಬಿಸಿಲಿಗೆ ಹೊಳೆಯುತ್ತಿತ್ತು. ಸೂರಜ್ ತಲೆಯೆತ್ತಿ ಬಾಗಿಲ ಕಡೆ ನೋಡಿದಾಗ, ಯಾವುದೋ ಮರ ಹಾದು ಹೋದಂತೆ ಭಾಸವಾಯಿತು.

ಗಾಬರಿಯಿಂದ ಸೇಬನ್ನು ಕೆಳಗೆ ಬೀಳಿಸಿ, ಬಾಗಿಲ ಕಡೆಯೇ ನೋಡಿದ.

ಇನ್ನೊಂದು ಮರ, ಮತ್ತೊಂದು, ಎಲ್ಲ ಒಂದಕ್ಕಿಂತ ಒಂದು ಜೋರಾಗಿ ಓಡುತ್ತಿದ್ದವು. ಒಂದು ಹೆಜ್ಜೆ ಮುಂದೆ ಇಡಲು ಹೋದವನು ಜೋಲಿ ಹೊಡೆದು ಕೆಳಕ್ಕೆ ಬಿದ್ದ. ಅವನು ಮೊಣಕಾಲು ಮತ್ತು ಕೈ ಊರಿದ್ದ ನೆಲ ಅದುರುತ್ತಿತ್ತು, ರೈಲಿನ ಚಕ್ರಗಳು ಸದ್ದು ಮಾಡುತ್ತಿದ್ದವು, ಬೋಗಿ ಅಲುಗಾಡುತ್ತಿತ್ತು. ಮರಗಳು ಬರ್ರೋಬರ್ರೋ ಎಂದು ರೈಲಿನ ಪಕ್ಕ ಓಡುತ್ತಿದ್ದವು, ಈ ಹುಚ್ಚು ಓಟದಲ್ಲಿ ಟೆಲಿಗ್ರಾಫ್ ಕಂಬಗಳೂ

ಜೊತೆಗೂಡಿದ್ದವು.

ಮೊಣಕಾಲು ಮತ್ತು ಕೈ ಊರಿಕೊಂಡು ಕುಳಿತೇ, ತೆರೆದ ಬಾಗಿಲಿನ ಕಡೆ ನೋಡಿದ. ರೈಲು ಚಲಿಸುತ್ತಿದೆ, ವೇಗವಾಗಿ ಚಲಿಸುತ್ತಿದೆ, ತನ್ನ ಮನೆಯಿಂದ ದೂರ, ತಿಳಿಯದ ಗಮ್ಯದ ಕಡೆಗೆ ವೇಗವಾಗಿ ಹೋಗುತ್ತಿದೆ ಎಂಬುದನ್ನು ಅರ್ಥಮಾಡಿಕೊಂಡ. ನಿಧಾನವಾಗಿ ತೆವಳುತ್ತಲೇ ಬಾಗಿಲ ಹತ್ತಿರ ಹೋಗಿ ಹೊರಗೆ ಇಣುಕಿದ. ನೆಲ ಕಣ್ಣಿಗೆ ಕಾಣದಂತೆ ವೇಗವಾಗಿ ರೈಲು ಓಡುತ್ತಿದೆ. ಈಗವನು ಹೊರಗೆ ಹಾರಲಾರ. ಈ ರೈಲನ್ನು ನಿಲ್ಲಿಸಲು ಏನಾದರೂ ದಾರಿಯಿದೆಯಾ? ಎಂದು ಯೋಚಿಸಿದ. ಬೋಗಿಯನ್ನೊಮ್ಮೆ ಕೂಲಂಕಷವಾಗಿ ಪರಿಶೀಲಿಸಿದ. ಸೇಬುಗಳ ಕ್ರೇಟುಗಳು ತುಂಬಿವೆ. ಹಸಿವಿನಿಂದ ತಾನು ಸಾಯುವುದಿಲ್ಲ, ಅದೊಂದು ದೊಡ್ಡ ಸಮಾಧಾನ.

ಕೆಳಗೆ ಬೀಳಿಸಿದ್ದ ಸೇಬನ್ನು ಎತ್ತಿಕೊಂಡು, ಕ್ರೇಟನ್ನು ಬಾಗಿಲ ಬಳಿ ಎಳೆದು ತಂದ. ಅದರ ಮೇಲೆ ಕುಳಿತು ಸೇಬನ್ನು ಕಚ್ಚಿ ತಿನ್ನುತ್ತಾ ಬಾಗಿಲಿನಿಂದ ಹೊರಗೆ ನೋಡತೊಡಗಿದ.

"ಶುಭಾಶಯ ಗೆಳೆಯ" ಎಂಬ ಧ್ವನಿ ಹಿಂದಿನಿಂದ ಕೇಳಿಬಂತು. ಬಾಯಿ ತುಂಬಾ ಸೇಬನ್ನು ತುಂಬಿಕೊಂಡ ಸೂರಜ್ ತಪ್ಪಿತಸ್ಥನಂತೆ ಗಾಬರಿಯಿಂದ ಹಿಂದಿರುಗಿ ನೋಡಿದ.

ಗಲೀಜಾದ, ಗಡ್ಡಬಿಟ್ಟ ಮುಖವೊಂದು ಕ್ರೇಟುಗಳ ಹಿಂದಿನಿಂದ ಕಾಣಿಸಿತು. ಆತನ ತೆರೆದ ಬಾಯಲ್ಲಿ ಎಲೆ ಅಡಿಕೆಯ ಕೆಂಬಣ್ಣವು ಹಲ್ಲುಗಳಿಗೆಲ್ಲಾ ಮೆತ್ತಿದ್ದುದು ಕಾಣಿಸಿತು.

"ಆ.. ನಮಸ್ತೆ" ಎಂದ ಸೂರಜ್, ಸಾವರಿಸಿಕೊಂಡು, "ಯಾರು ನೀವು?" ಎಂದು ಕೇಳಿದ.

ಆ ವ್ಯಕ್ತಿ ಕ್ರೇಟ್‌ಗಳ ಹಿಂದಿನಿಂದ ಹೊರಬಂದು ಸೂರಜ್‌ನ ಬಳಿ ಬಂದ.

"ನಾನೂ ತಿನ್ನಬೇಕಲ್ಲ" ಎನ್ನುತ್ತಾ ಸೇಬಿನತ್ತ ಕೈ ತೋರಿಸಿದ.

ಸೂರಜ್, ಎದ್ದು ಕ್ರೇಟಿನಿಂದ ಆ ವ್ಯಕ್ತಿಗೂ ಒಂದು ಸೇಬು ಕೊಟ್ಟ. ನಂತರ ಬೋಗಿ ಅಲುಗಾಡುತ್ತಿದ್ದುದರಿಂದ ವಾಪಸ್ ಕುಳಿತ. ಆ ವ್ಯಕ್ತಿ ಒಂದೆರಡು ಹೆಜ್ಜೆ ಇಡಲು ಪ್ರಯತ್ನಿಸಿ, ಸಮತೋಲನ ಕಳೆದುಕೊಂಡಂತಾಗಿ ನೆಲದ ಮೇಲೆ ಕುಳಿತ.

"ಎಲ್ಲಿಗೆ ಹೊರಟಿರುವೆ ಗೆಳೆಯಾ? ಟಿಕೆಟ್ ತಗೊಂಡಿರುವೆಯಾ?" ಎಂದು ಕೇಳಿದ.

"ಇಲ್ಲ, ನೀವು?" ಎಂದ ಸೂರಜ್.

ಇವನ ಪ್ರಶ್ನೆಗೆ ಆ ವ್ಯಕ್ತಿ ತನ್ನ ಗಡ್ಡವನ್ನು ನೀವಿಕೊಳ್ಳುತ್ತಾ ನಕ್ಕನಾದರೂ ಉತ್ತರಿಸಲಿಲ್ಲ. ಸೇಬನ್ನು ಕಚ್ಚಿ ಒಂದು ತುಂಡು ತಿಂದು, "ಇಲ್ಲ, ನನ್ನ ಬಳಿ ಟಿಕೆಟ್ ಇಲ್ಲ. ಆದರೆ ಇಡೀ ಬೋಗಿಯನ್ನೇ ನನಗಾಗಿ ಮೀಸಲಿರಿಸಿಕೊಳ್ಳುತ್ತೇನೆ. ಇದೇ ಮೊದಲ ಬಾರಿ ನನಗೊಬ್ಬ ಜೊತೆಗಾರ ಅಂತ ಸಿಕ್ಕಿರೋದು. ಎಲ್ಲಿಗೆ ಹೋಗುತ್ತಿದ್ದೀಯ? ನೀನೂ ನನ್ನಂತೆಯೇ ಹಿಪ್ಪಿನಾ?" ಎಂದು ಕೇಳಿದ.

"ನಂಗೊತ್ತಿಲ್ಲ, ಈ ರೈಲು ಎಲ್ಲಿಗೆ ಹೋಗುತ್ತೆ?" ಎಂದು ಕೇಳಿದ ಸೂರಜ್.

ಟಿಕೆಟ್ ಇಲ್ಲದ ಆ ಕೊಳಕ ಪ್ರಯಾಣಿಕ ಕೊಂಚ ಗೊಂದಲಕ್ಕೀಡಾದ. ಆನಂತರ ಸೂರಜ್‌ನೆಡೆಗೆ ಕಾಳಜಿವಹಿಸಿ ನಗುತ್ತಾ, "ನೀನು ಎಲ್ಲಿಗೆ ಹೋಗಬೇಕು?" ಎಂದ.

"ನಾನು ಎಲ್ಲಾ ಕಡೆಗೂ ಹೋಗಬೇಕು. ನಾನು ಇಂಗ್ಲೆಂಡ್, ಚೀನಾ, ಆಫ್ರಿಕಾ ಮತ್ತು ಗ್ರೀನ್‌ಲ್ಯಾಂಡ್. ನಾನು ಪ್ರಪಂಚವೆಲ್ಲಾ ಸುತ್ತಾಡಬೇಕು!"

"ಹಾಗಾದರೆ ನೀನು ಸರಿಯಾದ ರೈಲನ್ನೇ ಹತ್ತಿರುವೆ. ಈ ರೈಲು ಎಲ್ಲಾ ಕಡೆ ಹೋಗುತ್ತದೆ. ಮೊದಲು ಸಮುದ್ರದ ಬಳಿ ಕರೆದೊಯ್ಯುತ್ತದೆ. ಚೀನಾಗೆ ಹೋಗಲು ಅಲ್ಲಿಂದ ನೀನು ಹಡಗನ್ನು ಏರಬೇಕು."

"ಹಡಗನ್ನು ಏರುವುದು ಹೇಗೆ?" ಕೇಳಿದ ಸೂರಜ್.

ತನ್ನ ಕೊಳೆತು ನಾರುತ್ತಿದ್ದ ಬಟ್ಟೆಯ ಜೇಬನ್ನು ತಡಕಾಡಿ, ಆ ವ್ಯಕ್ತಿ ಬೀಡಿಯ ಕಟ್ಟನ್ನು ಮತ್ತು ಬೆಂಕಿಪೊಟ್ಟಣವನ್ನು ಹೊರತೆಗೆದ. ಬೀಡಿಗೆ ಬೆಂಕಿ ಗೀರಿ ಹೊಗೆಬಿಡತೊಡಗಿದ.

"ನಿನಗೆ ಅಡುಗೆ ಮಾಡಲು ಬರುತ್ತಾ?" ಎಂದು ಕೇಳಿದ.

"ಬರುತ್ತೆ" ಎಂದು ಸುಳ್ಳು ಹೇಳಿದ ಸೂರಜ್.

"ಹಡಗಿನ ಕಟ್ಟೆ ಉಜ್ಜಲು ಬರುತ್ತಾ"

"ಬರದೇ ಏನು?"

"ಹಡಗಿಗೆ ಮೊಳೆ ಹೊಡೆಯಲು ಬರುತ್ತಾ?"

"ನಾನು ಯಾವುದಕ್ಕೆ ಬೇಕಾದರೂ ಮೊಳೆ ಹೊಡೆಯಬಲ್ಲೆ."

"ಹಾಗಾದರೆ ನೀನು ಚೀನಾಗೆ ಹೋಗಬಹುದು" ಎಂದ ಆ ವ್ಯಕ್ತಿ.

ಅವನು ಒಂದು ಕ್ರೇಟಿಗೆ ಒರಗಿಕೊಂಡು, ತನ್ನ ಗಲೀಜು ಕಾಲನ್ನು ಇನ್ನೊಂದು ಕ್ರೇಟಿನ ಮೇಲಿರಿಸಿ, ಒಂದೇ ಸಮನೆ ಬೀಡಿ ಸೇದುತ್ತಾ ಹೊಗೆ ಬಿಡತೊಡಗಿದ.

ಸೂರಜ್ ತನ್ನ ಕೈಲಿದ್ದ ಸೇಬನ್ನು ತಿಂದು ಮುಗಿಸಿ, ಇನ್ನೊಂದನ್ನು ಕ್ರೇಟಿನಿಂದ ಹೊರತೆಗೆದು ಅದಕ್ಕೆ ಬಾಯಿ ಹಾಕಿದ. ಹಳೆಯ ಸೇಬಿನ ಉಳಿಕೆ ತುಂಡನ್ನು ಸರಿದೋಡುತ್ತಿದ್ದ ಟೆಲಿಗ್ರಾಫ್ ಕಂಬಕ್ಕೆ ಗುರಿಯಿಟ್ಟು ಹೊಡೆದ. ಆದರೆ ಕೆಲವು ಮೀಟರ್ ಅಂತರದಲ್ಲಿ ಗುರಿ ತಪ್ಪಿತು. ಇದು ಕ್ರಿಕೆಟ್ ಬಾಲನ್ನು ಎಸೆದಂತೆ ಅಲ್ಲ. ತನ್ನ ಕೈಲಿದ್ದ ಸೇಬನ್ನು ಮೂರೇ ಬಾರಿ ಕಚ್ಚಿ ತಿನ್ನಲು ಸಾಧ್ಯವೇ ಎಂದು ಪ್ರಯತ್ನಿಸಿದ. ಆದರೆ ಅದನ್ನು ಮುಗಿಸಲು ಅವನು ನಾಲ್ಕು ಬಾರಿ ದೊಡ್ಡದಾಗಿ ಬಾಯ್ತೆರೆದು ಕಚ್ಚಬೇಕಾಯಿತು. ಈಗ ಇನ್ನೊಂದನ್ನು ತೆಗೆದುಕೊಂಡ.

ಸೂರಜ್‌ಗೆ ಹಿಂದಿನಿಂದಲೂ ರೈಲಿನಲ್ಲಿ ಪ್ರಯಾಣಿಸುವ ಆಸೆಯಿತ್ತು. ತಿಳಿಯದ ವಿಚಿತ್ರ ಸ್ಥಳಗಳಿಗೆ, ನೂರಾರು ಕಿ.ಮೀ ದೂರ ರೈಲು ಕರೆದೊಯ್ಯಬೇಕು ಎಂಬುದು ಅವನ ಕನಸು. ಈಗ ಅವನಿರುವ ರೈಲು ಆ ಕೆಲಸ ಮಾಡುತ್ತಿತ್ತು. ಆದರೆ ಅವನಿಗೆ ಅವನ ಕನಸು ಇದೇ ರೀತಿಯದ್ದಾ ಎಂಬುದು ಇನ್ನೂ ಖಚಿತವಿಲ್ಲ...

ಈಗ ರೈಲು ಸ್ಟೇಷನ್ ಸಮೀಪಿಸುತ್ತಿತ್ತು. ಎಂಜಿನ್ ಕೂಗುತ್ತಾ ವೇಗವನ್ನು ತಗ್ಗಿಸಿತು. ಅಕ್ಕಪಕ್ಕ ಹಲವಾರು ರೈಲ್ವೆ ಹಳಿಗಳು, ಒಂದರಪಕ್ಕ ಒಂದು ಕಂಡುಬಂದವು. ಇನ್ನೂ ರೈಲು ನಿಲ್ಲುವ ಮೊದಲೇ ಸೂರಜ್‌ನ ಜೊತೆಗಾರ ಬಾಗಿಲ ಬಳಿ ಬಂದವನೇ ಹೊರಕ್ಕೆ ನೆಗೆದ.

"ಬಚ್ಚಿಟ್ಟುಕೊ, ಇಲ್ಲದಿದ್ದರೆ ನೀನು ಸಿಕ್ಕಿಹಾಕಿಕೊಳ್ಳುತ್ತೀಯ!" ಎಂದು ನೆಲದಿಂದಲೇ ಕೂಗಿ ಹೇಳಿದ. ಸೂರಜ್‌ನೆಡೆಗೆ ಕೈಬೀಸುತ್ತಾ ರೈಲ್ವೆ ಹಳಿಗಳ ಆಚೆ ಇದ್ದ ಕಾಡಿನೊಳಗೆ ಮಾಯವಾದ.

ರೈಲು ವೇಗವನ್ನು ತಗ್ಗಿಸಿಕೊಂಡು ನಿಲ್ಲುತ್ತಿತ್ತು. ಸೂರಜ್‌ಗೆ ಒಂದು ನರಪಿಳ್ಳೆಯೂ ಕಾಣಲಿಲ್ಲ. ಆದರೆ ಬೋಗಿಯ ಬಾಗಿಲುಗಳನ್ನು ತೆರೆಯುತ್ತಿರುವ ಸದ್ದು ಕೇಳಿಸಿತು. ಸೇಬುಗಳು ಹೆಚ್ಚುಕಾಲ ಇಲ್ಲಿರುವುದಿಲ್ಲವೆಂದು ಅವನಿಗೆ ಅರ್ಥವಾಯಿತು. ಅದಕ್ಕೆ ಒಂದೊಂದು ಜೇಬಿಗೂ ಒಂದೊಂದನ್ನು ಸೇರಿಸಿದ. ಮೂಲೆಯಲ್ಲಿದ್ದ ಮರದ ರ್‍ಯಾಕಿನ ಮೇಲೆ ಹೋಗಿ ಬಚ್ಚಿಟ್ಟುಕೊಂಡ.

ಬಾಗಿಲ ಬಳಿ ಕೆಲವರ ಧ್ವನಿ ಕೇಳಿಸಿತು. ಇಬ್ಬರು ಕೆಲಸಗಾರರು ಬೋಗಿಯೊಳಗೆ ಪ್ರವೇಶಿಸಿ ಕ್ರೇಟುಗಳನ್ನು ಬಾಗಿಲ ಬಳಿಗೆ ತಳ್ಳಿದರು. ಉಳಿದವರು ಅವನ್ನು ಹೊರಕ್ಕೆ ಸಾಗಿಸತೊಡಗಿದರು. ನೋಡನೋಡುತ್ತಿದ್ದಂತೆಯೇ ಬೋಗಿ ಖಾಲಿಯಾಯಿತು.

ಅವರೆಲ್ಲರೂ ಹೊರಟ ಮೇಲೆ ಸೂರಜ್ ರ್‍ಯಾಕಿನಿಂದ ಕೆಳಗೆ ಇಳಿದ. ಐದು ನಿಮಿಷಗಳ ತರುವಾಯ ರೈಲು ಚಲಿಸಿತು. ಕ್ರಮೇಣ ತನ್ನ ವೇಗವನ್ನು ವೃದ್ಧಿಸಿಕೊಳ್ಳುತ್ತಾ ಜಮೀನು ತೋಟಗಳನ್ನು ಹಾದು ಮುನ್ನಡೆಯಿತು.

ಸೂರಜ್ ಪುಳಕಗೊಂಡ. ಈಗ ತಾನು ಎಲ್ಲಿಗೆ ಹೋಗುತ್ತಿರುವುದು? ರಾತ್ರಿ ಮನೆಗೆ ಹಿಂದಿರುಗದಿದ್ದಾಗ ಅಪ್ಪ ಅಮ್ಮ ಏನೆಂದು ಯೋಚಿಸಬಹುದು, ಏನು ಮಾಡಬಹುದು... ಮಗ ಮನೆ ಬಿಟ್ಟು ಓಡಿಹೋಗಿರಬಹುದು; ಇಲ್ಲಾ ಅಪಹರಣಕ್ಕೊಳಗಾಗಿರಬಹುದು, ಇಲ್ಲಾ ಅಪಘಾತಕ್ಕೀಡಾಗಿರಬಹುದು. ಪೊಲೀಸರಿಗೆ ದೂರು ಕೊಡಬಹುದು, ಪೊಲೀಸರು ಹಾಗೂ ಹಲವು ಮಂದಿ ಹುಡುಕಾಡಲು ಪ್ರಾರಂಭಿಸುತ್ತಾರೆ. ಸೂರಜ್ ಆಗ ಪ್ರಖ್ಯಾತನಾಗುತ್ತಾನೆ– ಮಾಯವಾದ ಬಾಲಕ!

ರೈಲು ಅರಣ್ಯಪ್ರದೇಶವನ್ನು ದಾಟಿ ಕಬ್ಬಿನ ಗದ್ದೆಗಳು ಮತ್ತು ಮಣ್ಣಿನ ಗುಡಿಸಲುಗಳಿರುವ ಹಳ್ಳಿಗಳನ್ನು ಪ್ರವೇಶಿಸಿತು. ರೈಲಿನಲ್ಲಿ ಸೂರಜ್, ಗಾರ್ಡು ಮತ್ತು ಚಾಲಕರನ್ನು ಹೊರತುಪಡಿಸಿ ಬೇರೆ ಯಾರೂ ಇರದಿದ್ದರೂ ಪುಟ್ಟ ಮಕ್ಕಳು ರೈಲನ್ನು ಕಂಡು ಕೇಕೆ ಹಾಕಿದರು, ಕೈ ಬೀಸಿದರು. ಸೂರಜ್ ಅವರೆಡೆಗೆ ಕೈಬೀಸಿದ. ಸಾಮಾನ್ಯವಾಗಿ ಅವನು ಹೊಲಗಳಲ್ಲಿ ನಿಂತು ರೈಲನ್ನು ಕಂಡು ಕೈಬೀಸುತ್ತಿದ್ದ, ಆದರೆ ಇವತ್ತು ಅವನು ರೈಲಿನಲ್ಲಿ ಪ್ರಯಾಣಿಸುತ್ತಿದ್ದ.

ಈ ಸವಾರಿಯನ್ನು ಅವನು ಆನಂದಿಸುತ್ತಿದ್ದ. ರೈಲು ಅವನನ್ನು ಸಮುದ್ರದ ದಂಡೆಗೆ ಕರೆದೊಯ್ಯಲಿದೆ. ಅಲ್ಲಿ ಹೊಗೆಯುಗುಳುವ ಮತ್ತು ಹಾಯಿ ಎತ್ತಿದ ನಾನಾ

ತರಹದ ಹಡಗುಗಳಿರುತ್ತವೆ. ಬಹುಶಃ ಅವುಗಳಲ್ಲಿ ಒಂದು ದೊಡ್ಡ ಹಡಗು ಅವನನ್ನು ಸಮುದ್ರಯಾನ ಮಾಡಿಸಿ ದೂರದ ತೀರಕ್ಕೆ ಕೊಂಡೊಯ್ಯಲಿದೆ. ಈಗ ಅವನಿಗೆ ತನ್ನ ಅಪ್ಪ ಅಮ್ಮನ ಬಗ್ಗೆ ಆತಂಕವಾಯಿತು. ಅವನಿಲ್ಲದೆ ಅವರಿಗೆ ತುಂಬಾ ಬೇಸರವಾಗಬಹುದು...ಅವನನ್ನು ತಾವು ಶಾಶ್ವತವಾಗಿ ಕಳೆದುಕೊಂಡೆವು ಎಂದು ಅವರು ಅಂದುಕೊಳ್ಳಬಹುದು...! ಆದರೆ ಮುಂದೆ ಒಂದಾನೊಂದು ದಿನ, ಸಿಕ್ಕಾಪಟ್ಟೆ ಹಣ ಸಂಪಾದಿಸಿ, ಮನೆಗೆ ಹಿಂದಿರುಗುವೆ. ಆಗ ಶಾಲೆಯ ಅಂಕಪಟ್ಟಿಯನ್ನಾಗಲೀ, ಅವನು ಏನು ತಿಂದ, ಮನೆಗೆ ಯಾಕೆ ತಡವಾಗಿ ಬಂದ... ಎಂಬ ಸಂಗತಿಗಳ ಬಗ್ಗೆ ಯಾರೂ ತಲೆಕೆಡಿಸಿಕೊಳ್ಳುವುದಿಲ್ಲ. ರಾಂಜಿ ಆಗ ನನಗಾಗಿ ರೈಲ್ವೆ ನಿಲ್ದಾಣದಲ್ಲಿ ನಿಂತು ಎದುರು ನೋಡುತ್ತಿರುತ್ತಾನೆ. ಸೂರಜ್ ಅವನಿಗಾಗಿ ಉಡುಗೊರೆ ತಂದಿರುತ್ತಾನಲ್ಲ. ಆಫ್ರಿಕಾದ ಸಿಂಹವನ್ನು ತಂದುಕೊಟ್ಟರೆ ಹೇಗೆ, ಇಲ್ಲದಿದ್ದರೆ ಟ್ರಾನ್ಸಿಸ್ಟರ್ ರೇಡಿಯೋ ತಂದುಕೊಡಬಹುದು... ಏನೇ ಆಗಲಿ ಈಗ ತನ್ನೊಂದಿಗೆ ರಾಂಜಿ ಇದ್ದಿದ್ದರೆ ಚೆನ್ನಾಗಿರುತ್ತಿತ್ತು ಅಂದುಕೊಂಡ. ಕನಿಷ್ಠ ಆ ಹರಿದ ಬಟ್ಟೆಯ ಹಿಪ್ಪಿಯಾದರೂ ಇರಬೇಕಿತ್ತು. ಸಾಹಸ ಕಾರ್ಯ ಮಾಡುವಾಗ ಜೊತೆಗಾರರು ಇದ್ದಷ್ಟೂ ಅದರ ಸಂತಸ ಹೆಚ್ಚಾಗುತ್ತದೆ.

ರೈಲು ಮತ್ತೊಂದು ಸ್ಟೇಷನ್ ಸಮೀಪಿಸುವುದರೊಳಗೆ ಅವನು ತನ್ನ ಬಳಿ ಇದ್ದ ಎರಡು ಸೇಬುಗಳನ್ನೂ ತಿಂದು ಮುಗಿಸಿದ್ದ. ಈಗ ರೈಲು ಸ್ಟೇಷನ್ನಿನೊಳಗೇ ಪ್ರವೇಶಿಸುತ್ತಿತ್ತು. ಹಲವು ಕಟ್ಟಡಗಳು, ಜಾಹೀರಾತು ಫಲಕಗಳು ದಾಟಿ ಅದು ವೇಗವನ್ನು ತಗ್ಗಿಸಿಕೊಳ್ಳುತ್ತಾ ಕೊನೆಗೆ ಪರಿಚಿತವಾದಂತಹ ಪ್ಲಾಟ್ ಫಾರಂಗೆ ಬಂದು ನಿಂತಿತು.

ಸೂರಜ್ ಬಾಗಿಲಿನಿಂದ ಹೊರಕ್ಕೆ ಇಣುಕಿ, ಸ್ಟೇಷನ್ ಹೆಸರಿರುವ ಫಲಕವನ್ನು ನೋಡಿದ. ಅವನಿಗೆ ಎಷ್ಟೊಂದು ಅಚ್ಚರಿಯಾಯಿತೆಂದರೆ ಹೆಚ್ಚೂಕಡಿಮೆ ಬಾಗಿಲಿನಿಂದ ಕೆಳಗೆ ಬಿದ್ದುಬಿಡುತ್ತಿದ್ದ. ಅವನು ವಾಪಸ್ ತನ್ನ ಊರಿಗೆ ಬಂದಿದ್ದಾನೆ! ಸುಮಾರು ನಲವತ್ತು ಅಥವಾ ಐವತ್ತು ಕಿಲೊಮೀಟರ್ ಪ್ರಯಾಣಿಸಿ ತನ್ನ ಊರಿಗೇ ವಾಪಸಾಗಿದ್ದಾನೆ.

ಅವನಿಗೆ ಇದು ಹೇಗೆ ಆಯಿತು ಎಂಬುದು ಅರ್ಥವಾಗಲಿಲ್ಲ. ರೈಲು ತಿರುಗಲೇ ಇಲ್ಲವಲ್ಲ, ವಿರುದ್ಧ ದಿಕ್ಕಿನಲ್ಲೂ ಪ್ರಯಾಣಿಸಲಿಲ್ಲವಲ್ಲ, ಇದು ಹೇಗಾಯಿತು. ಬೋಗಿಯಿಂದ ಕೆಳಗೆ ಇಳಿದು ಉದ್ದಕ್ಕೂ ಪ್ಲಾಟ್‌ಫಾರಂನಲ್ಲಿ ಓಡಾಡಿದ. ಎಂಜಿನ್ ಮುಂದಿದ್ದದ್ದು ಈಗ ಹಿಂದಕ್ಕಿದೆ! ಇದು ಸೇಬು ಸಾಗಿಸುವ ಸ್ಥಳೀಯ ರೈಲು ಅಷ್ಟೆ.

ಕೋಪದಿಂದ ಎಲ್ಲರನ್ನೂ ಸುಡುವ ಹಾಗೆ ಪ್ಲಾಟ್‌ಫಾರಂನಲ್ಲಿ ಸುತ್ತ ನೋಡಿದ. ಎಲ್ಲರೂ ಸೇರಿಕೊಂಡು ತನ್ನನ್ನು ಮೂರ್ಖನನ್ನಾಗಿಸಿದ್ದಾರೆ ಅಂತ ಅವನಿಗೆ ಅನ್ನಿಸಿತು.

ಟಿಕೆಟ್ ಕಲೆಕ್ಟರ್ ಅಕಸ್ಮಾತ್ ಸಿಕ್ಕಿ ಏನಾದರೂ ಪ್ರಶ್ನಿಸಿದರೆ ಎಂದು ಮುಖ್ಯದ್ವಾರದ ಕಡೆಗೆ ಹೋಗದೇ ಪ್ಲಾಟ್‌ಫಾರಂನಿಂದ ಪಕ್ಕದಲ್ಲಿ ಹಾದು ರಸ್ತೆಯ ದಾರಿ ಹಿಡಿದ. ಪುಗಸಟ್ಟೆಯಾಗಿ ರೈಲಿನಲ್ಲಿ ಪ್ರಯಾಣಿಸಿದ್ದ. ಅದಕ್ಕೆ ಸಮಾಧಾನಪಟ್ಟುಕೊಂಡ. ಭುಜವನ್ನು ಕುಣಿಸುತ್ತಾ ಬಜಾರಿನ ರಸ್ತೆಯಲ್ಲಿ ಕುಣಿಯುತ್ತ ಹೊರಟ. ಒಂದಲ್ಲಾ ಒಂದು

ದಿನ ರೈಲಿನಲ್ಲಿ ಎಲ್ಲಿಗಾದರೂ ಹೋಗಿಯೇ ಹೋಗುತ್ತೇನೆ. ಆಗ ಟಿಕೆಟ್ ಕೊಳ್ಳಬೇಕು, ಏಕೆಂದರೆ ಎಲ್ಲಿಗೆ ಹೋಗಬೇಕೆಂದು ತಿಳಿಯುತ್ತಲ್ವಾ ಎಂದು ಮನಸ್ಸಿನಲ್ಲಿಯೇ ಅಂದುಕೊಂಡ.

"ನಾನು ಎಲ್ಲಾ ಕಡೆಗೂ ಹೋಗುತ್ತೇನೆ, ಎಲ್ಲಾ ಕಡೆಗೂ, ನನ್ನನ್ನು ತಡೆಯಲು ಯಾರಿಂದಲೂ ಸಾಧ್ಯವಿಲ್ಲ!" ಎಂದು ಕೋಪದಿಂದ ನುಡಿದ.

28 ರಸ್ಕಿನ್ ಬಾಂಡ್‌ರವರ ಮಕ್ಕಳ ಮಿನಿಬಸ್ಸು ನೀಲಿ ಛತ್ರಿ 21

Printed in the USA
CPSIA information can be obtained
at www.ICGtesting.com
LVHW091947200424
777877LV00002B/214

9 789357 027007